स्त्रीवाद, साहित्य आणि समीक्षा

वंदना भागवत

डायमंड पब्लिकेशन्स

स्त्रीवाद, साहित्य आणि समीक्षा
वंदना भागवत

Streevad, Sahitya Ani Samiksha
Vandana Bhagwat

पहिली आवृत्ती : डिसेंबर, २०१८

ISBN 978-93-86401-51-9

© वंदना भागवत, २०१८

मुखपृष्ठावरील पेंटिंग : उमा कुलकर्णी
मुखपृष्ठ मांडणी : रमाकांत धानोरकर

अक्षरजुळणी
संध्या कामत

प्रकाशक
डायमंड पब्लिकेशन्स
२६४/३ शनिवार पेठ, ३०२ अनुग्रह अपार्टमेंट
ओंकारेश्वर मंदिराजवळ, पुणे-४११ ०३०
☏ ०२०-२४४५२३८७, २४४६६६४२
info@diamondbookspune.com

ऑनलाईन पुस्तक खरेदीसाठी भेट द्या
www.diamondbookspune.com

I am the Kurd and the Palestinian
I, Bihar's dalit and the Bosnian Muslim
The elephant shot dead
for having dreamt of his forest,
The tree felled for having offered
its shade to the vagabond.

- K Satchidanandan, 'Karuna'

मी कूर्द, मी पॅलेस्टिनी
मी बिहारमधला दलित आणि बोस्नियातला मुस्लिम
त्याच्या जंगलाचं स्वप्न बघितल्याबद्दल
गोळ्या घालून मारलेला हत्ती मी,
भटक्याला सावली देऊ केल्याबद्दल
कुऱ्हाड चालवून पाडलेला वृक्षही मी.

– के. सच्चिदानंदन, 'करुणा'

आज्जी

माझी आज्जी वेडी होती.
तिला ती खूप वाचतेय, लिहितेय असे भ्रम व्हायचे.
फणीच्या पेटीशी बसून तिचा सुपारीएवढा बुचडा लोकरीनं वळसून घेताना
ती पेटीवर पोथी ठेवायची.
वीस माणसाचा स्वयंपाक झाला की
अक्षराअक्षरावर बोट फिरवत ती वाचत राहायची.
तिचं वेड पिकत गेलं मरणात जसं
तसं माझ्या कंजूष मामानं
तिला तिच्याच पोथीच्या बासनात गुंडाळून
आमच्या कोठीच्या खोलीत, शिंकाळ्यात ठेवून दिली.

माझी आज्जी पिकली, वाळली, तडकली,
आणि खोलीच्या खिडकीतून तिच्या तडकल्या बियांच्या
म्हाताऱ्या उडाल्या, बाहेर पडल्या.
सूर्य आला, पाऊस आला
एका बीचं भरदार झाड झालं-
त्या झाडाचीही जीवनलालसा अशी
की मी जन्मलो.

आता सोनेरी दातांनी कचकचणाऱ्या माकडांबद्दल
मी कविता लिहिणार नाही - असं कसं शक्य आहे?

K Satchidanandan - 'Granny'
रूपांतर - वंदना भागवत

एका स्त्रीवादी वाचनाकडे -

- *वेडी या शब्दाला स्त्रीवादी समीक्षेत महत्त्वाचे स्थान आहे. आज्जी खरेच वेडी होती? की तिला लिहा-वाचायचे होते म्हणून समाजाने तिला वेडी ठरवली होती ?*
- *तिला ती वाचतेय, लिहितेय असे भ्रम व्हायचे असे का म्हटले आहे? तिला ते प्रत्यक्ष करता येत नव्हते?*
- *बायकांची बुद्धी चुलीपुरती असे म्हटले जायचे...ते किती न्याय्य होते?*
- *पोथ्या-पुराणांमधली स्त्री-प्रतिमा कशी असते?*
- *या बिया म्हणजे बाईची ज्ञान मिळवण्याची अनिवार ओढ म्हणता येईल का?*
- *संपत्ती आणि सत्ता यांनी जग व्यापून टाकणाऱ्या बेदरकार वृत्तीला सोनेरी दातांनी कचकचणारी माकडे म्हणता येईल? कविता हा आज्जीच्या संघर्षाचा आवाज आहे का?*

प्रस्तावना

पाश्चात्त्य स्त्रीवादाच्या संदर्भात भारतीय मातीत रुतलेला, रुजलेला, उगवलेला स्त्रीवाद धुंडाळण्याचे वंदनासारख्या अनेक स्त्रियांच्या अनेक वर्षांच्या प्रयत्नांचे फलस्वरूप म्हणजे 'स्त्रीवाद, साहित्य आणि समीक्षा' हे पुस्तक होय. भारतात स्त्रीवाद जरी पाश्चात्त्यांकडून आयात झाला असला, तरी स्त्री स्वातंत्र्याचा विचारच इथे नव्हता, असे साधार प्रस्थापित करणे अवघड आहे. ज्ञात आणि उपलब्ध स्रोतांनुसार ब्रिटिशांसोबत त्यांच्या स्त्रीवादी विचारांची बीजे आपल्याकडे १९व्या शतकात रोवली गेली. मात्र म्हणून भारतीय स्त्रिया स्वअस्मितेचा विचारच करत नसतील, असे मानणे आपल्याकडील विचारविकास परंपरेच्या क्षमतेला आव्हान करण्यासारखे ठरेल. निश्चितच ब्रिटिशांच्या आगमनानंतर इथल्या शिक्षणप्रसारामुळे स्त्रियांना आणि एकूणच पुरोगामी विचारवंतांना आपले विचार मांडण्याचे बळ आणि अवकाश मिळाले. ताराबाई शिंदेंनी 'स्त्री-पुरुष तुलना' या त्यांच्या पुस्तकाच्या निमित्ताने स्त्री-स्वातंत्र्याबद्दलचे विचार मांडण्याचे धैर्य इंग्रजांच्या विद्यादानामुळे मिळाल्याचे त्यांच्या पुस्तकात म्हटलेच आहे. स्वातंत्र्य, समता, बंधुतेचा पाश्चात्त्य विचार स्त्रीवादाला पायाभूत आहे. आजपर्यंत असमानतेच्या तत्त्व-विचारांना, ज्ञानाला आव्हान देणाऱ्या स्त्रीवादी दृष्टिकोनाला आक्षेप, विरोध आणि अव्हेर हा वैश्विक राहिला आहे. मात्र आता स्त्रीवादी विचार पाश्चात्त्य वा भारतीय असा न बघता मूलभूत तत्त्वज्ञान म्हणून बघण्याची वेळ आहे.

स्त्रीवादी विचाराचा प्रवास सगळीकडेच वेगवेगळ्या टप्प्यांवरून विकसित होत स्त्री-पुरुष तुलनात्मक द्वंद्वाच्या पातळीवरून स्त्री-पुरुषांना माणूस म्हणून समान वागवण्याच्या प्रगल्भतेपर्यंत आज पोहोचला आहे. पुरुषप्रधानता व पुरुषसत्ता जरी पुरुषांना प्राधान्य, सत्ता आणि स्त्रियांना दुय्यमत्व देत असले तरी ही सत्ता आणि प्रधानता पुरुषांना, त्यांच्या माणूस म्हणून विकसित होण्याला देखील मारक आहे हे वास्तव स्वीकारणारा आणि समजून सांगणारा हा विचार आहे. स्त्रीला जसे आर्थिक अवकाशाच्या स्वातंत्र्याची भाषा हा स्त्रीवाद देतो तसेच पुरुषाला भावना, ममत्व, माया, मातृत्व मुक्तपणे व्यक्त करण्याच्या मानवी अधिकाराची बातही हा स्त्रीवाद

करतो. दोघांच्याही देवत्वाच्या वा दास्याच्या कल्पनेचा अव्हेर करून दोघांच्याही मानवी स्वातंत्र्य आणि अधिकारांचा अंगिकार करण्याचा विचार हा स्वीकारतो. अशा स्त्रीवादाला वैश्विक आणि कालातीत प्रस्तुतता आहे. याचा टप्प्याटप्प्याने झालेला विकास, इतिहास आणि आकलन याचे सखोल संशोधन या पुस्तकात वाचायला मिळते.

मानवी संस्कृती, विविध मानवी अनुभव, मनुष्यस्वभाव, मानवी संबंध, मानवी दुःख, आनंद आणि प्रश्न, ते व्यक्त करण्याचे मार्ग आणि त्यावर उपाय इत्यादी अनेक पैलूंना स्पर्श करून विभिन्न संदर्भांमध्ये त्यांची दखल घेणारा कलाप्रकार म्हणजे साहित्य. हे आव्हान स्त्रीवाद आणि स्त्रीवादी साहित्य कसे वेगळ्या पद्धतीने पेलते आणि निर्मितीमूल्यासोबतच सामाजिक परिवर्तनातून वेगळी जीवनदृष्टी आणि मूल्यभाव कसे देऊ करते याची समीक्षा करणे गरजेचे वाटते. अनुभवाचे वेगळे विद्रोही विश्व उभे करणारे स्त्रीसाहित्य सखीभावाचे, मानवतेचे मूल्य अधोरेखित करू पाहते. इथे आवर्जून उल्लेख करावासा वाटतो तो वामन कर्डकांसारख्या de-gender होऊ शकणाऱ्या कार्यकर्त्याच्या एका गाण्याचा :

तथाकथित उच्चवर्णीय बाईकडे घोटभर पाण्यासाठी याचना करणारी दलित कष्टकरी बाई तिच्याशी सखीभावातून बोलताना म्हणते,

धरी तान्हा फुटला पान्हा
स्तन तटाटले गळताना
भिजली गं माझी चोळी
या उनामधे जळताना
अगं बन माता बन आता तरी मन माझं ताड गं
पानी वाढ गं माम, पानी वाढ गं

स्त्रियांनी एकमेकींच्या प्रश्न आणि दुःखांविरुद्ध एकत्र येताना इतर वंचितही त्यांच्यासोबत चालावेत आणि स्त्री प्रश्न आणि दलित वंचितांचे जातिविषयक प्रश्न मार्ग आणि उत्तरे शोधण्यासाठी सोबत पुढे जावेत हे कर्डक अतिशय सूचकपणे शेवटच्या कडव्यात सांगतात :

बांधून शिदोरी पाठी
पान्याच्या घोटासाठी
दलितांचा वामनदादा
आला गं इहिरीकाठी
अगं दुरून आल्या मुशाफिराला जल्दी धाड गं
पानी वाढ गं माम, पानी वाढ गं

म. फुल्यांनी शुद्रातिशूद्रांच्या लढ्यात लिंगभेदभाव अंताला दिलेले महत्त्व, म. गांधींनी दलितोद्धारासोबत केलेले स्त्री-मुक्तीचे चिंतन आणि आंबेडकरांनी घटनेत स्त्री-पुरुषांना बहाल केलेले व्यक्तिस्वातंत्र्य या विचारांची सांगड घालणारा सखीभाव आणि मानवतावाद स्त्रीवादी लेखनाच्या केंद्रभागी आहे.

स्त्रीलेखिकांप्रमाणेच पुरुष लेखक, कार्यकर्तेही सहानुभूतीतून, समान अनुभवांतून समतेचे, समानतेचे भाष्य साहित्यातून करू पाहतात तेव्हा एक वेगळी आशा पल्लवित होते. पुरुषसत्ताकता, जातिव्यवस्थेअंतर्गत असलेली पुरुषसत्ता, यातून निर्माण होणारे स्त्रियांचे व दलित-वंचितांचे मानवी हक्कांचे प्रश्न आणि दोन्ही व्यवस्थांमध्ये पुरुषांवरही पडणारे ताण आणि त्यांवरचे उपाय शोधण्याचे धाडस स्त्रीसाहित्य करू पाहते, वेगवेगळ्या जाणिवांची, भावनांची वेगळ्या पातळीवर जाऊन सक्षम समीक्षा करू पाहते. हेच त्याचे वेगळेपण आहे. यातूनच एका नवीन सर्वस्पर्शी मूल्यभावनिर्मितीचे रोपण होणे हे या साहित्य समीक्षेचे संचित आहे. हे नावीन्य आणि वेगळेपण समजण्यासाठी स्त्रीवाद समजून घेणे आवश्यक आहे. या संदर्भात परीकथांचा पाश्चात्त्य जगात झालेला विचार फार महत्त्वाचा वाटतो. मूलतः अभिजन स्त्रियांनी स्वतःला व्यक्त करण्यासाठी केलेल्या सलोनमधल्या संवादांमधून व्यवस्थेत होणाऱ्या स्वतःच्या घुसमटीला करून दिलेली वाट कथांचं रुप घेऊ लागली. हळूहळू या कथा त्यांच्यातले बंड प्रकट करू लागल्या आणि या स्त्रियांना मुक्त अवकाश सापडला. त्या लिहित्या झाल्या. मात्र जसजसं या लेखनप्रकाराचं व्यवस्थात्मकीकरण झालं – जॅक जाईप्स नावाचा अभ्यासक त्याला पुरुषसत्ताकीकरण म्हणतो – म्हणजेच त्यांच्या आत्ताच्या स्वरुपातल्या परीकथा झाल्या, तसतसं त्यांच्यातील बंड निथळू दिलं गेलं, कथांमधील आशय सौम्य करण्यात आला, स्त्रियांच्या बिनधास्त अनुभवांच्या अभिव्यक्तीला नैतिकतेचं परिमाण लावून गाळून टाकलं गेलं किंवा बाळबोध केलं गेलं, सौंदर्य, अकर्मकता, सहनशीलता यांच्याशी स्त्रीत्व बद्ध केलं गेलं, बोलक्या, धाडसी, काही करू पाहणाऱ्या स्त्रियांना चेटकिणी किंवा सावत्र आई-बहिणी बनवलं गेलं आणि या सर्वांमधून लिंग भेदभावी समाजरचना आणि साचेबद्ध प्रतिमा प्रसृत केल्या गेल्या. आजही याच रुपात आपल्याला परीकथा वाचायला मिळतात. मात्र तरीही पाश्चात्त्य जगतात अशा परीकथांचे पुनर्लेखन करून त्यांतून मानवतावादी आणि स्त्रियांना माणूस म्हणून दाखवण्याचे प्रयत्न काही वर्षांपासून सुरु झाले आहेत. या पुनर्लेखित कथांमधून झळकणारा स्त्रीविचार लहानपणापासून मुलांमध्ये रुजवण्याचे प्रयत्न सगळीकडे होणे गरजेचे वाटते. त्यासाठी त्यांचा स्वीकार, अभ्यास आणि प्रसार झाला पाहिजे.

साहित्य व्यवहाराप्रमाणेच राष्ट्र आणि राष्ट्रवाद या संकल्पनांसंदर्भातही स्त्रीवाद काही ठोस बोलू पाहतो. राष्ट्राची कल्पना सर्वसामान्यांसाठी केवळ राष्ट्राचा नकाशा,

सीमा आणि राष्ट्रगान या सांज्ञिक, भावनिक पातळीवर सीमित करण्याचे व्यापक राजकारण राष्ट्र म्हणजे राष्ट्रातील धर्म, जाति-जमाती, वंश, लिंग भेदातीत सर्व लोक या संकल्पनेच्या स्वीकारापर्यंत पोहोचू देत नाही. परिणामी होणाऱ्या विविध प्रकारच्या हिंसा, अत्याचाराचा सर्वात मोठा आघात स्त्रियांवर होत असतो. यातून स्त्रियांवरील हिंसा आणि स्त्रियांची हिंसा वाढवण्याचे, स्त्रियांचे पुरुषीकरण करण्याचे आणि पुरुषांमधले स्त्रीत्व नाकारून त्याला अधिक हिंस्त्र बनवण्याचे राजकारण वाढीला लागत असल्याचे सध्याचे चित्र आहे. अशा परिस्थितीत personal is political असे मानत राष्ट्र संकल्पनेचे आजच्या संदर्भातील आकलन स्त्रीवाद करू पाहतो. या विचारात सर्व प्रकारच्या हिंसा, अत्याचाराला विरोध, पुरुषसत्ताक मानसिकतेचा सर्व पातळ्यांवरचा त्याग, स्त्री-पुरुष नात्याचा मूलगामी विचार, मानव-पर्यावरण संबंधांची दृढता आणि राजकीय हस्तक्षेप या गोष्टींचा समावेश आहे. आपल्याकडचं उदाहरण द्यायचं झाल्यास तलाकपीडित मुस्लिम महिला अत्याचाराविरोधात आणि न्यायरचनेसंदर्भात बोलत्या होत असताना राजकीय हस्तक्षेपाची रास्त अपेक्षा करताना दिसतात. पण हा राजकीय हस्तक्षेपही त्यांचा न्याय मिळण्याचा हेतू साध्य करणारा असावा केवळ राजकारणी चाल नसावी अशी रॅशनल मांडणी करणाऱ्या रजिया पटेल सारख्या कार्यकर्त्या महिला एकीकडे दिसत आहेत मात्र दुसरीकडे राजकीय पाठबळावर संघटितपणे भावनिक उन्माद करणारे पुरुषांचे थवे दिसत आहेत. यातून भावना आणि बुद्धि या द्वयीत बायकांना भावनेच्या ध्रुवाशी लोटणाऱ्या आणि म्हणून त्यांच्या दृष्टिकोनाला दुय्यमत्व देणारा विचार पालटत असल्याचे चित्र पुढे येत आहे.

म्हणूनच स्त्रीवादाचा स्वीकार आजची गरज आहे. संस्कृतीनुसार स्त्रीवादी विचार बदलत असला तरी आज तो मूलभूत तत्त्वज्ञान म्हणून आकार घेतो आहे. हे बदल काय आणि कशामुळे आहेत व बदलांपलीकडेही जाऊन त्याच्यातील सामायिकत्व मानवी समाजाला कसं लागू आहे हे समजून घेणं आजची गरज आहे. तसे न झाल्यास स्त्रियांसोबतच पुरुषांचा सकस विवेकी विकास होणे अवघड ठरेल.

आपल्याकडे स्त्रीवादी विचारांना अव्हेरण्याचे काम धार्मिक, सांस्कृतिक परंपरावादी आणि प्रतिगामीच नव्हे, तर पुरोगामीही करताना दिसतात. वंदनासारख्या आम्हा अनेकांचा मात्र हे पटवून देण्याचा प्रयत्न आहे की स्त्रीवादी विचाराशिवाय, स्त्री-पुरुष समानतेच्या विचाराशिवाय कुठलीही चळवळ अपूर्णच नाही, तर यशस्वीरीत्या पुढेही जाऊ शकत नाही. सर्व समतावादी विचारांची एकमेकांशी मूलभूत सांगड आहे. स्त्रीवादाला पुरोगामी प्रवाहातून बाहेर ठेवणे, वगळणे हे मानवतावादी तत्त्वज्ञानाला अपूर्ण ठेवल्यासारखे होईल. म्हणून याचा मूलभूत तत्त्वज्ञान म्हणून स्वीकार करणे आवश्यक आहे. किंबहुना मानवतावादाचा पुरस्कार करणाऱ्या सर्व पुरोगामी विचार व

चळवळींना स्त्रीवादाला सोबत घेऊन व त्याच्या माध्ममातूनच पुढे जाता येणार आहे. म्हणून तो अंगीकारायला पाहिजे आणि अत्यंत लहान वयापासून मुलामुलींमध्ये आचरण, संस्कारांतून, घराघरातून, शाळांमधून, पुस्तके, माध्यमांमधून रुजवला पाहिजे, जोपासला पाहिजे, वाढू दिला पाहिजे, समृद्ध केला पाहिजे. या अनुषंगाने वंदनाच्या या पुस्तकाचे मूल्य खूप आहे. यातून मिळणारे सामाजिक भान, वैचारिक प्रेरणा आणि अनुभवातून उपजलेले विवेकी तत्त्वज्ञान सर्वच पुरोगामी विचारांना मानवतावादी बैठक देऊ करते आहे आणि अशा मानवतावादी वैचारिक बैठकीला सर्वकालीन प्रस्तुतता आहे. तिचा आपण जितक्या लवकर अंगीकार करू तितका उन्नत मानवी विकास साधणे सोपे होणार आहे.

डॉ. जीनत खान
इंग्रजी विभाग प्रमुख,
छत्रपती शाहू महाविद्यालय, पुणे.

अनुक्रम

विभाग १

स्त्रीवाद

१ स्त्रीवाद म्हणजे काय ?

यशवंत. प्रश्न : निर्मिकाने ...एकंदर सर्व व्यवस्था मानवी स्त्री–पुरुषांच्या सुखासाठी जर केली आहे, तर एकंदर सर्व जगात असंतोष होऊन दुःख कसे उद्‌भवले?

जोतीराव. उत्तर : आपण आपल्यासच मोठे शहाणे मानून विद्येच्या तोऱ्यात एकंदर सर्व पुरुष, स्त्रियांची जात अतिशय लबाड व कृत्रिम आहे असा लटकाच आरोप सर्व मातांवर, भगिनींवर, कन्यांवर आणि सुनाबाळांवर ठेवून त्यांस लुटीत सापडलेल्या बटुकल्या दासीसारखे वागवतात. यावरून एकंदर सर्व जगात सत्याचा ऱ्हास झाल्यामुळे असंतोष होऊन दुःख झाले.

(महात्मा जोतीराव फुले, *सार्वजनिक सत्य धर्म पुस्तक*, समग्र फुले वाङ्मय पान – ४६५)

मी पुरुषांना दोष देतो. पुरुषांनी स्त्रियांविरुद्ध कायदे केले. पुरुष स्त्रीला आपल्या सुखाचे साधन मानत आला. तिनेही ते मान्य केले. अंती हीच परिस्थिती तिला स्वाभाविक व सुखकर वाटू लागली. (महात्मा गांधी)

स्त्रीवादाविषयी बोलणे म्हणजे फक्त स्त्रियांविषयी किंवा स्त्रियांच्या प्रश्नांविषयी बोलणे नाही, तर स्त्री आणि पुरुष दोघेही स्वतःच्या अनुभवांतून आणि आपल्या भोवतालच्या परिसराच्या अभ्यासातून न्याय्य जगाची कोणती कल्पना करतात याचा शोध घेणे. स्वतःच्या वैयक्तिक दुःखांचा परीघ भोवतालच्या परिस्थितीशी जोडून घेत त्यातील सामान्य दुवे शोधणे. त्यातून स्त्री–पुरुष साहचर्यावर आधारित जीवनाची संकल्पना करता येते. त्याचे तत्त्वज्ञान उभे करण्याचा प्रयत्न म्हणजे स्त्रीवाद.

महत्त्वाचे म्हणजे जगात मानवी नातेसंबंधांमध्ये जो अन्याय दिसून येतो तो व जी हिंसा दिसून येते, त्यांमागील कारणांचा शोध स्त्री-पुरुष सहजीवनात घेता येतो, असे मानणे. हा शोध मुळात समता आणि न्याय या मूल्यांवर आधारित असतो. एका बाजूला आजही समोर येत असलेली स्त्रियांच्या बाबतीतील हिंसा आणि त्यांच्या वाट्याला येणारा अन्याय – जो त्यांच्या देहाशी संबंधित असतो आणि त्या देहाला समाजात असणाऱ्या दुय्यमत्वाशीही – याचा विचार स्त्रीवाद करतो आहे; पण त्याचबरोबर स्त्रीचे प्रजननाचे वैशिष्ट्य लक्षात घेऊन तिला देव्हाऱ्यात बसवण्याची परंपराही आपल्याकडे आहे. या दोन्हींना नाकारून विवेकवादाच्या उजेडात तिला पुरुषाइतकीच विचार करू शकणारी स्वतंत्र व्यक्ती म्हणून प्रतिष्ठा मिळण्याचा आग्रह धरणे ही स्त्रीवादाची सुरुवात.

पाश्चात्त्य देशात स्त्रीवादाची मांडणी सतराव्या शतकाच्या अखेरीस सुरू झाली आणि आपल्याकडे ब्रिटिश भारतात आल्यानंतर एकोणिसाव्या शतकात. आपल्याकडच्या स्त्री-स्वातंत्र्याची तुतारी फुंकणाऱ्या ताराबाई शिंदे यांनीही 'इंग्रज भारतात आल्यानंतर स्त्रियांना विद्यादान देऊन त्यांची मने सर्व मानसिक व व्यावहारिक प्रसंगांत धैर्याने राहण्यास पुष्कळ तऱ्हेने बळकट झाली आहेत.' असे म्हटले आहे. (ताराबाई शिंदे, *स्त्री-पुरुष तुलना*, संपादन : विलास खोले, पान १०५) या अर्थाने स्त्रीवाद हे आधुनिक अवकाशातील रचित आहे. लोकशाही जीवनपद्धती आणि स्वातंत्र्य, समता आणि भगिनीभाव यांचा उच्चार करणारी ही विचारधारा आज स्वतःचे तत्त्वज्ञान घडवण्याचा प्रयत्न करते आहे. आजच्या टप्प्यावर ज्या व्यवस्थेला पुरुषसत्ताक व्यवस्था म्हटले, त्या पुरुषरचित व्यवस्थेत पुरुषाचीही कोंडी होते आहे, असे स्त्रीवाद म्हणतो आहे. त्यातून संपूर्ण जग हिंसाचाराच्या खाईत लोटले जात आहे व आपल्या जगाचा विनाश होण्याच्या मार्गावर आपण चाललो आहोत याची जाणीव पुरुषाला व्हावी असा आग्रह स्त्रीवाद धरतो आहे. यासाठीही हिंसा-अहिंसा, न्याय-अन्याय, समता-विषमता यांचा विचार स्त्रीवाद तात्त्विक पातळीवर करतो आहे. त्यातून काहीएक मूल्यभान निर्माण करण्याचा प्रयत्न करतो आहे.

स्त्रिया केवळ गोठ्यातील म्हशीप्रमाणे मूर्ख. त्यांना ना लिहिणे जमतेना वाचणे, म्हणून का ईश्वराने त्यांना काहीच बुद्धी दिली नसेल काय? तरी त्या अविचारी असूनही तुमच्यापेक्षा बऱ्या. तुम्ही शहाणे आहात खरे, पण इकडे कारागृहात जाऊन पाहावे तो पाय ठेवण्यासदेखील जागा मिळत नाही, इतकी तिथे आपल्या देशबांधवांची दाटी असते. तिथे काय सर्व शहाणे. कोणी खोट्या नोटा केल्या, कोणी लाच खाल्ली, कोणी कोणाची बायको

पळवून नेली, कोणी बंडात सामील झाले, कोणी कोणाला विषप्रयोग केला, कोणी राजद्रोह केला, कोणी खोटी साक्ष दिली, कोणी तोतया राजी बनून लोकांस बुडवले, कोणी खून केले ही अशी विचाराची मोठमोठी कामे केल्यावरून सरकाराने तुम्हांला मोठ्या आदराने या सुंदर बंदीशाळेसारख्या रंगमहालात जागा दिली; पण असे कोणते अविचार स्त्रियांच्या हातून घडतात बरे?

(ताराबाई शिंदे, उपरोक्त : पान ११५)

यातील तुलनेचा भाग का महत्त्वाचा आहे?

जैविक प्रेरणा आणि सामाजिक व्यवस्था यांच्या एकमेकांशी असलेल्या संबंधांतून स्त्री-पुरुष नात्याच्या स्वरूपात जे ताण निर्माण होतात, त्यांची चिकित्सा स्त्रीवाद करतो. स्त्रियांच्या परिस्थितीची चिकित्सा करताना जशी स्त्री-पुरुषांची मानसिकता आपण तपासतो, तसेच त्यांचे प्रश्न कोणत्या परिस्थितीत निर्माण झाले याचाही विचार आपण करतो. तेव्हा साहजिकच पुरुषांच्या परिस्थितीचेही भान त्यातून विकसित होते; म्हणूनच स्त्रीवादाचे तत्त्वज्ञान आज केवळ स्त्रियांना मिळत असलेले दुय्यमत्व एवढ्यापुरतेच त्याचे स्वरूप न बघता, पुरुषांचे स्थान आणि त्यातून त्यांच्या परिस्थितीचे भान याचाही विचार करते आहे. आजच्या टप्प्यावर जात, वर्ग, धर्म यांतून घडणाऱ्या हिंसा पुरुष-देहालाही लक्ष्य करत आहेत. स्त्रिया आणि दलित यांना आपल्या संस्कृतींत अवमानाच्या बाबतीत एकत्रितपणे बघणारी परंपरा फार पूर्वीपासून आहे; त्यामुळे एकूणच व्यवस्था कशी उभी राहते आणि त्यात कोणत्या घटकांमुळे अन्याय, विषमता, अत्याचार निर्माण होतात याचा शोध स्त्रीवाद घेतो. त्याच्या चिकित्सेचे मूळ एकक हे आजपर्यंत स्त्री-पुरुष नातेसंबंध राहिलेले होते; कारण पारंपरिक कुटुंबव्यवस्था ही गेली कित्येक वर्षे समाजव्यवस्थेचे पायाभूत रूप मानले जात आले आहे. ही कुटुंबव्यवस्था पुनरुत्पादन आणि लैंगिक प्रेरणांचे व्यवस्थापन या हेतूंनी बांधली गेली असली, तरी मानवी संवादाची आणि सामाजिक समायोजनाची ती प्राथमिक भूमी असते. पुनरुत्पादनकेंद्री कुटुंबसंस्थेत अर्थातच देहाचे वास्तव महत्त्वाचे राहते, पण देहाचे वास्तव फक्त पुनरुत्पादन प्रक्रियेपुरतेच महत्त्वाचे असते असे नाही. परस्परावलंबी जीवनात देह वेगळे असण्यातून अनेक आव्हाने उभी राहू शकतात, असेही लक्षात येते. स्त्री आणि पुरुष वेगवेगळी शरीरे घेऊन जन्माला येतात. त्यातून त्यांच्या जगण्यावर काही परिणाम नक्कीच होतात, त्यामुळे त्यांची शारीरिक वैशिष्ट्ये व त्यांतून घडणारे विचार यांची दखल घ्यावी लागते. हे विचार घडणे म्हणजेच सामाजिक समायोजनाचा पोत ठरणे. स्त्रियांइतकेच पुरुषांचे शरीरही त्यांची मानसिकता घडवण्यास कारणीभूत

असते, म्हणूनही पुरुषांनी निर्माण केलेली तत्त्वज्ञाने ही पुरुषाच्या देहाशी निगडित आहेत असे स्त्रियांनी एका टप्प्यावर म्हटले.

भक्तिविजयात मुक्ताबाईचा एक प्रसंग खूप बोलका आहे. ती नागव्याने आंघोळ करत असता तिला भेटायला चांगदेव येतो. तिला नागवे बघून चांगदेव तोंड फिरवतो, तेव्हा मुक्ताबाई त्याला 'निगुरा' म्हणते. एवढा मोठा योगी म्हणवत असला स्वतःला, तरी तो गुरूकडून काहीच शिकला नाही, असे ती त्याला म्हणते,

जरी गुरुकृपा असती तुजवरी।
तरी विचार न येती अंतरी।।
भिंतीसी कोनाडे तैसियापरी।
मानूनि पुढे येतासी।।
जनीं वनीं हिंडता गाय।
वस्त्रे नेसत असती काय।
त्या पशु ऐसीच पाहे।
तुज काय प्रत्यया न ये।।

डॉ. चंद्रशेखर जहागिरदार संत कवयित्रींना स्वाभाविक स्त्रीवादी म्हणतात. आणि १७ व्या शतकापासून स्त्रीप्रश्न, स्त्रीवाद अशा संज्ञा निर्माण झाल्यावर त्यांचा अभ्यास करून स्वतःला स्त्रीवादी म्हणवणाऱ्या स्त्रियांना ते संस्कारित स्त्रीवादी म्हणतात. (डॉ. जहागिरदार, 'आधुनिक अवकाशातील एक स्त्रीवादी प्रवास,' *'कथा गौरीची'*, संपादन : विद्या बाळ, गीताली वि.मं., वंदना भागवत.)

याच्या पुढचा टप्पा म्हणजे त्या शरीराच्या ओळखीशी मग सामाजिक संकेत, रूढी, रितीरिवाज, मूल्य संकल्पना हे सगळे जोडले जाते. म्हणजे स्त्री म्हणून येणारे पाळी, गर्भधारणा, बाळंतपण यांचे अनुभव पुरुषाच्या शरीराच्या अनुभवांपेक्षा वेगळे असतात हे खरे; पण त्यातून त्यांना समाजात वेगळे स्थान देण्याची प्रक्रिया घडावी का, याचा विचार स्त्रीवाद करतो. सामाजिक संकेत घडत असताना त्या त्या वेळची परिस्थिती, समाजाचे भौगोलिक स्थान, राज्यसंस्था, समाजव्यवस्था अशा अनेक घटकांचा संकेतांच्या घडण्यातला सहभाग तपासावा लागतो. शिवाय सामाजिक संकेत केवळ स्त्री आणि पुरुष या दोनच शरीरांशी निगडित नसतात. यात अनेक गुंतागुंती

आहेत. आपण साधारणपणे मानतो तशी मानवी शरीरे फक्त स्त्रीलिंगी किंवा पुरुषलिंगी नसतात. शरीरांमध्येही वैविध्य असते. या वास्तवाची दखलही सामाजिक संकेत घडत असताना घेतली जाते. उदहरणार्थ, हिजड्यांना भारतीय संस्कृतीत असणारे स्थान व त्यानुसार घडलेली परंपरा. पण हा आणखीनच पुढचा विचार झाला.

स्त्री-शरीर आणि पुरुष-शरीर यांच्याविषयी बोलण्याची सुरुवात करताना त्यांचे सामाजिकीकरण कसे होते यांचा विचार आधी करू. या सामाजिकीकरणाच्या प्रक्रियेबद्दल अनेक प्रश्न निर्माण होतात. त्या प्रश्नांतून स्त्रीवादाची दिशा समजायला मदत होईल. स्त्रियांना त्यांच्या गर्भधारणेशी जोडल्या गेलेल्या वास्तवातून घडणाऱ्या सामाजिक, सांस्कृतिक, धार्मिक आणि आर्थिक स्थानाची जाणीव होते. त्यातूनच स्त्रीवादी चिकित्सा सुरू होते. म्हणजे स्त्रियांचे शरीर वेगळे आहे, म्हणून त्यांच्या सामाजिक स्थानावर कसा परिणाम होतो याचे तपशील आपल्या चिकित्सेत महत्त्वाचे ठरतात. उदाहरणार्थ पुनरुत्पादन आणि वंशसातत्य याच हेतूंशी निगडित असलेल्या सामाजिक धारणांमध्ये स्त्रियांची प्रजननक्षमता त्यांच्या स्थानाची प्रतिष्ठा ठरवते. पुरुषाच्या आक्रमकतेभोवती विणल्या गेलेल्या सामाजिक व्यवस्थेत 'सौंदर्य हा स्त्रीचा दागिना असतो, तर पराक्रम हा पुरुषाचा दागिना असतो,' अशा सरधोपट विधानांमधून कशा प्रकारचे जग समोर येते, याचा विचार आपण चिकित्सापूर्वकच करायला हवा. मूल न झालेल्या वांझ बाईला धार्मिक कार्यांमध्ये दुय्यम स्थान असते, ही आजही अनुभवास येणारी वस्तुस्थिती आहे. त्यात परत एकदा जात आणि वर्ग यांच्यातील व्यवस्थांमधून निर्माण होणारे भेदभाव लक्षात घ्यावे लागतात. उदाहरणार्थ, मातृत्वाचा गौरव करताना तथाकथित कनिष्ठ जातीतील, अल्पसंख्याक, स्थलांतरित, शोषित स्त्रियांच्या मातृत्वाच्या बाबतीत मात्र वेगळ्या धारणा असतात आणि प्रस्थापित व्यवस्थेमध्ये त्यांचा वेगळा विचार केला जातो. धार्मिक व्यवस्थाही स्त्रियांचे दुय्यमत्व जाणीवपूर्वक जोपासताना दिसतात. उदाहरणार्थ, तिला पाळी येते म्हणून ती अपवित्र का मानली जाते? खरे तर पाळी येणे, म्हणजे तिची मूल जन्माला घालण्याची क्षमता शाबूत असणे. आणि तरीही स्त्रिया पाळीच्या दिवसांत अपवित्र असतात, त्यामुळे त्यांना देवदर्शनाचा अधिकार नाही, असे कोणी ठरवले? त्यांनी फक्त मुले जन्माला घालावीत, त्यासाठीच त्यांचे शरीर निर्माण झाले आहे; बाकी सामाजिक व्यवहारात त्यांना निर्णय घेण्याचा अधिकार नाही, असे कोण म्हणते? स्त्री निर्माण होतानाच ती दुय्यम आहे, असे देवाने ठरवले; कारण ती पुरुषाच्या एका बरगडीतून निर्माण केली गेली, असे कुठे म्हटले गेले आहे? स्त्रियांना स्वातंत्र्य मिळण्याची त्यांची लायकी नाही, असे कुठे म्हटले गेले आहे? स्त्रीने बुरख्यातच राहिले पाहिजे, असे कुठे मानले जाते? बुरखा आमच्या संस्कृतीचा मानदंड आहे, असे कोण म्हणते?

या सगळ्यांचा संबंध मानवनिर्मित समाजव्यवस्थेशी आहे. शरीराचे वास्तव नैसर्गिक असले, तरी त्याला कोणती प्रतिष्ठा दिली जाते यावरून त्या शरीराच्या जगण्याचा पोत ठरत असतो. याची चिकित्सा स्त्रीवादाने सुरू केली. स्त्रियांना एक माणूस म्हणून वागवले जावे यासाठीचा हा लढा आहे. यातून मग तिच्यावर घातल्या गेलेल्या बंधनांतून सुटण्यासाठी तिचे आत्मभान जागृत झाले आणि त्यातूनच पुरुषाला त्यानेच निर्माण केलेल्या व्यवस्थेतून त्याच्यावरही येणाऱ्या बंधनांची जाणीव होते आहे. याचा परिणाम म्हणून तिच्याभोवतीच्या व्यापक सामाजिक धारणा बदलणे, अधिक प्रगल्भ होणे गरजेचे आहे, असे स्त्रीवाद म्हणतो. सुरुवातीला दिलेल्या उद्धृतात फुल्यांनी जी अतिशय महत्त्वाची गोष्ट सांगितली आहे, ती स्त्रियांना मानवी प्रतिष्ठा न दिल्याने सत्याचा ऱ्हास होतो ही आहे. स्त्री आणि पुरुष यांच्या अस्तित्वाला समान प्रतिष्ठा आहे हे सत्य आपण स्वीकारणार नसू, तर जगातील अन्याय, असत्य आणि हिंसा थांबणार नाही, असे ते म्हणतात. आणि गांधींचे जे उद्धृत दिले आहे त्यात असे सुचवले आहे की, स्त्रीला स्वतःच्या सुखाची कल्पना स्वतंत्रपणे करता आली पाहिजे. पुरुष दोषी असतीलही, पण स्त्रीने त्यांच्या चुकीच्या धारणांना विरोध केला पाहिजे. म्हणजे स्त्री-पुरुष हे नाते मूलभूत असले, तरी त्यात मैत्री निर्माण होण्यात बरेच अडथळे आहेत. त्यांतील एक अडथळा म्हणजे स्त्रीला दुय्यमत्व दिले गेले आहे आणि हे दुय्यमत्व अबाधित राहील अशी व्यवस्थाही निर्माण केली गेली आहे. हे आपल्याकडील महत्त्वाच्या विचारवंतांनीही मान्य केले होते.

स्त्रियांचे अनुभव हे पुरुषांनी निर्माण केलेल्या अनेक साच्यांमध्ये बंदिस्त झाले असल्याने स्त्रियांना अशा मैत्रीपूर्ण जीवनाची कल्पना करण्यात बरेच अडसर येतात, त्यामुळे स्त्रीवादी तत्त्वज्ञान त्या अनुभवांची चिकित्सा प्रामुख्याने करते हे खरे. मात्र, स्त्रियांना ज्या पुरुषप्रधान वर्चस्वाचा अनुभव येतो, त्याची जाणीव असणारे पुरुषही या व्यवस्थेत असू शकतात. आपल्याकडे जोतीराव फुले, आगरकर, रानडे, वि. रा. शिंदे, कर्वे पितापुत्र, गांधी, दादा धर्माधिकारी, आंबेडकर असे पुरुष होऊन गेले. शिवाय पुरुषप्रधान व्यवस्थेचे पुरुषांच्या जगण्यावरही काही परिणाम होत असतात, जे स्त्री-पुरुषांच्या निरामय मैत्रीला पोषक नसतात. आणि त्यातून मग सगळ्यांच्याच जगण्याचे अनुभव कोंडीत सापडतात. यामुळे पुरुषांचे अनुभवही समाजाने घडवलेल्या प्रतिमांच्या साच्यांत बांधलेले असतात, असे आपल्याला जाणवते.

स्त्रीवादी तत्त्वज्ञानाची वाटचाल आत्ताच्या टप्प्यावर असे सुचवते की, पुरुषप्रधान व्यवस्थेने घडवलेल्या पुरुषांचे प्रश्न गंभीर आहेत. जगातील मानवी अस्तित्व धोक्यात आणणारी युद्धे, पर्यावरणाचा विनाश, असहिष्णुता आणि वर्चस्ववाद असे धोके त्या

प्रश्नांमधून निर्माण झाले आहेत. या धोक्यांवर उपाय शोधायचा असेल तर स्त्री-पुरुष नात्यांमध्ये असहिष्णुता, वर्चस्वभावना असता कामा नये. तसेच सामाजिक आणि पर्यावरणीय धोक्यांना कारणीभूत असणाऱ्या जीवनशैलीला दोघांनीही विरोध करायला लागेल. आपली जीवनशैली कोणत्या मूल्यांवर आधारित आहे याचे भान स्त्री आणि पुरुष या दोघांच्या नात्याला असायला लागेल, म्हणजेच जीवन सुखकारक वाटण्याची प्रक्रिया ही काहीएका परस्पर-सन्मानाच्या मूल्यभावावर आधारित असावी लागेल. परस्पर सन्मान करण्यासाठी स्त्री आणि पुरुष या दोघांचेही सक्षमीकरण व्हावे लागेल, असे स्त्री-पुरुष नात्याची चिकित्सा करणाऱ्या मार्गांचे म्हणणे आहे. म्हणजे हे सक्षमीकरण आर्थिक असावे, सामाजिक परिवर्तनातून घडलेले असावे, राजकीय अधिकार मिळवून झालेले असावे, परस्परांवर विनाअट प्रेम करण्याच्या प्रेरणेतून झालेले असावे वगैरे. या मार्गांवर विश्वास ठेवणारे त्या त्या मार्गांनुसार स्त्रीवादाची मांडणी करतात.

स्त्री आणि पुरुष म्हणून जन्माला आलेल्या व्यक्ती निवळ त्यांच्या जन्मतः मिळालेल्या शरीरावरून स्त्री किंवा पुरुष ठरत नसतात तर समाजाच्या धारणांमधूनही त्यांचे स्त्रीत्व आणि पुरुषत्व घडत जाते. उदाहरणार्थ, बाई म्हणजे काचेचे भांडे किंवा गोरी, सडपातळ, लांब केस अशी सुंदर बाई; सुगरण, मुलामाणसांचे खायला-प्यायला घालून स्वागत करणारी, कोमल ह्रदयाची स्त्री; तसेच उंच, बलदंड, हिंसक पुरुष, किंवा स्वयंपाक न येणारा, पैसे कमावणारा, सत्ता गाजवणारा, कठोरह्रदयी पुरुष अशा प्रतिमा वर्षानुवर्षे समाजमनात घर करून बसतात. त्यानुसार स्त्री-पुरुष प्रतिमा आणि त्यांच्याकडून अपेक्षित कार्ये यांचे साचे ठरतात. त्यापलीकडे जाणारे गैरवर्तनी किंवा चुकीचे ठरतात. समाजाच्या या धारणांना लिंगभाव असे म्हटले जाते. लिंगभावातून फक्त 'स्त्री' म्हणजे काय याचे साचे घडत नसतात तर 'पुरुष' म्हणजे काय याचेही साचे घडत असतात. जात, वंश, वर्ग, राष्ट्रीयत्व या सगळ्यांपलीकडे जात स्त्रिया आणि पुरुष 'स्त्रीत्व' आणि 'पुरुषत्व' यांच्या समाजाने ठरवून दिलेल्या साच्यांमध्ये अडकत असतात. या अडकण्याविषयीच्या अनुभवांविषयी बोलणे, त्या अनुषंगाने स्त्री-पुरुष नातेसंबंधांविषयी काही व्यापक विधाने करण्याचा प्रयत्न करणे, त्याची चिकित्सा करणे आणि त्यातून एक मानवी नात्याचे मूलभूत एकक म्हणून उभे राहण्याचे मार्ग शोधणे म्हणजे स्त्रीवादाचे तत्त्वज्ञान निर्माण करणे.

> 'आपण साधारणतः खाजगी जीवन आणि सार्वजनिक जीवन तसेच खाजगी जीवन आणि राजकारण यांचे वेगवेगळे कप्पे करून विचार करतो व प्रश्न सोडवू पाहातो. ... ज्यांना ज्यांना म्हणून समानता व स्वायत्तता या मूल्यांच्या संदर्भात नवे समाजकारण व राजकारण करायचे आहे, त्यांना

तथाकथित खाजगी जीवनातील विषमता, अन्याय आणि जुलमावर आधारलेल्या राजकीय व सामाजिक श्रेणीबद्ध उतरंडीच्या रचनेला शह, टक्कर द्यावी लागेल. (विद्युत भागवत, 'स्त्रीवादी चळवळ आणि भारतीय स्त्रियांचे प्रश्न', *स्त्री-प्रश्नाची वाटचाल : परिवर्तनाच्या दिशेने*, पान ३१५)

तू दिशाच्या कविता वाचल्या आहेस का? बेबाक कलेक्टिव्हची माहिती मिळव.

स्त्रीवादाचे तत्त्वज्ञान अनेक संदर्भांच्या आधारे उभे राहू पाहत असले तरी स्त्री-पुरुष नात्याचा विचार करत असताना त्याकडे बघण्याच्या दोन दिशा ७०च्या दशकातील स्त्रीवादाने मानल्या होत्या. त्यांपैकी एक दिशा असे गृहीत धरते की, स्त्री असणे आणि पुरुष असणे या मूलभूत शारीरिक फरकाच्या गोष्टी आहेत. विचारांची दिशा देहाशी आणि देहातून घेतलेल्या अनुभवांशी निगडित असते. त्यामुळे पुरुषांची विचार करण्याची पद्धत व स्त्रियांची विचार करण्याची पद्धत या वेगळ्याच राहतील. त्या दोन्हींमध्ये संवाद निर्माण होण्याची शक्यता कमी आहे. याला एकसत्त्वीकरणाची भूमिका (Essentialism) म्हटले जाते. शरीराचे वेगळे वास्तव लक्षात घेणारी आत्ताची एलजीबीटी ((Lesbian, Gay, Bisexual, Transgender), अर्थात समलिंगी, दोन्हीही लिंगांच्या व्यक्तींबद्दल लैंगिक आकर्षण असणारे, लिंगबदल केलेले) चळवळ स्त्रीवादाशी नाते सांगत आहे. मानवी शरीरे फक्त स्त्री आणि पुरुष अशा दोनच लिंगांमध्ये आणि त्या लिंगाशी जोडल्या गेलेल्या संवेदनांमध्ये जन्माला येत नाहीत तर जन्माला येणाऱ्या शरीरांमध्येही कमालीची विविधता असते. ती विविधता आपण फक्त स्त्री आणि पुरुष अशा दोनच शरीरांमध्ये बसवण्याचा प्रयत्न करत असतो. त्यापेक्षा जर आपण शरीरांचे हे वैविध्य लक्षात घेतले, तर संवेदना आणि विचारांचेही वैविध्य आपल्यासमोर येईल. आणि मग मानवी परिस्थितीचा आपण अधिक मोकळेपणाने व सम्यक भावनेतून विचार करू शकू, असे या चळवळीचे म्हणणे जैविक वस्तुस्थितीवर आधारित आहे.

'व्यक्तीला स्त्री किंवा पुरुष अशी ओळख प्रदान करण्याची भूमिका आपण प्रामुख्याने वैद्यकीय व्यावसायिकांवर सोपवलेली आहे. ... नवजात शिशूचे बाह्य लैंगिक अवयव, उदाहरणार्थ ताणलेले शिस्न, हे त्या त्या देशातील मान्यताप्राप्त निकषांप्रमाणे असेल, तर ते बालक मुलगा आहे

अन्यथा मुलगी असे जाहीर केले जाते. बाळाचे लिंग कोणते हे ठरवताना काही संदिग्ध परिस्थितीमध्ये डॉक्टर बीजांडकोषाचा शरीराबाहेरील आकार पाहातात, त्यानुसार बाह्यतः दिसणारे लैंगिक अवयव दुरुस्त करतात... वेगळेपणाला नैसर्गिक मानायला ते विज्ञानाचे ज्ञानसंचित नकार देते.' (चयनिका शहा, 'विज्ञान लिंगभाव आणि शरीर', *संदर्भांसहित स्त्रीवाद,* पृ. १५७)

दुसरी दिशा असे म्हणते, की शरीर वेगळे असले तरी विचार भोवतालच्या परिस्थितीतून आणि सामाजिक संस्कारांतून घडत असतात. शारीरिक व्यक्तिमत्त्वाइतकेच मानसिक व्यक्तिमत्त्व हेही महत्त्वाचे आहे. त्यामुळे शारीरिक भेद असले तरी त्यापलीकडे जाता येते की नाही हा प्रश्न महत्त्वाचा आहे. सांस्कृतिक, सामाजिक विचारांनी घडवलेले व्यक्तिमत्त्व वेगळ्या भाषेतून व विचारातून बदलता येणे शक्य आहे. ही वेगळी भाषा जर कोणत्याही अवमानित केल्या जाणाऱ्या समाजघटकाची वेदना केंद्रस्थानी ठेवून, ती बदलण्याच्या दृष्टीने कार्यरत असेल, तर तिला स्त्रीवादी भाषा म्हणता येईल.

या दुसऱ्या भूमिकेतून विविध स्त्रीवादी भूमिका निर्माण झाल्या. म्हणजे समाजातील आर्थिक हितसंबंध मूलभूत मानून त्यातील प्रामुख्याने शोषित घटकांचे आणि वंचित स्त्रियांचे दुय्यमत्व अधोरेखित करणारा 'मार्क्सवादी स्त्रीवाद'; स्त्रियांना भांडवली विकासप्रक्रियेचा भाग बनवून घेत त्यांच्या विकासाच्या शक्यता खुल्या करणारा 'विकासवादी, उदारमतवादी स्त्रीवाद'; स्त्रियांवर होणारा अन्याय हा लैंगिक हिंसेतून घट्ट केला जातो; त्यामुळे मुळात पुरुषशरीर असणारेच या हिंसेला कारणीभूत असतात, असे म्हणणारा 'जहाल स्त्रीवाद'; तर भारतीय संदर्भांत जातवास्तव हे स्त्री आणि वंचितांच्या शोषणाला कारणीभूत असल्यामुळे जातिअंताचा विचार हाच स्त्रीमुक्तीचा विचार आहे असे म्हणणारा 'दलित स्त्रीवाद' आणि वंश तसेच 'वर्णद्वेषविरोधी स्त्रीवाद.' अशा विविध अन्यायांचा प्रतिकार करणारे मार्ग स्त्रीवादाने स्त्री–पुरुष नात्याला समतेचा व न्यायाचा विचार पायाभूत मानत निर्माण झाले.

१९५० नंतरच्या दीर्घकालीन तेजीच्या परिस्थितीमध्ये जाहिरातींमधून उपभोगाच्या नवीन गरजा निर्माण केल्या जात होत्या आणि स्त्रियांना आर्थिक उत्पादनाच्या वर्तुळाबाहेर ठेवून, उपभोगाच्या वर्तुळात अधिकाधिक गुंतवायचा प्रयत्न केला जात होता. भांडवलशाही आणि पितृसत्तेच्या व्यवस्था परस्परपूरक पद्धतीने स्त्रियांना लक्ष्य करीत होत्या, असे स्त्रीवाद्यांचे म्हणणे होते. ...

बहुसंख्य स्त्रियांना जाणवणारे एकटेपण, कंटाळा, न्यूनगंड या वैयक्तिक समस्या नसून सामाजिक समस्या आहेत, ते सोडवण्याचे मार्ग वैयक्तिक नसून तेही राजकीय लढ्याचा भाग आहेत, असे स्त्रीवादी उद्बोधन गटांचे म्हणणे होते. घरकामासाठी वेतन मिळाले पाहिजे अशी घोषणा करणारा गटही १९७३मध्ये उभा राहिला. (वंदना सोनाळकर 'अर्थशास्त्राच्या परिप्रेक्ष्यातून स्त्रीप्रश्न' संदर्भांसहित स्त्रीवाद, पृ. ३६७)

सगळीच तत्त्वज्ञाने मानवी मनाचा आणि कृतींचा अर्थ लावण्याचा, त्यांचे त्यांच्या परिस्थितीशी आणि परिसराशी असलेले नाते तपासण्याचा व त्यांना नवे अर्थ देण्याचा प्रयत्न करत असतात. पण निवळ अमूर्त तत्त्वचिंतनापेक्षा प्रत्यक्ष अनुभवातले चिंतन हे परिणामकारक ठरते. मानवी नातेसंबंधांचा अर्थ लावणारे तत्त्वज्ञान म्हणून स्त्रीवादी तत्त्वज्ञानाकडे बघायचे झाले तर ते स्त्री-पुरुष नातेसंबंधांचे तत्त्वज्ञान आहे असे ठोसपणे म्हटले पाहिजे. असे म्हटल्यामुळे मानव नावाची निराकार सामान्य कोटी ही सगुण आकार घेऊन समोर येते. मानवजात, माणूसपण म्हणजे काय? तर प्रत्यक्षातले स्त्री, पुरुष. त्यांच्या नातेसंबंधांमध्ये जे ताण असतात, त्यांतून दुःख निर्माण होते. हे ताण कशामुळे निर्माण होतात आणि ते दूर करण्याचे मार्ग कोणते याचा विचार करणे म्हणजे स्त्रीवादी विचार घडवणे. याचा अर्थ स्त्रीवादी चळवळ हा स्त्रियांनी पुरुषांविरुद्ध केलेला संघर्ष नाही; तर स्त्री आणि पुरुष या नात्यात वर्चस्ववादी, हिंसात्मक, दुसऱ्याचा अवमान करणारे, इजा पोहोचवणारे वर्तन करणाऱ्या व्यक्तिविरुद्ध केलेला संघर्ष आहे. मग अन्याय करणारी व्यक्ती स्त्री असेल किंवा पुरुष. स्त्री-पुरुष नातेसंबंध मानवी दुःखाच्या मुळाशी जाण्याचे मार्ग शोधण्यासाठी एक मूलभूत एकक समोर ठेवते. शिवाय नपुंसक व्यक्ती किंवा स्त्रीदेहात जन्माला आली असली तरी मी पुरुष आहे असे म्हणणारी, अथवा पुरुष देहात जन्माला आली तरी मी स्त्री आहे असे म्हणणाऱ्या व्यक्तीही आपल्याभोवती असतात. त्यांच्या देहांच्या वास्तवातून त्यांचे विचार आणि जगाकडे बघण्याची दृष्टी वेगळ्या प्रकारे घडवत असतात. त्याही विचारांना आज स्त्रीवादात महत्त्वाचे स्थान आहे.

आपण मानवी संस्कृतीचा इतिहास बघितला तर आजवर सत्तास्थानात असणाऱ्या व्यक्ती या बहुतेक वेळेला पुरुषलिंगी होत्या असे दिसते. त्यामुळे मानवी जीवनातील विविध क्षेत्रे ही सत्तास्थानात असलेल्या पुरुषांनी काबीज केली. त्या क्षेत्रांशी निगडित असलेले कायदे-कानून, त्यांची सामाजिक व्यवस्थेतील प्रतिष्ठा त्यांनी ठरवली. त्यानुसार सामाजिक धारणा घडवून सामाजिक पायंडे पाडले गेले. या पायंड्यांमधून व्यक्तीचे

सामाजिक वर्तनच घडते असे नाही तर व्यक्तिगत आयुष्यातसुद्धा त्याच प्रकारचे वर्तन दोन व्यक्तींच्या नातेसंबंधात घडते. साहजिकच स्त्रियांनी स्वतःच्या प्रतिष्ठेबद्दल जागरूक होण्याचा प्रयत्न केला; तेव्हा त्यांना पुरुषांनी केलेले कायदे, त्यांनी निर्माण केलेली समाजव्यवस्था, त्यांनी रचलेली तत्त्वज्ञाने व रचलेले साहित्य, त्यांनी निर्माण केलेले सामाजिक संकेत, रूढी, परंपरा, त्यांनी वैध-अवैध ठरवलेले वर्तन, त्यांनी केलेले संघर्ष; यांतील स्त्रियांची भूमिका, सहभाग या सगळ्याचाच पुनर्विचार करण्याची गरज लक्षात आली. या पुनर्विचारातून जे तत्त्वज्ञान निर्माण होत आहे, त्याला स्त्रीवाद असे म्हणतात. त्यातून मग गतकालाचेही नव्याने वाचन करावे लागेल असे स्त्रीवाद म्हणतो. गतकालाचे नव्याने वाचन आणि त्यातून भविष्यातील वाटचालीची दिशा या दोन पावलांनी स्त्रीवादाची वाटचाल होत असते.

'आता रांडा कोण? यांची काही सृष्टीविरहित उत्पत्ति झाली का? का ह्या कोणी दुसऱ्या देवाने केल्या? रांडा ह्या तुम्हीच फसवून घराबाहेर काढलेल्या स्त्रियांपैकी स्त्रिया असतात. ...रांडांची काही खाण नाही. स्त्रियांना तुम्ही प्रथम गोड गोड बोलून, नादी लावून एकदा घराबाहेर ... काढले, म्हणजे जोवर तारुण्याचा भर असतो तोवर कसे तरी ढकलून नेता नी मग तिचे नशीब तिचेबरोबर देऊन तिला सर्वस्वी नागवून सोडिता; तेव्हा ती हा निंद्य व्यापार अगदी उघडपणे हवा तसा करून आपलेसारख्या दुसरीस करू पाहाते. ते तुम्ही आपल्यावरुन पाहा. आपल्यासारखेच सारे जगत्रय आहे असे ज्याचे त्याचे मनावरुन त्याला वाटते.'
(ताराबाई शिंदे, उपरोक्त, पान १२५-२७)

स्त्री आणि पुरुष असे दोघेचजण जीवन जगत नाहीत तर त्यांना भोवतालच्या माणसांची सोबतही हवी असते. कुटुंब, शाळा/महाविद्यालये, विविध सामाजिक संस्था, धर्मसंस्था, शासनसंस्था अशा अनेक संस्थात्मक व्यवहारांचे जाळे माणूस उभे करतो आणि त्यातून कितीही ताण आले तरी ते आपण सांभाळतो, याचे कारण माणूस एकटा जगू शकत नाही. त्याला त्याच्या शारीरिक, भावनिक, बौद्धिक गरजांसाठी भोवताली समाज असण्याची आवश्यकता असते. हा समाजही काहीएका वर्तनमूल्यांनी म्हणजेच नियमांनी वागणारा असावा अशीही गरज त्याला वाटते. साधे उदाहरण घ्यायचे झाले तर रस्त्यावरून जात असताना वाहतुकीचे नियम आपल्याला गरजेचे वाटतात. ते नियम पाळणे हे कायदेशीर आहे असे आपण म्हणतो. म्हणजे नियम मोडल्यास आपण नियम मोडणाऱ्याला काही दंड करतो. तसा कायदा करणारा आणि

कायद्याची अंमलबजावणी करणारा यांना आपण विशेष अधिकारही देतो. म्हणजे 'सरकारनेच का कायदे करायचे?' किंवा 'पोलीस कोण आम्हाला अडवणारा?' असे प्रश्न आपण सामान्य स्थितीत विचारत नाही. जर एखादा कायदा किंवा नियम जाचक वाटला, तर त्याविषयी विचारणा करण्याचे मार्ग आपण तयार करतो. अंमलबजावणीत भ्रष्टाचार होत असेल तर त्याविरुद्धही दाद मागू शकतो. पण नियमच पाळणार नाही असे सगळ्यांनी म्हटले तर ती अनागोंदी ठरते आणि त्यात दुर्बल व असहाय घटकांचे सर्वांत जास्त नुकसान होते. म्हणून फुल्यांनी सार्वजनिक सत्यधर्माची प्रस्थापना केली आणि त्याची नियमावलीही बनवली. गांधींनीही सत्याग्रह आणि सविनय कायदेभंग याची कडक शिस्त आणि ती पाळणारेच कार्यकर्ते असण्याचा आग्रह ठेवला हे आपण व्यवस्थित समजून घेतले पाहिजे. नियम जेव्हा दुर्बलांना, शोषितांना न्याय देत नाहीत, तेव्हा त्या नियमांचा पुनर्विचार केला पाहिजे असा आग्रह धरण्याचीही वैधता आणि गरज नक्कीच आहे. फक्त हा आग्रह परिणामकारक होण्यासाठी जी कृती करायची असते तिचे काहीएक विचार आणि त्या दिशेने जाण्याची शिस्तही असावी लागते. तरच त्याची कृतिशीलता योग्य रितीने अंमलात आणता येईल.

नियम करताना किंवा त्याची अंमलबजावणी करताना सर्वांत दुर्बल आणि असहाय घटकाचा विचार करूनच नियम बनवले जावेत आणि त्यानुसार त्याची अंमलबजावणी व्हावी असे लोकशाही राज्यपद्धतीमध्ये गृहीत असते. रस्ता ओलांडण्यासाठी ठेवलेला वेळ हा एखादा अपंग माणूस, वृद्ध माणूस किंवा गरोदर बाई यांना तो ओलांडण्यासाठी जेवढा वेळ लागेल, तेवढा वेळ ठेवला गेला पाहिजे. शाळेत जाणाऱ्या लहान मुलांसाठी वेगळे सुरक्षित रस्ते तयार केले पाहिजेत. त्यांना प्राधान्य देऊन वाहतुकीचे नियम बनवले पाहिजेत. यापुढे जाऊन रस्ते फक्त वाहनांसाठीच नसतात तर ज्यांच्याकडे वाहने नाहीत त्यांनाही त्या रस्त्यांवरून चालण्यासाठी सुरक्षित सोय असायला लागेल हे तत्त्व मान्य केले पाहिजे. तरच आपल्या सगळ्यांना आपण जिथे वसती करत असतो त्या जागेचा नीट वापर करता येईल. त्याहीपेक्षा महत्त्वाचे म्हणजे आपल्याबरोबर असणाऱ्या सर्व अस्तित्वांच्या सहजीवनाचा आपण आदर करू शकू. आपण या प्रकारे सर्व नियमांचा आढावा घेतला तर काय दिसते? स्वतंत्र भारताची निर्मिती होण्याआधी सतीबंदीच्या कायद्यापासून समाजसुधारणांचा प्रारंभ करावा लागला. बालविवाहांना बंदी म्हणजे संमतिवयाचा कायदा करावा लागला. स्त्रीशिक्षणासाठी फुले दांपत्याला प्रचंड त्रास सहन करावा लागला. विधवाविवाहांसाठी, परित्यक्तांसाठी कायदे करावे लागले. आजही स्त्रीगर्भ संपवण्यासाठी, आंतरजातीय विवाह केलेल्यांच्या हत्या थांबवण्यासाठी आपल्याला बरेच प्रयत्न करावे लागत आहेत. याचा अर्थ स्त्रियांना आहे त्या सामाजिक अवकाशात जगण्यासाठी आणि

अस्तित्वाला प्रतिष्ठा मिळवण्यासाठी प्रस्थापित कायदे, नियम, रूढी व संकेतांना बदलण्यासाठी संघर्ष करावा लागतो आहे. स्वातंत्र्यप्राप्तीनंतरचा सर्वांत निराश करणारा अनुभव म्हणजे कायदे केले जातात; पण त्यांची अंमलबजावणी होत नाही, कारण समाजाची मानसिकता बदलत नाही. उदाहरणार्थ, हुंडाबंदी केली तरी सामान्य माणसाने शरमून जावे असे खर्च करून विवाहाचे सोहळे व संपत्तीची देवाणघेवाण होत राहते. कर्ज काढून व ते न फिटल्यास प्रसंगी आत्महत्या करूनही विवाहाचे सोहळे केले जातात. असे खर्च करण्यासाठी सामाजिक दडपण असते. दुसरे उदाहरण घ्यायचे झाले तर, कितीही कडक कायदे झाले तरी स्त्रियांवर बलात्कार होण्याचे प्रमाण वाढते आहे. असे असेल तर मग कायदे-नियम यांच्या जोडीने मानसिकता न बदलण्याची कारणे कोणती याचा शोध घ्यावा लागतो.

दोन व्यक्तींनी एकत्र राहण्याचे ठरवले तर त्यांना त्यांच्या भोवतीचा सामाजिक व्यवहार कसा असलेला आवडेल आणि तो तसा नसेल, तर त्यावर ते कोणते उपाय करतील हे प्रश्न त्या दोन व्यक्तींनी प्रथम स्वतःला विचारायला हवेत. हुंडा न देताघेता, प्रचंड खर्च न करता किंवा आंतरजातीय किंवा आंतरधर्मीय विवाह करायचा असेल, तर त्यासाठी जोडीदारांचे मूल्यभान समान असावे लागेल व ते जपण्यासाठी त्यांना काही किंमत मोजावी लागेल हे तर खरेच. सामाजिक मानसिकता न बदलल्यामुळे ही किंमत मोजावी लागते. तेव्हा वेगळा विचार करणाऱ्यांच्या भोवती असणारी सामाजिक परिस्थिती बदलणे, परिवर्तन होणे आवश्यक असते. परिवर्तनासाठी किंमत मोजणे म्हणजे प्रस्थापित व्यवस्थांनी जगण्याचा हक्क नाकारणे किंवा त्यांनी स्वतःलाच संपवणे असू शकत नाही. काळाच्या प्रत्येक टप्प्यावर परिवर्तनाची गरज भासली आणि परिवर्तन होण्यासाठी जास्तीत जास्त अनुभवांची दखल घेत वेगळा विचार विकसित व्हावा लागला. कोणत्याही परिवर्तनासाठीचा मूल्यभाव व आचारसंहिता घडवण्याचे काम जसे तत्त्वज्ञानाचे असते, तसेच ते मानवी जगण्याच्या संकल्पाचेही असते. म्हणजे प्रत्यक्ष जगण्यातून आपण जीवनाचा आकार निर्माण करत असतो. म्हणून स्त्रीवादी तत्त्वज्ञान हे स्त्री-पुरुष नात्यातील जगण्याच्या अनुभवांना महत्त्वाचे मानते.

कोणतेही तत्त्वज्ञान अनेक संदर्भांचा वेध घेते. स्त्रीवादी तत्त्वज्ञानदेखील अनेक प्रश्नांना भिडण्याचा प्रयत्न करते. स्त्री-पुरुष नातेसंबंधाचा पोत कसा ठरला? त्यासाठी कोणती परिस्थिती कारणीभूत होती? तत्कालीन समाजातील रूढी, परंपरा कशा निर्माण झाल्या? त्यांच्या श्रद्धा आणि धारणा कोणत्या होत्या? त्यांची भावना व्यक्त करण्याची किंवा विचार मांडण्याची पद्धत कशी होती? मूल्ये कोणती होती? आचार-विचार कसे होते? त्यांचे स्वातंत्र्य कोणाला आणि कोणत्या परिस्थितीत होते? स्वातंत्र्य नाकारल्यास त्याविरुद्ध दाद मागता येत होती का? त्याचा मार्ग कोणता?

कायदे कोणी तयार केले? त्यांची अंमलबजावणी कोण करते आहे? विशिष्ट काळात निर्माण झालेल्या कला व साहित्य यांच्यातून कोणत्या प्रकारचे स्त्री-पुरुष संबंध समोर येतात? कोणत्या प्रकारची जीवनदृष्टी समोर येते? हे सर्व बघावे लागते. त्यांच्या धारणा कशा आहेत? ते ज्या काळात, ज्या समाजात जन्माला आले; त्या काळाच्या आणि समाजाच्या धारणा कोणत्या होत्या? त्यापलीकडे जाऊ इच्छिणाऱ्या माणसांना कोणते त्रास सोसावे लागले? कायदे बदलण्याची गरज कोणाला जाणवली? का जाणवली? त्यासाठी कोणी व कसे प्रयत्न केले? कोणतेही मूल्य मांडत असताना त्याच्या परिणामकारकतेचा विचार कसा करायचा? बदल घडवून आणणारे सर्वांत सक्षम वाहक कोण असू शकतात? या सगळ्याचा विचार तत्त्वज्ञान करत असते. नातेसंबंधाचे मूलभूत एकक आणि व्यापक सामाजिक पट यांची वीण गुंफत जावे लागते. यासाठी तत्त्वज्ञान कोणते एकक गृहीत धरते, त्यावरून तत्त्वज्ञानाच्या उपयोजनाची परिणामकारकता ठरत असते. एकटा सुटा माणूस हे मूळ एकक मानल्यावर एकट्या माणसाने स्वतःचा विकास कसा करून घ्यावा, त्यासाठी काय करणे गरजेचे आहे इत्यादी गोष्टींचा विचार केला जातो. पण माणूस एकटा जगू शकत नाही असे मानल्यावर जी अस्तित्वे एकमेकांना पूरक आहेत असे आपण मानतो, त्यांचा एकत्रित विचार करणे गरजेचे ठरते. दोन्ही अस्तित्वांचे प्रश्न एकमेकांच्या अस्तित्वाच्या प्रश्नाशी अनेकविधपणे जोडले गेले आहेत असे एक मूलभूत नाते हे स्त्री-पुरुष नाते मानले गेले आहे. म्हणून सामाजिक समस्यांचा विचार करत असताना स्त्री आणि पुरुष हे मूलभूत एकक मानायला हवे असे स्त्रीवादासारखे तत्त्वज्ञान म्हणते, तेव्हा त्याची परिणामकारकता ठरवणारी कार्यपद्धतीही बदलते. ते फक्त एका अस्तित्वाच्या जाणिवेचा शोध घेत राहत नाही तर दोघांनी मिळून कोणत्या जाणिवा विकसित करायला हव्यात याचा शोध घेते. या अर्थाने ते सामाजिक भरणपोषणासाठी मूलभूत तत्त्वज्ञान आहे.

मानवी नातेसंबंधातले दुःख हे स्त्री आणि पुरुष अशा दोन व्यक्तींनी एकत्रितपणे केलेल्या संकल्पातील अडचणींची चिकित्सा करून शोधता येते का, याचा वेध स्त्रीवाद घेत असतो. त्यामुळे मग विविध संदर्भ महत्त्वाचे ठरतात. म्हणजे स्त्री-शरीरामुळे येणारा अनुभव आणि पुरुष-शरीरामुळे येणारा अनुभव जाणून घेतले पाहिजेत. ओघाने विविध प्रकारच्या शरीरांचे अनुभव लक्षात घेतले पाहिजेत. ते करायचे झाले तर श्रेष्ठ-कनिष्ठ अशा अधिकारशाहीवादी नजरेतून जग बघता कामा नये. संवादी असणे सर्वांत महत्त्वाचे. त्यातून हिंसेच्या शक्यता कमी होतात असे हे तत्त्वज्ञान मानते. मग दोन व्यक्तींच्या आयुष्यातील अडचणीचे स्वरूप व्यापक पातळीवरील नातेसंबंधांतही शोधण्याचा प्रयत्न करता येतो. उदाहरणार्थ, जगातील अनेक नातेसंबंधांमध्ये हिंसा आढळते. ती फक्त नवरा-बायको, पालक-मूल, मित्र-मैत्रीण, शिक्षक-विद्यार्थी

याच व्यक्तिगत पातळीवर आढळते असे नाही. हिंसेचा आविष्कार व्यापक स्थूल पातळीवरही म्हणजे, जातिभेद, वर्णभेद, वंशभेद, धर्मभेद, देशांदेशांमधील युद्धे अशा विविध व्यवस्थात्मक व्यवहारांमध्ये मोठ्या प्रमाणावर दिसून येतो. हिंसा या समस्येची चिकित्सा करायची झाली आणि तिचे निराकरण करायचे झाले, तर मग हिंसा दोन व्यक्तींमधील नातेसंबंधांमध्ये कशी जाणवते, याचा शोध स्त्री आणि पुरुष या नात्यात घेता येतो आणि त्यातूनच स्थूल पातळीवरील सत्तासंबंधांमध्ये असणाऱ्या हिंसेची चिकित्सा करता येते, असे स्त्रीवादी तत्त्वज्ञान म्हणते. 'जे जे व्यक्तिगत ते ते राजकीय' अशी घोषणा ७० च्या दशकात स्त्रीवादाने केली होती. म्हणजे स्त्री-पुरुष नात्यामध्ये हिंसा असते का? असली तर ती का असते? हिंसामुक्त स्त्री-पुरुष संबंध कोणत्या परिस्थितीत, कोणत्या मूल्यांवर आधारित असू शकतील? या प्रश्नांचा शोध आपल्याला जागतिक स्तरावर मोठ्या संख्येने होत असणाऱ्या हिंसक कृतींचा अर्थ लावताना मूलभूत ठरतो. हा शोध स्त्रीवादी असणारे सर्वच स्त्री-पुरुष घेत आले आहेत.

- जान्हवी तुपे, अमृता देशपांडे व आशा पवार, नितीन आगे यांच्या हत्यांचे तपशील मिळव.
- मलाला करत असलेल्या कामाची माहिती करून घे.
- भारतातील बोहोरी मुस्लीम समाजात होत असलेल्या स्त्रियांच्या गुप्तांगावरील शस्त्रक्रियेविषयी (क्लिटोरस काढून टाकण्याच्या) माहिती मिळव. त्याचे जागतिक संदर्भही माहिती करून घे.
- अमेरिकेतील काही राज्यांमध्ये गर्भपातावर बंदी आहे. त्याची कारणे व इतिहास माहिती करून घे.

सरंजामदारीच्या टप्प्यावर किंवा त्याहीआधी धाडसी, आग्रही आणि कर्तबगार स्त्रिया होऊन गेल्या. आपल्याकडे स्त्री-मुक्ती चळवळीच्या कार्यकर्त्यांना कायमच असे म्हटले जायचे की, 'होत्या ना आपल्याकडे जिजाबाई, झाशीची राणी; आहेत ना आपल्याकडे इंदिरा गांधी, मग कशाला पाहिजे स्त्री-मुक्ती?' किंवा 'आपण करतो ना देवतांच्या पूजा, म्हणजे आपल्या संस्कृतीत आहेच की स्त्रियांना मोठे स्थान, मग कशाला हवी तुम्हाला स्त्री-मुक्तीची चळवळ?' १९७०च्या दशकात असे प्रश्न केले जात असताना त्याच दरम्यान घडत असलेले हुंडाबळीचे प्रश्न, राजस्थानात रूपकँवरला सती घालवण्याची घटना, जातिव्यवस्थेचे प्रश्न किंवा स्त्रियांच्या आरोग्याचे प्रश्न यांच्याकडे स्त्री-मुक्ती चळवळ लक्ष वेधत होती हे लक्षात घ्यायला हवे. शिवाय ७०च्या दशकात स्त्री-चळवळीचे नेतृत्व ब्राह्मण स्त्रियांच्या हातात होते, त्यामुळे कामगार वर्गातील

स्त्रियांचे शोषण आणि कर्तबगारी; दलित स्त्रियांचे जात, वर्ग आणि लिंगभाव या तीनही पातळ्यांवरील शोषण समोर आले नव्हते. विशेषाधिकार असताना कर्तृत्व गाजवणाऱ्या मोजक्या स्त्रिया आणि एकंदरीत सर्वसामान्य स्त्रियांची परिस्थिती यांचा ताळमेळ बसत नव्हता, हा इतिहास आपण लक्षात घेऊन चिकित्सा करायला हवी. जोडीला कर्तबगार स्त्रियांची संख्या कर्तबगार पुरुषांच्या संख्येत किती आहे आणि कोणत्या परिस्थितीत त्यांना कर्तृत्व गाजवण्याची संधी मिळाली याचाही विचार होणे जरुरीचे आहे.

त्या त्या काळाला असलेली राजकीय चौकट स्त्रियांना आणि वंचितांना कोणते अधिकार देते त्यावर त्या चौकटीची वैधता ठरत असते. लोकशाही शासनव्यवस्थेत स्त्रियांना मतदानाचा अधिकार मागणे म्हणजे प्रत्येक स्त्रीला एक स्वतंत्र व्यक्ती असण्याची प्रतिष्ठा देणे, असा अर्थ होतो. याचा अर्थ तिचे मूलभूत अधिकार आणि स्वतंत्र निर्णयक्षमता यांना सार्वत्रिक मान्यता देणे. तेव्हा स्त्रीवादी चळवळ ही आधुनिक लोकशाही राजकारणाचा पाया असणारी चळवळ आहे. साहजिकच प्रत्येक व्यक्तीचा आत्मसन्मान हा तिच्या व्यक्ती म्हणून मान्य करण्यात आलेल्या प्रतिष्ठेवर ठरेल, इतर कोणत्याही संदर्भावर नाही, असे यातून म्हटले गेले. व्यक्तीच्या आत्मसन्मानाची प्रतिष्ठा ठेवण्याचे दररोजचे प्रयत्न हे स्त्री-पुरुष नात्यामधून पणाला लागताना दिसतात. त्यामुळे व्यक्तिस्वातंत्र्य हे आधुनिकतेतील मूल्य स्त्रीवादात स्त्री आणि पुरुष या दोघांच्या एकमेकांशी असणाऱ्या नात्यात खऱ्या अर्थाने कसाला लागते. कोणत्याही दोन व्यक्ती एकत्र राहण्याचा निर्णय घेतात, तेव्हा एकमेकांचे स्वातंत्र्य जपणारी स्वातंत्र्याची कल्पना आणि स्वातंत्र्यातून येणारी जबाबदारी वाटून घेण्याची बांधिलकी त्यांना मानावी लागते. ही उपयोजित आधुनिकता आज आपण पुढे कशी नेतो यावर आपल्या सभ्यतेची दिशा ठरेल.

स्त्री आणि पुरुष यांच्याविषयी सर्वसामान्यपणे काय म्हटले जाते,; टी.व्ही., वर्तमानपत्रे, इंटरनेट वरून कोणत्या प्रकारच्या प्रतिमा, कोणत्या स्वरूपाच्या बातम्या, कोणत्या जाहिराती स्त्री आणि पुरुष या दोन शब्दांच्या बाबतीत समोर येतात? स्त्रियांशी संबंधित बातम्या आणि पुरुषांशी संबंधित बातम्या यांचे संख्यात्मक प्रमाण व स्वरूप काय आहे?

'स्त्रीप्रश्न सोडवताना' हे डॉ. गीताली वि. मं. यांनी संपादित केलेले पुस्तक वाचून महाराष्ट्रातील 'नारी समता मंच' या संघटनेने केलेल्या कामांची माहिती घे.

स्त्री-मुक्ती चळवळ हा शब्दप्रयोग ७०च्या दशकात रूढ झाला. स्त्रीला सामाजिक व्यवस्थेतून मिळणाऱ्या दुय्यमत्वातून सोडवणे, तसेच तिला स्वतःबद्दलच्या भ्रामक कल्पनांमधून सोडवून तिचे आत्मभान जागृत करणे, असा विचार मांडण्यासाठी हा शब्द रूढ करण्यात आला. परंतु त्याच दरम्यान आलेल्या दलित आत्मकथनांनी दलित स्त्री-पुरुषांचे जीवन समोर आणले. ते जीवन मांडून लेखकांनी आग्रहाने सांगितले की, 'आत्मभानाचा विचार करण्याबरोबरच आपल्या सामाजिक व्यवस्थांचा विचार करायला हवा. जातिव्यवस्थेने ज्या जातींना माणूसपण नाकारले आहे त्यांचा विचार आर्थिक, सांस्कृतिक आणि सामाजिक चौकटींची कठोर चिकित्सा करूनच व्हावा.' याचे नाते त्याच दरम्यान अमेरिकेत पुढे आलेल्या कृष्णवर्णीय वर्ण/वंशभेदविरोधी चळवळी आणि काळ्या स्त्रीवादाशी आहे. अमेरिकन वंशवादी मानसिकतेशी लढताना जशी 'ब्लॅक पँथर' ही संघटना तयार झाली, तशीच 'दलित पँथर' ही संघटना महाराष्ट्रात तयार झाली. पारंपरिक भेदभाव मानणाऱ्या मानसिकतेशी लढावे लागते, प्रसंगी शारीरिक प्रतिकारही करावा लागतो असे मानणारी ही संघटना दलित आणि वंचित समाजघटकांच्या प्रश्नांसाठी झुंजली. त्यातून जातिनिहाय अस्मितांच्या राजकारणाला उठाव मिळत गेला.

अमेरिकेत काळ्या चळवळींचा आक्रमक पवित्रा त्यांचे मुद्दे खऱ्या अर्थाने समोर आणण्यात यशस्वी ठरला; पण त्याचबरोबर व्हिएतनाम युद्धविरोधी चळवळ, स्त्री-स्वातंत्र्याची चळवळ अशाही चळवळी तेव्हा एकत्र आल्यामुळे त्यांनी तत्कालीन शासनाला प्रागतिक कायदे करण्यास भाग पाडले. ८०च्या दशकापासून सुधारणावादी कायदे आणि सरकारी योजना यांतून मिळालेल्या मदतीचा व शिक्षणाचा लाभ घेत कृष्णवर्णीय मध्यमवर्गीय होण्याच्या शक्यता खुल्या झाल्या आणि चळवळींचा जोर कमी झाला. भारतात अशा जोमदार स्त्री-स्वातंत्र्याच्या किंवा हिंसाविरोधी चळवळी निर्माण झाल्या नाहीत. महाराष्ट्रात काही प्रमाणात स्त्री-मुक्ती चळवळींनी हुंडाबळी, सती प्रथेचे पुनरुज्जीवन, समान वेतन, अश्लीलताविरोध अशांसारखे कार्यक्रम हाताळले; पण ते कार्यक्रमाच्याच पातळीवर राहीले. राजकीय परिणाम घडवून आणण्याइतका दम त्यात नव्हता. साहजिकच ८० ते ९० या दशकात स्त्री-मुक्ती चळवळीवर ती मध्यमवर्गीय, ब्राह्मणी चळवळ असण्याचा आरोप झाला आणि त्यातून जातींच्या अस्मितावादी राजकारणात स्त्री-चळवळी खंडित झाल्या.

१९९० नंतर जेव्हा जात, धर्म, प्रांत, अशा अस्मिता बळकट होऊ लागल्या, तेव्हा अस्मितांच्या राजकारणातून जातिनिहाय ओळखी राजकारणाचा आधार बनल्या. पण त्यातही स्त्रियांचा विचार स्वतंत्रपणे करण्याची गरज आंबेडकरांच्या विचारांच्या उजेडात अधोरेखित झाली. आजच्या टप्प्यावर अस्मितांच्या राजकारणाच्या मर्यादा

हळूहळू समोर येत आहेत. शिवाय जागतिकीकरणाच्या अर्थव्यवस्थेने सामाजिक स्थैर्य संपवले. स्पर्धात्मक अर्थव्यवस्थेत जातीच्या निकषापेक्षा कौशल्ये आणि ज्ञान यांचे महत्त्व वरचढ ठरू लागले. स्पर्धा आणि संसाधने यांचा मेळ बसेनासा झाला व सरकारने कल्याणकारी राज्याची भूमिका सोडली, तेव्हा सांस्कृतिक घटकांचे महत्त्वही कमी झाले. जागतिकीकरणामुळे मोठ्या संख्येने परदेशी समुदायांशी संपर्क होऊ लागला, तेव्हा स्त्री-पुरुष नात्याचा विचार केवळ आपल्या देशाच्या सांस्कृतिक चौकटींमध्ये करून पुरणार नाही तर व्यापक अर्थव्यवस्थेत तसेच त्यातून निर्माण होणाऱ्या सामाजिक व्यवस्थेत करण्याची गरज अधोरेखित झाली.

आत्मभान गरजेचे आहे, पण ते निर्माण होण्याची आणि सांभाळण्याची शक्यता एका वेगळ्या व्यवस्थेतच शक्य आहे, प्रचलित व्यवस्थांमध्ये स्त्रीचे दुय्यमत्व संपू शकणार नाही, अशा अनुभवातून स्त्रीवाद हा शब्द पुढे आला. म्हणजे स्त्री-प्रश्न हा केवळ स्त्रियांच्या दुःखाचा आणि अबला असण्याचा परिणाम नाही तर त्यांना व्यवस्थेत जे स्थान आहे, ते स्थान प्रस्थापित व्यवस्था तिच्या आर्थिक रचनेतून, धार्मिक व्यवस्थेतून आणि जातीय विचारांतून पक्के करत असते. त्यामुळे स्त्री-मुक्तीचे सर्वस्पर्शी तत्त्वज्ञान, उभे करावे लागेल, जे आपल्या भोवतालच्या समाजाची आणि जगाची समग्र चिकित्सा करेल आणि उपाय शोधण्याचा प्रयत्न करेल. तेव्हा मुक्तीचे ध्येय अनेक घटक लक्षात घेत साकारलेले असावे लागेल. बाकी व्यवस्था जुनीपुराणी आणि फक्त स्त्रीच प्रगत असे चित्र प्रत्यक्षात येऊ शकत नाही. त्यामुळे स्त्रीवाद नावाचे सर्व संदर्भांत न्याय्य भूमिका घेऊ पाहाणारे स्त्री-पुरुष नातेसंबंधांचे प्रारूप उभे करणारे तत्त्वज्ञान असा 'स्त्रीवाद' या संज्ञेचा अर्थ आहे. कोणतेही तत्त्वज्ञान उभे राहण्यासाठी त्याला व्यापक अनुभवांचा पाया लागतो. विशिष्ट अनुभव हे मूर्त आणि तत्त्वज्ञान म्हणजे केवळ अमूर्त मूल्य अशी विभागणी चुकीची आहे. विशिष्ट अनुभव आणि तत्त्वज्ञानातून निर्माण होणारे आदर्श मूल्य या दोन्हींतील अंतर मिटवण्याचा प्रयत्न कोणत्याही तत्त्वज्ञानाला परिणामकारकता देत असतो. जास्तीत जास्त लोकांना हे आपले दुःख आहे, आपला प्रश्न आहे आणि आपण त्यावर उत्तर शोधायचे आहे असे वाटते; तेव्हा तत्त्वज्ञानाच्या वेगवेगळ्या पैलूंचा शोध सुरू होतो. विविध संदर्भात स्त्रीप्रश्न बघण्याचा शोध स्त्रीवादाने सुरू केला आहे, असे म्हणता येईल.

आज स्त्रीवाद हा शब्द जगात केवळ शैक्षणिक किंवा राजकीय क्षेत्रातच वापरला जातो असे नाही तर तो रोजच्या जगण्याच्या संदर्भातही वापरला जातो. शिवाय स्त्रीवाद हे केवळ एकच एक तत्त्वज्ञान आहे असे मानले जात नाही, तर अनेक प्रकारचे स्त्रीवाद आहेत असे मानले जाते. याचे कारण समाजातील विविध क्षेत्रांमध्ये सत्तास्थानी असणाऱ्यांच्या धारणा हजारो वर्षे पक्क्या होत आलेल्या आहेत. त्या

इतकी वर्षे समाजात प्रस्थापित झालेल्या आहेत की, त्या धारणा म्हणजे जैविक वास्तवच आहे असेही अनेकदा म्हटले जाते. त्यांची चिकित्सा करायची झाली तर प्रत्येक क्षेत्रात स्त्री-पुरुष संबंध कोणत्या निकषांवर उभे आहेत यांचा सविस्तर उलगडा होणे गरजेचे आहे. त्यामुळे वेगवेगळ्या क्षेत्रांतील विविध स्थानांवरून स्त्री-पुरुष नात्याची छाननी करणारे वेगवेगळे स्त्रीवाद आज उभे राहत आहेत.

स्त्रियांच्या समान हक्कांची मागणी करणारा उदारमतवादी स्त्रीवाद, स्त्रियांचे प्रश्न हे आर्थिक स्तराशी व आर्थिक स्वावलंबनाशी जोडले गेले आहेत असे म्हणणारा मार्क्सवादी स्त्रीवाद, वर्णभेदविरोधी स्त्रीवाद, जातिअंतासाठी कार्यरत असणारा स्त्रीवाद, स्त्री-पुरुष नात्यातील हिंसेचे वास्तव लक्षात घेत अहिंसात्मक संघर्ष करू पाहणारा स्त्रीवाद, शाश्वत विकासासाठी निसर्गाचे संवर्धन करणाऱ्या नातेसंबंधांची मांडणी करणारा पर्यावरणीय स्त्रीवाद अशा अनेक समस्यांसाठी स्त्रीवाद लढे उभारण्याचा प्रयत्न करत आहे. हे लढे पुरुषसत्तेने मानलेल्या मूल्यांविरोधी असले तरी पुरुषांविरुद्ध नाहीत. कारण स्त्रीवाद जेव्हा पुरुषसत्ताक व्यवस्थेच्या मूल्यांविषयी बोलत असतो, तेव्हा पुरुषांच्या स्थानांनाही त्या व्यवस्थेत काही इतिहास असतो, असे तो मानतो. जे स्त्री-पुरुष स्त्रियांच्या आणि तसेच वंचितांच्या समस्यांना नाकारतात ते पुरुषसत्ताक व्यवस्थेचे प्रतिनिधित्व करतात, असे स्त्रीवाद समजतो. स्त्री-प्रश्नाचा विचार करत असताना तो स्त्रियांच्या स्थानावरून केला जावा असा आग्रह स्त्रीवाद धरतो, कारण स्त्री-पुरुष नातेसंबंधांच्या इतिहासाचा पाया त्याला आहे आणि तो इतिहास तपासत असताना तो बहुसंख्य वेळा पुरुषांनी, पुरुषांच्या स्थानावरून, पुरुषांच्या कृतींविषयी व पुरुषांच्या उद्दिष्टांविषयी लिहिलेला इतिहास आहे, असे स्त्रीवाद मानतो.

- *बायजा' या मासिकाचा १९८२ मधील 'स्त्री आणि धर्म' हा विशेषांक वाच.*
- *खैरलांजी येथे घडलेल्या भोतमांगे कुटुंबाच्या हत्याकांडाविषयी आणि नंतरच्या न्यायालयीन प्रक्रियेविषयीची माहिती संकलित कर.*

कोणताही 'वाद' म्हणजे विशिष्ट अनुभवांना व्यापक अनुभवांशी जोडणारा विचारव्यूह. त्याचे प्रयोजन हे सहसा संपूर्ण मानवी वास्तवाचे आकलन करून घेणे हे असते. प्रत्येक माणसाचे आपले असे विशिष्ट व्यक्तिमत्त्व आणि आयुष्य असते हे खरे; पण ते जन्मतः लाभलेले व्यक्तिमत्त्व आणि आयुष्य, बाह्य परिस्थितीतून आणि परिस्थितीला दिलेल्या प्रतिसादाच्या निर्णयातूनही घडत असते. परिस्थितीला सहसा एका व्यवस्थेचा आकार असतो. त्या आकारातून व्यक्तीचे स्थान व त्या स्थानाशी

जोडलेले जबाबदाऱ्या आणि अधिकार यांचे भान यांचे सामाजिक संकेत रूढ होत जातात. त्यामुळे परिस्थितीच्या मर्यादा ओलांडायच्या तर व्यक्तिगत आयुष्य आणि भोवतालची इतर आयुष्ये यांच्यातील नातेसंबंधांचे आकलन करून घ्यावे लागते. व्यक्तीची जडणघडण होत असताना ती कोणत्या सामाजिक स्तरात जन्माला आली, कोणत्या लिंगाची व्यक्ती म्हणून जन्माला आली आणि मग त्या सामाजिक स्थानाने तसेच जन्मतः मिळालेल्या लिंग-ओळखीमुळे तिला काही सामाजिक संकेत-व्यवस्थेचे गाठोडे सांभाळावे लागते का, या संकेतांवर तिचा सामाजिक दर्जा ठरतो का, याची व्यवस्थित जाण येत नाही तोवर सामाजिक बदल घडवण्याचे मार्ग स्पष्ट होत नाहीत.

या अर्थाने माणूसपणाचे खरेखुरे भान यायचे झाले तर आपल्याला माणूसपणाच्या विशिष्ट जडणघडणीचे भान असावे लागते. विविध सामाजिक व्यवस्था, परंपरा, धर्मविचार, संस्कृती, त्यांतून निर्माण होणारे सामाजिक संकेत व चिन्हव्यवस्था, राष्ट्र-राज्याची धारणा व कायदेव्यवस्था या सगळ्यांतून माणूसपणावर काही संस्कार होत असतात. या संस्कारांची चिकित्सा केली की, माणूसपणाच्या गाभ्याला दिले जाणारे विविध रंग आणि आकार समोर येतात. हे स्थूल आणि सूक्ष्म घटक जितक्या तीक्ष्णपणे बघितले जातात, तितके ते बघणे व्यापक होत जाते. कारण माणूसपणावर पडणारी बंधने दूर करायची झाली तर मुळात ती बंधने कोणती आणि कशी आहेत याचे वास्तव आकलन होणे गरजेचे असते. विशिष्ट ते वैश्विक अशी जोडणी करत असताना जे सामायिक अनुभव हाताशी येतात, ते जास्तीत जास्त व्यापक पायावर उभे करावे लागतात. म्हणजे स्त्री-प्रश्न काय आहे हे समजून घेत असताना भारताच्या संदर्भात विविध जाती-धर्मांमधील स्त्रियांचे प्रश्न त्या त्या जातीच्या, धर्माच्या सामाजिक स्थानानुसार बदलतात का? आणि बदलत असतील तर त्यांचे स्वरूप काय आहे, हे समजून घ्यावे लागते. त्यानंतर मग स्त्रीप्रश्न जात, धर्म, वर्ग आणि वर्ण यांनुसार जगभरात काही सामायिक संवेदना निर्माण करतो का याचा शोध घेता येतो. उदाहरणार्थ, भारतातील दलित स्त्रियांचा प्रश्न आणि अमेरिकेतील आफ्रिकन-अमेरिकन वर्णातील स्त्रियांचा प्रश्न यात काही साम्यस्थळे आहेत का, दलित पुरुषांना उच्च जातींनी निर्माण केलेल्या व्यवस्थेकडून मिळणारी वागणूक किंवा आफ्रिकन अमेरिकन पुरुषांना उच्च वर्णीय पुरुषांकडून मिळणारी वागणूक यांच्यात काही साधर्म्य आहे का, असा शोध घेता येतो. त्यातून मग वंचितांचे वैश्विक माणूसपण आपण समजून घेऊ शकतो.

- *अक्करमाशा' हे शरणकुमार लिंबाळे यांचे आत्मकथन किंवा 'उचल्या' हे लक्ष्मण गायकवाड यांचे आत्मकथन वाचले तर भारतीय सामाजिक व्यवस्थेतील कोणत्या वास्तवाचे आकलन होते? बाबुराव बागूल यांच्या*

कथांमधून जातवास्तवाचे चित्र कसे मांडले आहे असे वाटते?

- बेबीताई कांबळे यांच्या *'जिणं आमुचं'* या आत्मकथनातील वास्तव आणि वरील आत्मकथनातील वास्तव यांच्यात साम्य आणि भेद कोणते? ऊर्मिला पवार यांच्या कथांमधून कोणते चित्र उमटते? बायका असल्यामुळे या दोघींनी मांडलेल्या वास्तवाला आणखी काही वैशिष्ट्य प्राप्त होते असे वाटते का?

- रिचर्ड राईट (Richard Wright) या आफ्रिकन-अमेरिकन लेखकाचा (Uncle Tom's Children) हा कथासंग्रह आणि राल्फ एलिसन (Ralph Ellison) यांची *Invisible Man* ही कादंबरी वाच. हे दोघेही अमेरिकेतील वंशवादाविषयी लिहीत आहेत. काळ्या माणसांना भोगाव्या लागणाऱ्या अन्यायाबद्दल आणि दुःखाबद्दल लिहीत आहेत.

- ॲलिस वॉकर (Alice Walker) यांची अधिकृत वेबसाईट आहे- http://alicewalkersgarden.com/ तिथे त्यांनी नोंदवलेल्या त्यांच्या कविता तसेच विविध घटनांचे तपशील वाच. या लेखिकेचे वर्णद्वेषविरोधी आंदोलनाशी काय नाते आहे?

- सध्या अमेरिकेत चालू असलेल्या Black Lives Matter या चळवळीची माहिती करून घे.

अशामुळे स्त्रीच्या दुय्यमत्वाचा विचार करण्याची प्रक्रिया गुंतागुंतीची होत जाते. जितक्या विविध अधिकार स्थानांवर पुरुष आहेत, तितक्या स्थानांवरील स्त्रियांची परिस्थिती त्या त्या स्थानाच्या संदर्भात बघावी लागेल. उदाहरणार्थ, गौरवर्णीय पुरुषांच्या अधिकारव्यवस्थेच्या संदर्भात कृष्णवर्णीय पुरुषांचे स्थान काय आहे? संपूर्ण कृष्णवर्णीय समाजाला कोणते स्थान गौरवर्णी समाज देतो आहे? न्यायव्यवस्था या भेदांबद्दल काय निर्णय देते? राज्यव्यवस्था या भेदांचे निराकरण करण्यासाठी कोणती पावले उचलते? त्यानुसार कृष्णवर्णीय स्त्रियांच्या समस्यांची चिकित्सा वेगळी राहील. तसेच दलित पुरुषांचे उच्चजातीय पुरुषसत्तेत काय स्थान आहे, त्यासंदर्भात दलित स्त्रियांच्या प्रश्नांची चिकित्सा करावी लागेल. मात्र याचा अर्थ असा नाही की, कोणत्याही स्थानावरच्या स्त्री-पुरुष नातेसंबंधांत लिंगभाव दुय्यम मानावा. लिंगभाव हा कोणत्याही व्यवस्थेत लागू पडणारा मुद्दा आहे. साहजिकच जात, वर्ग, धर्म, राष्ट्र या रचनांमध्येही स्त्री-पुरुष नातेसंबंध कशा प्रकारचे आहेत यावरून त्या रचनांची सभ्यता आकार घेत असते. कोणतेही तत्त्वज्ञान असो, ते जोवर लिंगभावाला केंद्रस्थानी ठेवत नाही, तोवर ते अयशस्वीच होत राहणार. कारण दोन व्यक्तींचे नातेसंबंध हे कोणत्याही सामाजिक

रचनेचे मूलभूत एकक आहे. त्यातील एक जण जर सततच मागे पडत राहणार असेल, तर कोणतीच प्रगती ही शाश्वत पायावर उभी राहू शकणार नाही. स्त्रीवाद नावाचे तत्त्वज्ञान निर्माण होत असताना स्त्री-पुरुष नातेसंबंधांतील न्याय-अन्याय प्रक्रियेचा वेध घेणे यासाठी मध्यवर्ती असावे लागेल. आणि त्या प्रक्रियेच्या मुळाशी कोणता मूल्यभाव गृहीत धरला आहे याचा अभ्यास करावा लागेल.

स्त्रीवादाच्या जडणघडणीची सुरुवात होत असताना एक गोष्ट मान्य होती की, स्त्रियांचे आणि पुरुषांचे सामाजिकीकरण होत असताना दोघांनाही लैंगिक भेदभाववादी (sexist) संस्कारांतून घडवले जाते. फरक इतकाच की या संस्कारांमुळे पुरुषांना स्त्रियांपेक्षा अधिक फायदा होतो, स्वातंत्र्य मिळते; त्यामुळे त्यांना आहे ती व्यवस्था जाचक वाटण्याचा संभव कमी असतो. उदाहरणार्थ, मुलींनी संध्याकाळी सातच्या आत घरात यायला पाहिजे असे म्हटले जाते. यामागचा विचार असा असतो की, मुलींच्याच सुरक्षिततेसाठी असे म्हटले आहे. परंतु मुलींना सातच्या आत घरात बसायला लावणारी असुरक्षितता कोणामुळे निर्माण होते? ती बलात्काराच्या भीतीतून म्हणजेच पुरुषांनी त्यांचे वर्चस्व लादण्यातून निर्माण होत असेल तर मुलींना घरात बसायला सांगण्यातून आपण त्या प्रवृत्तींना व्यवस्थात्मक आधार देत असतो. याउलट असे म्हटले गेले की, बलात्काराच्या भीतीमुळे मुलींना सातच्या आत घरात यावे लागत असेल, तर बलात्कार करू शकणाऱ्या पुरुषांनी सातनंतर घराबाहेर पडू नये, म्हणजे मुली सुरक्षित होतील, तर पुरुषांना कसे वाटेल? अशा बंधनांमधून मने घडण्याची प्रक्रिया होत असते. अनेक वर्षे अशी बंधने घातली गेली तर मग बायका अशाच भित्र्या असतात किंवा पुरुष असेच शूर असतात, अशा प्रतिमा कायमस्वरूपी निर्माण होतात. अशा अनेक गोष्टींचा आढावा घेतला तर आहे ती व्यवस्था पुरुषांना अधिक जागा देते आणि स्त्रियांची जागा संकोचित करते, असे सिद्ध होते. म्हणून मग असे म्हणणाऱ्या व्यवस्थेला पुरुषसत्ता किंवा पितृसत्ता म्हणावे लागते. जाचक वाटणारी व्यवस्था बदलायची असेल तर त्या व्यवस्थेचे नीट वर्णन आणि चिकित्सा होणे गरजेचे असते.

- दिल्लीत डिसेंबर २०१२मध्ये निर्भयावर झालेला बलात्कार आणि नंतर त्यावर *India's Daughter* नावाचा बनवलेला लघुपट, त्यावरील आक्षेप व बंदी यांची माहिती करून घे.

- 'पितृसत्तेचे स्वरूप सर्वत्र सारखेच दिसेल असे नाही. काळानुसार त्याची कार्यशैलीही वेगळी असेल. तसेच आर्थिक स्तर, जात, वंश यांच्यातील पितृसत्तेचा चेहेरा वेगवेगळाही असेल. परंतु एक गोष्ट सगळीकडे सारखी

असते आणि ती म्हणजे बहुतेक आर्थिक स्रोत आणि सर्व सामाजिक, आर्थिक आणि राजकीय संस्था या पुरुषांकडून नियंत्रित होत असतात.'– (*Understanding Gender*, कमला भसीन)

हा सगळा निवळ शब्दांचा खेळ नाही. आपण ज्या जगात राहतो ते जग, त्यातील लोक व त्यांचे व्यवहार समजून घ्यायचे तर आपल्याला शब्द लागतात, संकल्पना लागतात. त्यातून संज्ञा विकसित कराव्या लागतात. त्या संज्ञांमधून काही सिद्धान्त मांडावे लागतात. आपण आपल्या भोवतालाचा अनुभव घेत असतो. त्यातून आपल्याला समस्येच्या व्याप्तीचा अंदाज येतो. अर्थात प्रत्येक माणसाच्या प्रत्येक अनुभवाची दखल घेता येणे शक्य नसते. परंतु अनुभवांच्या एकत्रीकरणातून काही साधारण सैलसर सहमतीचे निष्कर्ष काढता आले, तर उपाय शोधता येतात. सामाजिक वास्तवाचे वर्गीकरण करता आले तर मग त्यात काही दुवेही सापडतात. त्यातून मग सिद्धान्त मांडणे शक्य होते. सिद्धान्त मांडले गेले की, मग बदल घडवणे शक्य होते. बदल व्यक्तीच्या मनात घडवावे लागतात तसेच बाह्य परिस्थितीतही घडवावे लागतात. एक मन बदलून संपूर्ण समाजमन बदलत नाही. आणि समाजमन बदलायचे झाले तर बाह्य परिस्थिती बदलावी लागतेच; शिवाय प्रत्येक व्यक्तीला बदलाची जबाबदारी घ्यावी लागते. या अर्थाने व्यक्ती आणि बाह्य परिस्थिती हे एकमेकांशी जोडलेले असतात. तेव्हा सिद्धान्तन पूर्णपणे व्यक्तिनिष्ठ राहून चालत नाही, तसेच फक्त बाह्य परिस्थितीकेंद्री राहूनही चालत नाही. स्त्रीवाद म्हणजे समान काम, समान वेतन, घरकामासाठी वेतन, गर्भपाताचा अधिकार, गर्भलिंगचिकित्सेचा विरोध, स्त्री-भ्रूणहत्येला विरोध, बलात्काराला कडक शिक्षा, विवाहांतर्गत बलात्काराला कायद्याच्या कक्षेत आणणे... या सर्व मागण्या स्त्री-मुक्ती चळवळींनी केल्या, कारण बाह्य परिस्थिती बदलल्याखेरीज स्त्रीला स्वतःच्या अस्तित्वाला उभे करणे शक्य झाले नसते हे खरेच. बाह्य परिस्थिती नियंत्रित करण्याचे अधिकार बहुसंख्य वेळेला पुरुषांच्या हातात असतात हे आजही खरे आहे. त्यामुळे स्त्री-मुक्ती चळवळीने पुरुषसत्ता हा शब्द रूढ केला. बाह्य परिस्थितीची चिकित्सा करण्यासाठीचे फार मोठे साधन या संज्ञेतून हातात आले. ६०-७० च्या दशकात स्त्रीमुक्ती चळवळीने पुरुषांना आरोपीच्या पिंजऱ्यात उभे केले, असे म्हटले गेले. पण पुरुषसत्ताकता हे वास्तव आजही बदललेले नाही, तेव्हा या संज्ञेचा अर्थ कसा लावायचा, हे ठरवणे हे लोकशाहीवादी आणि मानवतावादी असण्याच्या वाटचालीतील सर्वांत महत्त्वाचे काम आहे. अर्थ लावण्याची प्रक्रिया फक्त शब्दकोशातून होत नाही तर संस्कृतीतील विविध संदर्भ आणि त्यांचे उपयोजन

यांची चिकित्सा करण्यातून होते. त्याचबरोबर लोकशाहीवादी, मानवतावादी समाज उभा करण्याची जबाबदारी व्यक्तिगत पातळीवर आपण कशी घेतो? व्यक्तिगत नातेसंबंधांत समता, स्वातंत्र्य, आत्मसन्मान आणि परस्पर आदरभावना, अहिंसा, अपरिग्रह अशा मूल्यांना प्रत्यक्षात कसे आणतो हाही प्रश्न तितकाच महत्त्वाचा आहे.

- कोणत्याही भाषेतील म्हणी, वाक्प्रचार, शिव्या यांतून व्यक्ती आणि समाज यांच्यातील नाते उलगडत असते. ही प्रक्रिया कशी होते? एक उदाहरण घेऊ. मराठीत अशी एक म्हण आहे, 'पावसानं झोडलं आणि नवऱ्यानं मारलं तर बाईनं तक्रार कोणाकडं करायची?' या म्हणीतून कशा प्रकारचे जगणे व्यक्त होते?

२१व्या शतकात स्त्रीवादाविषयी काय म्हणता येते? पाश्चात्त्य देशातील स्त्रीवादाचे टप्पे लक्षात घेतले तर ६०-७०च्या दशकातील स्त्रीवादाला 'स्त्रीवादाची दुसरी लाट' असे म्हटले जाते. म्हणजे स्त्रियांना मतदानाचा अधिकार-खरे तर याबाबतही सरसकट विधान करणे गैरच ठरेल; कारण स्वित्झर्लंडमध्ये स्त्रियांना मताधिकार १९७१मध्ये मिळाला. मताधिकार मिळवण्याची चळवळ हा स्त्री-मुक्ती चळवळीचा पहिला टप्पा मानला जातो. नंतरच्या टप्प्यावर स्त्रियांना समान वेतन, अर्थार्जनाचा अधिकार, गर्भपाताचा हक्क, लैंगिक संबंधांविषयी काही अधिकार असण्याचा हक्क, आंतरवर्णीय विवाहाचा हक्क, घटस्फोटाचा अधिकार, पालकत्वाच्या जबाबदाऱ्यांचे विभाजन, स्त्रीशरीराचे होणारे वस्तुकरण, वेश्यांच्या समस्या व वेश्याव्यवसायाचे अर्थकारण, जागतिक पातळीवरील स्त्रियांच्या शोषणातील समान मुद्दे अशांसारख्या अनेक मुद्द्यांवर स्त्रीचळवळींनी आवाज उठवला. त्याला 'स्त्री-मुक्ती चळवळीची दुसरी लाट' असे म्हटले जाते. १९७५ च्या आंतरराष्ट्रीय स्त्रीवर्षात व पुढे आंतरराष्ट्रीय स्त्री-दशकात हे मुद्दे जगात प्रसृत झाले.

या प्रकारे सर्व स्त्रियांचे समान प्रश्न व त्यांना समान उपाय असू शकत नाहीत, अनेक दडपल्या गेलेल्या गटांसमोर अस्तित्त्वाचे प्रश्न असताना त्यांतील स्त्रियांच्या प्रश्नांचे विशिष्ट रूप लक्षात घेऊनच त्याचे नाते जगातील सर्व वंचित घटकांशी जोडता येईल, असा पवित्रा काळ्या स्त्रीवाद्यांनी घेतला. वर्णविद्वेषी समाजात वर्ण आणि त्याअनुषंगाने लादले जाणारे भेदभाव यांच्या संदर्भात स्त्रीवादाची चर्चा करावी लागेल. लिंगभाव हा कायमच वंश, वर्ग, जात, आणि लिंग यांच्या जाळ्यात जखडलेला असतो हे लक्षात घेता गौरवर्णीय स्त्रियांनी सुचवलेले उपाय किंवा स्त्रीवादी जीवनशैली ही सार्वत्रिक होऊ शकत नाही, असे कृष्णवर्णीय स्त्रियांनी म्हटले. तर ब्राह्मण स्त्रियांनी मांडलेल्या स्त्रियांच्या समस्या या प्रातिनिधिक होऊ शकत नाहीत, असे दलित स्त्रियांनी

म्हटले. यातूनच पुढे दलित-बहुजन स्त्रीवादाची वाटचाल सुरू झाली. शोषणाचे मुद्दे आणि प्रस्थापित व्यवस्थेचे डावपेच आज माहिती आणि संपर्काच्या माध्यमांतून जगभर सहजी समोर येताहेत. तेव्हा विशिष्ट आणि वैश्विक हे परस्परविरोधी मुद्दे राहणार नाहीत असे दिसते आहे.

आपण आधुनिकतेच्या एका टप्प्यावर स्त्रियांना स्वतंत्र अस्तित्त्वाचे भान येणे आणि त्यातून त्यांनी स्वतःच्या स्वतंत्र अवकाशाची मागणी करणे, स्वतःच्या नजरेतून जग बघणे आणि स्वतःच्या अनुभवातून त्याविषयी काही म्हणणे; हे अपरिहार्य होते असे म्हणतो. आधुनिकतेने जसे व्यक्तिनिष्ठ भान आणले, मानवकेंद्रितता आणली; तसेच सामूहिकतेचेही भान आणले. म्हणूनच आजची चिकित्सापद्धती ही सामूहिकतेच्या विविध पातळ्या लक्षात घेणे गरजेचे आहे असे मानते. विविध राजकीय सिद्धान्तनांनी सामूहिकतेला काही विशिष्ट वर्गीकरण देण्याचा प्रयत्न केला. त्यात मार्क्सवादी विचारसरणीने वर्ग ही संकल्पना मूलभूत मानली. जातिअंताच्या तत्त्वज्ञानात जातिव्यवस्था ही सामूहिकतेचे वर्गीकरण मांडते. लिंगभावात प्रथम स्त्री आणि पुरुष अशी विभागणी होती, ती आता विविधलिंगी व्यक्ती अशी होताना दिसते आहे. म्हणजे व्यक्तीच्या स्वयंभूपणाला मर्यादा आहेत हे आज थोड्याफार फरकाने सगळ्यांना मान्य आहे. व्यक्ती घडते ती सामूहिक अनुभवांच्या संदर्भांमधून घडते, हे आज स्वीकारले गेले आहे; म्हणून मग व्यक्तिगत नातेसंबंधांची चिकित्सा करत असताना सामूहिक वाटचालीची चिकित्साही गरजेची ठरते. वंश, वर्ण, लिंगभाव या एका अर्थाने जैविक व त्यामुळे दृश्य सामूहिकता आहेत, तर धर्म आणि राष्ट्र या काल्पनिक. म्हणूनच त्या रचल्या जाताना कोणी रचल्या आहेत हे महत्त्वाचे ठरते. दोन्हीही सामूहिकतांमध्ये सत्ताकारण केंद्रस्थानी आहे. समूहाला नियंत्रित करण्याचे मार्ग असे त्यांचे स्वरूप राहते.

स्त्रीवादाचा प्रश्न काहीसा वेगळा आहे. स्त्रियांच्या दुय्यमत्वाचे अनुभव जसे व्यक्तिगत नातेसंबंधात असतात, तसेच ते सामूहिक नातेसंबंधांमध्येही नियमबद्ध केलेले दिसतात. म्हणजे बाईने घरात कसे वागावे याचे नियम बाईसाठी कोणत्या सार्वजनिक सुविधा प्राथम्याने उपलब्ध करून द्यायला हव्यात यांच्या कायद्यांशी जोडलेले असतात. त्यामुळे स्त्रीवादाचे तत्त्वज्ञान आकार घेताना त्यांनी धर्म आणि राष्ट्र या दोन्हींची चिकित्सा करणे गरजेचे ठरते. पुरुषसत्ताक रचना असे म्हणून त्यांना सरसकट मोडीत काढता येत नाही, इतकी त्यांची व्याप्ती आणि प्रभाव मोठा आहे. पैकी आधुनिकतेत प्रवेश केल्यानंतर धर्म आपसूकच कालबाह्य ठरेल, असे म्हणणे आज फसताना दिसते आहे. पण त्याची चिकित्सा केली तर ज्याला धर्म म्हटले जाते आहे, त्याचे संदर्भ अर्थव्यवस्था आणि सत्तासंपादनात पूर्वीइतकेच उघडपणे गुंतलेले दिसतात. त्यातूनच

त्याची पुरुषकेंद्रितताही समोर येते.

काही मोजक्या स्त्रीवाद्यांनी धर्माची चिकित्सा करण्याचा प्रयत्न केला आहे. विशेषतः अहिंसेचा मार्ग स्वीकारणाऱ्यांनी श्रद्धेचे महत्त्व आणि नैतिकतेचा ऊहापोह गरजेचा मानला. धर्माचे संस्थात्मक स्वरूप नाकारून ज्यांनी निवळ नैतिकतेच्या आणि सद्सद्विवेकाच्या आवाजावर जगातील दमनयंत्रणांना आव्हान दिले, त्यात स्त्रियांचा सहभाग आहे. मग त्या भारतातील अवैदिक परंपरेतून, बौद्ध तसेच महानुभावी परंपरेतून, संतपरंपरेतून आलेल्या स्त्रिया असोत किंवा सूफी परंपरेतून येणाऱ्या स्त्रिया असोत किंवा ९० ह्या दशकात कुराणाचा अन्वयार्थ लावण्याच्या स्त्रियांच्या पद्धतींवर संशोधन करणाऱ्या इराणमधील संशोधनपत्रिकांचे पाऊल असो किंवा बायबल सूत्रबद्ध होण्यापूर्वीच्या मेरी ऑफ मॅगडेलाच्या पंथातील स्त्रिया असोत; या सर्वांनी देव, नैतिकता, पाप, पुण्य यांचा वेगळा अर्थ मांडण्याचा प्रयत्न केला होता, असे काही अभ्यासकांनी सिद्ध केले आहे. हा सहभाग फक्त स्त्रियांपुरता मर्यादित नव्हता तर काही प्रमाणात पुरुषही त्यात सहभागी झाल्याची उदाहरणे सर्वच धार्मिक प्रबोधनांमध्ये दिसतात. इराणमध्ये शाहच्या आधुनिकिकरणाच्या म्हणजेच अमेरिकाधार्जिणेपणाचा विरोध करण्यासाठी इस्लामी क्रांती झाली. पण खोमेनींचा इस्लाम आणि अली शरायतींचा इस्लाम यांचे अन्वयार्थ वेगळे होते. शरायतींनी प्रेषित मोहोम्मदांची कन्या फातिमा हिला प्रेषित मोहोम्मदांची कन्या असेच न बघता कबिल्याचे रक्षण करणारी शूर स्त्री म्हणून उभी करण्याचा प्रयत्न केला. अर्थात परंपरांचे/संस्कृतीचे/देशाचे/धर्माचे रक्षण करण्याकरता स्त्रियांची वीरांगनेची प्रतिमा आदर्श म्हणून समोर मांडणे हे राजकारण तसे नवे नाही. त्याची त्या त्या काळातील प्रस्तुतता लक्षात घेतली, तरी ती धोकादायकही ठरू शकते, हे आज मूलतत्त्ववादी झालेल्या काही स्त्रियांच्या उदाहरणांवरून दिसून येते. मग तो २००२ मध्ये गुजरात दंगलीतील स्त्रियांचा सहभाग असो अथवा अमेरिकेत २०१५ मध्ये सॅन बर्नाडिनो येथे नवऱ्याला मूलतत्त्ववादाची दीक्षा देऊन १४ निरपराध नागरिकांची हत्या करणारी तश्फीन मलिक असो. महाराष्ट्रातील शनि शिंगणापूरच्या देवळाबाबत किंवा केरळातील शबरीमला देवस्थानात स्त्रियांना प्रवेश नाकारण्यावरून स्त्रियांनी केलेल्या आंदोलनांची माहिती आपल्यासमोर आहे.

'स्त्रिया संस्कृती आत्मसात करतात ती खोलवर रुतलेल्या लिंगभेदाच्या मानसिकतेसकट. त्यातूनच त्या पारंपरिक चालीरीती, पद्धती, रिवाज ठरावीक पद्धतीने पाळून साचेबद्ध निर्मिती करत राहतात. कुटुंबाचा, जमातीचा आणि पर्यायाने राष्ट्राचा सन्मान हा स्त्रियांवर अवलंबून असतो या पुरुषसत्ताक तत्त्वज्ञानामुळे त्या पराकोटीच्या हिंसेची शिकार बनतात. ज्या साचेबद्ध

मानसिकतेवर इलाज करण्यासाठी तक्रारनिवारण यंत्रणा असते, त्याच साचेबद्धपणात त्या बंदिस्त होताना दिसतात. नकळतच स्त्रियांवर मर्यादा पडतात. ....क्रूरतेच्या आरोपाखाली जेव्हा एखादी स्त्री आपल्या पतीविरुद्ध न्यायालयात दाद मागते, तेव्हा असे म्हटले जाते की, स्त्रिया सुशिक्षित झाल्यामुळे त्या आपल्या पतीबरोबर कोणतीही तडजोड करायला राजी नसतात. त्याचप्रमाणे सार्वजनिक ठिकाणी स्त्रियांच्या सुरक्षिततेसाठी पोलिसांनी जे प्रतिबंधक उपाय योजले आहेत, त्यातही प्रामुख्याने स्त्रियांच्या बाहेर वावरण्यावर मर्यादा, अवमानकारक शेऱ्यांकडे दुर्लक्ष करून शांत राहणे, गप्प बसणे हे गृहीतच धरलेले आहे. किंबहुना त्या अशा वागल्या तरच सार्वजनिक ठिकाणी त्या सुरक्षित राहू शकतात हेही त्यात अधोरेखित झाले आहे.

(कल्पना कन्नबिरन, 'हिंसा आणि स्त्रीजीवन' *संदर्भांसहित स्त्रीवाद : स्त्रीवादाचे समकालीन चर्चाविश्व*)

धर्म ही संकल्पना अत्यंत गुंतागुंतीची आहे आणि तिचा राजकीय वापर कमालीचा स्फोटक बनू शकतो, असा इतिहास आहे. शर्मिला रेगे यांनी त्यांच्या 'स्त्रीवाद : जागतिक आणि स्थानिक द्वैताच्या पलीकडे' या पुस्तकात दक्षिण आशिया खंडातील स्त्रीवादाचा आढावा घेताना पाकिस्तानातील स्त्रीवाद हा 'स्त्रीवादी राजकारण धर्मनिरपेक्ष असलेच पाहिजे का?' या प्रश्नाभोवती गुंफला गेला आहे असे म्हटले आहे. १९९०च्या दशकात तेथील काही स्त्रिया धर्मनिरपेक्षतावादी भूमिका घेऊ लागल्या होत्या; पण खाजगी पातळीवर मात्र वेगवेगळ्या धार्मिक संस्थांमध्ये त्या सामील होत होत्या. त्यामुळे मग धार्मिक चौकटीतूनच स्त्री-प्रश्नाकडे पाहावे असा आग्रहही त्यातून निर्माण झाला.

आत्ताच्या टप्प्यावर धार्मिकतेच्या प्रश्नाला जागतिकीकरणाचेही परिमाण आहे. मोठमोठ्या कंपन्या देशोदेशी जाऊन जेव्हा आपले बस्तान बसवतात, तेव्हा तिथे उपलब्ध होणाऱ्या रोजगारातून धर्म, राष्ट्र अशा संस्थांच्या सार्वभौम असण्याला बगल दिली जाते. मग रोजगाराची उपलब्धता तसेच शोषण यांना विरोध करण्यासाठी प्रादेशिक अस्मिता वापरल्या जातात. मध्य आशियात निर्माण झालेला धार्मिक मूलतत्त्ववाद स्त्रियांना वेठीस धरताना दिसतो आहे. तर अमेरिकेत २००८ च्या मंदीनंतर निर्माण झालेली असुरक्षितता वंशवादी स्वरूप धारण करून गर्भपातविरोधी कायद्यांना पाठबळ देताना दिसते आहे. बांगला देशातील वस्त्रोद्योगात बहुराष्ट्रीय कंपन्यांनी प्रवेश केल्यानंतर खूप मोठ्या प्रमाणात स्त्रियांची भरती तेथे झाली. त्यांच्या कामाच्या

ठिकाणची सुरक्षितता, प्रत्यक्ष परिस्थिती इतकी खालच्या दर्जाची होती, की अमेरिकेतील काही मानवाधिकार संघटनांनी त्याविरुद्ध आवाज उठवला. त्यांच्या परिस्थितीचे छायाचित्रणही प्रसारमाध्यमांतून दाखवले गेले होते.

गरिबी, राष्ट्र आणि आंतराष्ट्रीय रोजगारनिर्मिती हे प्रश्न दिवसेंदिवस स्त्रियांच्या कष्टांवर उभे राहताना दिसत आहेत. कमालीचे शोषण झाले की, मग धार्मिक मूलतत्त्ववादाला त्यातून आयती जागा मिळते. बांगला देशात गेल्या दोन वर्षांत घडलेल्या हत्यांना धार्मिक मूलतत्त्ववादाचे स्वरूप दिले असले, तरी अशा प्रकारच्या शोषणाचा परिणाम किती आणि खरोखरच मूलतत्त्ववादी धारणा बळावल्याचा परिणाम किती, याचा अभ्यास होणे गरजेचे आहे. मूलतत्त्ववादाचा चेहेरा घेतलेल्या राजकारणाचे परिणाम स्त्रियांवर कशा प्रकारे होतात हेही समोर येताना दिसते आहे. त्यातून स्त्रियांच्या आधुनिकीकरणास अडसर निर्माण होतातच; पण त्याही मूलतत्त्ववादी बनण्याच्या शक्यता वाढतात. अर्थात मूलतत्त्ववादी अशी एकसंध प्रतिमा नसते. ज्या-त्या प्रदेशाच्या परिस्थितीनुसार मूलतत्त्ववादाची जडणघडण ठरते, पण तरीही धर्माची मुक्तिदायी संकल्पना लयास जाऊन ती राजकीय हत्यार म्हणून वापरली जाण्याचे प्रमाण ९० च्या दशकापासून जगात सर्व ठिकाणी घडताना दिसते आहे. त्यात स्त्रियाही सहभागी होताना दिसत आहेत. तेव्हा पुरुषसत्ताक राजकारणाने स्वतंत्र विचार करण्याची जी कोंडी केली आहे, त्यातून अगतिकपणे अशा प्रकारचा हिंसाचार वाढत चालला आहे, असे म्हणता येते. कारण अर्थव्यवस्था असो किंवा सांस्कृतिक व्यवस्था, ती जर वर्चस्ववादी आणि नफेखोर असेल, तर त्यातून सर्वांत जास्त शोषण स्त्रियांचे होते.

> 'भारतीय मूल्यविचार वर्णाश्रमधर्माच्या आणि पुरुषार्थ विचाराच्या चौकटीतच समजून घ्यावा लागतो. पितृसत्ताक पद्धती या दोन्हींवर कसा प्रभाव टाकते हे स्त्रीप्रश्नांच्या संदर्भात फार लक्षणीय ठरते. या पद्धतीत कुटुंबात आणि समाजात स्त्रियांवर पुरुषांची सत्ता असते आणि स्त्रियांचे शरीर, श्रम, लैंगिकता, जननक्षमता, संतती या सर्वांवरचे हक्क नाकारले जातात. स्त्रीची ओळख, सामाजिक स्थान पुरुषाच्या संदर्भानेच ठरवले जात असल्यामुळे, स्त्रियांचा वर्णही पिता किंवा पतीच्या संदर्भातच ठरतो.
>
> (दीप्ती गंगावणे, 'हिंसा-अहिंसा : एक तात्त्विक ऊहापोह,' *संदर्भासहित स्त्रीवाद*, पान २५१)

राष्ट्र ही एक आधुनिक संकल्पना आहे. साधारणपणे आक्रमक साम्राज्यवादाच्या जोडीने राष्ट्र या संकल्पनेचा विकास झाला. म्हणजे त्याला नकाशाबद्ध करण्याचे

प्रयत्न सुरू झाले. जेव्हा राष्ट्रविस्तार आणि नकाशाशास्त्र विकसित होऊ लागले, तेव्हा आधुनिकपूर्व काळातील अनेक ठिकाणच्या स्त्रीसत्ता संपवण्यात आल्या. एक अगदी परिचित असणारे उदाहरण इजिप्तच्या क्लिओपात्राचे आहे. क्लिओपात्रा ही पाश्चात्त्य साम्राज्यवादी संस्कृतीच्या इमारतीचा पायाचा दगड आहे. स्त्री-राज्यकर्ती म्हणून तर ते वास्तव अधिकच लक्षणीय ठरते. कारण एका बाजूला इजिप्तच्या संस्कृतीत पायाभूत असणारी इसिस देवतेची भरभक्कम मातृप्रतिमा आणि दुसऱ्या बाजूला पुरुषाला विकारवश करणारे वासनामय, जीवघेणे वेश्यास्वरूप आकर्षण अशा दुरंगी चित्रणात क्लिओपात्राला रंगवण्याची सुरुवात तेव्हापासून होते. आक्रमक रोमन सत्ता आणि त्यांचे राजाश्रयी इतिहासकार यांनी क्लिओपात्राचा इतिहास लिहिला आहे. ऑक्टेव्हियन (Ocavian Caesar) सीझरने इजिप्त ताब्यात घेऊन रोमन साम्राज्याला इजिप्तमध्ये प्रस्थापित केले, तेव्हा रोमन मूल्यांचा गौरव करणे आवश्यक होते. त्यासाठी इतर संस्कृती व त्यांचे प्रतिनिधी जसे रंगवणे आवश्यक होते, तसे रंगवण्याचे काम केले गेले. साधारणपणे अशा इतिहासलेखनात आवश्यकतेनुसार पुरावे मिळवण्याचे, जतन करण्याचे, नष्ट करण्याचे काम सत्ताश्रयातून होत असते. त्यातूनच अत्यंत बुद्धिमान, चतुर, बहुभाषिक, ज्ञानाग्रही, धाडसी अशी क्लिओपात्रा फक्त एक जादूगारीण, वेश्या म्हणून रंगवण्याचे काम १९६३मध्ये रिचर्ड बर्टन व एलिझाबेथ टेलरचा चित्रपट येईपर्यंत निरलसपणे चालू होते. याचे कारण स्वतंत्र विचार करू शकणारी, चांगली सक्षम मैत्रीण म्हणून स्त्रीकडे बघण्याची क्षमताच नसलेली पुरुषसत्ता निर्माण होण्याच्या काळात क्लिओपात्रा स्वतःचे राज्य आणि संस्कृती वाचवण्याचा प्रयत्न करत होती. परंतु एका बाजूला पूर्णपणे पुरुषकेंद्री असणाऱ्या ऑगस्टन रोमची स्थापना व भरभराट जी आदर्श नागरी व्यवस्था आणि कायदा, इतिहासलेखन व बांधकामे यांचा वारसा निर्माण करणारी राजसत्ता मानली जाते आणि दुसऱ्या बाजूला ख्रिश्चन धर्माचा उदय जो स्त्रियांना कमालीचे दुय्यमत्व देऊन एक देव आणि एक धर्म असलेल्या एकसंध जगाचे स्वप्न निर्माण करतो; अशा विलक्षण ऐतिहासिक क्षणी क्लिओपात्रा संपवली गेली आहे. आत्ता २१व्या शतकात तिचा नव्याने शोध घेणारी काही संशोधने हाताशी येत आहेत.

‘स्त्रीवादी दृष्टिकोनातून इतिहासाचा अन्वयार्थ मांडला तर भूतकाळाचे खूप वेगळे आकलन होईल, असा विश्वास स्त्रीवादी विचारवंतांनी प्रकट केला. ज्ञान हे वस्तुनिष्ठ असते हे प्रमेय स्त्रीवादी मीमांसकांनी नाकारले. संशोधकाच्या सामाजिक स्थानानुसार वास्तवाचे आकलन बदलते, असे त्यांनी सिद्ध केले. ... समग्र वास्तवाच्या आकलनासाठी विविध सामाजिक

स्थानांवरून झालेले आकलन लक्षात घेतले पाहिजे. ... स्त्रियांचा इतिहास लिहिताना स्त्रियांचे अनुभव केंद्रस्थानी असले पाहिजेत.'

(जास्वंदी वांबुरकर, 'स्त्रियांचा इतिहास, स्त्रीवादी इतिहास व लिंगभाव इतिहास', *संदर्भासहित स्त्रीवाद...* पान २२३)

१९व्या - २०व्या शतकात साम्राज्यवादाचा विस्तार जेव्हा दोन महायुद्धांत आणि वंशविद्वेषी राष्ट्र-राज्यात परिणीत झाला, तेव्हा राष्ट्र या संकल्पनेची चर्चा सुरू झाली. पुढे आधुनिक चर्चाविश्वातून राष्ट्र एक 'कल्पित भूमी' असण्याची सिद्धान्तनेही झाली. पण आधुनिकतेत तिचे आर्थिक पाय एका बाजूला नैसर्गिक संसाधनांच्या मालकीत गुंतलेले आहेत, तर दुसऱ्या बाजूला झपाट्याने विकसित होत चाललेल्या तंत्रज्ञानाच्या व्यवस्थापनात गुंतलेले आहेत. त्याला असणारी भावनिक किनार ही जन्म आणि मृत्यूच्या दरम्यान ज्या लोकांबरोबर व्यक्तीचे आयुष्य व्यतीत आणि विकसित होत असते, त्यांच्याशी असणाऱ्या संबंधांमुळे असते. सामूहिकतेचा व्यक्तीच्या विकासातील सहभाग अपरिहार्य असतो. समूहाचा विकास व्हायचा तर त्यातील व्यक्तींना एका समान भूमीवर असावे लागेल आणि सहजीवनातून आपण विकसित होतो याचा अनुभव असावा लागेल. या दृष्टीने राष्ट्र हा कल्पित समूह न मानता संकल्पित समूह मानण्याचा एक टप्पा राष्ट्रातीत वैश्विकतेला पोहोचण्याच्याआधी मानावा लागेल, असे इतिहासातून समोर येताना दिसते आहे. संकल्पित म्हणायचे कारण असे की, राष्ट्र ही अत्यंत हिंस्र दमनकारी संस्था होण्याची उदाहरणे आणि शक्यता गेल्या दीडशे वर्षांत आपल्यासमोर आहेत. ती भीती आज समकालीनही म्हणता येते. विशेषतः धर्म आणि राष्ट्र यांचे हितसंबंध एकत्र होताना दिसतात, तेव्हा तर ती अधिकच तीव्र होते. सुरुवातीच्या काळात धर्मसंस्थेच्या संकुचित आणि हिंस्र होत गेलेल्या वर्चस्वाविरुद्ध धर्मातीत शासनव्यवस्था म्हणून राष्ट्रराज्याचा उदय ही एक ऐतिहासिक गरज होती. त्याला विज्ञानाच्या वाटचालीतून निर्माण झालेल्या औद्योगिक क्रांतीनेही मदत केली. आधुनिकपूर्व काळात जेव्हा जग ईश्वरकेंद्री होते, तेव्हा धर्मसत्तेला भक्कम नैतिक अधिष्ठान होते. विज्ञानाच्या विकासातून त्याला जशी आव्हाने मिळाली, तशी ती नैतिकता उभारण्याचा पाया खचला. राष्ट्रराज्यांची धर्मातीत सत्ता ही जास्त प्रस्तुत वाटली. सामूहिकतेला काहीएक मूल्यात्मक चौकट देण्याची आणि दंडव्यवस्था निर्माण करण्याची गरज राष्ट्रराज्यांकडे गेली. भांडवलशाहीच्या प्रसारात तिने साम्राज्यविस्ताराचे काम जोमाने केले. पण विज्ञान आणि तंत्रज्ञानाचा विस्तार वाढून संसाधनांचे स्रोत जसे संपू लागले, तशी राष्ट्रराज्ये ही संकल्पना अधिकाधिक हिंस्र

बनताना दिसते आहे. त्यामुळे राष्ट्र या संकल्पनेला वेगळे रूप द्यायचा संकल्प करण्याची गरज आज प्रकर्षाने जाणवते आहे. आर्थिक विषमता आणि लिंगभावी सांस्कृतिक विषमता या दोन्हींमधून हा संकल्प डळमळताना दिसतो आहे. उलट संकुचित आणि आक्रमक राष्ट्रवादात स्त्रियांनाही सहभागी करून घेण्याची रणनीती यशस्वी होताना दिसते आहे. म्हणजे तिच्या मूल जन्माला घालण्याच्या क्षमतेचा गौरव, त्यातून स्त्रियांचे दागिन्यांनी मढलेले रूप आणि दुसऱ्या बाजूला युद्धात पुरुषांच्या बरोबरीने सहभागी होणारे शस्त्रास्त्रमंडित रूप ही आपल्यासमोर घडणारी प्रक्रिया आहे. त्यातून प्रागतिक, उदारमतवादी राष्ट्रवादाची संकल्पना मोडीत निघते आहे. जोडीला पुरुषाची हिंसक, बलदंड प्रतिमा वारंवार समोर आणून राष्ट्रराज्य अधिक खुनशी, सूडबुद्धीचे, अविकसित करणारी कल्पनाशक्ती फोफावताना जगभर दिसते आहे. इथे स्त्री-पुरुष नात्याचे प्रगल्भ स्वरूप आपल्याला प्रगत, उदारमनस्क, समतावादी राष्ट्रराज्याकडे नेईल असा विश्वास स्त्रीवादी तत्त्वज्ञान देऊ शकते.

- *प्रश्न पुरुषभानाचे हे गीताली वि. मं, मुकुंद किर्दत, रवींद्र रुक्मिणी पंढरीनाथ, हरीश सदानी यांनी संपादित केलेले पुस्तक वाच.*
- १९८०मध्ये घडलेले मथुरा प्रकरण, १९८५मध्ये घडलेले शहाबानो प्रकरण, १९८७मध्ये घडलेले रूपकुँवर सती प्रकरण आणि १९९२मध्ये घडलेले भँवरीदेवी प्रकरण यांची माहिती मिळव.

स्त्रीवादाचे राष्ट्राशी असणारे नाते व्हर्जिनिया वूल्फने अतिशय नेमकेपणाने मांडले होते. तिने स्त्रियांना सावधगिरीचा इशारा १९३८ मध्येच दिला होता. दुसऱ्या महायुद्धात सुशिक्षित पुरुषांच्या मुलींची भूमिका काय असायला हवी हे 'Women and Nationalism' या निबंधातून मांडताना ती म्हणते, '...in fact as a woman, I have no country. As a woman I want no country. As a woman my country is the whole world.' (खरी वस्तुस्थिती सांगायची झाली तर, एक बाई म्हणून मला देश उपलब्ध नाही. एक बाई म्हणून मला देश नको आहे. एक बाई म्हणून मी सांगते की, संपूर्ण जगच माझा देश आहे.) Ed. Dennis Walder, (*Literature in the Modern) World: Critical Essays and Documents*, OUP, 2004, p 201)

गोऱ्या साम्राज्यवादी राष्ट्रातील स्त्री म्हणून दुसऱ्या महायुद्धाच्या आधी तिने मांडलेले विचार महायुद्धोत्तर युरोपमध्ये किती अचूक ठरले याचे एक उदाहरण कीथ लोव यांच्या '*The Savage Continent*' या पुस्तकात मिळते.

१९४५ ते ४७ या दरम्यान युरोपभर झालेल्या घटनांनी पाश्चात्त्य जगातील दुसऱ्या लाटेतील स्त्रीवादाच्या वाटचालीला अनिवार्य केले, असे मला वाटते. पाश्चात्त्य देशात स्त्रीवादाची रचना होत जाण्याला मुख्यतः साम्राज्यवादी, पुरुषसत्ताक राजकारण आणि त्यातून घडलेली परिस्थिती व त्यावर आधारित मूल्ये तसेच सेमेटिक धर्म आणि राज्यसत्ता यांनी एकत्रितपणे निर्माण केलेली स्त्रीच्या दुय्यमत्वाची परिस्थिती कारणीभूत होती. कीथ लोव यांनी त्यांच्या 'The Savage Continent' या दुसऱ्या महायुद्धोत्तर युरोपवर लिहिलेल्या पुस्तकात पुढील गोष्टी नोंदवल्या आहेत :

In most of the Western Europe, vengeance on collaborators tended to be a small-scale affair. It was usually committed by individuals or by small groups of partisans with particular grudges to settle. Collaborators were turned over to proper authorities more or less.... The only major exception which occurred throughout western Europe, was the way women who had slept with German soldiers were treated. Such women were universally regarded as traitors--'horizontal collaborators'--French Term but they had not necessarily committed any crime that could legally be prosecuted. When their communities turned on them after the war--very few people were willing to come to their defense. Policeman -allied soldiers who were present almost always stood aside allowed the mob to have their way: indeed in some towns authorities encouraged the abuse of these women because they regarded it as a pressure valve for popular anger.

(पश्चिम युरोपच्या बहुतेक भागांमध्ये फितुरी करणाऱ्यांचा सूड घेण्याचे प्रकार तसे मर्यादित प्रमाणात घडले. जे घडले ते व्यक्तिगत पातळीवर किंवा छोट्या गटांनी त्यांचे जुने हिशेब चुकते करण्यासाठी केले होते. बहुतेक वेळा फितुरांना योग्य त्या अधिकाऱ्यांकडे सुपूर्द केले गेले. ...याला एकमेव मोठा अपवाद म्हणजे ज्या बायका जर्मन सैनिकांबरोबर झोपल्या होत्या, त्यांना मिळालेल्या वागणुकीचा; आणि हे पश्चिम युरोपमध्ये सर्वत्र घडले. अशा बायका सर्वत्र फितुर म्हणूनच बघितल्या गेल्या. त्यांना 'आडव्या फितुर' म्हटले जायचे. पण त्यांच्यावर कायदेशीर कारवाई व्हावी असा कोणताच गुन्हा त्यांनी केलेला नसायचा. जेव्हा त्यांचेच लोक युद्धानंतर त्यांच्यावर उलटले, तेव्हा त्यांच्या रक्षणासाठी कोणीही पुढे आले नाही. त्या त्या देशाचे पोलीस आणि मित्र राष्टांचे सैनिक बायकांच्या विटंबनेच्या

प्रसंगी तिथे असले तरी बहुतेक वेळेला त्यांनी बघ्याची भूमिका घेतली आणि जमावाला जे करायचे होते, ते करू दिले. खेरीज त्या त्या गावातल्या प्रशासकीय अधिकाऱ्यांनी अशा प्रकारच्या विटंबनेला प्रोत्साहनच दिले; कारण त्यांना अशा प्रकारांमधून लोकांचा संताप व्यक्त व्हायला सुरक्षित वाट 'सेफ्टी व्हॉल्व' मिळते आहे, असे वाटले.)

In Denmark the women were frequently stripped naked during their head shaving ceremonies their breasts backsides were painted with Nazi symbols. In France women also had their bare bottoms spanked breasts daubed with swastikas. Their bodies were being reclaimed as public properties - a male properties. These ceremonies were performed by men. French actress Arletty was imprisoned in 1945 for her wartime liaison with a German officer. She had justified herself at her trial by saying 'My heart belongs to France, but my vagina is mine. 'About 20000 French women were thus punished.'

(डेन्मार्कमध्ये अनेकदा बायकांचे डोके भादरताना नग्न केले जायचे आणि त्यांच्या स्तनांवर व नितंबांवर नाझी प्रतिके रंगवली जायची. फ्रान्समध्येही बायकांना नग्न करून त्यांची नितंबे सडकून काढली गेली, तर स्तनांवर स्वस्तिके रंगवली गेली. त्यांची शरीरे सार्वजनिक मालमत्ता मानली गेली– पुरुषांची मालमत्ता. हे समारंभ पुरुष पार पाडायचे. १९४५ मध्ये युद्धकाळात एका जर्मन अधिकाऱ्याबरोबर संबंध ठेवलेल्या आर्लेटी या फ्रेंच अभिनेत्रीने न्यायालयात स्वतःची बाजू मांडताना सांगितले होते, की माझे हृदय फ्रान्सच्या मालकीचे असेल; पण माझी योनी माझी आहे.)

In the early summer of 1945, thousands of women accused of sleeping with the German soldiers were rounded up put into jails prison camps. 1000 in Oslo alone. Demands were made to deport women by stripping off their citizenship. Since sleeping with a German soldier was not against law the demand had to be dropped.

Women who had gone so far as to marry Germans--In August 1945 the Norwegian Govt. resurrected a law from 20 years earlier stating that women who married foreigners automatically took on the nationality of their husbands. In order to limit this law, an amendment was made stating that it should apply only to those who married citizens of an enemy state.

Against all the principles of Norwegian justice, the law was to be applied retrospectively. Almost overnight thousands of women lost their citizenship. They were designated 'Germans' as such they faced a possibility of deportation to Germany along with them their children.

(१९४५ सालातील उन्हाळ्याच्या सुरुवातीला, जर्मन सैनिकांबरोबर झोपल्याच्या आरोपाखाली हजारो बायकांना तुरुंगतळावरचे जे कैदखाने होते त्यात टाकण्यात आले. एकट्या ऑस्लोमधून १००० बायकांना नेण्यात आले. या सगळ्या बायकांचे नागरिकत्व काढून घेऊन त्यांना परत पाठवून देण्याच्या मागण्या करण्यात आल्या. पण जर्मन सैनिकांबरोबर झोपणे बेकायदेशीर नसल्यामुळे ती मागणी मागे घ्यावी लागली.

नॉर्वेमधील ज्या बायकांनी जर्मनांशी लग्न करण्याचे औधत्य दाखवले होते (त्यांची परिस्थिती) – १९४५ च्या ऑगस्टमध्ये नॉर्वेच्या सरकारने २० वर्षांपूर्वीचा कायदा उकरून काढला. तेव्हा ज्या बायकांनी परदेशी माणसाशी लग्न केले असेल, त्यांना आपोआपच नवऱ्याच्या देशाचे नागरिकत्व मिळत असे. हा कायदा संकुचित करून, त्यात दुरुस्ती करून असे म्हटले गेले की, हा कायदा ज्यांनी शत्रू राष्ट्रातील नागरिकांशी लग्न केले होते, त्याच स्त्रियांना फक्त लागू केला जावा. नॉर्वेच्या न्यायतत्त्वप्रणालीची सर्व तत्त्वे बाजूला ठेवून हा कायदा पूर्वलक्ष्यी प्रभावाने लावला गेला. एका रात्रीत हजारो बायकांनी त्यांचे नागरिकत्व गमावले. त्यांना 'जर्मन' असा शिक्का मिळाला. आणि त्यामुळे त्यांना त्यांच्या मुलांसकट जर्मनीला परत जावे लागेल अशी शक्यता निर्माण झाली.)

१९४५-४७च्या दरम्यान राष्ट्रवादाने एकप्रकारचे 'विच-हंटिंग' केलेली ही परिस्थिती आपण लक्षात घेतली; फाळणीच्या काळात भारत, पाकिस्तान सीमाभागांत घडलेले बलात्कार लक्षात घेतले आणि आज धर्माधारित राष्ट्रवादाचे जगभरातील स्त्रियांना आलेले अनुभव, जातीय अत्याचार व धार्मिक दंगलींमधील स्त्रियांची विटंबना लक्षात घेतली; तर राष्ट्र नावाच्या संकल्पनेची सतत चिकित्सा करत राहावी लागेल, हे स्त्रीवाद सांगतो. कीथ लोव यांच्या पुस्तकाइतकेच उर्वशी बुटालियांचे *The Other Side Silence : Voices from the Partition of India* हे पुस्तक महत्त्वाचे आहे. फाळणीच्या अनुभवांचे विदारक दर्शन राष्ट्रनिर्मितीच्या भव्य रचिताला पायापासून हादरा देते. आजच्या जागतिकीकरणाच्या टप्प्यावर राष्ट्र हा संकल्प सोडून देता येणार नाही. तरीही व्हर्जिनिया वूल्फने राष्ट्रवादासंबंधी दिलेला इशारा फारच महत्त्वाचा आहे.

६०-७०च्या दशकातील स्त्रीवादाची लैंगिक स्वातंत्र्याची मागणीसुद्धा या पार्श्वभूमीवर बघायला लागेल.

पाश्चात्त्य स्त्रीवादी चर्चाविश्वाने आपल्याकडील स्त्रीवादी चर्चाविश्वाला वेगळा आयाम दिला, तो १९७०च्या दशकात. त्याचा इतिहास बराच गुंतागुंतीचा आहे. ही चर्चाविश्वे वर उल्लेखल्यानुसार पहिल्या जगातील, साम्राज्यवादी देशांतील, दोन महायुद्धांच्या अनुभव घेतलेल्या समाजात निर्माण झालेली चर्चाविश्वे होती. त्यामुळे त्यातील व्यक्तिस्वातंत्र्याचा आग्रह हा स्त्रीला एक सार्वभौम, विवेकी, विचारशील, कृतिशील अस्तित्त्व मानण्याचा आग्रह होता. पण कोणतीही विकसित व्यक्ती ही न्याय व समता ही मूल्ये न मानणाऱ्या संस्कृतीत तग धरू शकत नाही. संपूर्ण समाजाचाच पोत त्यासाठी बदलायला लागतो. अन्यथा सभ्यतेचा बळी जातो. विवेकी संघर्षाला आणि विचारशीलतेला अवकाश राहत नाही. कोणत्याही परिवर्तनाला व्यापक सामाजिक पाया लागतो. याअर्थाने स्त्रीवादाच्या चर्चाविश्वाचे स्थान आज बदलते आहे. सवर्ण, सधन वर्गातील स्त्रीवादाच्या या मर्यादा ओलांडण्याचे काम स्त्रीवादी चर्चाविश्वालाच करायचे आहे. याअर्थाने ते चर्चाविश्वही आहे आणि चर्चाविश्व व्यापक करण्याचे साधनही. पाश्चात्त्य विचारविश्वात काळ्या स्त्रीवादाने आणलेली विविधस्तरीय चिकित्सापद्धती (Intersectionality Theory) आज मूळ धरते आहे. तसेच आपल्याकडच्या दलित स्त्रीवाद किंवा बहुजन स्त्रीवादाबाबत म्हणता येईल. मात्र हा मार्ग स्त्रीवादाचे चर्चाविश्व अधिक व्यापक करण्याचा मार्ग आहे, हे लक्षात ठेवले पाहिजे; म्हणजे तो सगळ्याच आव्हानांसाठी परिणामकारकपणे वापरता येईल. अन्यथा अस्मितांच्या राजकारणाची जी कोंडी झाली, तशीच स्त्रीवाद या चर्चाविश्वाचीही होईल आणि त्यातून जातपंचायतींसारख्या प्रतिगामी शक्तींना किंवा मूलतत्त्ववादी धार्मिक संघटनांना किंवा अनुदार, संकुचित राष्ट्रवादाला बळ मिळण्याची शक्यता अधिक.

२ पाश्चात्त्य स्त्रीवाद

स्त्रीवाद हा शब्द मुळात पाश्चात्त्य स्त्री-मुक्तीच्या विचारांमधून निर्माण झाला हे खरे. त्या सिद्धान्तनाची जाणीवपूर्वक बांधणी साधारणपणे १८व्या शतकाच्या उत्तरार्धापासून सुरू झाली, असे म्हणता येईल. १८३७मध्ये फ्रान्समधील समाजवादी तत्त्ववेत्ते चार्लस फाउरिएर (Charles Fourier) यांनी त्यांच्या *'थिअरी ऑफ फोर मूव्हमेंट्स'* या पुस्तकात 'फेमिनिझम' हा शब्द प्रथम वापरला. सामाजिक प्रगतीचे तत्त्व आपसूकच स्त्रीला स्वातंत्र्य देऊ करते, असे त्यांचे म्हणणे होते. पुढे फ्रान्समधील स्त्री-मताधिकार समाजाच्या संस्थापक ह्यूबर्टाईन ऑकलर्ट (Hubertine Auclert) यांनी 'फेमिनिझम' हा शब्द १८८० मध्ये वापरला असे स्त्रीवादी इतिहासकार नॅन्सी कॉट यांचे म्हणणे आहे. पुढच्या दहा वर्षांत मग 'फेमिनिझम' ही संज्ञा इंग्लंडमध्ये जाऊन पोहोचली. अमेरिकेत 'फेमिनिस्ट' या संज्ञेचा उच्चार फ्रेंच स्त्रियांच्या मताधिकार चळवळीपासून स्फूर्ती घेऊन अमेरिकेतील मॅडेलाईन पेलेटिएर या समाजवादी स्त्रीवादी कार्यकर्तीने १९०६मध्ये लिहिलेल्या लेखात केला. त्याआधी अमेरिकेतील स्त्रीवादी स्वतःला मताधिकारवादी किंवा स्त्री-हक्क चळवळीच्या (Suffragists Women's Rights Movement) कार्यकर्त्या म्हणवत असत. १९व्या आणि २०व्या शतकात या स्त्री-हक्क चळवळीचे कार्यकर्ते त्यांची राजकीय उद्दिष्टे ठरवत असताना 'स्त्री-प्रश्न' अशा संज्ञेचा वापर करीत. १९१०नंतर 'फेमिनिस्ट' हा शब्द अमेरिकेत रुळला.

पुरुषसत्ता या शब्दासाठी इंग्रजी शब्द patriarchy आहे. याचा अर्थ वडिलांचे राज्य. हा शब्द सामाजिक शास्त्रांमध्ये वापरला गेला तो 'पुरुषाच्या अधिकारात राहणारे कुटुंब' वर्णन करण्यासाठी. पित्याचे व्यापक कुटुंब म्हणजे स्त्रिया, लहान मुले, तरुण पुरुष, गुलाम, घरातले नोकर-चाकर जे एका पुरुषाच्या आधिपत्याखाली राहतात. आत्ताच्या टप्प्यावर या शब्दाचा वापर पुरुषाचे वर्चस्व वर्णन करण्यासाठी वापरला जातो. म्हणजे ज्या सत्ताधिकारातून पुरुष स्त्रियांना अंकित करतात आणि व्यवस्थेला

आकार देताना विविध प्रकारे स्त्रियांचे दुय्यमत्व कायम राहील याची तजवीज करतात, ती सत्ताव्यवस्था म्हणजे पितृसत्ता. साहजिकच पुरुषांच्या स्थानावरून स्त्रियांच्या प्रश्नांचे आकलन पूर्णपणे होईल याची खात्री नाही. ते स्त्रियांच्या स्थानावरून बघितले जाणे महत्त्वाचे आहे, असे स्त्रीवाद म्हणतो.

पाश्चात्त्य स्त्रीवाद असे इथे म्हटले असले, तरी येथील संदर्भ प्रामुख्याने अमेरिका व इंग्लंड येथील स्त्रीवादाचे आहेत. साहित्य-विचारांच्या संदर्भात कोणत्या संकल्पना स्त्रीवादी विचाराने समोर आणल्या याचा विचार इथे केला आहे. शिवाय काळ्या स्त्रीवादाची वाटचाल आणि त्याचे सध्या विकसित होत चाललेले बहुस्तरीय चिकित्सा करणारे सिद्धान्तन मांडण्याचे महत्त्व मला वाटल्यामुळे तेवढीच मांडणी मी केली आहे. ज्यांना जागतिक स्त्रीवादी चळवळींच्या आढाव्यात रस आहे, त्यांनी स्त्री-अभ्यास केंद्रांची प्रकाशने वाचावीत. शर्मिला रेगे यांचे 'स्त्रीवाद : जागतिक आणि स्थानिक द्वैतापलीकडे' हे पुस्तक तसेच विद्युत भागवत यांचे 'स्त्री-प्रश्ना'ची वाटचाल: परिवर्तनाच्या दिशेने' या पुस्तकातील 'विकसित मानल्या गेलेल्या देशांतील स्त्रियांच्या चळवळींचा धावता आढावा' हा लेख वाचावा. साहित्याचे क्षेत्र हे प्रामुख्याने सांस्कृतिक असते. त्यामुळे साहित्याची भाषा, चिन्हांशी, प्रतीकांशी, मूल्यभानाच्या जडणघडणीशी जोडलेली असते. त्या दृष्टीने इथे स्त्रीवादी संकल्पनांचा विचार केला आहे. एका अर्थाने सांस्कृतिक राजकारण कसे घडते याची पार्श्वभूमी देण्याचा प्रयत्न आहे.

स्त्रीवाद म्हणजे काय, याच्या काही व्याख्या पुढीलप्रमाणे :

- प्रत्येक स्त्रीला तिच्या नैसर्गिक क्षमतांचा वापर करून जास्तीत जास्त सक्षम बनण्याची संधी मिळायला हवी असे उद्दिष्ट असणारे तत्त्वज्ञान म्हणजे स्त्रीवाद --मिलिसेंट गॅरेट फॉवसेट, (Millicent Garrett Fawcett) १८७८

- लोकशाही स्वातंत्र्याचा अविभाज्य भाग जो स्त्रीला आपसूक लागू होतो -- बिआट्रिस फोर्ब्ज रॉबर्टसन हेल (Beatrice Forbes - Robertson), १९१४

- स्त्रीवाद ही चिकित्सेची पद्धती आहे आणि नवीन आशयदेखील आहे. ते नवीन प्रश्न विचारते आणि अगदी नवी उत्तरेही शोधते. त्याचा गाभ्याचा मुद्दा हा स्त्री आणि पुरुष यांच्या परिस्थितीतील फरक लक्षात घेता त्याचा अर्थ आणि त्याची कारणे व त्याचे परिणाम यांचा ऊहापोह करणे हा आहे. - ज्युलिएट मिशेल (Juliet Mitchell) आणि ॲन ओकले (Ann Oakley), १९७६

- स्त्रीवादाचे तत्त्वज्ञान हे आपल्याला आपल्या आयुष्याच्या प्रत्येक क्षेत्राची समज वाढवण्यासाठी पाया घालून देते. स्त्रीवादी दृष्टीमुळे जगाच्या राजकीय,

सांस्कृतिक, आर्थिक आणि आत्मिक क्षेत्रांवर परिणाम होतात. – शार्लट बंच (Charlotte Bunch), १९८३

From Cheris Kramrae and Paula A. Treichier, eds. *A Feminist Dictionary*, London, Pandora, 1985

मेरी वोलस्टोनक्राफ़्ट या ब्रिटिश विचारवतीने १७९२ साली लिहिलेला 'The Vindication of Rights of Women' हा स्त्रीमुक्तीच्या विचारांचा पहिला सूत्रबद्ध मसुदा म्हणता येईल. त्याला जे तात्त्विक स्वरूप आहे, त्यात विविध तत्त्वज्ञांचे आणि लेखकांचे जे संदर्भ आहेत, फ्रेंच राज्यक्रांतीसारख्या घटनेची त्याला जी पार्श्वभूमी आहे; ते सर्व लक्षात घेता ही स्त्रीवादाची पहिली तत्त्वज्ञानात्मक मांडणी असे म्हणायला हरकत नाही. मध्यमवर्गीय आणि उच्चवर्गीय़ स्त्रियांचे सामाजिकीकरण होत असताना त्यांना अतिशय उथळ बनवले जाते, असे त्यांचे म्हणणे होते. विवेक ही माणसाची विशेष क्षमता असेल तर ती स्त्रीमध्येही असते आणि ती विकसित होऊ न देण्यात संपूर्ण मानवी समाजाचे नुकसान आहे, अशी ही मांडणी होती. तिच्या लेखनातून हा मुद्दा वारंवार समोर येताना दिसतो. फ्रेंच राज्यक्रांतीनंतर कायदे आणि त्यांची अंमलबजावणी यंत्रणा तसेच सरकारचे व राजेशाहीचे स्वरूप ठरवणाऱ्या मंडळात काम करणाऱ्या टॅलीरॅण्ड यांना लिहिलेल्या पत्रात ती म्हणते:

> Manners and morals are so closely related that they have often been confused with one another, but although manners should be only the natural reflection of morals, when various causes have produced unnatural and corrupt manners that infect the young, morality becomes an empty name. ....If pure flame of patriotism has reached their hearts of the French women they should work to improve the morals of their fellow citizens by teaching men not only to respect modesty in women but to become modest themselves, as the only way to deserve women's respect. When men fight for their freedom, fight to be allowed to judge for themselves concerning their own happiness, isn't it inconsistent and unjust to hold a woman down? I know that you firmly believe you are acting in the manner most likely to promote women's happiness; but who made man the exclusive judge of that if woman shares with him the gift of reason? ...women cannot by force be confined to domestic concerns. However ignorant they are, they will get involved in more weighty affairs, neglecting private duties only to disturb by cunning tricks the orderly plans of reason that rise above their comprehension.... Also while

women are only made to acquire personal accomplishments, men will seek pleasure in variety, and faithless husbands will make faithless wives. Indeed, such ignorant beings as wives are in such a system will be very excusable, not having been taught to respect public good or allowed any civil rights, they try to make things more fair by retaliation....If women aren't permitted to enjoy legitimate rights, they will seek illicit privileges in ways that will make both men and themselves more vicious.

(वर्तणूक आणि नीतिमूल्ये ही एकमेकांत इतकी गुंतली आहेत की, बहुतेक वेळेला त्यांची गल्लत केली जाते. वर्तणूक ही नीतिमूल्यांचे स्वाभाविक प्रतिबिंब असली पाहिजे हे खरेच, पण तरी विविध कारणांनी इतक्या अनैसर्गिक आणि भ्रष्ट वर्तणुकीचा तरुणांना संसर्ग झाला आहे की, नीतिमूल्ये हा पोकळ शब्द झाला आहे. ... जर फ्रेंच स्त्रियांच्या हृदयाला देशभक्तीच्या शुद्ध ज्योतीचा स्पर्श झाला असेल, तर त्यांनी त्यांच्या नागरीक बांधवांचे नैतिक भान सुधारण्याचा प्रयत्न करावा. त्यांनी पुरुषांना नम्रतेचा नुसता आदर करायला शिकवू नये तर स्वतः नम्र व्हायला शिकवावे. स्त्रीला तुम्ही आदरपात्र वाटण्यासाठी हा एकमेव मार्ग आहे. जेव्हा पुरुष त्यांच्या स्वातंत्र्यासाठी लढतात, स्वतःचं सुख कशात आहे ते स्वतःच ठरवू देण्यासाठी लढतात; तेव्हा त्यांनी बायकांना दडपणे हे अन्यायकारक नाही का? मला माहिती आहे की, तुम्ही जे प्रयत्न करीत आहात, त्यात तुम्हाला खात्री वाटते आहे की, त्यातून बायकांचे सुखच पुढे आणत आहात. पण पुरुषाला बायकांचे सुख कशात आहे, हे ठरवण्याचा विशेष अधिकार कोणी दिला? बायकांकडेही पुरुषांइतकीच विवेकशक्ती असेल तर (त्या स्वतःचे सुख कशात आहे हे ठरवू शकत नाहीत?) बायका जबरदस्तीने घरगुती गोष्टींमध्ये डांबून ठेवल्या जाऊ शकत नाहीत. कितीही अडाणी असल्या तरी त्या जास्त महत्त्वाच्या गोष्टींमध्ये नक्कीच गुंतत राहतील. बुद्धिनिष्ठ विचारांतून ठरवलेल्या विवेकी गोष्टी त्यांच्या समजेच्या पलीकडे असल्या तरी त्या त्यांच्या खाजगी कर्तव्यांना बाजूला ठेवून, उपजत धूर्तपणाने त्या विस्कटून टाकू शकतील. शिवाय बायकांवर केवळ त्यांचे स्वतःचे वैयक्तिक गुणसंवर्धन साध्य करण्याच्या मर्यादा घालण्यात आल्या तरी पुरुषांना वैविध्यात रस असतो; आणि प्रतारणा करणारे नवरे प्रतारणा करणाऱ्या बायका तयार करतील. अर्थातच लग्नाच्या बायकांइतके अडाणी जीव अशा व्यवस्थेत माफ करण्याजोगे मानले जातील; कारण सार्वजनिक कल्याणाचा आदर करणे त्यांना शिकवले गेले नसते

किंवा त्यांना काही नागरी हक्क दिले गेलेले नसतात, त्या फक्त प्रतिकारातूनच गोष्टी न्याय्य करण्याचा प्रयत्न करत असतात... जर स्त्रियांना त्यांचे कायदेशीर/ वैध हक्क दिले गेले नाहीत, तर त्या बेकायदेशीर विशेषाधिकार मिळवण्याचा प्रयत्न करतील. हे प्रयत्न त्या अशा प्रकारे करतील की त्यातून पुरुष आणि त्या स्वतः अधिक अनैतिक बनतील.)

- A letter to Mr Talleyrand-Perigord the former bishop of Autun by Mary Wollstonecraft who had publised 'A Defense of the French Revolution in 1791.'

पुढे १७९२मध्ये प्रसिद्ध झालेल्या तिच्या सुप्रसिद्ध निबंधातही ती हा मुद्दा मोठ्या विस्ताराने मांडते. त्यात स्त्री-पुरुषांना ती अनेक संदर्भांत तपासताना दिसते. त्यातील सर्वांत पहिला रोख हा राजेशाही, अधिकारशाहीवादी सत्ताकारणावर आहे. ...every profession whose power depends on large differences of rank is highly injurious to morality. (कोणत्याही व्यवसायाची ताकद जर कमालीचा भेदभाव करण्यावर अवलंबून असेल, तर तो नैतिकतेला मोठा धोका असतो.) Vindication...Chapter 1-- 'Human Rights and Duties' शिवाय स्त्रियांकडून ज्या अपेक्षा केल्या जातात, त्यातून स्त्रियांच्या व्यक्तिमत्त्वाचे आणि पर्यायाने त्यांना वापराव्या लागणाऱ्या हिणकस नीतीने स्त्री-पुरुष नातेसंबंधाचे तसेच समाजाच्या एकूणच नैतिकतेचे जे मोठे नुकसान होते, त्याबाबतीत ती सविस्तर मांडणी करते. रूसो, मिल्टन, डॉ. जॉन्सन यांच्यासारख्या भल्या भल्या लेखकांनी जी स्त्रीप्रतिमा निर्माण केली, त्यावर ती अभ्यासपूर्ण टीका करते. तिला पुरुषांनी स्त्रियांना नाजूक म्हणजे दुर्बल, निरागस म्हणजे मूर्ख, पवित्र म्हणजे अज्ञानी, सुंदर म्हणजे नटव्या, आकर्षक म्हणजे पुरुषांचा इगो सुखावणाऱ्या ठरवण्याचा प्रचंड राग आहे. तो ती तिच्या निबंधाच्या शैलीतूनही व्यक्त करते. या दीर्घ निबंधातील काही अवतरणे पुढे देत आहे :

I shall try to avoid the flowery diction that has slid from essays into novels, and from novels into familiar letters and conversation, because I will be dealing with things, not words! In all this I will be anxious to turn my sex into memebers of society who are more worthy of respect. ...Women are so much degraded by mistaken notions of female excellence that this artificial weakness produces in them a tendency to tyrannize and gives birth to cunning--the natural opponent of strength--which leads them to exploit those contemptible infantile airs that undermine esteem even while they excite desire.

Introduction to The Vindication of Rights of Women

(मी अलंकारिक भाषा शक्यतो टाळण्याचा प्रयत्न करणार आहे. (मला कल्पना आहे) अशी भाषा निबंधांमधून कादंबऱ्यांमध्ये शिरली आहे आणि कादंबऱ्यांमधून आपल्या भोवतालच्या संवादांमध्ये आणि ओळखीच्या पत्रव्यवहारांमध्येही शिरली आहे. अशी भाषा टाळण्याचे कारण म्हणजे मला काही गोष्टींबद्दल बोलायचे आहे, शब्दांचा दिखावा करायचा नाही. मला माझे स्त्रीपण मिरवायचे नाही तर समाजात सर्वसामान्यपणे ज्यांना आदरणीय समजले जाते, अशा सामाजिक सदस्यांची प्रतिष्ठा माझ्या स्त्रीपणाला मिळवायची आहे. ...स्त्रीपणाच्या अत्यंत चुकीच्या कल्पनांनी स्त्रियांचे कमालीचे अध:पतन केले आहे. त्यातून त्यांच्यामध्ये एक कृत्रिम दुबळेपणा निर्माण होतो. मग इतरांना वेठीस धरण्याची किंवा धूर्तपणे स्वतःचे साधून घेण्याची प्रवृत्ती त्यातून निर्माण होते. हे सगळे म्हणजे खरी ताकद कमावण्याच्या क्षमता संपवणे. मग अत्यंत तिरस्करणीय बालिशपणाचे कांगावे त्या करत राहतात. त्यातून त्यांच्याबद्दल लालसा निर्माण होत असली तरी त्यांच्याबद्दलचा आदरभाव कमी होतो.)

The woman who earns her own bread by fulfilling some duty deserves much more respect than the most accomplished beauty. To be a good mother a woman must have sense and independence of mind that is possessed by few women who are taught to depend entirely on their husbands. Children ought not to be taught to make allowance for their parent's faults, because every such allowance weakens the force of reason in their minds, makes them still more indulgent to their own faults.

Duty to Parents

(अत्यंत देखणेपणा कमावलेल्या बाईपेक्षा जी बाई काही काम करून/ कर्तव्य पार पाडून स्वतःची रोजीरोटी कमावते, तिला जास्त आदर मिळणे गरजेचे आहे. बायकांना सतत त्यांच्या नवऱ्यांवर अवलंबून राहायला शिकवले जाते. त्यामुळे शहाणपण अंगी असलेल्या आणि स्वतंत्र बुद्धीच्या फारच थोड्या बायका असतात. एक चांगली आई बनायचे असेल तर शहाणपण आणि स्वतंत्र बुद्धी गरजेची आहे.)

To improve both sexes they ought to be educated together,

not only in private families but also in public schools... If boys and girls were permitted to pursue the same studies together, they might early learn the graceful decencies that produce modesty.

Chapter 6 National Education from 'Vindication...

(स्त्री आणि पुरुष या दोघांचाही विकास व्हायचा असेल तर दोघांचेही शिक्षण एकत्र झाले पाहिजे. तेसुद्धा फक्त खाजगी कुटुंबात राहून नाही तर सार्वजनिक शाळांमधून (दोघे एकत्र शिकले पाहिजेत.). ... जर मुलगे आणि मुली दोघांनाही एकच अभ्यासक्रम एकत्रितपणे शिकायची संधी मिळाली, तर ते दोघेही एक समभावी सभ्यता शिकतील, नम्रता अंगी बाणवतील.)

मेरी वोलस्टोनक्राफ़्टने अनेक मुद्दे उपस्थित केले, जे पुढील काळात स्त्री-चळवळींनी पुढे नेले. तरी एक गोष्ट मान्य करायला हवी की, ती 'स्त्री आणि पुरुष यांनी विवेकावर आधारित एक कुटुंब उभे करावे. ते लोकशाहीवादी असेल. त्यात मुले पालकांचे दोष नजरेआड करणार नाहीत. मुलेमुली एकत्र शिकतील तर कणखर नैतिकता निर्माण होईल, ज्यातून एक नैतिकदृष्ट्या प्रगल्भ आणि कणखर राष्ट्र उभे राहील', या चौकटीतच स्त्रियांच्या मुक्तीचा विचार करत आहे. तिचा सर्व भर ज्ञानसंपादनावर आहे. साहजिकच स्त्रियांना उत्तम शिक्षण दिल्यामुळे त्यांच्या मनाची विवेकी मशागत होऊन, त्या बालीशपणे व धूर्तपणे त्यांना हवे ते पदरात पाडून घेण्याच्या क्लृप्त्या करत राहणार नाहीत. शिवाय बायकांच्या बाबतीत खाजगी आणि सार्वजनिक क्षेत्रांची काटेकोर बंदिस्त विभागणीही किती तापदायक आहे हे तिने आग्रहाने पुढे आणले. याचे पुढील पर्यवसान 'जे जे खाजगी ते ते राजकीय' या स्त्रीवादी घोषणेत झाले.

१७७६ मध्ये अमेरिकेत अबिगेल ॲडम्स (Abigail Adams) काय म्हणत होती हे या ठिकाणी नोंदवणे योग्य ठरेल. तिचा नवरा जॉन ॲडम्स (John Adams) अमेरिकेचा कायदा लिहिण्याच्या प्रक्रियेत गुंतला होता, तेव्हा अबिगेलने त्याला पत्र लिहून सांगितले होते की,

I desire you would remember the ladies and be more generous and favourable to them than your ancestors. Do not put such unlimited power in the hands of the husbands. Remember all men would be tyrants if they could. ...But you must remeber that arbitrary power is like most other things which are very hard, very liable to be broken--and not withstanding all your wise Laws and Maxims we have it in our power not only to free ourselves but to subdue our Masters, and without violence throw both your natural and legal authority at our feet.

(माझी अशी इच्छा आहे की (अमेरिकन स्वातंत्र्याची घटना लिहिताना), तू स्त्रियांना लक्षात ठेवावेस, तुझ्या पूर्वजांपेक्षा त्यांच्याप्रती अधिक उदार असावेस आणि त्यांच्या बाजूने विचार करावास. नवऱ्यांच्या हातात अशी अमर्याद सत्ता देऊ नकोस. लक्षात असू दे, की शक्य असेल तर सर्व पुरुष जुलूमशहा बनतील. ... पण तुझ्या लक्षात असू दे, की वस्तू जेवढी जास्त कडक तेवढी ती तुटण्याची शक्यता अधिक, तसेच जुलमी सत्तेचेही आहे. तुझे सगळे शहाणे कायदे आणि नियम धुडकावून स्वतःला मुक्त करण्याची, एवढेच नाही तर आमच्यावर सत्ता गाजवणाऱ्यांना शरण आणण्याची ताकद आमच्यात आहे. कोणतीही हिंसा न वापरता तुझे नैसर्गिक आणि कायदेशीर अधिकार आमच्या पायाशी लोळवण्याचीही (ताकद आमच्याजवळ) आहे.)

अमेरिकन राज्यघटना लिहिण्याच्या काळात अबिगेलने दिलेली ही सूचना अर्थातच दुर्लक्षित राहिली. किंबहुना जॉन ॲडम्सने (John Adams) त्याची 'tyranny of petticoat' अशी संभावनाही केली. अमेरिकन स्त्रियांना मतदानाचा अधिकार मिळायला १९१९ साल उजाडले. काळ्या स्त्रीपुरुषांना तर तो १९६४मध्ये मिळाला. तर नागरी अधिकार १९६५मध्ये. या घटना लक्षात घेता अबिगेल ही उच्चवर्गीय गोरी स्त्री होती म्हणूनही ती इतक्या सहजपणे हे म्हणू शकली, ही वस्तुस्थिती दुर्लक्षून चालणार नाही. ती देत असलेली सूचना त्या वेळच्या काळ्या, गुलामगिरीत खितपत पडलेल्या आफ्रिकन गुलामांच्या अस्तित्वाशी काय किंवा भयंकर शिरकाण करून ज्यांचे अस्तित्त्वच धोक्यात आणले गेले अशा मूलनिवासी इंडियन लोकांच्या संदर्भात किती नाते सांगत होती, हा प्रश्न महत्त्वाचा आहेच. पण तरीही स्त्रीवादाच्या विविध आयामांच्या दृष्टीने तिच्या म्हणण्याची प्रस्तुतता नाकारून चालणार नाही. पाश्चात्त्य विश्वात स्त्रीला बायबल, धर्मसंस्था आणि राज्यसंस्था यांनी दिलेल्या दुय्यम स्थानाला, अमेरिकेत चेटकिणी म्हणून स्त्रियांना जाळल्या जाण्याच्या काळात, नव्याने जन्माला आलेल्या देशाचे कायदे लिहिणाऱ्या शासनकर्त्याला अशा प्रकारे बंडखोरी करून आव्हान देणे, महत्त्वाचे होते. पुढे १८४०मध्ये एलिझाबेथ स्टॅन्टनने अमेरिकन स्वातंत्र्याच्या जाहीरनाम्यावर आधारित भावनांचा जाहीरनामा तयार करून स्त्रियांना शिक्षण, संपत्ती, रोजगार आणि राजकारण यांत संधी मिळावी अशा मागण्या केल्या.

मात्र तिचा काळ्या स्त्रियांना मताधिकार देण्यास विरोध होता.

त्याच दरम्यान काळ्या स्त्रियांचा संघर्ष स्त्रीवादाला एका विदारक परिस्थितीचे भान आणून देत होता. त्यांच्या संघर्षाचा धागा काळ्या पुरुषांच्या मुक्तीशी बांधला गेला. पण काळ्या स्त्रियांनी वर्ण, वर्ग, वंश, राष्ट्र या सगळ्या पातळ्यांवर चाललेल्या लढ्याला लिंगभावाचे परिमाण वेळोवेळी दिलेले आहे, असे दिसून येते. आफ्रिकेतून जबरदस्तीने आणलेल्या गुलामांना गोऱ्यांच्या शेतीवर राबताना कोणतीच मानवी प्रतिष्ठा नव्हती. काळ्या स्त्रिया इतर शारीरिक कष्टांच्या जोडीने गुलामांची संख्या वाढवणाऱ्या गर्भाशयाची पिळवणूक सहन करत होत्या. गोऱ्या मालकांना गुलामांची संख्या वाढवायचा मार्ग म्हणून काळ्या गुलाम स्त्रियांवर बलात्कार करणे याला वैधता होती. मात्र त्यांनी जन्माला घातलेली मुले ही फक्त गुलाम होती. त्यामुळे काळ्या स्त्रियांना स्वतःचा नवरा, मुले इतकेच काय नावही असण्याचा अधिकार नव्हता. त्यांना विकत घेतलेल्या मालकाचेच नाव गुलाम लावत असत. आणि मालकाच्या इच्छेनुसार वेगवेगळे विकले जात असत. तेव्हा मुळात नवरा, मूल आणि घर असणे हीच काळ्या स्त्रियांसाठी मुक्तीची संकल्पना असेल, तर त्यात नवल नाही. या अमानुष परिस्थितीशी झगडतानाही त्यांना त्यापलीकडे जाण्याची आस होतीच. उदाहरणार्थ, 'How long shall the fair daughters of -frica be compelled to bury their minds and talents beneath the load of iron kettle and pots?' (आफ्रिकेच्या गुणी मुली किती काळ त्यांची बुद्धिमत्ता आणि भावना लोखंडी किटल्या आणि भांड्यांमध्ये पुरत राहाणार आहेत?) असा प्रश्न १८३१मध्ये मारिआ स्टिवर्ट विचारते आहे. ती वयाच्या पाचव्या वर्षीच अनाथ झाली होती आणि एका धर्मगुरूकडे मोलकरीण म्हणून कामाला होती.

अमेरिकन स्त्रीवादी चळवळीच्या एका टप्प्यावर गुलामीची पार्श्वभूमी असणाऱ्या काळ्या सारा ग्रिमकेने (Sarah Grimke) १९३८मध्येच गोऱ्या स्त्रियांना स्पष्टपणे विचारले होते :

How could American men be virtuous while treating white women as pretty toys or as mere instruments of pleasure or subjecting black women slaves to brutal sexual violence and torture? And how could white women be virtuous in a society in which they witnessed and normalized their husbands' frequent crimes of seduction and illicit intercourse with women slaves?

(बायकांना निव्वळ सुंदर खेळणी किंवा सुखोपभोगाचे साधन म्हणून वापरणारे किंवा काळ्या गुलाम स्त्रियांना पाशवी लैंगिक छळ आणि हिंसेला बळी पाडणारे अमेरिकन पुरुष नीतिमान कसे असू शकतात? स्वतःच्या

नवऱ्यांना गुलाम स्त्रियांवर वारंवार लैंगिक अत्याचार करताना आणि बेकायदेशीर लैंगिक संबंध ठेवताना या बायका बघतात, त्यांची ही वागणूक समाजमान्य करतात, अशा गोऱ्या बायका तरी असल्या समाजात नीतिमान कशा असू शकतात?)

म्हणजे गोऱ्या स्त्रिया जरी गोऱ्या पुरुषांकडून काळ्या स्त्रियांपेक्षा वेगळ्या प्रकारे वागवल्या जात असल्या, तरी त्यांनी स्वतःला नीट तपासले तर वैश्विक नैतिकतेच्या अंगाने त्याही पुरुषसत्ताकतेच्या बळीच आहेत, हे ती तिच्या काळ्या स्त्रीच्या स्थानावरून सांगते. ही दृष्टी कमालीची ताकदवान आहे. अनेकांना तिच्या मूल्यभावात सामील करून घेणारी आहे.

The colored girl is not known and hence not believed in; she belongs to a race that is best designated by the term 'problem'; and she lives beneath the shadow of that problem which envelops and obscures her. Why are our ideas not known and not believed in? (काळी मुलगी माहितीच नसते, त्यामुळे तिच्यावर विश्वासही ठेवला जात नाही. ती अशा वंशाची असते ज्याचा उल्लेख केवळ 'समस्या' म्हणूनच केला जातो. ती त्या समस्येच्या झाकोळातच राहत असते. ती समस्या तिला झाकून टाकते आणि नाहीशी करते. आमच्या कल्पना का पोहोचत नाहीत? का त्यांच्यावर विश्वास ठेवला जात नाही?) असे फॅनी बॅरिअर्स विल्यम्स (Fannie Barrier Williams) १९०५मध्ये विचारते. काळ्या स्त्रियांची वेदना अत्यंत जोरकसपणे मांडणारी सोजर्नर ट्रुथ ही काळ्या स्त्रीवादी विचारांचा एक महत्त्वाचा टप्पा आहे. ती 'बाई' या संज्ञेच्या आत असलेल्या अनेक विषमता समोर आणते. आफ्रिकन अमेरिकन बाई म्हणून १९व्या शतकाच्या उत्तरार्धात ती जगत असलेले आयुष्य आणि बाई म्हणून सर्वसाधारण अमेरिकन समाजात जे गुणधर्म गृहीत धरले जातात, त्यांचा कोणताच संबंध नाही; म्हणजे बाईपण हे सामाजिक आणि सांस्कृतिक असते हे तिने धारदारपणे समोर आणले. अमेरिकेतील ओहायो इथे १८५१मध्ये भरलेल्या स्त्रीहक्क परिषदेत जेव्हा व्यासपीठावरील स्त्रियांच्या विरोधात काही पुरुषांनी आवाज टाकले, तेव्हा त्यांना थांबवत पूर्वाश्रमीची गुलाम असलेली सोजर्नर ट्रुथ (Sojourner Truth) म्हणाली, 'That man over there says that women need to be helped into carriages and lifted over ditches and to have the best place everywhere. Nobody ever helps me into carriages, or over mud-puddles, or gives me any best place! And ain't I a woman? Look at me! Look at my arm! I have plowed and planted and gathered into barns, and no man could head me! -in't I a woman? I could work as much and eat as much as a man--when I could get it--and bear the lash as well!! I have borne 13 children, and seen them most all sold off to slavery, and when I cried out with my mother's grief, none but Jesus heard me! And, ain't I a woman?'

(Women's Rights Convention, Akron, Ohio)

(तो तिथे बसलेला इसम म्हणतोय, की बायकांना साधे घोडागाडीत चढायला हात द्यावा लागतो, खड्ड्यावरून उडी मारायची तर उचलून घ्यावे लागते, जिथे जातील तिथे त्यांच्यासाठी उत्तम जागा ठेवाव्या लागतात. मला कधी कोणी हात दिला नाही घोडागाडीत चढताना. ना कधी चिखलांनी भरलेले खड्डे ओलांडताना, मला कधीही उत्तम जागा मिळाली नाही! मग मी काय बाई नाही? माझ्याकडे बघ. बघ माझे हे हात! मी जमीन नांगरली आहे, पेरणी केली आहे आणि धान्य गोळा करून कणग्यांत भरले आहे. कोणताही पुरुष (याबाबतीत) माझ्यापुढे जाऊ शकला नाही. मी बाई नाही? एखादा पुरुष करेल तेवढी कामे मी करू शकते आणि मिळालेच तर- तो खाईल तेवढे अन्न मी खाऊ शकते-चाबकाचे फटकेही खाऊ शकते !!! मी तेरा मुले जन्माला घातली आहेत आणि बहुतेक सगळी गुलाम म्हणून विकली जातानाही बघितले आहे, आणि जेव्हा माझ्यातली आई आक्रोश करत होती, तेव्हा येशू सोडून कोणालाही ते ऐकू गेले नाही. आणि मी बाई नाही?)

त्यामुळे स्त्रीमुक्ती किंवा स्त्रीहक्कांसाठीच्या लढ्यात स्त्रियांनी आपल्या अनुभवांना व्यापक करण्याचा प्रयत्न जरूरच केला, कारण त्यांना निवळ लढून थांबायचे नव्हते तर सगळ्यांसाठी न्यायावर आणि समतेवर आधारित तत्त्वज्ञान उभे करायचे होते. त्याला असलेली व्यक्तिगत अनुभवाची धार ही व्यापक असल्याखेरीज पुढे उभे राहिलेले लढे उभेच राहिले नसते. विशेषतः काळ्या चळवळीतून जो सामाजिक न्यायाचा आणि समतेचा मुद्दा समोर आला, तो लिंगभावाबरोबरच वंशभेद, वर्णभेद आणि राष्ट्र या तीनही पातळ्यांना जोडत होता. १९८०मध्ये This Bridge Called My Back : Writings by Radical Women of Colour' हे विविध राष्ट्रांतील स्त्रियांचे लेखन संकलित केलेले पुस्तक प्रसिद्ध झाले. (Kitchen Table Press) लिंगभावाला असलेली वर्ण आणि वांशिकतेची परिमाणे त्यातील लेखिकांनी समोर आणली. १९८०नंतर अमेरिकेत कृष्णवर्णीय स्त्रियांनी त्यांच्या मुक्तीचा कार्यक्रम लिहीत

असताना womanism हाही शब्द रूढ केला आहे. कारण त्यांच्या मते 'फेमिनिझम' हा शब्द गौरवर्णीय, मध्यमवर्गीय स्त्रियांचे आयुष्य गृहीत धरतो; याउलट 'वूमनिझम' हा शब्द सगळ्या स्त्रियांना लागू होतो.

बेल हूक्स (bell hooks) या सांस्कृतिक समीक्षक असणाऱ्या आफ्रिकन - अमेरिकन स्त्रीवादी कार्यकर्तीने असे म्हटले आहे की,

> Feminism is a movement to end sexism, sexist exploitation and oppression. ...which implies that all sexist thinking and action is a problem, whether those who perpetuate it are female or male, child or adult. (bell hooks, *Feminism is for EVERYBODY : Passionate Politics,* South End Press, Cambridge, 2000)

(स्त्रीवाद ही भेदभाववादी लैंगिक धारणा, लिंगाधारित पिळवणूक आणि दडपशाही संपवण्यासाठी कार्यरत असणारी चळवळ आहे. याचा अर्थ सर्वप्रकारचे लिंगभावी विचार आणि लिंगभावी कृती ही मूलभूत समस्या आहे, मग ती निर्माण करणारी स्त्री असो वा पुरुष, मूल असो वा प्रौढ असो.)

लिंगभावी विचारांतून लैंगिक वर्चस्ववाद निर्माण होतो. तो दूर करण्याची गरज मान्य करणारी व्यक्ती ही स्त्रीवादी व्यक्ती असते. कोणत्याही व्यवस्थेत वर्चस्ववाद असेल तर तो बहुतेक वेळा अनुभवांतून जाणवतोच; पण मग त्या अनुभवांची चिकित्सा करताना इतिहासाचा, संस्कृतीच्या वाटचालीचा आणि त्या वाटचालीत निर्माण झालेल्या जीवनशैलींचा, त्यांनी रचलेल्या नीतीनियमांचा अभ्यासही मदत करतो. अनुभवांतून आणि अभ्यासातून वैचारिक व्यक्तिमत्त्व घडत असते. या अर्थाने स्त्रीवादी व्यक्ती ही घडण्याची बाब आहे. म्हणजे कोणीही स्त्रीवादी म्हणून जन्माला येत नाही. स्वतःच्या निर्णयाने आणि कृतीने व्यक्ती स्त्रीवादी बनते. त्यासाठी ती स्वतःच्या अनुभवांची चिकित्सा करत त्याला अभ्यासाचीही जोड देते.

विसाव्या शतकापर्यंत विविध संस्कृतींमधून वैचारिक विकासाने दमदार झेप घेतली. त्यातून अनेक चर्चाविश्वे निर्माण झाली. याला कारण म्हणजे छपाईचे तंत्रज्ञान आणि प्रवासाची साधने व्यापक झाली. आपले विचार अनेकांपर्यंत पोहोचवणे शक्य झाले तसेच नवीन प्रदेश प्रत्यक्ष जाऊन बघणे शक्य झाले. त्याचबरोबर तंत्रज्ञानाचा विकास, वाढलेली उत्पादकता, त्यासाठी आवश्यक असणारा कच्चा माल आणि त्यातून निर्माण झालेल्या मोठ्या प्रमाणावरील उत्पादनांची विक्री यांतून राष्ट्रवाद आणि

साम्राज्यवाद या दोन्ही संकल्पना जोमाने विकसित होणे अपरिहार्य ठरले. त्यात संपूर्ण सामाजिक रचनांना जास्तीत जास्त शिस्त असणे आणि त्यातून राष्ट्र नावाचा अवकाश अधिक बलवान करणे यासाठी सामाजिक आणि सांस्कृतिक पातळ्यांवरही प्रयत्न झाले. साम्राज्यवादी देशांमध्ये स्त्री-पुरुष नाते हे राष्ट्रभावना वृद्धिंगत करणाऱ्या कुटुंबाच्या रूपातच बघितले गेले. साहजिकच स्त्री-पुरुष आणि संतती यांच्या आदर्श प्रतिमा तयार करण्याचा कार्यक्रम कुटुंबाच्या पातळीवर राबवणे सुरू झाले.

इंग्लंड एक बलाढ्य साम्राज्यवादी राष्ट्र म्हणून यशस्वी होण्याच्या मागे १८वे परंपरावादी शतक classical age आणि व्हिक्टोरिअन युग मानले गेलेले १९वे शतक यांतून घडलेल्या स्त्री-पुरुषांच्या व कुटुंबाच्या साचेबद्ध प्रतिमांचाही वाटा होता. त्यासाठी त्यांना उपलब्ध असणारी सर्व संसाधने त्यांच्या राजकारणाच्या समर्थनासाठी वापरली गेली. त्याचाच पुढचा भाग म्हणून राष्ट्र संकल्पना वर्चस्ववादी होत जाण्याचा हाच काळ होता. अर्थात जी वैचारिकता झपाट्याने विकसित होत होती, तिने या सगळ्याला पर्याय देणारा विचार मांडायलाही सुरुवात केली. पुढे त्याचे पर्यवसान एका बाजूला दोन महायुद्धांमध्ये झाले तर दुसऱ्या बाजूला वसाहतींच्या उठावामध्ये झाले.

याचा अर्थ राष्ट्रवाद, साम्राज्यवाद यांचा प्रतिवाद करण्याची गरज जी आधीच्या सांस्कृतिक टप्प्यावर, म्हणजे १७व्या १८व्या शतकांत वाटली नव्हती, ती १९व्या आणि २०व्या शतकांत वाटली. हा प्रतिवाद करणारी अत्यंत सखोल तत्त्वज्ञाने निर्माण झाली, कारण तोपर्यंत विवेकवाद आणि बुद्धिनिष्ठा यांना व्यापक स्वीकार मिळाला. यातून निर्माण झालेल्या विवेकी तत्त्वज्ञानांच्या राजकीय आविष्कारांच्या पाठीशी मुळात विज्ञानाची प्रगती, डार्विन आणि फ्रॉईड यांचे संशोधन होते. त्यातून धर्मसंस्थेला मूलगामी आव्हान मिळाले आणि जगाकडे बघण्याचा दृष्टिकोन मानवकेंद्रित झाला. त्यातून मग स्त्रीवादाच्या तत्त्वज्ञानाची उभारणी होण्यासाठी अत्यंत पोषक वातावरण निर्माण झाले. माणूस केंद्रस्थानी येतो तेव्हा व्यक्तीने जगाचा अर्थ लावण्याचे स्वातंत्र्य केंद्रस्थानी येते. साहजिकच स्त्रियांनी जगाचा अर्थ लावण्याचे जे प्रयत्न केले, त्यांतून स्त्रीवादी तत्त्वज्ञानासाठी आवश्यक असणाऱ्या स्त्रीच्या कर्तेपणाची गरज अधोरेखित झाली.

हा विवेकवाद, बुद्धिनिष्ठता म्हणजे काय याचा मला लागलेला अर्थ ओझरता नोंदवते, कारण त्याचे नाते मग संघर्षाच्या तत्त्वज्ञानाशी कसे जोडले आहे हे समोर येते. डार्विनच्या संशोधनाचा लोकप्रिय अर्थ म्हणजे 'Survival of the Fittest.' पण मला वाटते, डार्विनने सृष्टीतील अचाट वैविध्य आणि त्या वैविध्यात अनुस्थूत असणारा विकसित होत जाण्याचा भाग समोर आणला हे सगळ्यात मूलगामी होते. त्यामुळेच माणूस उत्क्रांत होण्याच्या शक्यता समोर आल्या. मानवी अस्तित्वाचा अर्थ लावण्यात

एक बुद्धिगम्यता आली. २०व्या शतकाच्या वाटचालीसाठी हे फार महत्त्वाचे होते. स्वतः न्यूरोसर्जन असणाऱ्या फ्रॉईडने मनोविज्ञान विकसित केले. शरीर आंतर्बाह्य माहिती झाल्यानंतर मनाच्या कार्यपद्धतींचा शोध घेणे ही वेगळी गोष्ट होती. आत्मा या धार्मिक संज्ञेमध्ये जी अमूर्तता आहे, धार्मिक भ्रांतिका आहेत; त्या सगळ्यांना फाटा देत मनाला शरीराच्या वास्तवात मांडणे ही क्रांती होती. आणि पुढे मनाचे प्रतिसाद आणि सामाजिक रचना, जैविक प्रेरणा आणि मानवनिर्मित व्यवस्था यांचे नाते शोधणे यात एक बुद्धिगम्यता आपोआपच प्रस्थापित झाली. सामाजिक दडपण मानवी मनाला किती प्रकारे चिरडू शकते याचा हा शोध वैज्ञानिक पद्धतींनी घेण्याच्या प्रयत्नांतून आणखी एक आशावाद जगासमोर आला. '...the recognition of our therapeutic limitations reinforces our determination to change other factors so that men and women shall no longer be forced into hopeless situations.' (आपल्या वैद्यकीय उपचाराच्या मर्यादा ओळखल्या, तर मग इतर घटक बदलण्याच्या निर्धार गरजेचा आहे हे प्रकर्षाने जाणवते. जेणेकरून पुरुष आणि स्त्रिया हतबल करणाऱ्या परिस्थितीत ढकलले जाणार नाहीत.) असे फ्रॉईड म्हणाला. हे दुसरे घटक कोणते? तर माणूस ज्या सामाजिक, सांस्कृतिक रचनांमध्ये घडतो आणि वावरतो त्यामध्ये प्रसृत केली जाणारी आणि वैधता दिली जाणारी नातेसंबंधांची मानके. लैंगिक प्रेरणा ही निवळ जैविक वस्तुस्थिती नसते तर ती सामाजिक आणि सांस्कृतिक वस्तुस्थितीही असते. त्यामुळे त्यातून होणारे जैविक प्रेरणांचे दमन हा व्यक्तिमत्त्वाला घडवणारा मोठा घटक असतो, असे फ्रॉईडने मांडले.

फ्रॉईडमुळे मनोविश्लेषण, त्याचा वैज्ञानिक दर्जा, त्याचे भाषेशी, साहित्याशी, राजकारणाशी असणारे नाते चळवळींनी चर्चांमध्ये आणले. अर्थात त्याला सरसकट स्वीकारणे त्या सांस्कृतिक टप्प्यावर अवघड होते. अमेरिकेत काहीतरी नवे म्हणून फ्रॉईड ज्या सहजतेने स्वीकारला गेला आणि उपयोजित केला गेला, त्याने स्वतः फ्रॉईडही हताश झाला. तुलनेने फ्रान्समध्ये तो सहज स्वीकारला गेला नाही. त्यासाठी १९६८ साल उजाडावे लागले. १९६८मध्ये फ्रान्समध्ये विद्यार्थ्यांच्या उठावाने फ्रॉईडला गांभीर्याने समोर आणले, याचे कारण लाकांने फ्रॉईडचा लावलेला अर्थ. लाकां (Lacon) मनोविश्लेषणाकडे सत्याचा शोध अशा नजरेतून बघतो. हे महत्त्वाचे अशासाठी की, मनोविश्लेषण जर मानवी मनाच्या घडण्याबाबत बोलणार असेल, तर ते मन ज्या संस्कृतीत घडते त्यानुसार त्या मनाचा अर्थ लावला जाणार.

काही स्त्रीवाद्यांनी फ्रॉईडच्या मनोविश्लेषणावर केलेली टीका स्त्रीवादाच्या वाटचालीत महत्त्वाचा टप्पा मानली जाते ती याचसाठी. फ्रॉईड हा संस्कृतिसापेक्ष आहे, तो स्वतः त्याच्या ज्यू पार्श्वभूमीतून घडलेला पुरुष असल्याने त्याची स्त्री आणि

पुरुषांच्या संदर्भातील मते व निरीक्षणेदेखील त्यानुसार घडलेली आहेत, असे त्यांचे म्हणणे होते. मग नेणिवांचा अर्थ, अबोध मनातील दडपणांचा अर्थ हा कसा लावायचा? अमेरिकेतील फ्रॉईडचे उपयोजन बघितले तर हे स्पष्टपणे समोर येते. तत्कालीन अमेरिकन संस्कृतीच्या पोतानुसार कमालीचा आशावाद, व्यक्तिकेंद्रितता आणि आपणहून सहभाग घेण्याची स्वयंसेवक वृत्ती यांनी मनोविश्लेषणही प्रभावित झाले. लोक स्वतःला स्वतःच्याच प्रयत्नांनी बदलू शकतात हा अदम्य आशावाद फ्रॉईडला लावला गेला आणि मग त्याचे अतिव्याप्त सामाजिक उपयोजन झाले. इतके की त्यातला विद्रोह संपवून ते सिद्धान्तन संस्थात्मकतेला उपयोगी करण्याचे सर्व प्रयत्न त्या काळात केले गेले. उपयोजित मानसशास्त्र भांडवलदारी आणि कारखानदारीच्या सक्षमीकरणात अत्यंत सहज वापरले गेले. मानवी नेणिवांचे सुलभीकरण करत व्यक्तीचा सुपरइगो सुपरमॅनच्या ऑबसेशनमध्ये बदलला गेला. जो अशा प्रकारे बदलू शकत नाही, त्याला मोडीत काढण्याची मानसिकताही त्यातून निर्माण झाली.

फ्रान्समध्ये १९६८च्या विद्यार्थी चळवळींनी जो फ्रॉईड नव्याने उभा केला, तो एक व्यक्ती म्हणून नाही तर एक गुंतागुंतीचा सामाजिक आणि सांस्कृतिक अन्वयार्थ म्हणून. लांकाने फ्रॉईडची जी मांडणी केली, त्यात त्याने इगो हा स्वतंत्र असूच शकत नाही; कारण तो एक सामाजिक रचित आहे आणि हे रचणे एकसंध नसणारच असे म्हटले. तो जैविक सुनिश्चिततावादाला (Biological Determinism) नाकारतो. माणसाचे मन घडत असताना संस्कृती तिने निर्माण केलेला अर्थ माणसाच्या मनावर कसा लादते आणि तो लादण्याची प्रक्रिया भाषेतून कशी घडते हे त्याने सांगितले. फ्रॉईड शरीराबद्दल बोलत नव्हता तर त्या शरीरात इच्छेने अथवा इच्छेविरुद्ध साठवल्या जाणाऱ्या माहितीबद्दल बोलत होता, असे लांका म्हणतो. लोक जे वागतात, बोलतात, जी स्वप्ने बघतात; त्यांचा अर्थ कसा लावायचा आणि त्याची पद्धती कशी असेल याचा विचार लांका मांडतो. ते बरेचसे संहितेचे विश्लेषण करण्यासारखेच आहे. इड, इगो, सुपरइगो हे त्यांच्याभोवतीच्या अनेक सेन्सॉरशिप्सना रूढी, रिवाज, परंपरा यांच्यात बद्ध असणाऱ्या प्रक्रियांना तोंड देत असतात. त्यांची वर्तणूक ठरवताना हे घटक प्रभावी ठरतात. सांस्कृतिक घटक अनेकदा रूपकात्मक असतात. साहजिकच ते आत्मसात करणे म्हणजे त्यांच्यात दडलेले अनेक अर्थव्यवस्थांचे जाळे आत्मसात करणे असते. इगो एका बाजूला नेणिवांशी झगडत असतो तर दुसऱ्या बाजूला या व्यवस्थात्मक दडपशाहीशी झगडत असतो. साहजिकच रूपकभाव नाकारून वस्तूंचे, परिसराचे अर्थ हे त्याचे अर्थ लावणारा परिसरातील गोष्टींकडे कसा बघतो यावर अवलंबून असतात. शिवाय अर्थ घडण्याची एक प्रक्रियाही असते. ती प्रक्रिया लक्षात घेतली की तिच्या मर्यादा कळतात. त्या मर्यादा ओलांडल्या कशा गेल्या किंवा जाऊ

शकतात हेही कळते. तेव्हा घडलेला माणूस भाषेच्या कोणत्या अर्थांतून घडला आणि मुळात भाषेतील शब्दांना तो अर्थ कसा मिळाला हे लक्षात घेतले, तर माणसाच्या रचनेची सामाजिकता लक्षात घेता येते. माणूस जाणून घेणे म्हणजे त्या त्या ठिकाणच्या त्या त्या वेळच्या अर्थांकडे जाणे हा नवा भाषिक मार्ग लांका सुचवतो. भाषा जेव्हा रूपकात्मक अर्थ मांडते तेव्हा ती इतिहास, सामाजिकता आणि व्यक्तीची क्षमता यांच्या तिठ्यावर उभी असते. त्यामुळे त्यातले काय नाकारायचे आणि काय स्वीकारायचे यासाठी व्यवस्थेतले नियम माहिती असणे गरजेचे असते. ते माहिती झाल्यानंतर नाकारणे किंवा स्वीकारणे या प्रक्रिया डोळस होतात. जे भाषेचे तेच मनाचे, असे लांका सुचवतो.

सुप्रसिद्ध फ्रेंच स्त्रीवादी विचारवती ज्युलिया क्रिस्तेवा (Julia Kristeva)ची बंडखोरी इथे आकार घेते. ती म्हणते रूपकात्मकता म्हणजे अर्थसंकोच. कारण अर्थ लावण्याची प्रक्रिया ही अनेकदा विविध संदर्भांना स्पर्शणारी (associative) असते. त्यामुळे ती एकच एक ठाम अर्थ सांगत नाही तर अनेक संवेदनांशी शब्दार्थांना जोडत राहाते. साहजिकच अनेक संदर्भांच्या संवेदना जेव्हा रूपकात्मकतेला आव्हान देतात, तेव्हा त्यात दडलेल्या व्यवस्थेला आव्हान देतात. रूपकात्मकतेला नाकारून, नियमांना नाकारून जर भाषा तिच्या आदिमतेकडे गेली, संवेदना बाहुल्यातून नव्याने निर्माण झाली; तर ती पुरुषसत्ताकतेला आव्हान देऊ शकेल. कारण शेवटी शरीर हे अनेक भाषिक नियमावलींमधून-- ज्या सामाजिक व्यवस्थेत रुजलेल्या असतात--घडत असते. माणूस जन्माला येण्याआधीच या व्यवस्था त्याचा ताबा घेत असतात, त्यामुळे संस्कृतीने निर्माण केलेली ठाम प्रतीके नाकारणे, त्यांना विविध चिन्हांचे संदर्भ देणे म्हणजे व्यवस्था नाकारणे, असे काहीसे क्रिस्तेवाने मांडले. अर्थात रूपकात्मक किंवा चिन्हात्मक असे सुस्पष्ट पर्याय व्यक्ती निवडते असे नाही, तर ती त्या सगळ्यांचे संदर्भ समजून घेत सततच घडण्याच्या प्रक्रियेत असते.

फ्रॉईड आणि मनोविश्लेषण हे जाता जाता उल्लेखण्याचे विषय नाहीत. पण आधुनिकतेच्या विकासाचा गाभा वरती म्हटल्याप्रमाणे डार्विन आणि फ्रॉईड यांच्या संशोधनात आणि त्यातून त्यांनी मांडलेल्या निष्कर्षांतून आकार घेत गेला आहे. ही संशोधने व्यापक निरीक्षणांवर आणि त्यांतून हाती आलेल्या माहितीवर आधारित होती. साहजिकच आधुनिकतेच्या प्रवासाच्या या टप्प्यावर सामाजिक शास्त्रांचा विकास अपरिहार्य ठरला. त्यांच्या चिकित्सेतून मानवी वास्तवाकडे बघण्याचे जे बुद्धिनिष्ठ परिमाण मिळाले; त्यातून विज्ञान, नैतिकता आणि कला यांना स्वतःचे साफल्य स्वतंत्रपणे शोधता येणार नाही तर त्यांना भोवतालच्या जगण्यामध्ये ते बसवावे लागेल, असे अनिवार्यपणे समोर आले. त्यामुळे विसाव्या शतकातील पाश्चात्त्य स्त्रीवादी संहितांचा

आढावा घेतला, तर त्यांच्या लिंगभावाच्या चिकित्सेला अनेक सांस्कृतिक आणि सामाजिक आयाम असल्याचे दिसते.

विसाव्या शतकाच्या उत्तरार्धातील स्त्रीवादी चिकित्सा एका बाजूला कुटुंबातील नातेसंबंधांचीही चिकित्सा करत होत्या आणि दुसऱ्या बाजूला समाज नावाच्या सामूहिक अस्तित्वात रुतून बसलेल्या पूर्वग्रहांचीही. बेटी फ्रीडन (Betty Friedan), जर्मेन ग्रीअर (Germain Greer), केट मिशेल (Kate Mitchell) यांचा पहिला संघर्ष त्यांच्या आईशीच झाला; पुढे त्यांच्या नवऱ्यांशी. त्यातून त्यांना त्यांच्या विचारांवर असणाऱ्या बंधनांची आणि वेगळा विचार करणाऱ्या 'स्व'ची जी जाणीव झाली, ती मांडण्यातून स्त्रीवादी तत्त्वज्ञानाला गती मिळाली. कुटुंब हा अवकाशही किती हिंसक असू शकतो याचीही जाणीव झाली. त्या हिंसेची मुळे समाजाने ठरवलेल्या स्त्री-पुरुष प्रतिमांच्या मापदंडात असल्याची जाणीव स्त्रीवादाच्या चर्चाविश्वात पायाभूत आहे, ज्याला 'लिंगभाव' असा शब्द मिळाला. तसेच समाजाने स्वीकारलेल्या पुरुषी जाणिवांतून निर्माण झालेले दंडक स्त्रियांची किती कोंडी करतात हेही त्यांनी मांडले. विसाव्या शतकातील स्त्रीवादी विचारवतींची भाषा ही थेट, निर्भीड आणि आक्रमक होण्यास अनेक कारणे होती. फक्त कुटुंबव्यवस्थेतच नाही तर धर्मसत्ता आणि राज्यसत्ता यांच्या वर्चस्ववादी तत्त्वज्ञानात आणि आचारसंहितेतही होती. हा सगळा इतिहास बारकाईने तपासण्याची गरज स्त्रीवादाला वाटली.

१९४९ मध्ये सीमाँ दी बूव्हा (Simone de beauvoir) या फ्रेंच विचारवतीने लिहिलेले *Second Sex* हे पुस्तक प्रकाशित झाले. तिने स्वतःच्या आयुष्याच्या निवडींमधूनही तिच्या अन्वयार्थांचा शोध घेतला. कुटुंबसंस्था, विवाहसंस्था आणि मातृत्व नाकारून तिने एक अभ्यासक म्हणूनच जगायचे ठरवले. त्याची प्रेरणा खरे तर जगाविषयी निश्चितपणे काही म्हणता न येण्याच्या ताणातून तिला मिळाली. एक बाई म्हणून जगत असताना सामाजिक व सांस्कृतिक दडपणांना तोंड देत, व्यक्तिगत स्वातंत्र्यावरच्या अनेक मर्यादा सांभाळत स्त्रिया जे जगत असतात; त्यात त्या बऱ्यापैकी गोंधळलेल्या असतात, असे तिचे निरीक्षण होते. मग शरीरशास्त्र, इतिहास आणि स्त्रीची उत्क्रांत होत गेलेली स्थिती यांचा अभ्यास करून काही म्हणण्याचा प्रयत्न तिने *'सेकंड सेक्स'* या पुस्तकातून केला. ती हा शोध घेत असताना एक परिस्थिती वारंवार समोर येत होती; ती म्हणजे पुरुष स्वतःला कर्त्याच्या ठिकाणी गृहीत धरतात आणि स्त्रिया कायमच 'इतर' असतात. संपूर्ण मानवी अस्तित्वाचाच एक भाग म्हणून स्त्रीच्या अस्तित्वाला प्रतिष्ठा न मिळाल्याने मानवी व्यवहारात ती कायमच परकी, बाहेरची राहते. अस्तित्ववादी कर्त्याला वाटणारी काळजी, चिंता, परात्मता, आपण या सगळ्या अस्तित्वरचनेचा भाग नसल्याची जाणीव, त्यातून येणारी निरर्थकतेची भावना या

सगळ्या अस्तित्ववादी चिंतनाशी तिने स्त्रियांचे अस्तित्त्व जोडले. साहजिकच एक कृतिशील माणूस म्हणून देव नसलेल्या जगात, सजीवांच्या उत्क्रांतीत आपल्या अस्तित्वाला अर्थपूर्णता देण्याचा प्रयत्न स्त्रीला स्वतःलाच करावा लागणार आहे, असे ती मांडते. तिने ही भूमिका स्त्रीवादी भूमिका म्हणून मांडली नव्हती तर अस्तित्त्ववादाचा अभ्यास करताना स्त्री नावाच्या अस्तित्वाचा अन्वयार्थ म्हणून मांडली होती. मात्र त्यातून स्त्रीवादी अभ्यासाला प्रेरणा मिळाली. मराठीमध्ये विद्युत भागवतांनी लिहिलेल्या 'स्त्रीवादी सामाजिक विचार' या पुस्तकात करून दिलेली बूव्हाची ओळख आणि करुणा गोखले यांनी भाषांतरित केलेले *Second Sex* चे भाषांतर ही दोन्ही पुस्तके बूव्हा समजून घेण्यास उपयुक्त ठरतील.

१९६३मध्ये *The Feminine Mystique* या पुस्तकातून बेटी फ्रीडनने लोकशाही-व्यक्तिस्वातंत्र्य आणि स्त्रीच्या आकांक्षा यांच्यातील विसंगतींवर नेमके बोट ठेवले. तिने म्हटले होते :

If I am right, the problem that has no name stirring in the minds of so many American women today is not a matter of loss of femininity or too much education, or the demands of domesticity. It is far more imporatant than anyone recognizes. It is the key to these other new and old problems which have been torturing women and their husbands and children, and puzzling doctors and educators for years. It may well be the key to our future as a nation and a culture. We can no longer ignore that voice within women that says : I want something more than my husband and my children and my home.

(आज इतक्या साऱ्या अमेरिकन स्त्रियांच्या मनात खदखदत असलेली समस्या कोणती? जर मी बरोबर सांगत असेन, तर तिला नाव नाही. आपले स्त्रीत्व हरवेल असे या स्त्रियांना बिलकुल वाटत नाही. फार शिक्षण घेतल्याने ही अस्वस्थता आलेली नाही, किंवा कौटुंबिक कामांच्या मागण्यांनीही ती त्रासलेली नाही. कोणालाही ओळखता येणार नाही, पण ती फार महत्त्वाची समस्या आहे. आपले राष्ट्र आणि आपली संस्कृती यांच्या भवितव्याची किल्ली या समस्येत सापडेल. बाईच्या आत जो आवाज आहे त्याच्याकडे दुर्लक्ष करून आता चालणार नाही. तो आवाज सांगतोय, 'मला माझा नवरा, माझी मुले, माझे घर यांपेक्षा आणखी काहीतरी हवे आहे.')

बेटी फ्रीडन लिहीत असलेल्या काळात स्त्री-प्रतिमेचे साचे घट्ट झालेले होते.

सर्व प्रकारची कामे करणारी यंत्रे असलेल्या घरात निवळ बायको आणि आई या भूमिका निभावताना बायका कमालीच्या कंटाळलेल्या होत्या. आणि तरीही खास स्त्रियांसाठी चालवली जाणारी मासिके स्त्रियांच्या त्याच त्या प्रतिमा आक्रमकपणे पुढे आणत होत्या. उदाहरणार्थ, *Modern Woman : The Lost Sex* नावाचे १९४७ साली प्रसिद्ध झालेले पुस्तक कमालीचे लोकप्रिय होते. ते Ferdinand Lundberg आणि Marynia Farnman जी बाई होती आणि मानसोपचार तज्ज्ञ होती, म्हणजे खास स्त्रियांसाठी चालवल्या जाणाऱ्या मासिकांसाठी एकदमच योग्य अधिकारी व्यक्ती! त्यांनी स्पष्ट लिहिले होते की,

> The Independent woman is a contradiction in terms. A female desire for success in the world of work was an unmistakable sign that she was a masculine aggressive woman, affliced with such fantasies as an unconscious wish herself to possess the organ uopn which she must ...depend. ...The sex act is primarily concerned with having children...women who don't want children, whether they have them or not, fail to derive maximal satisfaction from the sexual act. ... A woman's fulfillment could be achieved only through receptivity and passiveness, a willingness to accept dependence without fear or resentment, with deep inwardness and readiness for the final goal of sexual life--impregnation.

> ('स्वतंत्र स्त्री' हे शब्दच परस्परविरोधी आहेत. बाईची नोकरीचाकरीच्या जगात यशस्वी होण्याची इच्छा म्हणजे ती 'पुरुषी आक्रमक बाई' आहे. तिला भ्रमांनी ग्रासले आहे. तिच्या सुप्त मनात तिच्या जवळ नसलेले आणि ती ज्याच्यावर अवलंबून आहे असे लिंग स्वतःला असण्याचा भ्रम. लैंगिक कृती ही प्रामुख्याने मुले होण्यासाठीची कृती असते. ज्या बायकांना मूल नको असते-- मग ते मूल त्यांना झालेले असो अथवा नसो--त्यांना लैंगिक संबंधातून पुरेपूर सुख मिळतच नाही. स्त्रीला उपभोगसाफल्य सुख हवे असेल, तर ते फक्त देऊ केलेले ग्रहण करणे आणि निष्क्रियता आणि परावलंबनाची कोणतीही भीती न वाटता किंवा राग न येता केलेला स्वीकार यातून मिळते. सखोल आत्मचिंतन आणि आपल्या लैंगिक आयुष्याचे अंतिम ध्येय--गरोदर राहणे हेच आहे- याचा पूर्ण स्वीकार करणे यातूनच तिचे साफल्य तिला मिळेल. (हे संदर्भ The Sisterhead, Marcia Cohen यांच्या पुस्तकामधून)

दोन गोष्टी लक्षात येतात की, दुसऱ्या महायुद्धानंतर परत घरात ढकलल्या गेलेल्या बायकांना त्यांची गृहिणी असण्याची वस्तुस्थिती किती आदर्श आहे हे पटवून सांगणे. आणि दुसरी गोष्ट म्हणजे त्यासाठी कृतक मनोविज्ञानाचा आधार घेत उथळ उपयोजित फ्रॉईड वापरणे. त्याने सांगितलेला Castration complex या ठिकाणी फारमन वापरते आहे. अशी अनेक उदाहरणे देता येतील. स्त्रियांसाठी चालवल्या जाणाऱ्या अशा नियतकालिकांविरुद्ध म्हणूनच १९७० मध्ये सुझन ब्राऊनमिलर अणि अनेक स्त्रीवादी संघटनांनी संघर्षाचा पवित्रा घेतला होता. संपादकांना घेराव घातले होते. ती पुढची गोष्ट झाली. १९६३मध्ये बेटी फ्रीडनने वेगळी आधुनिक स्त्री मांडणे हे लक्षणीय होते. जिला नवरा आणि मुले आणि घर यापलीकडचे काही हवे होते. अर्थात तरीही घर, नवरा, मुलेबाळे, कुटुंब स्त्रियांनी नाकारावे असे ती म्हणत नव्हती. उलट १९८१ मध्ये तिने लिहिलेल्या *Second Stage* या पुस्तकात स्त्रियांनी कुटुंबाचा अवकाश स्त्रीवादी कसा करावा याविषयी ती लिहिते. कारण नोकरी किंवा करिअर करणाऱ्या स्त्रियांना घरातील पुरुषप्रधानता आणि बाहेरील पुरुषसत्ताकता यांना तोंड देताना प्रचंड अडचणी येतात. त्यामुळे घराबाहेर पडणे म्हणजे स्त्रीमुक्ती असे सोपे समीकरण करू नये. तर ज्या व्यापक राजकारणाशी स्त्री-पुरुष नाते जोडले जायला हवे, त्याची सुरुवात घरापासून करता येईल अशी तिची मांडणी होती. त्यामुळे १९७०मध्ये जेव्हा *'लेडिज होम जर्नल'*विरुद्ध निदर्शने केली गेली, तेव्हा त्याच्या संपादकांना प्रश्न केले गेले की, तुमची मासिके दरवर्षी खाटकाकडून मारल्या जाव्यात अशा पद्धतीने बेकायदेशीर गर्भपातात किती स्त्रिया मरतात याची दखल कशी घेत नाहीत. घरात बसलेल्या स्त्रियांना विविध सल्ले देणाऱ्या *'होम जर्नल'*मधून स्त्रियांचे खरे प्रश्न आणि त्यासंदर्भातील पुरुषसत्ताक राजकारण यांचे भान व त्यासाठी निश्चित राजकीय भूमिका लावून धरण्याची गरज यातून समजत गेली. पुढे *'एमएस'*सारखे स्त्रीवादी मासिक ग्लोरिया स्टायनेमने चालवले. ॲटलिस वॉकरसारख्या अनेक स्त्रीवादी लेखिकांना हक्काचे व्यासपीठ त्यातून मिळाले. परिणामतः मुख्य प्रवाही पत्रकारितेला गर्भपात कायदेशीर करणे, गर्भनिरोधक गोळीची चर्चा करणे, लैंगिकतेबद्दलची दृष्टी बदलणे यांची गंभीर दखल घ्यावी लागली.

अर्थात बेटी फ्रीडनला 'रॅडिकल स्त्रीवाद' मान्य नव्हता. स्त्री विरुद्ध पुरुष अशा स्वरूपात ती लढा बघत नव्हती. पण तत्कालीन अमेरिकन संस्कृतीने लादलेल्या स्त्री-गृहिणी-आई अशा साच्यात स्त्रियांना बाहेरच्या जगाची आव्हाने घेण्याची ताकद राहत नाही. परिणामतः त्या सर्व वेळ नवरा आणि मुले यांचा विचार करत स्वतःची कृतिशीलता गमावून बसतात. अर्धी लोकसंख्या निष्क्रीय बनणे हा एका अर्थाने राष्ट्रीय संपत्तीचा अपव्यय आहे. त्यामुळे स्त्रियांनी स्वतंत्रपणे विचार केला पाहिजे. त्यासाठी

पुरुषांना नाकारणे किंवा मातृत्व नाकारणे किंवा समलिंगी होणे हे उपाय नाहीत. व्यापक राजकारणाशी स्त्रियांनी जोडून घेणे गरजेचे आहे. त्यानुसार कायदे बदलण्यासाठी प्रयत्न केले पाहिजेत. स्त्री म्हणून ज्या गोष्टी अंगभूतपणे कराव्या लागतात; गर्भधारणा, बाळंतपण, मातृत्व त्यांचा डोळसपणे स्वीकार करून, त्यासाठी योग्य ती परिस्थिती निर्माण करण्यासाठी स्त्री-चळवळींनी प्रयत्न करावेत, असे तिचे म्हणणे होते. ती त्या काळात पितृत्व रजेसाठी प्रयत्न करत होती. मुलांसाठी विशेष आर्थिक भत्ता मिळण्याची सोय किंवा बाळंतपण आणि बालसंगोपनाच्या गरजा भागवल्यानंतर स्त्रियांना परत एकदा नोकऱ्या उपलब्ध होण्याची सोय, सामूहिक कुटुंब सेवा केंद्रे अशा काही कल्पना फ्रीडनने मांडल्या होत्या. १९६६ मध्ये देखील बायकांना न्यायालयीन कामकाजात ज्यूरी म्हणून काम करण्याची कायद्याने बंदी होती, नवऱ्याच्या परवानगीखेरीज स्वतःची मालमत्ता विकायची परवानगी नव्हती. बार, रेस्तराँ किंवा हॉटेल्समध्ये सोबत पुरुष असल्याखेरीज प्रवेश करायला बंदी होती.

या सगळ्यांविरुद्ध बेटी आणि तिच्या NOW संस्थेने आवाज उठवला. गर्भपात कायदेशीर होण्यासाठी त्यांनी प्रयत्न केले. एका अर्थाने ती मध्यमवर्गीय स्त्रीच्या गरजांविषयी, बौद्धिक अवकाश निर्माण करून देण्याविषयी सुधारणावादी पद्धतीने बोलत होती हे खरे. पण मध्यमवर्गीय होण्याची आर्थिक आकांक्षा सगळ्याच निम्न आर्थिक स्तरातील लोकांना असते. आणि पुढे जमल्यास उच्चवर्गीय होण्याचीही. किंबहुना स्त्री नावाची कोटी तयार करणे, तिचे गुणधर्म ठरवणे आणि तिची कार्यक्षेत्रे निश्चित करून त्यानुसार व्यवस्था प्रस्थापित करणे ही कामे याच वर्गाकडून घडत होती. तेव्हा तिथे काय असावे याची चर्चाही महत्त्वाची आहे, असे मला वाटते.

आजही अमेरिकेत स्त्रियांना कमालीच्या स्पर्धात्मक वातावरणात नोकरी मिळवणे, आर्थिक स्वातंत्र्य टिकवणे आणि मुले वाढवणे यांच्यातून निर्माण होणारे वेगवेगळे पेच कसे हाताळावे हा प्रश्न सोडवता येत नाही. गर्भपाताविरोधी कायदे आणि जनमतातून आजही धर्मसंस्थापुरस्कृत आणि सनातनी वृत्तीच्या वंशवादी लोकांकडून स्त्रियांवर प्रचंड दबाव आणला जातो आहे. प्लॅन्ड पेरेंटहूड (planned parenthood)सारखे कार्यक्रम राबवणाऱ्या कार्यकर्त्यांवर जीवघेणे हल्ले होताहेत २००८मध्ये कायदेशीर गर्भपात करणाऱ्या डॉक्टरला चर्चमध्ये गोळ्या घालून मारण्यात आले. आणखी एक उदाहरण द्यायचे तर नॅन्सी लांझाचे देता येईल.

जानेवारी २०१३ मध्ये अमेरिकेत एक भीषण घटना घडली. ॲडम लांझा नावाच्या एका २० वर्षांच्या युवकाने कनेक्टिकट येथील प्राथमिक शाळेत शिरून ४ ते ११ वयोगटातील २० मुले व ६ शिक्षक आणि शालेय कर्मचाऱ्यांना ठार मारले. त्यापूर्वी घरातून बाहेर पडण्याआधी त्याने आपल्या आईला-नॅन्सी लांझाला - ठार

मारले होते आणि हत्याकांडानंतर त्याने स्वतःलाही ठार केले. ही उघडच दिसणारी हिंसा झाली. पण त्यानंतर इंटरनेटवर येणाऱ्या अनेक बातम्यांमधून त्याच्या आईचे जीवनही समोर आले. तिला ॲडमच्या जन्माच्या वेळेस कामावर बराच ताण सहन करावा लागला होता. अत्यंत उत्कृष्ट काम करणारी नॅन्सी गरोदरपणामुळे निकामी ठरली. तिला नोकरी सोडावी लागली. पुढे तिचा घटस्फोटही झाला. आर्थिक संकटांना तोंड देत तिने तिच्या दोन मुलांना वाढवले. मानसिकदृष्ट्या दुर्बल असणाऱ्या ॲडमने स्वतंत्र व कणखर व्हावे यासाठी ती सतत प्रयत्न करत होती. त्याला व्हिडिओ गेम्समधून, शस्त्रांच्या ओळखींमधून कणखर बनवण्याचा तिचा प्रयत्न होता. तिच्याजवळ घरात अत्याधुनिक बंदुका व दारूगोळा होता. साहजिकच मानसिकदृष्ट्या दुर्बल असणाऱ्या ॲडमने एका मानसिक विकलतेच्या क्षणी तो भयानक पद्धतीने वापरला. तिच्या विशेष गरज असणाऱ्या मुलाने इतरांची कोवळी, निरागस मुले मारली. प्रत्यक्ष तिलाही ठार मारले. ही घटना आजही तेथे नोकरी करणाऱ्या बायकांना ज्या ताणांना तोंड द्यावे लागते आहे, त्याचे वरचे टोक आहे. गरोदरपणात नोकरी जाणे, घटस्फोट आणि आर्थिक ताण यांच्यामुळे तिने स्वीकारलेल्या उपायाचे समर्थन मी करत नाही, पण स्त्रियांना गर्भपात सर्व राज्यांत आजही उपलब्ध नाही, मुलांना सांभाळण्याची खात्रीशीर सोय नाही आणि एकूणच जीवनमान इतके महाग आणि संकेतबद्ध, की त्यानुसार जगायचे तर पैसा अपरिहार्य आणि नोकऱ्या टिकवायच्या, तर स्त्री म्हणून येणाऱ्या शारीरिक मर्यादा नाकारणेही अपरिहार्य आहे. त्यामुळे स्त्रियांसाठी बेटी फ्रीडनने मागितलेल्या सुधारणा आजही उपलब्ध आहेत, असे वाटत नाही. शिवाय मानवी शरीराचे वस्तुकरण आणि लैंगिकतेचे उन्मादीकरण यांना स्त्री-स्वातंत्र्याचे लेबल लावून खऱ्या अर्थाने स्त्री-पुरुष मानसिकता बदलणे मात्र दूर राहते आहे. सुधारणावादी राजकारणाची एक किमान गरज असते, ती ७०च्या दशकात चळवळी आणि केनेडी सरकार यांच्या परस्पर सहकार्यातून कायद्यांच्या स्वरूपात भागवली गेली. तरी प्रत्यक्ष सांस्कृतिक माहोल मात्र तितकाच पुरुषसत्ताक आहे. अमेरिकेतील कौटुंबिक हिंसाचार, मुलांवरील हिंसाचार, बलात्कार यांचे प्रमाण धक्कादायक आहे. याची संख्यात्मक माहिती इंटरनेटवर उपलब्ध आहे.

१९६३मध्ये आणखी एका महत्त्वाच्या विषयाला ग्लोरिया स्टायनेम (Gloria Steinem)ने वाचा फोडली. स्त्रियांची प्रक्षोभक छायाचित्रे प्रसिद्ध करणाऱ्या *Playboy* या मासिकात तिने तीन आठवड्यांचे काम स्वीकारले. आणि मग तिथे काम करायला येणाऱ्या स्त्रियांच्या अनेक हकिकती, तिथे मिळणारा फुटकळ पगार आणि स्त्रियांचे केले जाणारे सर्व प्रकारचे शोषण यावर *The Bunny Tale* शीर्षकाखाली एक लेख लिहिला. पुढे पत्रकारितेत अनेक स्त्रीवादी विषय तिने हाताळले. दक्षिण आफ्रिकेतील वंशवादाविरुद्ध

केलेल्या निदर्शनांमध्ये ती सहभागी झाली होती. स्त्रियांना केवळ लैंगिक उपभोगाची वस्तू म्हणून बघण्याविरुद्ध स्त्रीवाद्यांनी बऱ्याच प्रकारे निषेध व्यक्त केले होते. त्यांतील १९६८ मधील अटलांटिक सिटी येथे भरवण्यात आलेल्या 'मिस अमेरिका' या सौंदर्यस्पर्धेच्या विरोधात केलेली निदर्शने ही जगप्रसिद्ध घटना आहे. पण त्यामागेही अनेक संदर्भ आहेत. SDS या विद्यार्थी चळवळीची (Students for Democratic Society) ची सदस्य असणाऱ्या रॉबिन मॉर्गनने ही निदर्शने संघटित केली होती. प्रागतिक असणाऱ्या 'न्यू लेफ्ट संघटने'तही तिने स्त्रियांच्या वाट्याला येणारी हेटाळणी आणि दुय्यम दर्जा यांचा अनुभव घेतला होता. निदर्शनांमध्ये सहभागी होताना, विविध निषेध सभा आयोजित करताना SDS पुरुष नेतेही chicks to volunteer for cooking duty अशी मागणी करत असत. तिला साहजिकच स्त्रियांच्या अनुभवांची वेगळी मांडणी करण्याची अपरिहार्यता जाणवली. त्याच सुमारास सिॲटलमधील वॉशिंग्टन येथे काही स्त्रियांनी सौंदर्यस्पर्धांमधून होत असलेल्या स्त्रियांच्या प्रतिमेच्या अध:पतनाविरुद्ध मोर्चा काढला होता. मॉर्गनच्या नेतृत्वाखाली दोनशे बायका अटलांटिक सिटीमध्ये जमा झाल्या. त्यांनी स्त्रियांच्या स्वातंत्र्याला कचरा लेखणाऱ्या वस्तूंची होळी केली. त्यात *'प्लेबॉय'*, *'व्होग'*, *'कॉस्मापॉलिटन'*, *'लेडिज होम जर्नल'* ही नियतकालिके आणि एक ब्रेसियर, खोट्या पापण्या, कंबर, पोट सपाट दिसण्यासाठी वापरायची घट्ट अंतर्वस्त्रे, साफसफाई करण्याचे नॅपकिन्स अशा सगळ्या वस्तू होत्या. सर्वदूर पसरली ती फक्त ब्रेसियर. आणि स्त्रीवादी बायका म्हणजे 'ब्रेसियर जाळणाऱ्या बायका' एवढीच व्याख्या स्त्रीवादाची टिंगल करायला पुरेशी ठरली.

१९७०मध्ये NOW-National Organization for Womenने कोलगेट-पामोलिव्ह च्या न्यूयॉर्क येथील कार्यालयाच्या बाहेर बायकांच्या केवळ घरगुती कामांशी बांधलेल्या प्रतिमा टी.व्ही.वरील जाहिरातींमध्ये दाखवल्याच्या विरोधात निदर्शने आयोजित केली. केट मिलेटने संडासाच्या भांड्याची शिल्पाकृती करून दिली होती. कोलगेटची सर्व उत्पादने त्यात ओतली गेली. याच धर्तीवर १९७०मध्ये 'सेक्सी पब्लिशिंग हाऊस'च्या विरोधातही स्त्रीवाद्यांनी निदर्शने केली. टी-ग्रेस ॲटकिन्सन आणि रॉबिन मॉर्गन त्याच्या संघटक होत्या. या प्रकाशनाच्या पोर्नोग्राफीकडे झुकणाऱ्या प्रकाशनांविरुद्ध ही निदर्शने होती. पोर्नोग्राफीला स्त्रियांचा शत्रू म्हणून जाहीर करून या प्रकाशनाने त्याचा नफा बलात्कारित स्त्रियांसाठी अथवा वेश्यांना लागणाऱ्या जामिनासाठी देऊ करावा अशी मागणी त्यांनी केली. या निदर्शकांना अटक करण्यात आली. पुढे पोलीस कस्टडीत त्यांना नग्न करून त्यांनी शरीरात कुठे अंमली पदार्थ लपवले नाहीत ना याचा शोध घेतला गेला. स्त्रीपोलीस असा शोध घेत असताना पुरुष पोलीस बाजूला उभे राहून बघत होते असे टी-ग्रेस ॲटकिन्सन हिने नोंदवले आहे.

त्या काळात व्हिएतनाम, कंबोडिया येथील अन्याय्य युद्धे, हिंस्र वर्णभेदी संस्कृती, स्त्रियांना दडपणारे कायदे या सगळ्यांचाच परिणाम राज्यसंस्था आणि शासनयंत्रणेबाबतचा अमेरिकन अविश्वास बळकट होण्यात झाला. स्त्रीवादातील काही जहाल प्रवाहांनी शासनसंस्था म्हणजेच पुरुषसत्ता असे समीकरण मांडले. केट मिलेट हिचे सिद्धान्तन प्रसिद्ध आहे. १९७० मध्ये तिचा पीएच.डी. चा प्रबंध *Sexual Politics* या नावाने पुस्तकरूपात बाजारात आला. त्यात तिने डी.एच लॉरेन्स, हेन्री मिलर आणि नॉर्मन मेलर अशा अतिशय नावाजलेल्या व थोर मानल्या गेलेल्या साहित्यिकांच्या साहित्याची चिकित्सा केली होती. पण ती केवळ त्यांच्या साहित्याची चिरफाड नव्हती, तर त्यातून स्त्रीवादाची सैद्धांतिक मांडणी करण्यासाठी आवश्यक असणारी काही दिशा प्रतीत होत होती. कुटुंबातूनच वारंवार बिंबवले गेल्यामुळे पुरुषसत्ताकता बळकट होते. त्यातून कुटुंबाच्या प्रत्येक सदस्याकडून पुरुषसत्ताक व्यवस्थेला मान्यता मिळवली जाते, पुरुषाला कुटुंबप्रमुख ठरवलेले असल्यामुळे कुटुंबातील प्रत्येक मुलीची दृष्टी आधीच त्यानुसार पक्की केली जाते, इतकेच नव्हे तर तिचे स्वतःबद्दलचे मतही त्यानुसारच ठरते. केट मिलेटचा फ्रॉईडवर विशेष आक्षेप होता. त्याने बायकांना लिंग गमावलेले पुरुष (castrated males) ठरवल्यामुळे त्यांच्या आयुष्यावरील पुरुषसत्ताकतेची पकड अधिक घट्ट झाली, असे तिचे म्हणणे होते. भिन्न लैंगिकता हे पुरुषी व्यवस्थेचे लक्षण आहे, असे तिचे मत होते. तिच्या विचारांमधून तिने उदारमतवादी स्त्रीवादाला नाकारले. कामाच्या ठिकाणाचा भेदाभेद, घरातील घुसमट या पलीकडे जात जगभरात आढळणाऱ्या पुरुषसत्ताकतेकडे तिने लक्ष वेधले. प्रेम, लैंगिकता, स्त्रियांच्या पुरुषांबद्दलच्या भावना या स्पष्टपणे मांडण्याचा प्रयत्न तिने केला.

Women's liberation and homosexual liberation are both struggling towards a common goal : a society free from defining and categorizing people by virtue of gender and/or sexual preference. 'Lesbian' is a lable used as a psychic weapon to keep women locked into their male defined 'feminine role'. The essence of that role is that a woman is defined in terms of her relationship to men. - woman is called a lesbian when she functions autonomously. Women's autonomy is what women's liberation is all about. (Marcia Cohen, The Siterhood, p. 251) (स्त्री-मुक्ती आणि समलिंगी प्रेरणा-मुक्ती एकाच ध्येयाकडे वाटचाल करत आहेत : लिंगभाव आणि लैंगिक निवड यांनुसार लोकांचे वर्गीकरण करणे आणि

लोकांच्या त्यानुसार व्याख्या करणे, यांपासून मुक्त असलेला समाज (निर्माण करणे). समलिंगी - स्त्री हे लेबल मानसिक आघात करणाऱ्या हत्यारासारखे वापरले जाते. यातून स्त्रियांना त्यांच्या पुरुषांनी ठरवलेल्या 'स्त्री-भूमिकेत'कुलूपबंद करायचे असते. या भूमिकेचे सार हे आहे की, बाईची व्याख्या तिच्या पुरुषाशी असणाऱ्या संबंधांवरून केली जाते. जेव्हा स्त्री स्वायत्तपणे काम करते, तेव्हा तिला लेस्बियन म्हटले जाते. स्त्रियांची स्वायत्तता हीच स्त्रियांची मुक्ती.)

केट मिलेटने आणखी एका महत्त्वाच्या समस्येला हात घातला. ती म्हणजे वेश्याव्यवसाय. आज स्त्रिया व लहान मुले यांची लैंगिक सुखाच्या आंतरराष्ट्रीय बाजारपेठेतील विक्री ज्याप्रमाणात वाढली आहे, ते लक्षात घेता मिलेटने तेव्हाच मांडलेला हा विषय किती महत्त्वाचा होता ते लक्षात येते. तिच्या दृष्टीने, हा व्यवसाय अतिशय गुंतागुंतींनी भरलेला आहे आणि त्यावर आक्रमकपणे उपाययोजना करता येणे अवघड आहे. राज्यसंस्थाच या व्यवसायाला खतपाणी घालत असल्यामुळे ते अधिकच कठीण होते. विद्युत भागवतांनी नोंदवल्यानुसार ती असे सुचवते की, स्त्रियांमध्ये आपापसात विश्वास आणि आत्मसन्मान याविषयी एक नवी जागृती निर्माण झाली पाहिजे. स्त्रियांना एकमेकींबद्दल 'आपण एक समूह आहोत', अशी भावना निर्माण झाली पाहिजे. यातील सगळ्यात कठीण काम म्हणजे वेश्यांना स्वतःबद्दल अर्थपूर्ण रीतीने, वेगळ्या दिशेने जाण्यासाठी उद्युक्त केले पाहिजे. हे कार्य सगळ्यात कठीण आहे; कारण पुरुषसत्ताक संस्कृतीच्या दडपणूक करणाऱ्या मूल्यांचे आंतरीकरण करूनच वेश्या जगत असतात. (विद्युत भागवत, *'स्त्रीवादी सामाजिक विचार,'* पृ. २६४)

रॅडिकल फेमिनिस्ट यातूनच पुढे गेल्या. त्यांनी पुरुषांना नाकारायची भूमिका घेतली. पुरुषांपासून स्वतंत्र झाल्याखेरीज पुरुषसत्तेला विरोध करता येणार नाही, असे या चळवळीतील स्त्रियांचे म्हणणे होते. टी-ग्रेस ॲलटकिन्सन ही NOW ची अध्यक्ष असताना लिहिलेल्या *टाईम्स*मधील लेखात तिने म्हटले होते :

> The Institution of marriage has the same effect as the instituion of slavery had. It separates people in the same category, disperses them, keeps them from indentifying as a class. The masses of slaves didn't recognize their condition, either. To say that a woman is really 'happy' with her home and kids is as irrelevant as saying that blacks were 'happy being taken care of by Ol'Massa. ...I think it is time for us to go on the offensive. (p

159) (गुलामगिरीच्या व्यवस्थेचा जो परिणाम होतो, तोच विवाहसंस्थेचा होतो. ती लोकांचे वर्गीकरण करून त्यांना अलग करते, त्यांना विसकळीत करते. एक वर्ग म्हणून त्यांना ओळख मिळवण्यापासून दूर ठेवते. गुलामांनादेखील त्यांच्या या परिस्थितीची जाणीव झाली नाही. स्त्री तिच्या घरात, मुलाबाळांत 'आनंदी' असते, असे म्हणणे म्हणजे काळे लोक त्यांच्या 'ओल्ड मास्टर'ने घेतलेल्या काळजीमुळे आनंदी होते, असे म्हणण्याइतके अप्रस्तुत आहे... मला वाटते की, आता वेळ आली आहे ती आपण सगळ्यांनी आक्रमक होण्याची.)

त्या वेळेस ती कोलंबिया विद्यापीठात Analytic Philosophy मध्ये पीएच.डी. करत होती. तिचे म्हणणे असे होते की, विभक्त कुटुंबपद्धती मोडीत काढून मुलांना सामुदायिक पद्धतीने वाढवले पाहिजे. १९६९मध्ये एका मुलाखतीत तिने असेही म्हटले की :

My impression is that the prostitute is the only honest woman left in America, because they charge for their services, rather than submitting to a marriage contract which forces them to work for life time without pay. (The Siterhood, p.167)

(माझ्या कल्पनेप्रमाणे अमेरिकेत वेश्या याच फक्त प्रामाणिक बायका आहेत, कारण त्या त्यांच्या सेवेसाठी पैसे घेतात. लग्नाला शरण जाऊन, एक करार करून आयुष्यभर बिनापैशाची सेवा पुरवण्यापेक्षा (हे बरे.))

हे म्हणणे NOW च्या क्षेत्राबाहेरचे होते. त्या काळात संपर्कमाध्यमे अतिशय आक्रमकपणे प्रत्येक नवीन 'जीवनशैली', 'नवीन सामाजिक प्रथा', 'नवीन शिकार' शोधत होती. सेलेब्रिटी जर्नालिझमचे लौकिक, आर्थिक फायदेही त्यांना माहिती झाले. कल्ट पर्सनॅलिटीजना त्या काळात प्रचंड प्रसिद्धी मिळत असे. जहाल स्त्रीवादी साहजिकच माध्यमांच्या आवडत्या लक्ष्य होत्या. टी-ग्रेस अॅटकिन्सन तिच्या आकर्षक व्यक्तिमत्त्वामुळे आणि तिच्या सडेतोड सिद्धान्तनांमुळे पत्रकारांची आवडती होती. तिच्या मागावर अनेक पत्रकार असत. विद्रोही जीवनशैलीचा ती उघड पुरस्कार करत होती. मार्च १९७१ मध्ये वॉशिंग्टन डी.सी. येथील कॅथॉलिक युनिव्हर्सिटीत बोलताना तिने असा दावा केला की, रोमन कॅथॉलिक चर्च त्याच्याजवळ जमा झालेल्या प्रचंड संपत्तीच्या जोरावर गरिबांचे शोषण करते, विशेष करून बायकांचे; कारण त्यांच्या पुनरुत्पादनाचे अधिकार चर्च ताब्यात घेते. तिच्या मते ही, conspiracy to imprison and enslave women ...into marriage and the family. (*The Siterhood,* p. 202)

अमेरिकन व्यक्तिस्वातंत्र्याच्या कल्पनांना अशा प्रकारचे जहाल विचार आणि शैली यांचे आकर्षण वाटले, तरी मुक्त शस्त्रास्त्र परवान्यामुळे त्याला फार सहज हिंसक वळण मिळू शकत होते. ५ जून १९६८ रोजी जॉन केनेडींचा भाऊ व सुप्रसिद्ध सामाजिक कार्यकर्ता रॉबर्ट केनेडींची हत्या झाली. त्याच्या आधी तीन दिवस व्हॅलेडी सोलानस (Valerie Solanas) हिने त्या काळातला अत्यंत प्रसिद्ध कलाकार अँडी वारहोल (Andy Warhol)वर गोळ्या झाडल्या. तो करत असलेल्या 'अंडरग्राऊंड' चित्रपटात सोलानस भूमिका करत होती आणि त्याचा आर्थिक मोबदला तिला पुरेसा वाटला नाही. त्यामुळे तिला ती राहात असलेल्या हॉटेलचे भाडेही चुकते करता आले नाही, म्हणून तिने हा मार्ग स्वीकारला, असे टी-ग्रेस अॅटकिन्सनने सांगितले. बेटी फ्रीडनने या घटनेपासून NOW च्या कार्यकर्त्यांनी दूर राहावे असे सांगितले. वारहोल त्या हल्ल्यातून वाचला; पण स्त्रीवादाला एक अतिरेकी शिक्का या घटनेमुळे मिळाला. सोलानिस स्वतःला 'Criminally insane' – 'पुरुषांचा तिरस्कार करणारी स्त्रीवादी' म्हणवत होती. सोलानिसला ठरवून इस्पितळात भरती करण्यात आले.

वर्णभेदाच्या चळवळीतील एक कार्यकर्ती फ्लो केनेडी ही जहाल स्त्रीवादातील एक महत्त्वाची व्यक्ती होती. ती वकील होती. स्वतः गरीब, काळ्या कुटुंबात जन्माला आल्यामुळे अवमानाचा भेदक अनुभव तिच्या गाठीशी होता. त्यामुळे कोणाचीही दादागिरी चालवून घेणार नाही या मानसिकतेची ती होती. काळ्या कुटुंबातील मुलींचे आणि आईचे नाते वेगळे होते हे इथे नोंदवले पाहिजे. आधी म्हटल्याप्रमाणे बहुतेक गोऱ्या स्त्रीवादी बायकांचे त्यांच्या आईशी तीव्र मतभेद असत. गोऱ्या पुरुषसत्तेची मूल्ये मुलींमध्ये रुजवणारी बायका ही 'एजन्सी' असल्यामुळे असेल. मात्र काळ्या स्त्रिया त्यांच्या मुलांना अत्यंत धीराने आणि खंबीरपणे अनेक प्रकारच्या हिंसांमधून वाचवण्याचा प्रयत्न करत असत. गुलामांना विवाह/कुटुंब करण्याचा अधिकार नसे. इतकेच नव्हे, तर त्यांच्या संततीवरही त्यांचा अधिकार नसे. त्यामुळे मुळात नवरा, मूल आणि कुटुंब असणे हाच त्यांच्यासाठी मोठा विद्रोह, प्रस्थापित समाजाविरुद्धची कृती असल्यामुळे ते कायमच धोक्यात असे. त्यामुळे काळ्या समूहातील आईची प्रतिमा ही संरक्षक, प्रसंगी पुरुषाशी दोन हात करूनही, मूल सांभाळणारी अशी होती. फ़्लो केनेडी नोंदवते त्यानुसार, 'My mama always told us that we were precious, so we believed it. also we were nice to each other. Nobody could understand that. (*The Sisterhood*, p. 161)' ('आमच्या आईने आम्हाला कायमच सांगितले की, आम्ही मूल्यवान आहोत, त्यामुळे आम्ही तिच्यावर विश्वास ठेवला. शिवाय आमचे एकमेकांशी चांगले संबंध होते. कोणालाच हे समजणार नाही.')

मातृप्रतिमा स्त्री-चळवळींमध्ये प्रत्येक टप्प्यावर वेगवेगळ्या प्रकारे वापरली

गेली आहे. काळ्या समाजात आई ही प्रतिमा अतिशय ताकदवान म्हणून रुजली आहे. त्याला म्हटल्याप्रमाणे प्रामुख्याने वर्णभेदाचा इतिहास आणि अनुभव कारणीभूत आहेत. गरिबीशी, वर्ण आणि वंश विद्वेषाशी संघर्ष करताना स्वतःचे घर व कुटुंब असणे ही त्यांची मोठी गरज होती. विसाव्या शतकात काळ्या स्त्रीप्रश्नाला स्वतंत्र ओळख देणाऱ्या बेल हूक्स, टोनी मॉरीसन, ॲजलिस वॉकर या महत्त्वाच्या लेखिका आहेत. त्यांनी गोऱ्या स्त्रीवाद्यांनी केलेल्या स्त्रीवादी सिद्धान्तनाच्या मर्यादा स्पष्ट केल्या.

त्यांनी असे का म्हटले आणि त्यातून कोणते फरक निर्माण झाले हे आपण लक्षात घेऊ. आफ्रिकन-अमेरिकन किंवा कृष्णवर्णीय किंवा काळा स्त्रीवाद हा त्यांच्या इतिहासाशी जोडला आहे. युरोप, अमेरिकेत गोऱ्या शेतकऱ्यांनी त्यांच्या शेतांवर राबण्यासाठी आफ्रिकेच्या रहिवाशांना काळे गुलाम म्हणून पकडून आणले. त्यांना जबरदस्तीने त्यांच्या भूमीपासून तोडून अत्यंत अपमानास्पद जीवनशैलीत शेतांवर राबायला भाग पाडले. ते गुलाम असल्यामुळे त्यांना कोणताही अधिकार नव्हता हे खरेच; पण त्यांना किमान मानवी प्रतिष्ठाही दिली गेली नाही. काळ्या स्त्रिया या शारीरिक कष्टांबरोबरच लैंगिक शोषणासाठीही गोऱ्या मालकांनी वापरल्या. त्यांच्यावर लैंगिक अत्याचार करणे हा त्यांच्यावर मालकीहक्क प्रस्थापित करण्याचाच भाग होता. शिवाय त्यांनी निर्माण केलेली संतती ही त्यांच्याकडे असणाऱ्या गुलामांची संख्या वाढवणारी संपत्ती होती.

गोऱ्या पुरुषसत्तेत गोऱ्या स्त्रियांचे स्थान दुय्यमच होते; पण त्यांच्या अस्तित्वाला किमान प्रतिष्ठा होती. मुख्य म्हणजे त्यांच्या अन्न-वस्त्र-निवारा या गरजांची सोय होती. काळ्या स्त्रियांना कोणत्याच गोष्टींची शाश्वती नव्हती. गुलामांची संख्या हे व्यापाराचे एक महत्त्वाचे साधन होते. गुलामांची खरेदीविक्री हा मोठा नफा मिळवून देणारा उद्योग होता. गुलाम स्त्रीचा तिच्या शरीरावर अधिकार नव्हता, तसाच तिच्या मुलांवर आणि तिच्या नवऱ्यावरही अधिकार नव्हता. म्हणजे एकाच गुलाम काळ्या कुटुंबातील नवरा, बायको व मुले स्वतंत्रपणे वेगवेगळ्या ठिकाणी विकली जात. गोऱ्या मालकाने काळ्या गुलाम स्त्रीवर बलात्कार केल्याने निर्माण झालेली संततीदेखील गुलाम ठरत असे. स्त्री जोवर 'ऊपजाऊ' असे, तोवर तिला विक्रीयोग्य संतती जन्माला घालण्यासाठी सुविधा व सवलती मिळत असत. त्यानंतर तिला केवळ कष्टकरी गुलाम म्हणूनच जगावे लागे. फारतर फार गोऱ्या मालकाच्या घराची देखभाल करणारी ममा म्हणून-नोकर म्हणून जगण्याचा तिला एक पर्याय उपलब्ध असे. गोऱ्या मालकांनी काळ्या स्त्रियांवर त्यांच्या लहानपणापासून अत्याचार केल्याचा इतिहास असला, तरी आंतरवर्णीय आणि आंतरधर्मीय विवाहांना अमेरिकेत कायदेशीर मान्यता १९६७मध्ये मिळाली.

हा इतिहास लक्षात घेतला तर मग पारंपरिक कुटुंबपद्धती ही पुरुषसत्ताक असल्याने तिला विरोध करण्याचा गौरवर्णीय स्त्रीवादाचा पवित्रा काळ्या स्त्रीवादाला

मंजूर होणे अवघड होते. कारण मुळात त्यांना विवाह करून, नवरा-बायको या नात्याला वैधता देऊन, मुले जन्माला घालून, त्यांना एक कुटुंब म्हणून कायदेशीर मान्यता मिळण्याची शक्यताच गुलामगिरीत व वर्णभेदी समाजव्यवस्थेत नव्हती. त्यामुळे कुटुंब असणे, मुले असणे हाच त्यांच्यासाठी महत्त्वाचा संघर्षाचा मुद्दा होता. त्यांच्या कुटुंबाबाहेरील वर्णद्वेषी वातावरणात कुटुंब हा अस्तित्वाचा आधार होता. शिवाय गुलाम म्हणून अप्रतिष्ठित जीवन जगायला लागत असताना, आपले हक्काचे व प्रेमाचे कुटुंब हा प्रतिष्ठेचा मुद्दाही होता.

स्त्रीच्या शरीराला प्रतिष्ठा मिळण्याचा गौरवर्णीय स्त्रीवादाचा मुद्दा महत्त्वाचा असला, तरी वर्णभेदी समाजव्यवस्थेत काळ्या रंगाच्या कोणत्याच शरीराला--मग ते स्त्रीचे असो वा पुरुषाचे--प्रतिष्ठा नव्हती. इतकेच नव्हे तर काळ्या पुरुषांना अनेकदा जाहीररीत्या ठेचून मारण्याची शिक्षा देणेही कायदेशीर होते. तेव्हा गुलामीत असताना बलात्कार केल्या गेलेल्या शरीराइतकेच ठेचून मारलेल्या शरीराचे अस्तित्वही वाचवणे गरजेचे होते. त्याचप्रमाणे काळ्या स्त्रीच्या शरीराचे वस्तुकरण होणे यालाही संघर्षाचा मुद्दा बनवता येणार नव्हता. कारण गुलाम म्हणून त्यांच्या शरीराचे जे वस्तुकरण--खरेदी-विक्रीची वस्तू--झाले होते, त्याला विरोध करायचा तर त्यांना स्वतंत्र नागरीक म्हणून सर्व अधिकार मिळणे गरजेचे होते. त्यासाठी त्यांना आत्मसन्मान प्रस्थापित करणे आवश्यक होतेच; पण जोडीला शिक्षण आणि अर्थार्जनाची साधने मिळवणे आवश्यक होते. या जीवघेण्या संघर्षात स्त्रिया आणि पुरुष दोघांनाही उतरावे लागले.

या आफ्रिकन-अमेरिकन लोकांच्या इतिहासातून एक कायदेशीर, अर्थार्जनाचे व शिक्षणाचे अधिकार असणारे कुटुंब म्हणून उभे राहण्याला मान्यता मिळाल्याच्या काळात लैंगिक स्वातंत्र्य, घटस्फोटाचा अधिकार वगैरे मुद्दे दूरचे ठरणे स्वाभाविक होते. काळ्या चळवळीतील स्त्रियांनी चळवळीअंतर्गत काळ्या पुरुषांकडून त्यांना मिळणाऱ्या दुय्यम वागणुकीची नोंद केलेली आहे. पण मुळात काळ्या पुरुषाचे संघर्षाचे मुद्दे हे एकंदरीतच काळ्या वर्णाच्या अस्तित्वासाठीचे संघर्षाचे मुद्दे होते हे लक्षात घ्यावे लागते. त्यामुळे काळ्या स्त्रियांनी दुसऱ्या लाटेतील स्त्रीवादाला नाकारून काळा स्त्रीवाद मांडला. याला स्त्रीवादाची तिसरी लाट म्हटली जाते. यातून फक्त काळ्या स्त्रियांच्या प्रश्नांचे वेगळे स्वरूप अधोरेखित केले गेले नाही, तर विविध वर्णांतील, देशांमधील, सांस्कृतिक पार्श्वभूमीतील स्त्रियांचे वेगवेगळे प्रश्न व धारणा विविध स्त्रीवादी मांडण्यांमधून समोर आले. यातून एक तत्त्व मान्य झाले की, स्त्रीवादाची एकसंध सर्वसमावेशक मांडणी होऊ शकत नाही; कारण स्त्रीचे शोषण जात, वर्ण, धर्म, वंश, वर्ग अशा विविध स्तरांवर होत असते. या सर्व स्तरांना एकाच वेळेस समजून घ्यावे लागते. याअर्थाने स्त्रीवाद हा शोषणाच्या गुंतागुंतींना सामोरे जाणारे एकमेव चर्चाविश्व आहे, असे म्हणता येते. ॲदलिस

वॉकरसारख्या काळ्या स्त्रीवादी लेखिकेने वर्णद्वेषाविरुद्धच्या चळवळीत भाग घेतला. पुढे जगातील सर्व आदिवासी समूहांशी नाते जोडण्याचा प्रयत्न केला. शिवाय आफ्रिकेतील अनेक समूहांमध्ये स्त्रियांना लैंगिक सुख मिळण्याचा अधिकार नाही म्हणून बालवयातच त्यांचे क्लिटोरस काढून टाकण्याच्या आजही प्रचलित असणाऱ्या शस्त्रक्रियेविरुद्ध आवाज उठवला व आजही ती त्यासाठी कार्यरत आहे. (क्लिटोरस म्हणजे स्त्रीच्या योनीमध्ये असणारा नसांचा पुंजका. त्याच्या उद्दीपनामुळे शरीरसंबंधाच्या वेळेस स्त्रीला शरीरभर सुखद संवेदना अनुभवायला मिळतात. त्याला मराठीत संतोषमणी असे म्हटले गेले आहे.)

अत्यंत गरिबीमुळे शिक्षणाला वंचित असणारा काळा पुरुष अनेकदा गुन्हेगारीत ढकलला गेला. १९६०-७०च्या दरम्यान झालेल्या वर्णभेदविरोधी चळवळींमध्ये काळ्या पुरुषांनी सक्रिय सहभाग घेतला आणि त्याला अमेरिकन प्रशासनाची तेवढीच तीव्र प्रतिक्रियाही आली. वर्णभेद संपवण्यासाठी कायदे करण्यात पुढाकार घेणारे अमेरिकन अध्यक्ष जॉन केनेडी आणि मार्टिन ल्यूथर किंगसारखे अहिंसेचा पुरस्कार करणारे नेतृत्व या दोघांचीही हत्या झाली. त्यामुळे काळ्या चळवळीतही विद्रोहाची अनेक टोके निर्माण झाली. काळ्या चळवळीचा एक जहाल नेता माल्कम एक्स याने इस्लाम स्वीकारला, ब्लॅक पँथर्सनी हिंसक प्रतिकाराचा मार्ग स्वीकारला. मात्र दोन्हीही ठिकाणी स्त्रियांची भूमिका ही दुय्यमच राहिली.

अमेरिकन राष्ट्रवाद आणि ख्रिश्चन धर्माविरोधी विद्रोही भूमिका घेत माल्कम एक्सने इस्लाम स्वीकारला; पण त्याने स्वप्न बघितलेल्या इस्लामिक राष्ट्रात स्त्रियांना दिलेली भूमिका ही पुरुषाच्या आज्ञेत राहणारी अशीच होती. त्या काळात काळ्या स्त्रियांवर केले जाणारे बलात्कार; विविध आरोपांखाली काळ्या पुरुषांना दगडांनी ठेचून मारले जाण्याची शिक्षा आणि एकूणच काळ्या लोकांची गरिबी, असहायता व हतबलता लक्षात घेता अमेरिकेत काळ्या लोकांच्या सुरक्षिततेसाठी इस्लामिक राष्ट्र स्थापण्याचा त्याचा अग्रक्रम ही राजकीय अनिवार्यता असावी; परंतु त्या मुक्त राष्ट्रराज्यात स्त्रिया मुक्त नव्हत्या ही लक्षात घेण्याची गोष्ट होती. साहजिकच स्त्रीचळवळीच्या दुसऱ्या लाटेत अपवादाने दिसणाऱ्या फ़्लो केनेडीसारख्या स्त्रियांचे स्त्री-पुरुष नात्याविषयीचे म्हणणे जहाल स्त्रीवादाच्या अंगाने व्यक्त झाले तर नवल नव्हते. एकूणच व्यवस्थेविषयीचा कमालीचा असंतोष आणि अविश्वास यावर ६०-७० च्या अमेरिकेतील चळवळी उभ्या होत्या. फ्लो केनेडी म्हणते :

> See, any time our establishment tries to get you do something, you can be sure it's not in your interest. And so the minute you hear all these love songs--see, religion and love songs

are always available to peasants--you know it cannot be politically to your advantage. It's like landmine, see, with lilies planted over it. (The Sisterhood, p.163)

(हे बघा, जेव्हा जेव्हा प्रस्थापित व्यवस्था तुमच्याकडून काही काम करून घेण्याचा प्रयत्न करते, तेव्हा अगदी पक्के धरून चाला की, ते तुमच्या भल्याचे काम नाही. त्यामुळे जेव्हा केव्हा तुम्ही ही प्रेमगीते ऐकता--म्हणजे धर्म आणि प्रेमगीते, शेतकऱ्यांसाठी कायमच उपलब्ध होती--हे काही राजकीयदृष्ट्या तुमच्या फायद्याचे असूच शकत नाही. हे म्हणजे भूसुरुंग पेरलेल्या जमिनीवर लिलीची रोपे लावण्यासारखे आहे.)

काळ्या स्त्रीवादाचा आवाज अजून बांधला जायचा होता. वर्णभेदविरोधी चळवळींच्या अनुभवांतून गेलेल्या काळ्या स्त्रियांचे लिंगभावाचे अनुभव काळ्या पुरुषांच्या अनुभवांशी घट्ट जोडलेले असणे स्वाभाविक होते. शिवाय व्यवस्थेविषयीचा अविश्वास बळकट होण्यासाठी अनेक कारणे होती ती वेगळीच. स्त्री-पुरुष नाते, कुटुंब, समाज आणि राष्ट्र या सामूहिकतांचे काय करायचे हा प्रश्न आजही अनुत्तरित राहतो. सामूहिकतेला काहीएक व्यवस्था लागते, पण ती लवचीक असावी असे सर्वांनाच वाटत असते. ही लवचीकता सत्तेत नसणाऱ्यांना विशेष करून गरजेची वाटते, तर सत्तेत असणाऱ्यांना ती धोकादायक वाटते. एकूण व्यवस्थेकडे इतकी ताकद असते, की जहाल मतवादी जरी प्रस्थापित सामूहिकता नाकारत असले तरी अंतिमतः त्यांचे उद्दिष्ट त्यांना प्रस्थापित मानकांखेरीज फार वेगळे काढता येत नाही. तिथे स्त्रियांची परिस्थिती तर अधिकच पेचदार होते. कारण स्त्री-पुरुष नात्याचे अगदी लहान एकक घेतले तरी त्यातील एक व्यापक पुरुषसत्तेचा मोहोरा असतो. त्यामुळे त्याच्याशी जोडून घेण्यासाठी किती अवकाश आणि त्याची काय किंमत मोजावी लागेल हे बहुतेक वेळा त्यांना ठरवता येत नाही.

सर्वच स्त्रियांच्या समोर असणारा राष्ट्रवादाचा पेच काळ्या किंवा तेथील एतद्देशीय इंडियन स्त्रियांच्या संदर्भात अधिकच धारदार बनतो. कारण ज्या समूहाला मानवी अस्तित्व म्हणून नाकारले आहे आणि कमालीचे दुय्यमत्व दिले आहे, नेटिव्ह इंडियन्सचे अस्तित्व नामशेष होईल इतक्या हिंसेला त्यांनी तोंड दिलेले असताना, त्या समूहात लिंगभावी विचार मांडायचा का, असा प्रश्न पडतो. शिवाय लिंगभावाचे आविष्कार सरसकट गृहीत धरता येत नाहीत. ते संस्कृतीनुसार बदलतात. लिंगभावाचे निकष आणि उपाय सार्वत्रिक होऊ शकत नाहीत हेही म्हणणे वैध होते. उदाहरणार्थ, जिथे पुरुषांनाच भूमी नाही, तिथे स्त्रियांनी वेगळी भूमी मागणे हे कमालीचे उपरोधिक ठरत

नाही काय? याची उत्तरे आजही गुंतागुंतीची आहेत; कारण आजही 'ब्लॅक लाईव्हज मॅटर' (Black lives matter)साठी काळ्या लोकांना अमेरिकेत संघर्ष करावा लागत आहे. केवळ काळ्याच नव्हे तर गौरेतर, गरीब देशांमधून स्थलांतरीत झालेल्या स्त्रियांचे प्रश्न गौरवर्णीय स्त्रियांच्यापेक्षा वेगळे होते; कारण त्यात वंश, वर्ण, वर्ग, राष्ट्र या सगळ्याच गुंतागुंती तितक्याच त्रासदायक होत्या. ८०च्या दशकात समोर आलेला हा विचार हळूहळू व्यापक होऊ लागला. विद्यापीठीय अभ्यासक्रमातही त्याचा शिरकाव झाला. मात्र त्यासाठी पाठ्यपुस्तके, संहिता उपलब्ध नव्हत्या अशी सबब सांगितली जाऊ लागली. तेव्हा १९९०च्या दशकात काळ्या स्त्रीवादी संहिता निर्माण करण्याचे काम ग्लोरिया अंझालदुआ (Gloria Anzaldua)सारख्या स्त्रीवाद्यांनी हाती घेतले. तिने विविध देशांतल्या विविध वंशांच्या स्त्रियांना एकत्र करून लिहिते केले. त्यातून विविध ओळखी आणि त्यांच्याशी निगडित विविध प्रश्न समोर आले. *The Bridge Called my Back* हे तिने संपादित केलेले 'वेगवेगळ्या आवाजांचे म्हणणे' प्रसिद्ध आहे.

याच संदर्भात अमेरिकेतील मूलनिवासी लोकांची, ज्यांना आपण रेड इंडियन म्हणतो त्या लोकांची परिस्थिती समजून घेणेही महत्त्वाचे ठरते. अमेरिकेचा शोध लागल्यानंतर युरोपातील स्थलांतरित झालेल्या गोऱ्या, ख्रिश्चन लोकांनी अमेरिकेतील मूलनिवासी लोकांचे शिरकाण करून ही भूमी बळकावली. एक छोटे उदाहरण या हत्यांच्या व्यापकतेचे दिग्दर्शन करेल. इ.स. १७०० च्या दरम्यान अमेरिकेतील व्हर्जिनिया प्रांतात ५०,००० रेड इंडियन राहत होते. १७७९पर्यंत त्यांची संख्या फक्त १,७००च्या आसपास शिल्लक राहिली. व्हर्जिनिया प्रांतामधील आर्लिंग्टन भागाची माहिती देणारे एक संग्रहालय आहे, त्यात ही आकडेवारी दिली आहे. हीच प्रक्रिया संपूर्ण उत्तर आणि दक्षिण अमेरिका खंडांत घडली. या मूलनिवासी लोकांची शेती अतिशय विकसित होती. त्यांच्याकडे घरे व अवजारे बनवण्याचे उत्तम तंत्रज्ञान उपलब्ध होते. ते निसर्गदेवतांना मानणारे लोक होते. आणि त्यांच्याकडे प्रगत शस्त्रास्त्रे नव्हती, कारण त्यांनी ती विकसित केली नव्हती. त्यांनी अमेरिकेत आलेल्या गोऱ्यांचे स्वागत करून त्यांच्याशी सुरुवातीला चांगले सहकार्य केले. परंतु त्यांच्या बेसुमार हत्या करून, त्यांची लोकसंख्या कमालीची मर्यादित करून, आज त्यांच्या चार हजारांच्या आसपास असणाऱ्या विविध जमातींसाठी २% जमीन अमेरिकन सरकारने राखीव ठेवली आहे. त्यातल्याही काही जमिनींवर युरेनियमच्या खाणी व तेलखाणी आहेत. म्हणजे तिथे राहणे हे धोकादायक ठरते आहे. या मूलनिवासी लोकांचे साहित्य आणि भाषा नष्ट होत चालल्या आहेत; कारण राखीव जागांवर जगता येणे अवघड असल्यामुळे मुख्य प्रवाहातील ख्रिश्चन धर्म व इंग्रजी भाषा स्वीकारून जगण्याची तजवीज करणे

त्यांना भाग पडते. या लोकसमूहातील स्त्री-पुरुषांचे नाते आणि त्यांच्यासमोरील आव्हाने हा पूर्णपणे वेगळा अनुभव होतो. त्यांच्या नष्ट होत चाललेल्या सुमारे तीन ते चार हजार जमातींची जीवनशैली, इतिहास, भाषा इत्यादी घटकांचे जतन करणे आणि चरितार्थाचीही तजवीज करणे ही कसरत करत असताना स्त्रिया आणि पुरुष यांच्यातील नात्यांचे लिंगविशिष्ट ताण दुय्यम ठरतात. तरी त्यांच्या उपलब्ध असलेल्या काही साहित्यावर नजर टाकली, तर स्त्रियांना पुरुषांइतकेच महत्त्व व स्वातंत्र्य असावे असे जाणवते. अर्थात आधुनिक जीवनपद्धतीत जेव्हा आयुष्य गुंतागुंतीचे होते, तेव्हा कठोर व्यवस्था निर्माण होतात. लिंगभेद हा त्याचेच पर्यवसान आहे असे म्हणता येईल. पण गुंतागुंतींना जाणून वेगळ्या मूल्यभानावर आधारित नातेसंबंध निर्माण करण्याची ताकदही माणसातच आहे. म्हणून स्त्रीवाद या चर्चाविश्वाचे महत्त्व लक्षात घ्यायला हवे.

आफ्रिकन, अमेरिकन तसेच मूलनिवासी इंडियन विचारवती मांडत असलेला स्त्रीवाद मला अधिक मूलभूत आणि व्यापक वाटतो. आज शरीर आणि स्त्री-पुरुष नाते यांचा संबंध प्रतिगामी राजकारणात अधिकाधिक गुंतागुंतीचा कसा होत जातो याचे उदाहरण त्यांच्या चिकित्सेतून समोर येते. विसाव्या शतकातील स्त्रीवादाची लिंग आणि लिंगभाव ही विभागणी स्त्रिया आणि सामाजिक व सांस्कृतिक संदर्भांचे एकमेकांशी असणारे नाते उलगडणारी ठरली. मात्र संस्कृतीचे विकसित सिद्धान्तन हे मध्यमवर्गीय स्थानाशी निगडित होते, असे सर्व ठिकाणच्या विद्रोही चळवळींनी मांडले. त्यामुळे शरीर आणि त्याचे सांस्कृतिक व सामाजिक सिद्धान्तन यांत असणारे नाते हे शरीराच्या स्थानावरून ठरते, असे त्यांचे म्हणणे होते.

वरती चर्चेच्या ओघात कुटुंब, पुरुषसत्ता, स्त्रियांचे दुय्यमत्व, मतदानाचा हक्क वगैरे मांडण्यांवरील गोऱ्या आणि काळ्या स्त्रीवादी भूमिकांमधील अंतराचा उल्लेख केला आहे. स्त्री, पुरुष देह आणि प्रजजनाचे वास्तव यांना केंद्रस्थानी ठेवत स्त्रीवादातील विविध संकल्पनांची मांडणी करण्याचा प्रयत्न मी करते आहे. दैहिक वास्तवाचा सामाजिक आणि सांस्कृतिक अर्थ लावण्याच्या प्रयत्नांतील गुंतागुंती स्त्रीवादाने मान्य केल्या आहेत हेदेखील मी म्हटले. त्याचा हा टप्पा दैहिक वास्तवाचा अन्वयार्थ विविध संदर्भांत लावतो आहे, तो महत्त्वाचा आहे. पॅट्रिशिया हिल कॉलिन्स ही समकालीन विचारवती 'ब्लॅक फेमिनिस्ट थॉट'चे सिद्धान्तन करण्याचा आणि त्यासाठी काळ्या स्त्रियांना वंशवादी, वर्णभेदवादी, राष्ट्रवादी इतिहासाच्या संदर्भांत मांडण्याचा प्रयत्न करते. ती म्हणते की, याआधीच्या लिंगभावाच्या अभ्यासांना आज परत एकदा तपासणे गरजेचे आहे. लैंगिकता म्हणजे स्त्री आणि पुरुष यांच्या शरीराचे दैहिक वास्तव आणि लिंगभाव म्हणजे स्त्रीत्व आणि पुरुषत्व यांचे सामाजिक रचित अशी

विभागणी करण्याचा पुनर्विचार आज करायला पाहिजे. जैविक लिंग, त्याचे सामाजिक रचित आणि व्यक्तीचा लैंगिक कल हे वरवर पाहता वेगळे वाटले, तरी वांशिकतेच्या राजकारणात ते एकमेकांशी जोडलेले आहेत. लैंगिकता ही वंश, वर्ग आणि लिंगभावी दडपणूक या सगळ्याच रचनांमध्ये धूर्तपणे वापरून घेतली जात असते. उदाहरणार्थ, पुरुषसत्ताकतेतील बलात्कार, जागतिकीकरणातील लैंगिक बाजारपेठेत लहान मुलांना वेश्याव्यवसायात ढकलणे किंवा वांशिक वर्चस्व प्रस्थापित करण्यासाठी दगडांनी ठेचून मारण्यासारख्या प्रथा. त्यामुळे लैंगिकता ही विविधस्तरीय चिकित्सेचे स्थान म्हणून बघावी लागेल. लैंगिकतेच्या क्षेत्रात कित्येक सामाजिक प्रथांचा वर्चस्ववाद प्रस्थापित करण्यातील सहभाग उघड होताना दिसतो. तिथे ही अनेकविध वर्चस्वे एकत्रितपणे काम करताना दिसतात.

वंश, वर्ग, लैंगिकता, वर्णभेद, ethnicity, वय या सगळ्याच एकमेकांना रचत नेणाऱ्या सत्ताव्यवस्था आहेत. उदाहरणार्थ, रूढ प्रथा झालेला, गुलाम असलेल्या काळ्या स्त्रियांवरील झालेला बलात्कार हा वंशवादी वर्चस्वाला आधार देत असे, त्यातून मालकाला मोठी आर्थिक सत्ता मिळवून देणारी गुलामांची पिढी तयार होत असे. शिवाय त्यातून गुलाम स्त्रीच्या देहावरही सत्ता प्रस्थापित होत असे. म्हणजे एकूणच देह हे वास्तव या व्यवस्थांच्या राजकारणात त्याच्या लैंगिकतेसकट आणि लिंगभावासकट वापरले जाते. जात, धर्म, प्रांत, वंश, वर्ण आणि राष्ट्र या सगळ्याच व्यवस्थांचा दमनकारी धाक निर्माण करण्याचे देह हे क्षेत्र आहे.

या म्हणण्याला आधार देणारा अँजेला डेव्हिस (Angela Davis) हिच्या एका शोधनिबंधाचा संदर्भ देणे गरजेचे वाटते. १९८२ मध्ये लिहिलेल्या 'Racism, Birth Control and Reproductive Rights' या तिच्या निबंधात ती १९व्या शतकापासून स्त्रीवाद्यांनी गर्भपाताच्या अधिकाराचा जो मुद्दा लावून धरला होता, त्याची चिकित्सा करते. 'Voluntary motherhood' मधून birth control चे कँपेन राबवले गेले. विवाहाअंतर्गत बलात्काराची चर्चाही त्यातून झाली. सुरक्षित गर्भप्रतिबंधक औषधांमधून स्त्रीचा स्वतःच्या शरीरावरील अधिकार सांगितला गेला. पण वेगळ्यावेगळ्या पार्श्वभूमीतून येणाऱ्या स्त्रियांची या संदर्भातली मतेही वेगळी होती. हे खरेच की, गर्भप्रतिबंधक गोळ्या हे स्त्रियांच्या दृष्टीने वरदानच होते. पण वंशवाद आणि वर्गीय पिळवणूक यांच्या संदर्भात गर्भप्रतिबंधन हे एक वादग्रस्त साधन ठरले. तिच्या मते गर्भपाताच्या हक्काची मागणी करणाऱ्यांनी स्वतःच्या म्हणण्याला ऐतिहासिक संदर्भांमध्ये तपासून पाहणे गरजेचे होते. काळ्या गुलाम स्त्रियांमध्ये गर्भपाताचे प्रमाण गोऱ्या बायकांमध्ये असलेल्या गर्भपातापेक्षा बरेच जास्त होते. गर्भपात कायदेशीर होण्याच्या आधी ज्या स्त्रिया अत्यंत धोकादायक परिस्थितीत गर्भपात करून घेत, त्यांत काळ्या स्त्रियांचे

प्रमाण ८०% होते. पण याचा अर्थ त्या गर्भपाताच्या समर्थक होत्या असा नव्हता. त्या गर्भपात करून घेत होत्या, कारण त्यांना ज्या भीषण परिस्थितीत जगावे लागत होते, ते जीवन आपल्या मुलांच्या वाट्याला येऊ नये असे त्यांना वाटत होते. गर्भपात किंवा अर्भकाची हत्या मोठ्या प्रमाणात होत असण्याचे कारण स्वतःच्या शरीरावर अधिकार सांगण्यापेक्षाही गुलामीतील जगण्याची भीषणता हे होते. पुढे १९व्या शतकाच्या अखेरीस जेव्हा गोऱ्या वंशातील जन्मदराचे प्रमाण खाली आले, तेव्हा तत्कालीन अध्यक्ष थिओडोर रूझवेल्ट यांनी १९०६ मध्ये त्यांच्या State of the Union च्या भाषणात अशी चिंता व्यक्त केली की, '..the well born white women who engaged in willful sterility--the one sin for which the penalty is national death, race suicide.' Angela Davis, 'Racism, Birth Control and Reproductive Rights', Ed Reina Lewis and Sara Mills, *Feminist Post-colonial Theory*, p. 357 ('चांगल्या कुलात जन्माला आलेली गोरी स्त्री जेव्हा स्वेच्छेने गर्भप्रतिबंधन करते –– ते एक पाप असते आणि त्याची किंमत संपूर्ण देशाला भोगावी लागते – देशाचा मृत्यू, वंशाचा मृत्यू.')

हा काळ अमेरिकेने फिलिपिन्सवर ताबा मिळवण्याचे प्रयत्न करण्याचा काळ होता. म्हणजे साम्राज्यविस्ताराचे राष्ट्रवादाशी आणि पर्यायाने स्त्रियांच्या जननक्षमतेशी असणारे हे नाते आहे. गर्भप्रतिबंधाची चळवळ पुढे जात राहिली. त्यात गोऱ्या, उच्चवर्गीय स्त्रियांना ती त्यांच्या शिक्षणाच्या व करिअरच्या महत्त्वाकांक्षेसाठी आवश्यक वाटली, मात्र गरीब स्त्रियांचे प्रश्न अधिक गुंतागुंतीचे होते. त्यांना गर्भप्रतिबंधक साधने आणि गर्भपात दोन्हीही परवडणारे नव्हते हा त्यातील आणखी एक गुंता. साहजिकच त्यांनी गर्भनिरोधाच्या शस्त्रक्रिया करून घ्याव्यात, असे सुचवण्यात आले. त्याच दरम्यान सुप्रजननशास्त्राची चलती सुरू झाली. 'युजेनिक्ससारखे सिद्धान्त विसाव्या शतकाच्या पूर्वार्धात अमेरिकेत वेगाने वाढणाऱ्या नव भांडवलदारांच्या गरजांना पोषक होते. १९३९ मध्ये Birth Control Federation of America ने 'Negro Project' सुरू केला. त्यांनी त्यांचे उद्दिष्ट मांडताना असे नोंदवले की :

The mass of Negros, particularly in the South, still breed carelessly and disastrously, with the result that the increase among Negroes, even more than among Whites, is from that portion of the population least fit, and least able to rear children properly. (Davis, Feminist Post-colonial Theory, p.461) (ही निग्रोंची संख्या – विशेषतः दक्षिणेकडची– अजूनही निष्काळजीपणे आणि भयानक वीतात,

त्यामुळे गोऱ्या लोकांमधील जन्मदरापेक्षा निग्रोंचा जन्मदर खूप वाढला आहे. शिवाय जी लोकसंख्या सर्वांत कमी सक्षम आहे, जे लोक त्यांच्या मुलांना नीट वाढवू शकणार नाहीत अशा लोकसंख्येकडून ही पैदास वाढते आहे.)

गर्भपाताची प्रवक्ती आणि कार्यकर्ती असणाऱ्या मार्गरिट सँगरनेही सामाजिक आणि आर्थिक व शारीरिक आणि मानसिकदृष्ट्या मागास असलेल्यांनी गर्भप्रतिबंधन करून घ्यावे, असे रेडिओवरून जाहीरपणे सांगितले. गर्भपात, गर्भप्रतिबंधन, युजेनिक्स आणि रेसिझम यांचे एकत्र येणे; काळ्या, मूलनिवासी इंडियन स्त्रियांच्या शरीरावर कोसळले. त्यामुळेच १९७०च्या दशकात जेव्हा गोऱ्या स्त्रीवाद्यांनी गर्भपाताला कायदेशीर करण्याची मागणी केली, तेव्हा काळ्या स्त्रियांनी त्याच्याकडे संशयाने बघितले. सरकारने आर्थिक साहाय्य देऊ केलेल्या गर्भप्रतिबंधाच्या शस्त्रक्रियांचा वापर प्रामुख्याने काळ्या आणि मूलनिवासी इंडियन लोकांवर झाला. अनेकदा इंग्रजी भाषा न येणाऱ्या स्त्रियांकडून संमतीपत्रावर सह्या घेऊन या शस्त्रक्रिया करण्यात आल्या. १९७६मध्ये अमेरिकेच्या सिनेट समितीसमोर अहवाल मांडताना डॉ. उरी यांनी असे सांगितले की, मूल होऊ शकण्याच्या वयाच्या नेटिव इंडियन बायकांपैकी २४% बायकांच्या गर्भप्रतिबंधक शस्त्रक्रिया करण्यात आल्या. तर १९७० मध्ये प्रिन्स्टन विद्यापीठाच्या लोकसंख्यावाढ नियंत्रण विभागाने केलेल्या सर्वेक्षणानुसार २१% काळ्या विवाहित स्त्रियांवर गर्भप्रतिबंधक शस्त्रक्रिया करण्यात आल्या होत्या. या अन्यायाचा प्रतिकार प्युर्टोरिकन, काळ्या, स्पॅनिश/मेक्सिकन आणि मूलनिवासी इंडियन यांनी करायला सुरुवात केली. गर्भप्रतिबंधनाचे व गर्भपाताचे शस्त्र दुहेरी प्रकारे स्त्रियांवर वापरले गेले. गोऱ्या स्त्रियांनी गर्भपात करू नये म्हणून तर काळ्या, इंडियन स्त्रियांनी तो केलाच पाहिजे म्हणून. आज गर्भापातविरोधी असणारे गट वंशवादी गोरे आणि चर्चप्रणित सनातन यांच्याशी संलग्न आहेत.

डेव्हिस आणि कॉलिन्स यांच्या म्हणण्याची मांडणी करण्यामागे एक हेतू असा आहे की, आज कोणतीही समस्या बायनरीत-दोन टोकांमध्ये- बघून चालत नाही, तर तिची विविध स्तरीय गुंतागुंत लक्षात घेणे गरजेचे आहे. स्त्रियांची शरीरे कोणत्याही दमनयंत्रणेसाठी सहजी हाती येणारे आणि विविध प्रकारे दमनाचे संदेश वागवणारे माध्यम आहे. हे लक्षात घेता देह आणि देहाचे संदर्भ यांचा बारकाईने अभ्यास करावा लागेल.

स्त्रीवादाच्याच वाटचालीतून आज नव्याने निर्माण झालेली आणखी एक अभ्यास-शाखा म्हणजे Masculinity Studies, म्हणजे पुरुषत्वाचा अभ्यास. ज्या पुरुषांना स्त्रीवादी विचारांची चिकित्सा पटली, त्यांनी त्याच्या जोडीने पुरुषत्वाची कोणती व्याख्या आपण स्वीकारतो आहोत याचा ऊहापोह करणे गरजेचे मानले. पुरुषत्वाच्या प्रतिमेचे जे ओझे पुरुषाला सतत वागवावे लागते, त्यातूनही पुरुषसत्ताक व्यवस्था आणि त्यांचे स्वरूप ठरते. कोलंबिया युनिव्हर्सिटी प्रेसने २००२ मध्ये प्रसिद्ध

केलेल्या एका पुस्तकाचा उल्लेख करते. *Masculinity Studies and Feminist Theories : New Dimensions,* Ed. Judith Kegan Gardiner या पुस्तकाला मायकेल किमेल यांनी लिहिलेल्या प्रस्तावनेतील पुढील भाग पुरुषत्वाच्या संकल्पनांची चिकित्सा स्त्रीवादाला मदतरूप कशी ठरू शकेल हे दाखवून देतो :

> Feminism is not anti-male but feminists are capable of using feminism to empathize with men when they challenge and critique masculinity as ideology and institution. Actually the right-wing anti-feminists are real 'male-bashers' who assert that male are biologically programmed to be violent beasts, incapable of change, that will rape and pillage if women do not fulfil their biological mandate of sexual and social contrain.
>
> (स्त्रीवाद हा पुरुषांच्या विरोधात नाही. उलट स्त्रीवाद्यांमध्ये त्यांचा स्त्रीवाद पुरुषांच्या परिस्थितीचे सहानुभावी आकलन करून घेण्यासाठी वापरण्याची क्षमता आहे. जेव्हा पुरुष पुरुषत्व नावाच्या विचारधारेला आणि संस्थेला आव्हान देतात, त्या (संकल्पनेची) चिकित्सा करतात; तेव्हा (याची गरज असते.) खरे तर उजव्या विचारधारेचे स्त्रीवादविरोधी लोक आग्रहाने सांगतात की, पुरुष जैविकदृष्ट्याच बलात्कार करू शकणारे, उद्ध्वस्त करू शकणारे हिंस्र जनावर म्हणून बनवला गेला आहे, तो बदलणे अशक्य आहे. बायकांनी पुरुषांच्या लैंगिक आणि जैविक गरजा भागवल्या नाहीत आणि त्यातून सामाजिक नियंत्रण साधले नाही (तर तो तेच करणार.) अशी मांडणी करणारे हे लोक खरे तर 'पुरुष-झोडपणी' करतात.)

म्हणजे १७व्या शतकात मेरी वोलस्टोनक्राफ्टच्या स्त्री-स्वातंत्र्याच्या जाहीरनाम्यापासून सुरू झालेला स्त्रीवादी तत्त्वज्ञानाचा प्रवास आज विविध स्थानांवरून रचल्या जाणाऱ्या तात्त्विक भूमिकांना आपलेसे करत मानव-मुक्तीची वाटचाल करतो आहे.

३ भारतीय स्त्रीवाद

'भारतातील स्त्रीवादाची वाटचाल' असे म्हणण्यापेक्षा मी महाराष्ट्रातील मला माहिती झालेल्या स्त्रीवादाच्या संकल्पना मांडण्याचा प्रयत्न करणार आहे. पण महाराष्ट्र म्हणत असतानाचा जो भारतीय संदर्भ अपरिहार्य आहे, त्याला धरून ही मांडणी होईल. त्याला अर्थातच भारताच्या स्वातंत्र्य मिळवण्याच्या प्रयत्नांपासून सुरुवात करावी लागेल. कारण स्वातंत्र्य हे फक्त एका घटकाचे नसते तर स्वातंत्र्य मूल्य मानायचे झाले, तर प्रत्येकच अस्तित्वाचा विचार करावा लागेल. हे मान्य केले तर भारत नावाच्या भौगिलिक अस्तित्वाला स्वातंत्र्य मिळवून देण्याच्या प्रकल्पात अनेक पूर्वकल्पनांची पुनर्रचना झाली हे लक्षात येते. त्यात स्त्री-पुरुष नातेसंबंधांच्या पुनर्रचनेची वाटचाल कशी झाली हे तपासण्याचा प्रयत्न भारतातील स्त्रीवादी विचारवंत करीत आहेत. राष्ट्र निर्माण होते ते एक नकाशा निर्माण करून, म्हणजे राष्ट्राला शरीर मिळते. साहजिकच त्यातून निर्माण होणाऱ्या व्यवस्था, त्यांचे नियम, कायदेकानून यांचीही गरज असते. देहाचे अस्तित्व महत्त्वाचे ठरते; तेव्हा मग स्वातंत्र्य, समता, बंधुता, सहिष्णुता या मूल्यांशी बांधिलकी अनिवार्य होते आणि ती संस्थात्मक व्यवहारांमधून नीटपणे राबवली जावी लागते. म्हणजे मूल्यभाव आणि त्याची प्रत्यक्ष व्यवस्थात्मक अंमलबजावणी या दोन्हीही गोष्टी राष्ट्रनिर्मितीत महत्त्वाच्या असतात. आत्ता आपण हाताळत असलेल्या स्त्री-प्रश्नाच्या संदर्भात या सगळ्याची चिकित्सा महत्त्वाची ठरते. राष्ट्रनिर्मिती आणि स्त्रीदेह यांचे संबंध कमालीचे गुंतागुंतीचे असतात हे दुसऱ्या महायुद्धात व नंतर घडलेल्या स्त्रीदेहाच्या विटंबनेच्या वृत्तांतांवरून दिसून येतेच. तसेच भारतीय उपखंडांमधील फाळणीच्या वेळेसही समोर आले. ती भारत-पाकिस्तान असो अथवा बांगलादेशाच्या निर्मितीच्या वेळेस असो, स्त्रीदेहांवरूनच राष्ट्रांच्या सीमा आखल्या गेल्या असे फाळणीच्या अभ्यासकांचे म्हणणे आहे.

स्त्रीवादाचा भारताच्या संदर्भात विचार असे म्हणत असताना तो आधुनिक

भारताच्या संदर्भातला म्हणजे १९व्या शतकापासून पुढचा असे म्हणावे लागेल. तिथे स्त्री-प्रश्न नावाचे काहीतरी स्वतंत्रपणे बघण्याची निकड निर्माण झाली. स्त्री-प्रश्नाला केवळ दयाळू पुरुषांनी केलेल्या सुधारणा असे न बघता, स्त्रियांची परिस्थिती कोणत्या व्यवस्थेत कशी निर्माण होते याचा विचार १९व्या शतकात सुरू करणारे फुले आणि ताराबाई शिंदे यांच्यापासून स्त्रीवाद नावाच्या तत्त्वज्ञानाच्या मांडणीची सुरुवात झाली, असे म्हणता येईल.

ही सुरुवात होण्याचे कारण म्हणजे पाश्चात्त्य आधुनिक विचारांनी आणलेले काही वेगळे मूल्यभान. तेव्हा साधारणपणे ब्रिटिशांचे भारतातील आगमन असा संदर्भ धरून पुढे जाऊ. पाश्चात्त्य आधुनिकता ही संज्ञा आधुनिकता म्हणून इथे वापरत आहे. ब्रिटिश भारतात आले नसते तर भारताची वाटचाल कशी झाली असती, हा प्रश्न इथे अप्रस्तुत आहे. एकदा औद्योगिक क्रांती झाल्यानंतर ज्या प्रमाणात सर्व प्रकारचे उत्पादन होऊ लागले, ते लक्षात घेता साम्राज्यविस्तार अटळ होता. आणि साम्राज्यविस्तार करायचा तर एक कणखर, शिस्तशीर राष्ट्र-राज्यही असावे लागते, तरच साम्राज्यविस्तार करता येतो. १६ ते १९ व्या शतकांच्या वाटचालीत हे स्पष्ट होऊ लागले. साहजिकच राष्ट्र नावाची संकल्पना घट्ट, सुनिश्चित आणि विविध प्रकारच्या संस्थानिर्मिती करणारी व्यापक संकल्पना बनत गेली. संस्थात्मक व्यवहारात संस्कृतीचाही प्रवेश अपरिहार्य ठरतो. कोणत्या मूल्यभानातून संस्था उभारल्या जातात हे महत्त्वाचे ठरते.

राष्ट्र ही संकल्पनादेखील मूल्यभानाच्या आवरणाखालीच आर्थिक व राजकीय वर्चस्वाचे डावपेच लढवत राहते. ब्रिटिश सत्तेने 'व्हाईट मॅन्स बर्डन' हे मूल्य त्यांच्या साम्राज्यविस्तारासाठी वापरले. गोरा माणूस काळ्या माणसापेक्षा सर्व दृष्टींनी श्रेष्ठ आहे, म्हणून देवानेच त्याच्यावर काळ्या माणसांना सुधारण्याची जबाबदारी टाकली आहे, असा त्याचा अर्थ होता. तर स्वातंत्र्य हे मूल्य भारत व इतर वसाहतींनी वापरले. व्यक्तिस्वातंत्र्य हे मूल्य पाश्चात्त्य शिक्षणातून निर्माण झाले आणि त्यातून स्वातंत्र्य नावाची संकल्पना साकार होत गेली.

१९व्या शतकात ब्रिटिश साम्राज्य आणि भारत नावाचा राष्ट्र-उभारणी प्रकल्प जेव्हा संघर्षात्मक पवित्र्यात एकमेकांसमोर ठाकले, तेव्हा स्वतःची वेगळी ओळख घडवणारे मूल्यभान असणे त्यांना गरजेचे वाटले. या मूल्यभानाच्या शोधात स्त्री-पुरुष नातेसंबंधांचाही घटक लक्षात घेतला गेला. राजकीय स्पर्धेत आणि स्वातंत्र्य मिळवण्याच्या प्रयत्नांमध्ये स्त्री-पुरुष नातेसंबंधांना व्यक्तिस्वातंत्र्याच्या आधुनिक मूल्यभानात आणणे मागे पडले. फुले-आंबेडकर परंपरा या मूल्यभानाची सातत्याने पाठपुरवणी करताना दिसते. या सांस्कृतिक भानाचा ठळक आविष्कार धर्मसुधारणेच्या

चळवळींमध्ये दिसतो आणि या चळवळींना स्त्रीच्या स्थानाचा विचार अपरिहार्यपणे करावा लागलेला दिसतो.

१९व्या शतकातील धर्म आणि सुधारणेच्या चर्चाविश्वांमध्ये स्त्रीप्रश्नाची जाण व मांडणी यशवंत सुमंत यांनी पुढील मुद्द्यांमध्ये केली आहे :

१. स्त्रियांचे प्रश्न 'स्त्री'चे प्रश्न म्हणून न मांडले जाता, ते बऱ्याचदा आपापल्या धर्माच्या व तद्‌जन्य रूढी-परंपरांच्या अंतर्गत स्त्रियांचे प्रश्न म्हणून मांडले गेले.

२. स्त्रीकडे मनुष्यमात्र (Human Being) म्हणून पाहिले गेले पाहिजे व तिच्याशी माणुसकीने वागले पाहिजे याबद्दलची जाण या मांडणीतून पुढे आली.

३. स्त्रीशिक्षणाचा आशय, दिशा, रोख काय असावा याबाबत जरी कमालीची मतभिन्नता असली, तरी स्त्रियांना शिक्षण खुले असले पाहिजे याबद्दलची जाणीव, जागृती वेगवेगळ्या थरांत आणि समाजात निर्माण झाली.

४. पुरुषहिताच्या विरोधात न जाता, त्याला पूरक राहून स्त्रियांच्या परिस्थितीत सुधारणा कशी करता येईल व त्याप्रमाणात तिचे स्वातंत्र्य कसे जोपासता येईल यासाठी प्रयत्न झाले.

५. काही तुरळक अपवाद वगळता स्त्री-पुरुष समतेचा आग्रह हासुद्धा या टप्प्यावर फारसा तीव्र नव्हता.

६. स्त्रियांच्या परिस्थितीत किमान सुधारणा झाल्याखेरीज राष्ट्रीय जागरणाचा प्रकल्प पुरा होणार नाही या जाणिवेतून, राष्ट्रनिर्मिती प्रक्रियेतील एक अभिकर्ती म्हणून स्त्रियांकडे पाहण्यास सुरुवात झाली. आणि या अवकाशाचा आवश्यक तो लाभ घेत तत्कालीन स्त्रियांनीही पारंपरिक रूढीच्या काचातून मुक्त होत स्त्रीचा नवा अवतार साकारण्याचा प्रयत्न केला.

७. धर्मसुधारक आणि समाजसुधारकांच्या प्रयत्नांमुळे स्त्रियांना हळूहळू आत्मभान येत गेले व त्या स्वतःबद्दल प्रथमच प्रकटपणे लिहू, बोलू लागल्या. आपली मते, भूमिका मांडू लागल्या. ...स्त्रीप्रश्नाचे तात्त्विक विवेचन व वैचारिक विश्लेषण प्रायः सुधारणावादी पुरुषांनी केले खरे; पण स्त्री-प्रश्नाचे सिद्धान्तन करण्याची गरज त्यांनाही वाटली नाही.आणि स्त्रियांनीही तत्त्वविवेचन किंवा सैद्धान्तिक युक्तिवादापेक्षा कथा, कविता, निबंध, रोजनिशी, पत्ते, आठवणी, प्रवासवर्णने यांतून आपले अनुभवविश्व मांडण्यावर भर दिला.

८. या समाजसुधारणांच्या काळात झालेल्या स्त्री-प्रश्नाच्या मांडणीची सर्वांत महत्त्वाची मर्यादा म्हणजे, महात्मा फुले किंवा त्या परंपरेतील काही तुरळक अपवाद वगळता स्त्री-प्रश्नाचा जातिव्यवस्थात्मक संदर्भ फारसा कोणी लक्षात

घेतला नव्हता. तसेच जातिव्यवस्थेतून निर्माण होणाऱ्या सामाजिक अंतर्विरोधामुळे स्त्री-प्रश्नाच्या समग्र मांडणीत येणारे अडसर आणि अडथळे किती अनुल्लंघनीय असू शकतात याचेही भान तत्कालीन धर्म व समाजसुधारकांना नव्हते.

(यशवंत सुमंत, 'आधुनिक भारताच्या राजकीय तत्त्वचिंतनातील स्त्रीप्रश्नाची जाण', *संदर्भासहित स्त्रीवाद*, पान ७१)

अर्थात, धर्मसुधारणावादी असोत किंवा समाजसुधारणावादी, स्वातंत्र्य मिळवण्याचे- आणि तेही इतक्या विविधतेने भरलेल्या देशासाठी- इतके मोठे आव्हान होते की, स्त्री-पुरुष नात्याची उभारणी करण्यासाठीचे स्वास्थ्य त्या वेळी मिळणे अवघड होते. शिवाय तो अग्रक्रम ठरवण्यासाठी आवश्यक असणारी आधुनिकतेची प्रगल्भ जाण समाजात विकसित व्हायची होती. जी माणसे राजकीय नेतृत्व करीत होती, ते बहुतेक पुरुष होते आणि ते धर्म आणि प्रांत यांच्यातील संघर्ष सोडवण्यात गुंतले होते. शिवाय ते प्रामुख्याने सवर्ण होते. त्यामुळेही जात प्रश्न किंवा स्त्री-प्रश्न यांची सखोल जाण त्यांच्याजवळ असण्याची शक्यता कमी होती. या अर्थाने स्वातंत्र्य ही संज्ञा जातिव्यवस्था आणि लिंगभाव यांच्या अगदी प्राथमिक आकलनातून बघितली गेली. स्वातंत्र्यचळवळ तापायच्या आधीही हे लक्षात येते.

ताराबाई शिंदेंच्या मूलगामी लेखाचा उल्लेख त्यांच्या काळात फुले वगळता इतर कोणीही केलेला आढळत नाही. स्त्रीच्या विचारवती म्हणून, तत्त्वज्ञ म्हणून प्रतिमेला आजही व्यापक मान्यता नाही. समाजमनात आजही स्त्री-प्रतिमा मातृप्रतिमा आणि वेश्या--सात्विक आणि कुटील-- या दोन टोकांमध्ये हिंदकळताना दिसते. याचे मुख्य कारण म्हणजे पुरुषाला स्त्रीच्या देहाबद्दल असलेली लालसा स्त्रीच्या बौद्धिक अस्तित्वाला मान्यता देत नाही. तेव्हा आधुनिक अवकाशात असलेली स्वतंत्र, विचारी व्यक्ती म्हणून प्रतिष्ठा स्त्रीच्या आजही फारशी वाट्याला आलेली दिसत नाही. म्हणूनही आज स्त्री-पुरुष नातेसंबंधाची मांडणी उलटून परत एकदा जातिसंस्था, धर्मसंस्था यांच्या पुरुषसत्ताक वर्चस्वात विकृत होत जाताना दिसते आहे.

स्त्री-प्रश्नाच्या दोन बाजू म्हणजे दैहिक आणि मूल्यात्मक. आधुनिक भारतातील स्त्री-प्रश्नाची दृश्यता स्त्रीदेहाला जाळून नष्ट करण्याच्या सती प्रथेतून समोर आली. सती 'प्रथा बंदी'च्या कायद्यापासून स्त्रीदेह चर्चेत आला, तो आजही फाळणीच्या वेळेस किंवा जातिभेदाच्या समस्येत बलात्कारित केला जाणारा देह म्हणून चर्चेत आहे. स्वातंत्र्य मिळाले तरी देशातील प्रत्येक व्यक्ती ही त्या स्वातंत्र्याची हक्कदार आहे याची अंमलबजावणी होण्यासाठी पुष्कळ आव्हाने समोर आहेत. आज भांडवली

व्यवस्था, आर्थिक साम्राज्यवाद, जातिसंस्था आणि पुरुषसत्ताकता यांच्या आक्रमणात केवळ स्त्रीदेहच अन्यायाचे क्षेत्र राहत नाही; तर पुरुषदेहसुद्धा अन्याय लादण्याचे क्षेत्र बनतो आहे. खैरलांजी काय किंवा नितीन आगेच्या हत्येसारख्या घटना काय पुरुषदेहही तिथे पणाला लागलेला दिसतो. अर्थात युद्ध किंवा दहशतवादासारख्या व्यापक हिंसेत शरीर पणाला लागत असते. पण केवळ विशिष्ट सामाजिक व सांस्कृतिक अवकाशाचा विचार करायचा, तर लैंगिकता केंद्रस्थानी ठेवून शरीरावर अत्याचार किंवा शरीर संपवण्याचे प्रकार घडतात, त्याचा विचार वेगळा करायला हवा. कारण यातून सूक्ष्म पातळीवर हिंसेचे समर्थन आणि हिंसेचे दैनंदिन आविष्कार व त्यातून तशी संस्कृती घडण्याची प्रक्रिया घडत असते. स्त्रियांच्या संदर्भातली हिंसा याचा पुरावा आहे. लैंगिकता, प्रजनन यांना केंद्रस्थानी ठेवून होणारी हिंसा स्त्रियांच्या बाबतीत अधिक व्यापक आणि सूक्ष्मही आहे हे आपल्याला मान्य करावे लागेल. कारण त्यातूनच प्रजननाशी निगडित संकेत, सांस्कृतिक व्यवहारातील संकेत, रूढी आणि रिवाज पुढे धर्म आणि राष्ट्र या दोन्हीही व्यवस्थांमधील स्त्रियांचे स्थान ठरवताना वापरले जातात.

भारतातील स्त्रीवादाची वाटचाल ही स्वातंत्र्यपूर्व काळात कोणत्या ताणांमधून सुरू झाली आणि स्वातंत्र्योत्तर काळात कोणते मुद्दे उचलले गेले याचा विचार करताना मुळात पारतंत्र्यामधून स्वातंत्र्याकडे वाटचाल होतानाच्या मुद्द्यांचा विचार त्याच्याशी जोडला जातो. स्त्री-शिक्षणाची मुहूर्तमेढ फुल्यांनी १८५२ मध्येच रोवली असली, तरी जशी स्वातंत्र्य चळवळ फोफावू लागली तशी स्त्री-प्रश्नाची आधुनिकतेशी फारकत होऊ लागली. त्याची प्रक्रिया आपल्याला विजयालक्ष्मी खटला प्रामुख्याने राष्ट्रवादाशी कसा जोडला गेला यातून लक्षात येते. विधवा विजयालक्ष्मीला झालेले मूल तिने ठार मारले, म्हणून तिला फाशीची शिक्षा सुनावताना जेव्हा न्यायाधीश वेस्ट तिला भारतीय संस्कृतीतील स्त्रियांचे प्रातिनिधिक रूप मानतात. यांनी पाश्चात्त्य संस्कृतीतील विधवा आणि एकूणच वंचित स्त्रिया तुलनेने अधिक प्रगल्भ आणि अत्यंत नैतिक आहेत असे ठरवले. जेव्हा संस्कृतीचे श्रेष्ठत्व स्त्रियांच्या नैतिकतेवर जोखले जाते, तेव्हा अर्थातच तो प्रश्न स्त्रियांचा न राहता राष्ट्र आणि संस्कृतीच्या प्रतिष्ठेचा प्रश्न बनतो. त्याचे खंडन गव्हर्नरला लिहिलेल्या सार्वजनिक सभेच्या पत्रात केले गेले. त्यात देशांतर्गत जनमत आणि ब्रिटिश न्यायव्यवस्था यांच्यात फारकत केली आहे. वेस्ट यांचा निर्णय फार जहाल आणि जनमत त्याविरोधी आहे - म्हणजे स्त्रियांच्या बाजूचे आहे, असे सूचित होते. पारशी, राजपूत आणि ब्राह्मण यांच्यात फरक आहे आणि तो ब्रिटिशांच्या लक्षात येणे अवघड आहे, असे त्यात म्हटले आहे. साहजिकच हिंदू म्हटल्या जाणाऱ्या समाजातील विविध तेढी आणि आमचे-त्यांचे असा सूर दिसतो. हिंदू समाज युरोपीयन समाजापेक्षा वेगळा आहे, जिथे विधवा किंवा अविवाहित स्त्रियांना

सन्मानाने जगणे अवघड आहे. परंतु पाश्चात्त्य देशांतही ह्या समस्या आहेत याचे ज्ञान आम्हाला आहे. तेव्हा न्यायव्यवस्था तयार करताना तसेच राबवताना भारतीय जनमताच्या प्रतिनिधींच्या सूचना लक्षात घेणे गरजेचे राहील. म्हणजे एकंदरित स्त्री-प्रश्न हा जात, धर्म आणि राष्ट्र यांच्यातील संघर्षात्मक अवकाशाचा एक भाग आहे हे त्यातून स्पष्ट होते. त्याची पुरुषांच्या वर्तणुकीपासून केलेली फारकतही लक्षात येते. म्हणजे विजयालक्ष्मीला फशी पाडणाऱ्या पुरुषाचा उल्लेख कुठेच येत नाही. स्त्री-प्रश्न हा मुळात पुरुषी व्यवस्थेतून निर्माण झालेला प्रश्न आहे याचे भान या टप्प्यावर त्यांना नाही.

अर्थात, १९व्या शतकात स्त्री-प्रश्नाचे अनेक पैलू समोर आले आणि त्यावर उपाय शोधण्याचे प्रयत्न झाले हे नाकारता येणार नाही. परंतु हे प्रश्न मांडणारे आणि त्यावर उपाय सांगणारे बहुसंख्येने पुरुषच होते. त्याचा ऊहापोह साहजिकच पुरुषसत्ताकतेच्या परिघात झाला. वर उल्लेखलेल्या विजयालक्ष्मी खटल्याच्या निमित्ताने ताराबाई शिंदे यांनी दिलेली प्रतिक्रिया किंवा संमतिवयाचा प्रश्न आणि विधवा केशवपन या प्रश्नांच्याबाबतीत पंडिता रमाबाईंनी घेतलेली भूमिका या किती थेट, निर्भय आणि समतेचा विचार करणाऱ्या होत्या हे लक्षात घेण्याजोगे आहे. कायदा किंवा न्यायव्यवस्था तयार होताना त्यात स्त्रियांचा सहभाग असला पाहिजे व त्यासाठी स्त्रियांनीही अभ्यास करून स्वतंत्रपणे प्रगल्भ सहभाग घेतला पाहिजे हे पंडिता रमाबाई आणि ताराबाई दोघीही सांगतात. ताराबाई या मातीत घट्ट रुजलेल्या असल्याने एकूणच व्यवस्थेच्या अंमलबजावणीतला भ्रष्टाचार त्यांना पुरेपूर माहिती आहे. तो त्या प्रत्येक बाबतीत घडताना दाखवतात. त्यामुळेच मग पुरुषाला एक न्याय आणि स्त्रियांना वेगळा न्याय का, असा प्रश्न त्या निबंधभर हडसून खडसून विचारतात. स्त्रीवरील प्रत्येक आरोपाला त्या पुरुषांच्या वर्तणुकीचे दाखले देत पुरुषी व्यवस्थेचा परिणाम मानतात. स्वदेशी सत्ताव्यवस्थेपेक्षा इंग्रजांची सत्ता ही स्त्रियांना मुक्त करणारी, न्याय प्रस्थापित करणारी आणि ज्ञानाला महत्त्व देणारी आहे, तसेच भ्रष्टाचारी नाही, असे या सांगतात. त्यांचे स्त्री-प्रश्नाचे विश्लेषण भारत नावाच्या आर्थिक व सांस्कृतिक अवकाशाशी किती नेमके नाते जोडते हे वाचण्याजोगे आहे. त्या म्हणतात,

> या तुमच्या भिकार चाळ्यांनी सर्व प्रकारचे स्वदेशी रोजगार बुडून, हरएक प्रकारचे व्यापारी व कसबी कारागीर लोक उपाशी मरु लागले. वैभव हटत चालले. ...तर तुम्हाला विधवा स्त्रियांचा आणि या गरीब कारागीर लोकांच्या मुलाबाळांची कनवळा येऊन तुम्ही आपल्या देशाकडे पुनः पहिल्यासारखी नजर फिरवून आपापले धर्म, चाली, देशरीवाज न सोडता

स्वदेशाभिमानी व्हावे, व सर्वप्रकारे स्त्रियांस दोषपात्र करून रसातळी न घालावे म्हणून हा एक लहानसा निबंध तुम्हापुढे सादर केला आहे. (संपादन: विलास खोले, ताराबाई शिंदे, 'स्त्री-पुरुष तुलना', पान ८८)

संमतिवयाच्या कायद्याविरुद्ध पुण्यात १८९१मध्ये जोरदार चळवळ चालू असताना पंडिता रमाबाईंनी त्यात हिरिरीने भाग घेतला. बिलाची माहिती अशी- बारा वर्षांच्या लग्न झालेल्या मुलीशीही संभोग झाला, तर नवऱ्यालादेखील कायद्याने शिक्षा व्हावी. याची पार्श्वभूमी-फुलमणी दासी नावाच्या ८ वर्षे वयाच्या मुलीचे लग्न ३८ वर्षांच्या माणसाशी झाले असता ती त्याच रात्री मरण पावली. रमाबाईंनी आर्य महिला समाजाची बैठक घेतली, ज्याला १०० कुलस्त्रिया उपस्थित होत्या. काशिताई कानिटकर यांनी हे बिल पास करावे म्हणून सूचना मांडली असता एका बाईंनी हा प्रसंग तुमच्या जावयावर आला आणि त्याच्यावर खटला झाला तर तुम्हाला चालेल काय, असा प्रश्न त्यांना केला. त्या गप्प बसल्या. तेव्हा रमाबाई म्हणाल्या, 'बेहेत्तर आहे, मुलीपेक्षा जावई अधिक नाही.' देवदत्त टिळक, *'महाराष्ट्राची तेजस्विनी पंडिता रमाबाई'*, कोणत्याही व्यवस्थेचा अथवा तत्त्वाचा विचार करायचा, तर तत्त्व म्हणून वैयक्तिक फायदे-तोटे बाजूला ठेवण्याची शिस्त ज्ञानातून आणि अनुभवातून मिळते, तशीच ती वैचारिक सुस्पष्टतेतूनही मिळते. ही शिस्त पंडिता रमाबाई सहजी सांभाळत होत्या.

स्त्रीप्रश्न पारंपरिक हिंदू धर्माच्या जोखडातून सोडवणे व प्रगल्भ स्त्री-पुरुष साहचर्य असणे यांची गरज स्वातंत्र्यप्राप्तीच्या प्रयत्नांत अनेकांना गरजेची वाटली. साहजिकच स्त्री-पुरुष संबंधांचा विचार आपल्या स्वातंत्र्यपूर्व काळात महत्त्वाचा मानणारे राजकीय भान आपल्याकडे होते. ते सुधारणावादी होते, इतकेच नाही तर त्यातून सक्षमपणे उभ्या राहणाऱ्या स्त्रिया आधुनिकतेची आणि राष्ट्र-उभारणीची सांगड घालू पाहत होत्या. दोन उदाहरणे बोलकी आहेत. १९१८मध्ये सक्तीच्या प्राथमिक शिक्षणासाठी 'पटेल ॲक्ट' मुंबई कायदे कौन्सिलात संमत झाला. मुंबई इलाख्यातील म्युनिसिपालट्यांना आपल्या हद्दीतील भागात ५ ते ११ वर्षे वयाच्या मुलांना प्राथमिक शिक्षण मोफत व सक्तीचे करण्याची इच्छा अंमलात आणण्याचा अधिकार दिला गेला. अशा शिक्षणाचा खर्च आपल्या नेहेमीच्या उत्पन्नात भागवणे पुणे म्युनिसिपालटीला शक्य नव्हते. त्यामुळे तीन पक्ष पडले. :

१. स्त्रीशिक्षणाला सहानुभूती, पण नवीन कर बसवणे अमान्य.
२. जहाल अथवा राष्ट्रीय पक्ष भूमिका-प्राथमिक शिक्षण फक्त मुलांना मोफत व सक्तीचे करावे व त्यासाठी जरूर ते कर बसवावेत, परंतु शिक्षणात मुलींचा अंतर्भाव करायला पूर्ण नकार. आरोग्यरक्षणावर खर्च झाल्याने म्युनिसिपालटीची

सांपत्तिक स्थिती समाधानकारक नाही, असे त्यांचे म्हणणे होते. न. चिं. केळकर यांनी असे मांडले की, 'सर्व देशांत मुलांच्या शिक्षणाला मुलींच्या शिक्षणापेक्षा अग्रक्रम दिला जातो; त्यास अनुसरुन येथे मुलांचे शिक्षण सक्तीचे करावे. नंतर मुलींचे शिक्षण सक्तीचे होण्याची वाट पाहावी लागली, तरी त्याने काही अनहित होणार नाही.'

३. मुलांना आणि मुलींना एकाच वेळेस सक्तीच्या शिक्षणाचा कायदा लागू करावा, असे सुधारकांचे म्हणणे होते.

न. चिं. केळकरांची कन्या कमलाबाई देशपांडे एस.एन.डी.टी.त शिकल्या होत्या. त्यांनी मुलींचे शिक्षण लांबणीवर टाकू नका, असे वडिलांना निक्षून सांगितले. न. चिं. केळकर टिळक पक्षाचे असल्याने त्यांनी सांगितले की, 'आपल्या पार्टीने राष्ट्रीय पक्षाने मुलींचे शिक्षण मुलांनंतर दोन वर्षांनी सक्तीचे करायचे ठरवले आहे, म्हणून मला त्याप्रमाणे वागले पाहिजे.' तेव्हा कमलाबाईंनी त्यांना खडसावले की, 'मग तुमचा आणि माझा उघड मतभेद होईल.' म्युनिसिपल कौन्सिलच्या सभेत त्यांनी भाषण केले. त्यात न. चिं. केळकरांना विरोध करीत, 'शिक्षण हा सर्व प्रकारच्या उन्नतीचा पाया आहे. शिक्षणात मुली मागे पडणे समाजाला हितकारक होणार नाही,' असे मांडले. (माधव श्रीनिवास विद्वांस, *'श्रीमती रमाबाई रानडे : व्यक्ती आणि कार्य'*)

पुढे याच विषयावर टिळकांची सभा बुधवार पेठेतील किर्लोस्कर थिएटरमध्ये आयोजित केली गेली. राष्ट्रीय पक्षाच्या लोकांची आणि ब्राह्मणेतर पक्षाच्या लोकांचीही गर्दी त्या सभेला झाली. वि. रा. शिंदे यांनी *'ज्ञानप्रकाश'*मध्ये जाहीरपणे लिहिले होते की, मुलामुलींना शिक्षण देण्यासाठी कितीही कर बसवावा लागला तरी लोक तो देतील. लोकमताची विशेषतः अस्पृश्य वर्गाची ही मागणी आहे. त्या सभेत वि. रा. शिंदे यांची बहिण जनाक्का शिंदे म्हणाल्या :

> सक्तीचे शिक्षण केवळ परकीय देशांतील ऐकीव गोष्ट आहे असे नव्हे, तर आपल्या देशातही म्हैसूर आणि बडोदे संस्थानांत असे सार्वत्रिक मोफत व सक्तीचे शिक्षण सुरू होऊन आज पुष्कळ वर्षे झाली. आमच्या पुणेकर मित्रांनी त्याची टाळाटाळ चालविलेली पाहून काय म्हणावे समजत नाही. मला वाटते की मुलींना शिकवल्याखेरीज मुलांना शिकवणे गृहसौख्याच्या दृष्टीने घातक आहे. खर्चाची अडचण खरी नाही. ...मुले पैसा मिळवून आणतात म्हणून त्यांना शिकवावे, असे काही विद्वान म्हणतात. पण मिळवलेला पैसा खर्च करण्याचे काम स्त्रियांचे आहे. त्यांना जर उपयोग करायला शिकवले

नाही तर मिळवून काय होणार? ह्या गोष्टी आमच्या महारामांगांच्या बायकांना कळत असून सदाशिवपेठेतील उच्च वर्गातील विद्वानांचा विरोध पाहून माझी मती गुंग होत आहे.' (उपरोक्त.)

राष्ट्रउभारणीचा विचार करत असताना मुक्तीची संकल्पना मध्यवर्ती असणे क्रमप्राप्त होते. मुक्ती कोणाची, कोणापासून, कशासाठी आणि कशी हे प्रश्न राष्ट्र नावाच्या कल्पित अवकाशातील सर्वच घटकांबद्दल आणि नातेसंबंधांबद्दल पडणे स्वाभाविक होते. त्यामुळे त्यात स्त्रियांच्या मुक्तीचा एक धागा गुंफला गेला. धर्मसुधारणा चळवळी, सामाजिकसुधारणा चळवळी आणि परकीय सत्तेचा प्रतिकार करणाऱ्या राष्ट्रवादी चळवळी या सगळ्याच चळवळींमधून सुधारणांचा विचार केला गेला. पाश्चात्त्य आधुनिकतेशी संपर्क आल्यानंतर सुधारणांचा कार्यक्रम जरी सर्वच क्षेत्रांत राबवला जाण्याची प्रक्रिया सुरू झाली, तरी राष्ट्र म्हणून स्वतःची ओळख आणि अस्मिता बांधण्याची प्रक्रियाही त्याच वेळेस आग्रही होत गेली. या अस्मितांची बांधणी पाश्चात्त्य आधुनिकतेच्या निकषांवर करायची म्हटली, तरी शहरीकरणाची प्रक्रिया ही ब्रिटिशांच्या आर्थिक धोरणांशी संलग्न होती. त्यामुळे व्यापारीकरण, औद्योगिकीकरण यांच्यामुळे विकसित होत चाललेला शहरी भाग तर निवळ शेतीवर तगणारा ग्रामीण भाग अशी आधुनिकीकरणाची प्रक्रिया असंतुलित होत गेली. साहजिकच यशवंत सुमंत यांनी केलेल्या मांडणीनुसार, 'परिणामतः स्त्रीप्रश्नाचे आकलन, स्त्रीसुधारणेचा अजेंडा, स्त्रीविषयक तत्त्वचिंतन हे जातनिहाय, वर्गनिहाय आणि प्रांतनिहाय वेगळे होते. त्याचा प्रांतनिहाय विकास व आविष्कार वेगवेगळ्या दिशेने झाला. त्यामागील तात्त्विक प्रेरणाही वेगवेगळ्या होत्या. (आधुनिक भारताच्या राजकीय तत्त्वचिंतनातील स्त्रीप्रश्नाची जाण' पान ६४-६४, संदर्भांसहित स्त्रीवाद..)

मात्र महाराष्ट्रापुरता विचार करायचा झाला तर स्त्रीप्रश्नाच्या संदर्भात सुधारणावादी आणि राष्ट्रवादी राजकारणाच्यापुढे पाऊल टाकणारे दोन द्रष्टे विचारवंत समोर येतात, ते म्हणजे फुले आणि आगरकर. ताराबाई शिंदे आणि पंडिता रमाबाई या दोघींच्याही पाठी ठामपणे उभे राहिलेले फुले यांची स्त्रीप्रश्नाची जाण काळाच्या फार पुढची आणि स्त्री-पुरुष नात्याकडे अत्यंत प्रगल्भतेने बघणारी होती. यशवंत सुमंत उपरोक्त लेखात नोंदवतात त्याप्रमाणे :

आजच्या स्त्रीवादाचे अनेक जिव्हाळ्याचे विषय फुले आणि आगरकरांच्या स्त्रीविषयक चिंतनाच्या कक्षेत येत होते...व्यक्ती म्हणून असलेल्या प्रतिष्ठेबरोबरच स्त्रीची स्त्री म्हणून असलेली प्रतिष्ठाही जपली गेली पाहिजे असे फुले व आगरकरांना वाटते. स्त्री-पुरुष समतेचा आग्रह दोघेही

लावून धरतात. पुरुषसत्ताक समाजव्यवस्थेत स्त्री–पुरुषांचे नागरिकत्वाच्या अंगाने येणारे नातेही दास आणि स्वामीसदृश्य असते याची आगरकरांना जाण होती. ...फुल्यांच्या लेखनशैलीत...दरवेळी ते पृथ्वीतलावरील 'स्त्री–पुरुष' असा उभयतांचा अथकपणे, स्वतंत्रपणे, पण एकत्र निर्देश करताना दिसतात. फुल्यांनी विधवांच्या केशवपनाविरुद्ध घडवून आणलेला न्हाव्यांचा संप, फसवल्या गेलेल्या विधवांच्या अनौरस मुलांसाठी सुरू केलेले अनाथालय हेदेखील स्त्री देहाच्या प्रतिष्ठेसाठी केलेला क्रांतिकारी हस्तक्षेप होता. त्याचवेळेस सत्यशोधक चळवळीतून सत्यशोधक विवाहासारखे समतेवर आधारित आणि सामाजिक भान असणारे सांस्कृतिक संस्कारही त्यांनी निर्माण केले. (उपरोक्त, पान ७२)

फुल्यांनी सार्वजनिक सत्यधर्माची मांडणी करताना लिहिलेल्या ३२ आज्ञा स्त्री–पुरुषांच्या समतेवर आणि व्यक्तिप्रतिष्ठेच्या तत्त्वावर आणि विवेकनिष्ठ मानसिकतेवर आधारलेल्या आहेत.

फुल्यांचेच समकालीन आगरकर फुल्यांइतक्याच क्रांतिकारक भाषेत स्त्री–पुरुष नातेसंबंध आणि त्यांना असलेली सामाजिक, सांस्कृतिक धारणांची चौकट याविषयी बोलताना दिसतात. *'केसरी'* आणि *'सुधारक'*मधील त्यांचे लेख सामाजिक दंभ आणि रूढीग्रस्तता यांच्यावर चौफेर हल्ले चढवताना दिसतात. स्त्रियांना 'चरितार्थसंपादक शिक्षण देण्याची आवश्यकता' आग्रहाने मांडत असताना ते घटस्फोट, स्वयंवराचा अधिकार, विधवाविवाह, विवाहकालीन वय अशा विषयांवरही सडेतोडपणे लिहितात. बुद्धिनिष्ठता ही आगरकरांच्या विचारांची वृत्ती आहे. त्यामुळे धर्म, राष्ट्र, कुटुंब यांचे कोणतेच दडपण घेतल्याखेरीज बुद्धीला जे पटेल आणि जे आचरणात आणता येईल, ते निर्भयपणे करण्याचा संदेश ते देतात. 'हा कलंक कसा जाणार?' या लेखात हरी मोहन नावाच्या घोडनवऱ्याने आपल्या ११ वर्षांच्या बायकोवर केलेल्या बलात्कारात ती बळी गेल्याच्या घटनेवर आगरकर संतापून लिहितात. आणि ११ काय किंवा १२ काय या वयात निवळ विवाहांतर्गत बलात्काराला शिक्षा देण्याची तरतूद करून भागणार नाही, तर मुलींचे विवाह लहान वयात होणेच बंद केले पाहिजे हे ते आग्रहाने सांगतात. 'विवाहकाल आणि संभोगकाल' या त्यांच्या लेखात बालविवाह, विधवाविवाह या संदर्भांत बोलताना ते स्पष्टपणे धर्माधार, शास्त्राधार हे थोतांड आहे असे सांगतात.

ज्या गोष्टीविषयी ज्या ऋषिचे किंवा ज्या स्मृतीचे मत अनुकूल आहे तो ऋषि आणि ती स्मृति त्या गोष्टीच्या संबंधाने प्रधान मानणार! व ज्या अर्थी हवी ती गोष्ट धर्मदृष्ट्या प्रशस्त आहे असे म्हणणारा धर्माचार्य किंवा

शब्दचलाखीने ती तशी आहे असे भासवणारा टीकाकार कोणत्याही देशात हव्या त्यावेळी पैदा होण्यास कधी पंचाईत पडत नाही, असे कसे होणार? लोकात जो आचार रूढ असेल तदनुसार एखादा संस्कृत अनुष्टुभ रचून तो जुन्या पोथीत घुसडून देणे, आणि त्यातील आज्ञा अमक्यातमक्या ऋषिची. आचार्याची, किंवा भटाची आहे, असे सांगून तात्कालिक स्वार्थ साधणे. हे अगदी सामान्य मनुष्याच्याने होण्यासारखे काम आहे हे कोणीही कबूल करील. (आगरकर वाङ्मय, खंड १, पान ४१८)

'प्रियाराधन' या लेखात तत्कालीन स्त्री-पुरुष नात्यांची जी विटंबना सामाजिक रूढींमधून केली जात होती त्यावर ते म्हणतात, 'राष्ट्राची खरी मजबुती कुटुंबाच्या आणि त्यातील व्यक्तींच्या मजबुतीवर सर्वथैव अवलंबून आहे. त्या कुटुंबाची व त्याच्या लहानमोठ्या अवयवांची स्थिती जोपर्यंत आता आहे तशीच राहील, तोपर्यंत राज्य, धर्म, नीति, उद्योग यांपैकी कोणत्याही गोष्टींत आमचे पाऊल वास्तविकपणे पुढे पडले असे कधीही म्हणता येणार नाही. (उपरोक्त, पान ८८)

कुटुंबातील नातेसंबंधांतील ताणांचीही त्यांना कल्पना होती. पण बुद्धिनिष्ठ व्यक्तिस्वातंत्र्यातूनच संस्थात्मकता विकसित होतील. कणखर व्यक्ती सामाजिक संस्थांची मिरासदारी आणि दडपण यांना बुद्धिनिष्ठेतून योग्य ते वळण लावू शकेल, असे त्यांना वाटत होते. स्त्री-पुरुष नातेसंबंधांच्या अनेकविध संदर्भांची त्यांनी ज्या सडेतोडपणे चिकित्सा केली, ती आजही लक्षात घेण्याजोगी आहे.

आगरकरांनी मांडलेला व्यक्तिस्वातंत्र्याचा विचार र. धों. कर्वे यांनी अधिक मूलगामी केला. राष्ट्रउभारणीच्या समोर असणाऱ्या विविध आव्हानांना तोंड देताना स्त्री-पुरुष नातेसंबंधांतील नैतिकता कुटुंबसंस्थेच्या अंगाने निश्चित करून स्त्री-पुरुषांना राष्ट्राचा पाया मानण्याचे काम राष्ट्रीय नेत्यांनी केले. त्या वेळेस निखळ बुद्धिप्रामाण्यावर आधारित व्यक्तिस्वातंत्र्याचा पुरस्कार करत स्त्री-पुरुष नातेसंबंधातील नैतिकतेला पूर्ण वेगळे रूप देण्याचा प्रयत्न र. धों. कर्वे यांनी केला. लैंगिक प्रेरणा आणि प्रजनन यांना केंद्रस्थानी ठेवून त्यांनी सामाजिकता पुनर्व्याख्यित केली. यांनी मानवी अस्तित्वाकडे निवळ शारीर अस्तित्व म्हणून बघितले. त्यामुळे त्याला कोणतीही नैतिकता व अनैतिकता चिकटत नाही. समाजाने जी मूल्यव्यवस्था निर्माण केली आहे, ती ढोंगीपणाला वैधता देणारी आहे; त्यामुळे व्यक्तीने भौतिक परिस्थितीच्या आधारे, समाजातील कोणाचेही व्यक्तिस्वातंत्र्य धोक्यात येणार नाही अशा प्रकारे वागल्यास ढोंगीपणाला थारा मिळणार नाही, असे त्यांचे म्हणणे होते. प्रत्येक व्यक्तीची सुख मिळवण्याची प्रेरणा आणि समाधान मिळवण्याचा अधिकार हाच निकष सर्व नातेसंबंधांना

लावायला पाहिजे असा त्यांचा आग्रह होता. १९३१ मध्ये ज्या लेखामुळे र.धों.ना खटल्याला सामोरे जावे लागले होते, त्या 'व्यभिचाराचा प्रश्न' या लेखात ते म्हणतात:

व्यभिचाराला पाप म्हणण्याच्या मुळाशी अशी समजूत आहे, की स्त्री-पुरुष नातेसंबंध ही एक अपवित्र, घाणेरडी गोष्ट आहे व सामान्यतः ते पापच आहे. ....व्यभिचाराची कल्पना लोकांस इतकी दुःसह होते याचे इतकेच कारण असू शकते, की विवाहित स्त्री ही पुरुषाची मालमत्ता आहे, ती दुसऱ्याला वापरण्याचा हक्क नाही ही समजूत. पुरुषी अंमलात स्त्री मालमत्ता होते व व्यभिचाराचे पाप तिलाच विशेष बाधते; परंतु स्त्रीराज्यात याच्या बरोबर उलट स्थिती होते... परंतु मालमत्तेची कल्पना सयुक्तिक नाही, न्याय्य नाही व शास्त्रीय तर नाहीच. तेव्हा व्यभिचाराला पाप समजण्याचे शास्त्रीय कारण बिलकुल नाही. (र. धों. *समाजस्वास्थ्यमधील निवडक लेख*, पान २९९-३०१)

प्रजननाचा प्रश्न स्त्रियांच्या स्वातंत्र्याच्या संदर्भात महत्त्वाचा आहे हे जाणून त्यांनी १९४७ च्या 'विवाहाचा प्रश्न' या लेखात असे म्हटले की, सामाजिकदृष्ट्या समान दर्जा द्यायचा म्हणजे अविवाहित स्त्रीला प्रजोत्पत्तीचा हक्क असला पाहिजे आणि तिच्या अपत्याचा दर्जा कोणत्याही बाबतीत कमी लेखता कामा नये....मूल स्त्रीला होते आणि ते तिचे असते. ते कोणापासून झाले हे विचारण्याचा हक्क कोणालाही नाही. ...मुलांच्या संगोपनाची व्यवस्था करणे हे समाजाचे काम आहे. (र. धों. समाजस्वास्थ्यमधील निवडक लेख, पान ३२६) कुटुंबसंस्थेला विवाहसंस्था पायाभूत न मानणे ही अत्यंत मूलगामी दिशा त्यांनी स्त्री-पुरुष नातेसंबंधांच्या बाबतीत दाखवली.

फुल्यांचा सत्यशोधनाचा कार्यक्रम आणि स्त्रियांना कृतिशीलता देण्याचा कार्यक्रम गांधींनीही राबवला. त्यांच्या दोघांच्या स्त्रीदास्यासंबंधीच्या मतात काही साम्यही आहे हे नोंदवून पुढे जाऊ. 'मी पुरुषांना दोष देतो. पुरुषांनी त्यांच्याविरुद्ध स्त्रियांविरुद्ध कायदे केले. पुरुष स्त्रीला आपल्या सुखाचे साधन मानत आला. तिनेही ते मान्य केले. अंती हीच परिस्थिती तिला स्वाभाविक व सुखकर वाटू लागली, असे गांधीजी म्हणाले होते. त्यामुळेही त्यांनी स्त्रियांनी निर्भय बनण्याचा प्रकल्प हाती घ्यावा असे त्यांच्या राजकीय वाटचालीत सुचवले. पण त्याचबरोबर स्त्रियांना इतकी वर्षे पुरुषांनी दडपलेले असल्यामुळे त्यांना स्वतंत्रपणे जगायचे असल्यास त्यांना स्वावलंबी व्हावे लागेल, तसेच ज्या स्त्रियांना अविवाहित राहायचे असेल, त्यांनी पुरुषावर अवलंबून राहाणे सोडून स्वतंत्र व्हायला लागेल, असेही त्यांनी म्हटले आहे. आर्थिक स्वातंत्र्य

हा त्याचा महत्त्वाचा भाग असेल हे जाणून त्यांनी स्त्रियांच्या हातात चरखा दिला. स्त्रियांना सार्वजनिक अवकाशात आणण्याची जबाबदारी पुरुषांची आहे, त्यामुळे त्यांना स्वयंपाकघरात डांबून ठेवू नका असेही त्यांनी पुरुषांना बजावले. स्त्रियांच्या साहचर्याची कल्पना मांडताना त्यांनी असे म्हटले की, ‘जब वे हमारी बातचीतमें भाग लेंगी, हमारे साथ वादविवाद करेंगी, हमारी बाहरी मुसीबतोंको समझकर अपनी अलौकिक शक्तीसे उनको दूर करनेमें भाग लेंगी और हमें शांती देंगी, तभी हमारा उद्धार हो सकेगा, उससे पहले नहीं। (*आजादी और औरत*, पान २८.)

> स्त्री पुरुष नात्याचा आदर्श मांडताना त्यांनी सांगितले होते की : My ideal is this : a man should remain man and yet should become woman. Similarly a woman should remain woman and yet become man. This means that man should cultivate the gentleness and discretion of woman and woman cast off her timidity and become brave and courageous. (माझा आदर्श असा आहे : पुरुषाने पुरुष असावे, पण त्याने स्त्री बनले पाहिजे. त्याचप्रमाणे स्त्री ने स्त्री राहावे, पण पुरुष बनावे. याचा अर्थ पुरुषाने स्त्रीचा सौम्यपणा आणि तारतम्य अंगी बाणवावे तर स्त्रीने तिचा भित्रेपणा सोडून शूर आणि धाडसी बनावे.)

अर्थात, नौखालीतील फाळणीच्या काळातील दंगलींमध्ये स्त्रियांवर जे अत्याचार झाले, तेव्हा पुरुषांच्या शरीरात गुंतलेल्या मानसिकतेचा शोध घेणे त्यांना अपरिहार्य वाटले. त्यातून त्यांनी ब्रह्मचर्याचे प्रयोग केले हेही महत्त्वाचे आहे. हे प्रयोग पुरुषाला स्वतःच्या देहातील लैंगिक उद्दीपनाला वात्सल्यात बदलता येते का, याचा शोध घेणारे प्रयोग होते. आपल्या कुशीत असलेला नग्न स्त्रीदेह आईच्या वात्सल्य भावनेतून पुरुषाला सांभाळता आला पाहिजे, हा आग्रह त्यांनी स्वतःला पणाला लावून तपासला. तिथे जर वात्सल्य भावनेत त्रुटी राहिली, तर मग जमातवादी दंगलीत स्त्रियांवर पुरुषांनी केलेल्या अत्याचारांची कारणमीमांसा करताना पुरुषमाणूस स्खलनशीलच आहे, तो शारीरिकदृष्ट्या विश्वासार्ह नाहीच, तो कितीही प्रयत्न केले तरी उन्नत अवस्थेला पोहोचू शकणारच नाही, हे सिद्ध होईल अशा गृहितातून त्यांनी प्रयोगांना सुरुवात केली होती. पण त्यांच्या सहकाऱ्यांच्या आग्रहामुळे त्यांना ते प्रयोग बंद करावे लागले.

गांधींनी स्त्री-पुरुष नात्याला महत्त्वाचे मानले, त्यामुळे गांधींविचारांनी प्रेरित झालेल्या काही तत्त्वचिंतकांनी आणि कार्यकर्त्यांनी स्त्री-पुरुष नात्यावर महत्त्वाचे चिंतन केले. दादा धर्माधिकारी यांची पुस्तके त्या दृष्टीने महत्त्वाची आहेत. गांधींनी मांडलेल्या स्त्री-पुरुषांच्या सहजीवनाची संकल्पना पुढे नेत त्यांनी स्पष्टपणे म्हटले की,

संस्कारांची परिणती मनोभूमिकेत होते. स्त्रीच्या संबंधातही धर्माने आणि सामाजिक मर्यादांनी काही संस्कार समाजात रूढ केले आहेत. पण स्त्री–पुरुषांमध्ये पितापुत्रीचा, मातापुत्राचा किंवा भावाबहिणीचा संबंध आहे असा संस्कार त्यांच्यावर केला तरी त्यांचे संबंध पवित्र होतील असे नाही. कारण पुरुषाच्या दृष्टीने स्त्रीची पवित्रता तिच्या मातृत्वावरच अवलंबून असेल तर तिला विवाह करणे अनिवार्य आहे. पुरुषाला ब्रह्मचर्य श्रेयस्कर आणि स्त्रीला मातृत्व असा दुहेरी न्याय त्यातून निर्माण होतो. ('स्त्री–पुरुष सहजीवन', पान ७१–७२)

मैत्रीच्या संबंधाचा विकास स्त्रीच्या जीवनात होऊ शकलेला नाही. स्त्रीला एकटेपणाची जशी भीती वाटते तशीच पुरुषाच्या सोबतीचीही वाटते. यावर उपाय एकच आहे की स्त्री–पुरुषांत विशुद्ध पारस्पारिक सख्यभक्तीचा संबंध स्थापन व्हावा. (उपरोक्त, पान ७५)

भारतीय संस्कृतीच्या आणि तत्कालीन सामाजिक धारणांच्या चौकटीत पारंपरिक भाषा वापरत त्या भाषेला अत्यंत क्रांतिकारक अर्थ देण्याचे काम गांधी आणि त्यांच्या विचारांनी वाटचाल करणाऱ्या विचारवंतांनी केले. व्यापक सामाजिक व राजकीय वाटचालीत एका अर्थाने युटोपिया मांडण्याचे काम गांधी करत होते, ते त्यांनी स्त्री–पुरुष नातेसंबंधांच्या बाबतीतही केले. त्यांना त्याच्या मर्यादा नक्कीच माहिती होत्या. त्यामुळे ते स्वतःला 'व्यवहारनिष्ठ आदर्शवादी' म्हणवून घेत. पण जे त्यांना प्रयत्नसाध्य, शक्य वाटत होते, ते व्यापक सामूहिक पातळीवर बरेच कठीण असते हे त्यांना नौखालीत जाणवले असावे.

१९व्या शतकाच्या अखेरीपासून विविध स्त्रीसंघटनांची स्थापना होण्यास सुरुवात झाली. आधुनिकतेतून येणाऱ्या व्यक्तिस्वातंत्र्यावर आधारित लोकशाही शासनयंत्रणेची ओळख झाली, तेव्हा स्त्रियांनी मताधिकाराची मागणी केली. शिक्षणाच्या अधिकाराची मागणी केली. काँग्रेसच्या १९१८ सालच्या विशेष अधिवेशनात स्त्री–मताधिकाराच्या समर्थनार्थ बोलताना सरोजिनी नायडू म्हणाल्या होत्या,

आम्ही मताधिकार मागत आहोत याचे कारण तुमच्या म्हणजे पुरुषांच्या कोणत्याही कार्यालयीन कामात, नागरी कर्तव्यात, आम्हाला हस्तक्षेप करायचा आहे किंवा तुमच्या सार्वजनिक सत्तास्थानालाही कोठे आम्हाला धक्का लावायचा आहे असे नसून आमच्या अंगाखांद्यावर जी लहानगी बाळे आम्ही वाढवत आहोत त्यांच्यावर राष्ट्रीय जीवनाचे आदर्श संस्कार आम्हाला करता यावेत व त्यांच्या राष्ट्रीय चारित्र्याचा पाया घरातच घालता यावा यासाठी

आम्हाला मताधिकार हवा. (यशवंत सुमंत, उपरोक्त, पान ७७)

हा मातृप्रतिमेचा प्रभाव काही प्रमाणात बाजूला ठेवून स्त्रियांसाठी हक्कांची आणि अधिकारांची मागणी रमाबाई रानड्यांनी केलेली दिसते. स्त्रियांचा मताधिकार १९२३ मध्ये ५२ विरुद्ध २५ मतांनी पास झाला तेव्हा रमाबाई रानड्यांनी स्त्रियांच्या प्रतिनिधित्वाची मागणी करताना म्हटले होते,

> Women are not prepared any longer to content themselves with the second place in life which men have assigned to them. They are determined to come to the front, to take part in the various movements of the country, not merely social but political also for the betterment of their country. I accept the resolution, ' This meeting of the all India liberals is of the opinion that the time has arrived for the removal of sex disqualification in regard to the membership and franchise for the provincial and central legislature.' 28 Dec. 1923 Nationl Liberal Federation Conference

मधील भाषण –

('पुरुषांनी स्त्रियांना आयुष्यात जे दुय्यम स्थान देऊ केले आहे, त्यावर समाधान मानण्याची आता स्त्रियांची तयारी नाही. त्यांनी पुढे येण्याचा निर्धार केला आहे, देशातील विविध चळवळींमध्ये भाग घेण्याचा निर्धार केला आहे, आणि त्यांच्या देशाच्या प्रगतीसाठी केवळ सामाजिकच नव्हे तर राजकीय चळवळींमध्येसुद्धा (त्यांना सहभागी व्हायचे आहे.) मी हा ठराव स्वीकारते. भारतातील सर्व उदारमतवादी लोकांची ही बैठक अशा मताची आहे की, प्रांतिक आणि केंद्रीय विधीमंडळाचे सदस्यत्व आणि प्रतिनिधित्व यांचा विचार करताना स्त्री , पुरुष असा भेदभाव काढून टाकण्याची वेळ आली आहे.)

भारतातील सामाजिक पोतानुसार विविध धर्मांतील स्त्रियांच्या संघटना धर्म आणि आधुनिकता यांच्यातील स्त्री-प्रतिमांची चर्चा करत होत्याच; पण त्याला राष्ट्रवादाचे उद्दिष्ट अपरिहार्यपणे चिकटलेले होते. अस्मितांच्या प्रश्नात राष्ट्राच्या जोडीने धर्म हाही अस्मितेच्या राजकारणात वापरण्याचा मुद्दा ठरला. साहजिकच स्त्रीप्रश्नावरच पूर्ण लक्ष केंद्रित करून आधुनिक मूल्यांच्या आधाराने व्यक्तिस्वातंत्र्य, समता, विवेकवाद, विज्ञान-तंत्रज्ञानाची ओळख, शिक्षणाचा आणि चरितार्थाचा हक्क अशा दिशेने स्त्रीप्रश्नाच्या सोडवणुकीची न अडखळता वाटचाल होऊ शकली नाही. उदाहरणार्थ 'द ऑल इंडिया विमेन्स कॉन्फरन्स' ही १९२७ साली स्थापन झालेली स्त्रियांची परिषद राष्ट्रवादाशी जोडून घेण्यासाठी एक स्त्रियांसाठीची राजकीय शक्ती बनावी, असे अमृत कौरना

वाटत होते. त्यामुळे कायद्याचा आधार घेत, वैधानिक मार्गांचा प्रभावी वापर करत, ब्रिटिश अधिकाऱ्यांशी सहकार्य करत, वैधानिक मार्गांचा वापर करून सुधारणा पदरात पाडून घ्याव्यात असे म्हणणाऱ्यांना विरोध करत, राष्ट्रनिर्मितीच्या प्रकल्पातून रचनात्मक आणि संघर्षात्मक मार्गांनी स्त्रियांनी राष्ट्रनिर्मितीच्या राजकारणाशी जोडून घेण्याची भूमिका त्यांनी १९३६ मध्ये मांडली. पण परिषदेतील मुस्लीम महिलांना ते पसंत नव्हते; कारण त्यांच्या श्रद्धेनुसार 'मुस्लीमविषयक कायद्याचा स्रोत 'पवित्र कुराण'च राहावा असे त्यांना वाटत होते.' (यशवंत सुमंत, पान ७८, उपरोक्त)

म्हणजे राष्ट्राबरोबरच धर्म ही संकल्पनादेखील स्त्रियांच्या आधुनिकतेकडील वाटचालीमध्ये मोठे आव्हान होते. त्यातून धर्म राष्ट्रवादाशी जोडला जाण्याची प्रक्रिया साम्राज्यवादात घडत होतीच. राष्ट्रराज्याचा साम्राज्यविस्तार ख्रिश्चन धर्मप्रसारासाठी संधी मानून वसाहतींमध्ये आलेले धर्मप्रचारक आणि राज्यकर्ते एकत्रितपणे वसाहतींमधील राजकारण सांभाळत होते. साहजिकच ब्रिटिशांपासून देश स्वतंत्र करण्यासाठी देशाची वेगळी ओळख हा मुद्दादेखील धार्मिक ओळखीशी जोडला गेला. धर्म, मिथककथा, पुराणे यांचा वापर राष्ट्र नावाच्या संकल्पनेशी जोडून व्हायला लागला, तसा लोकांच्या मनावरील पारंपरिक प्रतिमांचा वापर पुनरुज्जीवित होऊ लागला.

तरीही मुख्य-प्रवाही हिंदू राष्ट्रवादापेक्षा वेगळा विचार करणारे जे क्रांतिकारी आणि साक्षेपी विचारवंत होते, त्यांनी स्त्री-प्रश्न अधिक व्यापक संदर्भात बघितला. ब्राह्मणी दृष्टीला अत्यंत सकस पर्याय निर्माण करणारी अब्राह्मणी दृष्टी देऊ करणाऱ्या विचारवंतांमध्ये वि. रा. शिंदे यांचे नाव अग्रभागी राहील. त्यांच्या बहिणीला नवऱ्याच्या छळामुळे घरातून बाहेर पडायला लागले. तेव्हा अण्णासाहेब कर्व्यांच्या हिंगणे येथील आश्रमात तिला प्रवेश मिळावा यासाठी शिंद्यांनी विचारणा केली; पण कर्व्यांनी जातिभेद सोडायला समाज तयार नसल्यामुळे जनाक्का शिंदेंना प्रवेश नाकारला. यावरुन तत्कालीन समाजासमोर असणाऱ्या जात आणि लिंगभाव यांच्यातील परस्पर गुंतवणुकीच्या आव्हानाची कल्पना करता येते. वि. रा. शिंदे यांनी बहुजन समाजातील प्रश्नांवर काम करण्यात आपले जीवन व्यतीत केले. त्यामुळे त्यांचा स्त्री-प्रश्नाकडे बघण्याचा दृष्टिकोन हा बहुजन जातींमधील स्त्रियांचे प्रश्न अग्रक्रमाने मांडणारा आहे. भंडारी, कुणबी, कोळी, धनगर, नाईक, बेडर, डासर, कलबिगार, तळवाद, महार, मांग यांच्यातील स्त्रिया कुंटणपणाच्या आणि इतर लांछनास्पद धंद्यांना जास्त प्रमाणात बळी पडतात. तसेच धड पुरुष नव्हे, धड बायको नव्हे अशा नपुंसक माणसांच्या प्रश्नांकडेही आपण लक्ष द्यायला हवे, असे त्यांनी कळकळीने सांगितले व त्यांच्यासाठी काम करण्यात आयुष्य वेचले.

१९२५मध्ये मद्रास प्रांतात ई.व्ही. पेरियार यांनी 'आत्मसन्मान चळवळ' सुरू

केली. जातिव्यवस्था आणि धर्मसंस्था यांच्यात स्त्री-दास्याचे मूळ आहे, त्यामुळे जातिअंताचा विचार सोडून स्त्री-मुक्तीचा विचार होऊ शकत नाही, असे त्यांनी स्पष्ट केले. विवाहाकडेही धर्मसंस्कार म्हणून न पाहता; दोन विचारक्षम, प्रौढ, स्त्री-पुरुषांमधील परस्पर संमतीवर व पसंतीवर आधारित करार म्हणूनच पाहिले पाहिजे, असे पेरियार यांनी स्पष्ट केले. आत्मसन्मान विवाहपद्धतीमध्ये विवाहावर होणारा वायफळ खर्च, हुंडापद्धती, त्यापोटी येणारा कर्जबाजारीपणा या सर्वांना फाटा देऊन स्त्री-पुरुषांनी परस्परांना दिल्या जाणाऱ्या एकमेकांप्रतीच्या जबाबदारीच्या वचनांनी विवाह संपन्न होत असे. त्यांनी त्याला 'परस्पर सोबतीचा करार' असे म्हटले. (मी महाराष्ट्रापुरतेच बोलणार आहे असे म्हटले, तरी पेरियार यांचा उल्लेख अपरिहार्य आहे.)

१९२७मध्ये स्थापन झालेल्या 'अखिल भारतीय महिला परिषदे'ने आपल्या जाहीरनाम्यात स्त्रियांसाठी समान व सार्वत्रिक मतदानाचा अधिकार आणि मिश्र मतदारसंघाची मागणी केली. ती मान्य केली गेली नाही. अखेरीस आंबेडकरांच्या नेतृत्वाखालील घटनासमितीने मतदानाचा अधिकार मान्य केला. आंबेडकरांची राष्ट्रवादाकडे बघण्याची दृष्टी स्त्रीवाद्यांइतकीच सावध होती. राष्ट्रवादाचे वर्णन ते 'ऊर्जेचे बेभान ओसंडणे' ('a wild outpouring of energy') असे करतात. त्यामुळेच हक्कांची भाषा महत्त्वाची ठरते. त्यातून बेभान होऊ शकणारा राष्ट्रवाद काबूत ठेवणे शक्य होते. हक्कांची भाषा कायद्याच्या राज्याने सीमित असायला हवी, हेही ते सांगतात.

१९३१च्या मे महिन्यात महिला काँग्रेसमध्ये सरलादेवी चौधुराणी यांचे भाषण झाले. त्यात त्यांनी म्हटले होते की, 'स्त्रियांना चळवळीत सहभागी करून घेतले जाते, पण समित्या-कौन्सिले यांच्यावर नेमणूक करायची वेळ आली की, पुन्हा त्यांना डावलले जाते.' स्त्रियांना कायदेभंग करणारी म्हणून राजकारणात स्थान दिले, पण कायदेनिर्मिती करणारी म्हणून कधी स्थान देण्याचा विचार होत नाही. त्यांनी स्त्रियांच्या दहा मूलभूत हक्कांची यादी केली. त्यात समान वारसा हक्क, समान पालकत्वाचा अधिकार, लैंगिक भेदभावाविरुद्धचा हक्क, समान वेतनाचा हक्क, लैंगिक अपराधांना शिक्षा, वेश्यागृहे बंद करण्याची मागणी, सक्तीचे प्राथमिक शिक्षण, प्रौढ शिक्षण, स्त्री-शिक्षिकांची नियुक्ती, प्रौढ मताधिकार इत्यादींचा समावेश होता.

स्वातंत्र्य चळवळीत स्त्री-पुरुष नात्याचा विचार बहुतेक सगळ्या मोठ्या विचारवंतांनी केला. भारतीय स्वातंत्र्याचे राजकीय तत्त्वज्ञान उभे करायचे तर स्त्री-पुरुष नातेसंबंध सक्षम आणि निरोगी असायला लागतील. स्त्रियांना स्वातंत्र्य मिळाले तरच देशाला स्वातंत्र्य मिळू शकेल ही भावना या लढ्यातील बहुतेक नेत्याच्या मनात होती. पण स्त्रीला लोकशाही स्वातंत्र्याच्या आधुनिकतेत आणायचे, तर भारतीय

संस्कृतीत खोलवर रुजलेली मातृप्रतिमा बदलायला लागेल हे फार थोड्या विचारवंतांनी जाणले. त्याग, समर्पण, बलिदान या मूल्यांमधून एक जबरदस्त नैतिक धाक निर्माण करणारी मातृप्रतिमा सोडून देणे हे फार मोठे आव्हान होते. ते पेलायचे तर पुरुषांनाही स्वतःला आधुनिकतेच्या व्यक्तिस्वातंत्र्यवादी चौकटीत मांडून बघावे लागेल हे आव्हान देश नावाचे सांस्कृतिक वास्तव उभे करताना दुर्लक्षित राहिले. त्यामुळे फुले, आगरकर, कर्वे, आंबेडकर या विचारवंतांनी पेललेली आधुनिकता व त्यांनी स्त्रीला देऊ केलेली स्वतंत्र प्रज्ञेच्या मैत्रिणीची भूमिका भारतीय वास्तवात रुजली नाही.

मातृप्रतिमा ही भारतीय स्वातंत्र्य चळवळीत सर्वांत जास्त वापरली गेलेली प्रतिमा. राष्ट्राला भारतमाता म्हणणे; राष्ट्राच्या मुलांच्या मुक्तीसाठी सज्ज झालेली माता; स्त्रीशक्ती मातृप्रतिमेत बघणे; पुढे क्रांतिकारकांनी दुर्गा, काली अशी देवतारूपे लेकरांचे संरक्षण करणारी आणि शत्रूचा पाडाव करणारी म्हणून स्फूर्तिदायी मानणे; गांधींनी स्त्रीची सोशिकता, सहनशीलता आणि निग्रह ही मूल्ये त्यांच्या सत्याग्रहाच्या आणि अहिंसेच्या राजकीय मूल्यांमध्ये परावर्तित करणे यांतून स्त्रीत्वाचा खरा शोध घेण्याचा मार्ग दूरच राहिला. मातृप्रतिमेत अडकल्यामुळे स्त्री-पुरुष देहही त्यांच्या साचेबद्ध लैंगिकतेत आणि त्यानुषंगिक कर्मात अडकून पडले. पुन्हा मातृप्रतिमेचे हे गौरवीकरण जात आणि वर्गविशिष्ट वास्तव आहे हेपण त्यातून बाजूला ठेवले गेले. म्हणजे दलित जातींमधील आईचा गौरव भारतमातेचा गौरव म्हणून होईल का, असा प्रश्न विचारला गेला नाही. त्यामुळे स्त्रीप्रश्नाला हात घातला गेला, तरी स्त्री-प्रतिमेचे आकलन झाले नाही किंबहुना काही दुष्ट रूढी बंद करून स्त्री तिच्या आईपणाच्या भूमिकेत आणि त्यातून घडणाऱ्या सांस्कृतिक प्रतीकरूपात गोठली गेली.

तुलनेने फुले आणि आंबेडकरांनी उभी केलेली स्त्रीप्रतिमा ही एक सहचरी, सक्षम मैत्रीण म्हणूनच उभी केली. फुल्यांचा उल्लेख वर आला आहेच. आंबेडकरांनी 'हिंदू कोड बिला'तून स्त्रीच्या मानवी प्रतिष्ठेला आवश्यक असणाऱ्या भौतिकतेची तरतूद करण्याचा प्रयत्न केला. मुळात जी पाश्चात्त्य आधुनिकता गांधींनी नाकारली, ती राष्ट्रघडणीच्या टप्प्यावर अपरिहार्य आहे हे आंबेडकरांनी जाणले. कारण लोकशाही, समता, बुद्धिनिष्ठता, विवेकवाद या सगळ्यांना नाकारणे शक्य नव्हते. विशेषतः दलित जातींना जे आत्मभान आणि जी आत्मसन्मानाची भावना महत्त्वाची वाटली तिचे मूळ पाश्चात्त्य लोकशाहीच्या विकासात होते. एतद्देशीय धर्म आणि राष्ट्रवास्तवात जातिव्यवस्था हा घटक त्यांच्या अस्तित्वाची प्रतिष्ठा नाकारत होता. साहजिकच आंबेडकरांनी हिंदू धर्माच्या चिकित्सेतून वेगळी आधुनिकता समोर आणली. पाश्चात्त्य आधुनिकता आणि भारतीय इहवादी परंपरा यांच्या जोडणीतून त्यांनी भारतीय आधुनिकता मांडण्याचा प्रयत्न केला. जातिअंत आणि लिंगभाव संपवण्याच्या संकल्पातून त्यांनी आधुनिकतेला

मूलगामी अर्थ दिले. शर्मिला रेगे म्हणतात त्याप्रमाणे त्यांनी उत्तरदायित्वाची भाषा आणि जातिव्यवस्थेत अंगभूत असलेली नकारात्मक हक्कांची भाषा पूर्णपणे नाकारली. आत्मसन्मान, समता आणि हक्क यांची नवी भाषा घडवली (*A gainst the Madness of Manu*, Sharmila Rege.) ती व्यक्तिवादी नव्हती, मात्र त्यात व्यक्तीचा विवेकी कणखरपणा अभिप्रेत होता. निवळ समूहवाचक आंधळी बांधिलकी त्यांना बिलकुलच अभिप्रेत नव्हती. तर समूहाच्या विकासासाठी व्यक्तीच्या क्षमता कारणी लागाव्यात, व त्यातून मानवजातीच्या कल्याणाची सूत्रे निर्माण व्हावीत ही दृष्टी त्यात होती. त्यासाठी त्यांना शाक्य संघाच्या निर्णयाविरुद्ध जाणारा सिद्धार्थ आणि त्याच्या त्या निर्णयाला पाठिंबा देणारी यशोधरा उभी करण्याची गरज वाटली. त्यांनी १९५६मध्ये लिहिलेल्या *'भगवान बुद्ध आणि त्यांचा धम्म'* मध्ये एक सक्षम यशोधरा उभी करून स्त्री-पुरुष मैत्रीचे प्रारूप व मूल्यभाव मांडण्याचा प्रयत्न केला. सिद्धार्थ आणि यशोधरेचा एक संवाद त्यादृष्टीने येथे उद्धृत करता येईल.

सिद्धार्थ : यशोधरा, मला सांग, परिव्रज्या घेण्याच्या माझ्या निश्चयाबद्दल तुला काय वाटते?

त्याला वाटले की ती मूर्च्छित होऊन पडेल; पण तसे काही झाले नाही. आपल्या भावनांवर संपूर्णपणे नियंत्रण ठेवून ती उत्तरली : मी आपल्याजागी असते तरी आणखी दुसरे काय करू शकले असते! कोलीयांविरुद्ध युद्ध करण्याच्या कामी मी निश्चितपणे भागीदारीण झाले नसते! आपला हा निर्णय योग्य आहे. माझी आपणाला अनुमती आहे आणि पाठिंबाही आहे. मीसुद्धा आपल्याबरोबर परिव्रज्या घेतली असती. मी परिव्रज्या घेत नाही याचे एकच कारण, मला राहुलचे संगोपन करायचे आहे. असे झाले नसते तर फार बरे झाले असते; पण आपण धीट आणि शूर बनून प्राप्त परिस्थितीला तोंड दिले पाहिजे. आपल्या मातापित्यांविषयी व आपल्या पुत्रांविषयी आपण मुळीच काळजी करू नका. माझ्या शरीरात प्राण असेपर्यंत मी त्यांची देखभाल करीन. ज्याअर्थी आपल्या जवळच्या प्रियजनांना सोडून आपण परिव्राजक होत आहात त्याअर्थी आपण एक असा नवीन मार्ग शोधून काढा की, तो सकल मानवजातीला कल्याणकारी ठरेल. हीच एक केवळ माझी इच्छा आहे. (डॉ. आंबेडकर, भगवान बुद्ध आणि त्यांचा धम्म, पान ३१)

हिंसेच्या मार्गात सहभागी होण्यास ठाम नकार देणाऱ्या सिद्धार्थाचा निर्णय स्वतंत्र बुद्धीने पेलणारी यशोधरा स्वातंत्र्योत्तर काळात आणि तेही दलितांना बौद्ध धम्माचा या भूमीवरचा सन्मान्य पर्याय निर्माण करत असताना आंबेडकरांनी निर्माण

केली. सहसा बायकांबद्दल मूक असणारा इतिहास आंबेडकरांनी काही एका उद्दिष्टाने रचला. एक पत्नी, माता व सून म्हणून कर्तव्यांच्या चौकटी पाळणारी; पण स्वतःच्या प्रज्ञेने सिद्धार्थाला परिव्रज्या घ्यायला पाठिंबा देणारी, मानवजातीच्या दुःखांवर इलाज शोधायला सांगणारी यशोधरा नक्कीच वेगळी जाणवते. केवळ कुटुंबातील समस्येत स्वतंत्रपणे निर्णय घेणारी म्हणूनच नाही तर शाक्यांच्या संघाने घेतलेला निर्णय नाकारणाऱ्या नवऱ्याच्या पाठीशी उभी राहणारी म्हणूनही. राष्ट्र, जनसमूह यापलीकडची मानवी नैतिकता मानणारी म्हणून.

बुद्धाच्या तत्त्वज्ञानाला आधुनिक भारतातील आव्हानांशी जोडण्याचा प्रयत्न पुढे याच पुस्तकात आंबेडकरांनी केला आहे. शर्मिला रेगे यांचे *Against the Madness of Manu* हे पुस्तक आंबेडकरांच्या महत्त्वाच्या निबंधांची चर्चा स्त्रीवादी स्थानावरुन करते. त्यात त्यांनी असे नोंदवले आहे की :

...opponents of the Buddha fail to acknowledge the Buddha's radicalism in allowing parivraja to women, especially in the light of Brahmanical theory of denial of the same. The emergence of sanyas as an ideal is dated to the later Upnishadas and was conditional on not being allowed to Shudras and women. Coming after Buddha, Manu's denial of sanyas to women ...on the grounds that women were spiritually, morally and intellectually inferior to men.reiterate the old Brahmanical ideal... Referring to the songs of Theris Buddhist nuns, Ambedkar proposes that the freedom of the Bhikkuni Sangha was not empty. It was accompanied by liberty and dignity irrespective of sex. It recognised women as rational human beings capable of intellectual communion. The Buddha ...opened up radical possibilities by not placing premium on virginity and by opening the Sangha to women of all categories--married, unmarried, widows, and prostitutes. (page 71) – (बुद्धाचे विरोधक एक मान्य करायचे विसरतात, की स्त्रियांना परिव्रज्या घेण्याचा मार्ग खुला करून बुद्धाने केवढी मूलगामी क्रांती केली होती. विशेषतः ब्राह्मणी सिद्धान्तनाने स्त्रियांना संन्यासाचा अधिकार नाकारलेला असताना. संन्यास हा आदर्श शेवटच्या उपनिषदांमधून समोर आला; तो सशर्त होता किंवा शूद्रांना आणि स्त्रियांना (संन्यासाची) परवानगी नव्हती. बुद्धानंतर आलेल्या मनूच्या मताप्रमाणे स्त्रिया आत्मिक, नैतिक आणि बौद्धिकदृष्ट्या पुरुषांपेक्षा निकृष्ट असल्यामुळे त्यांना संन्यास मिळू शकत नव्हता, ही जुन्या ब्राह्मणी आदर्शांची पुनरुक्ती होती.

थेरींच्या गाण्यांचा संदर्भ देत आंबेडकर असे मांडतात, की भिख्खुणी संघातील स्वातंत्र्य पोकळ नव्हते. त्यात स्वातंत्र्याचा आणि प्रतिष्ठेचा समावेश होता, मग व्यक्ती स्त्री असो वा पुरुष. त्यातून स्त्रियांना बौद्धिक साहचर्याची क्षमता असलेल्या विवेकी माणूस अशी ओळख मिळाली. कौमार्यावर भर न ठेवता आणि सर्व प्रकारच्या स्त्रियांना –विवाहित, अविवाहित, विधवा, वेश्या सर्वांना – संघात प्रवेश देऊन बुद्धाने क्रांतिकारी शक्यतांची दारे खुली केली.)

१९३७मध्ये आंबेडकरांनी कामाठीपुऱ्यात वेश्याव्यवसाय करणाऱ्या महार बायकांना तो व्यवसाय सोडून द्यायला सांगितला, तेव्हा त्यांनी आणखी एक महत्त्वाचा मुद्दा समोर आणला. भारतीय राष्ट्रवादी सुधारणा आणि त्यानुसार एतद्देशीय स्त्रियांची प्रतिमा घडवताना कुलीन स्त्री आणि वेश्या अशा दोन रूपांत स्त्रियांची विभागणी झाली होती. वेश्यापण व्यवस्थेने लादलेले आहे हे वास्तव दुर्लक्षित राहिले होते. तेव्हा जोगतिणी, मुरळ्या, देवदासी अशा स्त्रियांना जातिव्यवस्थेचा भाग म्हणून वेश्याव्यवसाय करणे भाग पडत होते, तिथे आंबेडकरांनी त्यांना तो व्यवसाय सोडायला सांगणे हे जातिव्यवस्थेलाही दिलेले आव्हान होते. त्याचबरोबर स्त्रियांची प्रतिष्ठा जातीनुसार ठरते हे व्यवस्थात्मक सत्य त्यातून समोर आले.

आंबेडकरांनी मांडलेल्या 'हिंदू कोड बिला'चा उल्लेखही करायला हवा. त्यातील काही तरतुदी इथे मांडणे गरजेचे आहे; कारण त्यातून आंबेडकर मांडत असलेली आधुनिकता लक्षात येते. त्यांनी सर्व प्रकारचे स्त्रीधन एकाच कोटीखाली आणून त्यानुसार त्याचा वारसाहक्क कायदा एकाच नियमाखाली आणला. मुलीला ज्याप्रमाणे वडिलांच्या संपत्तीत वाटा मिळणे बंधनकारक आहे, त्याचप्रमाणे मुलालाही स्त्रीधनात मुलीइतकाच वाटा मिळणे बंधनकारक केले. घटस्फोटाची तरतूद केली. बाईला पोटगीचा अधिकार दिला. दत्तक घेण्यासाठी पत्नीची परवानगी आवश्यक मानली. आंतरजातीय विवाह तसेच नोंदणी पद्धतीने केलेला विवाह कायदेशीर ठरवले. कोणत्याही राष्ट्राच्या इतिहासात असा काळ येतो, जेव्हा मोठ्या संख्येने सामान्य लोकही उन्नत विचार करतात आणि संपूर्ण जनजीवन त्याने काही काळ भारल्यासारखे होते; पण तो भारलेपणा चिरकालीन नसतो. साहजिकच त्याला व्यवहार्यतेची जोड लागते. विवेकशीलतेची जोड लागते. घटनेतील अनेक तरतुदींमधून स्त्रियांना ती आंबेडकरांनी मिळवून दिली.

१९४१मध्ये ब्रिटिश सरकारने हिंदू कायद्याचा अभ्यास करण्यासाठी बी. एन. राव यांच्या अध्यक्षतेखाली प्रख्यात कायदेपंडितांची समिती नेमली. १९४६मध्ये तिचा अहवाल प्रसिद्ध झाला. १२ ऑगस्ट १९४८ मध्ये डॉ. बाबासाहेब आंबेडकरांनी सलग 'हिंदू कोड बिल' भारतीय संसदेसमोर सादर केले. त्यांनी असे आग्रहाने मांडले

की, सामाजिक न्यायाचा लढा पुढे नेण्यासाठी हिंदू समाजाच्या वैयक्तिक कायद्यामध्ये जातिव्यवस्था आणि पुरुषप्रधानता नाकारून समान वैयक्तिक संबंधांचा पाया तयार केला पाहिजे. प्रतिमा परदेशी यांनी त्यांच्या 'हिंदू कोड बिल : स्त्रीशोषणाला पहिला अखिल भारतीय नकार' *संदर्भांसहित स्त्रीवाद : स्त्रीवादाचे समकालीन चर्चाविश्व*, या लेखात हिंदू कोड बिलाचा गाभा स्पष्ट करताना असे म्हटले आहे की, आंबेडकरांनी या बिलाद्वारे पाच मुद्दे समोर आणले.

१. विवाह व दत्तकविधान यांच्या वैधतेसाठी जात प्रमाणभूत मानली न जाणे. या दोन्हींसाठी समजातीयतेची गरज नाही. म्हणजेच आंतरजातीय विवाहाला हिंदू विवाह म्हणून मान्यता देणे.
२. एकपत्नीकता. हिंदू पुरुषाने एकापेक्षा जास्त विवाह करण्यावर बंदी.
३. घटस्फोटाचा स्त्रीला अधिकार
४. संपत्ती वाटपात मुलगी, पत्नी, सून यांना वडील तसेच सासरा व नवरा यांच्या संपत्तीत वाटा मिळण्याचा अधिकार.
५. स्त्रियांना मालमत्तेचा अधिकार.

समाजात प्रगती झाल्यानंतर हे कायदेही बदलावे लागतील असे आंबेडकरांनी म्हटले होते. आंबेडकरांनी एका बाजूला स्त्रीला 'हिंदू कोड बिला'तून किमान भौतिक सुरक्षितता देऊ केली आणि दुसऱ्या बाजूला *'भगवान बुद्ध आणि धम्म'* या त्यांच्या अखेरच्या पुस्तकातून बौद्ध तत्त्वज्ञानाची नव्याने मांडणी करून स्त्री-पुरुषांना चिंतनासाठी एक समृद्ध भूमी निर्माण करून दिली.

भारत देश स्वतंत्र राष्ट्र म्हणून अस्तित्त्वात आला तो भारतीय संविधानाच्या मजबूत पायावर. इतर राष्ट्रांच्या तुलनेत भारतीय स्त्रियांना शिक्षण, रोजगार, प्रौढ मताधिकार सहजतेने मिळाले. परंतु प्रत्यक्षात मात्र ते हक्क कागदावर राहिले. कामाच्या ठिकाणी होणारी हिंसा, लैंगिक छळ, स्त्रीच्या आर्थिक स्वातंत्र्यामध्ये आणि सन्मानाने सार्वजनिक ठिकाणी वावरण्यामध्ये येणारे अडथळे, रस्त्यावरील हिंसा, कौटुंबिक हिंसा आणि कामाच्या ठिकाणची हिंसा अशा सर्व ठिकाणी बायकांचे अस्तित्व धोक्यात येते याचे भान या काळात आले. संविधानात दिलेले नागरी हक्कही स्त्रीला मिळू शकत नाहीत हे समोर आले. अपायकारक संततिनियमनाची साधने कुटुंब नियोजनाच्या योजनांमधून स्त्रियांना देऊ करणे, स्त्री-गर्भ हत्या, स्त्री आणि पुरुष यांखेरीजची लिंगओळख असणाऱ्यांना सामाजिक प्रतिष्ठा नाकारणे या मुद्द्यांचाही स्त्री-मुक्ती चळवळीत प्रवेश झाला. वेश्याव्यवसाय करणाऱ्या स्त्रियांच्या प्रश्नांबरोबरच देवदासी, देवाला वाहिलेल्या जोगतिणी अशा घटकांचे व्यवस्थेतून होणारे शोषणही स्त्रीसंघटनांनी चर्चेत आणले. वेश्याव्यवसाय ही बहुसंख्य वेळेला स्त्रीची 'निवड' नसते

तर असहायता असते, परिस्थितीने लादलेली वस्तुस्थिती असते; त्यामुळे तिथे शासनव्यवस्थेच्या नियमांचा हस्तक्षेप अपरिहार्य ठरतो, अशाही मांडण्या झाल्या.

स्वातंत्र्योत्तर काळात स्त्रीप्रश्नासंबंधी आवाज उठवण्याची निकड १९७५पासून प्रकर्षाने जाणवली. कारण १९७५ हे वर्ष स्त्रीवर्ष म्हणून जाहीर झाले व पुढे स्त्रीदशक म्हणूनही जाहीर झाले. त्यातून मग स्त्रियांच्या जगण्याचा वास्तववादी विचार करण्याचे भान सार्वत्रिक झाले. मात्र स्त्रीमुक्तीच्या प्रयत्नांचे नेतृत्व आणि त्या प्रयत्नांचा अग्रक्रम दोन्हीही दलित बहुजन स्त्रीकडे असायला हवे, असे भारतीय समाजाच्या अभ्यासक स्त्रियांनी आग्रहाने मांडले.

'भारतातील स्त्रीमुक्ती आंदोलनाच्या पुरस्कर्त्या शहरी, शिकलेल्या, मध्यमवर्गीय, उच्चवर्णीय स्त्रिया होत्या. मात्र गेल्या २०-२२ वर्षांमध्ये त्यांच्यापैकी अनेकजणी ग्रामीण भागात कार्य करू लागल्या. झोपडपट्टीतील स्त्रियांशी संपर्क साधू लागल्या. मात्र या लढ्याचे स्वरूप असे आहे, की ते स्त्रियांच्या वैयक्तिक जीवनाला जोवर स्पर्श करीत नाही, तोपर्यंत लढा यशस्वी होत नाही. उच्चवर्गीय, उच्चवर्णीय स्त्रियांचे वैयक्तिक मुक्तीचे प्रयत्न मुळातच मर्यादित राहतात. ते समाजात खोलवर रुजलेल्या स्त्रीदास्याच्या मुळापर्यंत पोहोचत नाहीत. स्त्रीमुक्तीचा लढा जर भविष्यकाळात प्रभावी व्हायचा असेल, तर दलित आणि बहुजन स्त्रियांनी पुढाकार घेऊन या लढ्याला आवश्यक असलेला, खऱ्या अर्थाने व्यापक आणि मूलगामी आकार दिला पाहिजे. ('*पितृसत्ता आणि स्त्रीमुक्ती*', वंदना सोनाळकर, शर्मिला रेगे)

या म्हणण्याचा साहित्याच्या संदर्भात आणि अनुषंगाने सांस्कृतिक विचारमंथनाच्या संदर्भात विचार करायचा, तर या भानाला खरे आयाम मिळाले ते दलितांच्या आत्मकथनांमधून. राष्ट्रउभारणीसमोरील वास्तवातील आव्हाने ही दलित जातींमधील स्त्री-पुरुषांच्या जगण्यांमधून जास्त टोकदारपणे समोर आली.

विकासात्मक मार्गांनी स्त्री-प्रश्न सोडवण्याचे प्रयत्नही १९७५पासून जोमाने सुरू झाले. बिगर सरकारी संघटना आणि सरकारी खाती यांच्या सहकार्यातून स्त्रियांना सार्वजनिक कामांमध्ये आणण्याचे प्रयत्न १९८०च्या दरम्यान सुरू झाले. पिण्याच्या पाण्याच्या प्रकल्पांमध्ये, बचतगटांच्या साहाय्याने स्वयंरोजगार सुरू करून देण्यामध्ये आणि स्थानिक स्वराज्य संस्थांमध्ये महिलांना आरक्षण देऊन स्त्रियांना कृतिशील करण्याचे प्रयत्न आज बरेच विस्तारले आहेत. यातून काही वेगळ्या स्वरूपाची जीवनशैली उभी राहू शकते का, हे पाहण्याचा काळ आता आहे. म्हणजे कोणताही विकास काही मूल्यांच्या आधारे व सामूहिक हिताचा विचार समोर ठेवून होणे गरजेचे

असते. अन्यथा व्यक्ती किंवा मोजकेच गट विकसित व बाकीचे विपन्नावस्थेत असतील, तर एक चैतन्यशील आणि कणखर समूह म्हणून अस्तित्व शिल्लक राहणे अवघड होत जाते. स्त्रीवादाने सक्षम, समतेचा व स्वातंत्र्याचा आग्रह धरणारे स्त्री-पुरुष नाते कोणत्याही निरोगी समाजाला पायाभूत असते, असे मानले आहे. त्याकडे आपली वाटचाल होते आहे ना याचे परीक्षण सतत करण्याची गरज आहे.

यानंतरच्या टप्प्यावर मात्र लैंगिकतेचे सामाजिक आयाम अधिक स्पष्ट होत गेले. अनघा तांबे यांनी 'स्त्रीचळवळीतील लैंगिकतेच्या राजकारणाचे बहुसुरी कथन' या लेखात लैंगिकता आणि लिंगभाव यांची चिकित्सा करत असताना काही महत्त्वाच्या मुद्द्यांकडे लक्ष वेधले आहे. त्यांनी लैंगिकतेचे विविध पैलू समोर आणतानाच, गेल्या दोन दशकांत लैंगिक हिंसाचारात स्त्रियांचा सहभाग कसा दिसतो याचीही नोंद केली आहे. त्या म्हणतात, 'स्त्रिया हा एकसाची गट नाही, त्यांच्यात जातवर्गधर्मीय विभिन्नत्व आहे हे लक्षात घेतले; तर काही स्त्रिया या आपल्यावरील लैंगिक दडपणुकीच्या फक्त बळी नसतात तर 'दुसऱ्या' स्त्रियांवर लैंगिक हिंसा करण्यासाठी पुरुषांना चेतवण्यात, 'दुसऱ्या' स्त्रियांची लैंगिक अवहेलना करण्यात सहभागी असतात; म्हणजे त्यांची लैंगिक हिंसेमध्ये भागीदारी असते. गुजरात हत्याकांडामध्ये मुसलमान स्त्रियांवर लैंगिक अत्याचार करण्यास प्रोत्साहन देणाऱ्या, च्युंद्रू आणि वेगवेगळ्या जातीय दंगलीत दलित स्त्रियांवर अत्याचार करणाऱ्या 'आपल्या' पुरुषांना वाचवणाऱ्या स्त्रिया याचेच द्योतक आहेत. (*संदर्भांसहित स्त्रीवाद*... पान १४८) यावर उपाय सुचवताना त्या म्हणतात, 'लैंगिक कृतिशीलतेच्या नव्याने जोरकस ठरणाऱ्या कथनाला प्रश्न विचारणाऱ्या आणि लैंगिक सत्तासंबंधातील स्त्रियांची भागीदारी स्पष्ट करणाऱ्या या विभिन्न आवाजांना स्त्री-चळवळीत केंद्रस्थानी आणणे आवश्यक आहे. (उपरोक्त, पान १४९)'

भेद समोर आणणे हे चिकित्सेचे सर्वांत प्रभावी साधन आहे. स्त्री-प्रश्नाची चिकित्सा जशी स्त्री-पुरुष भेदांच्या चर्चेतून पुढे गेली, तशीच ती आत्ताच्या टप्प्यावर जात, वर्ग यांत विभागल्या गेलेल्या स्त्रियांच्या तुलनेतूनही पुढे जाते आहे. लिंगभावातही शरीरांच्या विविध संदर्भांना समोर आणत आणि त्यांच्याशी निगडित असलेल्या लैंगिकतेची तुलना करत ही चिकित्सा पुढे जाते आहे. मात्र भेदांमधून निर्माण झालेल्या विरचनेचे काय करायचे हा गंभीर प्रश्न आजच्या सगळ्याच संवेदनाशील लोकांसमोर आहे. परिवर्तनासाठी एक रेटा निर्माण व्हायचा झाला, तर एक सैलसर का होईना, पण सहमती असणारा मोठा गट निर्माण व्हावा लागतो. एका दिशेने वाटचाल करण्याची गरज असते. भेदांचे वास्तव खरे असले, तरी त्याला एकत्र येण्यासाठी काही साम्येही हेरावी लागतात. ती कशा प्रकारे हेरता येतील हा प्रश्न आज समोर आहे. अनघा तांबे आणि प्रवीण चव्हाण यांनी समोर मांडलेल्या भेदांचे वास्तव स्त्री-चळवळ आज

स्वीकारताना दिसते आहे.

शिवाय स्त्रीवादी युटोपियाची मांडणी करताना पूर्वीच धर्म, जात, पंथ, परंपरा, राष्ट्र यांपैकी कोणतेच रचित स्त्रीवाद स्वीकारू शकत नाही; कारण ही सगळी रचिते पुरुषसत्ताक आहेत अशा मांडण्या झाल्या आहेत. लैंगिक हिंसाचाराला उत्तेजन देणाऱ्या, जात आणि जमात आणि धर्म यांचा आश्रय घेणाऱ्या स्त्रिया या प्रामुख्याने पुरुषसत्ताक व्यवस्थेच्या बळी असतात, असे मला वाटते. गेली दोन हजार वर्षे पुरुषसत्ताक व्यवस्थेने सत्ताकारणाची जी प्रारूपे उभी केली आहेत आणि त्यांच्यामधून आर्थिक, सामाजिक व राजकीय हितसंबंधांचे जे जाळे तयार केले आहे; त्यांतून स्त्रियांची कोंडी तर होतेच, शिवाय स्त्रियांची मानसिकताही घडवली जाते. मुळात लैंगिकतेचा भेद केंद्रस्थानी ठेवून पुरुषसत्ताकता प्रस्थापित झाली. लैंगिकतेतील भेद वापरून ती खरे तर विरचनांना आणि भेदांना खतपाणी घालून सर्वच मानवी मूल्यांविषयी परात्मता निर्माण करत आहे. त्यात स्त्रियांची लैंगिकताही हत्यारस्वरूप बनवली जात आहे. त्याला स्त्रियांचे पुरुषसत्ताकता आत्मसात करणे असे न बघता, तिथे लिंगभेदाचे प्रयोजन कोणते, असा प्रश्न विचारला जाताना आज दिसतो आहे.

आज जागतिक परिस्थिती आणि तिचे स्थानिक प्रतिसाद लक्षात घेतले, तर लक्षात येईल की, सर्व प्रकारच्या विषमता वेगाने फोफावत असताना ज्या प्रतिक्रिया निर्माण होतात, त्यांत सगळीकडूनच स्त्रियांना गर्भाशय स्वरूपात बघितले जाते आहे. म्हणजे स्त्री-देहाचे वास्तव त्याच्या सर्व गुणधर्मांसकट जास्तीतजास्त हिंसकपणे वापरले जाते आहे. मग ते जातीय अथवा जमातवादी अत्याचार असोत, किंवा राष्ट्र व धर्म या नावे स्त्रियांवर येणारी बंधने आणि त्यांना मुले जन्माला घालण्यासाठी करण्यात येणारी आवाहने असोत, अथवा त्यासाठी त्यांना पळवून नेऊन केले जाणारे बलात्कार असोत. स्त्री-देह हे वास्तव पुरुष-देह या वास्तवापेक्षा अनेक प्रकारे अगतिक केले जाऊ शकते याचे पुरावे जगभर दिसून येत आहेत. साहजिकच ही असहायता, अगतिकता जेव्हा सामूहिक पातळीवर वारंवार निर्माण केली जाते, तेव्हा सत्ताकारणाचे अमानुष प्रारूप आत्मसात करण्याचे मार्गही दाखवले जातात. आणि जेव्हा सत्ता हाच एकमेव सुटकेचा अथवा मूल्यप्रस्थापनेचा मार्ग मानून सत्ताकारण केले जाते, तेव्हा ते आत्मसात करण्यासाठी आणखी समर्थने निर्माण होतात. स्त्रियांचे पुरुषीकरण, हिंसेत त्यांना सहभागी करून घेण्याचे राजकारण, त्याचे गौरवीकरण आणि सगळ्यात महत्त्वाचे म्हणजे पर्यायी विचार पोहोचवू शकणाऱ्या, त्यांना चर्चेत आणू शकणाऱ्या संस्थांचे खच्चीकरण; यांतून स्त्री-पुरुषांच्या सांस्कृतिक प्रशिक्षणावरही मर्यादा येतात.

प्रशिक्षणाचा विचार करताना संस्थात्मकतेचा विचार अपरिहार्य ठरतो. संस्था या निवळ व्यावसायिक बनवणे, त्यांच्यातील भावबंध काढून टाकणे हे वरवर पाहता

वैज्ञानिक वाटले, तरी ते तसे नाही. कोणत्याही मानवी व्यवहाराविषयी परात्मता निर्माण होण्यात भावबंधांना नाकारणे हा व्यवहार असतो. म्हणूनच केवळ नफा, केवळ उद्दिष्टे, केवळ भविष्यगामी वाटचाल अशा तुकड्यातुकड्यांतून माणसाच्या व्यक्तिमत्त्वाशी संवाद न करता संस्थात्मक व्यवहार उभा राहत नाही. तसा उभा करत असताना त्याला कुटुंबाची उपमा दिली म्हणजे पुरेसे होत नाही. कारण मुळात कुटुंबातील भावबंधच नफाकेंद्रित करण्याचे प्रयत्न होत असताना कुटुंब नावाचा प्राथमिक-सामाजिक-संस्थात्मक व्यवहार ताब्यात घेण्याचे प्रयत्न होताना दिसत आहेत. त्यामुळेही कुटुंबाला पर्यायी सामूहिक जगण्याचे आकार निर्माण करण्याचा प्रयत्न सगळ्याच चळवळींनी केला. ते पुरेसे यशस्वी झाल्याचे अजून तरी दिसत नाही. मात्र कुटुंबाची चिकित्सा ही बहुतेक वेळा प्रस्थापित राजकारणाप्रमाणेच केवळ आर्थिक पाया, केवळ सामाजिक संरचना, केवळ सांस्कृतिक भेदांचे वास्तव याच निकषांवर झाली हे त्याचे एक कारण असावे. स्त्री-पुरुष अथवा कोणत्याही दोन व्यक्ती एकत्र राहण्याचा निर्णय घेतात, तेव्हाच व्यापक सामाजिक व्यवस्थेचे एकक म्हणून त्यांच्या जगण्याचे आयाम व्याख्यित होण्यास सुरुवात होते. पण त्याच्या मुळाशी काही एक भावबंधात्मक नाते असते. त्यातून काही गुंतागुंती आणि बदल निर्माण होतात. एक व्यक्ती म्हणून आपण काही आदर्श गाठायचे प्रयत्न करत असतो. ते आदर्श दुसऱ्या व्यक्तीबरोबर आयुष्य जगण्याच्या संकल्पातून बदलतात किंवा बदलावे लागतात. त्यातूनच सामूहिकतेची दिशा ठरत असते. तेव्हा कुटुंब हे पायाभूत एकक परिवर्तनासाठी गृहीत धरणारा स्त्रीवाद अतिशय मूलगामी कार्यक्रम घेऊन उभा राहिला, त्याकडे पुरेशा गांभीर्याने बघितले गेले नाही असे मला वाटते. आनंद पवारांसारखे सामाजिक कार्यकर्ते काही वेगळी मांडणी या संदर्भांत करताना दिसत आहेत. ते म्हणतात की, 'विषमलिंगी कुटुंबाच्या संकल्पनेव्यतिरिक्त कुटुंब या संकल्पनेची विविध, खुली, हिंसा-बंधनमुक्त, लोकशाही, पर्यायी प्रारूपे आपण अजून अनुभवली नाहीत.... खरे तर कुटुंबसंस्थेच्याच पुनर्विचाराच्या प्रवासातून जात असताना समाजमन गोंधळून जाणारच आहे. पण दुसऱ्या बाजूला मानवी समानतेच्या, न्यायाच्या व हक्कांच्या बाजूने समाजमन हळूहळू प्रगल्भही होऊ लागले आहे. ...लैंगिकतेच्या प्रस्थापित चौकटी मोकळ्या होऊन समलैंगिक आवडीनिवडींचा मुद्दाही कालांतराने या कक्षेत सामावला जाईल. आनंद पवार, 'स्त्रियांची समलैंगिकता आणि धर्म-पितृसत्तेचे राजकारण : एक स्त्रीवादी चिकित्सा', '*संदर्भांसहित स्त्रीवाद...*', पान १७१ अमेरिकेत वर्णद्वेषाच्या विरोधात काम करणारी ॲलिस वॉकर या स्त्री-वादी कार्यकर्तीची मुलगी रिबेका वॉकरने एक अतिशय हृद्य अनुभव नोंदवला आहे :

I knew I had to create hybrid modality, a stable but adaptive platform for family life... No family is a cakewalk, but if we abondon dogma and arrogance, tradition and happenstance, we are left with information and faith. Our only option is to think deeply about every step, move forward with discipline and an eye on longevity and greater good and have faith we have done the right thing. (Rebecca Walker, *One Big Happy Family,* Penguin NY 2009) (मला माहिती होते की, मला एक संकरित जीवनशैलीचे भान निर्माण करायचे आहे. एक स्थिर पण लवचीक व्यासपीठ कौटुंबिक आयुष्यासाठी (तयार करायचे आहे.) ...कुटुंब ही काही सरळ गोष्ट नाही. पण जर आपण पोथीनिष्ठता आणि उर्मटपणा, परंपरा आणि योगायोग या गोष्टी सोडून दिल्या, तर मग आपल्याजवळ माहिती आणि श्रद्धा शिल्लक राहते. आपल्याकडे एकच पर्याय आहे, तो म्हणजे, प्रत्येक पाऊल उचलताना सखोल विचार करणे, शिस्तीने पुढे जाणे आणि दीर्घकालीनतेवर नजर ठेवत आणि व्यापक कल्याणाचा विचार करत आणि आपण योग्य रस्त्यावर आहोत असा विश्वास बाळगत आपल्याला वाटचाल करायची आहे.)

आजच्या टप्प्यावर किमान सामूहिकता म्हणून कुटुंबाचा नव्याने विचार करावा का? बुद्धाने अनाथपिंडकाला चांगल्या गृहस्थीविषयी उपदेश केलेला दिसतो. त्यात त्याने असे म्हटले आहे की, योग्य मार्गाने संपत्ती मिळवणे, नातेवाइकांनीही तसेच करणे, दीर्घायुष्यी असणे ही चांगली गृहस्थी आहे. त्याच्या चार पूर्वअटी होत्या. १. श्रद्धेचे वरदान, २. सद्गुणी वर्तणूक, ३. उदारमतवादी असणे, ४. शहाणपण. बुद्धाने शासनव्यवस्थेचा लय झाल्यानंतरचा संघ कल्पिला होता. त्यात लोकशाही मूल्यांवर आधारित वैध साधनांनी संपत्ती निर्माण करून, कुटुंबाला सांभाळणारी गृहस्थी पायाभूत मानली होती, असे वाटते. त्यामुळे रिबेका वॉकरच्या पिढीबरोबर जाताना दलित-बहुजनवादी स्त्रीवादाने याचा जरूर विचार करावा. विद्या बाळ, गीताली वि.मं. यांच्यासारख्या वैचारिक प्रबोधनाचे काम करणाऱ्या 'मिळून साऱ्याजणी' या मासिकाच्या व 'नारी समता मंच' या स्त्री-प्रश्नावर काम करणाऱ्या संस्थेच्या संस्थापक स्त्रिया आज स्त्रीवादाच्या बदलत्या स्वरूपाची प्रामाणिकपणे दखल घेत आहेत. 'स्त्री आणि पुरुषांनी, स्वतःशी आणि एकमेकांशी संवाद करावा', यासाठी *'मिळून साऱ्याजणी'* हे मासिक सुरू आहे, असे म्हणताना ९०च्या दशकात त्यांनी पुरुषांनाही स्त्रीवादाच्या कक्षेत आणले. गीताली वि. मं. यांच्या संपादनाची व्याप्ती प्रामुख्याने दलित आणि वंचित स्त्रियांचे प्रश्न समोर आणताना दिसते आहे. तसेच मावा Men against Violence against Women संस्थापक हरीश सदानी व रवींद्र रुक्मिणी पंढरीनाथ यांनी संपादित

केलेला *'पुरुष-स्पंदन'* हा दिवाळी अंक, गीताली वि. मं. आणि मुकुंद कीर्दत संपादित केवळ पुरुषांना व्यक्त होण्यासाठी निर्माण केलेले वार्षिक व्यासपीठ *'पुरुष उवाच'* हा दिवाळी अंकदेखील स्त्रीवादी भूमिकेचा सकारात्मक विस्तार आहे. आनंद पवार यांची 'सम्यक' ही संस्था पुरुषत्वाचा आणि लिंगभावाचा विचार करणारी संस्था आहे. तर मनीषा गुप्ते यांची 'मासूम' ही संस्था स्त्रियांवरील हिंसाचाराविरुद्ध काम करणारी महत्त्वाची संस्था आहे.

१९७०च्या दशकातील विविध व्यवस्थांना आव्हाने देत असताना कुटुंबव्यवस्थेला, स्त्री-पुरुष नातेसंबंधांना स्त्रीवादाने काही प्रश्न केले. काही स्त्रीवाद्यांनी कुटुंबच काय, पण पुरुषाचे साहचर्यदेखील नाकारले. कुटुंब हाच पाया असणाऱ्या सामाजिक व्यवस्थेत मुळात कुटुंबालाच नाकारण्याचे राजकारण हे जहाल राजकारण आहे हे त्यातून समोर आले, त्यातून प्रतिक्रियावाद्यांना भरपूर संधी मिळाली. शिवाय चळवळींचे राजकारण संपूर्ण सांस्कृतिक व सामाजिक प्रगल्भतेशी जोडण्यासाठी वेगळ्या मूल्यांवर उभ्या असणाऱ्या, त्यांचे प्रस्तुत आणि वैध प्रशिक्षण देऊ करणाऱ्या संस्थांचा विचार करण्यात कमी पडले. परिणामी, निम्मी लोकसंख्या ही अगतिकतेमुळे किंवा अज्ञानामुळे किंवा सत्तेच्या आशेमुळे अत्यंत अप्रागतिक संस्थाव्यवहाराच्या हातात गेली हे आपण लक्षात घेतले पाहिजे. आणि तिथे स्त्री-देहाच्या सर्व गुणधर्मांना लक्षात घेत त्यांना सामाजिक व सांस्कृतिक परिवर्तनाच्या केंद्रस्थानी आणले पाहिजे. त्यानुसार संस्थात्मक उभारणी करण्याचे विविध प्रकल्प हातात घेतले पाहिजेत. त्यासाठी फुले-गांधी-आंबेडकरांनी निर्माण केलेले मैत्रभावी स्त्री-पुरुष नाते महत्त्वाचे राहील. संस्थात्मक व्यवहाराचा विचार फक्त एनजीओच्या स्वरूपात बघून चालणार नाही. काही मूल्यांवर आधारित नवीन उभारणी करण्याच्या आकांक्षेतून एकत्र येण्याची माणसाची जी मूलभूत प्रेरणा आहे, त्यातून अनेक आकार आज निर्माण होण्याच्या शक्यता आहेत, त्या आपण कशा बघतो हा प्रश्न आहे. छाया दातार त्यांच्या 'स्त्रीमुक्ती चळवळ संकल्पना विश्वांच्या तिठ्यावर' या लेखात म्हणतात, ते आज सगळ्या चळवळींनी लक्षात घ्यायला लागेल. ''स्त्री-मुक्ती-मानव-मुक्ती-निसर्गसंहार-मुक्ती या सर्वांची वीण असलेले एक दर्शन--एक व्हिजन--तयार होणे आवश्यक आहे, त्याच्या चर्चा सातत्याने सुरू राहिल्या तरच या दर्शनाला टोक येऊ शकेल...एक पाय मुख्य प्रवाहात, एक पाय चळवळीत असा ताण वागवत जगणे हाच संपन्न अनुभव असेल.' (संदर्भांसहित स्त्रीवाद...पान १९०)

अर्थात त्याला जागतिक संदर्भांमध्ये बघणे अपरिहार्य आहे. जगभर नवउदारमतवादामुळे रोजगार, उपजीविका यांच्या बाबतीत मूलभूत बदल होत आहेत. स्थिर उत्पन्नाच्या नोकऱ्यांच्या शक्यता संपत जाऊन तात्पुरत्या, असुरक्षित रोजगाराचे

प्रमाण वाढते आहे. त्यामुळे नक्की कोणता सामाजिक गट कोणत्या चिकित्सेसाठी समोर ठेवायचा याच्या मर्यादा समोर येत आहेत. एकच काय, पण दोन्ही पाय मुख्य प्रवाहातच कसे राहतील याची तजवीज करणारी अर्थव्यवस्था म्हणूनही हिंसेकडे वाटचाल करते आहे. कारण सततची असुरक्षितता आणि सतत वाढत जाणारी प्रलोभने यांची सांगड घालता येणे अवघड आहे. साहजिकच सामाजिक, सामूहिक उद्दिष्टांचे मार्गही तत्कालीन राहत आहेत आणि बरेचसे आर्थिकदृष्ट्या सुरक्षित गटांकडून नियंत्रित होताना दिसत आहेत. म्हणूनही कोणत्याही नव्या वाटचालीला शिस्त, सावधपणा आणि व्यापक सामाजिक जाणीवजागृती लागणार आहे; तरच वेगळ्या कामांसाठी आर्थिक उभारणी आणि मानसिक, वैचारिक बळ लाभण्याच्या शक्यता वाढतील. यासाठी स्त्रीवादी तत्त्वज्ञानाची उभारणी करण्याची गरज आहे असे मला वाटते.

शर्मिला रेगे यांनी स्त्रीवादाचा ऊहापोह करत असताना तो जागतिक की स्थानिक अशा द्वैतापलीकडे नेण्याचा अभ्यासपूर्ण प्रयत्न केला आहे. तो संपूर्ण वाचणेच आवश्यक आहे; तरी त्यातील काही दुवे सारांशरूपाने मांडते.

स्त्रीवाद हा सहसा युरोप अमेरिकेच्याच संदर्भात बघितला जातो. पण या साम्राज्यवादी जगाविरुद्ध संघर्ष करणाऱ्या काही देशांतील स्त्री-चळवळींचे प्रयत्न त्यांनी मांडले आहेत, त्यावरून विविध स्त्रीवादांचे स्वरूप आणि गरज दोन्हीही लक्षात घेण्याची आवश्यकता समजते. 'जे जे खाजगी ते ते राजकीय' ही घोषणा ७०च्या दशकात अत्यंत मर्यदित परिघात वावरली. पण एतद्देशीय समूहांचे जगभरातले संघर्ष लक्षात घेतले, तर त्या घोषणेची व्यापकताही लक्षात येते. 'खाजगी' प्रश्नाची राजकीयता जाणवूनही स्वायत्ततेचा मार्ग स्वीकारायचा की नाही, हा प्रश्न इथल्या चळवळींसमोर वैधपणे उभा आहे. कारण दक्षिण अमेरिकेतील मूलनिवासी संस्कृतींचा उच्छेद करून प्रस्थापित झालेल्या युरोपीय राजकीय सत्ता आणि नंतर अमेरिकेचा साम्राज्यवाद त्यांच्या अस्तित्वासमोर प्रश्न उभे करत असताना, त्याविरुद्धच्या लढ्याला लिंगभावाचे परिमाण नक्की केव्हा आणि कोणत्या टप्प्यावर देता येईल हा स्त्री-चळवळींसमोर असणारा गंभीर प्रश्न आहे. राजकीय क्रांतीचा मार्ग स्वीकारणाऱ्यांनी लैंगिक वास्तव लक्षात घेऊन स्त्रियांना त्यांच्या दैहिक वास्तवाबद्दलचे निर्णय घेण्याचे स्वातंत्र्य देऊ केले आहे किंवा नाही यावर त्या चळवळींची वैधता ठरवायची का, या प्रश्नाला अजूनही ठोस उत्तर मिळू शकलेले नाही.

मेक्सिकोमध्ये ५०० वर्षे राज्य केलेल्या स्पॅनिश, पोर्तुगीज राज्यकर्त्यांनी मूलनिवासींच्या हक्कांच्या संदर्भात अतिशय अन्यायकारक भूमिका वेळोवेळी घेतल्या. दक्षिण अमेरिकेतील मूलनिवासी चळवळींचा संदर्भ देत रेगे म्हणतात, 'ॲझटेक व मायन या संस्कृतींना पौराणिक ठरवून त्यांचे गौरवीकरण केले. पण व्यवहारात मात्र

एतद्देशीय समूहांना कोणतेही कायदेशीर हक्क दिले नाहीत. ज्यामुळे त्यांच्या संस्कृती व भाषेचे रक्षण होईल असे अधिकारही नाकारले.' (पान १६०) मेक्सिकोतील झापिस्ता चळवळ; स्पॅनिश, पोर्तुगीज आणि एतद्देशीय यांची मिश्र प्रजा मेस्तीझो; त्यांना एतद्देशीय भाषा येत नसेल, तर एतद्देशीय मानण्यास नकार दिला गेला. पण त्यांना प्रथम नागरिकांचा दर्जा देण्यासही नकार दिला. एतद्देशीय लोकांना देण्यासाठी राखीव भूमीसंपादनात कमीतकमी संख्येने लोक असावेत एवढाच त्यामागचा उद्देश होता.

अर्जेंटिनामधील ७६-८३ या काळात लष्करी 'जुंता' राजवट आली. ख्रिश्चन संस्कृतीच्या विरोधात जाणाऱ्या सर्व शक्तींना देशद्रोही ठरवून तिने हिंसेचा मार्ग स्वीकारला. त्यातून २०-३० वयोगटातील हजारो तरुण गायब झाले. १९८३मध्ये जुंता राजवट संपल्यावर गायब झालेल्या तरुणांच्या मातांनी सरकारला जाब विचारण्यास सुरुवात केली. गळ्यामध्ये त्यांच्या नावांच्या पाट्या अडकवून सरकारकडे त्यांचा शोध घेण्याची मागणी करणारा शांततापूर्ण सत्याग्रह केला. त्यानंतर सत्तेत येणाऱ्या प्रत्येक राजकीय पक्षाला त्यांच्या मागण्यांचा विचार करणे अनिवार्य ठरले. 'जे जे खाजगी ते ते राजकीय', या घोषणेला नवे वळण दक्षिण अमेरिकेतील अशा अनेक संघर्षांमधून मिळाले. १९९०मध्ये पोलंडमध्ये साम्यवादी सरकारला खाली खेचण्यात स्त्रियांचा सहभाग होता, पण त्यानंतर 'Solidanty' चळवळीने स्त्रियांचा त्यांच्या चळवळीत सहभाग होता हेच नाकारले. गर्भपातावर बंदी आणली. त्याविरुद्ध स्त्रिया रस्त्यावर उतरल्या, तेव्हा त्यांचा महिला विभाग बंद केला. १९५९मध्ये क्यूबात क्रांती झाल्यानंतर Federation of Cuban Women नावाची संघटना उभी राहिली. पण त्यातील स्त्रियांना राज्यसंस्थेला प्रश्न विचारण्याची मुभा नव्हती. ९०च्या दशकात तिथे magine नावाची स्वायत्त स्त्री-संघटना उभी राहिली, पण तिच्यावर सरकारविरोधी म्हणून बंदी घालण्यात आली. *'स्त्रीवाद : जागतिक आणि स्थानिक द्वैताच्या पलीकडे'* -रेगेंनी मांडलेल्या या सगळ्या चळवळींच्या वृत्तांतांचा आणि त्यातील लैंगिकता आणि लिंगभावांच्या बारकाव्यांचा हा आढावा अगदीच ढोबळ आणि वरवरचा आहे. पण स्त्री-वाद नावाची चळवळ, चर्चाविश्व आणि तत्त्वज्ञान उभे करण्याची वाटचाल २०व्या शतकाच्या उत्तरार्धापासून नवनवे संदर्भ गोळा करते आहे, ह्या उल्लेखापुरते त्यांचे प्रयोजन आहे.

१९९०पासून जागतिकीकरणाचे पर्व सुरू झाले. त्यात काही प्रमाणात स्त्रिया संगणक, व्यवस्थापन अशा क्षेत्रांत वावरताना दिसत असल्या तरी त्यांच्यावरचे पारंपरिक पुरुषसत्ताकतेचे ओझे तसेच आहे. विशेषतः झपाट्याने जातबंद होत चाललेल्या आपल्या समाजात प्रत्येक जातीच्या अस्तित्वाचे दार आणि अस्मितेचे प्रतीक स्त्री ठरत असल्यामुळे मुक्त, स्वतंत्र विचारशक्ती असणारे, जबाबदार, व्यापक सामाजिक

आणि जागतिक स्वास्थ्याचा विचार करणारे स्त्री-पुरुष क्वचितच निर्माण होताना दिसतात. जातिव्यवस्थेचा वाढता प्रभाव आणि जागतिकीकरणातून वाढत चाललेली आर्थिक अस्थिरता यांत स्त्री-पुरुष नाते कमालीचे तणावग्रस्त होत चालले आहे. आज मोजके बुद्धिमान, तंत्रकुशल, उच्चशिक्षित लोक सोडले तर बहुसंख्य स्त्री-पुरुष हे कंत्राटी पद्धतीच्या तात्पुरत्या कामांमध्ये लोटले गेले आहेत. साहजिकच उपजीविकेची शाश्वती नाही, आर्थिक सुरक्षितता नाही; त्यामुळे स्वायत्तपणे निर्णय घेण्याची ताकद नाही; शिक्षण दिवसेंदिवस महाग होत चालल्यामुळे शिक्षणातून विकास साधण्याच्या संधी मोजक्याच लोकांना उपलब्ध होत आहेत. अशा परिस्थितीत शिक्षण व अर्थार्जनाची संधी ही अग्रक्रमाने पुरुषांना मिळते व स्त्री घरात ढकलली जाते. जगभरात पसरलेल्या अस्थैर्याचे हे परिणाम प्रामुख्याने स्त्रियांच्या जीवनावर होताना दिसतात. स्त्रियांविरुद्धच्या अत्याचारात, बलात्कारात पडलेली भर आणि जातीय हत्यांचे-विशेषतः आंतरजातीय विवाह केल्यामुळे-वाढलेले प्रमाण यांचे कारण एकूणच अस्थिर झालेल्या समाजव्यवस्थेत आहेत. समाज जेव्हा अस्थिर, असुरक्षित होतो; तेव्हा त्यातील स्त्रिया आणि दुर्बल समाजघटक यांच्यावर आघात होतो. त्याचा अनुभव आज आपल्याला येतो आहे. म्हणजे तंत्रज्ञानाचे सर्व अत्याधुनिक आविष्कार भोवती आहेत; पण माणसामाणसातील व्यवहार आणि संवाद मात्र अधिकाधिक संकोचत चालले आहे. अशा वेळेस स्त्रीवादाची गरज प्रकर्षाने जाणवते आहे.

स्त्रीवादी तत्त्वज्ञानाची तळमळ ही सर्व स्तरांवरील अन्यायांवर उपाय शोधण्यासाठी स्त्री-पुरुष नात्याचे संदर्भ तपासणे ही आहे. भारतीय समाजव्यवस्थेत स्त्री-पुरुष नात्याचा विचार जातवास्तवाच्या भिंगातूनही करावा लागतो. १९७५ च्या स्त्री-मुक्तीच्या भारतातील आविष्काराला दलित आत्मकथनांनी जे आयाम दिले, त्यांतून स्त्री-वादी विचारक्षेत्रांत दलित आणि बहुजनवादी परंपरेतील विचारांचा नव्याने अभ्यास सुरू झाला. विद्यापीठांमधल्या स्त्री-अभ्यास केंद्रांनी याबाबतीत महत्त्वाची भूमिका बजावली. स्त्री-वादाचा सर्वांत व्यापक विचार दलित-बहुजनवादी स्त्री-वादातूनच होऊ शकेल हे लक्षात आले. जातिअंत झाल्याखेरीज स्त्री-पुरुष भारतीय समाजव्यवस्थेत मुक्त मानव म्हणून वाटचाल करू शकणार नाहीत ही दिशा स्त्री-वादाला अपरिहार्य ठरली. त्यादृष्टीने दलित-बहुजनवादी परंपरेने जे मुद्दे समोर आणले, ते मूलगामी आहेत. फुले-शिंदे-आंबेडकर असा प्रवास लक्षात घेतला, तर भारतातील स्त्रीवादाची मांडणी जातीत चिरफाळलेले वास्तव लक्षात घेतच करावी लागेल हे स्पष्ट होते.

त्याचबरोबर वास्तवातील अनुभवांना सामोरे जात भविष्यातील स्त्री-पुरुष वास्तवाला, खाजगी आणि सार्वजनिक जीवनातील स्त्री-पुरुष नात्याला, केवळ आधुनिक अवकाशात आणून पुरणार नाही तर त्याचे लोकशाहीकरण करावे लागेल हेही या

परंपरेने सांगितले. म्हणजेच एका बाजूला स्त्री-शक्तीचा गौरव आणि दुसऱ्या बाजूला त्यांना सार्वजनिक जीवनातून बाहेर टाकणे, हे स्त्री-पुरुष नात्याच्या विकासाचे योग्य प्रारूप नव्हे. तर स्त्री आणि पुरुष दोघांनीही परंपरांच्या गौरवीकरणातून बाहेर पडून, धार्मिक जमातवादाला दूर सारत, मानवकेंद्री, जात, धर्मनिरपेक्ष असा विचार निर्माण करायला हवा व त्यासाठी सावित्रीबाई फुले जशा जोतीरावांच्या सार्वजनिक कार्यात खांद्याला खांदा लावून उतरल्या, तसे सर्व स्त्री-पुरुषांनी एकत्रितपणे कामात उतरायला हवे हेही या परंपरेने सांगितले.

प्रवीण चव्हाण यांनी त्यांच्या 'दलित स्त्रीवाद आणि स्त्रीवादी दलितत्त्व' या लेखात म्हटले आहे, 'स्वतःला गतिमान ठेवणे, समोरच्या परिस्थितीशी सातत्याने संवादी-विसंवादी सूर लावणे आणि विचारांच्या बाबतीत अद्ययावत असणे ही स्त्रीवादाची महत्त्वाची लक्षणे म्हणता येतील. जगभरातील 'ज्ञाना'च्या आकलनात स्त्रीवादाने लक्षणीय सकारात्मक योगदान दिले आहे....अनेक ज्ञानशाखांमध्ये क्रांतिकारी वाटावेत असेच बदल स्त्रीवादी आकलनाने प्रकट केले आहेत. ...स्त्रीवादाने निर्माण केलेले आकलन मुक्तिदायी समाजाकडे जाऊ इच्छिणाऱ्या अनेक चळवळी आणि प्रक्रियांना गतिमान करणारे असेच राहील. ...स्त्रीवादी विचार हा अतिशय लवचीक आणि इतरांशी संवाद करण्यासाठी ...अतिशय खुला असणाऱ्या सिद्धान्तनांपैकी एक आहे.' (प्रवीण चव्हाण, 'संदर्भांसहित स्त्रीवाद : स्त्रीवादाचे समकालीन चर्चाविश्व' पान १३३-३४)

४ स्त्रीवादी साहित्य आणि
साहित्याचा स्त्रीवादी अन्वय

Re-vision, the act of looking back, of seeing with fresh eyes, of entering an old text with new critical direction--is for us more than a chapter in cultural history : it is an act of survival. Until we can understand the assumption in which we are drenched we cannot know ourselves. And this drive to self knowledge, for women, is more than self-identity : it is part of her refusal of the self destrutiveness of male-dominated society. A radical critique of literature, feminist in its impulse, would take the work first of all as a clue to how we live, how we have been living, how we have been led to imagine ourselves, how our language has trapped as well as liberated us; and how we can begin to see--and there-fore--live afresh. A change in the cocept of sexual identity is essential if we are not going to see the old political order to reassert itself in every new revolution. ...

Most, if not all, human lives are full of fantasy--passive day dreaming, which need not be acted on. But to write poetry or fiction or even to think well is not to fantasize, or to put fantasies on paper. For a poem to coalesce, for a character or action to take shape, there has to be an imaginative transformation of reality which is in no way passive. And a certain freedom of mind is needed--freedom to press on, to enter the currents of your thought.... Moreover if the imagination is to transcend and transform experience, it has to question, to challenge, to conceive alternativs, perhaps to the very lives you are living at that moment.... For writing is renaming. (Adrienne Rich, *When We Dead Awaken : Writing as Revision,* College English, 1972)

(फेरतपासणी, मागे वळून बघण्याची कृती, नव्या नजरेतून बघण्याची कृती, जुन्या संहितेत नव्या चिकित्सक दिशेने प्रवेश करण्याची कृती म्हणजे स्त्रियांसाठी निव्वळ सांस्कृतिक इतिहासातील नवे प्रकरण नाही. आमच्याबद्दलच्या कोणत्या गृहितकांमध्ये आम्ही नखशिखांत भिजलो आहोत हे कळल्याशिवाय आम्हाला स्वतःविषयी खरे ज्ञान होणे शक्य नाही आणि स्त्रियांसाठी स्वतःबद्दलचे ज्ञान करून घेण्याची जिज्ञासा म्हणजे केवळ स्व-प्रतिमेचा शोध नाही: तो पुरुषसत्ताक समाजात स्वतःला नष्ट होऊ द्यायला नकार देणे आहे. साहित्याची मूलगामी चिकित्सा स्त्रीवादी प्रेरणेतून केल्यास ती संहिता पहिल्यांदा आपण स्त्रिया कशा जगतो, कशा जगत आलो आहोत, आपल्याला आपली प्रतिमा कशी असावी याकडे कसे वळवण्यात आले, आपल्या भाषेने आपल्याला कसे पेचात टाकले आणि कसे मुक्त केले, आणि आपण आपल्या जगण्याकडे ताज्या नजरेने कसे बघायला लागू-- आणि त्यातून-- नव्याने कसे जगू याचा काहीतरी मार्ग सुचवेल. जर प्रत्येक नवीन क्रांतीत जुन्याच राजकीय व्यवस्थेने डोके वर काढायला नको असेल, तर लिंगओळखीच्या संकल्पनेत बदल घडवणे गरजेचे आहे. ...

अगदी सगळी जरी नाही, तरी बहुसंख्य मानवी आयुष्ये भ्रांतिक कल्पनांनी भरलेली असतात-- कृतिशून्य दिवास्वप्ने बघण्यात रमलेली असतात. पण कविता लिहिणे किंवा कथा/कादंबरी लिहिणे, अगदी विचार करणे म्हणजे कल्पनांचे बुडबुडे सोडणे नाही किंवा आपल्या भ्रामक कल्पना कागदावर उतरवणे नाही. कवितेने विचारांत सामावून जात अंग धरणे, व्यक्तिरेखेने किंवा कृतीने आकार घेणे यांत कल्पनाशक्तीने वास्तवाला बदलण्याचा भाग आवश्यकच असतो, जो कृतिशील असतो. त्यासाठी मनाचे काहीएक स्वातंत्र्य आवश्यक असते--निर्धाराने पुढे जाण्याचे स्वातंत्र्य, तुमच्या विचारांच्या प्रवाहात शिरण्याचे स्वातंत्र्य....शिवाय कल्पनाशक्तीने अनुभवाच्याही वर जात त्याला बदलायचे असेल तर तिने प्रश्न करावे लागतात, आव्हाने उभी करावी लागतात, पर्याय निर्माण करावे लागतात; अगदी तुम्ही जगत असता त्यावेळच्या आयुष्यालादेखील...कारण लेखन म्हणजे आयुष्याला नवे अर्थ देणे.)

स्त्रीवादी दृष्टी हा साहित्याचा आणि समीक्षेचा निकष होऊ शकतो का? की त्याला मानवमुक्तीचे तत्त्वज्ञान म्हणत असल्यामुळे ते इतर कोणत्याही समाजशास्त्रीय अभ्यासाचा एक भाग मानावे? स्त्री-पुरुष नातेसंबंधाचा विचार करत असताना सुरुवातीच्या प्रकरणात म्हटल्याप्रमाणे मार्क्सवादी, समाजवादी, पर्यावरणवादी, जातिअंतवादी अशा सैद्धान्तिक भूमिकांच्या चौकटींचा भाग म्हणून स्त्रीवादाचा विचार केला गेला. विषमता, अन्याय यांच्याविरुद्ध संघर्ष करायची त्यांची जी साधने व दृष्टी आहे, त्यामध्ये स्त्री-पुरुष नाते हा त्यातील साधनस्वरूप असलेला भाग इतपतच त्यांचे अस्तित्व मानले जाते. पण कोणत्याही व्यापक समाजरचनेचा विचार करायचा झाला, तर त्याला पायाभूत नातेसंबंध हा स्त्री-पुरुषाचा असतो. त्यामुळे जी सामाजिक मूल्ये आपल्याला रुजवायची असतात, त्यांच्या धारणा या पायाभूत संबंधातून घडत जातात. म्हणूनच 'जे जे व्यक्तिगत ते ते राजकीय', ही स्त्रीवादी मर्मदृष्टी सूक्ष्म आणि स्थूल नातेसंबंधांचा विचार करणारी दृष्टी आहे. कोणतेही परिवर्तनवादी तत्त्वज्ञान हे मानवमुक्तीचे तत्त्वज्ञान असते. त्यासाठीचे कोणते मार्ग परिणामकारक वाटतात त्यानुसार त्यांची जीवनदृष्टी आकार घेत जाते.

मार्क्सवादी तत्त्वज्ञानाला आर्थिक संबंध पायाभूत वाटतात, म्हणून सर्व प्रकारचे नातेसंबंध ते आर्थिक संबंधांच्या जाळ्यातून बघतात. आर्थिक संबंध मानवी नात्यांमधली तेढ समजून घेण्यासाठी पुरेसे नाहीत असे वाटत असल्याने जातिअंतवादी तत्त्वज्ञानाची दृष्टी सांस्कृतिक जडणघडणीला महत्त्वाची मानते. पण कोणत्याही स्थूल रचनेत एकटा माणूस पायाभूत राहू शकत नाही. कारण माणूस स्वायत्त नसतो. म्हणूनच तो परस्परावलंबी आयुष्याचा स्वीकार करतो. याअर्थाने स्त्री आणि पुरुष नातेसंबंधांचे एकक माणसाच्या सामाजिक असण्याचे पायाभूत प्रारूप आहे.

स्त्रीला आणि पुरुषाला स्वतःचे व्यक्तिमत्त्व असते ज्याचा एक भाग जैविक असतो- अनुवंश, इत्यादी आणि दुसरा भाग सामाजिक असतो - जात, वर्ग, वर्ण, इत्यादी. या दोन्हींच्या मिश्रणातून स्त्री व पुरुष स्वतःला घडवू बघत असतात. या स्वतंत्रपणे घडणाऱ्या प्रक्रियेला काही अवकाश असावा लागतो. हे घडणे जैविक प्रेरणेइतकेच समूहात राहण्याची, परस्परावलंबनाची सामाजिक गरज म्हणून आपण बघितले तर या परस्परावलंबनाच्या नीतीची चर्चाही जैविक आणि सामाजिक सिद्धान्तनांबरोबर घडावी लागेल. याअर्थाने स्त्रीवाद हा एक पायाभूत विचार आहे. परस्परावलंबन हे परस्परांच्या स्वातंत्र्याचा आदर करत, न्याय व समता या मूल्यांवर आधारित असले पाहिजे, हा स्त्रीवादाचा आग्रह गुंतागुंतीचा आणि आपल्या सभ्यता (civilization)च्या आजच्या विकसित टप्प्याचा विचार करणारा आहे. साहजिकच त्या आग्रहाला दोन परस्परविरोधी विचारपरंपरांना लक्षात घ्यावे लागते. व्यक्तिस्वातंत्र्य

आणि परस्परावलंबन या त्या दोन परंपरा. यातली ओढ, ताण, संघर्ष, मैत्री आणि करुणा यांचा विचार जेव्हा स्त्री-पुरुष नातेसंबंधांच्या माध्यमातून झालेला दिसतो, तेव्हा त्याला स्त्री-वादी साहित्य म्हणता येईल. यात समलिंगी, बायसेक्शुअल, हिजडे, लिंगबदल केलेले--म्हणजे ज्या दोघांनी एकत्र जीवन व्यतीत करण्याचा निर्णय घेतला आहे, त्या सर्वांचा--समावेश होऊ शकतो; पण इथे स्त्री-पुरुष नात्यापुरता परीघ आखला आहे. यात अर्थातच एक अनुभवजन्य गृहीत आहे आणि ते म्हणजे गेली अनेक शतके, पुरुषसत्ता प्रबळ होत गेल्यामुळे स्त्रियांचे स्थान हे अधिक अन्यायग्रस्त आहे. त्यामुळे ह्या स्त्री-पुरुष नातेसंबंधांमधून मानवमुक्तीकडे जायचे असेल, तर स्त्रीच्या स्थानावरून जगातील अन्याय व अत्याचारांकडे बघावे लागेल. म्हणजे अर्थातच जीवनदृष्टी रचत असताना ती वंचितांच्या व वंचित राहावे लागण्याच्या परिस्थितीत असणाऱ्यांच्या स्थानावरून रचली गेली पाहिजे.

अर्थात साहित्य आणि समाज यांचा विचार करत असताना साहित्य हा समाजशास्त्राचा केवळ दस्तऐवज आहे असे म्हणण्यातून साहित्यावर अन्याय होतो आणि मानवी सभ्यतेच्या वाटचालीतील काही तथ्ये निसटून जातात. म्हणून मग हरिश्चंद्र थोरातांसारखे समीक्षक साहित्याला समाजाच्या कक्षेमधून बाहेर काढून संस्कृतीच्या कक्षेमध्ये आणण्याची गरज सांगतात. (हरिशचंद्र थोरात, *'साहित्याचे संदर्भ'*) म्हणजे केवळ सामाजिक वास्तव प्रतिबिंबित करणे हा साहित्याचा विषय नाही; तर त्यातून निर्माण होणारे मानवी नातेसंबंधांचे मानदंड, चिन्हव्यवस्था, मूल्यभान आणि मुख्य म्हणजे ते प्रत्यक्षात आणणारे सूक्ष्म आणि स्थूल नातेसंबंध यांच्यातील माणसाची कृतिशीलता यांना न्याय मिळायचा झाला, तर मग संस्कृती नावाचा गुंतागुंतीचा अवकाश समजून घेणे साहित्य व समीक्षाविचारासाठी आवश्यक ठरते.

साहित्याचा आणि साहित्यिक समीक्षेचा स्त्रीवादी दृष्टीतून विचार करायचा झाला, तर ते केवळ स्त्रियांनी लिहिलेले साहित्य किंवा स्त्री-प्रश्नावर लिहिलेले साहित्य आणि स्त्रियांनी केलेली समीक्षा असे बघून चालणार नाही. कोणतेही साहित्य जे स्त्री-पुरुष नातेसंबंधांचा नव्याने विचार करते, स्त्री-पुरुष नात्याचा इतिहास समजून घेण्याचा, त्यातील न्याय, अन्याय यांचा विचार करण्याचा आणि त्यातील अन्यायावर मार्ग काढण्याचा प्रयत्न करते; ते स्त्रीवादी साहित्य असे म्हणता येईल. त्यासाठी आजवरच्या साहित्यनिर्मितीकडे परत एकदा वळून पाहावे लागेल आणि त्यातील नातेसंबंधांचा नव्याने लेखाजोखा मांडावा लागेल. स्त्री आणि पुरुषांसाठी ही आत्मनिरीक्षणाची संधी आहे. कारण इतिहासातील साहित्यनिर्मिती स्त्री-पुरुष नातेसंबंधांची कोणती प्रारूपे समोर ठेवते आणि त्यांतून स्त्रिया आणि पुरुषांच्या कोणत्या गुणधर्मांना गृहीत धरले आहे हे नव्याने तपासावे लागेल. त्यातूनच स्त्री-पुरुष नातेसंबंधांची नवीन प्रतिमाने

निर्माण करता येतील, ज्यातून वेगळा, शुभंकर समाज निर्माण होऊ शकेल. हे असे म्हणणे म्हणजे स्त्रीवादी साहित्य आणि समीक्षा निर्माण करणे.

माणूस कशा प्रकारे विचार करून कोणत्या मूल्यांचा स्वीकार करतो आणि तो तसे का करतो, या प्रश्नाचे उत्तर बरेच गुंतागुंतीचे आहे. म्हणूनही चोख तार्किक उत्तरांना मानवी कृती कित्येकदा बाजूला ठेवते, असे अनुभव देणारा इतिहास आपल्यापाशी आहे. इथे साहित्याला मोठा अवकाश उपलब्ध होतो. माणूसपण सिद्धान्तनाची वाट सोडून कुठे कुठे आणि कसे वाटचाल करत असते हे बघणे रोचक असते. त्याचबरोबर त्याला काही दिशा देण्याचा प्रयत्न करणेही गरजेचे असते. या शोधासाठी वैयक्तिक आणि सामूहिक अशा दोन्हीही पातळ्यांवर उपलब्ध असणारे एक अर्थपूर्ण आणि बहुआयामी एकक हे स्त्री-पुरुष नातेसंबंधाचे आहे, त्याच्या चिकित्सेतून मानवमुक्तीचे काही मार्ग हाताशी येऊ शकतात अशा विश्वासातून निर्माण झालेले साहित्य आणि समीक्षा म्हणजे स्त्रीवादी साहित्य व समीक्षा.

स्त्रियांचा आवाज जेव्हा आत्मकथनांमधून समोर येऊ लागला, तेव्हा स्त्रीवादी दृष्टीची जाणीव वाचक म्हणून आपल्याला होऊ लागली. त्याआधीही स्त्री-लेखन होत होते. स्त्रियांच्या ओव्या, अभंग, कविता हे आज स्त्रियांच्या आत्मभानाची वाटचाल तपासताना महत्त्वाची ऐतिहासिक साधने म्हणून आपण वापरतो. पण त्यांना स्त्रीवादी म्हणता येणार नाही. स्त्रीवादी दृष्टी ही संस्कारित दृष्टी आहे. आधुनिकतेच्या अवकाशात निर्माण झालेल्या जाणिवा यात गृहीत आहेत. म्हणून स्त्रीवादामध्ये विविध अभ्यासक्षेत्रांचे भान असणे आवश्यक मानले जाते. इतिहास, संस्कृती-अभ्यास, राज्यशास्त्र, अर्थशास्त्र, मानववंशशास्त्र अशा अभ्यासक्षेत्रांचा या दृष्टीला आधार असतो. असे असल्यामुळे बायकांनी लिहिलेले सर्व साहित्य स्त्रीवादी साहित्य म्हणता येणार नाही हे परत एकदा लक्षात घ्यायला हवे. मग स्त्रीवादी साहित्याची वैशिष्ट्ये कोणती?

> 'माझ्यापेक्षा वेगळी नसते
> पायांना पानं बांधून वाट तुडवणारी
> तिथली कोणतीही आई'
> अनुराधा पाटील, *'तरीही'*, १९८५

> 'रोदानने बाईला विचारात
> पडलेली दाखवली नाही कधी
> न व्हॅन गॉगनं तिला
> गुढग्यात मान टेकवून
> मरणासन्न बसलेली पाह्यली'

मल्लिका अमर शेख, १९९९

'मला लिहू द्या आता
रोमांचक दुखरा न सतेज दृष्टांत
बाईच्या नावानं
दलित बाईच्या नावानं...'
प्रज्ञा दया पवार, *'आरपार लयीत प्राणांतिक'*, २००९

'माझ्या आत आत रुजलेल्या तुला
पाजेन दूध करूणेचं
तुला माणसात आणेन मी'
नीरजा, *'निरर्थकाचे पक्षी'*, २०१५

साहित्य म्हणजे काय? साहित्य समजून घेण्यासाठी काही तत्त्वज्ञान असते काय? या दोन प्रश्नांची उत्तरे आपल्याला आधी शोधायची आहेत. मग स्त्री-वादी साहित्य म्हणजे काय या प्रश्नाचे उत्तर शोधू.

साहित्य म्हणजे काय? याचे एक ढोबळ उत्तर म्हणजे आपल्या भोवतीच्या जगाचा आपल्याला आलेला अनुभव काही विशिष्ट आकार दिलेल्या रचनेत मांडणे, म्हणजे साहित्य निर्माण करणे. रचना महत्त्वाची असते हे खरेच. म्हणजे कविता, कथा, कादंबरी, नाटक, निबंध अशा विविध प्रकारच्या रचनांमधून अनुभव मांडला जातो, तेव्हा त्या अनुभवाला वेगळे मूल्य प्राप्त होते. कारण आकार विशिष्ट प्रकारे मांडण्यासाठी अनुभवांची निवड केली जाते; त्यांना काही व्यापक हेतुगर्भता दिली जाते; त्यासाठी संपूर्ण रचनेत काही संकेत, चिन्हे निर्माण केली जातात; ती जिवंत वर्तमानाशी संवादी ठेवली जातात; त्यातून काही सखोल मर्मदृष्टी निर्माण केल्या जातात; ज्यामुळे आपल्याला त्या अनुभवाचे निरीक्षण, चिकित्सा, चिंतन आणि उपयोजन करता येते.

पण मग दैनंदिन भाषेत न मांडलेली कोणतीही रचना संदर्भाखेरीज समोर आली तर साहित्य म्हणायचे का? तर नाही. आकाराबरोबरच त्या आकाराच्या आत जो अनुभव सामावलेला असतो, तो अनुभव किती सच्चा आहे आणि त्या अनुभवाचे लेखक काय करू पाहतो आहे हाही भाग महत्त्वाचा असतो. कारण अनुभवाकडे बघण्यासाठी काहीएक मूल्यविचार, दृष्टी लेखकापाशी असावी लागते. ती अनुभवांना पारखणारी तसेच सर्वसामान्य आयुष्याशी नाते जोडणारी असावी लागते. ती अनुभववंचित बोधातून सांगण्यापेक्षा, प्रत्यक्ष जगण्याच्या अनुभवातून सांगितली असेल तरच भिडते. पोकळ तत्त्वचिंतनापेक्षा, अनुभवातून सतत प्रवाही होत जाणारे चिंतन हे आयुष्याशी

खऱ्या अर्थाने नाते सांगत असते. आणि अनुभव हा एका व्यापक सामाजिक वास्तवात आकार घेत असतो. त्याला कल्पनाशक्तीने वेगळा आकार देण्याचे कसब कलाकाराकडे असले तरी अनुभवाचे महत्व कलाकृतीत असतेच.

कोणतेही साहित्य पोकळीत निर्माण होत नाही. त्याला जगण्याचे अनेकविध संदर्भ असतात. कलानिर्मिती करणाऱ्याचे अनुभव त्या संदर्भांचे अर्थ लावत असतात. सगळेच अनुभव सुसंगतपणे काही कथन करतात असे नाही. त्यामुळे अनुभव निवडावे लागतात. ही निवड कलाकृतीचे प्रयोजन ठरवत असते. कोणत्याही कलाकृतीचा आस्वाद घेत असताना त्यातील संस्कारित दृष्टी आणि तीव्र संवेदनशीलता यांचा वेगळेपणा आपल्याला जाणवत असला, तरी त्याच्या तळाशी दैनंदिन जगण्यातले स्रोत जिवंतपणे खळखळत असतात. त्यामुळे कोणताही रचलेला अनुभव समजून घेताना त्याच्या मुळाशी असलेला करकरीत, कच्चा जीवनानुभव जाणून घ्यावा लागतो. तो जर रचनेत सापडत नसेल, तर ती रचना कलाकृती या संज्ञेला पात्र नाही. केवळ साहित्यच नव्हे तर कोणतीही कला जीवनातले सततचे संघर्ष आणि समायोजन यांचे चढ-उतार मांडत असते. हे संघर्ष मूल्यात्मक असतात. स्वातंत्र्यासाठी, समतेसाठी, बंधुतेसाठी, विश्वभान जागवण्यासाठी; एकमेकांशी जोडून घेण्याची माणसाची जी सतत चालू असणारी धडपड आहे, त्यांतील संघर्ष आणि त्यांचे दिलेले मोल यांचे स्मरण त्यात जागे असते. त्याच्या आधारे पुढे चालत राहण्याचा निर्धार असतो, तर कधी पराभूत झाल्याचे दुःख असते. या सगळ्यांचे ध्वनी कलेच्या निर्मितीत उमटत असतात. म्हणजेच मानवी जीवन, त्यातील संघर्ष, त्यांची मूल्यात्मकता, त्यातून निर्माण केली जाणारी दृष्टी, व त्यातून निर्माण होणारे जग या सगळ्यांचा संबंध कलानिर्मितीशी असतो. जगण्याच्या संदर्भांपासून कलाकृतीला तोडता येत नाही. सहानुभाव किंवा समरसता नसली, तरी अनुभवाचा सच्चेपणा आणि त्याचे संदर्भ जाणून घेण्याची उत्सुकता हे कलाकृती आणि आस्वादक यांच्यात एक अतूट नाते निर्माण करत असतात.

> 'लेट मी स्पीक सुलभा, मला बोलू दे. विचारांचा पराभव व्हायला लागला, की मला अस्वस्थ व्हायला होतं. माणसं गलितगात्रं, हतबल होऊन अशी मठ, दर्गे नि चर्च गाठायला लागली, की वाटतं लाखो, करोडो लायब्ऱ्यांमधून साठवून ठेवलेलं ज्ञान वाया जातंय, पाण्यात जातंय. मुलीच्या आयुष्यात लग्न ठरणं आणि मोडणं एवढा फरक पाडू शकतं? हिच्यासारखी शिक्षित पोरगी ही अशी ओढणी कपाळावर घेऊन, हे हळद-कुंकू लावून डेस्टिनी वगैरे बोलते? आरशासमोर उभे राहा नागवे आणि विचारा दहा प्रश्न

स्वतःलाच का मोडलं लग्न! चार-दोन दोष स्वतःचे असतील ते मान्य करा नि स्वीकारा की नाही जमलं, नव्हतं जमणार, लोकलाजेस्तव जमवून घ्यायचं? लग्न लोकांसाठी करता की स्वतःसाठी?' (संजय पवार, ठष्ट ठरलेलं लग्न मोडलेल्या मुलींची गोष्ट, पान ४०)

जगण्याशी साहित्याचे जैविक नाते असते याचे आणखी एक महत्त्वाचे कारण म्हणजे साहित्याला प्रयोजन असते. जसे आपल्या जगण्यासाठी आपण काही प्रयोजन असावे असे मानतो, तसेच साहित्याच्या बाबतीतही कशासाठी लिहिलीय कथा? ही कविता काय सांगू पाहते आहे? कादंबरीतून शेवटी निष्पन्न काय होते आहे? नाटकाची मांडणी नक्की कोणत्या दिशेने जाते आहे? असे प्रश्न आपण विचारत असतो. हे म्हणणे कोणत्या परिस्थितीत म्हटले गेले, हे समजून घेण्याचा प्रयत्न करणे म्हणजे साहित्याचे प्रयोजन तपासणे. आपण प्रयोजनाचा शोध घेतो, कारण आपल्याला आपल्या अनुभवाशी ते ताडून पाहायचे असते. त्यातून संवाद निर्माण होतो आहे का हे बघायचे असते. तसा संवाद निर्माण होतो, तेव्हा साहित्याचे प्रयोजन सफल होते. जिथे संवाद होत नाही, तिथे अनुभवाचा जोडलेपणा कमी पडतो, असे म्हणता येते. स्त्री आणि पुरुषांमध्ये केवळ उतरंडीचे वर्चस्ववादी नाते असेल, तर तिथे संवाद होणार नाही. नाते प्रवाही नसेल, वर्षानुवर्षे मिळत आलेल्या प्रतिमांनाच कवटाळत असेल तर तिथे संवाद होत नाही. म्हणून स्त्री-पुरुष नात्याकडे बघणारी दृष्टी काय आहे, यावर ते साहित्य स्त्रीवादी आहे की नाही हे ठरते.

- स्त्रीकडे केवळ पत्नी अथवा आई म्हणून बघण्याची वृत्ती सोडून ती एक स्वयंपूर्ण व्यक्ती आहे आणि जगण्याच्या प्रत्येक टप्प्यावर तिला स्वतंत्र विचार/आचरणाचे स्वातंत्र्य मिळायला हवे आणि फुले-आंबेडकरांचे वारस म्हणून ती आपली जबाबदारी आहे. (संजय पवार, तिसरे फुले-आंबेडकर साहित्य संमेलन, अध्यक्षीय भाषण, *वेळोवेळी*, पान १११)

अनुभवाचा जोडलेपणा म्हणजे काय, तर जेव्हा आपण एखादी साहित्यकृती वाचतो, तेव्हा त्यातील व्यक्तिरेखांचे त्यांच्या पर्यावरणाशी असणारे नाते आपल्याला समजत असेल, त्यांच्या कृतीचा त्यांच्या भवतालाशी असणारा कार्यकारणभाव आपल्याला शक्य वाटत असेल, तर आपण त्याच्याशी जोडून घेऊ शकतो. उदाहरणार्थ उर्मिला पवारांची 'सीतामायची चोळी' ही कथा वाचली, तर स्त्रियांचे शरीर सार्वजनिक

अवकाशात ज्या प्रकारे सार्वजनिक मालमत्ता म्हणून बघितले किंवा वापरले जाते, तो अनुभव कोणत्याही जातिवर्गातल्या अथवा वर्ण-राष्ट्रातल्या स्त्रीला आपला अनुभव वाटू शकतो. पुरुषी नजर आणि पुरुषसत्ताक व्यवस्था म्हणजे काय, त्यांतील स्त्री-पुरुष नात्याचे सांस्कृतिकीकरण कसे होते, हा अनुभव कोणत्याही स्त्रीच्या अनुभवाशी जोडला जाऊ शकतो. प्रत्यक्ष अनुभवाला साहित्यनिर्मितीत अढळ स्थान आहे हे मान्य करूनही अशा प्रकारचे जोडले जाणे, विविध सामाजिक, सांस्कृतिक संदर्भांसकट त्यांच्यामध्ये दुवे सापडणे हेदेखील आवश्यक असते. कोणताही अनुभव व त्याचे परिणाम आणि त्यावर आधारित जीवनदृष्टी यात काही कार्यकारणभाव असतो. हेही नोंदवायला हवेच की, कार्यकारणभाव ही संज्ञा सरळ-सोपी नाही. अस्तित्ववादी किंवा विरचनावादी साहित्याचा विचार करत असताना लेखक मांडत असलेली विपरितता किंवा अर्थहीनता किंवा शून्यता हेही एका वेगळ्या कार्यकारणभावाचे आकलन असते.

आत्ताच्या जागतिकीकरणाच्या काळात लोकसंख्यांचे मोठ्या प्रमाणात स्थलांतर होते आहे. चरितार्थाच्या शोधात माणसे आज जगभर विस्थापित होत आहेत. त्यामुळे आपल्या अनुभवांची नाळ एका स्थानाशी जोडणे आणि त्या स्थानातून आपल्या जगण्याचे पोषण मिळवणे अवघड होत चालले आहे. वाढत्या तंत्रज्ञानातून अनेक प्रकारची माहिती आज पुढ्यात येऊन पडते आहे. साहजिकच साहित्यनिर्मितीसाठी प्रत्यक्ष अनुभवांखेरीजचे सामान प्रचंड प्रमाणात उपलब्ध होते आहे. त्यातून मग एक प्रकारचा तुटलेला व्यक्तिवाद निर्माण होतो. प्रत्यक्ष संवादाखेरीजची माहिती संगणकातून आणि विविध आधुनिक माध्यमांतून आपल्यासमोर येते. साहसी कल्पना, व्यक्तिगत मतप्रदर्शनासाठी उपलब्ध असणारे ब्लॉगलेखनासारखे अनेक मार्ग, संगणकावरील आभासी चर्चागट आणि तत्काळ प्रतिक्रिया देणारी टीका यांतला साहित्यव्यवहार चमकदारपणे व्यापक होत जात असला, तरी त्यांची प्रत्यक्ष खात्रीशीर संवादापासून फारकत होते आहे. संवाद करणाऱ्या व्यक्तीचे प्रत्यक्ष जगणे आणि त्यातून तिचे घडलेले व्यक्तिमत्त्व यांचा प्रत्यक्ष स्पर्श त्या संवादात नसतो. एकंदरीतच जगण्याचा प्रत्यक्ष अनुभव, जगण्याची प्रक्रिया आणि त्याला असणारा आपला प्रतिसाद यांत सातत्य राहणे अवघड होत चालले आहे. त्यामुळे साहित्य म्हणजे काय आणि त्याचा जीवनाशी संबंध काय, हे प्रश्न आज नव्याने विचारावे लागतात.

नुसते अनुभव मांडणे म्हणजे साहित्यनिर्मिती करणे असे म्हणता येणार नाही. आपण मांडलेल्या अनुभवाची चिकित्सा करणेही गरजेचे असते. त्याला एक जीवनदृष्टी मिळण्याची प्रक्रिया त्यात घडत राहावी लागते. केवळ व्यक्तिगत मतप्रदर्शन किंवा वार्तांकन म्हणजे साहित्यनिर्मिती नव्हे. व्यक्तीच्या सभोवताली अनेक गोष्टी घडत

असतात. त्यातून अनुभवाची निर्मिती होते. भोवताली घडणाऱ्या अनेक प्रसंगांचे आकलन व्यक्तीला कसे होते, त्या आकलनाचे ती व्यक्ती काय करते, स्वतःचे अनुभव तपासताना त्या आकलनाचा उपयोग कसा करून घेते आणि मग व्यक्तिगत अनुभव अधिक व्यापक संदर्भांमध्ये कसा विकसित होतो; ही साहित्यनिर्मितीची प्रक्रिया होण्यासाठी काळ आणि अवकाश या दोन्हींची गरज असते. कारण अनुभव परिपक्व व्हावा लागतो, विकसित व्हावा लागतो. त्याला असलेले संदर्भ लक्षात घ्यावे लागतात. त्याला काहीएका चिंतनाची जोड असावी लागते. चिंतन म्हणजे आपण अनुभवाचा जो अर्थ लावत, असतो त्याचा भविष्यावर कसा परिणाम होऊ शकतो याची कल्पना करणे. आपले विचार विकसित करणे. ही विचार विकसित होण्याची प्रक्रिया अनुभवसमृद्धीशी जोडलेली असते. प्रत्येक अनुभव हा पुढच्या अनुभवात मिसळलेला असतो. या सगळ्या प्रक्रियेचा अर्थ लावणे म्हणजे साहित्यनिर्मिती करणे.

- ६०–७० च्या दशकात मोठ्या प्रमाणात दलित आत्मकथनांची निर्मिती झाली. २१ व्या शतकाच्या सुरुवातीपासून दलित साहित्यात कथा आणि कवितांची तसेच कादंबऱ्यांची भर पडली. याचा अन्वयार्थ कसा लावता येईल?
- आधुनिक भारताच्या अवकाशात स्त्रियांची आत्मकथने आणि साहित्य हे पुरुष लेखकांची आत्मकथने आणि साहित्यनिर्मितीनंतर समोर आले याची कारणे काय असावीत?

साहित्य, कलाकृती या संग्रहालयात मांडण्याच्या गोष्टी नसतात. अनेकदा आपण असे म्हणतो की, अमुक एक लेखक किंवा लेखिका हा आमच्या संस्कृतीचा मानदंड आहे. अमुक एक साहित्यकृती ही आमच्या राष्ट्राचा मानबिंदू आहे. हे खरेच काय असते? म्हणजे संस्कृती किंवा राष्ट्र ही काळामध्ये गोठलेली रचिते असतात का, की सतत घडत राहणारी, बदलत राहणारी प्रवाही अस्तित्वे असतात, याचा विचार आपण करायला हवा. संपूर्ण लोकसमूह बदलत्या परिस्थितीशी संघर्ष करत, तडजोड करत, कधी परिस्थितीला बदलत तर कधी परिस्थितीशी जुळवून घेत आपल्या अनुभवांना पारखत, सोसत, फुलत पुढे जात असतो. त्याला फक्त जगण्याचाच रेटा पुढे नेतो असे नाही तर जगण्याला काहीएक मूल्यात्मक दिशा असावी, असेही वाटण्यातून लोक जगण्याच्या पद्धती शोधत असतात. ही मूल्ये कोणती, हा शोध आपण साहित्यकृतीतून घेत असतो. म्हणजेच बाह्य परिस्थिती आणि जगण्याचे प्रयोजन या दोन्हींचा एकमेकांशी सतत संवाद होत असतो. हा संवाद गोठवून चालत नाही. तो सतत चालू राहावा लागतो. ज्या लेखकाची प्रत्यक्ष अनुभव घेण्याची क्षमता

जास्त सखोल आणि व्यापक, तो त्याच्या परिस्थितीपुढील आव्हाने जास्त चांगल्या प्रकारे समजू शकतो. तसेच नवनवीन अनुभवांना खुलेपणाने स्वीकारतो.

आता हे म्हणणे स्त्री-साहित्याला लावायचे झाले, तर आपल्या लक्षात येईल की, स्त्रियांचा स्वतःचा म्हणून जो अनुभव होता, तो फुटकळ प्रमाणात का होईना, पण साहित्यात उमटत होताच. अगदी महदाईसानेही धवळे रचले होते. मात्र, स्त्रियांचा व्यक्तिगत अनुभव साहित्यात उमटणे ही प्रक्रिया क्रांतिकारी केव्हा ठरली, तर त्यांनी पुरुषांनी निर्माण केलेल्या व्यवस्थेला प्रश्न केले तेव्हा. हे प्रश्न फुले, आगरकरांसारख्या पुरुषांनीही केले हे इथे नमूद करायला हवे. स्त्रियांनी स्वतःच्या अनुभवांना जाणीवपूर्वक मांडण्याची प्रक्रिया सुरू व्हायला मराठी साहित्यात १९वे शतक उजाडले. पुढे मग या सगळ्यातून काही जीवनदृष्टी निर्माण करण्याची गरज वाटली आणि स्त्रियांनी स्त्रीवादी दृष्टी रचायला सुरुवात केली. ही प्रक्रिया स्पष्टपणे हेतुपूर्वक होण्याची सुरुवात विसाव्या शतकात झाली. स्त्रीवादाची विसाव्या शतकातील वाटचाल लक्षात घेताना आपण पाश्चात्त्य विचारविश्वातील दुसऱ्या लाटेचा उल्लेख मागे केला आहे. म्हणजे १९६०-७०च्या दरम्यान स्त्रियांनी स्व-भानातून पुरुषसत्ताक व्यवस्थेविषयी जे म्हटले, त्यातून निर्माण झालेल्या साहित्याची काही वैशिष्ट्ये आहेत. पाश्चात्त्य स्त्रीवादाचे नाते केवळ विचार व्यक्त करण्याशी नव्हते तर त्यांनी त्या विचारांच्या आधारे राजकारण करण्याचाही प्रयत्न केला. राज्यकर्त्यांना स्त्री-सन्मुख कायदे करण्यास भाग पाडले. तेव्हा स्त्रीवादी साहित्याचा विचार करत असताना या विचारांची आवश्यकता वाटणारी परिस्थिती आणि ती बदलण्याचे प्रयत्न - साहित्य आणि प्रत्यक्ष कृतिशील राजकारण या दोन्हींची सांगड तिथे होती.

स्त्रीवादी विचारसरणीचे मराठी साहित्यात उमटलेले ठसे तसे फार बहुविध आणि सुस्पष्ट नाहीत. कारण मुळात वर उल्लेखल्याप्रमाणे स्वातंत्र्यचळवळीत कणखर स्त्री-पुरुष नाते कसे निर्माण होईल याचे चिंतन जरी ब्राह्मणी आणि अब्राह्मणी अशा दोन्ही परंपरांमध्ये चालू होते, तरी ते स्वातंत्र्यप्राप्तीच्या ध्येयाची निकड जास्त प्रभावी ठरल्यामुळे फार सशक्त झाले, असे म्हणता येणार नाही. स्वातंत्र्योत्तर काळात राष्ट्र उभारणीच्या प्रकल्पाचे स्त्री-पुरुष नात्याच्या सक्षमतेत गुंतलेले आयाम आंबेडकरांच्या विचारप्रक्रियेतून खरे तर सुस्पष्टपणे समोर येत होते. पण नेहरूंसारखा पाठीराखा पंतप्रधान असतानाही आंबेडकरांना त्यांचे स्त्री-प्रश्नाला आधुनिकतेत आणण्याचे प्रयत्न सोडून द्यावे लागले. घटनासमितीचा राजीनामा आणि पुढे बौद्ध धम्माचा स्वीकार या दोन्हीही कृती यातूनच निर्माण झाल्या. आंबेडकर तरीही प्रयत्न करत राहिले आणि त्यांनी स्त्री-पुरुष नात्याचे वेगळे प्रारूप त्यांच्या अखेरच्या ग्रंथात- *'भगवान बुद्ध आणि त्यांचा धम्म'* यात मांडले.

पण बहुसंख्य जनता ज्या सांस्कृतिक मानसिकतेत अडकली ती, हिंदू धर्मातील देवता आणि त्या अनुषंगाने वारंवार मांडल्या जाणाऱ्या मातृसंकल्पनेतच. प्रत्यक्ष स्त्रियांची अवस्था किती का हीन, दडपलेली, बंधनात अडकलेली, अन्यायाची बळी ठरणारी असो; देव्हाऱ्यात तिचे पूजन करण्याचे संकेत आणि चिन्हव्यवस्था यातून व्यवस्थात्मक अन्याय दुर्लक्षित राहिला. त्याचबरोबर स्त्रियांनाही स्वतंत्र बुद्धिनिष्ठ व विवेकी माणूसपण मिळवण्याची ओढ आकळण्यासाठी स्त्री वादाच्या दुसऱ्या लाटेचा आघात व्हावा लागला. त्यामुळे ताराबाई शिंदे यांची विलक्षण प्रतिभावान विद्रोही प्रतिमा; पंडिता रमाबाईंसारखी व्यासंगी आणि कमालीची आत्मनिष्ठ कणखरता सांभाळणारी स्त्री-प्रतिमा; साने गुरुजींच्या 'श्यामची आई', 'तीन मुले' यांसारख्या कादंबऱ्यांमधून सामाजिक न्यायाचे संस्कार परिसरावर करणारी स्त्री-प्रतिमा; 'बापू मेरी माँ'मध्ये गांधींच्या सामर्थ्याचा वारसा अंगी बाणवणारी मनू; *'स्मृतिचित्रे'* मधल्या लक्ष्मीबाई टिळक, किंवा आंबेडकरांनी उभी केलेली यशोधरा ही प्रारूपे 'भारतीय संस्कृतीतील' स्त्रीची आदिरूपे म्हणून पुढे विकसित झालेली दिसत नाहीत. उलट हिंदू धर्मातील देवतांच्या आक्रमक प्रतिमा मात्र एकंदरित पुरुषसत्ताकतेचा भाग होण्यास पूरक असल्यामुळे आणि क्रांतिकारक स्त्रियांचे भारतीय स्वातंत्र्य चळवळीतील योगदान या प्रतिमांशी जोडले गेले असल्याने, त्याच आक्रमक प्रतिमा उचलल्या जाताना दिसतात. त्या मग एक प्रकारचा धर्मनिरपेक्ष मूलगामी विद्रोह मांडणाऱ्या कमल देसाईंसारख्या लेखिकांच्या साहित्यात उमटताना दिसतात आणि वाखाणल्या गेल्या, तरी रोमँटिक आदर्शवादाची कास धरून केवळ आगळीवेगळी साहित्यिक निर्मिती म्हणून बाजूला पडताना दिसतात; किंवा मग लहान सामाजिक परिघातील गुंतागुंतीचे मनोव्यापार मांडू पाहणाऱ्या आशा बगे, मोनिका गजेंद्रगडकर यांच्या साहित्यात उमटणाऱ्या परंपरानिष्ठ हिंदू स्त्री-व्यक्तिरेखांच्या स्वरूपात दिसतात. दुसऱ्या बाजूला मार्क्सवाद, पाश्चात्त्य स्त्रीवादाचे संस्कार आपल्या भूमीतील अनुभवांशी जोडून वेगळ्या धारणा निर्माण करू पाहणाऱ्या शांता गोखले, प्रतिमा जोशी यांच्यासारख्या लेखिका वेगळ्या उठून दिसतात. मात्र आंबेडकरांच्या विचारांनी प्रभावित होऊन निर्माण झालेले साहित्य क्रांतिकारी जीवनदृष्टी मांडताना दिसते, शिवाय ते व्यापकही होताना दिसते. संजय पवार, प्रज्ञा दया पवार, अनिल सपकाळ, शिल्पा कांबळे यांच्यासारखे लेखक आधुनिकतेला एतद्देशीय बनवू पाहणारे सशक्त स्त्रीवादी प्रयत्न म्हणता येतील. त्यामुळे राजकीय व सांस्कृतिक जीवनदृष्टी अपरिहार्यपणे एकत्र होत जाणाऱ्या साहित्यातून उमटणाऱ्या स्त्री-पुरुष प्रतिमांच्या धारणा नक्की कोणत्या आहेत, याचा विचार फार काळजीपूर्वक करावा लागेल.

स्त्रीवादी दृष्टी ही कृतिशील विचारांना बांधलेली असते. विचारांना कृतीचे

आणि सत्ताकारणाला योग्य त्या विचारांचे पाठबळ असल्याखेरीज संपूर्ण सामाजिक भान आणि त्यासाठी केलेल्या नियमांची अंमलबजावणी या गोष्टी साध्य करता येत नाहीत, असे मानणारी ही दृष्टी आहे. जसा स्वातंत्र्यपूर्व काळातील स्वातंत्र्याचा विचार अपरिहार्यपणे स्त्री-प्रश्नाला व अनुषंगाने स्त्री-पुरुष नात्याच्या विचाराला ऐरणीवर आणायला कारणीभूत ठरला, तसा स्वातंत्र्योत्तर काळात ठरला नाही. अनेकदा स्त्री-प्रश्नाकडे लक्ष वेधू इच्छिणारी जीवनदृष्टी वाचकांकडून पाश्चात्त्यिकरणाच्या अनुकरणाशी जोडली गेली. पुढे ७०च्या दशकात स्त्री-मुक्ती चळवळीच्या कार्यकर्त्यांनी अनुभवलेले भ्रष्ट पाश्चात्त्यिकरणाचे आरोप आणि त्यातून मुक्तीचा नारा देणाऱ्या स्त्रियांच्या फुटकळ बॉबकट केलेल्या, सिगारेट ओढणाऱ्या अशा प्रतिमांचे राजकारण हा व्यापक अनुभव होता. म्हणजे स्त्रीवाद म्हणत असताना खरेच असा काही विचार निदान साहित्याच्या पातळीवर तरी कसा व कधी सुरू झाला? अगदी ७०च्या दशकात आलेल्या स्त्रीवादाच्या दुसऱ्या लाटेचे प्रतिबिंब मराठी साहित्यात पडले का? आणि त्यातील कोणती मूल्ये आपल्या साहित्यिकांनी उचलली? असा एक छोट्या पल्ल्याचा विचार करता येतो. आणि त्याचबरोबर मग स्त्री-पुरुष नातेसंबंधांचे एक स्वातंत्र्य, समता, न्याय अशा मूल्यांवर आधारित प्रारूप उभे करणारे कोणते तत्त्वज्ञान आपल्याकडच्या साहित्याने आत्मसात केले आणि आपल्याकडच्या कोणत्या परंपरा त्याच्या या सर्जनाला पोषक ठरल्या, असा लांब पल्ल्याचा विचार आपल्याला करता येईल.

- 'आपल्याकडे स्त्री-लेखनाची परंपरा जाणीवपूर्वक एकत्र आणून भारतीय स्त्रियांच्या लेखनाचा इतिहास निर्माण करण्याचे प्रयत्न. 'भारतातील स्त्री-लेखन इ. स. पू. ६०० ते चालू शतक' Women Writing in India 600 BC to the Present, Vol I and II, 1991, 1993 या द्विखंडात्मक पुस्तकांनी केला. विविध कालखंडात स्त्रियांनी लिहिलेले १३ भारतीय भाषांतील १४० साहित्यिक या दोन खंडांत उपलब्ध आहेत.' (विद्युत भागवत, स्त्रीवादी साहित्य, 'स्त्री-प्रश्ना'ची वाटचाल : परिवर्तनाच्या दिशेने, पान १६६)
- '...भारतीय स्त्रियांच्या या साहित्याचे संकलन व संपादन करीत असताना सुझी थारु व के. ललिता यांनी ज्या चार संकल्पनांचा निर्देश केला आहे त्या... १. हरवलेपणाची कल्पना २. मुक्तीची कल्पना ३. अनुभूतीची कल्पना ४. 'लपलेले राजकारण', (रेखा इनामदार-साने, 'लेखिकांच्या कादंबऱ्यांतून प्रकटणाऱ्या स्त्रीवादी जाणिवा', संदर्भांसहित स्त्रीवाद, पान ५१९)

छोट्या पल्ल्याचा विचार करत असताना १९७५ च्या आसपास निर्माण झालेल्या साहित्याची वैशिष्ट्ये कोणती होती, याचा प्रथम आढावा घेऊ. वंदना बोकील-कुलकर्णी यांनी १९७५ नंतरच्या स्त्री-निर्मित कथासाहित्यातून समोर येणारी वैशिष्ट्ये अशी नोंदवली आहेत.

* लिंगभेदामुळे निर्माण झालेल्या व्यापक विषमतेला आव्हान देणे.
* लग्नसंस्था, कुटुंबसंस्था यांमध्ये आपले स्थान काय आहे व काय असायला हवे याचा शोध घेणे.
* स्त्री म्हणून होणाऱ्या अन्यायाला वाचा फोडणे.
* सामाजिक निर्णय-प्रक्रियेत स्त्रीच्या समान सहभागाची मागणी करणे.
* आत्मनिर्भर असणे, आत्मसन्मानाची जपणूक करणे.
* स्त्री-पुरुषांतील समताधिष्ठित नात्याचा आग्रह धरणे व त्यादृष्टीने परिवर्तनवादी विचारांची मांडणी करणे.

स्त्रीवादी काव्याचा विचार करताना नीलिमा गुंडी यांनीही स्त्रीवादी जाणिवांची मांडणी अशी केली आहे.

* पारंपरिक मूल्यांना विरोध
* मिथकांचे पुनर्वाचन
* जातीय, वर्गीय भान
* आत्मशोध

(संदर्भांसहित स्त्रीवाद : स्त्रीवादाचे समकालीन चर्चाविश्व)

दीर्घ पल्ल्याचा विचार करून स्त्रीवादी साहित्य आणि स्त्रीवादी समीक्षा यांचे काही निकष व आकार मराठी साहित्यात शोधता, बसवता, घडवता येतील का; याचा विचार आपण आता करू. आपल्याला जर कोणतीही व्यवस्था निर्भय, समताधिष्ठित आणि सर्जनशील व करूणामय बनवायची असेल; तर त्याला स्त्रीवादी साहित्य कसे आधारभूत ठरू शकते याचा शोध आपण घेऊ या. सुरुवातीला काही प्रश्न समोर ठेवू. त्याची उत्तरे ठोसपणे इथे दिलेली असतील असे नाही; पण आपल्याला तो शोध घ्यायचा आहे, चालू ठेवायचा आहे हे आपण मनात ठेवून संवाद करू.

१. स्त्रीवादी साहित्याचा आशय वेगळा असतो असे म्हणता येईल का?
२. स्त्रीवादी साहित्याचा मूल्यविचार कोणता?
३. स्त्रीवादी साहित्याने भाषेच्या अंगाने काही वेगळेपण निर्माण केले आहे का?
४. स्त्रीवादी साहित्य-समीक्षेचे वैशिष्ट्य कोणते?

स्त्रियांनी निर्माण केलेले साहित्य आणि पुरुषांनी निर्माण केलेले साहित्य यांत

दोघेही मानवी नातेसंबंधांबद्दलच्या त्यांच्या अनुभवांविषयीच लिहितात; परंतु त्याकडे बघण्याची स्त्रीवादी दृष्टी ही स्त्रियांच्या स्थानावरून बघितलेली दृष्टी असते. तिथे दैहिक आणि सामाजिक अनुभव मांडत असताना स्त्री आणि पुरुष यांच्या अनुभवात फरक पडतो. तो फरक स्त्रियांच्या स्थानावरून बघणे, त्याची चिकित्सा करणे आणि समता व बंधुता या मूल्यांनुसार काही वेगळे मार्ग सुचवणे याला स्त्रीवादी साहित्य म्हणता येते. आजच्या पुरुषसत्ताक व्यवस्थेत ज्या ज्या घटकांचे स्थान शोषणाचे, वंचितपणाचे अनुभव घेते आहे; त्या घटकांशी जोडून घेणारे साहित्य स्त्रीवादी साहित्याशी नाळ जोडू शकते. कारण वंचितपणाच्या अनुभवांना मांडणे, म्हणजेच स्त्री-पुरुष नात्यांकडे स्त्रीच्या स्थानावरून बघणे, ही ती दृष्टी असते. स्त्री लिहीत असताना ती स्त्री म्हणून तिला आलेले अनुभव अधिक अधिकारवाणीने मांडू शकेल, जसे पुरुष पुरुषाचे अनुभव मांडू शकेल. पण स्त्रीचे अनुभव म्हणजे काय? स्त्री-शरीराचे स्वतःचे शारीर अनुभव, तसेच स्त्री-शरीर ज्या व्यवस्थेत वावरते, त्या व्यवस्थेचे तिच्या शरीराकडे बघण्याचे अनुभव म्हणजे स्त्रीचे अनुभव असे म्हणता येईल. बहुसंख्य वेळेला स्त्री-शरीराकडे पुरुषांच्या नजरेतून आणि त्यांनी केलेल्या नियमांच्या आणि कायद्यांच्या नजरेतून बघितले गेले. पण तेच स्त्री जेव्हा स्वतःच्या नजरेतून बघते, तेव्हा तो स्त्रीचा अनुभव असतो. हे शारीर भान असणे महत्त्वाचे आहे; पण त्याचबरोबर शारीर संवेदनांचा अनुभव कोणत्याही परिस्थितीत पदरात जास्तीचे फायदे पाडून घेण्यासाठी वापरणे म्हणजे स्त्रीत्वाचा गौरव करणे, असे अजिबात नाही. तर त्या अनुभवावर आधारित सर्व वंचित स्थानांवरील दुःखाबद्दल सहानुभावी असणे आणि त्यातून न्याय्य समाजरचनेच्या प्रस्थापनेचा आग्रह धरणे, म्हणजे स्त्रीच्या शारीर अनुभवाचे स्त्रीवादी विचारात परिवर्तन करणे, असे म्हणता येईल. मग ते शरीर, संवेदना आणि त्यांचा अनुभव हे मांडणारी व्यक्ती पुरुष असली तरी हरकत नाही. उदाहरणार्थ, बालसंगोपन हे स्त्रीइतकेच पुरुषालाही हवेसे वाटते, त्याला समृद्ध करणारे असते; तर प्रत्येक स्त्रीला मातृत्व हवेसे वाटतेच असे नाही, स्त्री ही केवळ मुले जन्माला घालण्याचे यंत्र नाही तर तिला स्व-विकासाच्या सर्व संधी मिळाल्या पाहिजेत आणि ही व्यापक सामाजिक जबाबदारी आहे, असे म्हणणे हे स्त्रीवादीपण झाले.

या अर्थाने स्त्रियांना पुरुषसत्ताक व्यवस्थेत स्वतःची जागा मिळवायची असेल तर स्त्रीकडे कणखर निर्णयक्षमता असावी लागेल, पारंपरिक अबला प्रतिमा बदलायला लागेल, वेळ पडली तर त्यासाठी किंमत मोजायला लागेल; असे म्हणणारे साहित्य स्त्रीवादी साहित्य असते. तसेच पुरुषातील वात्सल्य भावनेला स्वीकारणारे साहित्य हेही स्त्रीवादी साहित्य म्हणावे लागेल. कारण शारीर संवेदनांमध्ये वेगळेपणा असला- बाईला मासिक पाळीचा त्रास असणे किंवा बाळंतपणाच्या वेदना सोसाव्या लागणे,

तरी मूल्यात्मक भूमी ही स्त्री आणि पुरुष दोघांसाठीही समानच असेल. म्हणजे स्त्रीवादी साहित्याचा आशय एकाच वेळेस परिस्थितीचा दबाव, मानसिक घुसमट आणि त्याचे व्यक्त होणे हे मांडणारा असतो. यांच्या पलीकडे जाण्यासाठी स्त्री-पुरुष समतेच्या मूल्यांचा आधार देणे हा स्त्रीवादी असण्याचा महत्त्वाचा निकष राहील.

> मी तिला हलवतो. "आई, आई, घरी चलतेस ना?" ती जोरात मान हलवते. म्हणते, "होय रे." रडकुंडीला येऊन म्हणते, "हलले की आणखीन वाहतं रक्त. मला वाटलं संपलं. पण गर्भाशय अजूनही ओलंच आहे. काय करू?" ती थिजल्यासारखी होते. मला काही सुचत नाही. तिच्या वाहणाऱ्या रक्तानं तिचा कुर्ता चिंब भिजला तर काय होईल? ती कामाला जाते तेव्हा काय करते पाळी सुरू झाल्यावर? सगळे कपडे रक्तानं भिजले, की काय करत असेल? जिवापलीकडे पुस्तकं सांभाळणारी बाई रक्त सांडते तेव्हा काय होतं? असं रक्त वाहत ती घरीदारी काम करायची आणि कोणीच तिच्याकडे लक्ष द्यायचे नाहीत, तेव्हा ती काय करत असेल? ... मी तिचा हात घट्ट धरतो. तिला पायऱ्यांवरुन खाली आणतो. एका बाईनं दुसऱ्या बाईला सुरक्षितपणे हलवावं तसं मी तिला चालवत नेतो. तिच्या दुःखाचे, तिच्या संघर्षाचे कितीतरी डाग नव्यानं ओले होतात माझ्या मनात. (वंदना भागवत, 'अनावरता व्यक्ती आणि कार्य', *स्तब्ध*, शब्द पब्लिकेशन्स, पान ३२)

मूल्यभानाचा विचार करत असताना जात आणि वर्ग यांचे संदर्भ अपरिहार्य असतात हे खरेच; पण तरीही दिलेल्या जात आणि वर्गातील व्यक्तिरेखांमधून कोणत्या निकषांवर नाती बांधली अथवा मोडली जातात हे समोर आल्याशिवाय राहत नाही. म्हणूनच स्त्री-साहित्याचा अभ्यास करत असताना ज्या साहित्यिक कलाकृती स्त्री-पुरुष नातेसंबंधांना समन्यायी दृष्टीतून बघतात, त्या समतावादी मूल्यभान देणाऱ्या असतात. स्त्रीवादी मूल्यभानाचा विचार करत असताना प्रस्थापित व्यवस्थेत आपल्या तुटपुंज्या साधनांनिशी, विशिष्ट शरीरानिशी आणि त्याच्याशी जोडलेल्या प्रस्थापित दृष्टीनिशी संघर्ष करणारी आणि अन्याय्य सामाजिक वास्तव बदलू पाहणारी, मानवी करुणेतून त्याचा आवाका घेणारी साहित्यकृती आपल्या परंपरेचा भाग आहे, असे स्त्रीवाद मनापासून सांगतो. एका अर्थाने साहित्यिक इतिहासाचे तो पुनर्लेखन करत असतो. म्हणूनच *'धग'* कादंबरीतील कौतिक ही स्त्रीवादासाठी साहित्याच्या इतिहासातील एक महत्त्वाची व्यक्तिरेखा आहे. त्या कादंबरीला स्त्रीवादी कादंबरी असे म्हटले नाही तरी स्त्रीवादाला पायाभूत ठरेल अशी एतद्देशीय सकस साहित्य-परंपरा मांडायची

ठरवली, तर *'धग'* ही कादंबरी आधुनिक अवकाशातील महत्त्वाची कादंबरी राहील. मालतीबाई बेडेकरांची 'बळी' ही कादंबरीसुद्धा तशीच आहे.

कौतिकचा सासरा मयत झाला आहे. त्याच्या तिरडीसमोर आगटी धरून चालायला त्याचा मुलगा नामदेव येत नाही तेव्हा कौतिक पुढे होते.

आणि कौतिकचा अनेकपदरी सूर वाहू लागला. ती ऊर बडवून घेत म्हणाली,

बूढा मोठ्ठा टेकबाज होताओ...
त्यानं आपली टेक पूरी केलीओ...
जल्मभर आमचं मूख पाहात नाही मनलं होतंओ!
आता माह्यासंगं कोन भांडत जाईनो...
मले माह्या घरातून निंघा मून कोन मनन ओ...
मले गुंड नवता नेऊ देल्लाओ...
आपल्या कमाईनं घ्या मनलं होतंओ... पान ९४-९५

...तशी कौतिक त्याच्यावर दातओठ चावत आग्ट्यापाशी गेली. नामाला म्हणाली, पायजो नाई तो खाईन थो बूढा तुले. मस्न्यावानाचं. खान तशी माती आन गहू तशी रोटी. तूच कुठून चांगला निपजसीन? आणि झटक्यासरशी आग्टं उचलताना शिडीवाल्यांना म्हणाली, चाला, उचला. होऽनाऽत काय. ज्याचं नाई कोनी आन थो पडला वनी.... (उद्धव शेळके, *धग* पान १९५)

- सासऱ्याचं आणि कौतिकचं नातं कसं होतं? मयत सासऱ्याविषयी कौतिकने घेतलेली भूमिका तुला कशी वाटते? कोणता मूल्यभाव व्यक्त करणारी वाटते?
- कौतिकनं मयताच्या तिरडीसमोर आगटी धरून चालणं याचा संदर्भ सावित्रीबाई फुल्यांनी जोतीराव फुल्यांच्या मृत्यूनंतर केलेल्या कृतीचा आहे. त्या दोन्हींची तुलना करता येईल का?

स्त्रीवादी साहित्याचा मूल्यविचार

जोतीराव फुल्यांनी 'सार्वजनिक सत्यधर्म'वादी स्त्री-पुरुषांच्या विवाहात म्हणण्याची मंगलाष्टके रचली. त्यातील वधूने म्हणायचे कडवे आणि वराने म्हणायचे एक कडवे पुढे देत आहे. त्याचे वृत्त शार्दूलविक्रीडित आहे, जे सर्वसाधारणपणे मंगलाष्टकांसाठी वापरले

जाते. म्हणजे पारंपरिक आकृतिबंधात फुल्यांनी भरलेला आशय वेगळा आहे. कसा ते पारंपरिक मंगलाष्टकांच्या काव्याशी तुलना करून समजू शकते.

वधू : मानीशी जरी त्वां दिलें अनुदिनी. कर्त्या समाधानसे ।।
आम्हां सर्व स्त्रियां असे बहु पिडा, हे नेणशी तू कसे ।।
स्वातंत्र्यानुभवाचि ओळख आम्हां, झाली नसे मानशी ।।
यासाठी अधिकार देशिल स्त्रियां, घे आण त्याची अशी ।।
शुभमंगल सावधान ।।

वर : स्थापाया अधिकार मी झटतसे, या बायकांचे सदा ।।
खर्चाया न मनी मी भीं किमपिही, सर्वस्व माझे कदा ।।
मानीतो सकला स्त्रियांस बहिणी तू, एकली मत्प्रिया ।।
कर्त्याचे भय मी मनांत तुजला, ठेवीन पोसावया ।।
शुभमंगल सावधान ।।

(संपादन : य. दि. फडके, 'समग्र फुले वाङ्मय', महाराष्ट्र साहित्य आणि संस्कृती मंडळ, मुंबई, १९६९)

ज्या काळात विवाहाला 'शरीरसंबंध' म्हटले जात होते, त्या काळात 'सत्यशोधकी विवाहपद्धती' निर्माण करून जोतिबा फुलेंनी विवाहामागचा विचार क्रांतिकारकरीत्या बदलला. तो निव्वळ शरीरसंबंध न राहता, त्याला व्यापक सामाजिक भान आले आणि स्त्री-पुरुष नात्यातील जबाबदारीची जाणीव त्यातून वदवली गेली. पण आजही शरीरसंबंधाचा विचार स्त्री-पुरुष नात्याला बांधणारा विचार आहे. तेव्हा स्त्रीवादाला मूल्यविचार आणि शरीर यांच्यातील लिंगभावी जोड आजही लक्षात घ्यावी लागते. स्त्रीचे शरीर व त्याबाबतील पुरुषसत्ताक सिद्धान्तने यांतून स्त्री-पुरुष संबंधांच्या धारणा कशा बनत गेल्या आणि त्या बदलायच्या असतील तर त्यासाठी काय करावे लागेल याचा विचार अपरिहार्यपणे प्रथम शरीराभोवती फिरतो.

साहजिकच स्त्रीवादाची मूल्ये आत्मसात केलेले लेखक शरीराचा वापर साहित्यात करताना वेगवेगळ्या प्रकारे शरीराला स्वीकारताना, नाकारताना दिसतात. शरीर हे हत्यार किंवा साधन नसून ते निसर्गाने बहाल केलेले अचाट रहस्य आहे. त्याच्याकडे कुतूहलाने व प्रेमाने बघितले पाहिजे. शिवाय जग समजून घ्यायचे तर शारीर संवेदना हा एकमेव मार्ग आपल्याला उपलब्ध आहे. शरीर आहे म्हणून जग आहे, शरीर नसेल तर जगही नसेल. म्हणून मग शरीराचे अस्तित्व विवेकाने स्वीकारायला लागेल. स्त्रीचे शरीर ही अशीच स्वतंत्र कुतूहलाची बाब आहे. तिला पुरुषांच्या नजरेतून बघितले जाण्याची आवश्यकता नाही. तसेच पुरुषप्रधान व्यवस्थेने स्त्री-शरीराला दिलेले मूल्यही

स्वीकारण्याची गरज स्त्रियांना नाही, अशी दृष्टी स्त्रीवादाने आत्मसात केली. पुढे स्त्री-पुरुष नातेसंबंधांच्या संदर्भात शरीर मोकळेपणाने व्यक्त करणारे लेखन गौरी देशपांडे, मेघना पेठे, प्रज्ञा दया पवार या लेखिकांनी केले. शिवाय पुरुषसत्ताक व्यवस्थेत स्त्री-शरीर हे अन्याय लादण्याचे क्षेत्रही आहे, हेदेखील या लेखिकांनी समोर आणले. साहजिकच नको असणारे, वेदनादायी शारीर संबंध, बलात्कार, वर्चस्ववादी शारीर संबंध, शरीराचे राजकारण याही गोष्टी व्यक्तिगत आणि सामाजिक पातळ्यांवर त्यांनी स्पष्टपणे मांडल्या.

- गौरी देशपांडे यांची 'आहे हे असं आहे', मेघना पेठे यांची 'आस्था आणि गवारीची भाजी' या कथांमधील नायिका शरीर आणि सामाजिक व्यवस्था यांचा संघर्ष कसा दाखवतात?
- प्रज्ञा दया पवार यांची 'पेडिक्युअर' ही कथा मांडत असलेला व्यक्ती आणि सामाजिक व्यवस्था यांतील संघर्ष गौरी देशपांडे किंवा मेघना पेठे यांनी मांडलेल्या संघर्षापेक्षा वेगळा आहे का?

- अनुभवकथन काय करावे? माझे लहानपण सुखाचे नव्हते, पण घर जॉईंट फॅमिलीचे असल्याने आनंदात गेले. माझ्या आईने मला कष्ट करून वाढवले. तिच्याकडूनच माझ्यात जिद्द आली. खूप आधी माझ्या आईच्या अंगात यायचे तेव्हा मला तिच्या विचित्र वागण्याचा अर्थ कळायचा नाही. तिला काही विचारायची माझी डेरिंगही नव्हती. मग जेव्हा मी पैसे कमावण्यासाठी घराबाहेर पडले, तेव्हा मला तिच्या वागण्याचा अर्थ कळाला. माणूस जगण्यासाठी काहीही करू शकतो. त्या माझ्या अनुभवातूनच मला कळाले, कोणतेही इझम मॅक्रो लेवलने न बघता माइक्रो लेवल पाहिजे. छोट्या छोट्या बदलांतून मोठे मोठे बदल होत जातात. (शिल्पा कांबळे, *निळ्या डोळ्यांची मुलगी*, पान १८०)
- यातील निवेदिका उल्काचे आईशी नाते कसे विकसित होते आहे ?
- अनुभवांची चिकित्सा उल्का कशी करते आहे? एकंदरित माणसांविषयी विधाने करताना प्रत्यक्ष जगण्याच्या धडपडीत माणसांना काय करावे लागते याचीही दखल उल्काला घ्यावीशी वाटते, याचे उदाहरण उल्का आईच्या जगण्याच्या धडपडीतून देते आहे.
- या कादंबरीतील विविध बायकांच्या जगण्याची दखल उल्का कशी घेते?

शरीराला भौतिकतेपासून दूर करता येते का? मानवी अस्तित्व हे शरीराखेरीज असू शकत नाही. पण माणूस विचार करू शकतो या निकषावर माणसाचे शारीर अस्तित्व इतर प्राण्यांच्या शारीर अस्तित्वापेक्षा वेगळे आणि श्रेष्ठ असे म्हटले जाते. तर मानवी शरीराकडे कसे बघायचे? विचार शरीराखेरीज अस्तित्वात येऊ शकत नाहीत. किंबहुना अस्तित्व शरीराखेरीज दाखवता येत नाही. शरीराला सहजपणे स्वीकारण्याची गरज आहे. त्याला कशाचेही साधन न मानता-म्हणजे उपभोगाचे; स्त्री-पुरुष भेद व्यक्त करण्याचे; तिरस्काराचे; विविध भेद-वर्ण, जात, वंश, धर्म, लिंग, राष्ट्र इत्यादी भेद दर्शवणारे साधन न मानता केवळ अस्तित्व म्हणून स्वीकारणे शक्य आहे का?

स्त्रियांनी फार पूर्वीपासून या प्रश्नाची तड लावण्याचा प्रयत्न केला आहे. कारण स्त्री-शरीर मानवी संस्कृतीमध्ये कायमच अवहेलनेचा विषय ठरत आले आहे. अनेकदा स्त्री-शरीर उपभोग्य वस्तू म्हणून पुरुषांनी वापरले, पुनरुत्पादनाचे साधन म्हणून त्याच्याकडे बघितले आणि तत्त्वज्ञान तयार करताना मात्र ती पापाची खाण मानली. सामाजिक नातेसंबंधात पुरुष-शरीर हे स्त्रियांचा अवमान करण्याचे, बलात्कारातून दहशत निर्माण करण्याचे हत्यार म्हणून वापरले जाते. विविध प्रकारच्या अत्याचारांत स्त्रियांच्या शरीराची विटंबना हा दहशत निर्माण करण्याचा सामान्य मार्ग म्हणून बघितले जाते. आणि ती विटंबना करण्यासाठी पुरुष आपल्या शरीराचा वापर करतात. युद्धांमध्येही शत्रू-सैन्याच्या स्त्रियांवर बलात्कार करणे हे शत्रूचा पाडाव करण्याची एक नीती म्हणून वापरले जाते.

द्रौपदी वस्त्रहरणाचा प्रसंग याअर्थाने महाभारतातील केंद्रवर्ती प्रसंग ठरतो. रामायणातील सीतेचे अग्निदिव्य आणि महाभारतातील द्रौपदीचे वस्त्रहरण हे आपल्या संस्कृतीच्या मनात खोलवर रुतून बसलेले प्रसंग आहेत. तशीच ॲडम आणि ईव्हची कथा ही ख्रिस्ती, इस्लाम आणि ज्यू धर्मांमधली आदिकथा आहे. ईव्हने देवाने मनाई केलेले ज्ञानफळ स्वतः खाऊन ॲडमलाही ते खाण्यासाठी उद्युक्त केले, असे ही कथा सांगते. त्यामुळे या धर्मांमध्ये स्त्री ही स्खलनशील आणि देवाचा आज्ञाभंग करण्यासाठी पुरुषाला उद्युक्त करणारी मानली गेली आहे. त्यामुळे या सर्व धर्मांमधील स्त्रियांचे स्थान देवाच्याच म्हणण्यानुसार दुय्यम मानले गेले आहे.

आधुनिकतेत आल्यानंतर जेव्हा देव आणि धर्म या संकल्पनांचा पुनर्विचार सुरू झाला, तेव्हा पाश्चात्त्य स्त्रीवादाने धर्माची चिकित्सा सुरू केली; जशी आपल्याकडे पाश्चात्त्य आधुनिकता पोहोचल्यानंतर ताराबाई शिंदे व पंडिता रमाबाई यांच्यासारख्या स्त्रियांनी हिंदू धर्माची चिकित्सा सुरू केलेली दिसते. साहजिकच ती निवळ स्त्री-स्थानाची चिकित्सा न राहता, संपूर्ण संस्कृतीची चिकित्सा ठरते. मग त्यात रूढी,

संकेत, धार्मिक-धर्मबाह्य, श्रद्धाविषय, त्यातून निर्माण झालेले साहित्य, सामाजिक संकेत व धारणा या सगळ्यांवरच विचार सुरू होतो. त्या दृष्टीने ताराबाईंनी हिंदू पुराणकथा व धार्मिक कथा तसेच भारतीय महाकाव्ये यांच्यावर घेतलेले आक्षेप ही आधुनिक चिकित्सेची सुरुवात म्हणता येईल.

मेरी वोलस्टोनक्राफ़्टनेही ख्रिश्चन धर्म, थोर मार्गदर्शक मानले गेलेले ब्रिटिश लेखक यांची अत्यंत निर्भीड चिकित्सा केलेली आहे. ही चिकित्सा करताना त्यांना पारंपरिक आधार सोडावे लागले. नवीन विवेकवाद व व्यक्तिस्वातंत्र्य आणि समता या मूल्यांनी दिलेला आधार पकडूनच वैयक्तिक जीवनातील स्त्री-पुरुष नात्यातील ताणांवर उपाय करावे लागले. तेव्हा स्त्रीवादी साहित्य असे म्हणत असताना ते कोणत्या काळाच्या धारणा मांडते आहे आणि समकालीन प्रश्नांना भिडत असताना त्या आधुनिक मूल्यांचे उपयोजन कसे करत आहे हे लक्षात घ्यावे लागते.

- शांता गोखले यांच्या *'रीटा वेलिणकर'*मध्ये स्त्री-पुरुष नातेसंबंधातील शरीर रीटा कशी सोडवते?
- प्रतिमा जोशी यांचा *'जहन्नम'* कथासंग्रह स्त्रियांचे शोषण कोणकोणत्या संदर्भात बघतो?

स्त्री-प्रश्नाला धर्माच्या संदर्भात कसे बघितले जाते? हा काहीसा विवाद्य प्रश्न आहे. कारण स्त्रीवाद धर्मव्यवस्था ही स्त्रीचे दुय्यमत्व अधोरेखित करणारी, किंबहुना स्त्रीचे शोषण करणारी व्यवस्था आहे हे स्पष्टपणे उलगडून दाखवतो. तो पूर्णपणे नाकारला पाहिजे असेही मार्क्सवादी, समाजवादी स्त्रीवादाचे म्हणणे होते. पण सांस्कृतिक मूल्यभान घडवण्यात धर्माचा वाटा महत्त्वाचा आहे. त्यामुळे चिकित्सेसह धर्माचे आणि स्त्री-प्रश्नाचे नाते काय याचा विचार स्त्रीवादाने करावा असे वाटते. १९व्या शतकातील धर्मसुधारणा चळवळींतून अगदी आजच्या शनिशिंगणापूर आणि हाजी अली दर्गा प्रवेशापर्यंत स्त्री-प्रश्न धर्मसुधारणेशी जोडला गेलेला दिसून येतो. फक्त दर्ग्यात किंवा गाभाऱ्यात प्रवेश मिळवून विषमतेचा प्रश्न सुटणार नाही, तर कोणत्याही धार्मिक व्यवस्थेची उद्दिष्टे आणि दृष्टी यांच्यात बदल होणे गरजेचे असते. म्हणून मग आंबेडकरांनी केलेली बौद्ध धम्माची मांडणी स्त्रीवादी साहित्याच्या चर्चेत येणे गरजेचे वाटते. कारण मुळात हिंदू धर्मातील भ्रष्ट चालीरीतींवर टीका करून माणसाचे दुःख दूर करता येते, या विश्वासाने इहवादी परंपरेतून मांडलेला धम्म हे क्रांतिकारी पाऊल होते. आंबेडकरी चळवळ जशी प्रगल्भ होत चालली आहे, तशी बौद्ध धम्माची मांडणी हादेखील भारतातील स्त्रीवादी विचारविश्वाने आधाराला घेतलेला संदर्भ आहे. बौद्ध,

जैन अशा धर्मांच्या चिकित्सेचा आधार हिंदू, ख्रिश्चन, मुस्लीम अथवा शीख धर्माच्या तुलनेत तपासण्याचे काम भारतातील काही स्त्रीवादी करताना दिसत आहेत.

‘बौद्ध धर्म आणि स्त्री’ या संशोधन लेखात बुद्धाच्या संदर्भात दिलेली पुढील कथा वाचा.

संघात प्रवेश दिल्यानंतर भिक्षूंनी आपापसात कसे वागावे याची एक नियमावली तयार केली जाई. भिख्खूच्या आयुष्यात आवश्यक असणाऱ्या चीवर तीन भगवी वस्त्रे, पिंडपात भिक्षान्न, सेनासा शयनासन-झोपण्याबसण्याची जागा, आणि भेसज्ज औषध या चारही विषयांत एखादी चूक घडली वा अपराध घडला, तर त्या वेळेस भगवान बुद्ध नियम करीत असत. त्यानंतर तो सगळ्या भिख्खूसंघाला बंधनकारक कायदा होई. वेळोवेळी नियमांत जरूर ते बदल केले जात. अशीच एक आचारसंहिता भिक्षुणींना संघात प्रवेश दिल्यानंतरही केली गेली. स्त्रियांच्या बाबतीत नियम करताना पुरुषांपेक्षा असलेले त्यांचे वेगळेपण, शारीरिक रचना, मासिक धर्म, तसेच संरक्षणाची अधिक गरज इत्यादी गोष्टींमुळे त्यांच्यासाठी केलेल्या नियमांची संख्या जास्त होती. स्त्रियांना संघात तुलनेने गौण स्थान होते, ते बारीकसारीक गोष्टींवरूनही कळून येई. कोणताही भिक्षू त्याची काही तक्रार असेल तर थेट भगवान बुद्धाकडे जाऊन बोलू शकत असे. भिक्षुणींच्या बाबतीत मात्र त्यांच्या तक्रारी केवळ गौतमीच बुद्धाला सांगत असे. तरीपण स्त्री-पुरुष यांना वेगळी वागणूक दिली जाऊ नये याचा प्रयत्न नियम बनवताना केल्याचे जाणवते.

एकदा भगवंतांनी गौतमीला विचारले, ‘‘भिक्षुणी आपल्या ध्यानधारणेत व नेहेमीच्या दिनचर्येत योग्य प्रकारे वागत आहेत ना?’’

तेव्हा ती म्हणाली, ‘‘ते कसे जमणार? ते षड्वर्गीय भिक्षू त्यांची मेंढ्यांची लोकर-जिचा उपयोग भिक्षूंचे आसन करण्याकरिता होतो-धुणे, गुंता सोडवणे आणि रंगवणे ही कामे भिक्षुणींना करायला लावतात. यात इतका वेळ गेल्यावर त्या ध्यानधारणा कधी करणार?’’

ते कळल्यावर भगवान बुद्धांनी असा नियम केला की, ‘जो भिक्षू आपली नातेवाईक नसलेल्या भिक्षुणीकडून अशा प्रकारची कामे करून घेईल, तो अपराधी समजावा व संघाच्या कायद्याप्रमाणे त्याला शिक्षा व्हावी.’ याचा अर्थ ती भिक्षुणी अनोळखी असेल तर तिला कामे सांगू नयेत. पण ‘आपली नातेवाईक नसलेल्या’ या शब्दांचा अर्थ ‘ती जर पूर्वाश्रमीची नातेवाईक

असेल उदाहरणार्थ बायको, बहीण इत्यादी तर तिला हे काम कधीतरी सांगितले तर चालेल' असा होतो. संघात 'प्रत्येकाने स्वतःची कामे स्वतःच करावीत' या नियमामुळे 'ही कामे स्त्रियांची, ही कामे पुरुषांची' अशा प्रकारचे वर्गीकरण दिसून येत नाही. संघातील ही प्रथा एका परीने ऐतिहासिकदृष्ट्या महत्त्वाची होती. स्त्री-पुरुष समता येथे मान्य केली होती.

(प्रतिभा पिंगळे, *संदर्भासहित स्त्रीवाद: स्त्रीवादाचे समकालीन चर्चाविश्व)*

स्त्रियांचे व पुरुषांचे शरीर स्त्रीवादाच्या तत्त्वज्ञानात आणखी एका संकल्पनेशी जोडले गेले आहे. ती म्हणजे पर्यावरण. पर्यावरण म्हणजे या पृथ्वीवरील सजीव आणि निर्जीव अस्तित्वाचे परस्परावलंबी जाळे. पर्यावरणीय स्त्रीवाद ही आज नव्याने उभी राहू पाहाणारी स्त्रीवादी संकल्पना आहे. १९७५ ते ८० च्या काळात ही संकल्पना समोर आली. त्यात स्त्रियांवर होणारी हिंसा, त्यांचे होणारे शोषण, व निसर्गाचा ऱ्हास, लूट यांचा पुरुषसत्ताकतेशी संबंध आहे असे म्हटले गेले. पृथ्वीवरील जीवन शाबूत आणि निरामय राहायचे असेल तर आदिवासी, छोटे शेतकरी, निसर्गाधारित गुजराण करणारे समूह, अण्वस्त्रविरोधी गट, युद्धाला विरोध करणारे गट यांनी एकत्र येऊन काम करण्याची गरज हा स्त्रीवाद मांडत आहे.

स्त्री-पुरुष नात्याच्या रूपकात्मक सादरीकरणात अनेकदा पुरुष हा बीज देणारा आणि स्त्री ही ते बीज उजवणारी भूमी/ किंवा ते बीज उजवणारे/क्षेत्र अशा प्रतिमा येतात. सीता ही भूमिकन्या अशाही अर्थाने बघता येते. ती शेतात सापडणे, नांगराचा फाळ सीतेला ठेवलेल्या पेटीला अडणे या सगळ्याचा अर्थ पुरुष भुई नांगरणारा आणि बी पेरणारा क्षेत्रपाल तर भूमी म्हणजे ते बीज उगवणारे क्षेत्र या परंपरेने आपल्याला देऊ केलेल्या संकल्पना आहेत. त्यातूनच मग 'बीजक्षेत्र न्याय', 'भूमिपुत्र' अशा भाषेला जनमानसात स्थान मिळाले. पुढे पुरुषसत्ताक जीवनपद्धती आल्यानंतर या परंपरांचे विकृतीकरण झाले आणि मग गौतम ऋषींनी शाप देऊन अहिल्येची शिळा करणे- अहिल्या म्हणजे नांगर न चालवलेली अस्पर्श जमीन, रामाने सीतेचा त्याग करणे- सीता म्हणजे शेतजमीन, रेणुकेच्या मनात पतीखेरीजच्या पुरुषाचा विचार आल्यामुळे जमदग्नी ऋषींनी त्यांच्या पुत्राकरवी-परशुरामाच्या हातून-स्वतःच्या आईचा रेणुकेचा शिरच्छेद करवणे, गंगेने तिच्या नवजात मुलांना नदीत सोडून देणे- गंगा ही सामान्य लोकसमूहातून आलेली स्त्री, शंतनू या सम्राटाला पुत्र देऊ करण्याचे नाकारते, कुंतीने कर्णाचा त्याग करणे - कुंतीचे मूळ नाव पृथा होते- पृथा म्हणजे खरबरीत जमीन अशा मिथककथा निर्माण झाल्या. अशा स्वरूपाच्या कथा जगभरातील वाङ्मयात

आढळून येतात. आ. ह. साळुंखे यांनी धर्मशास्त्रे आणि स्त्रियांचे स्थान यावर लिहिलेल्या पुस्तकांतून भारतातील स्त्रीसंस्कृतीच्या इतिहासाची वाटचाल समोर येते.

- मातृसंस्कृती टिकावी म्हणून पळसाची पाने पायाला बांधून यमीने बंड केले; पण तिची विकृत कहाणी आम्ही समाजात प्रसृत करून टाकली. काली, दुर्गा यांनी दुष्ट प्रवृत्तींविरुद्ध लढा दिला; त्यांना आम्ही देवी करून त्यांचे शौर्य, पराक्रम झाकोळून टाकला. लोकगीतातील आणि लोककथांमधील स्त्री-बंडखोरीचे उद्रेक आम्ही पुसून टाकले. विदर्भातील पतीला कृषिकर्म करण्याची आज्ञा देणाऱ्या लोपामुंडा-लोपामुद्रा तर विस्मरणातच गेली आहे. रुक्मिणीच्या बंडखोरीला श्रीकृष्णाच्या देवत्वामुळे वेगळेच वलय प्राप्त झाले. सीतेची लोककथा रामाच्या अलौकिकत्वामुळे झाकोळली. माझ्या खेडोपाडी जाऊन केलेल्या लोकगीते संकलनात मला एक ओवी आढळली. गंमत म्हणजे पुरुषांनी केलेल्या संकलनात ती नाही, तरीही झिरपत झिरपत अद्यापही टिकून राहिली आहे.

  'पायटच्या पायरी दयनाचा येते राग
  उठ नवऱ्या, हात दुखले, दळू लाग'

  इथे नवऱ्याचा एकेरी उल्लेख आणि तेच ते कष्टाचे काम करण्याचा राग व्यक्त झालेला आहे. नवऱ्याला काम करू लाग, असा आदेशही आहे.

  (प्रतिमा इंगोले, 'ताराबाईंच्या प्रकाशात ग्रामीण स्त्रिया' *संदर्भासहित स्त्रीवाद : स्त्रीवादाचे समकालीन चर्चाविश्व*)

शेतीचा शोध स्त्रीने लावला असे मानववंशशास्त्रज्ञांचे म्हणणे आहे. पुरुष शिकारीसाठी भटकत असताना स्त्रीने शेतीमधून जीवनाला स्थिरता दिली. अनेक बीजांचे गुणधर्म ओळखून खाण्यायोग्य बीजांचे संगोपन केले. म्हणजेच शरीर सांभाळले. त्यामुळे स्त्रीला संस्कृतीची जोपासना करता आली. सुरुवातीचा मानवी इतिहास हा मातृसत्ताक संस्कृतींचा इतिहास आहे. त्यातील क्षेत्रपाल स्त्रिया होत्या. गावाच्या वेशींचे रक्षण करणाऱ्या 'सात आसरा' ही संकल्पना मातृसत्ताक जीवनपद्धतीतील आहे. मातृसत्ताक जीवनपद्धतीत शेतीतून झालेल्या अतिरिक्त उत्पादनाचे समान वाटप करण्याचे काम स्त्रिया करीत, असे शरद पाटील या तत्त्वज्ञांचे म्हणणे आहे.

केवळ भारतातच नव्हे तर जगात इतरत्रही मातृसत्ता अस्तित्वात असण्याचे पुरावे आहेत. इजिप्तमध्ये क्लिओपात्राचा इतिहास तपासला तर तिथे भूमीशी आणि

शेती-व्यापाराशी जोडलेली मातृसत्ता अस्तित्वात होती हे सिद्ध होते. रोमन साम्राज्यविस्ताराने या सत्तांना उद्ध्वस्त करून बदनाम केले. इस्लामचा उदय होण्यापूर्वी मातृसत्ताक पद्धती होती, तीही इस्लामच्या उदयानंतर नष्ट झाली. येशूच्या जीवनात त्याची आई मदर मेरी आणि त्याची मैत्रीण मेरी मॅगडेला जी आधी वेश्या होती, या दोघींनी खूपच मोठी भूमिका बजावली होती. त्या येशूबरोबर खुलेपणाने वावरल्या. येशूवर आलेल्या संकटांच्या काळात त्याचे पुरुष शिष्य भयापोटी पळून गेले, तरी त्या दोघींनी त्याची शेवटपर्यंत साथ दिली. मेरी मॅगडेलाची प्रवचने नंतर उत्खननात सापडली आहेत. तिच्या एका प्रवचनात मेरी म्हणते की, 'पाप असे काही नसते आणि पापावर मात करता येते.' असे असले तरी प्रत्यक्ष बायबलचे प्रमाणीकरण होताना मात्र स्त्रियांना त्यातून वगळले गेले आणि पाप ही संकल्पना स्त्री-पुरुष नात्याच्या लैंगिक व्यवहाराशी जोडली गेली. त्यातही परत एकदा ॲडमला पाप करायला ईव्हने भाग पाडले, अशा कथेशी जोडले गेले. पुरुषरचित बायबलमधील ईव्हला पापाची धनी ठरवण्याच्या कथेआधीची मेरीची प्रवचने आहेत. ती का गाळली गेली हे सहज लक्षात येते. कारण त्यातूनच मग ॲडम आणि ईव्ह मध्ये ईव्हला अनैतिक ठरवून तिला कोणत्याही निर्णयांचे अधिकार मिळणार नाहीत याची तजवीज केली गेली, असे स्त्रीकेंद्री धर्मतत्त्वज्ञान म्हणते. म्हणजेच स्त्रीच्या देहाचा विचार पुरुषसत्ता निर्माण होताना अतिशय हिंसक व्यवस्थांनी नियंत्रित केला गेला. त्यासाठी स्त्री-देह म्हणजे पापाची खाण अशा प्रतिमा, लैंगिकता जणू काही फक्त स्त्रियांकडूनच वापरली जाते असे समज, पुरुषाच्या हिंसेचे समर्थन करण्यासाठी बाईच्या शरीराला काचेचे भांडे म्हणण्यासारखी रूपके प्रसृत करणे, स्त्रीची लैंगिकता व्यवस्थेकडून नियंत्रित व्हावी यासाठी कायदे व त्यांची दहशत निर्माण करणे; असे सगळे मार्ग वापरले गेले.

याला काही वेगळा पर्याय असू शकतो का, वेगळी जीवनदृष्टी व जीवनशैली असू शकतात का, तसे कधी काळी तरी होते का, याचा विचार स्त्रीवादी तत्त्वचिंतनाच्या गाभ्याशी आहे. उदाहरणार्थ, शरद पाटील यांनी आदिम मातृसत्ताक शासनव्यवस्थेची अभ्यासपूर्ण मांडणी केली आहे. त्यातील त्यांचे म्हणणे असे आहे की :

> आदिम मातृसत्ता ही प्रामुख्याने स्त्रियांनीच निर्माण केलेल्या कृषि-संस्कृतीतून निर्माण झाली होती. बी जमिनीत रुजते आणि त्यातून धान्य निर्माण होते हे आदिम काळातील माणसाला जादूई वाटत असणार. त्यामुळे बी रुजणे म्हणजे सुपिकता माया - fertility magic आणि धान्य निर्माण होणे म्हणजे कृषि-माया - agricultural magic यांचा संबंध स्त्रीच्या प्रजननक्षमतेशी जोडून आदिमकाळात स्त्रीच्या हाती निर्मितीची आणि त्यातून

येणाऱ्या वाटपाची जबाबदारी देण्यात आली असणार. भूमीतून धान्य काढल्यावर भूमीची सुपिकता परत एकदा मिळवायची झाली, तर नांगरणी व पेरणी करावी लागते, याअर्थाने भूमीच्या संभोगावर काही मर्यादा नाही. तिथे पित्याला महत्त्व नाही. म्हणजे अपत्याचा पिता माहिती नसणे यात वावगे काही नाही. सत्यकाम जाबालीची कथा आपल्याला सहसा माहिती असते. म्हणूनच मातृसत्तेत मुक्त कामाचार व समता आणि लोकशाही हे परस्पर-विरोधी नव्हते. शेतीचे उत्पादन पुरेसे येण्यासाठी त्या काळात उत्पादनाची, निर्मितीची देवता पूजणे व तिला प्रसन्न करण्यासाठी म्हणून काही तंत्र निर्माण करणे; यातून यातूविधी, नृत्य, प्रार्थना यांचा जन्म झाला असावा. मातृसत्तेतील साहित्य व कलानिर्मिती तसेच मूल्यभान मुख्यतः शेतीशी अशा प्रकारे निगडित होते. (शरद पाटील, *Primitive Communism, Matriarchy, Gynocracy and Modern Socialism*)

याउलट ब्राह्मणी पुराणकथा आणि मिथककथा निर्माण झाल्याच्या काळात स्त्रियांच्या लैंगिकतेवर आलेली बंधने व ती ओलांडल्यास पुरुषसत्तेने केलेल्या शिक्षा समोर येतात, त्या लोकशाहीवादी मातृसत्तेचा विलय आणि त्यातून वर्चस्ववादी पुरुषसत्तेचा आरंभ स्पष्टपणे दाखवतात.

- 'रेणुका ही जमदग्नी ऋषींची पतिव्रता पत्नी. ती आपल्या पतिदेवाच्या नित्याच्या पूजेअर्चेसाठी लागणारे पाणी कच्च्या मातीच्या घड्यात भरून तुंगभद्रेवरून आणून देत असे. ...पातिव्रत्याच्या सामर्थ्यामुळे तो ओलाकच्च घडा मुळीच पाझरत विरघळत नसे. एके दिवशी मात्र तिचे सामर्थ्य उणावले. त्यादिवशी तुंगभद्रेच्या जळराशीत एक राजा आपल्या तरुण आणि सुंदर पत्नीसह जळक्रीडा करीत होता. ते दृश्य पाहून रेणुकेचे चित्त क्षणैक विचलित झाले. आणि एवढ्याश्या मानसिक स्खलनामुळे चिखलाचा ताजा, कच्चा घडा टिकवायला ती असमर्थ ठरली. ती हताशपणे रिकाम्या हातांनीच आश्रमात परतली. तिच्या कोपिष्ट पतीने सारे काही जाणले आणि आपल्या मुलांपैकी एकेकाला तिचा शिरच्छेद करण्याची आज्ञा केली. परंतु पहिल्या तीनही मुलांनी मातृहत्येचे ते भीषण कृत्य करण्याचे नाकारले. परशुरामाने मात्र पित्याची आज्ञा तत्काळ पाळली. त्याच्या आज्ञाधारकतेने प्रसन्न झालेल्या

जमदग्नींनी त्याला कोणताही वर मागण्यास सांगितले. परशुरामाने अर्थातच आपल्या मातेला सजीव करण्याचा वर मागितला. जमदग्नींनी उत्तर दिले की, 'वत्सा, तुझी आई आता पूर्ववत होणे अशक्य आहे. कारण तू उडवलेले शिर अपवित्र ठिकाणी चांभाराच्या दुकानातील पाण्याच्या कुंडीत जाऊन पडलेले असल्यामुळे ते तिच्या धडाशी एकरूप करणे इष्ट नव्हे. परंतु एवढे मात्र घडले की लोक तिच्या शिराची उपासना 'एल्लम्मा' नावाने करतील आणि धडाची ख्याती 'भूदेवी' म्हणून होईल.' (रा. चिं. ढेरे, 'लज्जागौरी', पान ४१-४२)

याचा अर्थ स्त्रियांना शेती, उत्पादनव्यवस्था म्हणजेच पर्यायाने शरीर सांभाळण्याचे अधिकार मातृसत्ताक जीवनपद्धतीत होते. पुरुषसत्ताक जीवनपद्धतीतून हिंसा, आक्रमणे, उत्पादनावरचे मालकी हक्क, संपत्ती लुबाडणे व तिचा साठा करून वर्चस्वाचे क्षेत्र वाढवणे या जीवनपद्धतीचा प्रसार झाला; तेव्हा स्त्रियांचा हातात फक्त त्यांचे शरीर राहिले व त्यावर सत्ता पुरुषाची प्रस्थापित झाली. जमीन व उत्पादने यांचे न्याय्य व समान अधिकार स्त्रियांना नाकारण्यात आल्यामुळे स्त्री-शरीर व पृथ्वीचे शरीर दोन्हीही निवळ दोहनाच्या, पिळवणुकीच्या गोष्टी बनल्या. ही जीवनपद्धती बदलल्याखेरीज पृथ्वीवरचे मानवी जीवन सुरक्षित राहणार नाही, असे पर्यावरणीय स्त्रीवाद म्हणतो. म्हणजे अन्न, पाणी, हवा, निवारा, वस्त्र यांवर सगळ्यांचा समान अधिकार असल्याखेरीज आणि या पृथ्वीवर जगण्याचा सर्व जीवमात्रांचा हक्क अबाधित राहिल्याखेरीज कोणतेच शरीर सुरक्षित आणि निरामय राहणार नाही. याचा सांधा आपल्या आजच्या वास्तवाशी जोडायचा झाला, तर आजही शेतजमिनीवर हक्क कोणाचा आहे, स्त्रियांच्या शेतजमिनीवरील कष्टांना काय हमी आहे आणि मोबदला आहे, याचा शोध घ्यायला हवा.

पर्यावरणीय स्त्रीवादाची मूलगामी मांडणी जमीन, पाणी, अन्नधान्य यांच्या संसाधनीय स्रोतांचे न्याय्य वाटप करण्याशी निगडित आहे. सगळ्यांनाच उत्तम अन्न व स्वच्छ पाणी व हवा मिळण्याचा अधिकार आहे. तसेच उपभोगाच्या असंख्य वस्तूंची निर्मिती करत असताना संसाधनांवरचा मालकी हक्क कोणाचा व त्या असंख्य वस्तूंच्या उपभोगातून निर्माण होणारा कचरा- अनेकदा जीवनाला घातक असणारा कचरा- उदाहरणार्थ आण्विक कचरा किंवा निकामी मोबाईल्स/ संगणक इ. यांची विल्हेवाट लावण्यासाठी कोण राबतात व तो कचरा कुठे टाकला जातो, हे प्रश्न महत्त्वाचे संघर्ष उभे करतात. निवाऱ्याचा, वैध रोजगार कमावण्याचा अधिकार सर्वांना मिळणे गरजेचे आहे. पण जशी जातिव्यवस्था कामाचे वाटप करताना आरोग्याला घातक कामे

कनिष्ठ जातींकडे देते, तशीच पुरुषसत्ताक व्यवस्थेतही स्त्रियांना मिळणारी कामे व रोजगार दुय्यम दर्जाचे असतात. त्यातून अशी कामे करणारे जन्मतःच हीन दर्जाचे असतात, असे तत्त्वज्ञान निर्माण होते. शिवाय जशी आधुनिक उत्पादन व्यवस्था आणि अर्थव्यवस्था गुंतागुंतीची होत गेली, तसे स्त्रिया आणि दलित यांना व्यवस्थांच्या परिघांवर फेकले जाण्याची प्रक्रियाही सुरू झाली. जागतिकीकरणाने पर्यावरण उद्ध्वस्त करणारे प्रकल्प जसेजसे अनिवार्य करत नेले, तसतशी विस्थापित होणाऱ्यांची संख्या वाढली. हा पर्यावरणीय ऱ्हास जातीजातींच्या मूळ संसाधनांवर आघात करतो तसेच स्त्रियांच्या जैविक वैशिष्ट्यांनाही विकाऊ बनवतो. कमालीच्या अस्थिर जीवनशैलीतून लादली जाणारी गरिबी आणि त्यातून वाढत चाललेला वेश्याव्यवसाय हे स्त्रियांच्या हतबलतेचे एक उदाहरण. शिवाय आज विकासप्रकल्पांमुळे विस्थापित झालेल्यांच्या ३०% पेक्षा अधिक लोक हे आदिवासी व दलित समूह दिसतात. आणि विस्थापित हे शहरांच्या काठावरल्या छोट्या गावांत किंवा झोपडपट्ट्यांत राहताना दिसतात. या कंगालीकरणाच्या वेदनेचे स्त्रीवादी जीवनदृष्टीशी नाते आहे. साधना दधिच 'पर्यावरणीय स्त्रीवादाचे हस्तक्षेप' या त्यांच्या लेखात म्हणतात त्याप्रमाणे,

> निसर्गाचे-त्यातील संसाधनांचे मोल जाणले पाहिजे, ती एक जिवंत रचना आहे, तिथे असमतोल असून चालणार नाही. स्त्रिया व निसर्गाधारित उत्पादनांत गुंतलेल्या समूहांना ही जाण अधिक खोलवर येते, ती त्यांच्या कामातून. आजच्या व्यवस्थेत शारीरिक श्रम, निसर्गाधारित उपजीविका यांनाच सर्वांत खालचा दर्जा दिला जातो. अशा व्यवस्थेमध्ये निसर्गाची--सृष्टीची आपल्या मानवी शरीर-बुद्धीची जाण येणे कठीण होते. (*संदर्भांसहित स्त्रीवाद*, पान ४४७)

- शेतकऱ्यांच्या आत्महत्यांचा अभ्यास करणाऱ्या प्रतिमा इंगोलेंनी यासंदर्भात केलेले लेखन वाच.
- सआदात हसन मंटो यांची शब्द *रुचि* २०१५ च्या दिवाळी अंकात अनुवादित होऊन आलेली 'लायसन्स' ही कथा वाच.

स्त्रियांचे व्यवस्थेतील स्थान आणि त्यातून स्त्री-पुरुष नात्यावर होणारा परिणाम याचे भान असलेले लेखक सगळ्याच समाजात व सर्व काळात होते आणि असतात. मात्र त्यांच्या साहित्याची चिकित्सा करण्याची दृष्टी ही त्या त्या काळात असणाऱ्या सामाजिक व राजकीय आव्हानांनुसार ठरते का, असाही विचार आपण करायला हवा. म्हणजे आज ऐरणीवर आलेला जातिअंताचा किंवा स्त्रियांच्या सामाजिक स्थानाचा

प्रश्न आपल्याला स्त्रीवादी होण्यास उद्युक्त करतो का? साहित्यात उमटणारी वेदना ही किती अनुभवनिष्ठ, जीवनाभिमुख, चिकित्सक आणि किती प्रचारकी? हा प्रश्न आपण सततच विचारत राहिला पाहिजे तरच साहित्याचे सच्चेपण आपल्याला आधार देणारे ठरेल. जात-वर्ग अंतवादी साहित्य आणि स्त्री-साहित्य हा प्रश्न सतत समोर आणताना दिसते आहे. अनुभवांच्या दुःखांना, न्याय-अन्यायाला आणि ते निर्माण करणाऱ्या व्यवस्थांना प्रश्न विचारण्याची प्रस्तुतता यात गृहीत आहे.

- '...तेव्हा आलेल्या प्रत्येकाला ती आपल्याला ह्या नरकपुरीतून सोडविण्याची विनंती करू लागली. ते उलट तिच्याकडून अधिक सुखाची अपेक्षा करत. ती देई. फजीत होई. एकाला तर तिचे रडे बघून अतोनात आसक्ती निर्माण झाली. तो निष्ठूर म्हणाला, 'ये, तू रडताना फार नाजूक दिसतीस, लहान पोरगी वाटतीस. त्यामुळे करण्याला मजा येती. ताकद येती. रड...धर, त्याबद्दल दोन रूपयं बक्षीस धर...' आणि त्यानंतर तो तिला रडायला लावून तिचा भोग घेत होता...' (बाबूराव बागुल, 'सूड', पान १३-१४)

- अनिल सपकाळ यांच्या *'भडास'* कादंबरीत परिस्थितीच्या जीवघेण्या रेट्यातही भिकाऱ्याची करुणा आणि कृतिशीलता मांडली आहे. ही कृतिशीलता एकाच वेळेस व्यक्तिगत मुक्ती आहे आणि सामाजिक, सांकृतिक विद्रोहही आहे.

दलित साहित्य ७०-८० च्या दशकात मोठ्या प्रमाणात मराठी वाचकांसमोर आले. त्यात दलित लेखकांनी त्यांचा जीवनानुभव मांडण्याची अपरिहार्यता दिसून येतेच, पण त्यातला सच्चेपणाही महत्त्वाचा आहे. म्हणजे दलित लेखकाचा अनुभव कधीही वाट्याला येण्याची शक्यता नसलेल्या सवर्ण जातीतील वाचकांनीही दलित साहित्य आवर्जून वाचले आणि त्यातून जातिव्यवस्थेबद्दल एक जाण निर्माण झाली. त्याचबरोबर दलित साहित्याची भाषा 'प्रमाण भाषा' नसली, तरी ती 'जिवंत भाषा' म्हणून स्वीकारली गेली. दलित अनुभव जरी प्रत्यक्ष घेतला नसला, तरी सवर्ण असणे म्हणजे काय याचे अस्वस्थ करणारे भान त्यातून निर्माण झाले. एका अर्थाने दलित साहित्यिक बोलत आहेत ती संवाद-प्रक्रिया सवर्ण जातींशी बोलण्याचीही प्रक्रिया होती. आत्मकथानांनतर विकसित होत गेलेल्या विविध साहित्यकृतींमधून व्यवस्थेचे व्यापक भान वाढत गेलेले दिसते. त्याचबरोबर वैयक्तिक वेदनेला सामाजिक आणि राजकीय संदर्भांमध्ये बघण्याची जाण जातिअंतवादी साहित्यातून समोर येताना दिसते.

हे साहित्य अनेक संदर्भांनी भरलेले साहित्य आहे. उदाहरणार्थ, अनिल सपकाळांसारखा तिसऱ्या पिढीतला लेखक जेव्हा दलित वास्तव मांडतो, तेव्हा त्याची दृष्टी संस्कारित आहे हे आपल्याला जाणवते. म्हणजे त्यांनी त्यांच्या कादंबरीत व पुढे कथांमध्ये जाणीवपूर्वक वापरलेली बोली, आंबेडकरांच्या विचारांचा प्रभाव, सामाजिक वास्तवाचे राजकीय आयाम हे त्यांना माहिती आहेत हे त्या लेखनातून जाणवते. म्हणजेच आता हा संवाद पहिल्या आत्मकथनांइतका सहजोस्फूर्त नाही. त्याला केवळ भावप्रकटीकरणाचे प्रयोजन नाही, तर ते एक गंभीर राजकीय भाष्य आहे. म्हणजेच त्यांचा संवाद हा आता जाणिवांची संभाषिते तयार करणारा संवाद आहे हे कळते. म्हणजेच आत्मकथनांचा आकार सोडून कादंबरीचा तसेच कथेचा आकार जेव्हा हेतुपूर्वक घेतला जातो, तेव्हा त्याचे प्रयोजन अधिक गुंतागुंतीचे होते. आज आंबेडकरी विचारांमधून व बौद्ध जाणिवांचा पुरस्कार करत लिहिणाऱ्या लेखिकांची संख्या वाढते आहे. आत्मकथनांच्या बळीचे वास्तव रेखाटणाऱ्या वास्तवातून बाहेर पडून स्वतःच्या विचारांनी आत्मभानातून संघर्ष करण्याची, एक तात्त्विक पाया निर्माण करण्याची धडपड, प्रसंगी कठोर आत्मपरीक्षण करण्याची धडपड आजच्या जातिअंतवादी साहित्यातून समोर येते आहे.

- तुम्ही बुद्धिवाद्यासारखं लय बोलता. शंभर नंबरी दलित कार्यकर्त्यासारखं धोरण स्वीकारलं तर माणूस अडखळत नाही.
  हा जीवनपद्धतीचा फरक आहे. सगळ्या स्तरातील लोकांनी एकसारखं जगावं असं कसं म्हणता येईल? आपल्या पिंडाची जशी रचना असेल, तसंच होतं.
  सर. आपले पिंड हे सगळे पोहोचवतील तेव्हाही आपल्याला जाण येणार नाही.
  सावंत स्वतःमध्ये गुरफटला. ससाणे लेक्चरला गेला.

  (डॉ. कुमार अनिल, 'सस्पिशिअस', *पेशवाईत मेलेला पांढरा उंदीर*, पान १६)

- ... दादांनी बौद्धधम्माच्या सर्वंकष अभ्यासाची गरज वारंवार व्यक्त केली; मानवमुक्तीच्या दिशेनं, समग्र परिवर्तनाच्या दिशेनं. दादांची ही भूमिका राजकीय होती. त्यामुळे त्या काळाशी दादांची ही कृती सुसंगतच मानली पाहिजे. पण त्यातच कुठंतरी धम्मविषयक एकारलेपणाची बीजं रुजत होती, असं आता सुजाताचं स्पष्ट मत

झालं होतं. जेव्हा आपण धम्म हाच संपूर्ण परिवर्तनाचा अजेंडा मानतो तेव्हा जे होतं, म्हणजे त्यातला राजकीयदृष्ट्या क्रांतिकारी आशयच हरवत जातो, तेच आता सुरू आहे-- कर्मकांडं, प्रतीकं, प्रतिमाच महत्त्वाच्या बनू लागतात. प्रतिक्रियावादी बाबी शिरू लागतात धम्मकारणात. तुमची सत्यनारायणाची पूजा तर आमचा परित्राणपाठ. तुमचं काळ्या मण्यांचं मंगळसूत्र तर आमचं पंचरंगी मंगळसूत्र!'

(प्रज्ञा दया पवार, 'वि-हार', *अफवा* खरी ठरावी म्हणून, पान ४१)

स्त्रीवादी साहित्य आणि भाषा

डोईचा पदर आला खांद्यावरी ।
भरल्या बाजारी जाईन मी ।।
हाती घेईन टाळ खांद्यावरी वीणा ।
आता मज मना कोण करी ।।
पंढरीच्या पेठे मांडियेले पाल ।
मनगटावर तेल घाला तुम्ही ।।
जनी म्हणे देवा जाले- मी वेसवा ।
रिघाले केशवा घर तुझे ।।

परंपरागत कर्मठ ब्राह्मणी वर्चस्ववादातून निर्माण होणारा तिचा, जनाबाईचा संघर्ष टाळ आणि वीणा यांच्या बळावर ती एक प्रकारे जिंकतेच. 'आता मज मना कोण करी' असे म्हणण्याचे सामर्थ्य तिने कमावण्यात वारकऱ्यांची यशोगाथा सामावली आहे. तथाकथित प्रतिष्ठितांच्या संकल्पनांनाही एक प्रकारे धुडकावण्याची क्षमता तिने 'जाले मी वेसवा' ह्या शब्दप्रयोगातून प्रकट केली आहे. पंढरपूराच्या पेठेत आपले अस्तित्व तिने रोवून उभे केले. तिच्या याच प्रवृत्तीशी जोडून घेऊन सतराव्या शतकात 'नाठाळाच्या माथी काठी' देण्याची क्षमता तुकाराम व्यक्त करतात, तर एकोणिसाव्या शतकात 'कोण मला वठणीला आणू शकतो ते मी पाहे' अशी धडाडी केशवसुत आविष्कृत करतात. (राजन गवस, *'रोकडे पाझर'*, पान ९५)

संत कवयित्रींचा स्वाभाविक स्त्रीवाद आपण अगदी सुरुवातीलाच नोंदवला आहे. संतसाहित्यातील विद्रोही परंपरा ही लिंगभावाला धुडकावून लावणारी मानवमुक्तीची

परंपरा होती. साहजिकच स्त्रियांची भाषा कोणतेही अडसर न मानता एका विठ्ठलाच्या भरवशावर तीव्र संघर्ष करू शकत होती. गांधींनी 'मीराबाईला मोक्ष मिळणार नाही तर कोणालाच मोक्ष मिळणार नाही,' असे म्हणून या परंपरेचा गौरव केला आणि त्यातून जन्मलेला विद्रोह स्त्रियांना अंगीकारायला सांगितला. याअर्थाने एतद्देशीय परंपरेतील विद्रोहाची संकल्पना गांधींनी स्त्रियांसमोर ठेवली. मूलगामी भाषा निर्भयपणे बोलणाऱ्या आणि कृतीत आणणाऱ्या स्त्रिया गांधींच्या परंपरेतून निर्माण झाल्या. पण या परंपरेला गांधींनी दिलेली स्वतंत्र विचारांची, स्वावलंबनावर विश्वास ठेवणारी निर्भय स्त्री पुढे भारतीय सांस्कृतिक अवकाशाने किती स्वीकारली, हा आज तपासून पाहण्याचा विषय आहे. कारण गांधीविचारातला साधेपणा, शारीरिक कष्टाधारित जीवन, त्याग, समर्पण आणि कर्तव्यकठोरता ही मूल्ये स्वातंत्र्योत्तर काळात फारशी स्वीकारली गेली नाहीत. विशेषतः हक्क आणि अधिकाराची भाषा घटनेतून शब्दबद्ध झाल्यानंतर तीच भाषा व्यक्तिविकासाला पायाभूत मानली गेली. त्याग, समर्पण या मूल्यांच्या आधाराने समाजकारण व राजकारण करण्याची क्षमता असणारे राज्यकर्तेही इतिहासजमा झाले. साहजिकच अशा जीवनदृष्टीच्या आधाराने समाज-उभारणी व सांस्कृतिक ओळख बनवणारे स्त्री-पुरुष नातेसंबंधही नव्याने उमलले नाहीत.

पुढे आधुनिकीकरण आणि कारखानदारी स्वीकारल्यावर तर सामाजिक विकास व पायाभूत सांस्कृतिक मूल्ये यांचे भान पूर्णपणे बदलले. कारखानदारीतून निर्माण झालेली स्पर्धात्मकता आणि बाजारकेंद्रितता सनातन ब्राह्मण्यवादाला बढावा द्यायला उपयोगी ठरली. म्हणजे जातिव्यवस्थेसारखाच भिन्नत्व कायम राखू इच्छिणारा स्तरीय समाज निर्माण झाला. त्यात स्त्री-पुरुषांच्या पारंपरिक प्रतिमा साचेघट्ट करणे गरजेचे मानले गेले. पैसा व नफा केंद्रिततेतून स्त्री-पुरुष साहचर्याची कल्पना ही परत एकदा लैंगिक प्रेरणा-शमन आणि वंशसातत्य यांच्याकडे वळली. मग आर्थिक विकासाला पायाभूत मानतानाही आधुनिक मूल्यभान जागे कसे ठेवायचे, ज्यातून समता आणि बंधुता यांचे भरण-पोषण होईल आणि एक सैलसर सहमतीवरचा राष्ट्र-संकल्प उभारता येईल हा पेच ६०-७०च्या दशकांमध्येच जाणवू लागला.

ज्या परंपरांना स्वातंत्र्योत्तर भारतात पारंपरिक सत्ताकारणाला आव्हान देण्यासाठी पुरेसा अवकाश मिळाला नव्हता, तो अवकाश ६०-७० च्या दशकात दलित व स्त्रीवादी साहित्याच्या धारणांनी मिळवला. त्यात विद्रोही लेखन करणाऱ्या स्त्रिया आणि शूद्र यांना अध्ययनाचा, पुरुषार्थाचा अधिकारच नाकारलेला असल्याने भारतीय परंपरेचा सखोल अभ्यास करून स्वतंत्रपणे काही म्हणू पाहणाऱ्या स्त्रिया अगदीच मोजक्या. इंग्रजांच्या आगमनामुळे इंग्रजी आणि पाश्चात्त्य तत्त्वज्ञानाचा प्रभाव संपूर्ण भारतीय उच्चजातीय व उच्चवर्णीय समाजावर मोठ्या प्रमाणात पडला. तिथेच ब्राह्मणी

आणि अब्राह्मणी असा भेद निर्माण झाला. इंग्रजी भाषा व पाश्चात्त्य तत्त्वज्ञानाचा अभ्यास करून कला व साहित्य निर्मिती करणारे आणि उच्च शिक्षणाची संधी न मिळालेले एतद्देशीय लोकपरंपरामधून कला व साहित्य निर्मिती करणारे. हाच भेद स्त्री-लेखिकांमध्येही दिसून येतो. उच्चवर्णीय व उच्चवर्गीय लेखिका पाश्चात्त्य स्त्रीमुक्तीच्या तसेच आधुनिक विचारविश्वांनी संस्कारित झालेल्या आहेत, तर दलित लेखिका शिक्षणाच्या प्रांगणात नव्यानेच प्रवेश करू पाहणाऱ्या आहेत. ह्यांचे परिघाबाहेर टाकल्या गेलेल्या समूहाचे अनुभव व त्यातील अन्याय आणि विषमतेचा राग हे वेगळे सांस्कृतिक संचित होते. कमल देसाई, गौरी देशपांडे आणि शांता गोखले यांच्या लेखनानंतर बेबीताई कांबळे, मुक्ता सर्वगोड यांची आत्मकथने आली. ही सांस्कृतिक दरी मोठी होती.

स्वातंत्र्योत्तर भारतात स्त्री-प्रतिमेचा विचार करत असताना मराठी वैचारिक अवकाशात निर्माण झालेल्या काही साहित्यिक आकृतिबंधांचा आणि आशयाचा उल्लेख करायला हवा. मराठी साहित्यात कमल देसाई, गौरी देशपांडे आणि पुढे शांता गोखले यांनी पारंपरिक मातृप्रतिमेला छेद देणाऱ्या नायिका निर्माण केल्या हे त्यांचे मोठे योगदान आहे. पैकी कमल देसाई गांधींचा अर्थ लावत, त्यांच्या मूल्यांना स्वतःच्या काही मर्मदृष्टींची जोड देत स्वातंत्र्योत्तर काळातील जगाचा नायिकांच्या नजरेतून वेध घेताना दिसतात. नैतिक उन्नत 'स्व'ची प्रस्थापना हा त्यांना स्त्रीच्या कृतिशीलतेचा आधार वाटतो. गौरी देशपांडे अभिजनवादी व्यक्तिस्वातंत्र्याचा पुरस्कार करताना दिसतात. त्यामुळे बऱ्याच स्त्रियांचे प्रश्न त्यांच्या चिकित्सेच्या परिघात येत नाहीत. पण त्यांच्या नायिकांच्या आकलनाचा, विचारांचा, जाणिवांचा परीघ खूप विस्तारलेला आहे. एका अर्थाने स्त्रियांची जडणघडण व त्यांच्याकडे बघणारी सामाजिक दृष्टी लक्षात घेता सामूहिकतेला नाकारणारे स्त्रियांचे आवाज निर्माण होणे ही काळाचीही गरज होती. राष्ट्रवादाचा, स्वातंत्र्य चळवळीचा जो प्रभाव तत्कालीन पिढीवर होता, त्यात पाश्चात्त्य प्रबोधनाची म्हणजेच आधुनिकतेची काही मूल्ये होती हे आपण सुरुवातीला म्हटलेच आहे. व्यक्तिवाद, मानवकेंद्रितता, इहवाद, विवेकवाद, विज्ञान आणि तंत्रज्ञानाचा प्रभाव हे त्यांतील काही प्रभाव होते. मात्र गौरीच्या साहित्याचे विश्लेषण करताना हरिश्चंद्र थोरात म्हणतात तसे, 'प्रबोधनाला अभिप्रेत असलेले मूल्यांचे ऐहिकीकरण आणि व्यक्तिवाद हे विशेष राष्ट्रभक्ती, समाजाच्या प्रगतीविषयीची कळकळ, स्वार्थत्यागादी मूल्ये यांच्या रेट्यामुळे नियंत्रित केले जात होते.... भारताला स्वातंत्र्य मिळण्याच्या सुमारास... हा वर्ग बऱ्याच दृष्टींनी सुस्थापित झाला होता. ...विज्ञाननिष्ठा, बुद्धिप्रामाण्यवाद, राष्ट्रप्रेम, सामाजिक पुनरुत्थानाची कळकळ या गोष्टी क्षीण होत चालल्या होत्या. सांस्कृतिक ऱ्हासाच्या या काळात, या वर्गात जन्माला आलेल्या

नव्या पिढीतील विशेष संवेदनाक्षम व्यक्तींजवळ प्रबोधनाच्या मूल्यव्यवस्थेपैकी व्यक्तिवाद तेवढा शिल्लक राहिला होता. मात्र व्यक्तिवादाच्या राजकीय आणि आर्थिक परिणामांना स्पर्श करण्याची क्षमता शिल्लक नसल्यामुळे, त्याचा आविष्कार केवळ सामाजिक संदर्भांपुरता मर्यादित राहिला होता. सामाजिक संदर्भांत व्यक्तिवादी भूमिकेला सतत मर्यादा पडत असल्यामुळे परंपरा सोडवत नाही आणि व्यक्तिवाद टोकाला नेता येत नाही, अशा तिढ्यात ही पिढी सापडली होती.' (डॉ. हरिश्चंद्र थोरात, 'गौरी देशपांडे यांच्या कादंबऱ्यांतील स्त्री-पुरुष संबंध', *कथा गौरीची*, पान २११)

शांता गोखले हा या पिढीच्या लेखिकांमधला सर्वात सक्षम आवाज आहे. स्त्री-प्रश्न किती व्यवस्थात्मक आहे याची धारदार, पण करुणेच्या दिशेने जाणारी मांडणी त्यांनी केली. आता समकालीन लेखिकांचे आवाजही थोरातांनी दाखवलेल्या उणिवेवर मात करताना दिसत आहेत. कविता महाजन, प्रज्ञा दया पवार, ऊर्मिला पवार, शिल्पा कांबळे यांच्यासारख्या सशक्त लेखिका आणि कल्पना दुधाळ, अनुराधा पाटील यांच्यासारख्या कवयित्री स्त्री-पुरुष नातेसंबंधांची सखोल चिकित्सा करताना दिसतात.

- सगळ्या सगळ्या बायकांनी मिळून एक कॉलनी करावी. मोठ्ठी. तिथे प्रवेश-फी सगळ्या पुरुषांना. सदरा धुवून हवा ना? टाक पैसे. चपाती करून हवी ना? टाक पैसे. बाई हवी शेजेला? टाक पैसे. मूल हवं ना नाव चालवायला? टाक पैसे. (गौरी देशपांडे, 'राईट ऑन सिस्टर', *आहे हे असं आहे*, पान ५६)

व्यक्तिवादाला अगदी वेगळ्या प्रकारे छेद देणारे स्त्रियांचे लेखन म्हणजे त्यांची आत्मचरित्रे. वेगळ्या प्रकारे अशासाठी, की त्यांची अस्वस्थता व्यक्त करताना त्यांनी कुटुंबव्यवस्थेची जी चिकित्सा कदाचित त्यांच्याही नकळत केली होती, त्यातून परत एकदा स्त्रीप्रतिमेचा आणि स्त्रीकडून असलेल्या सामाजिक अपेक्षांचा संच पुढे आला. या स्त्रिया मध्यमवर्गीय असल्या तरी त्या रूढार्थाने यशस्वी आणि काहीशा प्रागतिक घरातील म्हणता येतील अशा होत्या. त्यांनी व्यक्त केलेली त्यांची भावनिक आणि वैचारिक कोंडी मुख्य प्रवाही मूल्यव्यवस्थेतील कोंडी होती. साहजिकच, कमल पाध्ये, रागिणी पुंडलीक, सुनीती देशपांडे यांनी समोर आणलेली मध्यमवर्गीय स्त्री-पुरुष नाती आणि कौटुंबिक परीघ स्त्रियांची घुसमट करणारा कसा होता हे जाणवले.

दलित आत्मकथनांनी यापुढे जात जातिव्यवस्थेची उतरंड आणि त्यातून घडणारा व्यवस्थात्मक अन्याय समोर आणल्यानंतर लिंगभावाच्या मुद्द्याला नवीन परिमाण मिळाले. मग ९०च्या दशकात मध्यमवर्गीय स्त्रियांनी मांडलेली घुसमट ही संपूर्ण

सामाजिक, राजकीय आणि सांस्कृतिक व्यवस्थेचा विचार करण्यासाठी अजिबात पुरेशी नाही आणि त्यामुळे त्यातून सरसकट स्त्रियांच्या परिस्थितीबाबत विधाने करता येणे अशक्य आहे हे मान्य होत गेले. दलित आत्मकथनांमध्येही स्त्रियांची आत्मकथने ही पुरुषांच्या आत्मकथनांनतर आली. १९८३मध्ये आलेले *मिटलेली कवाडे'* हे मुक्ता सर्वगोड यांचे आत्मकथन आणि १९८६मध्ये आलेलं *'जिणं आमचं'* हे बेबी कांबळे यांचे आत्मकथन, ही दोन्ही पुस्तके या दृष्टीने बघता येतील. दलित आत्मकथनांनी आणि दलित स्त्रियांच्या जाणीव जागृतीतून स्त्रीवादाची जडणघडण होण्यास १९९०च्या दरम्यान प्रारंभ झाला.

प्रवीण चव्हाण त्यांच्या 'दलित स्त्रीवाद आणि स्त्रीवादी दलितत्त्व' या लेखात आंबेडकरी चळवळीतील स्त्रियांच्या सहभागाने ज्या दोन दिशा स्पष्ट केल्या, त्याविषयी सांगताना म्हणतात, 'स्त्रीवादी चळवळीने 'सर्व स्त्रिया समान असतात'च्या पलीकडे जाऊन इथली जातींची जडणघडण लक्षात घेतली पाहिजे व भिन्न जातींच्या भिन्न स्त्रियांचे वा भिन्न धर्मांच्या, प्रदेशांच्या स्त्रियांचे प्रश्न हे भिन्न असणार. जातींच्या विषम उतरंडींमुळे स्त्री-प्रश्नाची सोडवणूक सर्व स्त्रियांसाठी सारखी नसणार; तसेच जातींच्या प्रश्नांचे आकलन मांडणारे, प्रत्यक्ष लढे निर्माण करणारे विविध गट हे पितृसत्ताक पद्धतीने विचार आणि कार्य करत आहेत. जातींच्या प्रश्नांच्या सोडवणुकीच्या चळवळींमधून आणि स्त्रीवादी चळवळींमधून--दोहोंमधून दलित स्त्रियांच्या कार्याची, अस्तित्वाची, कर्तेपणाची यथायोग्य नोंद घेतली जात नाही.' (संदर्भासहित स्त्रीवाद : स्त्रीवादाचे समकालीन चर्चाविश्व, पान १३३)

यांतून स्त्रीवादाची नवीन दिशा दिसते. एकतर स्त्रियांच्या चळवळीला जातिअंताच्या चळवळीतील स्त्रियांचे नेतृत्व असणे गरजेचे आहे आणि जातिअंताच्या चळवळीतील पुरुषांना लिंगभावाचे भान असणेही गरजेचे आहे. स्त्री-प्रश्नाचे स्वरूप जाती, प्रांत आणि धर्माच्या संदर्भात बदलते याचे भान स्त्रियांच्या चळवळीला असायला लागेल. याचा अर्थ स्त्री-प्रश्नाची चिकित्सा अनेक पातळ्यांवर करावी लागेल. स्त्रीदेह आणि पुरुषदेह यांच्या लैंगिकतेची दैहिक आणि व्यवस्थात्मक चिकित्साही अनेक पातळ्यांवर करावी लागेल. त्यातून नवीन आकृतिबंध तयार होतील. जुन्या संदर्भांचे पुनर्वाचन करून इतिहास नव्याने उलगडेल. यासंदर्भात मिथकांचा नव्याने अर्थ लावण्याचे काम स्त्रीवादी इतिहास वाचनाने केले हेही नोंदवले पाहिजे.

• 'तेव्हा तिला आठवली होती मयसभा. असंच जंगल जाळून उभी केलेली. नागांचा आक्रोश अजूनही तिच्या कानांत गुंजत होता. ब्रह्मा, महेशांनी कृष्णार्जुनांवर फुलांची वृष्टी केली होती इंद्रप्रस्थ उभारल्याबद्दल.

तेव्हा तिचं गंभीर भांडण झालं होतं शंकराशी. जंगलाबाहेर धावत येणाऱ्या, प्राणांची भीक मागणाऱ्या नागांना हे कृष्णार्जुन हसत हसत भडकलेल्या ज्वाळांत लोटतात, त्यांच्यातल्याच मयासुराकडून इंद्रप्रस्थ बांधून घेतात जीवनदान दिल्याच्या बदल्यात आणि तुम्ही त्यांच्यावर पुष्पवृष्टी करता? तिनं संतापून विचारलं होतं. पुढं त्यानं अर्जुनाला त्याच्याजवळचं ते जालीम अस्त्र दिलं होतं. या जालीम अस्त्रांचा इलाज रोगापेक्षाही भयंकर. पोटची पोरं संपवणारा. हिंडिंबेचा घटोत्कच गेला वैजयंती अस्त्रानं आणि द्रौपदीची पाची मुलं ब्रह्मास्त्रानं. यांचं काय जातंय हे यांना तरी कळतंय का? कळतंय. कळतं. तरी हे असं वागतात आजही. नापामनं पाठी जळत पळणारी मुलं दिसलेलीच की नंतर व्हिएतनाममध्ये.' (वंदना भागवत, *'अव्याहत वाटा वेदनांच्या,'* पान २४)

स्त्रियांची भाषा आणि पुरुषांची भाषा वेगळी असते, असे एका टप्प्यावरच्या स्त्रीवादी म्हणत होत्या. कारण मुळात स्त्री नावाच्या अस्तित्वाची जी संकल्पना समाज मनात रुजली आहे, त्यानुसार तिच्याशी शब्द जोडले जातात. आदिशक्ती, आदिमाया ही स्त्रीची प्रतिमा दाखवणारी रूपे जशी आपल्याकडे आहेत; तशीच रांड, वेसवा, बाजारबसवी हेही शब्द मराठी भाषेत आहेत. आता हे शब्द तयार होताना त्या प्रतिमेच्या मागची नजर कोणाची आहे असे वाटते? तर एकूण समाज स्त्रीकडे कशा प्रकारे बघतो आहे यावरून हे शब्द बनले असावेत, असे म्हणावे लागते. ही नजर कशा प्रकारची व्यवस्था समोर ठेवते आहे? तर स्त्रियांना एकतर देव्हाऱ्यात नाहीतर वेश्या स्वरूपात बघणारे हे शाब्दिक वास्तव आहे. पुढे पुरुष वृक्ष आणि स्त्री वेल, पुरुष आकाश तर स्त्री धरणी अशाप्रकारच्या प्रतिमांमधून स्त्रीचे नाजूक, प्रजननक्षम असे स्वरूप समोर येत होते. परत एकदा असे म्हणता येईल की, ही नजरही पुरुषाची होती. कारण स्वप्रतिमेच्या निर्मात्या, स्वभाषेच्या निर्मात्या म्हणून स्त्रिया सामाजिक अवकाशात उभ्या राहण्यासाठी सामाजिक मनाची पुरेशी तयारी व्हायला विसावे शतक उजाडले. पूर्वीही बायका स्वतंत्रपणे काही म्हणत होत्या, लिहीत होत्या; पण त्या म्हणण्याला ऐकणारे व त्याची आदरपूर्वक चिकित्सा करून स्वीकारणारे कान तयार व्हायला एक सामाजिक बैठक असावी लागते. ती बैठक निर्माण होण्यासाठी व्यक्तिस्वातंत्र्य, समता आणि बंधुभाव या मूल्यांना प्रतिष्ठा मिळणारा काळ यावा लागला. ताराबाई शिंदे यांचे *'स्त्री-पुरुष तुलना'* हे लेखन शंभर वर्षांनंतर प्रकाशात आले. तर हे जे सामाजिक वास्तव असते, त्या वास्तवाचे भान बाळगणारे लेखन हे

स्त्रीवादी लेखन व स्त्रीवादी भाषा असते, असे म्हणता येते. फुल्यांनी निर्माण केलेला 'सता' हा शब्द किती क्रांतिकारी आहे हे स्त्रीवादी भाषा घडवू पाहणारे समजू शकतात.

- जोतिबा फुले : एखाद्या स्त्रीचा नवरा ज्यावेळेस मृत होतो ...त्यावेळेस मरेतोपर्यंत सारा काळ वैधव्यात काढावा लागतो; इतकेच नव्हे तर पूर्वी कित्येक सतीदेखील जात असत, परंतु पुरुषाला तिच्याविषयी दुःख होऊन तो कधी 'सता' गेलेला ऐकला आहे काय? (सार्वजनिक सत्यधर्म पुस्तक, समग्र फुले वाङ्मय, पान ४४७)

- कुण्या मेल्यानं तुला कळविलं, मी ठुमकते रस्त्यावर
  मीटिंगला जाते, मोर्चाला जाते, त्याविनं कसं जगणार?
  येतो मी बी साथ द्याया, असं पत्रात लिवा ।।

'नारी समता मंचा'नं काढलेल्या 'गाणी मैत्रिणींची' या पुस्तिकेतल्या 'तुमी खुशाल समदी ऱ्हावा, काय ते पत्रात लिवा..' या गाण्यातले एक कडवे. तिथे नवऱ्याने तिच्या बाहेर जाण्याला रस्त्यावर ठुमकते म्हणणे यातून तिची कोंडी आणि तिने स्वतः करून घेतलेली मुक्ती या दोन्हीही गोष्टी समोर येतात.

स्त्रिया भाषेचा वापर करताना पुरुषांपेक्षा वेगळी भाषा वापरतात का? स्त्रियांची भाषा किंवा स्त्रियांची भाषाशैली अशी संज्ञा असू शकते का? भाषा ही सामाजिक व्यवहारातून आणि संवादातून निर्माण होते. तसेच व्यक्तिगत अनुभवातून आणि संवेदनांना जाणीव देण्यातूनही निर्माण होत असते. फ्रेंच स्त्रीवाद्यांनी पुरुषांची भाषा ही कायदेशीर, बुद्धिनिष्ठ आणि अधिकारवादी भाषा असते; तर स्त्रियांची भाषा ही सहजोस्फूर्त, जैविक प्रेरणांमधून स्फुरणारी आणि त्यामुळेच मुक्त भाषा असते, असे ७०च्या दशकात मांडले. पुरुष सत्तेत असल्यामुळे सत्तेच्या नियमांची आणि अधिकाराची भाषा तयार करून त्यांनी स्त्रियांना अंकित केले, म्हणून ही भाषा झुगारून द्यायला हवी असे त्यांचे म्हणणे होते. जेवढे संवेदनांचे वैविध्य तेवढे शाब्दिक वैविध्य जास्त. आणि जेवढे जास्त शब्द तेवढे व्यक्तिमन आणि समाजमन विविध शब्दांनी तसेच संवेदनांनी गजबजलेले राहील, त्यातूनच भाषा मोकळी होईल. स्त्रियांनी भाषेला मुक्त केले पाहिजे, असे त्यांचे म्हणणे होते.

संवेदना शरीराशी जोडलेल्या असतात त्यामुळे शरीराचा अनुभव अनेकदा शब्दांमध्ये प्रतिबिंबित होतो. असेही घडणे शक्य आहे की, पुरुषाला स्त्री-शरीराच्या संवेदना समजू शकतात किंवा स्त्रीला पुरुष-शरीराच्या. त्यामुळे बाई लिहिते आहे की पुरुष यावर

स्त्रीवादी साहित्य आणि साहित्याचा स्त्रीवादी अन्वय / १४३

भाषाशैली अवलंबून ठेवता येणार नाही हे खरे. पुरुष संतांनी लिहिलेल्या विरहिणी हे याचे उदाहरण आहे. देवाला प्रियकर मानून भक्ताला प्रेयसीच्या रूपात बघणाऱ्या या विराण्या किंवा विरहिणी प्रेयसीची प्रेमविव्हलता अतिशय समर्पकपणे मांडतात. पण सर्वसामान्यपणे बाईला आपल्या शरीराचे आवेग आणि उत्कटता जास्त चांगल्या प्रकारे मांडता येईल, तसेच पुरुषाला पुरुषाच्या शरीराची भाषा चांगली कळेल, असे म्हणता येईल. परंतु शरीर उत्कटपणे मांडणे एवढे एकच प्रयोजन साहित्याचे नसते. शरीराला वाढवणारा आणि वापरणारा कोणता मूल्यभाव व्यवस्था निर्माण करते हे शरीरासंबंधीचे अधिक महत्त्वाचे वास्तव आहे. आणि ते स्त्री व पुरुष दोघांनाही बघता येते.

'पुरुषसत्ता हे सर्वव्यापी वास्तव असल्यामुळे विविध संस्थात्मक व्यवहार आणि त्यांची भाषा त्यांच्याच कृतीतून आणि दृष्टीतून तयार होते. स्त्रियांचे अनुभव बराच काळ खाजगी विश्वापुरते मर्यादित राहिल्यामुळे आणि त्यांच्या चरितार्थासाठी त्या पुरुषांवर अवलंबून राहिल्यामुळे त्यांची स्वतःची भाषा विकसित होण्यावर मर्यादा आल्या,' असे एक पाश्चात्त्य स्त्रीवादी सिद्धान्तन आहे. उदाहरणार्थ, पुरुष तत्त्वज्ञान निर्माण करतात तर बायका घरगुती भाषा बोलतात. त्यातून अत्यंत बुद्धिमान, जगाची चिंता करणारा, तपाचरण करणारा पुरुष आणि त्याच्या तपश्चर्येत बाधा आणणारी, चरितार्थाची चिंता करणारी, कजाग, मठ्ठ स्त्री अशा प्रतिमा वेगवेगळ्या प्रकारे जनमानसात रूढ होत गेल्या.

पुरुषसत्ताक व्यवस्थेत बायकांच्या व्यक्त होण्यावरही मर्यादा आल्या. कारण बायकांनी मर्यादशील राहायचे, संस्कृतिरक्षण करायचे तर त्यांची भाषाही मर्यादेत असणारीच हवी या अपेक्षेतून स्त्रियांच्या व्यक्त होण्यावर मर्यादा आल्या. त्या मर्यादा ओलांडणारी बाई ही सामाजिक अधिक्षेप करणारी आणि म्हणून शिक्षेस पात्र बाई, असे समजले जाऊ लागले, तेव्हा स्त्रियांच्या विचारस्वातंत्र्यावरही बंधन आले. एका पठडीतला, चाकोरीतला, देऊ केलेल्या भूमिकेला साजेसाच विचार आणि पर्यायाने तशीच भाषा वापरणे हे त्यांच्यावर बंधनकारक झाले. जोवर स्वतंत्रपणे विचार करून तो विचार स्वतःच्या स्वतंत्र भाषेत स्त्री मांडत नाही, तोवर नव्या मूल्यांची निर्मिती होणे शक्य नाही असे स्त्रीवाद्यांनी मांडले. मग स्त्रिया जशा घराबाहेर पडल्या आणि जगाच्या अनुभवांनी समृद्ध होऊ लागल्या, तेव्हा त्यांची भाषा स्वतःचे सौष्ठव घेऊन आली. मराठी साहित्यातील स्त्रियांच्या लेखनाचा प्रवास बघितला तर हे सुस्पष्टपणे जाणवते. ताराबाई शिंदे, लक्ष्मीबाई टिळक, विभावरी शिरुरकर, कमल देसाई, गौरी देशपांडे, अंबिका सरकार, शांता गोखले, मेघना पेठे, प्रिया तेंडुलकर, कविता महाजन, प्रतिमा जोशी, नीरजा, प्रज्ञा दया पवार, अनुराधा पाटील, शिल्पा कांबळे या लेखिकांची भाषा अत्यंत स्पष्ट, धारदार व रेखीव आहे. त्यांची शैली, प्रतिमा सृष्टी यांत केवळ भावनिक उत्कटता आहे असे नाही; तर कमालीची बुद्धिमान, विचक्षण मर्मदृष्टीही

आहे, विश्लेषण आहे, चिंतन आहे, मूल्यांना केलेले प्रश्न आहेत.

> प्रश्न तेव्हाही पैशाचा नव्हताच! प्रश्न न्यायाचा असतो. नुस्ता न्यायाचाच नाही तर इज्जतीनं न्याय मिळण्याचाही असतो. न्याय ही हक्काची गोष्ट आहे? न्याय कसा आणि कधी मिळाला, यावर तो न्याय 'न्याय' उरणं अवलंबून आहे की नाही?... तुझ्या दारावर अब्रू राहावी असं वाटण्याचे ते दिवस... (पान २१८-१९) वेडे वाटतात आता.
>
> ज्यानं माझ्या मनाची कधी दखलही घेतली नाही, त्याच्याबरोबर हे शरीराचे व्यवहार! तो कालानुक्रमे पहिला आला म्हणून वैध ठरतात. पण जे जे वैध आहे, ते ते योग्य आहे का? नैतिक आहे का? आणि ज्यानं संपूर्णपणे माझ्या मनाचा ठाव घेतला, साखर-पाण्यासारखा जो माझ्या मनात विरघळून गेला; त्याच्या-माझ्यातले शरीराचे व्यवहार वैध ठरू नाहीत? का? तर तो कालानुक्रमे नंतर आला? ...मग अगदी खरं आणि भीड सोडून बोलायचं, तर मी म्हणेन, त्याच्या-माझ्यात ते व्यवहार 'नसणंच' अयोग्य आहे. अनैतिकही.
>
> (मेघना पेठे, *नातिचरामि* पान २९९)

प्रतिमा जोशींसारखी लेखिका वेश्यांच्या परिस्थितीचे चित्रण करताना वापरत असलेली भाषा त्यांच्या कथांमधला संताप आणि चीड दाखवून देते. नेमक्या बोलींचा वापर हे त्यांच्या कथांचे बलस्थान आहे.

> मरद जो करता है तो वो उसकी जरुरत या मजबुरी समझी जाती है, और वोही काम अगर औरत करती है तो वेश्या कहलाती है? क्यूं आती गरीब लडकियूँ। इस धंदेमें? कौन बनाता है उनको गरीब? यही सरकार! ...ये क्या हमारी सुरक्षा करेंगे? इन्हीके कारण हमने गाँव छोडे...इन्हीके कारण हम बेकार हुए... ग्यारा बारा सालकी बच्चीय्। बाजारमें खडी रहती हैं...पुलीस क्या करती है? उन्हीं बच्चियोंको उठाकर कहीं भेजती है. कुछ दिन बाद लडकी फिर धंदेमें लगती है. उन्हे धंदेके कीचडमें फँसानेवालोंका बालभी बाका नहीं होता...हिंमत है तो बताओ, कितने लीडर रंडीखाने चलाते हैं?... ('दरी', *जहन्नम*, पान १४३)

स्त्रियांना आणि पुरुषांना ठरावीक भाषाच बोलायला लावणे हा व्यक्तिमन आणि समाजमन आक्रसून टाकण्याचा एक महत्त्वाचा मार्ग आहे असे वाटते का?

बायकांनी कोमल शब्द आणि आज्ञाधारक शब्द वापरावेत तर पुरुषांची भाषा ही आक्रमक, अधिकारदर्शक असावी असे काहीसे आपण मानतो. तेच पुढे स्त्रियांनी कोणते कपडे घालावेत, आचारात कोणती सभ्यता पाळावी आणि विचारात काय अनुसरावे याचेही संकेत आणि मग रूढी-प्रथा पडत जातात. त्याविरुद्ध वागणाऱ्या, बोलणाऱ्या व्यक्ती बहुसंख्य संकेतांच्या रोषाला बळी पडतात. याची मुळे भाषाव्यवहारातून रुजत असतात. सत्तेची भाषा, सत्तेत असणाऱ्यांची भाषा ही सहसा प्रमाण भाषा म्हणून मान्यता पावते, तर त्याच भाषेचे इतर वेगळे सांगू पाहाणारे आविष्कार बोली म्हणून दुय्यम स्थानावर राहतात. याअर्थाने बायका भावविवश होतात, त्यांना सत्य पेलत नाही म्हणून त्यांची भाषा ही जबाबदार भाषा मानू नये, असे म्हणणे हे पुरुषसत्ताक म्हणणे आहे. तर्कनिष्ठ भाषा बोलणे म्हणजे जबाबदार असणे असे नव्हे. किंबहुना तर्कनिष्ठता प्रत्यक्ष अनुभवांशी आणि व्यापक सामाजिक संदर्भांची दखल न घेता वापरली तर ती बेजबाबदार होण्याची शक्यता अधिक, असा विचार मांडणाऱ्या विद्रोही तत्त्वज्ञानाच्या मांडण्या आज होत आहेत. याचा पुसटसा परिणाम आकृतिबंधात केलेल्या प्रयोगांमध्ये दिसतो. म्हणजे कादंबरी किंवा कथा यांच्यासारखे गद्य प्रकार हाताळत असताना त्यात सहजी कविताही येताना दिसतात. गद्य आणि पद्य यांच्या सीमारेषा धूसर होताना दिसतात. अर्थात अत्यंत प्रखर संवेदनशीलतेतून लिहिणाऱ्या लेखकांच्या शैलीत काव्यात्मकता आपसूकपणे येताना दिसते किंवा आशयाला अनुरूप एखादी कविता उदधृत करणेही अनेकदा दिसते. पण शैलीची काव्यात्मकता वेगळी आणि दोन आकृतिबंध एकत्र करणे वेगळे. आकृतिबंधासोबतच विविध बोली एकत्र करणारे प्रयोगही स्त्री-लेखनात होताना दिसतात.

मग हसून ती म्हणाली, माझी कविता पोहोचवाल का तुम्ही प्रेमावरची? वैभवनं माईक तिच्या तोंडाशी धरला.

प्रेम काय असतं? राबिया बताती,

मला माझं बोलणं डर न वाटता बोलनेको आना...

तुझं बोलणं खुदी को भुलाके, खुदाको भुलाके अंदरकी आवाज जागती ठेवून सुनना...

ओंजळीनं बहता पानी प्यावं तशी तुझ्या माझ्या पलीकडच्या जगाची भाषा अपने मनमें पिरोना...

जगभरके हारे, हटाये, दुत्कारे लोग बघून आपल्या शेजाऱ्याला प्रेमानं आपल्या घरात खाना खिलाना...

जगभरातली मुलं मजेत अडोसपडोसमें खेलते हुए देखना...

जात, धर्म, वंश, पंथ काय असतात? हा प्रश्न खरोखरच पडावा ऐसा अल्झायमर्स सब्बीको होना...

जित्या पाण्यानं भरुन नद्या वाहाव्यात आणि हवेला परत एकदा तिची भीनी भीनी खुशबू यावी यासाठी जनमभर चलते रहना...

अशा नितळ हवेत, उमडत्या पाण्यानं वेढलेल्या भूमीवर उभं राहून तू आणि मी साऱ्या दुनियेला पुकारना...

पगलाये इन्सांको जमिनीवर आणायचं तर त्याच्या स्वर्गाला आग लगाना आणि उसीने बनाये नरककी आग बुझाना...

(वंदना भागवत, 'एक प्रेमकहानीमें', *मुक्त शब्द*, दिवाळी २०१७)

तसेच पुरुष वापरतात तीच भाषा तर्कनिष्ठ आणि म्हणून तिचेच पालन व्हावे, असा आग्रह भाषेच्या राजकारणात शिरतो. त्यातूनच ते वर्चस्ववादी आणि संकुचित बनत जाते. मग भाषेचे प्रमाणिकरण आणि शुद्धिकरणाचे आग्रह वाढायला लागतात. त्यातून भाषेचे वैविध्य प्रतिष्ठा गमावते. मग उतरंडीवर आधारित समाजव्यवस्था निर्माण होते. भाषा संकोचायची नसेल, विचारांना निर्भयपणे व्यक्त होण्याचा अवकाश हवा असेल तर जास्तीत जास्त भाषांना विवेकाने स्वीकारावे लागेल. असे करणे म्हणजे लोकशाही मूल्यांना प्रस्थापित करणे असते. एकभाषिक समाज हा बहुरंगी, बहुढंगी मानवी वास्तवाला अतिशय छोट्या एकरंगी परिघात बंदिस्त करतो. स्त्रीवादी साहित्यनिर्मितीत म्हणूनही भाषेचा दुहेरी प्रभाव दिसतो. वर्चस्ववादी भाषा म्हणजे काय आणि मूक केलेली भाषा म्हणजे काय यांच्या सामाजिक, सांस्कृतिक आणि साहित्यिक परंपरा व आविष्कार स्त्रीवादी भाषेत दिसून येतात. शिवाय नव्याने घडू पाहणारी भाषाही तिथे जाणवत राहाते. त्यामुळे स्त्रीवादी साहित्य समजून घेण्याचा समीक्षेचा प्रयत्न हा दुसऱ्या पातळीवर स्वतःलाच समजून घेण्याचाही प्रयत्न असतो. कारण आपले साहित्य व साहित्य-समीक्षा याला स्त्रीवादी साहित्य आणि समीक्षा सतत संदर्भ देत असतात.

कविता महाजन यांच्या *'भिन्न'* या कादंबरीत स्त्रियांनी भाषा आणि वेदना यांची सांगड कशी घातली आहे हे आवर्जून वाचा.

आकृतिबंध आणि आशय यांचे नाते अतूट असते. पण ते तपासायचे कसे? कविता महाजनांच्या *'भिन्न'* या कादंबरीत संस्थात्मक कारभारातील

विविध प्रकारच्या औपचारिकतांचे तपशील दिले आहेत, म्हणजे गटचर्चा, अहवाल लेखन, वगैरे. या तपशिलांचे महत्त्व कादंबरीच्या आशयाशी जुळणारे आहे. ते कसे? त्यातील निवेदिका संस्थात्मक कारभाराचे तपशील कशासाठी वापरतात आणि त्यांच्या अस्वस्थतेशी ते कसे जोडले आहेत?

कोणतेही बोलणे हा संवाद असतो. प्रत्येक खेपेला दुसरी व्यक्ती बोलण्यासाठी समोर असेलच असे नाही. पण आपण बोलतो तेव्हा आपण 'कोणाशी' तरी बोलतो. हा बोलणारा आणि ऐकणारा सामाजिक संदर्भासकट बोलत असतात. सगळीच संभाषिते गुंतागुंतींनी भरलेल्या सामाजिक परिस्थितीमध्ये बोलत असतात. अगदी मनातल्या मनात बोलत असलो, तरी आपण या सगळ्या सामाजिक संदर्भांचे भान मनात जागवतच बोलत असतो. त्यातून आपण ज्याच्याशी संवाद करत असतो तोही त्या संदर्भांचा भाग असतो. आपले मन या सगळ्या संदर्भांनी घडलेले आणि गजबजलेले असते. आणि या गजबजाटाला आत्मसात करत करत आपण स्वतःला घडवत असतो. त्यामुळे स्व ही एकसंध एकटी व्यक्ती नसते, तर जाणीवपूर्वक स्वीकारलेले आणि जन्मतः लाभलेले संचित सांभाळणारी, विविध विचारांची जाणीव सांभाळणारी आणि स्वविषयक संकल्पनांची घडणारी-बिघडणारी जडणघडण असते. तेव्हा स्त्री-पुरुष नाते नव्या भानातून उभे करायचे झाले तर लेखिकेला आधी स्त्री-पुरुषांच्या कोणत्या प्रतिमा वर्षानुवर्षे निर्माण होत आल्या आहेत आणि त्यांचा व्यक्तिमत्वांच्या जडणघडणीत कोणता वाटा आहे व त्यांना नव्या प्रतिमा घडवण्यासाठी कोणत्या आव्हानांना तोंड द्यायचे आहे या सगळ्यांचा विचार करावा लागतो. असे करत असताना अनेकदा, विशेषतः स्त्रियांना अगदी नव्याने भाषा घडवावी लागते तर तिचे वेगळे म्हणणे शक्य होते. नव्याने भाषा घडवण्याची वेळ संवादाच्या शक्यता संपवल्या गेल्यामुळे येते का? भाषांची देवाणघेवाणच होत नाही आणि जागतिकीकरणातून सगळे जग एकभाषिक करण्याची परिस्थिती आपण ओढवून घेतली आहे, असे वाटते का?

विविध भाषांना समान दर्जाचे मानणे; समजून घेण्याचा प्रयत्न करणे; भाषा नव्याने, मानवी अस्तित्वाच्या सम्यक भानातून घडवणे हा निकष स्त्रीवादी साहित्याचा निकष मानता येईल. कारण संवाद हे मूल्य दोन किंवा अधिक व्यक्तींना परस्परांविषयी वाटणाऱ्या आस्थेतून निर्माण होते. स्त्रीवाद मूक केल्या गेलेल्या, बाजूला टाकल्या गेलेल्या भाषांचे मोल जाणण्याचा प्रयत्न करतो. *Mad Woman in the Attic* नावाचे एक प्रसिद्ध स्त्रीवादी समीक्षेचे पुस्तक आहे. त्यात वेड्या ठरवल्या गेलेल्या स्त्रियांची तत्कालीन चिकित्सा ही पुरुषसत्ताक सामाजिक धारणांमुळे ठरत होती हे स्त्रियांच्या लेखनाने समोर आणले, असे म्हटले आहे.

Mary Wollstonecraft, I shall disdain to cull my phrases or polish my style...I shall not waste my time in rounding my periods...I shall try to avoid...flowery diction. (माझ्या शब्दांच्या माना मुरगळून टाकण्याचा किंवा माझ्या शैलीला चकाकी चढवण्याचा मला राग आहे. ...माझ्या पूर्णविरामांना सुरेख गोलाई देण्यात मी माझा वेळ वाया घालवणार नाही...मी अलंकारिक भाषावापर टाळण्याचा प्रयत्न करीन.)

१७९२ मध्ये स्त्रियांच्या हक्कांविषयी बोलताना मेरी वोलस्टोनक्राफ़्ट हे आवर्जून का सांगते आहे? अलंकारिक भाषेचेही एक शास्त्र असते त्यामुळे ती अस्सल भाषिक उद्गारापासून दूर जाते, असे म्हणता येईल का?

१८८२ मध्ये ताराबाई शिंदे यांनी लिहिलेल्या 'स्त्री-पुरुष तुलना' या निबंधाची भाषा आणि शैली - एकूणच निवेदनाचा बाज कसा आहे? संदर्भ कोणते दिले आहेत? त्यांची चिकित्सा कशी केली आहे? या भाषेचे प्रयोजन काय असावे?

साहित्याची भाषा आणि शैली या फक्त अंतःप्रेरणांवर आधारलेल्या नसतात. तर अनेक घटकांनी साहित्याची भाषा ठरत असते. साहित्याचा प्रकार (genre), परंपरा, जनमानसातील स्मरण आणि संदर्भ यांनुसार घडत असतात. स्त्री आणि पुरुष व्यक्त होत असताना कोणते साहित्यप्रकार निवडतात? उदाहरणार्थ, (बायकांनी महाकाव्य लिहिलेले नाही), कोणत्या परंपरांचा आधार घेतात? उदाहरणार्थ, (इतिहासलेखनात लढाऊ राजांचे कर्तृत्व महत्त्वाचे की, लोकजीवन महत्त्वाचे) कोणती मिथके, लोककथा, प्रतीके, चिन्हे वापरतात? उदाहरणार्थ, (रामाचा, बुद्धाचा एकट्याचा उल्लेख सर्वव्यापी असतो की, बरोबरीने सीता आणि यशोधरेचाही उल्लेख होतो?) सियाराम, राधेकृष्ण, यांची जागा जय श्रीराम किंवा भगवान कृष्ण अशी संबोधने घेतात, तेव्हा त्यातून संस्कृतीचे कोणते स्थित्यंतर दिसते? आणि कोणत्या सामाजिक, सांस्कृतिक संदर्भात स्त्री-पुरुष नात्याकडे बघतात यानुसार साहित्याची भाषा आणि शैली ठरत असते.

इ.स.पूर्व ५३५ मध्ये अहिंसा, सत्य या मूल्यांच्या रक्षणासाठी संपूर्ण शाक्यसंघांच्या विरोधात जाणाऱ्या नवऱ्याच्या परिव्रज्येच्या निर्णयाला पाठिंबा देणारी यशोधरा डॉ. आंबेडकरांनी १९५६ साली 'भगवान बुद्ध आणि त्याचा धम्ममधून का निर्माण केली असावी? यशोधरेतून आंबेडकरांनी आपल्या पर्यावरणातील अनुभवांना साजेशी, पारंपरिक शूर स्त्रीच्या प्रतिमांना छेद देणारी, पण धैर्यवान स्त्री निर्माण केली आहे. याचा आपल्या स्त्रीवादाशी सांधा कसा जोडता येईल? आंबेडकरांना अपेक्षित असणाऱ्या स्त्री-प्रतिमेचा आकार आज नव्या दमाने लिहिणाऱ्या शिल्पा कांबळेंसारख्या लेखिका त्यांच्या लेखनातून

उभारताना दिसतात. त्यांच्या *'निळ्या डोळ्यांची मुलगी'* हे स्पष्टपणे समोर येते आहे. ही स्त्री प्रज्ञावंत आहे. ज्ञानाग्रही आहे. संवेदनशील आहे. मुख्य म्हणजे स्त्रीला अनेकविध संदर्भांमध्ये बघणारी आहे. ती मार्क्सला पत्रे लिहिते. तिची मैत्री हिजड्यांशीही असते. ती इंजिनिअर होऊ घातली आहे. पण तिची उद्दिष्टे केवळ स्वतःचा आर्थिक स्तर उंचावणे असा नाही. तिच्या भोवतालच्या सर्व राजकीय घडामोडींचा ती सजगपणे अभ्यास करते आहे. त्यात सहभागी होते आहे. अन्यायाची जाणीव तिला स्वस्थ बसू देत नाही. पण त्याचबरोबर ती त्या अन्यायाचा इतिहास लक्षात घेते आणि त्याची चिकित्साही करते आहे. ही स्त्री-प्रतिमा समकालीन स्त्रीवादी प्रतिमा आहे.

प्रिय मार्क्स,
तुला सम्राट अशोक माहीत होता का?
राजाच तो, थेट तुझ्या स्टालिनसारखा
अखेर धम्माला शरण गेला
मार्क्स तुला धम्म माहीत नाही
चूक है
तो नव्हताच कधी विष्णूचा अवतार
बुद्ध तुझ्यासारखाच
मटिरिऑलिझम मांडणारा
तृष्णा, दुःख, जाणणारा
...
पण मार्क्स
तुझी त्यांची भेट झाली असती
म्हणजे सुटाबुटातले बाबासाहेब
हातात पुस्तक घेतलेले
धारदार आवाजाचे
अस्सल इंग्लिश बोलणारे
सडेतोड मुद्दे मांडणारे बाबा,
खरं सांगते तुलाही इंप्रेस करून गेले असते....
(शिल्पा कांबळे, *'निळ्या डोळ्यांची मुलगी'*, गोदा प्रकाशन, औरंगाबाद, २०१४)

५ स्त्रीवादी साहित्य-समीक्षा

'As long as women remain silent, they will be outside the historical process. But if they begin to speak and write as men do, they will enter history subdued and alienated; it is a history that, logically speaking, their speech should disrupt.' Xaviere Gauthier. (स्त्रिया जोवर मूक राहतील, तोवर त्या ऐतिहासिक वाटचालीच्या बाहेरच राहतील. पण त्यांनी पुरुषांसारखीच बोलायला आणि लिहायला सुरुवात केली, तर त्या इतिहासात पराभूत आणि परात्मभावानेच प्रवेश करतील; त्यांच्या भाषेतून त्यांनी इतिहासालाच हादरे द्यायला हवेत, ते सुसंगत असेल.)

The problem is not that language is insufficient to express women's consciousness but that women have been denied the full resources of language and have been forced into silence, euphemisms or circumlocution. ... Women's literature is still haunted by the ghosts of repressed language, and until we have exorcised those ghosts, it ought not to be in language that we base our theory of difference. (Elaine Showalter, A Literature of Their Own, British Women Novelists From Brote to Lessing, Princeton Univ. Press Nj. 1977.) (स्त्रियांचे मनोव्यापार व्यक्त करण्यासाठी आपल्याकडे असणारी भाषा पुरेशी नाही ही समस्या नाही तर भाषेचे सर्व स्रोत स्त्रियांसाठी खुले केले गेले नाहीत आणि त्यांना मूक केले गेले, त्यांना त्यांचे म्हणणे कायमच मौनात, कृतक शब्दांत किंवा गोलमटोल प्रकारे व्यक्त करावे लागत आले आहेत ही खरी समस्या आहे. ...स्त्रियांचे साहित्य हे अजूनही दडपल्या गेलेल्या भाषेने झपाटले गेले आहे आणि जोवर आपण ही

भुते उतरवत नाही, तोवर स्त्री–पुरुष यांच्यातील फरकावर भाषेचे फरक तोलण्यात अर्थ नाही.)

स्त्रीवादी समीक्षा साहित्याकडे बघत असताना दोन स्थानांवर पाय रोवून उभी असते. एक म्हणजे आजवर प्रस्थापित झालेले पुरुषसत्ताक परंपरेतील संकल्पनांचे स्थान आणि त्या संकल्पनांना प्रश्न करणारे स्त्रीवादी संकल्पनांचे स्थान. त्यामुळे स्त्रीवादी साहित्याचे वेगळेपण हे सांस्कृतिक संबंधांच्या इतिहासात गुंतलेले साहित्य असे असते हे स्त्रीवादी समीक्षा लक्षात घेते. जर साहित्यातून सांस्कृतिक इतिहासाची वाटचाल समोर येत असेल, तर चांगले साहित्य हा संघर्षाचा इतिहास दाखवत असते. माणूस म्हणून पूर्णपणे विकसित होत असताना त्याच्यावर पडणाऱ्या बंधनांचे प्रामाणिक आणि सर्जनशील चित्रण चांगल्या साहित्यातून होत असते. म्हणूनच साहित्य ही संस्कृतीच्या आकलनासाठी गाभ्याशी असणारी गोष्ट आहे, केवळ वरवरची सजावट नाही. त्यातून परिवर्तनाच्या वाटा दिसायला लागतात. स्त्री–पुरुष नात्याच्या खुंटलेपणाचा शोध घेणारे आणि त्यालाच समीक्षेचा निकषही मानणारे स्त्रीवादी साहित्य या दृष्टीने महत्त्वाचे ठरते.

• स्त्रीवादी विचारवतींनी मुख्य प्रवाही इतिहास लेखनाविषयी अनेक प्रश्न उपस्थित केले. पारंपरिक इतिहासातून स्त्रियांना का वगळले गेले? स्त्रियांचे उल्लेख त्रोटकपणे का आले? स्त्रियांविषयी विचार विकृत distorted का होते? लढाया, राजकारण, सार्वजनिक क्षेत्र यांनाच इतिहासात स्थान का असते? जेव्हा पुरुष लढत होते, तेव्हा स्त्रिया काय करत होत्या? त्याची दखल इतिहासात का घेतली गेली नाही? स्त्रिया मुलांना जन्म देतात, त्यांना घडवतात, संस्कृती जपतात, तिचे संवर्धन करतात, अन्ननिर्मिती करतात, शेती कारखान्यांतून उत्पादन करतात. इतिहासात या गोष्टींना स्थान का मिळाले नाही? (जास्वंदी वांबुरकर, 'स्त्रियांचा इतिहास, स्त्रीवादी इतिहास व लिंगभाव इतिहास' *संदर्भांसहित स्त्रीवाद : स्त्रीवादाचे समकालीन चर्चाविश्व*)

आत्ताच्या टप्प्यावर स्त्रीवादी समीक्षा असा विचार करत असताना एक गोष्ट प्रकर्षाने जाणवते, ती म्हणजे इतिहासाचे स्त्रीच्या नजरेतून आलेले भान. हे ऐतिहासिक भान साहित्याची मीमांसा करत असताना मग अनेक नातेसंबंध नव्याने मांडणाऱ्या साहित्याची आवर्जून दखल घेते. स्त्रियांना प्रस्थापित साच्यातील नातेसंबंधांबद्दल असणारे असमाधानही स्त्रीवादी समीक्षा संवेदनशीलतेने समजून घेते. उदाहरणार्थ, लग्न, मातृत्व यांतील साफल्याच्या भावनेला मोडीत काढणारी स्त्री विक्षिप्त नाही हे स्त्रीवादी समीक्षा जाणून घेते. व्यवस्थात्मक परिप्रेक्ष्यातूनच स्त्रियांच्या व्यक्तिगत भावनांकडे

बघायला लागेल हे समजते. इतिहासाने देऊ केलेली व्यवस्था आणि तिच्यातील परिवर्तनाची स्वप्ने यांचे नीट भान स्त्रीवादी समीक्षेला असते. कोणत्याही ठिकाणच्या स्त्री-पुरुष नातेसंबंधांचा इतिहास काय आहे? त्यातून स्त्री आणि पुरुषांच्या कोणत्या प्रतिमा तयार झाल्या? त्या प्रतिमा विविध लेखकांच्या साहित्यात कशा प्रकारे प्रतिबिंबित झाल्या? त्यांना आव्हाने निर्माण करणारे लेखन झाले का? त्या आव्हानांचे काय झाले? याचा विचार स्त्रीवादी समीक्षा करत असते

> 'लेखिकांच्या कादंबरीविश्वात स्त्रीवादाला अभिप्रेत असणाऱ्या मैत्रभावाचे आविष्कार जागोजागी दिसतात. अटीतटीच्या प्रसंगी, संकटकाळी या नायिकांना समजावून घेणाऱ्या, त्यांना आधार देणाऱ्या मैत्रिणीही येथे भेटतात. ... मैत्रिणींप्रमाणे मित्रांशी संवाद साधण्यातही नायिकांना रस असतो. नवऱ्यांपासून सुटका अथवा संसारातील अभावाची भरपाई म्हणून केवळ अशा मैत्रीकडे त्या पाहत नाहीत.. परस्परांचा आदर करणाऱ्या, वैचारिक व भावनिक देवाणघेवाणीसाठी अवकाश देणाऱ्या या नात्यांमधून नायिकांना केवळ निजखूण गवसते असे नाही, तर त्यांची जिजिविषाही वाढते. पुरुषपात्रांची ही उजळ व्यक्तिचित्रणे कादंबरीची एक जमेची बाजू ठरतात.' (रेखा इनामदार-साने, 'लेखिकांच्या कादंबऱ्यांतून प्रकटणाऱ्या स्त्रीवादी जाणीवा', *संदर्भांसहित स्त्रीवाद*, पान ५२८-२९)

जेव्हा नातेसंबंध नव्याने घडवण्याची गरज वाटते, तेव्हा त्यांचे नवीन निकषही तयार करावे लागतात. मराठी साहित्यात ६०-७०च्या दशकात लिहिल्या गेलेल्या विविध स्तरांतील स्त्रियांच्या आत्मकथनांचे मूल्यमापन आपण कसे करणार, हा प्रश्न निर्माण झाला, तेव्हा आत्मकथनांचे मूल्य तपासण्यासाठीच्या निकषांत एका वेगळ्या निकषाची भर पडली. ब्राह्मण स्त्रियांची आत्मचरित्रे वेगळी आणि दलित स्त्रियांची आत्मकथने वेगळी, असे दलित साहित्य-समीक्षेने आग्रहाने सांगितले. कारण दलित स्त्रीला ज्या ज्या पातळ्यांवर संघर्ष करावा लागतो; त्यात तिचे शारीर अस्तित्व कायमच धोक्यात असते, पणाला लागत असते, समाजव्यवस्थेचा सर्वांत भीषण परिणाम तिच्या शारीरिक अस्तित्वावर पर्यायाने तिच्या प्रतिमेवर होत असतो. त्यामुळे त्याला आत्मचरित्र म्हणणे योग्य होणार नाही, असे हे म्हणणे होते. याचाच परिणाम म्हणून पुढे स्त्रियांवरील अन्यायाला जातीच्या संदर्भात बघणे गरजेचे झाले. जात हा आणखी एक निकष आपल्या समीक्षेला महत्त्वाचा वाटला. लिंगभावाचा शोध घेताना त्याचे पदर जातीच्या वास्तवातही गुंतले आहेत ही जाणीव त्यातून झाली. त्याचबरोबर स्त्रियांचे लेखन म्हणूनही त्याच्याकडे वेगळ्या समजेतून बघण्याचाही निकष निर्माण

झाला. आजच्या टप्प्यावर भिन्न जातींतील असल्या तरी स्त्रिया पितृसत्तेविषयी असमाधान व्यक्त करत असतील, तर त्यांच्या असमाधानात काही दुवे आहेत का याचा शोध स्त्रीवादी समीक्षा घेऊ शकते. त्यातून एक वेगळे सौंदर्यशास्त्र निर्माण होऊ शकते.

'विदुर या कलाकृतीचा खरा आस्वाद त्याने दासशूद्रप्रथाक वर्णव्यवस्थेतून मुक्ति-स्वातंत्र्याकरता नेणीवजाणीवपूर्वक केलेल्या संघर्षाच्या आकलनातूनच घेतला जाऊ शकतो. द्रौपदी या कलाकृतीचा खरा आस्वाद तिने स्त्रीदास्यप्रथाक वर्णव्यवस्थेतून स्त्रीसत्ताक मुक्तिस्वातंत्र्याकरता केलेल्या नेणीवजाणीवपूर्वक संघर्षाच्या आकलनातूनच घेतला जाऊ शकतो. पण या संघर्षाची जाणीव कलावंत व्यासाला होती काय? किंबहुना तो या समता-संघर्षाच्या विरोधी असणारा ब्राह्मणी महाकवी होता. ...व्यासाच्या कलाकृतीमध्ये संभाव्य असलेले स्वातंत्र्य भारतीय इतिहासात प्रथम साक्षात केले मार्क्सवादी- फुले - आंबेडकरवादी सौंदर्यशास्त्राने. माफुआचे सौंदर्यशास्त्र म्हणूनही सम्यक सौंदर्यशास्त्र आहे की, जे मानवी जीवनाचे सत् सत्व साक्षात करते.' (शरद पाटील, 'सम्यक सौंदर्यशास्त्र', *अब्राह्मणी साहित्याचे सौंदर्यशास्त्र*, पान ६५)

पुरुषांचे लेखन आणि पुरुषांनी स्त्रीलेखनाची केलेली समीक्षा हा अतिशय महत्त्वाचा तौलनिक निकष स्त्रीवादी साहित्याने समोर आणला. जेव्हा स्त्रिया पुरुषांच्या लेखनाकडे बघतात, तेव्हा पितृसत्तेने त्यांच्या संकोचित केलेल्या अवकाशाबद्दल त्यांना असमाधान वाटते. पुरुषांना तसे वाटते का? कोणत्या पुरुषांना समाजातील धारणांमुळे घुसमटल्याचा अनुभव येतो? स्त्रियांचे साहित्य समजून घेताना किती पुरुष सहभावी होऊ शकतात? पुरुषांच्या समीक्षेत स्त्रियांचे दृष्टिकोन समजून घेताना कुठे अडसर येतात याचाही विचार स्त्रीवादी समीक्षा करते. साहित्य व कला निर्मितीमध्ये आजवर पुरुषांचे प्रमाण जास्त होते. त्यामुळे त्यांच्या साहित्यातून होणारे स्त्री-चित्रण हे पुरुषसत्ताक संस्कृतीत वाढलेल्या पुरुषांचे स्त्रीविषयीचे आकलन व स्त्रीविषयक कल्पना/अपेक्षा अशा स्वरूपाचेच राहत आले. त्या साहित्याच्या वाचनातून व कलानिर्मितीच्या आस्वादातून स्त्रिया कशा असतात, कशा असाव्यात यांचे मानदंड समाजात रुजले. तेच सार्वत्रिक आहेत अशाही समाजधारणा निर्माण झाल्या. त्यातूनच स्त्री-पुरुष प्रतिमांचे प्रस्थापित वाचन समीक्षकांना प्रमाणभूत वाटले. साहजिकच स्त्रियांना काही वेगळे वाटणे, त्यांनी वेगळ्या कृती करणे याचे मानदंड स्त्रियांनी निर्माण करायचे असतील; तर त्यांना मुळात पुरुषांच्या प्रभावातून बाहेर पडावे लागेल, स्वतंत्रपणे विचार करावा लागेल; तरच स्त्रियांबद्दलचे पुरुषांचे मत/पुरुषांची दृष्टी यांची त्यांना

चिकित्सा करता येईल, असे स्त्रीवादी समीक्षेने समोर आणले. त्यातून वेगळे स्त्री-पुरुष नाते, वेगळ्या प्रतिमा निर्माण करण्याचा प्रयत्न त्यांनी केलेला दिसतो. अशा प्रतिमा केवळ विक्षिप्त व्यक्तिरेखा म्हणून मांडल्या गेलेल्या प्रतिमा नसतात तर जीवनाचे वेगळे प्रारूप मांडण्यासाठी स्त्रियांनी आणि पुरुषांनी कसा विचार करावा याचा घेतलेला शोध असतो. शिवाय स्त्रीवादाचे म्हणणे समग्र व्यवस्थेला नवीन दृष्टी मिळायला हवी असे आहे. या दृष्टीने स्वातंत्र्योत्तर काळात अशा प्रतिमा निर्माण करण्यासाठी ज्या राजकीय विचारांचा आधार स्त्रीवादी साहित्याने घेतला, त्यात गांधीविचार आणि आंबेडकरविचार प्रामुख्याने दिसतात. त्यांच्यातून काही मूल्यभान निर्माण करून सांस्कृतिक निकष समोर आणले गेले.

कमल देसाई यांच्या कादंबरीच्या नायिका असे स्वतंत्र आत्मभान आणि त्यातून केलेली सांस्कृतिक टीका समोर घेऊन येतात. बालकवींच्या फुलराणीवर सुंदर चित्रपट काढायचे स्वप्न उराशी धरून समाजात वावरणाऱ्या नायिकेची गोष्ट त्या 'हॅट घालणारी बाई' मधून सांगतात, तेव्हा त्यांची नायिका पारंपरिक स्त्री-प्रतिमा आणि भ्रष्ट समाज यांना उलथवून टाकते. कमल देसाईंच्या लेखनातील संदर्भांचे नाते गांधींच्या मूलगामी राजकारणाशी जोडता येते.

आणि मग कमलताईंची 'हॅट घालणारी बाई' काय म्हणते ते लख्खकन समोर आले, 'तसं आता व्हायचं नाही. मी नसतेच आले तर वेगळी गोष्ट होती. पण आता आले. नव्हे, यांनी मला आणली. आता निघून जाणं माझ्या हाती नाही. घालवणं तुमच्या हाती नाही. मी निघून गेल्यानं तुमची सुटका होत नाही. माझं जाणं तुम्हाला खात राहील. माझं असणंही तुम्हाला पोखरत राहील. माझ्या अस्तित्वानं तुम्ही गुदमरणारच आहात.' (पान ११४)

हॅट घालणारी बाई एक निष्कलंक प्रतिसृष्टी उभी करण्याची योजना घेऊन आली आहे. आणि त्या योजनेबद्दल तिला संपूर्ण विश्वास आहे ती सांगते, 'माझ्या योजनेला काही किंमत आहे हे मला नक्की माहिती आहे. आणि असे प्रयोग व्हायला हवेत. हा हक्क आहे. ही हवं असण्याची बाब आहे.' (पान ९८)

गांधींच्या कल्पनेतले राष्ट्र हे त्यांच्या योजनेनुसार अस्तित्वात येऊ शकले असते. नौखालीतल्या निर्वासितांमध्ये बोलताना गांधींनी असे जाहीर केले होते की, पूर्व बंगालमधील प्रत्येक हिंदू तिथून बाहेर पडला तरी ते तिथेच राहतील आणि मुस्लीम वस्तीत राहतील. अशा प्रकारच्या नैतिक आवाजाची ठाम प्रस्थापना करण्याचा आग्रह कमलताईंच्या सर्व लेखनातून दिसतो. त्याला कोणतेही समूहवादी परिमाण नाही. तो फक्त स्वायत्त 'स्व'च्या नैतिक प्रस्थापनेचा आत्मविश्वास आहे. आतूनच

येणारा. हॅट घालणारी बाई तिच्या भोवतीच्या सर्व पुरुषांना ऐकवते, 'सगळ्या बायका वर्तमानपत्रातल्या बातमीकरता, गुंडांच्या हाती पडून अत्याचार करून घेण्यासाठी असतात काय? आणि तुम्ही तरी गुंड असायला काय हरकत आहे? तुम्ही गुंड नाही हा काही माझा अपराध नाही किंवा खास करून गौरव नाही. होऊन बघा तुम्ही गुंड, काय होतं ते––काहीतरी होणारच. भयंकर घडून नाश तरी होणार, नाहीतर भाग्यवंत तरी असणार माणसं. मी भाग्यवंत असेन. (पान ११४) एक स्वायत्त नैतिक स्वप्रस्थापना ही अभेद्यच असते आणि त्याला मृत्यू नसतो, हा विश्वास गांधींच्या आत्मविश्वासाशी जुळता होता. जे चांगलं असतं ते घडायला हवंच. तो हक्क आहे. (पान ९९) हा तो आत्मविश्वास आहे. (वंदना भागवत, 'एकला चलो रे' कमल देसाई एक आकलन, शब्द पब्लिकेशन्स, २०१४)

मुक्ता सर्वगोडांचे आत्मचरित्र कमल देसाईंच्या कादंबरी लेखनानंतर आठ वर्षांनी आले. त्यांच्या आत्मकथनाला पायाभूत असणारे आंबेडकरांचे विचारविश्व अत्यंत ठामपणे लोकशाही मूल्यांची प्रस्थापना करताना दिसते. आत्मकथनाची आणि कादंबरीची तुलना करावी का, हा प्रश्न साहित्याच्या अभ्यासकाला पडू शकतो. मीही साहित्याची व्याख्या करताना अनुभवाला जाणीवपूर्वक देऊ केलेला आकृतिबंध असतो, असे म्हटले आहे. तरीही आत्मकथनांमध्ये असलेली पारदर्शकता आणि कादंबरीतील अवगुंठित मांडणी यांच्यातील जीवनदृष्टी कशी आहे आणि तिला कोणत्या विचारांचा पाया आहे, याची तुलना करता येणे शक्य आहे. शिवाय ज्या वेदनेला संहितेतून शब्द मिळतात, त्या शब्दांचे जास्तीतजास्त संदर्भ बघणारी संहिता खऱ्या अर्थाने मानवी आयुष्याला भिडते. त्यामुळे काही आत्मकथने वास्तवाला अधिक सक्षमपणे, एखाद्या उत्तम ललित साहित्यकृतीइतक्याच समग्रतेने भिडताना दिसतात. त्यात कोणताच पवित्रा न घेता जर वेदनेच्या विविध अंगांचा विचार होत असेल, तर त्यांच्या या गुंतागुंतीचे मोल महत्त्वाचेच आहे. त्यातली पारदर्शकता आणि निर्भयता आकारिक सौंदर्याइतकेच महत्त्वाचे निकष आहेत. कमल देसाईंची नायिका ज्या निर्भयपणे बोलते, तितक्याच निर्भयपणे मुक्ता सर्वगोड बोलतात. पण त्या थेट बोलतात; त्यांनी गांधींना, यशवंतराव चव्हाणांना विचारलेले प्रश्न हे हॅट घालणारी बाई विचारत असलेल्या प्रश्नांइतकेच भेदक आहेत. त्यांना आंबेडकरांच्या राजकीय विचारांचा पाया आहे. स्त्रीवादी साहित्याने स्त्रियांचे आत्मभान आणि त्यांनी निर्भयपणे व्यवस्थेला केलेले प्रश्न मांडले आहेत. या दृष्टीने मुक्ता सर्वगोडांच्या आत्मकथनातील पुढील उतारा वाचा :

'मग मी मनातल्या मनातच ते उत्तर आचार्य जावडेकरांशी जोडलं

आणि मनातच त्या मनातल्या जावडेकरांच्या उत्तराला उत्तर दिलं,' कबूल, हजारो वर्षांपासून चालत आलंय, ते एकदम जाणार नाही, पण म्हणून त्याची शिक्षा आम्हांला का? सरकारनं दहापाच गुन्ह्यांत जबर शिक्षा ठोठावल्या म्हणजे कळेल किती उशीर लागतो ते! ...पण यांना करायचंच नाही ते! रोज कुठे ना कुठे, काय काय घडत असतं--आज काय जळणासाठी कुपाटीच्या काड्या उपसल्या म्हणून हरिजन बायकांना नग्न करून गावातून मिरवत नेलं! उद्या काय गायीला काठीनं मारलं म्हणून तिच्या मालकानं हरिजन स्त्रीवर बलात्कार केला! कधी कधी निवडणूक आली की महारवाड्याच्या चारी वाटा बंद! सारे गुंड त्या वाटा रोखत. कारण महार कधी काँग्रेसला मत देणारच नाही याची खात्री! भारतात गांधीजींनी अहिंसेनं आणलेलं हे असलं रामराज्य!'

(मुक्ता सर्वगोड, *'मिटलेली कवाडे'*, सुगावा प्रकाशन, १९८३, पान ५३)

अनेकदा असेही होते की, स्त्रियांनी केलेले लेखन व्यापक पुरुषसत्तेला अडचणीचे वाटते किंवा त्या लेखनाला समजून घेण्यात पुरुष कमी पडतात. त्यामुळे पुष्कळदा असे लेखन काळाच्या वाटचालीत बाजूला टाकले जाते, हे स्त्रीवादी समीक्षेने लक्षात घेतले आहे. त्यातून इतिहासात गायब झालेल्या किंवा दुर्लक्षित केल्या गेलेल्या साहित्याचा पुनर्विचार करण्याचे कामही स्त्रीवादी समीक्षा करते. ताराबाई शिंदे यांचा स्त्री-पुरुष तुलना हा १८८२ साली लिहिलेला अतिशय महत्त्वाचा निबंध आपल्या समीक्षेत येण्यासाठी विसाव्या शतकातील ७०चे दशक उजाडले. म्हणजे जवळजवळ १०० वर्षांनी तो निबंध उजेडात आणण्याचे काम स्त्रीवादाने केले. हा निबंध समोर आणण्याची गरज आपल्याला का वाटली याचेही निकष मग स्त्रीवादाला घडवावे लागले. उदाहरणार्थ, बहुजन समाजातील स्त्रीचे स्त्री-पुरुष नात्याचे वाचन वेगळे होते का, हा विचार ताराबाईंच्या या संहितेच्या समकालीन असणारी पंडिता रमाबाईंची 'स्त्री धर्मनीती' या पुस्तिकेशी तुलना करून करू शकतो. म्हणजे मग पंडिता रमाबाईंचे स्त्री-पुरुष नात्याचे वाचन त्यांच्या सनातन धर्मचिंतन आत्मसात केलेल्या कुटुंबाच्या पार्श्वभूमीत रुजलेले आहे का, हा प्रश्न स्त्रीवादी समीक्षा विचारेल. ताराबाईंना एकाकी मृत्यू पत्करावा लागला तसाच ख्रिश्चन धर्म स्वीकारलेल्या रमाबाईंनाही अतिशय तीव्र जनरोषाला सामोरे जावे लागले. म्हणजे पुरुषसत्ताक समाजव्यवस्था आणि धर्मचिंतन यांत स्वतंत्रपणे काही म्हणू पाहणाऱ्या स्त्रियांचा अभ्यास करताना तत्कालीन समाजरचना, राजकीय वाटचाल व सांस्कृतिक धारणा यांचा अभ्यास करावा लागेल, हे स्त्रीवादी समीक्षा म्हणते.

स्त्रीवादी समीक्षेचे पहिले काम म्हणजे स्त्रीच्या साहित्यकृतीतील स्त्री व पुरुष प्रतिमांची चिकित्सा करणे. प्रतिमांची चिकित्सा म्हणजे त्यात अंतर्भूत असणाऱ्या संकल्पनांची आणि त्यांनी केलेल्या कृतींची चिकित्सा करणे. त्यातून मग लेखकाचे व्यक्तिरेखेचे आकलन, त्या व्यक्तिरेखेभोवती असणाऱ्या सामाजिक संदर्भांचे आकलन आणि त्याचे वैयक्तिक पूर्वग्रह यांचेही ज्ञान त्यात महत्त्वाचे ठरते. लेखकाने निवडलेले सांस्कृतिक क्षेत्र आणि निर्माण केलेल्या व्यक्तिरेखा यांना कोणत्या आव्हानांना तोंड द्यावे लागते हे तपासणे, ते साहित्यात किती अस्सलपणे उतरले आहे, प्रत्यक्ष अनुभवांतून आणि त्यांच्या अर्थ लावण्याच्या धडपडीतून साकारले आहेत का हेही महत्त्वाचे ठरते. काही वेळा परीकथेसारखा आकृतिबंध एखादी साहित्यकृती वापरते. पण तेव्हा परीकथेतून निर्माण होणाऱ्या स्त्री-पुरुष प्रतिमांच्या साच्यांची चिकित्सा करून, त्या साच्यांचे जगण्यातले उपयोजन कसे ठरवले जाते व प्रत्यक्ष जगण्याचा अनुभव कसा असतो याची तुलना स्त्रीवादी समीक्षा करताना दिसते. सोपे उदाहरण घ्यायचे झाले तर आपल्याकडच्या हिंदी चित्रपटांचे घेता येईल. दहा शस्त्रधारी गुंडांना सहज हरवणारा निःशस्त्र नायक आणि त्याच्यावर जिवापाड प्रेम करणारी, कोमलांगी, आकर्षक; पण त्याखेरीज काहीच न करणारी नायिका हे स्टिरिओटाईप्स प्रस्थापित मानसिकततेतून निर्माण होतात. कारण पुरुष हा हिंसक, बलवान अणि शूरवीरच असायला लागतो तर नायिका फक्त प्रेम व समर्पण करणारी सुंदरीच असायला लागते हे त्यामागचे गृहीत आहे. त्यातील खोटेपणा आपण मनोरंजनासाठी आणि नेत्रसुखासाठी स्वीकारला, तरी त्याची प्रत्यक्ष आयुष्याशी गल्लत करत नाही. या प्रकारच्या संहितांना पलायनवादी, कृतक संहिता म्हणण्याचा निकष स्त्रीवादाने निर्माण केला. परीकथांचे असे स्त्रीवादी विश्लेषण तत्कालीन समाजाच्या सांस्कृतिक प्रगल्भतेचा पोत तपासत असते.

> 'परीकथांच्या एका अभ्यासकाला एका कृष्णवर्णीय मुलीने सिंड्रेला काळी का नाही, असा विचारलेला प्रश्न म्हणूनच बोचरा आणि अस्वस्थ करणारा वाटतो. आपल्याकडे तर काळ्या रंगाप्रती घृणा आणि तिरस्कार ही वसाहतवादाची अप्रिय देणगी म्हणावी लागेल. अन्यथा आपल्या सामाजिक इतिहासात पूर्वी कांतीच्या धर्तीवर भेद दिसत नाहीत. इंग्रजी शिक्षणातून इंग्रजी मानसिकता झिरपत झिरपत इतकी खोलवर रुजण्याचे एक माध्यम इंग्रजीतून आपल्यापर्यंत पोहोचलेल्या परीकथा असाव्यात, असे म्हणणे धाडसाचे ठरू शकते कदाचित! पण खरोखरच परीकथांमध्ये, त्यांच्या फँटसी विश्वामध्ये मन-विचारांना संमोहित करण्याचे सामर्थ्य आहे. म्हणूनच ब्रुनो बेटेलहाईम नावाचा मानसशास्त्रज्ञ आणि परीकथांचा अभ्यासक परीकथांच्या

औषधोपचारी, मानसोपचारी गुणांबद्दल आग्रहाने बोलतो. तथापि परीकथांचं विश्व भासतं तितकं निरागस असत नाही.' (जीनत खान, 'परीकथेतील राजकुमाऱ्या', *मुक्त शब्द* दिवाळी अंक, २०१७)

नातेसबंधांतील आव्हानांचा विचार करताना स्त्रीवादी समीक्षा ही त्यांतील अन्यायाकडे जास्त लक्षपूर्वक पाहते. कोण मूक आहे; कोणाचे आक्रंदन दुर्लक्षित होते आहे; कोण, कोणाला, का चूक ठरवत आहे; या सगळ्यांचा विचार स्त्रियांच्या स्थानावरून करणे गरजेचे आहे, असे स्त्रीवादी समीक्षा मानते. अगदी दलित लेखनातील अन्यायाची चिकित्सा करतानाही दलित स्त्रीचे स्थान हा त्या चिकित्सेसाठी उभा राहण्याचा निकष असतो. साहजिकच स्त्रीवादी समीक्षेत असमाधानाची भावना प्रबळ असते हेही नोंदवायला हरकत नाही. एखाद्या स्त्रीचे असमाधान असे त्याचे स्वरूप नसते, तर एखाद्या स्त्रीने स्वतःच्या अनुभवातून स्त्री-पुरुष नातेसंबंधांतील असमाधानाचा, दुःखाचा घेतलेला अधिक व्यापक शोध म्हणजे स्त्रीवादी साहित्य व समीक्षानिर्मिती, असे त्याच्याकडे बघितले जावे. माणसाचे माणूसपण पूर्णार्थाने विकसित होण्यासाठी आणि त्याला तेवढा अवकाश मिळण्यासाठी कोणत्या गोष्टींची आणि मूल्यांची गरज आहे, कोणती दुःखे व अन्याय झाकले गेले आहेत, दुर्लक्षिले गेले आहेत ज्यामुळे माणूसपण पूर्णपणे विकसित होत नाही याचा शोध स्त्रीवादी साहित्य घेत असते. गौरी देशपांडे यांनी 'तेरुओ' कादंबरीतून मांडलेली फँटसी या दृष्टीने वाचण्याजोगी आहे. ज्यांना ही फँटसी आहे हेच कळत नाही किंवा फँटसी म्हणूनही कोणताही नवा विचार, नवी दृष्टी, नातेसंबंधांची वेगळ्या नैतिकतेवरची रचना स्वीकारता येत नाही, ती साधारणपणे पुरुषसत्ताक व्यवस्थेची ऱ्हस्व दृष्टी म्हणता येईल. पुढील तीन समीक्षादृष्टींची तुलना वेधक ठरेल.

'आकांक्षा', दिवाळी २००६ च्या अंकात गौरी देशपांडेंच्या साहित्याचे मूल्यमापन करताना ज्येष्ठ समीक्षक द.भि. कुलकर्णी लिहितात, 'सतत एकमेकांच्या अंगचटीला येणे, चुंबन -आलिंगनांनी एकमेकांना न्हाऊ घालणे, प्रसंगी शरीरसुख देणेघेणे आणि एवढे करूनही आपण एकाकी दुःखी आहोत, असे समजून सतत आधार शोधणे व अश्रू ढाळणे....अशा पात्रांचा लेखिका आग्रहपूर्वक गौरव करते. ते स्वतंत्र आहेत असे मानते--हे लक्षणीय--हे खांडेकरी वृत्तीपेक्षा नैतिकदृष्ट्या विरुद्ध असले, तरी वाङ्मयीनदृष्ट्या तितकेच स्थूल आहे.'

तसेच *'पद्मगंधा'* दिवाळी २००६ च्या संजय जोशींच्या लेखात ते म्हणतात, 'खरे तर एकूणच खेळणे तुला का नवीन होते? मुक्त स्त्रीचा अभिनिवेश आणून जगणाऱ्या तू खरे तर आपल्या स्त्रीत्वाच्या शस्त्राखेरीज कुठले काय वापरलेस कुणा

पुरुषाला जाळ्यात ओढायला? ही तुझी मुक्ती होती का गं? तेरुओच्या बायकोला कायमचे वंचनेचे दान देणारी? मुक्ती अशी असते? इतकी गुलाम वासनेची?'

* वंदना भागवत 'तेरुओ'चे विश्लेषण असे करतात,

'तेरुओ'ची नायिका स्वतःचे शरीर येशू ख्रिस्तासारखे वाटून टाकते आहे. कारण तिच्या फ़्लेश आणि ब्लडच्या प्रसादातून जगातील हिंसा आणि क्रौर्य कमी होऊ शकेल का, हा तिचा प्रयोग आहे. मालकी हक्काच्या भावनेतून केले जाणारे प्रेम--मग ते व्यक्तीवरील असो, समुदायावरील असो किंवा धर्म,राष्ट्र अशा कल्पित समूहावरील असो--हिंसेलाच जन्म देणार. तेव्हा मालकी हक्काची भावना काढून टाकून प्रेम करता येईल का, हा तिचा प्रश्न आहे. तिचे जगभरचे प्रियकर या प्रयोगाचीच रूपे आहेत. ती म्हणते, 'मी ज्यांच्या प्रेमात पडले होते, ते सगळे माझ्यावर थोडेच प्रेम करत होते? काही एकदोन सोडले तर त्यांच्याशी माझे संबंध केवळ मैत्रीचे होते; पण म्हणून मी त्यांच्यावर भरपूर, जीव जाईस्तो प्रेम केलं नाही, असं थोडंच आहे? माझ्याबद्दल त्यांना काय वाटतं याचा माझा त्यांच्यावर प्रेम करण्याशी काय संबंध होता? आणि त्या साऱ्याचा कुणाबरोबर लग्न करण्याशी किंवा हजारो मुलांना जन्म देण्याशीही? (पान २४) याची राजकीय पार्श्वभूमीही ती मांडते आहे. ती अशी आहे. माणसांनी माणसांवर जे भीषण अत्याचार केले, त्यात जपानचा पाय कधी मागे नव्हता. नानकिंगची कत्तल कधी घडलीच नाही; जपान चीनवर राज्य करत असता १९३७ ते ४५ या काळात चार कोटी चिनी लोकांचे बळी गेलेच नाहीत; सारं सिंगापूर बेचिराख केलं गेलंच नाही; फिलीपीन्स, मनीला या देशांतल्या पन्नास हजारांवर लोकांचे-सैनिकांचे नव्हे, लोकांचे भयाण व क्रूर हाल आणि शिरकाण झालंच नाही; युद्धकैद्यांना अमानुष वागणूक मिळालीच नाही अशी कल्पना व्हावी कुणाची! जर्मनांनी कैदेत घातलेल्या युद्धकैद्यांपैकी ४ टक्के मरण पावले, तर जपान्यांच्या कैदेतले २७ टक्के जिवाला मुकले.' (पान ४१) पुरुषसत्ताक राजकारणातली हिंसा तिला स्पष्टपणे माहिती आहे. त्यामुळे त्याबद्दलचे तिचे मतही लक्षात घेण्याजोगे आहे. 'अणुबाँब हे अस्त्र निर्माण होऊन वापरलं गेलं यातच सारं आलं. आता आपण नैसर्गिक उत्क्रांतिक्रियेचा सर्वोच्च बिंदू आहोत, किंवा आपल्याला ईश्वराने स्वतःच्या प्रतिबिंबवत निर्मिलं आहे, किंवा आपणा सर्वांत ईश्वरी अंश आहे वगैरे मूर्ख कल्पनांना फाटाच द्यायला हवा, नाही का?' (पान १६) याला मग लेटिट बी म्हणत

प्रेम करणे एवढेच हातात राहते अशा हताश उदासीत तिची फॅन्टसी विरून जाते. 'लेटिट बी..' हे बीटल्सच्या गाण्यातील मदर मेरीचे 'विजडम'चे शब्द आहेत. (वंदना भागवत, 'मराठी लेखिकांच्या कादंबऱ्यांमधील सांस्कृतिक राजकारण', *खेळ*, जा.फे.मा.२०१४, पान, ३१)

साहित्याकडे बघत असताना साहित्यनिर्मिती झालेल्या समाजातील सांस्कृतिक वैविध्य आणि त्यांतून निर्माण होणारी मूल्ये व त्यांचे संदर्भ, तेथील लोकांच्या उपजीविकेची साधने आणि त्यांचे वाटप, त्या संस्कृतीत उच्च कला आणि लोकप्रिय कला यांच्यात केला जाणारा भेद, लेखिका आणि वाचक यांच्यातील नाते, लेखिकेने निवडलेला आकृतिबंध; या सगळ्यांचे संदर्भ स्त्रीवादी समीक्षेला महत्त्वाचे वाटतात. स्त्रियांना बोलते करणे, त्यांना दुय्यमत्वाच्या भावनेतून बाहेर काढणे, त्यांना त्यांच्या अनुभवांना मोकळेपणाने सामोरे जाता येणे यासाठी कोणते प्रयत्न संहिता करते आहे याकडे स्त्रीवादी समीक्षा अधिक लक्ष देताना दिसते. स्त्रीला स्त्री-पुरुष नातेसंबंधांचा आकार ठरवण्याचा अधिकार मिळतो का, याचेही वाचन ती करत असते. यातूनच पुरुषांनी तयार केलेल्या साहित्य, कला, सर्जनशीलता यांचे आयाम बदलण्याचा प्रयत्न ती करत असते. स्त्रियांनी जर त्यांच्या व्याख्या करायचे ठरवले, तर कोणते फरक असतील याचा विचार त्यात असतो. या अर्थाने एककेंद्री ज्ञानरचनेला स्त्रीवाद बहुकेंद्री बनवतो. कोणताही निकष तयार करताना जेवढे अनुभवांचे वैविध्य, तेवढ्या अनुभवांची दखल घेणे व त्यांची त्या त्या स्थानावरून चिकित्सा करणे आवश्यक आहे, असे स्त्रीवाद मानतो. त्यामुळे बहुस्तरीय चिकित्सा पद्धती जशी स्त्रीवादी विचारविश्वाने साधन म्हणून स्वीकारली आहे, तशीच स्त्रीवादी समीक्षा ही बहुस्तरीय समीक्षापद्धती असायला लागेल. लिंगभावाचा विचार कुटुंब, जात, वर्ग, राष्ट्र अशा मानवनिर्मित संस्थात्मक व्यवहारात कुठे कुठे रुतलेला दिसतो, याचा विचार करणारी समीक्षा म्हणजे स्त्रीवादी समीक्षा असे म्हणता येईल.

• 'नवी समीक्षा 'रणांगण' या कादंबरीतल्या व्याकुळता, सौंदर्य अशा मुद्द्यांतकेच महायुद्ध, विनाश, आंतरराष्टीय सत्तास्पर्धा यांविषयी लेखकाला काय म्हणायचे आहे याकडे लक्ष पुरवेल. चक्रधर नावाच्या हिंदू पुरुषाची घडण कशी घडवली गेली आहे आणि हॅर्टाच्या स्त्रीत्वाकडे कसे पाहिले आहे हे पाहणेही आजघडीला महत्त्वाचे वाटते. ... भारतीय स्त्री-चळवळीत स्त्रियांचे निसर्गाशी, आपल्या देहाशी असणारे विशिष्ट नाते याबद्दलचे विचारमंथन चालू आहे. ... याही संदर्भात 'रणांगण' जर्मन वाचकांना भावेल असे वाटते.' (विद्युत भागवत, 'रणांगण'च्या जर्मन भाषांतराच्या निमित्ताने,

'स्त्री-प्रश्ना'ची वाटचाल : परिवर्तनाच्या दिशेने, पान २११)

पुरुषनिर्मित साहित्याच्या समीक्षेकडे आणि साहित्याच्या इतिहासाकडे बघताना त्यातील स्त्रियांविषयी असणाऱ्या प्रस्थापित जाणिवांच्यापेक्षा वेगळ्या जाणिवांच्या गैरहजेरीची दखल स्त्रीवादी समीक्षा घेते. अशा अप्रस्थापित जाणिवांची काही परंपरा आपल्या सांस्कृतिक अवकाशात आहे का याचा शोध घेते. ॲलिस वॉकरसारखा कृष्णवर्णीय साहित्यिक आपला वारसा आफ्रिकेत आणि नंतर जगभरातील आदिवासी समूहांच्या जीवनधारणांमध्ये शोधतो, तर आपल्याकडील शरद पाटील यांच्यासारख्या जात, वर्ग आणि लिंगभाव एकत्रितपणे बघत एक वेगळी समीक्षादृष्टी निर्माण करणाऱ्या विचारवंताच्या विचारांना आपल्याकडची अब्राह्मणी समीक्षा-दृष्टी आत्मसात करताना दिसते.

- 'वर्गसमाजात श्रमिक स्त्रीचे शोषण-पीडन जसे वर्गप्रभुत्वामुळे होते, तसे पुरुषप्रभुत्वामुळेही होते. श्रमिक पुरुषाचे दुःख एकेरी असते, तर तिचे दुहेरी. वर्गीय जातीय समाजात दलित स्त्रीच्या शोषणपीडनात भरीला जातिप्रभुत्व आहे. दलित पुरुषाचे दुःख दुहेरी असते, तर तिचे तिहेरी. या अनन्य दुखाच्या लाव्ह्यातून जानकीची मूर्ती ओतली गेलेली आहे. (शरद पाटील, बाबुराव बागूल लिखित सूड : आधुनिक जानकीचे रामायण', *अब्राह्मणी साहित्यांचे सौंदर्यशास्त्र*, पान १५)

स्त्रीवादी समीक्षा असे दाखवून देते की, कोणतीही संहिता वाचत असताना त्यात एक मूक केली गेलेली संहिता असते किंवा बाजूला टाकली गेलेली संहिता असते. जी बाजूला टाकली गेलेली संहिता असते, ती बाजूला का टाकली गेली, तिला कोणी बाजूला टाकले, याचा शोधही गरजेचा आणि रोचक असतो. कोणत्याही साहित्यकृतीचा अर्थ लावताना ती गुंतागुंतीच्या संदर्भांत बघावी लागते. जो अर्थ उलगडण्याचा आपण प्रयत्न करत असतो, त्याची मुळे सांस्कृतिक-सामाजिक घटकांमध्ये लपलेल्या प्रत्यक्ष अनुभवात असतात. अर्थात सगळेच दृश्य स्वरूपात समोर येतील असे नाही, तर त्यांचा शोध घ्यावा लागतो. या दृष्टीने मौखिक इतिहासाचे महत्त्व स्त्रीवादी साहित्य-समीक्षेने समोर आणले. मौखिक इतिहासातून लिखित संहितांमध्ये वगळल्या गेलेल्या इतिहासाचा, सामाजिकतेचा पट समोर येतो. त्यातून आपले इतिहासाचे वाचन बदलू शकते. अमेरिकेतील काळ्या लोकांनी जेव्हा स्वतःच्या दुःखाची मांडणी करायला सुरुवात केली, तेव्हा अमेरिकेच्या प्रचंड भरभराटीतील त्यांच्या योगदानाचा वाटा जगापुढे आला. तसेच मूळ अमेरिकन ज्यांना अमेरिकन-इंडियन असेही म्हणतात, त्या जमाती गोऱ्या लोकांनी नामशेष करण्याचा इतिहास

त्यांच्या मुलाखतींमधून आज समोर येतो आहे. आपल्याकडे उर्मिला पवार आणि मीनाक्षी मून यांनी आंबेडकरी चळवळीतील स्त्रियांचा सहभाग *'आम्हीही इतिहास घडवला'* या पुस्तकातील दलित स्त्रियांच्या मुलाखतींमधून प्रभावीपणे समोर आणला आहे.

काही वेळा संवेदनशील व बुद्धिमान लेखक, चित्रपट-संहितेच्या संदर्भात दिग्दर्शक अशा बाजूला टाकल्या गेलेल्या संहितांचा फार सुंदर उपयोग करून घेतात. त्याचबरोबर सर्वसामान्य स्त्रियांच्या अनुभवाला येऊ शकणार नाही, अशा जगाचा अनुभव मांडणारे लेखनही समीक्षेला महत्त्वाचे वाटते. कारण समाजाचा व्यापक पोत सर्व संदर्भांनिशी मांडला गेला, तरच परिवर्तनाच्या मार्गांची व्याप्ती वाढू शकते. माणूसपण त्याच्या सर्व समस्यांनिशी समोर येऊ शकते. अशी समीक्षा लेखकाच्या व्यक्तिमत्त्वापासून ते सामाजिक रचितांपर्यंतची वाटचाल मांडताना दिसते.

> • पुरुषप्रधान व्यवस्थेत स्त्रीकडे जी कामं सोपवण्यात आली, त्यात पुरुषाचे भोग पुरवण्याची जबाबदारीही होती. चातुर्वर्ण्याधिष्ठित समाजात तळाच्या वर्णवर्गातील स्त्रियांना या कामासाठी प्रामुख्यानं जुंपलं गेलं. पुराणकाळापासून अशा स्त्रिया उच्चकुलीन, उच्चवर्गीय आणि वर्णीय पुरुषांसाठी तैनात ठेवल्या गेल्या. समाजाचं लैंगिक आरोग्य राखण्यासाठी, समाज नीतिमान राहण्यासाठी वेश्यागृहं हवीतच असा समज बुद्ध्याच पोसला गेला. यातून लैंगिक शोषणासाठी तत्पर राहणाऱ्या स्त्रियांची साखळी निर्माण व्हावी, म्हणून धर्माच्या नावाने रूढी, परंपरा तयार केल्या गेल्या.... बायकांना आपलं शोषण कळेल आणि मग त्या स्वतःच आपल्या मुक्तीचा मार्ग शोधतील, असंच जणू लेखिकेला सुचवायचं असावं. (जयंत पवार, परिशिष्ट, *जहन्नम*, पान २०२, २०४)

कोणतीही समीक्षा ही अंतिमतः 'स्व'चे, 'स्व' ज्या संस्कृतीतून घडवला जातो, त्या संस्कृतीचे परीक्षण असते. कारण 'स्व' ला भोवतालच्या जगापासून वेगळे काढता येत नाही. किंबहुना 'स्व' घडतो तो त्याच्या अवतीभोवती बोलल्या जाणाऱ्या शब्दांमधून घडतो. 'रडतोस काय बायकूबाईसारखा?', 'काय हे, साधी पोळी करता येत नाही? कसं व्हायचं नवऱ्याच्या घरी तुझं? सासरचे काय म्हणतील?', अशांसारखे शब्द आणि मग त्यांच्याशी अपरिहार्यपणे जोडल्या गेलेल्या सांस्कृतिक कल्पना कानावर पडत. जेव्हा मूल मोठे होते, तेव्हा कोणते शब्द कोणी म्हणायचे आणि त्याच्याशी जोडलेले बक्षीस किंवा शिक्षा कोणत्या याचे भानही विकसित होते. म्हणजेच मुलाचे मन म्हणजे भोवतालच्या शब्दांनी व त्या शब्दांशी जोडलेल्या सांस्कृतिक

भानाने घडते. त्याला आपण कसे वागणे अपेक्षित आहे हे नेमके कळते. तसे वागले नाही तर काय होते आणि ते माहिती असूनही आपण तसे वागण्याचा निर्णय घेतो, तेव्हा आपण कोणत्या मूल्याची पाठराखण करतो हेही त्याला उमजत असते. साहित्याची वाटचाल तपासत असताना कोणत्या प्रकारच्या व्यक्तिरेखांना समीक्षक कसे जाणून घेतो हेही बघणे महत्त्वाचे ठरते ते याचसाठी. स्त्रीवादी समीक्षा इथे दुहेरी भूमिका निभावताना दिसते. म्हणजे ती एखाद्या साहित्यकृतीचा अर्थ लावत असताना स्त्रीवादी म्हणून वरती चर्चा केलेले सर्व निकष वापरते आणि त्याच जोडीने पुरुषांनी केलेली समीक्षा ते निकष वापरत नसेल, तर त्यातून त्या समीक्षेचे अन्वय व पर्यायाने आपल्या स्वतःच्या संस्कृतीचे परीक्षण ती करते. अशा समीक्षेतून संस्कृतीची वाटचाल तपासता येते आणि समस्यांवर उपाय शोधायचे झाले तर परंपरेच्या चिकित्सक अभ्यासातून शोधता येतात.

> महाभारतात स्त्रीला स्वतंत्र अस्तित्व, व्यक्तित्व मान्य केलेलं नाहीये. ती पुरुषाची मालमत्ता असते. तिला अधिकार मागता येत नाहीत. अत्यंत प्रखर स्वभावाच्या द्रौपदी, कुंती यांच्यासारख्या स्त्रियाही याला अपवाद ठरलेल्या नाहीत. त्या काळच्या कुटुंबव्यवस्थेत कर्त्या पुरुषाचे अधिकार प्रश्नातीत होते. याचे दूरगामी परिणाम आपल्या आजच्या कौटुंबिक नात्यांवरही झालेले आढळतात. आजही मुलं आईवडिलांच्या मर्जीने आयुष्यातले महत्त्वाचे वैयक्तिक निर्णय घेतात. न घेणाऱ्यांपैकी अनेकांना कुटुंबाचा रोष पत्करावा लागतो. कधी दूरही जावं लागतं. आजही भारतीय कुटुंबाच्या रचनेत व्यक्तिस्वातंत्र्याचं, विशेषतः लहान व्यक्तीच्या स्वातंत्र्याचं प्राथम्य आढळत नाही. व्यक्तिस्वातंत्र्य ही संकल्पना निखालसपणे आढळत नाही. तिची बीजं या प्राचीन विचारसरणीत दिसतात. (सरोज देशपांडे, 'महाभारत वाचताना', *मुक्त शब्द*, जुलै २०१७, पान ३१)

आज ही चिकित्सा निर्माण होण्यात जसा सामाजिक शास्त्रांचा वाटा आहे, तसाच स्त्रीच्या माणूस नावाचे स्वतंत्र अस्तित्व असण्याच्या भानाचाही आहे. म्हणूनही महाभारताचा अन्वयार्थ लावताना आज समीक्षक इथे स्त्रीला स्वतंत्र अस्तित्व नाही, असे स्पष्टपणे म्हणू शकतात. महाभारत हे समाज घडण्याची प्रक्रिया मांडते. इ.पू. ६०० ते इ.पू.३०० या काळात घडणाऱ्या समाजाने जे नीतिनियम केले, त्याची ठोस तत्त्वे यात कथारूपाने येताना दिसतात. व्यापार आणि शेतीतून येणारी समृद्धी, वेगवान संक्रमण यांतून घडणाऱ्या आर्थिक, राजकीय, सामाजिक व्यवस्थांचा हा दस्ताऐवज आहे. पण त्याचबरोबर स्वतंत्र नसलेल्या स्त्रियांनी नोंदवलेला निषेधही आहे. त्यांचे

नाते आजच्या संक्रमणावस्थेशी जोडता येते. आपल्या इतिहासाचा, सांस्कृतिक वाटचालीचा अर्थ स्त्रीच्या भूमीवरून घेण्याने त्याला वेगळे आयाम मिळतात.

समीक्षेविषयी आपण बोलत असलो, तरी सुरुवातीलाच म्हटल्याप्रमाणे स्त्रीवादी साहित्य हे साहित्यही असते आणि समीक्षाही असते. कारण पुरुषसत्ताक इतिहासाचे पुनर्लेखन करताना त्यांना जे निकष तयार करायचे असतात, ते त्यांच्या अनुभवांतून आणि चिंतनातून तयार होत असतात. स्त्रीवादी साहित्य हे चिंतन मांडत असते. आणि मग त्यातून समीक्षेच्या नव्या निकषांचीही निर्मिती होते. कशी ते सांगून आपण थांबू या. आज काही नवीन आकृतिबंध स्त्रीवादी साहित्य तयार करते आहे. स्त्री-पुरुषांचे नाते व्यक्तिगत आणि सामाजिक पातळीवर एकाच वेळेस बघायचे झाले, तर त्याला संघटना, चळवळी, कायदेशीर लढाया अशा पातळ्यांवरचे संघर्ष मांडावे लागतीलच. महाभारतात ज्या प्रकारे राजकीय आणि सामाजिक व्यवस्थांचे चित्रण येते, तसेच स्त्रियांनी विविध पातळ्यांवर दिलेल्या व्यक्तिगत आणि सामूहिक लढ्यांचे चित्रण मांडणाऱ्या कादंबऱ्या येऊ घातल्या आहेत. कविता महाजनांची 'ब्र', 'भिन्न' यांचे उल्लेख आले आहेतच.

उर्मिला पवारांनी संपादित केलेले *'दलित लेखिका आणि त्यांचे साहित्य'* हे क्रांतिज्योती सावित्रीबाई फुले स्त्री-अभ्यास केंद्राने प्रकाशित केलेले पुस्तक साहित्याच्या इतिहासलेखनाचे काम करते. त्याचबरोबर अनुभव किती सामाजिक असतो आणि वेगवेगळ्या भौगोलिक प्रदेशांतील स्त्रियांचे अनुभव जेव्हा एक वेदना प्रकट करतात, तेव्हा पुरुषसत्ताकतेची व्याप्ती लक्षात येते. यातून साहित्याच्या व्याख्याही समृद्ध होत जाताना दिसतात. म्हणजे अनुभवाचे प्रकटीकरण म्हणजे साहित्यनिर्मिती नव्हे असे आपण म्हणतो, तेव्हा अनुभवांचे रचणे आणि त्यातून काही परिवर्तन घडण्याचे उद्दिष्ट निर्माण होणे हे आपण महत्त्वाचे मानतो. साहजिकच रचण्यात अनुभवाच्या वेगवेगळ्या पातळ्यांचे भान असणे गरजेचे असते. ते स्त्रियांच्या लेखनाच्या विविध प्रयोगांमधून समोर येताना दिसते आहे.

छाया दातार यांची *'शेषप्रश्न'* ही कादंबरी—ज्याला त्यांनी डॉ.क्युनॉव्हेल म्हटले आहे—ही ८ मार्च २०१७मध्ये आलेली कादंबरी या दृष्टीने वाचण्याजोगी आहे. चळवळी, संघटना यांच्या डॉक्युमेंटेशनची गरज असतेच, कारण ते एका प्रकारचे इतिहास-लेखन असते आणि एक वेगळी जीवनशैली निर्माण करण्याचा प्रयत्नही असतो. कुटुंबाच्या पारंपरिक आकाराला पर्यायी आकार तयार करण्याचे ते प्रयत्न असतात. मैत्रीचा शोध असतो.

दुसऱ्या अशाच एका प्रयोगात गीताली वि. मं. यांनी *'शाश्वत विकासाचे वाटाडे'* या आनंद कपूर आणि कुसुम कर्णिक यांनी उभ्या केलेल्या 'शाश्वत' या

संस्थेची वाटचाल सांगणाऱ्या पुस्तकात ती सांगतानाच त्या अनुषंगाने मांडलेले पर्यावरणीय मूल्यांचे चिंतन, अनुभव, व्यक्तिगत आणि जोडलेल्या नात्यांचे दर्शन असा वेगळाच समृद्ध इतिहास समोर आणला आहे.

शिल्पा कांबळेंची *'निळ्या डोळ्यांची मुलगी'* मधील नायिका उल्का 'आक्रोश'या संघटनेमध्ये काम करते आणि बाबासाहेब आंबेडकरांच्या जयंतीच्या सामूहिक उत्सवात सामील होते. स्त्रियांनी स्वतःची वेगळी मूल्ये मानणारी सामूहिकता शोधणे, तयार करणे गरजेचेच आहे हे अशा साहित्यिक प्रयोगांतून समोर येते. स्त्रीवादाच्या वाटचालीत तयार होणाऱ्या विविध साहित्यकृती हे प्रयोग समोर ठेवताना दिसत आहेत. सामाजिक दस्तऐवजीकरण व्यक्तिगत वेदनेशी जोडताना त्यांची संवेदनशीलता, भाषा, निवेदनाचे प्रयोग हेही अगदी वेगळ्या प्रकारे फुलताना दिसतात. त्यात संघटनांचे अहवाल आहेत, बैठकींचे तपशील आहेत आणि त्याच जोडीने मार्क्सला, आंबेडकरांना लिहिलेली पत्रे आहेत. कुठे कुठे कविता आहेत, भावनिक आवाहने आहेत, बौद्धिक वादविवाद आहेत, विविध सामाजिक गटातल्या स्त्रियांच्या विविध बोली आहेत, सांस्कृतिक चिन्हे आणि त्यांचे परिवर्तनाशी जोडलेले नातेही आहे.

स्त्रीच्या नजरेतून बघितलेल्या रसरशीत सामाजिकतेचे दर्शन अशा प्रयोगांमधून पुढे येते आहे. या सगळ्या सामाजिकतेचे नाते स्त्रीवादी तत्त्वज्ञानाची उभारणी करण्याशी आहे. साहित्य या शब्दाची व्याख्या विस्तारत, घेतलेल्या अनुभवांना रचत, नवीन दृष्टी निर्माण करण्याची स्त्रीवादी साहित्याची धडपड फार महत्त्वाची आहे. म्हणूनच स्त्रीवादी समीक्षेने काही नवीन मापदंड तयार करत या साहित्याची दखल घेणे गरजेचे आहे.

स्त्रीवादी समीक्षेतून काही सशक्त आणि जीवनाभिमुख निकषांची निर्मिती होते आहे. स्त्री-पुरुष नात्याचे नवनवीन आयाम आणि दिशा ठरवण्यासाठी त्यांचे मार्गदर्शन मोलाचे ठरेल.

समारोप

आपण या चर्चेत ज्या मुद्द्यांचा ऊहापोह केला, त्याची सारांशरूपाने मांडणी करू या.

१. आपण स्त्रीवाद म्हणजे काय, हा प्रश्न सुरुवातीला चर्चेसाठी घेतला. स्त्री-प्रश्न मांडणे म्हणजे स्त्रीवाद नव्हे, असे आपण म्हटले. त्याला दोन कारणे आहेत. एक म्हणजे स्त्रियांचे प्रश्न सोडवायचे असतील तर ते प्रश्न संपूर्ण सामाजिक व्यवस्थेच्या संदर्भात बघावे लागतील. म्हणजेच मानवी सामूहिकतेत असणाऱ्या विविध वास्तवांना आणि त्यांतून निर्माण होणाऱ्या धारणांना लक्षात घेऊन त्या

प्रश्नांचे तत्त्वज्ञान मांडावे लागेल. हे तत्त्वज्ञान मांडण्याची प्रक्रिया म्हणजे स्त्रीवाद. दुसरा मुद्दा म्हणजे मानवी वास्तवाचा विचार करताना जेव्हा आपण असे म्हणतो की, स्त्रियांच्या अस्तित्वासमोर अनेक आव्हाने उभी आहेत, तेव्हा ती आव्हाने कशामुळे निर्माण होतात याचाही विचार आपल्याला करावा लागतो. त्यात पुरुषांनी निर्माण केलेल्या व्यवस्थेतील पुरुषांचे स्थान व कृती यांचाही विचार करणे अपरिहार्य ठरते. संपूर्ण व्यवस्था जरी प्रामुख्याने पुरुषसत्ताक असली, तरी किंबहुना त्याचमुळे पुरुषांच्या अस्तित्वासमोर व कार्यपद्धतीसमोरही मोठे प्रश्न उभे आहेत आणि ते गंभीर आहेत. त्यामुळे स्त्री प्रश्नाचा विचार हा स्त्री-पुरुष नात्याच्या चिकित्सेतूनच व्हावा लागेल. स्त्री-पुरुष असे एकक सामाजिक चिकित्सेच्या मुळाशी मानणे म्हणजे स्त्रीवाद मांडणे. यामध्ये लिंग आणि लिंगभाव या दोन्हींचा विचार करावा लागतो.

२. स्त्रीवादाचा पाश्चात्त्य देशांमधील इतिहास आपण थोडक्यात बघितला. त्याची सद्यकालीन वाटचाल बघताना आपण हेही लक्षात घेतले की, या स्त्रीवादाने मतदानाच्या अधिकारापासून ते स्त्रीच्या स्वतंत्र शारीरिक आणि मानसिक तसेच बौद्धिक अस्तित्वाला दृश्यता व अधिकार देण्याच्या आग्रहापर्यंत मजल गाठली. परंतु त्याचबरोबर हेही सिद्ध झाले की; वर्ग, वर्ण, धर्म अशा विविध भेदांमध्ये विभागल्या गेलेल्या स्त्रियांचे सर्वच प्रश्न समान पद्धतीने मांडता येणार नाहीत तर स्त्रियांना त्यांच्या भोवतालच्या विशिष्ट संदर्भांमध्येही बघावे लागेल. साहजिकच त्या त्या संदर्भांनुसार स्त्रियांचे प्रश्न सोडवण्याचे मार्गही वेगवेगळे असू शकतात. अग्रक्रम वेगळे असू शकतात. आफ्रिकन-अमेरिकन किंवा काळा स्त्रीवाद काय म्हणतो हे आपण या संदर्भात बघितले. अर्थात, तरीही एक स्वतंत्र, निर्भय अस्तित्व म्हणून उभे राहायचे झाले तर स्त्री-पुरुष नात्याच्या विविध आव्हानांना एकत्रितपणे भिडावे लागेल.

३. १९७५मध्ये भारतात आलेल्या स्त्री-मुक्तीच्या विचारांचे नाते पाश्चात्त्य स्त्री-मुक्तीच्या दुसऱ्या लाटेतील विचारांशी असले, तरी मुळात भारतीय भूमीवर स्त्री-प्रश्नाचा विचार कसा झाला होता याचा आढावा आपण घेतला. स्वातंत्र्य चळवळीची सुरुवातच स्त्री-प्रश्नाचा विचार करून झाली. 'सती-बंदी'चा कायदा हा भारतीय भूमीवरील स्त्री-पुरुष समतेच्या विचारांची सुरुवात ठरला. पुढे स्वातंत्र्य चळवळीच्या अनुषंगाने आधुनिक भारतीय समाजविचारही विकसित होत होता. त्यात स्त्री-पुरुष नात्याची चिकित्सा व परिपूर्ण स्त्री-पुरुष नात्याची संकल्पना यांचा विचार आपल्याकडील स्त्री, पुरुषांनी कसा केला होता याचा आढावा आपण घेतला.

स्त्रीवादाचे तत्त्वज्ञान उभे करण्याचा प्रयत्न अब्राह्मणी परंपरेने अधिक स्पष्टपणे आणि जोमदारपणे केला. साहजिकच आजच्या स्त्री–पुरुष नात्याच्या संदर्भातील समताधिष्ठित विचार हा फुले, आंबेडकर यांच्या वैचारिक परंपरेतून होऊ शकेल. त्यादृष्टीने दलित स्त्रीवादाची मांडणी होण्याची प्रक्रिया सुरू झाली आहे.

४. स्वातंत्र्योत्तर भारतात जर कणखर स्त्री–पुरुष नाते निर्माण झाले, तरच राजकीय स्वातंत्र्याचे खरे सकारात्मक परिणाम आपल्याला दिसून येतील. त्यामुळे स्त्री–पुरुष नात्याचे सांस्कृतिक राजकारण कसे असायला हवे याचा विचार आपल्या लेखिकांनी कसा केला हे आपण बघितले. त्यासाठी साहित्याचा विचार करत असताना साहित्य म्हणजे काय, याची चर्चा आपण केली. स्त्रीवादी साहित्य कशाला म्हणता येईल याचाही परामर्ष आपण त्या चर्चेत घेतला.

५. स्त्रीवादी साहित्य अशी कोटी आपण मानणार असू, तर स्त्रीवादी समीक्षेचे कोणते निकष आपल्याला मानायला लागतील याची चर्चा आपण शेवटच्या भागात केली. स्त्रीवादी समीक्षेचे महत्त्वाचे वैशिष्ट्य असे आहे की, साहित्यात ज्यांना वगळले किंवा दुर्लक्षिले गेले आहे असा दावा स्त्रीवाद करतो, तेच स्त्रीवादी समीक्षेचे निकष ठरतात. म्हणजे स्त्री–पुरुष नातेसंबंधांचे चित्रण करत असताना ते पुरुषाच्या स्थानावरून केले गेले आहे असे जर एखाद्या कलाकृतीच्या बाबतीत आपल्याला आढळले, तर पुरुषाच्या स्थानावरून स्त्रीच्या प्रश्नाकडे बघायला नकार देणारी समीक्षा म्हणजे स्त्रीवादी समीक्षा होय. स्त्रीवादी समीक्षा ही समाजातील स्त्री–पुरुष नातेसंबंध निरामय होण्यातील कमतरता दाखवून देते. पुरुषांनी निर्माण केलेल्या साहित्याचा तौलनिक अभ्यासही त्यासाठी महत्त्वाचा आहे, असे ती मानते. स्त्रीवादी समीक्षेला मानवी जीवनाच्या सर्व अंगांची दखल घेण्याची गरज वाटते. साहजिकच स्त्रीवादी दृष्टी ही आंतरशाखीय दृष्टी असते. भाषेकडे बघण्याचा स्त्रीवादी दृष्टिकोन हाही अनेकविध बोलींना महत्त्व देणारा असतो. बायकांची भाषा असे म्हणताना पुरुषांची भाषा काय आहे; त्यातील एकरंगी, वर्चस्ववादी धारणा कोणत्या आहेत याकडे लक्ष वेधत संवादी असण्याचा आग्रह धरणारा भाषिक दृष्टिकोन हा स्त्रीवादी दृष्टिकोन म्हणता येईल. आत्मभान हा स्त्रीवादाचा महत्त्वाचा टप्पा होता. साहजिकच साहित्यातून आत्मटीका, आत्मपरीक्षण होते आहे का, हाही निकष स्त्रीवादी समीक्षा मानतो. ज्यांना आपण स्त्री किंवा पुरुष असे म्हणतो, ते घडण्याची सामाजिक प्रक्रिया असते आणि तिची चिकित्सा केल्याखेरीज साहित्यकृतीचे मर्म आपल्याला कळणार नाही. हे करत असताना मूक केल्या गेलेल्या

संहिताही आपल्यासमोर येतात. त्यातून मग व्यापक सामाजिक पट उलगडता येतो. या अर्थाने मानववंशशास्त्र किंवा इतिहास यांसारख्या अभ्यासशाखांचे पुनर्वाचन करावे लागेल. तसे केले तर मिथककथा, दंतकथा, लोककथा, सामाजिक दस्तऐवज यांच्या पुनर्वाचनातून एक वेगळे वास्तव समोर येईल, असा विश्वास स्त्रीवादी समीक्षा मांडते.

एकविसाव्या शतकात उभे राहून आपल्या समोरच्या आव्हानांचा सामना करायचा झाला, तर आपण स्त्री-पुरुष समतेचा अर्थ लावणे आणि ती अंगीकारणे हे मूलभूत काम आहे. साहित्यातून निर्माण होणाऱ्या धारणांनी समाजमन काही प्रमाणात प्रभावित होत असते. म्हणून मग स्त्री-पुरुषांच्या संवादी, लोकशाहीवादी, निरोगी नात्यासाठी कोणत्या धारणा आपण जोपासू इच्छितो, जोपासायला हव्यात याचा विचार करणारे, त्यासाठी व्यापक समाजभानाचा व त्यांच्या तत्त्वज्ञानाचा आवाका असणारे साहित्य व समीक्षा स्त्रीवादी म्हणता येतील.

संदर्भग्रंथ

प्रकरण १

१. संपादन : विद्या बाळ, गीताली वि. मं, वंदना भागवत, *कथा गौरीची*, मौज प्रकाशन, २००८

२. विद्युत भागवत, *स्त्री-प्रश्नाची वाटचाल : परिवर्तनाच्या दिशेने*, प्रतिमा प्रकाशन, २००४

३. संपादन : वंदना भागवत, अनिल सपकाळ, गीताली वि. मं., *संदर्भांसहित स्त्रीवाद*, शब्द पब्लिकेशन्स, २०१४

४. संपादन : विलास खोले, ताराबाई शिंदे, *स्त्री-पुरुष तुलना*, प्रतिमा प्रकाशन, १९९७

५. गीताली वि. मं., *स्त्री-प्रश्न सोडवताना...*, दिलीपराज प्रकाशन, २००९

६. Kamala Bhasin, *Understanding Gender*, Kali for Women, 1999

७. संपादन : गीताली वि. मं, मुकुंद किर्दत, रवींद्र रुक्मिणी पंढरीनाथ, हरीश सदानी, *प्रश्न पुरुषभानाचे* डायमंड पब्लिकेशन्स, २०१०

८. Kieth Lowe, *The Savage Continent Europe in the Aftermath of World War II*, Penguine, UK, 2012

९. Urvashi Butalia, *The Other Side of Silence : Voices from the Partition of India*, Penguin, 1998

प्रकरण २

१. Charles Fourier, *The Theory of Four Movements*, Cambridge University Press, 1996

२. शर्मिला रेगे, *स्त्रीवाद : जागतिक आणि स्थानिक द्वैतापलीकडे*, क्रांतिज्योती सावित्रीबाई फुले स्त्री-अभ्यास केंद्र, पुणे विद्यापीठ, २०१०

३. विद्युत भागवत, *स्त्री-प्रश्नाची वाटचाल : परिवर्तनाच्या दिशेने*, प्रतिमा प्रकाशन, २००४

४. Cheris Kramrae and Paula -. Treichier, eds. - *Feminist Dictionary*, London, Pandora, 1985

५. Mary Wollstonecraft, 'The Vindication of Rights of Women:Wwith Strictures on Political and Moral Sunjects', Internet Resource, 1792

६. Letter to Mr Talleyrand-Perigord the former bishop of Autun, Mary Wollstonecraft, Internet Resource 1791

७. Patricia Hill Collins, *Black Feminist Thought, through Knowledge, Consciousness and the Politics of Empowerment*, Routledge, 1990

८. bell hooks, *Feminism is for EVERYBODY : Passionate Politics*, South End Press, Cambridge, 2000

९. Marcia Cohen, *The Sisterhood*, Simon and Schuster Inc., 2008

१०. Ed. Cherrie Moraga, Gloria Anzaldua, 'This Bridge Called my Back', *Writings by Radical Women of Colour*, Kitchen Table Wmen of Colour Press, 1983

११. Ed Reina Lewis and Sara Mills, *Feminist Post-colonial Theory*, Routledge, NY 2003

१२. Ed. Judith Kegan Gardiner, *Masculinity Studies and Feminist Theories : New Dimensions*, Columbia University Press, 2002

प्रकरण ३

१. देवदत्त नारायण टिळक, *महाराष्ट्राची तेजस्विनी पंडिता रमाबाई*, नागरिक प्रकाशन, नाशिक, १९६०

२. माधव श्रीनिवास विद्वांस, साहाय्य सरोजिनी वैद्य, *श्रीमती रमाबाई रानडे : व्यक्ती आणि कार्य*, मॅजेस्टिक पब्लिशिंग हाऊस, ठाणे, २०१२

३. संपादन : गणेश प्रभाकर प्रधान, *आगरकर लेखसंग्रह*, साहित्य अकादमी, १९६०

४. संपादन : अनंत देशमुख, *'समाजस्वास्थ्य'मधील निवडक लेख*, पद्मगंधा प्रकाशन, पुणे, २०१०

५. संकलन, संपादन : कुमार प्रशांत, *आजादी और औरत*, महात्मा गांधी, सर्व सेवा संघ, वाराणसी, २०१३

६. दादा धर्माधिकारी, *स्त्री-पुरुष सहजीवन*, परमधाम प्रकाशन, २००८

७. Valerian Rodrigues, *The Essential Writings of B. R. Ambedkar,* Oxford University Press, 2002

८. Sharmila Rege, *Against the Madness of Manu*, Navayana, New Delhi, 2013

९. डॉ. बाबासाहेब आंबेडकर, *भगवान बुद्ध आणि त्यांचा धम्म*, सदधम्मदित्य प्रकाशन, २००६

१०. वंदना सोनाळकर, शर्मिला रेगे, *पितृसत्ता आणि स्त्रीमुक्ती*, क्रांतिसिंह नाना पाटील अकादमी, १९९९

११. Rebecca Walker, *One Big Happy Family*, Riverhead Book, Penguin, NY, 2009

प्रकरण ४

१. Adrienne Rich, When We Dead Awaken : *Writing as Revision*, College English, 1972

२. Sharad Patil, *Primitive Communism, Matriarchy, Gynocracy and Modern Socialism*, Mavalai Prakashan, 2010

३. रा. चिं. ढेरे, *लज्जागौरी*, श्रीविद्या प्रकाशन, १९७८

४. राजन गवस, *रोकडे पाझर*, दर्या प्रकाशन, २००८

५. शरद पाटील, *अब्राह्मणी साहित्याचे सौंदर्यशास्त्र*, सुगावा प्रकाशन, १९८८

प्रकरण ५

१. उर्मिला पवार, मीनाक्षी मून, *आम्हीही इतिहास घडवला : आंबेडकरी चळवळीत स्त्रियांचा सहभाग*, सुगावा प्रकाशन, १९८९

विभाग २

स्त्रीवादाचे साहित्य–समीक्षेतील उपयोजन

स्त्रीवादाचे समीक्षेतील उपयोजन

कोणतीही कथा, कादंबरी, नाटक, चित्रपट आपल्याला का आवडतो, त्याचबरोबर का महत्त्वाचा वाटतो याची कारणे आपल्याला देता यायला हवीत. कोणतीही कलाकृती किंवा व्यक्त होणे यामागे काही तरी वैचारिक तसेच भावनिक प्रयोजन असते. केवळ टाईमपास म्हणून साहित्य निर्मिती होत नाही किंवा तिचा आस्वादही घेतला जात नाही. एखादी कथा आवर्जून वाचावीशी वाटते, एखादा चित्रपट पाहायचाच म्हणून आपण पाहातो. याचे कारण आपल्याला त्यातून काहीतरी मिळते. ते काय असते? 'सैराट' सारखा चित्रपट निव्वळ त्यातल्या गाण्यांसाठी किंवा नायक-नायिकांच्या दिसण्यासाठी पाहिला जात नाही. त्यात लेखक, दिग्दर्शक काही म्हणू पाहतो आहे; ते आपल्याला आपल्या भावना, वेदना, विचार, आकांक्षा यांच्या दृष्टीने महत्त्वाचे वाटतात; म्हणून आपण तो चित्रपट पाहतो. हे आपण स्वतःशीच स्पष्टपणे म्हटले पाहिजे. हे म्हटले की, मग कोणत्याही कलाकृतीचा आस्वाद घेण्यामागे आपले कोणते प्रयोजन आहे हे आपण तपासून बघायला लागतो. त्यातून समीक्षेची सुरुवात होते.

या पुस्तकाच्या सुरुवातीला स्त्रीवादी तत्त्वज्ञानाची मांडणी करण्याचे कारण असे होते की, स्त्री-पुरुष नातेसंबंधांची विचारपूर्वक मांडणी कशी व कोणत्या मूल्यांवर केली आहे, हा समीक्षेचा महत्त्वाचा निकष आहे. त्या निकषाला अनेक संदर्भ असतात. 'सैराट' मधील नायक नायिकेच्या संबंधाला असणारे जातीचे संदर्भ आपल्याला आपल्या भोवताली आढळतात आणि त्यांतून आपल्याला ते नाते जिवंतपणे समोर येताना दिसते, हा तो चित्रपट यशस्वी होण्यामागचे कारण आहे. नायकापेक्षा नायिका स्वतःच्या प्रेमाविषयी ठाम असणे आणि ते प्रत्यक्षात आणण्यासाठी तिने पुढाकार घेणे ही दिग्दर्शकाची दृष्टी आहे, ती काहीएक दिशा दाखवते म्हणूनही तो चित्रपट यशस्वी झाला. याचा अर्थ कोणत्याही कलाकृतीकडे आपण जातो, तेव्हा ती किती जिवंतपणे समोर येते, ती जिवंतपणे उभी राहण्यासाठी त्यातील विविध संदर्भ किती खरे आहेत आणि त्यातून पुढची कोणती दिशा दिसते हे आपल्यासाठी महत्त्वाचे मुद्दे असतात.

स्त्रीवाद स्त्री-पुरुष नात्यांसंबंधी निकष घडवण्याचे काम करतो. या निकषांवर मग कोणती कलाकृती किती जिवंत आहे आणि दिशादर्शक आहे हे तपासता येते. स्त्रीवादी निकष हे अनेकविध आहेत. कारण स्त्री-पुरुष नातेसंबंधांना मानसशास्त्रीय, सामाजिक, आर्थिक, सांस्कृतिक, राजकीय आयाम आहेत. या सगळ्या संदर्भांची जाण लेखकाला आहे का, हे आपण तपासतो तेव्हा स्त्रीवादी समीक्षा करतो.

आपला इतिहास आणि संस्कृती हे आपल्याकडच्या नातेसंबंधांना पायाभूत असणार हे तर उघडच आहे. पण आपल्याकडे १९व्या शतकापासून जी विचारविश्वे उभी राहण्यास सुरुवात झाली, त्यांत ब्रिटिशांच्या माध्यमातून आपल्यापर्यंत पोहोचलेला पाश्चात्त्य तत्त्वविचार प्रभावी ठरलेला आहे. स्त्रीप्रश्न मांडण्याची सुरुवात याचमुळे झाली. साहजिकच स्त्रीवाद नावाच्या विचारविश्वाला मिश्र वैचारिक परंपरा लाभली. पुढे ७० च्या दशकात अमेरिका आणि ब्रिटन व फ्रान्स या देशांमध्ये उसळी घेतलेल्या स्त्रियांच्या चळवळींचा परिणाम भारतातील स्त्री-प्रश्नाच्या हाताळणीवरही झाला. आजपर्यंतची स्त्रीवादी विचारविश्वाची वाटचाल ही वैश्विक लिंगभेदाच्या अभ्यासासकट आपल्या मातीत उभी राहण्याचा प्रयत्न करत आहे. कोणतेही कृतिशील विचारविश्व हे एकाच वेळेस स्थानिक आणि वैश्विक असते. कारण माणूसपणाची वेदना व आनंद सहानुभावी असतो हे स्त्रीवादाच्या जडणघडणीतून समोर येते आहे.

या दृष्टीने काही समीक्षात्मक लेख या प्रस्तावनेला जोडले आहेत. ताराबाई शिंदे आणि पंडिता रमाबाई यांची तुलना करत असताना दोघींची कौटुंबिक पार्श्वभूमी आणि दोघी जगत असलेल्या काळाची नीती व व्यवहार यांचे भान मांडले आहे. यांचा परिणाम स्त्री-प्रश्नाकडे बघताना कसा होतो याचा शोध घेतला आहे. *'श्यामची आई'* ही आजही मराठी मनावर प्रभाव टाकणारी साहित्यकृती आहे. पण बहुतेक वेळेला ती भारतीय मनात घट्ट रुतून बसलेल्या 'त्याग-समर्पणयुक्त आई'च्या प्रतिमेपुरतीच बघितली जाते. या प्रतिमेसमोर उभी राहत असलेली आव्हाने आणि त्यांतून कमालीचा अस्वस्थ झालेला नायक आणि त्याला भावविवशतेतून बाहेर काढू पाहाणारे श्रोते, या स्वरूपात ती बघितली जात नाही. तशी बघण्याचा प्रयत्न या लेखात केला आहे. आपल्याकडच्या स्त्रिया वेळोवेळी स्त्री-पुरुष नातेसंबंधांबद्दल ठामपणे काही म्हणत आल्या आहेत. ७०च्या दशकापासून लेखिकांनी सांस्कृतिक राजकारणाची स्त्रीच्या नजरेतून जी चिरफाड केली, त्याची मांडणी लेखिकांच्या कादंबऱ्यांच्या विश्लेषणातून केली आहे. पुढचे तीन लेख जरी शेक्सपिअरचे नाव लावत असले तरी ते फक्त शेक्सपिअरविषयी नाहीत. 'शेक्सस्पिअर आणि क्लिओपात्रा'मध्ये क्लिओपात्राचा इतिहास वेगळा कसा होता आणि त्याचा काही अंदाज शेक्सपिअरला असावा,

म्हणून त्याची मांडणी नक्की कोणती क्लिओपात्रा मांडते आहे हा या लेखाचा विषय आहे. मंगेश पाडगावकरांनी शेक्सपिअरच्या 'टेम्पेसट'चे भाषांतर केले ते 'वादळ' या नावाने. इथे भाषांतराच्या केंद्रस्थानी कलाकृतीच्या सामाजिक, सांस्कृतिक संदर्भांचे आकलन नसेल, तर शब्दही चुकीचे निवडले जातात आणि मग मूळ कलाकृतीचे योग्य भाषांतर होत नाही, या दृष्टीतून लेख लिहिला आहे. म्हणजे केवळ उन्मुक्त शब्दकळा हाताशी असण्यातून चोख भाषांतर होत नाही, ही भाषांतराची पायाभूत मांडणी करण्याचा प्रयत्न यात आहे. विशाल भारद्वाजचे शेक्सपिअरच्या नाटकांवरील चित्रपट हे परत एकदा आशयाच्या अंगाने इथे मांडले आहेत. जेव्हा संदर्भांची समृद्ध जाण व त्यांचा अन्वयार्थ लावण्याची क्षमता एखाद्या दिग्दर्शकाकडे असते, तेव्हा आपल्या मातीत घट्ट उभे राहून शेक्सपिअरच्या नाटकांचे किती भक्कमपणे व स्वतंत्रपणे अन्वयार्थ लावता येतात हा संदर्भांसह मांडणी करण्याचा प्रयत्न आहे. या सगळ्याच लेखांच्या गाभ्याशी स्त्री-पुरुष नातेसंबंधांचे विविध स्तरांवर चिकित्सा करण्याचे प्रयत्न आहेत. अखेरीस आपल्या मातीत स्त्रीवाद नावाचे विचारविश्व उभे राहायचे झाले, तर कोणते राजकारण, संस्कृतीकारण आणि तात्त्विक दर्शन त्यांच्या गाभ्याशी असावे लागेल याचा विचार 'आंबेडकर आणि स्त्री-प्रश्न' या लेखात केला आहे.

हे सगळे समीक्षात्मक लेख स्त्रीवादी दृष्टी आणि त्यातून निर्माण होणाऱ्या स्त्री-पुरुष नात्याच्या संकल्पनेशी जोडलेले आहेत. त्यातून स्त्रीवादी साहित्य आणि समीक्षा-दृष्टी विकसित करण्याचा प्रयत्न केला आहे.

१ ताराबाई शिंदे आणि पंडिता रमाबाई

ताराबाई शिंदे १८५० ते १९१०. 'स्त्री-पुरुष तुलना' १८८२. वडील बापुजी हरी शिंदे 'सत्यशोधक समाजा'चे सदस्य. डेप्युटी कमिशनरच्या कार्यालयात हेडक्लार्क. काका रामचंद्र हरी शिंदे जोतीरावांच्या व्यवसायातील भागीदार. (विलास खोले, प्रस्तावना, पान ६८)

पंडिता रमाबाई जन्म २३ एप्रिल १८५८. अनंतशास्त्री डोंगरे लग्नातून पळून जाऊन शृंगेरीच्या शंकराचार्यांकडे सहा वर्षे वेदाध्ययन. १८व्या वर्षी पुण्यात दुसऱ्या बाजीरावाचे गुरू रामचंद्र साठे यांच्याकडे चार वर्षे शागिर्दी. १८१८; म्हैसूरला : राजे कृष्णराज वडेर यांनी २५ ह. बिदागी. वडिलांनी केलेले कर्ज फेडून आईवडिलांना घेऊन काशीयात्रेस. मुंबईच्या गव्हर्नरने दस्तक-रहदारीचा परवाना-एक पालखी, दोन गाड्या, १२ भोई अशी एकूण ६० माणसे दिमतीला. पहिली बायको यमुना प्रवासात वारली. आईवडिलांना परत पाठवून काशीत दर्शनशास्त्राचे अध्ययन.आधीचे शैव मतावलंबी अद्वैतवादी. न्यायदर्शनामुळे द्वैतवादी बनले. अनंतशास्त्री ४४ वर्षांचे असताना नऊ वर्षांच्या लक्ष्मी अभ्यंकरांशी लग्न. त्यांना संस्कृत शिकवले. वेद नाहीत. माळहेरंजीत आश्रम. भारतभरातून विद्यार्थी शिकायला येत. अनंतशास्त्री नसताना लक्ष्मीबाई शिकवत. १८७२मध्ये मध्वाचार्यांनी स्त्री-शूद्रांना संस्कृत शिकवल्याबद्दल जाब विचारला. कर्नाटकातील ४०० मंडळींना बोलवून दोन महिने वाद. अनंतशास्त्री जिंकले. बहिष्कार टळला. पण त्यांनीच समाजाशी संबंध तोडले. कौटुंबिक बखेड्यामुळे सर्व सोडून १५ वर्षे तीर्थयात्रा. मुंबईत शेअर्समध्ये गुंतवणूक. १८६४मध्ये १.७५ लाख रु. फायदा.१९७६-७७ मद्रास दुष्काळ. व्यापारात खोट. लुटारूंनी लुटले. '२४ हजार कर्ज, नवीन घेतलेल्या वाड्या विकून वारावे लागले.' दारिद्र्यात असताना अरण्यात

जाऊन मरावे म्हणून ११ दिवस सर्व कुटुंब भुकेने मृत्यूस तयार. मरण्यापूर्वी लक्ष्मणशास्त्र्यांनी आतुर संन्यास. मुलाच्या, श्रीनिवासच्या, आग्रहावरून मृत्यूचा विचार सोडला. परंतु उदरनिर्वाहाअभावी मृत्यू. मृत्यूनंतर प्रेताची विल्हेवाट लावण्यास कोणी तयार नव्हते. मुलाने पुरले. आईच्या मृत्यूपूर्वी रमाबाईंना बाजरीच्या भाकरीची भीक मागावी लागली. आईला खांदा द्यायला चौथ्या रमाबाई. १८७४ अनंतशास्त्री, लक्ष्मीबाई, कृष्णाबाई यांचा मृत्यू. रमाबाईंचे वय १६ वर्षांचे. ४००० मैल पायी प्रवास. काश्मीरला झेलमकाठी थंडीपासून बचाव करायला वाळूत पुरून घेतले असताना कानावर परिणाम व एका कानाला कायमस्वरूपी बधिरत्व. १८८० श्रीनिवासशास्त्री यांचा मृत्यू. मेधावींशी विवाह. वय २२ वर्षे. १८८१ मनोरमेचा जन्म. १८८२ मेधावींचा मृत्यू. महाराष्ट्रात आल्या. १८८२ आर्यमहिला समाजाची स्थापना. १८८२ *स्त्री-धर्मनीती* पहिली आवृत्ती. 'मेहेरबान डायरेक्टर साहेबांनी प्रथमावृत्तीच्या ५०० प्रती विकत घेतल्या.' दुसरी आवृत्ती. १८८३ इंग्लंडला प्रयाण. १८८६-१८८८ अमेरिकेत वास्तव्य. १८८७ पुस्तक लिहिले. त्यातून विधवा पुनर्वसनासाठी संस्था काढण्यासाठी अमेरिकेतून निधी जमा करून रमाबाई असोसिएशनची स्थापना. १८८९ शारदासदन स्थापना. १८८९ 'युनायटेड स्टेट्सची लोकस्थिती व प्रवासवृत'. १८८९ हिंदी नशनल कांग्रेसमध्ये स्त्री-प्रतिनिधी पाठवले. १८९० शारदासदन पुण्यात. १८९१ शारदासदनाची स्वतःची इमारत. १८९६ मध्यप्रदेश दुष्काळ. १८९८ अमेरिकेत दुसरी फेरी. रमाबाई असोसिएशन बंद. अमेरिकन रमाबाई असोसिएशनची स्थापना. १९९८ मुक्तिमिशन केडगाव. १८९९ मुक्तिमिशनमध्ये उपासनामंदिर. १९०० गुजरात दुष्काळ. १९०४ बायबल भाषांतर काम सुरू. १९०६ संजीवन. १९१३ शांतिसदन. गुलबर्ग्याला शाळा. १९२१ मनोरमा मृत्यू. १९२२ रमाबाई मृत्यू. (महाराष्ट्राची तेजस्विनी पंडिता रमाबाई, देवदत्त नारायण टिळक)

१८४८ : जोतीरावांनी बुधवार पेठेतील भिडे वाड्यात मुलींची शाळा स्थापन केली. जुलै १८५१ : बुधवार पेठेत मुलींची शाळा. सप्टेंबर १८५१ : रास्ता पेठेत मुलींची दुसरी शाळा. मार्च १८५२ : वेताळ पेठेत मुलींची तिसरी शाळा. २४ सप्टेंबर १८७३ : सत्यशोधक समाज स्थापना.

लोकहितवादी : स्त्रियांचा पुनर्विवाह होत नाही याजमुळे मुलीचे जन्माचे मोठे संकट प्राप्त होते, कारण तिचा नवरा मेला म्हणजे सर्वस्वी घात होऊन ती आईबापांचे येथे येऊन राहाणार, तेव्हा आईबापांस असे होते की, जन्मापर्यंत हिला आम्ही खायास घालावे, यापेक्षा ही मेली तर बरें, कारण

अन्न घालून तरी सुख नाही. तिचे विद्रुप आणि हाल इतकेच पहावयाचे. आणखी सासरचे लोक म्हणतात की, आमचा मुलगा मेला तेव्हा या रंडेचा पायगुण वाईट, मग ही कशास पाहिजे?...मला खचित वाटते की यामुळे एका जिल्ह्यात सरासरी शंभर बाळवध होत असतील. त्यामानाने पुण्यात व आसमंतात प्रांती शंभर कोसात दोन तीन हजार लेकरे मारली जातात. (खोले, प्रस्तावना, पान ४०)

नारायण केशव वैद्य, १८८१च्या खानेसुमारीच्या रिपोर्टावरून या सर्व हिंदुस्थानातील पुनर्विवाह न होणाऱ्या ब्राह्मणादी जातीतल्या विधवांचे हातून पंधरा वर्षांत १२५४२ बालहत्या झाल्या अशी आकडेवारी त्यांच्या पुस्तिकेत दिली आहे. (खोले प्रस्तावना पान ४०)

१८८२ मध्ये 'स्त्री-पुरुष तुलना' हा निबंध ताराबाईंनी लिहिला, त्याला पार्श्वभूमी विजयालक्ष्मी खटल्याची होती. सुरतपासून नऊ मैलांवर असलेल्या उल्पर या गावच्या विजयालक्ष्मी ह्या २४ वर्षांच्या विधवेने आपल्या नवजात अर्भकाचा खून करून त्याची विल्हेवाट लावण्याचा प्रयत्न केला. ती विसाव्या वर्षी विधवा झाली. ती गरोदर असल्याचे गावच्या पोलिस पटेल उमर याच्या लक्षात आले. त्याने नजर ठेवून मुख्य पोलिसाकडे ही बातमी दिली. मृत अर्भक सापडल्यावर विजयालक्ष्मीला पकडले. नुकतीच बाळंतीण असतानाही नऊ मैलांचा प्रवास बैलगाडीतून करून सिव्हिल सर्जनच्या तपासणीसाठी उल्परवरून सुरतेला नेले. पोलिस कोठडीत ठेवून तिचा कबुलीजबाब घेतला. ३१ मार्च ते ४ एप्रिल १८८१ च्या दरम्यान या घटना घडल्याच्या संदर्भात विजयालक्ष्मी हिने पोलिसांच्या ताब्यात असताना कबुलीजबाब दिला. त्याबद्दल २७ मे १८८१ रोजी सुरतेच्या न्यायालयात न्यायाधीश वेस्ट व न्यायाधीश पिन्हे यांनी तिला फाशीची शिक्षा सुनावली. पुढे कमी करून जन्मठेपेची शिक्षा केली. त्यानंतर भारतभरातून आलेल्या प्रतिक्रिया व विविध संस्थांच्या प्रयत्नांतून ती पाच वर्षांची केली गेली.

१८९२मध्ये जेव्हा शारदा सदन पुण्यात हलवले तेव्हा रमाबाईंकडे आलेल्या विधवा स्त्रियांच्या जीवनानुभवांचे काही नमुने :

१. तारा ५ वर्षांची, नवरा ४५ वर्षांचा. ती विधवा झाल्यावर दीर चालवत असलेल्या खानावळीत दिवसरात्र कष्ट करत असे. ते पाहून शेजाऱ्यांना कीव येऊन रमाबाईंना पत्र लिहिले. तिला अपरात्री वेषांतर करून पळून यावे लागले. रमाबाईंच्या माणसांनी तिला शारदासदनात आणले.

२. जिऊ ९ वर्षांची, म्हातारा आजारी नवरा. त्याच्यासाठी व्रतवैकल्ये करायला लग्न. दुसऱ्या बाजीरावानेही त्याचे शेवटचे लग्न अशाच अल्पवयीन मुलीशी

अशाच कारणासाठी केले होते. नवरा मेला. त्याची इस्टेट नातेवाइकांनी लाटून हिला हाकलून दिलेले.

३. रुक्मिणी, रमाबाईंच्या सावत्रभावाच्या नात्यातील मुलगी. विधवा झाली तेव्हा सासू-सासरे तिचा छळ करीत. आढ्याला टांगून खाली निखारे अथवा काटे ठेवत.

४. ब्राह्मणाची बालविधवा केशवपनापासून वाचायला पळून जाऊन मुसलमान जहागिरदाराकडे गेली. तिला मुस्लीम केले. मग तिला परत नेण्यास कोणीच तयार होईना. पुढे अहमदनगर येथे वेश्या बनली.

५. सरस्वती वैश्य जातीची विधवा व एक मूल. आई कुंटणखान्यात विकणार असे कळल्यावर रमाबाईंकडे. तिला मुंबईच्या मिशन इस्पितळात ठेवले. ती पुढे ख्रिस्ती झाली. लग्न केले. परदेशात गेली.

शारदासदनाला १८९१ मध्ये भेट देणाऱ्या एका संस्थानिकांचे म्हणणे : 'विधवांना सुखाची व विद्येची अपेक्षा करण्याचा काय हक्क आहे? ह्यांची सेवा घेण्यास ह्यांना ना नवरे ना मुलगे! त्यांची किंमत रस्त्यावरच्या कावळ्याकुत्र्याहून अधिक नाही. त्यांच्यासारखे रहावे त्यांनी! एखादा भाकरीचा तुकडा नाहीतर मूठभर धान्य सहज मिळण्यासारखे आहे.' (उपरोक्त, पान २२९)

विजयालक्ष्मी खटल्याचा निकाल, त्या वेळी न्यायाधीशांनी घेतलेली भूमिका, टाइम्सच्या संपादकांनी घेतलेली भूमिका आणि सार्वजनिक सभेने लिहिलेले पत्र यांतून समोर येणारे स्त्रीविषयक दृष्टिकोन.

विजयालक्ष्मी खटल्याचा निकाल, शुक्रवार २७ मे १८८१ *टाइम्स ऑफ इंडिया*

सेशन्स जज हामिक यांनी सांगितलेले खटल्याचे तपशील : आरोपी विजयालक्ष्मी ही २४ वर्षांची ब्राह्मण असून चार वर्षांपूर्वी विधवा झाली. चार/पाच महिन्यांपूर्वी पोलिस पटेल उमर याने ती गरोदर असल्याची अफवा ऐकली. त्या बाईला बघून त्याची खात्री पटल्यानंतर त्याने ती केस मुख्य कॉन्स्टेबलच्या कानावर घातली. यातून काही वाईट घडू नये म्हणून त्यांनी एक अहवाल मजिस्ट्रेटकडे पाठवला. परंतु असे दिसून येते की, ३० मार्चपर्यंत यासंदर्भात काही पावले उचलली गेली नाहीत. ३० मार्चला एका नवजात अर्भकाचा मृतदेह गळ्यावर खोल जखम असल्याच्या अवस्थेत घानोची येथील कचराकुंडीत आढळून आला. शंकेचा काटा आरोपीच्या दिशेने वळत होता, म्हणून मुख्य कॉन्स्टेबलने तिच्या घरी जाऊन कडक चौकशी केली असता, तिने जो जबाब दिला त्यानुसार तिला द्वितीय वर्ग मॅजिस्ट्रेट्कडे

पाठवणे आवश्यक ठरले. त्या अधिकाऱ्यासमोर तिने अशी कबुली दिली की, तिनेच त्या अर्भकाला जन्म दिला होता. आणि मग जगासमोर लाज जाण्यापेक्षा आणि नाचक्की होण्यापेक्षा तिने त्या अर्भकाला स्वयंपाकघरातील तल्हा उलथने गळ्यात खुपसून ठार केले. त्यानंतर दुसरे दिवशी सकाळी तिने मानली नावाच्या दुबला जातीच्या बाईला ते कचराकुंडीत टाकून देण्यास सांगितले. ... मारण्यापूर्वी मूल २४ मिनिटे जिवंत होते.

काही गोष्टी कल्पना करून लक्षात घ्याव्या लागतील. एखादी स्त्री विधवा होऊन चार वर्षे झाल्यावर स्वतःच्या लैंगिक भावना व्यक्त करू शकत नव्हती. तसेच तिच्यावर अनेक पुरुषांच्या नजरा असल्यास त्याबद्दल पुरुषांना दोष लागत नव्हता. उलट तिचे शरीर ही सार्वजनिक गोष्ट होती, जिथे पोलिस कॉन्स्टेबल एखादी विधवा गरोदर आहे ही बाब कायदाबाह्य मानून कारवाई करण्यास पात्र होता.

तिच्या फसवणुकीबाबत कोणताही शब्द न उच्चारता, मुलाचा बाप कोण याबद्दल कोठेही अवाक्षर नसताना; तिची चौकशी, उलटतपासणी, सिव्हिलसर्जनकडे नेणे, तुरुंगवास व न्यायालयीन शिक्षा या सर्व वाभाड्यांना तिच्या मानसिक भयाशी व शारीरिक असहायतेशी काहीही देणेघेणे नव्हते. तिचे शरीर पुरुषांकडून कसे वापरले जाते, अत्याचारित होते; त्याचे तिच्या मनावर, शरीरावर कोणते परिणाम होतात किंवा झाले असावेत याचा विचार न करता ही बातमी दिली गेली आहे.

न्यायालयाची भूमिका : कैद्याने स्वतः कबूल केले की, जगातील नाचक्की टाळण्यासाठी तिने अर्भकाला मारले आणि त्याच्या गळ्यावरील जखम हे विधान सिद्ध करते म्हणून ....न्यायाधीशांनी विजयालक्ष्मीला अपराधी ठरवले. तिची केस अत्यंत गर्हणीय होती आणि हिंदू विधवांना पुर्नविवाह करण्याची परवानगी नसल्याचा हा परिणाम होता. (आरोपीचे वकील शांताराम नारायण यांनी पोलिसांनी आरोपीला ज्या परिस्थितीत सुरतला नेले आणि वैद्यकीय तपासणीला नेले, त्याचा निषेध करून त्यामुळे आरोपीला कबुली देणे भाग पडले असे म्हटले. ...मुख्य कॉन्स्टेबलने तिची चौकशी करताना बराच उर्मटपणा केला व दबाव आणला. कदाचित असे घडले असू शकते की, जेव्हा गुन्हेगारांना हाताळायचे असते, तेव्हा पोलिस अधिकाऱ्यांना जरा दबाव निर्माण करण्याला पर्याय नसतो. त्यामुळे पोलिस अधिकाऱ्याला त्याचे कर्तव्य बजावत असताना त्यांच्यासाठी घातलेल्या मर्यादा तो अगदीच ओलांडत नाही ना हे बघून थोडी सवलत द्यायला हवी.... नुकत्याच मुलाला जन्म दिलेल्या बाईला बैलागाडीतून अनेक मैल दूर असलेल्या सुरतेला पाठवणे हा नक्कीच–किमान युरोपिअन सुसंस्कृतपणाच्या कल्पनेतला–रानटीपणा वाटतो. ...परंतु नवलाची गोष्ट अशी की, जेव्हा त्या बाईला सुरतेला नेण्यात आले

आणि सिव्हिल सर्जनने तिची तपसणी केली, तिची त्यावेळची परिस्थिती बघितली; तेव्हा त्यानेच तिला परत उल्परला नेण्यास बंदी करायला हवी होती. एकतर सिव्हिल सर्जनना हे माहिती नसावे की, तिला उल्परला परत नेण्यात येणार होते किंवा ती उल्परहून आली होती हे माहिती असल्याने तिला परत उल्परला नेण्यात येणार असल्याचेही माहिती असावे. यावरून असा निष्कर्ष निघतो की, तिची तपासणी केल्यानंतर सिव्हिल सर्जनला तिची परिस्थिती तिने प्रवास केल्यामुळे तिला काही धोका संभवेल इतकी चिंताजनक वाटली नाही. त्यामुळे आरोपीच्या परिस्थितीत तिला सुरतेहून नेणे-आणणे हे वरवर पाहता दुष्टपणाचे वाटले, तरी उपलब्ध परिस्थितीच्या पुराव्यानुसार हे काही विलक्षण दुष्टपणाचे कृत्य वाटत नाही किंवा त्याने त्या बाईला फार मोठी इजा झाली आहे, असे वाटत नाही. ...)

स्त्रीने जात व धर्माने नियमित केलेले लैंगिकतेचे नियम भंग केल्यास त्याला सर्व पुरुषनिर्मित व्यवस्था एकत्र होऊन तिच्याविरुद्ध कृती करतात. न्यायाधीश पोलिसांचा उर्मटपणा किंवा वैद्यकीय अहवाल देणाऱ्यांची कमालीची असंवेदनशीलता ही त्यांनी ठरवलेल्या नैतिकतेच्या व्याख्येत योग्यच मानतो व त्यांना पाठीशी घालतो. बाळंतिणीला काय वेदना झाल्या असतील, स्वतःचे मूल मारल्याचा काय ताण असेल, संपूर्ण समाजासमोर हे कृत्य आल्याचा काय हबका असेल आणि त्या सगळ्याच्या मुळाशी असलेल्या पुरुषाचा व त्यांच्या कुटुंबाचा काय धाक असेल याचा कोणताच विचार त्यात येत नाही.

ताराबाई शिंदेंनी त्यांच्या निबंधाच्या प्रस्तावनेत या पुरुषी व्यवस्थांचे साटेलोटे अत्यंत निर्भीडपणे समोर आणले आहे. त्या म्हणतात, 'तुम्हीं एकासारखे सगळेच दगाबाज, कपटी आहात, तेव्हा तुम्ही एकमेकांचे झाकून नेता ते उघडे करून दाखविण्याला याच्याहीपेक्षा कडक जर दुसरे शब्द अगर भाषा असती तर ती देखील मी वाकडीतिकडी लिहिलीच असती. परंतु मी पडले गौणपक्षाची म्हणून, अनेक दोष आढळून येतील, व तुम्ही आपले विशाळ बुद्धीचे जोराने या निबंधावर काही तरी टिका करून स्वजातीचे वर्णावरच सहजी करून दाखवाल...' (खोले, पान ८९)

नैतिकतेचे तत्त्व मांडल्यावर त्याच्या वैचारिक मांडणीच्या आधाराने एक सर्वव्यापी तत्त्वव्यूह उभा करता येतो. पण प्रत्यक्ष मानवी आयुष्यातील घडामोडी आणि त्यातून निर्माण होणारी विषमता व अन्याय नष्ट करायला केवळ तात्त्विक अधिष्ठान पुरत नाही, हे नजरेआड करणे हे पुरुषसत्तेच्या तत्त्वज्ञानाचे राजकारण आहे. एका अर्थाने साम्राज्यवादी पुरुषसत्ता आणि त्यांना विरोध करणारी भारतीय ब्राह्मणी पुरुषसत्ता स्त्री-प्रश्नाच्या संदर्भात एकाच प्रतलावर होती, असे म्हणता येते. रमाबाईंनी ख्रिश्चन धर्माचा स्वीकार करत असताना, 'ब्राह्मो समाज हा eclectic आहे' म्हणून तोही हिंदू धर्माच्या

परस्परविरोधी तत्त्वज्ञानांच्या गदारोळात पुरेशी मदत ठरू शकत नाही, असे म्हटले होते. शिवाय वंचितांसाठी कृती करायची तर निःशंकपणे कृतिशील असणारा व कृतीलाच श्रद्धेचा निकष मानणारा प्रेषित ख्रिश्चन धर्मातच सापडतो, असेही त्यांना वाटले होते.

विजयालक्ष्मी विरुद्ध केला गेलेला युक्तिवाद : 'तिने मूल बोथट उपकरण वापरून अत्यंत हिंस्र पद्धतीने नष्ट केले, इतकेच नव्हे तर ते शव कचऱ्यात टाकून देण्यासाठी खालच्या जातीतल्या बाईच्या हवाली करण्याइतकी ती रानटीदेखील होती. ...त्यातून तिने शांतपणे विचार करून खालच्या जातीतल्या स्त्रीला निवडले कारण त्या जातीतल्या बाईला अशा कामाचे फार काही वाटले नसणार.' हा विजयालक्ष्मीविरुद्ध केला गेलेला युक्तिवाद.

विजयालक्ष्मीने मूल मारले ते अत्यंत भयापोटी व एकूण सामाजिक व्यवस्था लक्षात घेता, समोर वाढून ठेवलेल्या भयानक परिणामांनी मन सैरभैर झाले असताना घडलेले ते कृत्य होते. या लेखाच्या सुरुवातीला दिलेली अर्भकहत्यांची आकडेवारी विधवा स्त्रियांच्या भयग्रस्त आयुष्याचेच पुरावे आहेत. इथे तिने हाताशी सहजी उपलब्ध असलेल्या साधनाने संकटातून बाहेर पडण्याचा प्रयत्न होता. जर धारदार सुरी वापरुन मूल मारले असते, तर तो गुन्हा कमी वाईट ठरला असता का? म्हणजे नुसता दोष देऊन न थांबता तो किती शांत डोक्याने केला आहे हेही सिद्ध करण्याचे तर्कशास्त्र कायद्याने उपलब्ध करून दिले आहे. शिवाय तिला मदत करणारी केवळ एक बाई होती एवढे न मानता ती खालच्या जातीची होती, तसेच खालच्या जातीच्या बायकांच्या भावना विकसित नसतात, असेही यांनी गृहीत धरले आहे. उलट तर्क लढवायचा तर ते मूल मारल्यानंतर नष्ट करायला मदत करणाऱ्या बाईला विजयालक्ष्मीचे भय अधिक नीटपणे कळले, असे म्हणता येते; जे संपूर्ण पुरुषसत्तेला–दंडव्यवस्था, न्यायव्यवस्था, वैद्यकीय व्यवस्था, पत्रकारिता या कोणालाच – कळले नव्हते. किंवा सोयीने कळवून घ्यायचे त्यांनी नाकारले होते. आणि ते मात्र नैतिकता शिकवण्यास स्वतःला समर्थ मानत होते.

१८९३ ते १९०३ या कालावधीत रमाबाईंकडे राहिल्या तर मुलीं ख्रिश्चन होतील या शक्यतेमुळे रमाबाईंच्या आश्रमातून मुली काढून घ्याव्यात यासाठी अनेक प्रयत्न झाले. पण त्यांची पर्यायी व्यवस्था कोठेच होऊ शकली नाही. सुरतच्या हरदेवराम यांनी चालवलेल्या आश्रमात १०० मुलींची सोय करायचे मान्य केले; पण नीच जातीच्या मुलांना व मुलींना त्यांच्याकडे प्रवेश नव्हता. रमाबाईंनी त्यांच्यावर केल्या गेलेल्या आरोपांना *'केसरी'*मध्ये उत्तर देताना डिसेंबर १८९०मध्ये असे म्हटले होते, 'आमच्या देशबंधूंनी योग्य आश्रय व उत्तेजन दिले असते तर 'शारदासदन' ही

संस्था ख्रिस्ती होण्याची काहीच जरूर नव्हती. हिंदू लोक असली शाळा घालण्याकरिता पैसे देईनात म्हणून मी ख्रिस्ती लोकांपाशी भिक्षा मागितली. आता तुम्ही ती शाळा चालवण्यास सिद्ध असाल, तर आमच्या ख्रिस्ती आश्रयदात्यांकडून बिलकुल अडथळा येणार नाही. तुम्ही खर्च द्या, हवे ते शिक्षक नेमा, एखाद्या हिंदू बाईला शाळेची मुख्य नेमा. तसे झाले तर मूळ हेतूला अनुसरून आम्ही ख्रिस्ती लोक तुम्हास मदतच करू. (टिळक पान २६९)

न्यायालयाची भूमिका : ...आरोपी जेव्हा स्वतःच्या वासनापूर्तीत रमली किंवा दुसऱ्याच्या वासनापूर्तीला शरण गेली, तेव्हाच त्याचे गंभीर परिणाम काय होतील याची कल्पना तिला असली पाहिजे. ...त्यातून जन्माला आलेले अर्भक नष्ट करण्याची बुद्धी तिच्याकडे आहे; पण स्वतःच्या वासनापूर्ती करण्यापासून स्वतःला परावृत्त करण्याची बुद्धी मात्र तिच्याकडे नाही. ...या बाईच्या वात्सल्यभावनेची परिपूर्ती झालेली होती, तिचे लग्न एकदा होऊन गेले होते, तिला एक मूलही होते, आई होण्याची तीव्र इच्छा सफल झालेली होती; त्यामुळे काही स्त्रियांच्या वतीने असा भेद करायचा म्हटले की, त्यांच्या नैसर्गिक प्रेरणा हा त्यांच्यासाठी मोठा मोह असतो, शिवाय त्या या जगात आई होण्यासाठीच आणल्या गेलेल्या असतात तरी ही सबब येथे लागू पडत नाही. ...मानवी आयुष्याला पावित्र्य आहे असे मानायचे ठरवले, तर आई तिचा निसर्गदत्त प्रेमळपणा शाबूत ठेवेल आणि समाजाच्या योग्य सुरक्षिततेसाठी त्यांचा वापर करेल, तरच ते शक्य आहे. जर ती या प्रेरणांचे जतन करायला नकार देईल, तर अशा संकटांपासून समाजाला वाचवण्यासाठीच न्यायालये प्रस्थापित झाली आहेत; व अशा परिस्थितीत त्यांनी जबरदस्त दहशत बसवणे गरजेचे आहे. ...एकाच आठवड्यात अशा चार केसेस आल्यामुळे आरोपीच्या वकिलांचा दयेचा अर्ज विचारात घेता येत नाही, किंबहुना दयेमुळे अशा गुन्ह्यात वाढ होणार असेल तर मग आता दया दाखवणे बंद करायची वेळ आली आहे.

या सगळ्याचा विचार करत असताना अनैतिहासिक न होता असे म्हणता येईल की, विजयालक्ष्मी केसचे विश्लेषण असे दर्शवते की, स्त्रियांच्या वासनेची किंवा नैसर्गिक लैंगिक प्रेरणांची चर्चा करताना ती एकट्याने भागवली जात नाही; त्यामुळे तिथे त्यात गुंतलेला पुरुषही तितकाच जबाबदार असतो, याचा त्यात विचार नाही. 'स्त्रीने जगातली नैतिकता शाबूत ठेवली पाहिजे. आणि तिने तशी ती ठेवली नाही तर मग आम्ही न्यायाधीश त्या नैतिकतेचे पालन करवून घेण्याचे काम पार पाडू.' ही एक स्वतःबद्दलच्या खात्रीची भावना यात निःशंकपणे प्रकट होते. याचा परिणाम म्हणजे स्त्री ही नैतिकदृष्ट्या कमी कणखर, म्हणून तिला योग्य मार्गावर ठेवण्याची जबाबदारी पुरुषसत्तेची याचीही खात्री दिसून येते. तसेच स्त्री ही आईपणाचे पवित्र कार्य पार

पाडण्यासाठी जन्माला घातली गेली आहे हा ख्रिश्चन दृष्टिकोन यामागे प्रबळ आहे. ख्रिश्चन देवाधिष्ठित नियतिवाद आणि तो पार पाडण्यातच मानवी जीवनाची इतिकर्तव्यता हेही पुढे त्यातून निष्पन्न होणारे तत्त्वज्ञान आहे. या तत्त्वज्ञानावर असलेल्या श्रद्धेतूनच मानवनिर्मित संस्थात्मक व्यवहाराचे नीतिनियम ठरवले गेले पाहिजेत हा आग्रह त्यात दिसतो. त्यात प्रामाणिकपणा जरूरच आहे. कारण इथे असेही नोंदवले आहे की, एका आठवड्यात न्यायालयासमोर आलेल्या चार अर्भकहत्येच्या प्रकरणांमुळे विजयालक्ष्मी केसच्या निकालावर परिणाम झाला आहे. ही संवेदनशीलता मात्र पुरुषांच्या कृत्यांकडे व मानसिकतेकडे डोळेझाक करते किंवा त्याबाबत अभेद्य राहते. याचे कारण ब्रिटिश सत्ता एक देवदत्त नैतिक ओझे घेऊन वसाहतींच्या अधुऱ्या किंवा अविकसित नैतिकतेला सुधारण्यासाठीच अस्तित्वात आलेली आहे याबद्दलची खात्री असणे किंवा या विचारधारेचा वापर करून ब्रिटिश सत्तेचे समर्थन मिळवत ती पक्की करणे हे आहे. त्यात स्त्रीची नैतिकता हे सत्तासंघर्षातील महत्त्वाचे प्रतीक केले गेले. स्त्री-पुरुष संबंधांची नैतिकता आणि त्याचे संपूर्ण सामाजिकतेचा पोत ठरवण्यातील योगदान ह्याचे राजकारण ब्रिटिशांनी केले, तसे ते तत्कालीन भारतीय विचारवंतांना उचलणे भाग पडले. 'भारतमाता' हा शब्द निर्माण करण्यातही ते प्रतिबिंबित होते.

विजयालक्ष्मी केसच्या संदर्भात तत्कालीन भारतीय वृत्तपत्रांतून प्रसिद्ध झालेल्या प्रतिक्रिया खोलेंच्या पुस्तकात नोंदवल्या आहेत. तिथे विजयालक्ष्मी केस आणि ब्रिटिशांचे हिंदू संस्कृतीतील हस्तक्षेप, ब्रिटिश न्यायव्यवस्था व तिची समतोलता, स्त्रियांची दयनीय अवस्था आणि विधवा पुनर्विवाह कायद्याची गरज, स्त्रियांच्या नैतिकतेचे प्रश्न यांची चर्चा आहे. एकच नोंद अगदी वेगळी आहे. ५ जून १८८१ च्या *'द गुजराती'* या दैनिकाने विजयालक्ष्मीचेच शब्द वार्तांकित केले आहेत. ते याप्रमाणे,

> 'अखेरीस विजया लक्ष्मी संपूर्ण हिंदू राष्ट्राला शाप देते, पुरुषांना दोषी ठरवताना म्हणते की निर्दयी पुरुष स्त्रियांच्या यातना समजू शकत नाहीत, कायद्याच्या निर्मात्यांना शाप देते कारण ते असहाय मुलींकडे लक्ष देत नाहीत. त्यांनाही शाप देते जे ब्रिटिश प्रशासनाला त्यांच्या दयाबुद्धीला, न्यायबुद्धीला आणि स्वयंभू व उदारमनस्कतेला विरोध करतात. तिने असा जाहीर प्रश्न विचारला आहे की ती मरण पावेल पण तिच्याखेरीज तिथे ६० लाख हिंदू विधवा मरणयातना भोगत आहेत त्यांच्या पापांचे ओझे ब्रिटिश राज्यकर्त्यांवर तसेच ते ज्यांच्यावर राज्य करीत आहेत त्यांच्यावरही सारखेच आहे ना?' (खोले, पान १८२)

हे वक्तव्य प्रत्यक्ष विजयालक्ष्मीचेच होते की वार्तांकन करणाऱ्याचे याची कल्पना नाही. पण ते प्रसिद्ध होताना तरी विजयालक्ष्मीचे म्हणून प्रसिद्ध झाले आहे.

आणि ते नक्कीच वेगळे आहे. तिने ब्रिटिशांच्या न्यायबुद्धीवर विश्वास दाखवला आहे, जो जोतीबा फुलेंची विद्यार्थिनी मुक्ताबाई, ताराबाई शिंदे आणि रमाबाईपण दाखवतात. तत्कालीन भारतीय स्त्रियांना ब्रिटिश राज्यकर्ते हे त्यांच्या दुःखांच्या व त्यांच्यावर होणाऱ्या अन्यायाच्या संदर्भात तारक वाटतात.

आधुनिक भारतासमोर स्त्रियांना आपलेसे वाटेल असे सामाजिक व सांस्कृतिक प्रारूप उभे करण्याचे आव्हान आहे याची जाणीव महात्मा फुले, गांधी व आंबेडकरांखेरीज कोणाला झाली नाही. कारण तसे प्रयत्न केले गेलेले दिसत नाहीत. एकूणच स्त्री-प्रश्न हा पुरुषनिर्मित स्वप्नांच्या परिपूर्तीसाठीचा एक भाग म्हणूनच बघितले गेले. त्यामुळे ७०च्या दशकात पाश्चात्त्य स्त्रीवादी विचारसरणीचे प्रारूप तेव्हाही स्त्रियांना मुक्तिदायी विचार देऊ करणारे वाटले. भारतीय परंपरेत आगरकर आणि दादा धर्माधिकारी ही दोन नावे वेगळी मानता येतील. पण त्यांचा विचार स्त्री-प्रश्नाचा विचार धसाला लावण्याच्या दृष्टीने तत्त्वज्ञानात्मक पातळीवर झाला नाही. उलट राष्ट्रउभारणीसमोर जसजशी नवनवीन आव्हाने उभी होत जातात तसतशा स्त्रीविषयक धारणा अधिकाधिक संकुचित होत जातात, कायदे केले जातात. त्यांची अंमलबजावणी होत नाही, आम्ही काय करणार, म्हणून जबाबदाऱ्या संपल्या असे म्हटले जाते; पण संपूर्ण राष्ट्रउभारणीच्या तत्त्वज्ञानात किंवा राज्यबांधणीच्या विचारप्रणालीत स्त्री-प्रश्न सोडवण्यासाठी करायच्या उपाययोजनांबरोबरच स्त्रीविषयक दृष्टिकोन व लैंगिकतेविषयीच्या कल्पनांचा वेगळा विचार केला जात नाही. इतकेच नाही तर व्यापक मनुष्यजातीसाठी निर्भरतावादी परिवर्तनाचा विचार करत असताना स्त्रियांच्या संदर्भात मात्र जुन्याच त्याग-समर्पणवादी उपायांचे गौरवीकरण केले जाते. त्यातूनच मातृत्वाचे नैतिकतावादी प्रारूप हेच मुक्तिदायी प्रारूप मानले जाते. साम्राज्यवादविरोधी लढ्यात पुरुषांनी स्त्री-प्रश्नाविषयी पावले उचलत असताना भारतीय आणि ब्रिटिश राजकारण्यांनी स्त्रीला त्यांच्या राजकारणाचे साधन मानले. परंतु तिला बरोबरीचे स्वतंत्र अस्तित्व मानले का, हा प्रश्न त्या काळात शब्दांकित करणाऱ्या, म्हणून ताराबाई शिंदे व पंडिता रमाबाई दोघीही महत्त्वाच्या ठरतात.

ताराबाई शिंदे स्त्री-पुरुष तुलनेत विजयालक्ष्मीच्या संदर्भाने म्हणतात,

तुमची प्रीती कोठपर्यंत? तुमचे मनोरथ पुरे होईपर्यंत. एकदा तुमचीही दुष्टवासना पुरी होऊन ती गर्भवती झाली म्हणजे मग त्या यातना, ती काळजी, तिचेकडेस सोपवून विंचवासारखे ढेकळाआड तोंडे लपवत फिरता. ... येथे काय पडले इंग्रज राज्य! साक्षींवाचून पान हालणे नाही. पण अशा नाजूक कामांत साक्ष मिळणे नाहीच. यात सरकारदेखिल अन्यायाचे दोषास पात्र

होते....लाच घेणाऱ्यास एकपट तर देणाऱ्यास दुप्पट शिक्षा लागू केली आहे, त्याचप्रमाणे या कामातदेखील त्यांनी सक्त कायदा करावा की, स्त्रियांना एकपट तर पुरुषाला दुप्पट सक्तीची शिक्षा होत जाईल असे का असू नये?...तुमचे पायी स्त्रिया दुःख भोगतात तसे तुम्ही त्यांचेकरिता भोगाल का? (खोले, १३२-३३)

पुरुषी दमनव्यवस्थेबद्दल त्यांना अचूक निदान होते. त्या म्हणतात ते इथे बरोबर लागू होते, तुमच्या अंगी अंगचे ज्ञानापेक्षा चार ठिकाणी हिंडून फिरुन अनेक ग्रंथ अवलोकून गोळा केलेल्या ज्ञानाचा भरणा फार असल्यामुळे पाहिजे त्या रूपाने कोणत्याही संकटातून पार पडणे म्हणजे हातचा मळ. (खोले, पान १३४)

हे म्हणत असताना त्यांनी नैतिकतेच्या पुरुषसत्ताक व्याख्येवर अचूक बोट ठेवले आहे. एक विधवा स्त्री तिच्यावर लादल्या गेलेल्या अन्यायातून व त्याला स्वीकारण्याच्या अथवा विरोध करण्याच्या परिणामांनी भयभीत होऊन अर्भकाची हत्या करते या कृत्याची अनैतिकता आणि सत्तेसाठी आणि स्वार्थासाठी पुरुष हरघडी आचरत असलेला हिंसाचार यातील अनैतिक कोण? '...अरे तुम्ही रोज जहागिरी, वतन, देशमुखी, यकश्चित पाटीलकीकरिता एकमेकांचे प्राण घेता, विष घालिता, हेही स्त्रियांचे पायीच होते का? (खोले, १३७)

स्त्रियांच्या परिस्थितीचे अचूक निदान त्या करतात. तिथेच कणखर नैतिकता प्रस्थापित करायची तर स्त्रियांना ज्ञानार्जन करता आले पाहिजे हे त्या आग्रहाने सांगतात. त्यांना विद्या, न कोठे जाणे, न येणे. गेल्या तरी तेथे त्यांच्यासारिख्याच सर्व अज्ञान. एकीसारखी दुसरी. मग जास्त द्यान व शहाणपण त्यांना कोठून येणार? खोले, पान १०० नैतिकतेच्या संदर्भात ताराबाईंनी महत्त्वाचे प्रश्न उपस्थित केले आहेत. तसेच ते नीतीवान भौतिकतेशी जोडले आहेत हे महत्त्वाचे. त्या म्हणतात, या तुमच्या भिकार चाळ्यांनी सर्वप्रकारचे आपले स्वदेशी रोजगार बुडून हरएक प्रकारचे व्यापारी व कसबी कारागिर लोक उपाशी मरु लागले. लक्ष्मी दूर देशाचा रस्ता धरु लागली--तर तुम्हाला विधवा स्त्रियांचा व या गरीब कारागिर लोकांच्या मुलाबाळांची कनवळा येऊन तुम्ही आपापले धर्म, चाली, देशरिवाज न सोडता स्वदेशाभिमानी व्हावे, व सर्वप्रकारे स्त्रियांस दोषपात्र करून रसातळी न घालावे म्हणून हा एक लहानसा निबंध तुम्हांपुढे सादर केला आहे. (खोले, पान ८८)

स्त्रियांसाठी ज्ञानार्जनाचा आग्रह स्त्री-शिक्षणाच्या चळवळीने मानला. १९ व्या

शतकातील स्त्री-शिक्षणाचा आग्रह धरणारे सर्व पुरुषच होते. पंडिता रमाबाईंचे वडील अनंतशास्त्री डोंगरे हे धर्मसुधारणावादी किंवा स्त्री-सुधारणावादी होते असे म्हणता आले नाही, तरी त्यांना स्वतःच्या अभ्यासासाठी व स्वास्थ्यासाठी एक ज्ञानाग्रही सहचारिणीची गरज वाटली व त्यातून त्यांनी स्वतःच्या बायकोला, लक्ष्मीबाईंना व स्वतःच्या मुलींनाही संस्कृत भाषा शिकवली. वेद नाहीत, कारण स्त्रियांना परंपरेने वेदाधिकार नाहीत. पण त्यांच्या माळहेरंजी येथील आश्रमात लक्ष्मीबाई न्यायदर्शनही शिकवत. रमाबाईंवर लक्ष्मीबाईंनी ज्ञान हाच सर्वांत मोठा दागिना असल्याचे संस्कार केले. (रमाबाईंनी स्वतः आयुष्यात कधीही दागिने घातले वा बाळगले नाहीत. अपवाद त्यांच्या लग्नातील अंगठीचा.) याबाबत अनंतशास्त्रींचे उडुपी येथील धर्मगुरू मध्वाचार्यांनी त्यांना जाब विचारला असता, त्यांनी आपल्या स्त्रीला संस्कृत शिकवतो, पण त्यात धर्माज्ञेविरुद्ध काही नाही हे ४०० पंडितांशी दोन महिने जाहीर वाद घालून सिद्ध केले व ते मान्य झाले.

या वादानंतर त्यांच्यावरचा बहिष्कार टळला असला, तरी अनंतशास्त्र्यांनीच कोणाशीही अन्नव्यवहार ठेवायचे बंद केले. त्यांनी असे जाहीर केले की, 'मी तुमच्याबरोबर कोणत्याही प्रकारचा संबंध ठेवीत नाही, तेव्हा तुम्हाला विनाकारण माझ्या कामात ढवळाढवळ करण्याचे प्रयोजन नाही. कर्तव्य आणि अकर्तव्य ह्याचे ज्ञान मला माझ्यापुरते भरपूर आहे. न्याय्य कृत्यात मी समाजाला मुळीच भीक घालणार नाही. समाजापैकी कोणाला वाटेल त्याने माझ्याशी संबंध ठेवावा, वाटेल त्याने ठेवू नये. मी केवळ ईश्वराला भिऊन वागणारा आहे. तुम्हाला भिऊन चालणारा नाही.' (टिळक, पान २३) सर्व संपत्ती नष्ट झाल्यावर मद्रासच्या १८७६-७७ च्या दुष्काळात अन्नान्न दशेत मृत्यू आला, तेव्हा अनंतशास्त्र्यांनी रमाबाईंना सांगितले, 'जे सत्य, नित्य व धर्म्य आहे तेच तू आचर; तू जगली-वाचलीस तर नित्य देवाच्या मार्गांत चाल. देवाची नित्य सेवा करणे हेच तुझे ध्येय असू दे.' (टिळक, पान ४८)

वेदशास्त्रसंपन्न ब्राह्मण म्हणून तत्कालीन समाजरचनेत त्यांचा जो धर्म होता, तो त्यांनी निष्ठेने पार पाडला. पण त्यातही कमावलेल्या ज्ञानाच्या मदतीने ज्ञानाचा अर्थ लावण्याची व स्वतःला समजलेल्या अर्थानुसार ज्ञानपरंपरा निर्माण करण्याची खडतर निष्ठा त्यांच्यापाशी होती. रमाबाई सांगतात तसे बैराग्यांची, तीर्थोपाध्यांची व भिक्षुकांची ढोंगे (टिळक, पान ४१) बाजूला ठेवत स्वतःचे ज्ञान जे निव्वळ पुस्तकी नाही, तर प्रत्यक्ष अनुभवांतूनही कमावलेले; त्यांनी आयुष्यभर केलेले प्रवास, तीर्थयात्रा, भटकंत्या हेही त्यांना अनेक सत्यांचा साक्षात्कार घडवून गेल्याचे नोंदवले आहे. आणि अनुभवांना साक्षी ठेवत परंपरेचे स्वायत्त पालन त्यांनी केले. रमाबाईंची आत्मशोधाची आस आणि ती शमवण्यासाठीचे त्यांनी अंगीकारलेले विविध ज्ञानमार्ग यांचे मूळ त्यांच्या

या जडणघडणीत मिळते. अत्यंत कणखर स्वयंप्रज्ञेने त्यांनी ज्ञानाचा शोध आयुष्यभर घेतला. साहजिकच त्यांचे निर्णय हे स्वतःच्या प्रज्ञेला साक्षी ठेवून घेतलेले होते. त्या सनातनी–हिंदू, संस्कृत पंडिता होत्या. आपण वेद वाचलेले नाहीत, कारण स्त्रियांना वेदाधिकार नाही असे केशवचंद्र सेनांना सांगितल्यानंतर केशवचंद्र सेनांनी त्यांना यजुर्वेद ग्रंथ भेट दिला, तेव्हा त्यांनी वेदाभ्यास केला. मूर्तिपूजा व स्पृश्यास्पृश्यता सोडून दिली. वयाच्या २२व्या वर्षी एकट्या असताना आई, वडील, बहीण, भाऊ यांचा मृत्यू झालेला व बंगालमध्ये त्यांना श्रीपाद बाबाजी या ICS अधिकारी व बहुभाषातज्ज्ञ असलेल्या ब्राह्मणाने मागणी घातलेली असतानाही, त्यांनी बिपिन बिहारी दास/मेधावी या ब्राह्मणेतर बंगाली सामाजिक कार्यकर्त्या बुद्धिवंताशी लग्न केले. अशा अनेक निर्णयांची यादी देता येईल; पण ही निर्णयक्षमता त्यांनी स्वतःच्या ज्ञानग्रहणाच्या आसेतून मिळणाऱ्या श्रद्धेतून मिळवली.

ज्या विजयालक्ष्मी केसच्या संदर्भाने ताराबाई तळतळून लिहितात त्याचा उल्लेखही रमाबाईंच्या लेखनात अथवा बोलण्यात नाही. याचे कारण त्यांना त्यांच्या आईवडिलांकडून तसेच त्यांच्या स्वतःच्या अनुभव भ्रमंतीतून मिळालेल्या स्वयंप्रज्ञ व आत्मनिष्ठ अशा कणखर आत्मशोधाच्या प्रेरणेत असावे. समाजाच्या दुःखांबद्दल आस्था असली, तरी त्यासाठी तात्त्विक मार्ग काढण्याचा प्रयत्न, तसेच प्रत्येकाने आपल्याला आंतरिक श्रद्धेने समर्थ बनवण्याचा मार्ग हा त्यांच्यासाठीचा वैध मार्ग होता. १८७६मध्ये त्यांनी व त्यांच्या भावाने आतुर संन्यास घेतल्यामुळे, त्यांच्या वडिलांच्या प्रेताला अग्नी देऊ न देण्याच्या प्रथेमुळे त्यांचे दफन केले होते, तसेच रमाबाईंनी आईच्या प्रेताला खांदा दिला होता. जितकी सुबत्ता बघितली, तितकेच दारिद्र्यही बघितले. त्यांनी १६व्या वर्षी सहकुटुंब मृत्यू स्वीकारण्याचीही तयारी आणि अनुभव घेतला होता. या सर्व जगण्यात त्यांच्या सामाजिक स्थानाचा त्याला त्या काळात असलेल्या प्रतिष्ठेचा जेवढा भाग होता, तेवढाच ज्ञानाच्या आधारे कमावता येऊ शकणाऱ्या आत्मनिग्रहाचा आणि ताकदीचाही भाग होता. एका अर्थाने ज्ञानग्रहण हा स्त्रियांसाठीचा मुक्तिमार्ग त्यांनी सुचवला होता, असे म्हणता येते. फक्त त्या ज्ञानग्रहणाला धर्माची चौकट असावी लागेल. हिंदू अर्थाने स्वीकारलेल्या अथवा दिल्या गेलेल्या भूमिकेतील कर्तव्यनिष्ठेची किंवा ख्रिश्चन अर्थाने स्वतःचे रक्त शिंपून, प्रत्यक्ष कृतीने कमावलेल्या शब्दावरील श्रद्धेची. हे त्यांनी स्त्री म्हणून स्वतंत्रपणे आणि स्वतःच्या सामर्थ्यावर म्हणणे त्या काळात फार पुढची झेप होती, असे म्हणता येईल. एकदा ज्ञान महत्त्वाचे मानले की, भौतिकाशी सामना करण्याची, त्यातील भ्रष्टाचार संपवण्याची व्यक्तिगत ताकद आणि त्यातून सामुदायिक हितासाठी निर्माण करण्याची ज्ञानसाधने हाताशी येतात, अशी त्यांची धारणा असावी. शिवाय ज्ञानपरंपरा जपणाऱ्या

व निर्माण करणाऱ्या सामाजिक स्तरातील उच्च गटात वाढल्यामुळे, तसेच द्वैती परंपरा अंगीकारल्यावर सेव्य-सेवक भावाच्या श्रद्धेतून त्यांची कृतिशीलता घडत गेली हे खरेच.

त्या सामाजिक प्रश्नांच्या संदर्भात काही एका प्रमाणात व काही एका टप्प्यापर्यंत तत्कालीन ब्राह्मणी सुधारणावादी नीती वापरतात. त्यांची सुरुवातीची मित्रमंडळी ब्राह्मो व प्रार्थना समाजातली होती. रमाबाईंच्या स्वतंत्र व ज्ञानी तसेच एतद्देशीय हिंदू परंपरेत रुजलेल्या व्यक्तिमत्त्वाचा स्त्री-सुधारणा चळवळीसाठी वापर करून घेण्याची इच्छा या सर्वच सुधारकांत होती. पण तिथेही रमाबाई स्वतंत्र प्रज्ञेने वागताना दिसतात. १८८२मध्ये पुण्यातील 'बिनबोभाटी स्त्री सभांना' 'आर्य महिला समाज' असे मूर्त रूप त्यांनी दिले. त्यांच्या व्याख्यानांच्या निमंत्रणपत्रिकेत त्यांनी 'घरची एकतरी स्त्री आणल्याशिवाय रांगेत बसता येणार नाही,' अशी अट घालायला लावली होती. १८८३मध्ये हंटर कमिशनसमोर साक्ष देताना त्यांनी असे सांगितले होते की,

> 'ह्या देशातील ९०% सुशिक्षित पुरुष स्त्रियांच्या शिक्षणाच्या विरुद्ध आहेत. त्यांना आपल्या समाजात स्त्रियांना योग्य स्थान द्यायला नको आहे. राईच्या दाण्याएवढा दोष स्त्रींत आढळला तर ते त्याचा पर्वत करून दाखवतील. आणि तिच्या शीलाचा सत्यानाश करायला निघतील. असेच नेहेमी पहाण्यात येते की गरीब दीन बाई सुशिक्षित व धीट नसल्याने तिच्या शीलाच्या चिंधड्या उडतात. अधिकाऱ्यांच्या कानाशी पुरुषांना सहज लागता येते. त्यामुळे पुरुषांवर कोणीही डोळे झाकून विश्वास ठेवतो व बिचाऱ्या स्त्रीला रडत बसावे लागते. सरकारला पितृतुल्य स्थान भूषवायचे असल्याने स्त्री व पुरुष ह्यांत सरकारने भेद करणे योग्य नाही. हे उघड आहे की स्त्रिया ह्या लोकसंख्येच्या अर्ध्या आहेत व लोकसंख्येचा दुसरा अर्धा भाग त्यांना पायाखाली तुडवत आहे. ह्या अन्यायाचा शेवट करणे हे चांगल्या सरकारचे कर्तव्य आहे.'
>
> त्याच साक्षीत त्यांनी असेही सांगितले की, 'ज्या स्त्रियांना दुसऱ्याला शिकवायचे आहे त्यांना स्वतःला त्या विषयाचे विशेष ज्ञान असायला हवे. त्यांनी त्या विषयाचे विशेष शिक्षण घेतलेले असावे. त्याशिवाय त्यांना आपल्या जन्मभाषेचे अचूक ज्ञान असायला हवे. त्या शिक्षिका कुमारिका असोत किंवा विधवा असोत, त्यांना नीतिज्ञान बरोबर असून त्यांचे वर्तन चोख असायला पाहिजे....त्यांना चांगल्या शिष्यवृत्त्या देण्यात आल्या पाहिजेत. मुलांच्या शाळेतील शिक्षकांपेक्षा मुलींच्या शाळेच्या अध्यापिकांना पगार अधिक द्यायला हवा. कारण त्यांचे शील व कुल उच्च दर्जाचे असणार.

कॉलेजच्या आवारातच विद्यार्थिनींची रहायची सोय व्हायला हवी, अशा रीतीने त्यांच्यावर नजर ठेवून त्यांना योग्य वळण लावणे सुलभ होईल.... हिंदुस्थानात स्त्री-डाक्टरांची अतिशय जरुरी आहे व ती उणीव दूर व्हावी. (टिळक, पान १०६)

इथे रमाबाई ज्या नीतिचौकटीत वाढल्या होत्या, ज्यांना आश्रमात आईवडिलांनी मुक्तपणे शिकू दिले होते व त्या आईवडिलांनी समाजाची पर्वा न करता केवळ ज्ञानग्रहणाच्या साहाय्याने व ज्ञानग्रहणासाठी आयुष्य वेचले, त्यांच्या श्रेष्ठत्ववादी भूमिकेचा परिणाम नक्कीच दिसून येतो. कदाचित तोच त्यांना प्रभू आणि त्याची लेकरे या रचनेतील ख्रिश्चन धर्माकडे घेऊन गेला असणार; पण तरीही त्यांची वंचितांशी निष्ठा व ज्ञानावरील श्रद्धा आज स्त्रीला एक स्वातंत्र्याचा मार्ग दाखवते. अर्थात, त्यामुळेच ताराबाईंपेक्षा त्या काहीशा दूरस्थ वाटल्या असाव्यात.

एका अर्थाने ताराबाई पण खानदानी मराठा कुटुंबातील होत्या. त्यांचे वडील सरकारी नोकरीत होते. सत्ता आणि सुबत्ता या दोन्हींचाही अनुभव त्यांनी घेतलेला होता. त्यांची बहुश्रुतता आणि त्याआधारे त्यांनी केलेली सामाजिक व सांस्कृतिक समीक्षा अत्यंत आत्मविश्वासपूर्ण असण्याचे ते एक कारण असणार. तरीही एक स्त्री म्हणून त्यांना भोगावे लागलेले दुय्यमत्व त्यांच्या लेखणीला धार देते. सत्यशोधक समाजाशी संबंध असल्याने भटाभिक्षुकांच्या पोटार्थी धर्मातून प्रसृत झालेल्या पुराणा-कथांशी त्या थट्टेखोरपणे झगडतात; पण तरीही रमाबाईंसारखेच त्यांनाही स्त्री-पुरुष संबंधाचे पारंपरिक स्वरूप स्वीकारावेसे वाटते. लोकजीवनावर त्या कथांच्या रूपात निर्माण झालेल्या आदिप्रतिमांचा पगडा त्यांना पूर्णपणे झटकून टाकता आलेला नाही. त्या त्यांच्या निबंधात एके ठिकाणी म्हणतात,

> 'अरे, तुमचे देव देखील दगाबाज मग तुम्ही असालच असाल यांत नवल काय? इंद्राने गौतमाचे रूपाने जाऊन आहिल्येसारखे साध्विला कलंक लाविला. चंद्रावळ महापतिव्रता होती, तेथे कृष्णमहाराजांनी राहीरूपाने तिचे वृताचा भंग केला की नाही? असे कपट करून तुम्ही घर बुडवू लागला तर तेथे पतिव्रता धर्म का रडेल?...पुराणीकबुवा पुराण सांगतेवेळी वांगी निषिद्ध कधी खाऊ नयेत म्हणून सर्व श्रोतेमंडळीला ओरडून ओरडून सांगतात. पण एकदा पुराणीकाची स्वारी व्यासपिठावरुन उठली म्हणजे मग पुराणांतली वांगी पुराणांत ठेवून घरी आली म्हणजे स्वतः पासरीभर वांगी मिटक्या मारमारुन स्वाहा करिते. तर हे ज्ञान सांगण्यालाच केले? तसा आज चालतो कोण? तिच्या वृत्ताकडे कोण पाहतो? एकवेळ ती तेवेळेस डोके अपटून दुष्टाच्या पायावर प्राण सोडील तरच सुटेल. नाहींतर बोलावयालाच नको.'

(खोले पान १३०) पण याच निबंधाचा शेवट करताना त्या म्हणतात, 'आशिक्षित, आज्ञानी, निर्बल अशा जरी त्या आहेत तरी त्यांनी आपल्या दृढ निश्चयाचे बळाने सदा सदाचरणी आग्नीसारखे शुचिर्भूत अंतरबाह्य निर्मळ राहून पुरुष जातीस लाजवून खाली पहाण्यास लावावे, यावेगळे त्यांच्या लक्ष्मी या नावांस साजण्याजोगे दुसरे भूषणच नाही. तर या सदा पतिव्रता सदाचरणी बाण्याने दोन्ही कुलांत बिजलीप्रमाणे चमकत राहण्याकरिता व त्यांचे सुकीर्तीचे ध्वज दोन्हीं कुलमंदिरांवर उंच उडविण्याकरिता सर्व मुलाबाळांसुद्धा लक्ष्मीच्या पूर्ण वैभवात त्यांना नांदवून सर्वांस प्रीय होऊन सौभाग्याचा मळवट कपाळी भरुन त्यांचा संसार शेवट गोड होऊन इहलोकी व परलोकी त्यांना सुस्थळ मिळण्याकरिता आनादि सिद्धपरम कृपाळु दयानिधि करूणाकर कृपासागर दिनबंधु जगनियंत्या परमेश्वराची प्रार्थना यांचे कल्याण होण्याकरितां मनापासून करून हा निबंध संपविते. (खोले, पान १३९)

रमाबाई आणि ताराबाईंबद्दल आणखी एक जाणवणारी गोष्ट म्हणजे रमाबाई या संस्थात्मकतेविषयी नकारात्मक अथवा टीकात्मक भूमिका घेत नाहीत. ताराबाई मात्र संस्थात्मक व्यवहारांचे आंतर्बाह्य वाभाडे काढतात. रमाबाईंनी कायमच संस्थाउभारणीसाठी आयुष्य वेचले. संस्थेचा सदस्य जर नीतिपूर्ण वागेल, तर संस्थेची उद्दिष्टे कधीच अपयशी ठरणार नाहीत. उलट त्यातून व्यक्तीला आपले उन्नयन साधणे शक्य होईल, असा त्यांचा विश्वास होता. त्यात संस्थेच्या नेतृत्वाबद्दल त्यांचे ठाम विचार होते. साहजिकच त्यांच्या कोणत्याही निर्णयामध्ये व्यक्तीची आंतरिक निष्ठा आणि श्रद्धा हाच निर्णायक निकष असे. हे दिलेले असते असेही त्यांना वाटत असणार, कारण त्यांच्याविषयी बोलताना राजस डोंगरे सांगतात, की त्या मुलींकडे फक्त काही क्षण तीव्रपणे बघून कोणाला कुठे पाठवायचे हे ठरवत असत. म्हणजे निर्णय हा विवेकी पद्धतीने न घेता अंतःप्रेरणेने घेतला जाई. साहजिकच ख्रिश्चन धर्मातील ख्रिस्तविचार ज्या बायबलमधून ग्रंथित करण्यात आला, त्याचा अर्थ लावण्याचे स्वातंत्र्य त्यांना दोन गोष्टी देऊन गेले. एक म्हणजे एक सूत्रबद्ध मांडणी असलेली धर्मचौकट जी असंख्य परस्परविरोधी तत्त्वज्ञानांच्या संहितांनी भरलेल्या हिंदू धर्मापेक्षा संस्था उभारण्यास अधिक सोयीची होती आणि त्याचबरोबर प्रोटेस्टंट ख्रिश्च्यानिटीने त्या धर्मग्रंथाचा अर्थ लावण्याचे दिलेले स्वातंत्र्य. हेही आव्हानात्मक पण आकर्षकही होते; कारण त्यात व्यक्तिस्वातंत्र्याला वाव होता, जे हिंदू धर्म पचवलेल्या त्यांच्या वडिलांकडून वेगळ्या स्वरूपात त्यांच्यासमोर ठेवले गेले होतेच. त्यानुसार वयाच्या ८ ते ८० वर्षांपर्यंत माणूस स्वतःच्या कृत्यांना स्वतःच जबाबदार मानला पाहिजे. अर्थात जो ज्ञानी आहे किंवा ज्याला ज्ञान मिळवण्याची संधी आहे, त्याच्या बाबतीत हे

म्हणणे शक्य आहे. अन्यथा पवित्र मेंढपाळाची भूमिका ही वंचितांच्यासाठीची अधिक करूणा देऊ करते हे ख्रिश्चन धर्माच्या व प्रामुख्याने बायबलच्या अभ्यासावरून त्यांनी जाणले. साहजिकच अथांग करुणेतून वंचितांसाठी त्यांना देवाच्या अस्तित्वाची खूण पटेल अशी परिस्थिती निर्माण करणे, हे त्यांनी आपले जीवितकार्य ठरवले. तरीही ते ख्रिश्चन पंथापेक्षा वेगळे होते. त्या एके ठिकाणी म्हणतात, 'विचारस्वातंत्र्य हे प्रत्येक मनुष्यास असलेच पाहिजे. एखाद्या विशेष मतात शिरले, म्हणजे त्याचे निर्बंध व त्याच्या प्रवर्तकांची विचारसरणी ह्यांचा अंगीकार करावा लागतो. म्हणजे धर्म हा पाण्यासारखा जीवनप्रद आहे. तो स्वतःच्या अंतर्यामीच्या प्रेरणेस अनुसरून आचरावयाचा सोडून आपल्याचसारख्या इतर मनुष्यांनी घालून दिलेल्या नियमाने चालावयाचे, म्हणजे लोकांच्या ओंजळीने पाणी प्यायल्यासारखे आहे. म्हणून मी ख्रिस्ती धर्मानुयायांच्या एखाद्या विशिष्ट मतात शिरत नाही.' ('मी ख्रिस्ती धर्म का घेतला?' *सुबोधपत्रिका* १९/२/१८८९)

रमाबाईंना आर्थिक, सामाजिक व सांस्कृतिकदृष्ट्या ज्या संस्कारांचे बाळकडू मिळाले होते, त्यांतून ही श्रद्धा दृढ होणे स्वाभाविक होते. धर्म हा आत्मज्ञानासाठी मार्गदर्शक म्हणून आवश्यक असला, तरी संस्थात्मक व्यवहार हे संख्यात्मकतेच्या दृष्टीने गरजेचे असतात ही आधुनिकता रमाबाईंनी जाणली होती. आणि ती आधुनिकता प्रत्यक्षात आणण्याचे मार्गही त्यांना परिचित होते. तत्कालीन उच्चवर्णीय समाजाने साम्राज्यवादी शासनाच्या प्रशासकीय गरजा आणि भांडवलशाहीने उपलब्ध करून दिलेला जागतिक अर्थकारणाचा अवकाश या दोन्हींमधून संस्थात्मक व्यवहारांचे ज्ञान हस्तगत केले होते.

ताराबाईंचे वडील जसे सरकारी नोकरीत होते, तसे रमाबाईंचे वडील अनंतशास्त्रींनी शेअरबाजारात गुंतवणूक केली होती. त्यांचे मुंबईला जाणेयेणे होते. गव्हर्नरने त्यांना तीर्थयात्रेसाठी 'दस्तक' लिहून दिल्याचे व त्यांच्या प्रवासासाठी सोय केल्याचा उल्लेख यापूर्वी आलेला आहे. त्यांना १८६४ च्या दरम्यान आर्थिक उलाढालीत १लाख ७५ हजारांचा फायदा झाल्याची नोंद आहे. त्यांच्या व्यापारी मित्राच्या हट्टाग्रहाला बळी पडून त्यांनी त्यांच्या थोरल्या मुलीचे व मुलाचे लग्न त्यांच्या मुलांशी केले होते. जावयाला घरजावई करून घेण्याच्या अटीवर तर मुलाच्या मनाविरुद्ध ही लग्ने झाली आणि दोन्ही पूर्ण अयशस्वी ठरली होती.

थोडक्यात आधुनिकतेने अपरिहार्य बनवत नेलेल्या संस्थात्मक व्यवहाराचे ज्ञान रमाबाईंकडे होते आणि म्हणूनच त्यांनी त्यांच्या आत्मिक प्रेरणांना संस्थात्मक भौतिकीचे परिमाण दिले. म्हणूनच धर्माच्या अंगाने जरी त्या लोकांना भिडल्या व स्त्रियांच्या मुक्तीचा विचार करत राहिल्या, तरी दुसऱ्या बाजूला त्या स्त्रियांच्या

सक्षमीकरणाचे विविध मार्ग खुले करण्याचा प्रयत्न करतात. स्त्रियांना व्यावहारिक ज्ञान, चरितार्थासाठीचे उत्तम प्रशिक्षण, ज्ञानलालसा वाढावी यासाठीचे शिक्षण देऊ करणारी 'शारदा सदन' त्यांनी चालवली. तिथे विधवांना उत्तम शिक्षण देण्याची सोय केली. सूक्ष्मदर्शक वापरणे, तसेच दुर्बिणीतून अवकाश बघण्याची सोय, छापखाना, शेतीकाम करण्याची सोय, बालमंदिर शिक्षिका होण्याचे प्रशिक्षण वगैरे सोयी त्यांनी त्यांच्या सदनातील स्त्रियांसाठी– ज्यातील बहुसंख्य विधवा होत्या, त्यांच्यासाठी केल्या होत्या. पण हे सर्व करत असताना ते काम एकाच वेळेस त्यांचा आत्मशोधही होत गेले.

स्त्रीला फक्त स्त्री म्हणून न बघता एक आत्मा म्हणून बघण्याची प्रेरणा त्यांनी ख्रिश्चन धर्मापासून घेतली. त्यामुळे जसा हिंदू धर्माचा शोध स्वयंप्रेरणेने त्या घेत होत्या, तसाच ख्रिश्चन धर्माचाही शोध त्या त्यांच्या मतीने घेत राहिल्या. हिंदू धर्मनीतीप्रमाणे अंतिमतः मोक्ष कसा मिळेल हेच त्यांच्या जगण्याचे ईप्सित झाले. त्यांच्या स्वयंप्रज्ञ शोधामुळे ख्रिश्चन मिशनरी समाजानेही त्यांच्याकडे साशंक नजरेतूनच बघितले. त्यांनीही कोणत्याच विशिष्ट पंथाच्या लोकांना जवळ केले नाही. बायबलचा शब्द हेच त्यांचे श्रद्धास्थान होते. त्यातही त्यांची शोधक सर्जकता दिसते. Holy Ghost/Spirit ला त्या 'पवित्र चिद्शक्ती म्हणतात, ज्याला सदसद्विवेक असा पर्यायी शब्द असू शकतो. कांटच्या तत्त्वज्ञानाच्या अंगाने त्याकडे बघता येते. प्रत्येक विवेकशील व्यक्ती स्वतःसाठी आणि इतर सर्वांसाठी नियम घालून देत असते. ती कायदा करणारी असते आणि कायद्याची अंकितही असते. ह्या अर्थाने विवेकशील व्यक्ती स्वायत्त असते. रमाबाईंनी स्वायत्त नैतिक व्यक्तीची कल्पना करून स्त्रियांना त्याकडे नेण्याचा प्रयत्न केला. पण केडगाव येथील कृपासदन येथे १९०३मध्ये जो संजीवनाचा, 'पवित्र आत्म्याच्या स्नानाचा' अनुभव मुलींनी घेतला; तो पाहता निवळ तत्त्व म्हणून आदर्शाकडे जाण्याची शक्यता निसरडी असते हे लक्षात येते. तिथे संस्थात्मक प्रारूप अधिक बलवान ठरते, मग संस्थेची उद्दिष्टे व संस्थाचालकाचे व्यक्तिमत्त्व अधिक प्रभावी ठरते. तिथे खरी स्वायत्तता किंवा स्वातंत्र्य किती शिल्लक राहते हा प्रश्नच आहे.

रमाबाईंनी ज्या स्वातंत्र्याचा अनुभव घेतला व स्वायत्तता मिळवली, त्याच्या पाठीशी अनंतशास्त्र्यांचे स्वयंभू ज्ञान व त्यांनी त्यांना देऊ केलेले प्रेम, अनुभव व सुरक्षितता होते. तसेच पुढे ख्रिश्चन समाजातून मिळाणाऱ्या आर्थिक, सामाजिक आधाराचा तसेच आगरकर, रानडे यांच्यासारख्या सुधारकांनी देऊ केलेल्या समर्थनाचा मोठा वाटा त्यांच्या कामाच्या उभारणीत होता. रमाबाईंनी स्वीकारलेले संस्थात्मक प्रारूप धार्मिक श्रद्धेवर आधारित असल्याने आणि तेही एक-ग्रंथी असल्याने त्याचे व्यवहारात ख्रिश्चनीकरण होत गेले. तरीही ज्या विधवा किंवा अनाथ महिला किंवा

दुष्काळग्रस्त महिला एरव्ही वंचितपणाच्या व सामूहिक क्रौर्याच्या बळी ठरत होत्या, आणि पुरुषसत्ताक ध्येये व त्यांच्याशी निगडित संस्थात्मकता जेव्हा स्त्रियांना पायदळी तुडवत होती किंवा सुधारणांच्या भाषेचा परीघ सत्तासंघर्षापुरता मर्यादित केला जात होता, तेव्हा अधिक व्यापक मुक्तीचा मार्ग रमाबाई शोधत होत्या. आणि तो सर्व स्त्रियांना उपलब्ध व्हावा यासाठीही झटत होत्या.

न्यायालयाची भूमिका : जिला पुर्नविवाह करण्यास बंदी केली आहे, अशा बाईची परिस्थिती सुसंस्कृत युरोपमधल्या ज्यांना लग्नापासून वंचित ठेवले गेले आहे, अशा तिच्याचसारख्या लाखो स्त्रियांच्या परिस्थितीपेक्षा वेगळी आहे काय? त्या स्त्रिया कधीही असे म्हणत नाहीत की, या परिस्थितीमुळे आम्ही वासनेच्या आहारी जाऊ. त्या सर्व जणी असे म्हणतात की, 'धर्मात सांत्वन आहे, आनंद आहे आणि त्याचे ओझेही आहे. पण त्यानेच आम्हाला असे शिकवले आहे, की देवाने आम्हाला या जगात पाठवले आहे, ज्यात आमच्यासाठी सगळेच काही आलबेल नाही आणि हे दुःख जर आम्हाला सोसावे लागणार असेल, तर आम्ही ते सोसले पाहिजे. ...देवाने आम्हाला जे कर्तव्य पार पाडायला सांगितले आहे, ते आम्ही पार पाडले पाहिजे.' हे हिंदू स्त्रियांनीही केले पाहिजे आणि मुसलमान स्त्रियांनीही.

भौतिकतेच्या अवकाशात राष्ट्र ही संकल्पना ताराबाई आणि रमाबाई यांनी कशी बघितली हे पाहणे रोचक ठरेल. कारण विजयालक्ष्मी प्रकरण एका टप्प्यावर राष्ट्रनिर्मितीकडे बघण्याचे अवकाश निश्चित करणारे प्रकरण ठरते. जेव्हा स्त्री हे नैतिकतेचे प्रतीक बनून सांस्कृतिक श्रेष्ठतेचा मापदंड ठरवण्याचे प्रयत्न होतात, तेव्हा त्यातील वंचनेची वेदना विचारात घेतली जात नाही हे यापूर्वी म्हटले आहे. पण त्याचबरोबर तो ब्रिटिश साम्राज्याचे समर्थन देणारा किंवा नाकारणारा प्रकार ठरवण्याचे प्रयत्न त्याचे राजकारण किती सूक्ष्मतेने करतात हेही ध्यानात घ्यायला हवे. म्हणूनही ताराबाई आणि रमाबाई स्वतंत्रपणे त्याविषयी काय म्हणतात किंवा करतात हे पाहणे उद्बोधक ठरते.

जेव्हा न्यायाधीश वेस्ट यांनी विधवांच्या आणि एकूणच वंचित स्त्रियांच्या दुःखाविषयी बोलताना युरोपीय संस्कृतीला तुलनेने अधिक प्रगल्भ आणि त्यातील स्त्रियांना अत्यंत नैतिक ठरवले, तेव्हा त्याचे खंडन गव्हर्नरला लिहिलेल्या 'सार्वजनिक सभे'ने लिहिलेल्या पत्रात केले गेले. त्यातील मुद्दे असे आहेत :

१. तत्कालीन ब्रिटिश कायदा हा राष्ट्रीय न्यायसंकल्पनेच्या विरोधात जातो. हा स्थानिक सरकारचा निर्णय व एकूण जनमत यांच्यात संघर्ष होऊ नये अशी परिस्थिती निर्माण करायची असल्यास विजयालक्ष्मी प्रकरणासारखे प्रकरण हाताळताना कायद्यात दुरुस्ती करण्यासाठी दबाव आणला जावा.

२. पत्रात दुसरे उदाहरण १८७६मध्ये बांदोरा येथे एका पारशी विधवेने केलेल्या बालहत्येचे दिले गेले आहे. त्याचे कारण देताना असे म्हटले गेले आहे की, या स्त्रीच्या, विजयालक्ष्मीला जसा होता, तसा पारशी धर्मकायदे अथवा तिच्या नातेवाइकांचा पुर्नविवाहाला विरोध नसतानाही तिने हे कृत्य केले. तरीही तिच्या दयाअर्जाला मान्यता देऊन तिची शिक्षा कमी केली गेली.

३. पाश्चात्त्य देशातील विधवा अथवा अविवाहित स्त्री हा कलंक मानला जात नसल्यामुळे त्या सुरक्षित वातावरणात त्यांच्या नातेवाइकांबरोबर समाजात राहू शकतात, तसे हिंदू स्त्रीला राहणे शक्य नाही. शिवाय विवाहबाह्य अथवा अनैतिक संबंधांतून युरोपिअन देशात मुले जन्माला येतात आणि ती समस्या तेथेही गंभीरच आहे.

४. विजयालक्ष्मी ही जातीने ब्राह्मण आहे राजपूत नाही. बालहत्या राजपूतांमध्ये पूर्वीपासूनच फार मोठ्या प्रमाणात केल्या जात असत. ब्राह्मणांमध्ये बालहत्येला कोणतेही समर्थन नाही किंबहुना ब्रह्महत्येपेक्षा बालहत्या हा मोठा गुन्हा आहे. त्यामुळे अशा सरसकट केल्या जाणाऱ्या कृत्यांचा जातिअंतर्गत असलेला प्रादुर्भाव म्हणून विजयालक्ष्मीने हे सहजी केलेले कृत्य नाही.

५. विवाहबाह्य संबंधांच्या संदर्भात जो कायदा आहे, तो राष्ट्रीय भावनेनुसार कमी कडक आहे. विवाहबाह्य संबंधांचा अटळ परिपाक म्हणून जेव्हा विजयालक्ष्मी प्रकरणासारखी प्रकरणे घडतात, तेव्हा मात्र शिक्षा प्रमाणाबाहेर ठोठावली जाते. हे अन्यायकारक आहे.

यातून काही गोष्टी सूचित होतात. एक तर देशांतर्गत जनमत आणि ब्रिटिश न्यायव्यवस्था यांच्यात फारकत केली आहे. वेस्ट यांचा निर्णय फार जहाल आणि जनमत त्याविरोधी आहे, म्हणजे स्त्रियांच्या बाजूचे आहे, असे सूचित होते. पारशी, राजपूत आणि ब्राह्मण यांच्यात फरक आहे; आणि तो ब्रिटिशांच्या लक्षात येणे अवघड आहे. हिंदू समाज युरोपिअन समाजापेक्षा वेगळा आहे, जिथे विधवा किंवा अविवाहित स्त्रियांना सन्मानाने जगणे अवघड आहे; परंतु पाश्चात्त्य देशांतही ह्या समस्या आहेत याचे ज्ञान आम्हांला आहे. तेव्हा न्यायव्यवस्था तयार करताना तसेच राबवताना भारतीय जनमताच्या प्रतिनिधींच्या सूचना लक्षात घेणे गरजेचे राहील. ही भूमिका लक्षात घेतली की, असे दिसते की सार्वजनिक सभेसाठीदेखील स्त्री-प्रश्न हा जात, धर्म आणि राष्ट्र यांच्यातील संघर्षात्मक अवकाशाचा भाग आहे.

कायदा किंवा न्यायव्यवस्था तयार होताना त्यात स्त्रियांचा सहभाग असला पाहिजे व त्यासाठी स्त्रियांनीही अभ्यास करून स्वतंत्रपणे प्रगल्भ सहभाग घेतला पाहिजे, हे रमाबाई आणि ताराबाई दोघीही सांगतात. ताराबाई या मातीत घट्ट रुजलेल्या

असल्याने एकूणच व्यवस्थेच्या अंमलबजावणीतला भ्रष्टाचार त्यांना पुरेपूर माहिती आहे. प्रत्येक बाबतीत हा भ्रष्टाचार घडताना त्या दाखवतात. त्यामुळेच मग पुरुषाला एक न्याय आणि स्त्रियांना वेगळा न्याय का, असा प्रश्न त्या निबंधभर हडसून खडसून विचारतात. *'पुणे वैभव'* या अत्यंत खोडसाळ म्हणून गाजलेल्या तत्कालीन वार्तापत्रातील विधानावर ताराबाईंनी केलेली टिप्पणी वाचण्याजोगी आहे. याच *'पुणे वैभव'*ने रमाबाईंच्या संदर्भात अनेकदा खोडसाळपणा केला होता. एका वेळेस गोपाळराव जोशी आणि रमाबाईंच्या संदर्भात अश्लाघ्य मजकूर छापल्याबद्दल रमाबाईंच्या हितचिंतकांनी त्यांना *'पुणे वैभव'*कारांवर केस करायला लावली. न्यायालयात वैभवकारांनी तत्काळ लेखी माफी मागून टाकली. विजयालक्ष्मी केसच्या दरम्यान *'पुणे वैभव'*ने छापलेल्या मजकुरांसंदर्भात ताराबाई म्हणतात :

> वैभवराव 'पुणे वैभव' म्हणतात की, आजपर्यंत सरकाराने जे जे कायदे केले ते ते केवळ चंचुप्रवेशाप्रमाणे केले. तेव्हा या त्यांच्या लिहिण्यावरुन तुम्ही राजद्रोही कृतघ्न आहात. विधवांचे केशवपन केले तर बावनखणीसारख्या शेकडों गृहशाला व विजयालक्ष्मीच्या थाटासारिखे खटले तोडण्याकरिता सरकाराला अनेक नवी नवी कोर्टे तयार करणे प्राप्त होईल. तर बावनखणीसारख्या गृहशाला बांधण्याऐवजी सरकारास एक एकीकरिता एक एक लहानसे गोजिरवाणे घरच बांधावे लागेल, व तुमच्याकरिता बरीक एक टोलेजंग कारागृह करणे भाग पडेल. कसे म्हणाल तर जिचा जिचा सरकार पुनर्विवाह करून देईल ती ती त्या लहानशा गृहराष्ट्रात आपल्या नूतन पतीबरोबर आनंदात राहून सरकारास आजन्मपर्यंत कल्याण इच्छील व त्या विशाळ चिरेबंदी कोटात ह्या व्याघ्ररूपी कामांध मद्यप्राशनाने धुंद व मांसाहाराने तुंद झालेल्या बोकडांस नेऊन साठवील तर सरकारास थोड्या खर्चात लक्षावधी नरपशूपासून कामे घेता येऊन, गरीब बिचारे बैल, हेले, घोडे व गाढव यांना आता सांप्रत जे कष्टांमुळे हाल सोसावे लागतात ते न लागून सरकारास पुण्यप्राप्तीची व आपला खजिना भरण्याची एक पर्वणीच येईल. (खोले, पान १०९)

संमतिवयाच्या कायद्याविरुद्ध पुण्यात १८९१मध्ये जोरदार चळवळ चालू असताना रमाबाईंनी त्यात हिरिरीने भाग घेतला. बिलाची माहिती अशी : बारा वर्षांच्या आतील लग्न झालेल्या मुलीशीही संभोग झाला, तर नवऱ्यालादेखील कायद्याने शिक्षा व्हावी. याला पार्श्वभूमी फुलमणी दासी नावाच्या ८ वर्षे वयाच्या मुलीचे लग्न ३८ वर्षांच्या माणसाशी झाले असता ती त्याच रात्री मरण पावली, याची होती. रमाबाईंनी आर्य महिला समाजाची बैठक घेतली ज्याला १०० कुलस्त्रिया उपस्थित होत्या. काशिताई

कानिटकर यांनी हे बिल पास करावे म्हणून सूचना मांडली असता, एका बाईंनी हा प्रसंग तुमच्या जावयावर आला आणि त्याच्यावर खटला झाला तर तुम्हाला चालेल काय, असा प्रश्न त्यांना केला. त्या गप्प बसल्या. तेव्हा रमाबाई म्हणाल्या, बेहेत्तर आहे, मुलीपेक्षा जावई अधिक नाही. कोणत्याही व्यवस्थेचा अथवा तत्त्वाचा विचार करायचा तर तत्त्व म्हणून वैयक्तिक फायदे-तोटे बाजूला ठेवण्याची शिस्त ज्ञानातून आणि अनुभवातून मिळते, तशीच ती वैचारिक सुस्पष्टतेतूनही मिळते. ही शिस्त रमाबाई सहजी सांभाळत होत्या.

१८८९मध्ये काँग्रेसचे पाचवे अधिवेशन भरले होते. त्यात नऊ स्त्री-प्रतिनिधी आल्या होत्या. त्यातील आठ रमाबाईंनी पाठवल्या होत्या, चार आर्य महिला सभेच्या आणि चार मद्यपान निषेध स्त्री सभेच्या. दोन्हींचेही नेतृत्व रमाबाईंकडे होते. रमाबाई रानड्यांना न्यायमूर्ती रानड्यांनी स्त्रियांनी इतक्यात राजकारणात भाग घेऊ नये, असे म्हटले होते. या अधिवेशनात पास झालेल्या ठरावात एकही ठराव स्त्री-दास्य विमोचनावर नव्हता. विधवा केशवपनासंबंधी ठराव सुब्रह्मण्यम अय्यर यांनी मांडला. त्याला दुजोरा रमाबाईंनी दिला. तो ठराव असा होता :

The disfugurement of child widows before the age of 18 and even after that age without the consent of the widow, recorded in writing before a Panch and a Magistrate, should be prohibited.

त्याला अनुमोदन देताना रमाबाई म्हणाल्या,

> हा ठराव संमत झाला पाहिजे.... ठरावात सुचवलेली १८ वर्षांची मर्यादा अजिबात गाळून टाकावी. विधवा वयात आल्यावर आपण कसे राहायचे ते ठरविण्याची तिला पूर्ण मोकळीक असावी. आपले केस वाढवावे असे जर तिला वाटत असेल तर तसे करण्यास तिला पूर्ण स्वातंत्र्य असावे. तिला जर आपले केस काढावेसे वाटले तर तसे करण्याची तिला पूर्ण मुभा असावी. आजपर्यंत मी असंख्य विधवा पाहिल्या आहेत, त्यापैकी एकीलाही आपले केस काढून घेण्याची हौस दिसून आली नाही. ...ही शोभा करून घेण्यास त्यांना भाग पाडले जाते.... हा ठराव केला की त्याचे पालन खात्रीपूर्वक झालेच पाहिजे, अशी खबरदारी घ्यायला हवी.

रमाबाईंनी हा निर्णय पूर्णपणे स्त्रियांवर सोडावा असे तेव्हा म्हटले होते. कायदा पाळणे / न पाळणे याचे कर्तेपण शेवटी पुरुषांकडे न जाता ते स्त्रीच्या ताब्यात राहावे, असे त्यांना वाटत होते.

हाच ठराव नागपूरच्या सामाजिक परिषदेत काशिबाई कानिटकरांनी मांडला. तेव्हा लोकमान्य टिळकांनी त्याला दुरुस्ती सुचवली की, should be prohibited by law च्या ऐवजी should be discouraged by law असे असावे. भारताच्या सांस्कृतिक बाबींमध्ये परकीय हस्तक्षेप नको या टिळकांच्या धोरणाच्या खस्ता स्त्रियांना खाव्या लागणार होत्या. पुढे दुरुस्तीत by law हेही शब्द गाळण्यात आले.

पुढे १८९५मध्ये पुण्याच्या सामाजिक परिषदेत नटराजन यांनी मांडलेल्या ठरावाचे शब्द असे होते : The practice of disfigurement in the case of child widows is an enormity which must be put down by strenuous private efforts in all places. नटराजन *Indian Social Reform* चे संपादक होते. सामाजिक कल्याणाचे खाजगीकरण करण्याची प्रक्रिया तेव्हापासूनच पुरुषी व्यवस्थेला फायद्याची वाटत आलेली दिसते!!

त्या वेळेस नटराजन आणि नारायण वर्मा या सामाजिक परिषदेच्या सदस्यांनी शारदा सदनाला भेट दिली. तेव्हा तेथील १२ मुलींनी बाप्तिस्मा घेतल्याचे प्रकरण गाजत होते. रमाबाईंवर टीकेची झोड उठली होती. नटराजन यांनी असे म्हटले, 'ठोकळेबाज धर्ममतांवर माझा विश्वास नाही. पंडिताबाई व तिचे अमेरिकेतील मित्र व सहायक ह्यांचे आपल्यावर इतके ऋण आहे की आपण ते कधीही फेडू शकणार नाही; मग धर्ममतांबद्दल कितीही मतभेद असोत.' नारायण वर्मा यांनी असे म्हटले की, 'हे सदन इतक्या कार्यक्षमतेने जी उणीव भरुन काढीत आहे ती भरुन काढण्याकरिता एक प्रतिस्पर्धी हिंदुसदन हेच काम करण्यासाठी काढावयास पाहिजे.' (टिळक, पान ३१५)

विधवा केशवपनाविरुद्ध ठराव मांडायलाही कचरणारे लोक भोवती असताना रमाबाई विधवांसाठी जे काम करीत होत्या, ते भारतीय समाजाच्या चौकटीत राहून करता येण्याजोगे नव्हते, असे त्यांना वाटायला आणखीही बरेच घडून गेले होते. त्या ख्रिश्चन झाल्या, तेव्हा त्यांनी त्यांची खोली सर्व मुलींसाठी सतत उघडी ठेवली आणि त्यांची प्रार्थना ऐकून मुलींनी ख्रिस्ती होण्याचा निर्णय घेतला, तेव्हा त्यांनी 'अमेरिकन रमाबाई मिशन' स्थापून केडगावला 'मुक्तिसदन' स्थापले व ख्रिस्ती धर्माची शिकवण उघडपणेच देण्यास सुरुवात केली. त्यावेळी त्यांच्यावर 'इंदुप्रकाश, 'पुणे वैभव' व 'केसरी'ने जी टीकेची झोड ज्या भाषेत उठवली, ती मुळातच वाचण्याजोगी आहे. 'प्रभू येशू आपल्या प्रिय भक्तिणीस एका रात्रीत पावला...' 'कातडे पांघरलेल्या या मायावी वाघिणीस...' 'हिंदुत्वाचा कलंक पंडिता' नाहीसा करून तेथे 'रेव्हरंडा' हे पवित्र उपपद धारण करावे.. इ. के*सरी*तील वाक्ये नमुन्यादाखल घ्यावीत.

यापूर्वी म्हटल्याप्रमाणे रमाबाईंचे निर्णय सर्वस्वी आत्मनिष्ठ असत. तसेच कोणताही निर्णय हा त्यांच्या आत्मशोधाचाही भाग होता. ख्रिश्चन धर्माचा स्वीकार करताना किंवा त्याकडून स्त्री दास्य विमोचनाची प्रेरणा घेताना त्याचे व्यवहारातले रूप

त्यांनी मानले नाही. साहजिकच त्यांचा आत्मशोध हा संस्थात्मक व्यवहारांच्या पलीकडे गेला. त्यामुळे आगरकर, रानडे यांच्यासारख्या साक्षेपी आणि स्त्रियांच्या बाजूने उभे राहाणाऱ्या सुधारकांची पंचाईत झाली. जेव्हा शारदा सदनातील १२ मुलींनी बाप्तिस्मे घेतले, तेव्हा रमाबाईंच्या दृष्टीने तो त्या मुलींचा निर्णय होता आणि त्या त्यांच्या आड येऊ इच्छित नव्हत्या. कारण ख्रिस्ताच्या स्त्रियांच्या संदर्भातल्या, विशेषतः पतित स्त्रियांच्या संदर्भातल्या भूमिकेवर त्यांची श्रद्धा होती. आणि हिंदू धर्मात ती उपलब्ध नव्हती तरीही वैयक्तिक श्रद्धा आणि व्यापक समाजहित यांत त्यांनी वैयक्तिक श्रद्धेला अधिक महत्त्व दिले ही गोष्ट खरीच. ११ सप्टेंबर १८९३ च्या *सुधारकात* आगरकर म्हणतात, 'असे करण्यात अल्पहित साधण्याकरिता मोठे हित गमवावे लागते हे रमाबाईस दिसू नये, किंबहुना दिसत असूनही त्यांनी जाणूनबुजून तिकडे दुर्लक्ष करावे हे आमच्या स्त्री-वर्गाचे दुर्दैव होय.' पुढे ऑगस्ट १८९३ च्या *सुधारकात* ते म्हणतात, 'आजपर्यंत त्या सदनाचा जितका अभिमान आम्ही वाहिला' तितका तो यापुढे वाहणे अशक्य आहे असे आम्ही मोठ्या कष्टाने कबूल करतो.'

असे असले, तरीही रमाबाईंचे कार्य आत्तापर्यंत मांडलेल्या सामाजिक परिस्थितीच्या पार्श्वभूमीवर पाहिले तर असे म्हणावे लागेल की, ज्या काळात विधवा स्त्रियांना त्यांनी स्वयंपूर्ण करण्याचा प्रयत्न केला तो गौरवास्पदच होता. एका अद्वितीय स्त्रीची निर्भय झेप म्हणून आजच्या स्त्रियांना त्यातली निर्भयता लक्षात घेण्याजोगी आहे. तशीच निर्भयता ताराबाईंनीही दाखवली. ताराबाई श्रद्धेच्या प्रांगणात व्यवहारातील भ्रष्टरूपांची चर्चा करतात. आदर्श काहीही असला तरी त्याची राबवणूक कोण आणि कशी करतो आहे हे बघणे त्यांनी महत्त्वाचे मानले. त्यामुळेच त्या इतक्या निर्भीडपणे बोलू शकल्या. संस्थात्मकता भ्रष्ट होत असली तरी संस्थात्मकतेला पर्याय नाही, हेही त्यांनी जाणले होते. म्हणूनही त्या स्त्री-पुरुष नाते अधिक प्रामाणिक असावे, त्यातील नैतिकता ही आत्मपरीक्षण करून ठरवली जावी म्हणजे ती न्याय्य असेल, असा आग्रह धरतात. या अर्थाने मुक्ती, मोक्ष यांपेक्षा न्याय आणि समता या मूल्यांचा आग्रह त्या धरतात. त्यामुळे या निबंधात त्या कुठेही श्रेष्ठत्वाची भूमिका घेत नाहीत. त्या जितक्या करड्या भाषेत पुरुषांना सुनावतात, तितक्याच मोकळ्या भाषेत प्रेमाची आसही व्यक्त करतात. अलौकिकाचा मोह त्यांना कुठेच नाही. भौतिकातलेच प्रश्न इतके आव्हानात्मक आहेत, की ते सोडवले तरी लौकिकाला अलौकिकाचे रूप येईल या खात्रीने त्या लढतात. त्यामुळेच त्यांची दृष्टी साहित्य, पुराणे, सामान्य जनजीवन, रूढी, प्रथा आणि कौटुंबिक व नोकरदार जीवनातल्या स्त्री-पुरुषांची वर्तणूक यांच्याभोवती आहे. अमूर्त तत्त्वाभोवती नाही.

दोघींनाही राष्ट्र या संकल्पनेबद्दल आदर होता. ताराबाईंनी स्त्रियांच्या दास्याचा

प्रश्न अंतिमतः भारतीय पुरुषांनी ब्रिटिश साम्राज्याच्या स्वीकारलेल्या दास्याशी जोडला आहे, हे वर दाखवले आहेच. पण तरीही ब्रिटिश साम्राज्याने आणलेली काही तत्त्वे त्यांनाही महत्त्वाची वाटतात. म्हणून त्या सनातनी राष्ट्रवादी भूमिकेवर टीका करतात. सनातनी भूमिकेतून स्त्रियांचा प्रश्न सोडवला जाणार नाही हे त्यांनाही जाणवले होते. स्त्रीला स्वतःचे मत असण्याचा अधिकार आणि त्यानुसार वागण्याचे स्वातंत्र्य असावे, असे त्यांचे म्हणणे होते, ते त्यांनी स्त्रियांच्या विवाहाच्या पद्धती मांडून दाखवून दिले. त्यातूनच त्यांनी 'आदर्श' स्त्रीच्या आदिप्रतिमांचा समाचार घेतला. तोही पुरुषांच्या सर्व प्रकारच्या भ्रष्टाचाराचे व ढोंगी व्यवहाराचे सुस्पष्ट चित्र समोर ठेवत. त्यामुळे स्त्रीची नैतिकता हा राष्ट्रउभारणीचा पाया मानणार असाल तर पुरुषांची नैतिकता हाही तितकाच महत्त्वाचा मुद्दा आहे हे त्या सांगतात.

रमाबाईंनी हिंदी हीच राष्ट्रभाषा असावी असे निःसंदिग्धपणे सांगितले होते. आमच्या देशात असलेल्या सर्व भाषा नाहीशा करून त्यांच्या जागी इंग्रजी भाषा स्थापणे, म्हणजे हिंदुस्थानाला समुद्रात बुडवून त्याच्या जागी ब्रिटिश बेटे आणून ठेवण्यासारखे आहे. आमच्या राष्ट्रीय आणि सार्वजनिक सभांनी जर ही गोष्ट मनावर घेतली, तर कन्याकुमारीपासून हिमालयापर्यंत आणि सिंधुसंगमापासून मणिपूरच्या सरहद्दीपर्यंत सगळे दीर्घदर्शी देशहितचिंतक आपापल्यापरी हिंदी भाषेचा प्रसार करण्यास झटतील. ताराबाईंची मराठी भाषा इतकी मातीत रुजलेली आहे की, समाजधारणेसाठी एतद्देशीय भाषा का असावी ते तत्काळ मनाला भिडते.

दोघीही स्त्रिया असल्याने स्त्रियांना जाणून घेताना तत्कालीन पुरुषांच्यापेक्षा अधिक संवेदनशीलतेने त्या स्त्री-प्रश्नाकडे बघतात. नैतिकतेचे संस्कार विधवांवर आणि अनाथ महिलांवर करीत असताना स्पर्शाचे महत्त्व, तसेच बालशिक्षणाच्या पाश्चात्त्य आधुनिक बालककेंद्रित पद्धतींचे महत्त्व रमाबाई जाणतात व स्वीकारतात. शारदा सदनाच्या स्वतःच्या इमारतीच्या उदघाटनाच्या वेळेस रमाबाईंनी १८९२मध्ये जे म्हटले होते, ते या दृष्टीने लक्षात घेण्याजोगे आहे. कौटुंबिक व सामाजिक छळवादाने ज्यांचे जिणे नरकतुल्य झाले आहे, अशा शेकडो अनाथ आणि अपंग भगिनींना प्रेम आणि माणुसकीचा जिव्हाळा मला प्रत्यक्ष पटवून द्यायचा आहे. सदनातल्या मुली झोपायला जाण्यापूर्वी त्या प्रत्येक मुलीचा मुका घेत. हिंदू लोकांत बहुतकरून मुलांना ती तान्ही असतानाच आंजारतात, गोंजारतात. त्यामुळे विशेषतः गरीब बापड्या लहानग्या विधवांना अशा तऱ्हेचे स्नेहप्रदर्शन फार विलक्षण वाटत असले तरी विलोभनीय वाटते. (टिळक, पान २२७)

ताराबाईसुद्धा विधवांच्या तारुण्य आणि लैंगिक प्रेरणांकडे अशाच उदारमनस्कतेतून बघतात. 'या जगात बायकोवर नवरा जशी प्रीती करील तशी आई

वेगळी करून कोणी दुसरे करणार नाही, हे अगदी खास. पण जिला दोन्हीही अंतरतात तिने मग कोणाचे बळावर हे तरुणपणाचे प्रज्वलित इंगळ पदरात वागवून दिवस काढावे बरे?' (खोले, पान ११७) म्हणजे प्रत्यक्ष बोलण्याची, व्यवहाराची भाषा आणि मनोव्यवहारांची आस्थापूर्वक आणि समंजसपणे तसेच न्याय्यबुद्धीतून अर्थ लावण्याची भाषा या दोघींनीही समोर ठेवली.

स्त्रियांमध्ये आत्मसन्मानाची जाणीव निर्माण करणे व त्यांच्यात स्वतंत्रपणे निर्णय घेण्याची व तो निभावण्याची क्षमता जागृत करणे, त्यांनी स्वबलावर घेतलेल्या निर्णयाचे स्वागत करणे हीच कणखर राष्ट्रउभारणीची पहिली पायरी आहे, असे दोघीही सांगतात. दुर्दैवाने स्त्रियांचा आवाज कधीच पुरेसा सक्षम मानला गेला नाही. त्यामुळे रमाबाईंचा स्वायत्त स्त्रीधारणांचा शोध हा ख्रिश्चन असण्याच्या बहाण्याखाली दुर्लक्षिला गेला आणि ताराबाईंना एकाकी खिन्नमनस्कतेत नाहीसे व्हावे लागले. आधुनिकतेने स्वायत्त नैतिक स्व-उभारणीचा आणलेला पेच या दोघींनी फारच आधी जाणला होता. जरी दोघीही जणी पारंपरिक वैवाहिक स्त्री-पुरुष नातेसंबंध नाकारत नसल्या तरी तिथे स्त्रियांच्या कुचंबणेत अनुस्यूत असलेल्या स्व-उभारणीचे काय करायचे, हा प्रश्न त्या विचारत होत्या. परंतु जात, वंश, धर्म आणि राष्ट्र या सामूहिकतेत-विशेषतः पुरुषसत्ताक हिंस्र सामूहिकतेत या आधुनिकतेच्या प्रश्नाचा धर लागणे अशक्यच होते. त्यामुळे दोघीही त्या सामूहिकतेने गिळंकृत केल्या, असे म्हणावे लागते.

आज आधुनिकता सुस्पष्टपणे आपल्यासमोर ठाकली असताना तिचा स्त्रियांच्या स्थानावरून विचार केला, तरच राष्ट्र-संकल्पना न्याय्य पद्धतीने राबवता येईल, असे ही तुलना दर्शवते, असे म्हणता येईल.

(पूर्वप्रसिद्धी *मुक्त शब्द*, एप्रिल २०१२)

२ *श्यामची आई : एक स्त्रीवादी वाचन*

मराठी साहित्यातील, भारतीय संस्कृतीतील आणि सध्याच्या जागतिक व खास करून भारताच्या सांस्कृतिक राजकारणातील 'आई' नावाच्या प्रतिकाशी 'श्यामची आई'चे काही नाते आहे का, आई या प्रतिमेच्या आपल्या संस्कृतीतील राजकारणाशी तिला वेगळ्या प्रकारे जोडता येईल का, याचा विचार मी करते, तेव्हा स्त्रीवादी तत्त्वज्ञानातून या प्रतिमेची डोळस चिकित्सा शक्य आहे, असे वाटते. स्त्रीवाद नावाचे तत्त्वज्ञान आपल्या भूमीत उभे करत असताना 'श्यामची आई' हा एक महत्त्वाचा टप्पा आहे. विशेषतः ऐंशीच्या दशकापासून आंबेडकरांच्या तत्त्वज्ञानावर उभे राहू पाहत असलेल्या स्त्रीवादाकडे जाण्याचा मार्ग आणि अपरिहार्यता 'श्यामची आई'मधून लक्षात येते, असे मला वाटते.

भारतातील स्वातंत्र्यपूर्व राजकारणात स्त्रियांचे प्रश्न सोडवण्याचा कार्यक्रम जेव्हा अग्रक्रमाने हाती घेतला गेला, तेव्हा स्त्रीवादी तत्त्वज्ञान उभे राहण्याची सुरुवात झाली. त्यात स्त्रियांचा सहभाग महत्त्वाचा होताच, पण येथील पुरुषांनीही अर्थपूर्ण स्त्री-पुरुष सहजीवनाचा विचार करण्याची सुरुवात केली. तेव्हा पारंपरिक स्त्री-पुरुष प्रतिमांवरही विचार होऊ लागला. हे खरेच की, राष्ट्र स्वतंत्र करण्याचा प्रश्न अग्रक्रमाने हाताळणे भाग होते. त्यामुळे साहजिकच स्त्री-पुरुष नातेसंबंधांना राष्ट्रवादाची चौकट होती. तिथे स्त्री-स्वातंत्र्याचा विचार हा राष्ट्र उभे करण्याच्या प्रकल्पाशी जोडला गेला. मात्र, त्यातही राजकीय जीवनदृष्टीनुसार स्त्री-पुरुष नाते आणि स्त्रियांच्या प्रतिमा यांत भेद दिसतो. उदाहरणार्थ, क्रांतिकारकांनी काली, दुर्गा अशा लढाऊ स्त्री-प्रतिमा वापरलेल्या दिसतात. हिंदुत्ववादी विचारसरणी प्रबळ होऊ लागली तशी व्याघ्रारूढ भारतमाता ही समाजमनात पेरली जाऊ लागली.

या प्रतीकरूपांनी स्त्रियांना पुरुषसत्ताक जीवनदृष्टी आणि कायदे यांच्याशी जोडून घेण्यास आणि त्याच जगाचा भाग होण्यास प्रवृत्त केले असे दिसते. त्याचे सातत्य

आजही राडे करणाऱ्या किंवा दंगलीत पुरुषांच्या जोडीने सहभागी होणाऱ्या मर्दानी स्त्रियांच्या रूपात दिसते आहे. आक्रमक असणारी, हिंसा निषिद्ध न मानणारी स्त्री ही हिंसक व बलशाली पुरुषांइतकीच तत्कालीन असते, समस्येशी निगडित राहिलेली दिसते, प्रतिक्रिया देणारी दिसते. पण संपूर्ण जीवनाचा अर्थ लावण्यासाठी गरजेची असणारी समग्रता तिथे क्वचितच डोकावताना दिसते. म्हणूनच मग परिवर्तनाचा विचार करायचा झाला तर कोणते राजकारण संस्कृतीला प्रगल्भ बनवेल, कोणते राजकारण बळीच्या तत्त्वज्ञानावर विसंबलेले नसेल, कोणते राजकारण स्त्री-पुरुष नातेसंबंधांना मुक्तिदायी बनवेल याचा विचार करणे गरजेचे ठरते. तिथे प्रतीकांपेक्षा संवादी खुणांचा उपयोग होऊ शकेल.

हे खरेच की, 'श्यामची आई' हा अगदी न कळत्या वयापासूनच मला व्यापून राहिलेला अनुभव आहे. आत्ताची पिढी कदाचित त्या प्रभावापासून काहीशी दूर असावी. पण काहीशीच! कारण केवळ भारतीय संस्कृतीत नव्हे तर जगभरच स्त्री-प्रतिमा ही सगळ्या मानवजातीच्या नैतिकतेचे ओझे बाळगणारे शरीर म्हणून बघितले जात आहे. माझ्या अनुभवानुसार आई या प्रतिमेशी भारतीय संस्कृतीत असलेल्या संवेदना तिला मानवी अपूर्णत्वाची मुभा नाकारणाऱ्या आहेत. तिला माणूस म्हणून काही अपूर्णत्व असण्याची किंवा काही ठाम राजकीय भूमिका घेऊन त्या प्रतिमेबाहेर जाण्याची मुभा आपल्याकडे आजही पुरेशी नाही. कितीही नाकारले तरी शेवटी अम्मा, माँ, माता, मैया म्हणून समरसतेच्या उकळत्या भांड्यात एकजीव करून टाकले जाण्याच्या शक्यता अधिक.

आपल्या सांस्कृतिक वास्तवात स्त्रीच्या प्रजनन क्षमतेचा गौरव आणि तिने त्याभोवतीच आपले कर्तृत्व गुंफण्याचा एक अलिखित नियम आहे आणि त्याला नकार दिला, तर ती आपल्या सांस्कृतिक मापनात बसत नसल्याचा ताण पुरुषकेंद्री मनावर येताना दिसतो. साहजिकच आपली सांस्कृतिक प्रगल्भता स्त्री-पुरुष नात्याचे विविध आयाम व्यक्त करताना अथवा स्वीकारताना खुंटताना दिसत आहे. स्त्रीच्या प्रजननक्षमतेभोवती गुंफली जाणारी सांस्कृतिक मानसिकता तेच तेच पेच निर्माण करतानाही दिसते. म्हणजे आईपण हाच गौरवाचा मानबिंदू ठरतो. मग त्याच्याशी जोडलेले भरण-पोषण व त्यासंदर्भातली कामे हीसुद्धा आदर्श स्त्रीत्वाशी जोडली जातात. त्याला सर्जनाचा, निर्मितीचा गौरव असे म्हटले जाते. मग खरे तर सर्वच सर्जनाला मानाने स्वीकारायला हरकत नाही. पण 'आपल्या' स्त्रियांच्या आईपणाचा गौरव आणि 'दुसऱ्या' स्त्रियांच्या संततीचा नाश ही पुरुषसत्ताक व्यवस्थेतील हिंसा आज स्त्रियाही आत्मसात करताना दिसतात. त्यातून मग स्त्रियांना पुरुषसत्ताक व्यवस्थेत संकोचत जाणाऱ्या जात, धर्म, राष्ट्र यांच्या हिंसक स्वरूपात सहभागी करून घेतल्याचे

दिसते आहे. त्याला स्त्रियांचे सक्षमीकरणही म्हटले जाते आहे.

म्हणूनच पुरुषसत्ताक व्यवस्थेपेक्षा वेगळा विचार करू शकणाऱ्या स्त्रीची आज आवश्यकता आहे. ती पुरुषाला खरे साहचर्य देऊ करेल. इथे 'श्यामची आई'चे पुनर्मूल्यांकन करता येईल का याचा मी विचार करते आहे. कारण आजही ती खेडोपाडी सर्वांत मोठ्या प्रमाणावर पोहोचलेली कथा आहे. तिला भल्याभल्या समीक्षकांनी गौरवले आहे. मात्र तो गौरव प्रस्थापित पुरुषसत्तेच्या गौरवाइतकाच एकतर्फी आहे. कारण स्वतःचे शरीर खर्ची पाडून ती ज्या मूल्यांचे धडे श्यामला देते आहे, त्यांची कादंबरीचा आकृतिबंध लक्षात घेऊन चिकित्सा केली जात नाही. तो लक्षात घेतला तर ती देत असलेले धडे अनेक पूर्वअटींशी निगडित आहेत, असे लक्षात येते. तिथे तिचे म्हणणे ऐकणारा नवरा आहे. तिच्या मूल्यांनी भारित झालेला छोटा श्याम आहे. तुरुंगात आपल्या मित्रांना तिची कथा सांगताना काहीसा अगतिक, व्याकूळ आणि साशंक झालेला मोठा श्याम आहे.

या सांस्कृतिक पर्यावरणात ती जसा विचार करते आहे आणि त्यानुसार जसे संस्कार करते आहे, त्यांची प्रस्तुतता ठरते. जेव्हा ते पर्यावरण बदलत जाते, तेव्हा तिच्या संस्कारांची परिणामकारकता बाहेरच्या जगावर प्रभाव टाकण्यात कमी पडायला लागते, त्यातून श्याम त्या जगाशी जोडून घेताना कमालीचा विदीर्ण होत जातो. ती ज्या मूल्यभावांनी ज्या समुदायात जगत होती, त्याच समुदायाने तिची मूल्ये नाकारली होती याचे भान मोठ्या श्यामला आहे. साहजिकच तिचा मृत्यू हा अगतिक मृत्यू आहे का, असे त्याला वाटून जाते. म्हणून तिची गोष्ट सांगतो आहे ते ठीक आहे ना, असा प्रश्नही एखाद्या वेळी त्याच्या मनाला चाटून जातो आहे. त्याच्या अशा शंकेवर त्याचा एक श्रोता भिका त्याला म्हणतो, 'स्वतःला टाकाऊ वाटत असूनही जर सांगत असाल, तर तुम्ही पाप केले असे होईल. ती फसवणूक होईल. आपणांस ते त्याज्य व अयोग्य वाटत असेल तर ते आपणास लोकांना कसे बरे देता येईल?' या नोंदी आपण करायला हव्यात.

'श्यामची आई' हे चरित्र नाही. ती कादंबरी आहे. जाणीवपूर्वक रचलेली आहे. त्यात लहान श्याम, मोठा श्याम असे कादंबरीतले दोन निवेदक व श्रोते अशा तीन पातळ्या हेतुपूर्वक निर्माण केल्या आहेत. हे लक्षात घेऊन त्या संहितेची चिकित्सा करणे गरजेचे आहे.

स्त्रीवादाची एक अभ्यासक म्हणून मी 'श्यामची आई' या कादंबरीचा अन्वयार्थ लावण्याचा प्रयत्न करत असताना स्त्रीवाद म्हणजे काय, याचे मला अभिप्रेत असणारे स्वरूप सांगते आणि मग पुढे जाते. स्त्री आणि पुरुष अशी द्वंद्वात्मकता असावी का, हा प्रश्न गंभीर आहे. तात्त्विक पातळीवर जेव्हा सर्वभूतहिताचा विचार करतो, तेव्हा

स्त्री आणि पुरुष हे मानव या एकाच कोटीत बसवले जातात. पण देहाच्या पातळीवर विचार होतो, तेव्हा नर आणि मादी अशा वेगळेपणाची दखल घेतली जाते. मग स्त्रीने मुलाला जन्म देण्यातून तिचे त्याच्याशी वेगळे नाते जुळते का, असते का, हा प्रश्न गंभीर बनतो. गंभीर अशासाठी की, केवळ शारीरिक वेगळेपणातून तिच्याशी एक संपूर्ण मूल्यव्यवस्था निगडित होते. पुरुषाचा पुनरुत्पादनाच्या कार्यात असलेला सहभाग त्यामानाने दुय्यम ठरतो. मग त्यानुसार जो मूल्यभाव त्याच्याशी निगडित होतो, तोही वेगळा ठरतो. म्हणजे स्त्री ही हळवी, भावनाप्रधान, तर्कशुद्ध विचार करू न शकणारी, शारीर अनुभवांशी जोडली गेलेली; तर पुरुष हा कठोर, बुद्धिनिष्ठ, तर्कशुद्ध विचार करू शकणारा आणि शरीरापलीकडे जाऊन तात्त्विक विचार करू शकणारा असा भेद तयार केला जातो.

फ्रेंच राज्यक्रांती आणि अमेरिकन स्वातंत्र्ययुद्ध यांच्या काळात स्वातंत्र्य, समता आणि बंधुता यांचा विचार मानवी अस्तित्वाच्या केंद्रस्थानी आला, कारण दोन्हीही संस्कृतींना जुलमी राज्यसत्ता आणि भ्रष्ट धर्मसत्ता नाकारायची होती. त्यामुळे मानवी प्रतिष्ठेचा विचार सार्वभौम मानवी अस्तित्वाच्या संदर्भात करावा हे प्रबोधनकालीन सूत्रही त्याच्या मुळाशी होते. साहजिकच याच क्रांत्यांच्या दरम्यान स्त्रियांनी त्यांच्या अस्तित्वालाही स्वतंत्र मानवी अस्तित्वाची प्रतिष्ठा दिली जावी अशी मागणी केली, ही स्त्रीमुक्तीची सुरुवात आणि स्त्रीवादाच्या तात्त्विक मांडणीचीही.

आपल्याकडे पाश्चात्त्य आधुनिक विचार एकोणिसाव्या शतकातील भारतीय प्रबोधनाच्या काळात आला तेव्हाही हेच घडले. तिथे केवळ ब्रिटिश सत्तेला भारतीय संस्कृतीची महत्ता पटवून देण्यासाठी केलेल्या सुधारणा आणि भारतीय परंपरेतील स्त्रीच्या प्रतिमेचे थोर स्थान एवढ्यापुरतीच ही वाटचाल मर्यादित राहिली नाही, तर मग सावित्रीबाई फुले, मुक्ता साळवी, ताराबाई शिंदे, पंडिता रमाबाई, रमाबाई रानडे, जनाक्का शिंदे यांच्यासारख्या अनेक स्त्रियांनी भारतातील राजकीय, सामाजिक, सांस्कृतिक जडणघडणीत स्त्रियांना काय अधिकार असावेत; त्याचबरोबर स्त्रियांची काय कर्तव्ये असावीत; स्त्रियांकडे न्यायव्यवस्थेने, शिक्षणव्यवस्थेने कसे बघावे; मताधिकार स्त्रियांना मिळणे याचा अर्थ स्त्री नावाचे स्वतंत्र राजकीय अस्तित्त्व तयार होणे हा कसा होतो, असे अनेक मुद्दे मांडले. ते स्त्रीच्या मातृस्वरूपाभोवती केंद्रित नव्हते हे लक्षात घ्यायला हवे. स्त्रीचे माणूस असण्याचे भान पुरुषांनी जाणले पाहिजे, याचे कारण एक सहचर प्रगल्भ आणि दुसरी सहचरी मात्र बालबुद्धीची किंवा निव्वळ 'स्तन्यदायिनी' असेल, तर संस्कृती प्रगल्भ होत नाही हे सूत्र त्यामागे होते.

याअर्थाने स्त्रीवाद म्हणजे स्त्री-पुरुष नात्याची एक जबाबदार संकल्पना मांडणारे चर्चाविश्व आहे. इथे मग दैहिक अनुभवाची गुंतागुंतही आपण नोंदवू या. म्हणजे

माणसाला गर्भावस्थेचे आकर्षण असते, आईच्या गर्भातील सुखकारक अस्तित्व ही त्याच्या स्वर्गाची कल्पना असते असे फ्रॉईड म्हणतो. तर साने गुरुजींच्या बाबतीतही त्यांच्या अस्तित्वाच्या आणि लेखनाच्या पोषणाची नाळ मातृरूपाशी घट्ट जोडलेली होती, असे आपल्याला माहिती आहेच. 'श्यामची आई'चे विश्लेषण करताना *साने गुरुजी पुनर्मूल्यांकन* या पुस्तकात वसंत आबाजी डहाके म्हणतात तसे, 'मातेने बालकाला आपल्याजवळ घेणे म्हणजे स्वस्वरूपात मिसळून जाणे, भेदातीत होणे, निर्द्वंद्व होणे. मातृकोष म्हणजे आत्मानंद, ज्ञानानंतरची आनंदमय अवस्था.' (पान १६६) हे श्यामचे पुन्हा पुन्हा गर्भावस्थेत जाणे आहे असे 'श्यामची आई' या कादंबरीत जाणवते. पुढे त्यांच्या वाङ्मयात या संकल्पनेची पुनरुक्ती होताना दिसते. म्हणूनच जन्मदात्री ते जगन्माता हा प्रवास करताना मृत्यूदेखील त्यांना अतिशय सुखकारक वाटतो. कारण मृत्यू म्हणजे पुन्हा एकदा आईच्या गर्भाशयात जाणे.

काही स्त्रीवाद्यांनी इथे प्रश्न निर्माण केलेले आहेत. पुरुषाला गर्भावस्था म्हणजे कमालीची सुखकारक अवस्था वाटत असली, तरी स्त्रीचे तिच्या गर्भातल्या मुलाशी काय नाते असेल, हा प्रश्न स्त्रीने स्वतःला विचारला तर त्याचे उत्तर इतके सुलभ नसेल. कारण एकाच वेळेस स्वतःच्या शरीराचा भाग असणारे मूल जेव्हा पोटात लाथ मारून आपले वेगळे अस्तित्व जाणवून देते, तेव्हा ते एकाच वेळेस स्त्रीच्या शरीराचा भाग असते आणि नसतेही. शिवाय त्याला नाळ तोडून गर्भावस्थेतून बाहेर आणणे हे दोघांसाठीही अनिवार्य असते. ती वाढ असते. विकास असतो. तेव्हा स्त्री-पुरुष एकत्र येऊन जे अस्तित्व निर्माण करतात त्याच्याकडे कसे बघायचे, हा प्रश्न लोकशाही शासनव्यवस्था आणि जीवनशैली स्वीकारल्यानंतर पेचदार भाग बनतो.

स्त्रीला फक्त मातृरूपाशी बांधण्यातून आणखी एक पेच निर्माण होतो. तो म्हणजे पुरुषातला वात्सल्यभाव नाकारला जातो. इथे भारतीय प्रबोधनकाळातली स्त्री-पुरुष नात्याची विचारधारा पाश्चात्त्य स्त्रीवादापासून थोडे वेगळे वळण घेताना दिसते. भारताला स्वातंत्र्य हवे अशी मागणी करताना भारत म्हणजे कोण आणि स्वातंत्र्य म्हणजे काय, हे प्रश्न ज्यांनी महत्त्वाचे मानले, त्यांच्या वैचारिक योगदानाचा या संदर्भात विचार करायला हवा. हे योगदान वरती उल्लेख केलेल्या स्त्रियांच्या जोडीने काही द्रष्ट्या पुरुषांचेदेखील आहे, हे भारतातील स्त्रीवादाचे वेगळे वळण मी मानते. म्हणजे ताराबाई शिंदे आणि पंडिता रमाबाई यांची पुरुषसत्तेची चिकित्सा जेव्हा अनेक राजकीय सुधारकांना झोंबली, तेव्हा त्या पुरुषांच्या टीकेचा प्रतिवाद करून त्यांच्या पाठीशी ठाम उभे राहणारे फुले होते. तेही त्यांच्या स्त्री-पुरुष नात्याबद्दलच्या दीर्घ चिंतनासह. ते म्हणतात, 'आपण आपल्यासच मोठे शहाणे मानून विद्येच्या तोऱ्यात एकंदर सर्व मानवी पुरुष सर्व माता, भगिनी, कन्या आणि सुनांबाळास कोणत्याही

तऱ्हेचा बोज न ठेविता लुटीत सापडलेल्या बटुकल्या दासीसारखे वागवतात. यांवरुन एकंदर सर्व जगात सत्याचा ऱ्हास झाल्यामुळे असंतोष होऊन जगात दुःख निर्माण झाले.' (*सार्वजनिक सत्यधर्म,* १८९१) म्हणजे पुरुषांना स्त्रियांच्या परिस्थितीचे भान असणे आणि सहानुभाव वाटणे हे आपल्याकडील स्त्री-पुरुष नात्याच्या विचारात दुर्मीळ नाही.

पुढे गांधींनी फुल्यांच्याच सत्यशोधन आणि स्त्री-पुरुष नाते या दोन्हीही मुद्द्यांना त्यांच्या राजकीय विचारात महत्त्वाचे स्थान दिले. पण १९२८-३०च्या दरम्यान गांधींनी मांडलेला विचार आणखी थोडा पुढे सरकतो. एका बाजूला ते म्हणतात, 'मी पुरुषांना दोष देतो. पुरुषांनी स्त्रियांविरुद्ध कायदे केले. अंती हीच परिस्थिती तिला स्वाभाविक आणि सुखकर वाटू लागली.' म्हणजे स्त्रियांनी निर्भयता कमावली नाही, प्रसंगी पुरुषांनी निर्माण केलेल्या कायद्यांना विरोध करण्याची आणि त्यासाठी किंमत मोजण्याची तयारी दाखवली नाही तर स्त्रिया कधीच स्वतंत्र होऊ शकणार नाहीत, असे ते सुचवतात. आणि दुसऱ्या बाजूला ते स्त्री-पुरुष नात्याचे एक कणखर प्रतिमानही मांडतात. ते म्हणतात, 'जब औरतें हमारी बातचीतमें भाग लेंगी, हमारे साथ वाद-विवाद करेंगी, हमारे विचारोंको समझकर उनका पोषण करेंगी, हमारी बाहरी मुसीबतोंको इशारेसे समझकर अपनी अलौकिक शक्तीसे उनको दूर करनेमें भाग लेंगी तभी हमारा उद्धार हो सकेगा, उससे पहले नहीं।' यातून पुढे ते त्यांचा स्त्री-पुरुषांच्या नात्याचा आदर्श मांडतात, 'My ideal is this: a man should remain a man yet should become a woman. Similarly a woman should remain a woman yet become a man. This means that a man should cultivate the gentleness discrimination of woman and woman should cast off her timidity become brave courageous.'

साने गुरुजी 'श्यामची आई' मध्ये हे प्रारूप मांडताना दिसतात. 'पुरुषांच्या हृदयात कोमलता, प्रेम, सेवावृत्ती, कष्ट, सहन करण्याची तयारी, सोशिकता, मुकेपणाने काम करणे या गोष्टी उत्पन्न झाल्याखेरीज त्यांचा पूर्ण विकास झाला आहे असे म्हणता येणार नाही. त्याचप्रमाणे स्त्रियांच्या हृदयात धैर्य, प्रसंगी कठोर होणे, घरी पुरुष मंडळी नसेल तर धीटपणे घराची व्यवस्था पाहाणे हे गुण येतील, तेव्हाच त्यांचाही पूर्ण विकास झाला असे म्हणता येईल.' हे स्त्रीत्व संपूर्ण सांस्कृतिक मूल्य म्हणून विकसित होत जाताना या कादंबरीत दिसते. श्रोते म्हणतात, 'आठवणी सांगता सांगता साऱ्या भारताचा इतिहासच तू सांगू लागतोस. आम्हाला समाज, धर्म, इतिहास, शिक्षण, वाङ्मय, आरोग्य, आहारविहार इ. गोष्टींचे ज्ञान होते.' श्रोतेच श्यामची आई होतात.

त्यामुळे आईला एक देवतास्वरूप मिथक किंवा प्रतीक न बनवता लोकांमध्ये

असणारा सारासार विवेक आणि शहाणपण यातून मूलपण जपणारा व घडवणारा सांस्कृतिक भाव होतो. म्हणूनही देशी कथन-परंपरेचे निवेदनात्मक व बोधवादी रूप त्याला येते; पण ते अंधश्रद्धा न होता विवेकी व जाणीवपूर्वक स्वीकारलेली जीवनशैली या रूपात समोर येते. ते एक आई आणि एक मूल असे न राहता सांस्कृतिक मूल्यभाव बनतो. त्या भावात एक भोळेपण आहे याची जाणीव निवेदकाला आहे. म्हणून तो म्हणतो, 'त्या वेळची ती भोळी श्रद्धा चांगली, की आजचा संशय चांगला मला काही सांगता येत नाही.' श्रद्धेकडून संशयाकडे होत चाललेल्या सांस्कृतिक वातावरणाच्या संधिकाळात लिहीली गेलेली ही कादंबरी स्त्री-प्रतिमेबाबत सखोल चिंतन करताना दिसते. देवापलीकडची सश्रद्धता असावी असे कळवळून वाटणाऱ्या साने गुरुजींच्या मनाची उलघाल तिथे स्फटिकरूप होताना दिसते. ही उलघाल सच्ची आहे, त्यांच्या मनावर खोलवर परिणाम करणारी आहे. त्यामुळे श्रोत्यांमधील राम आपल्याला सांगतो, 'श्याम म्हणजे आशा-निराशांच्या द्वंद्वयुद्धाचे स्थान होता. आज हसेल, उद्या रडेल. आज उड्या मारील व उद्या पडून राहील. श्याम म्हणजे एक कोडेच होता.' परिस्थिती आणि मूल्यभाव यांची व्यक्तिमत्त्वाला दुविधेत ढकलणारी द्वंद्वामकता ही खरे तर आधुनिकतेची सुरुवात म्हणता येईल. तिथे स्त्री-पुरुष नात्याचे कोणते प्रारूप गरजेचे राहील, हा प्रश्न हाताळणारे साने गुरुजी महत्त्वाचे लेखक ठरतात.

इथे आता मी 'श्यामची आई'कडे येते. मुळात ती एक कादंबरी आहे असेच मी समजते. कादंबरीत विविध आवाजांची सरमिसळ केलेली असते; काही भाग कल्पित असतो, विविध सामाजिक स्तर त्या मांडणीचा अविभाज्य भाग असतात. याअर्थाने ही कादंबरी आहे. यात श्याम, त्याची आई, निवेदक-जरी तो श्याम असला, तरी लहान श्यामपेक्षा वेगळा आहे आणि श्रोते ही कहाणी सांगण्या-ऐकण्याच्या आकृतिबंधाच्याच पातळ्या आहेत. त्यामुळेच आई आणि श्याम यांच्या संवादाचा अन्वयार्थ लावणारा श्याम आणि श्यामच्या कथनाचा अन्वयार्थ लावणारे श्रोते अशी मांडणी होते. त्यात भावात्मक एकरूपता येते, मात्र जाणिवांचे भान सुटत नाही. म्हणजे आईविषयी बोलत असलो तरी त्याच वेळेस भारतीय लोकमाता आणि पुढे जगन्मातेविषयी-मातृ-मूल्याविषयी बोलतो आहोत, तेही श्रोत्यांवर संस्कार करण्याच्या हेतूने हे भान मोठ्या श्यामला आहे. आणि जेव्हा श्याम स्वतःच्याच सांगण्याविषयी शंकाकुल होतो, तेव्हा त्याची ती अतीव नम्रता, अपराधभाव घातक आहे हे सांगणारा श्रोताही तिथे आहे. म्हणजे ते सगळे मिळून आई नावाची व्यापक संकल्पना निर्माण करताना दिसतात. ती निवळ भावाकूल आणि प्रेमव्याकूळ संवेदनांच्या साहाय्याने नाही; तर एकमेकांशी बोलत, संवाद करत त्याला व्यापक करत नेतात. राम म्हणतो तसे, 'आठवणी सांगता सांगता साऱ्या भारताचा इतिहासच तू सांगू

लागतोस.' हा इतिहास भारतीय संदर्भात विविध राजकीय विचारवंतांनी केलेल्या स्त्री–पुरुष नात्याच्या चिंतनाचा आहे.

या चिंतनाचे जे संदर्भ माझ्या मांडणीसाठी महत्त्वाचे वाटतात ते फुले, गांधी आणि आंबेडकर यांचे. हे तिघेही स्त्री ही आपली मैत्रीण, सहचरी, कणखर मूल्यभान असणारी कार्यकर्ती म्हणून सोबत कशी उभी राहील याचा विचार मांडत होते. गांधीविचारांनी भारलेले साने गुरुजी जेव्हा स्त्रीच्या अशा कणखर प्रतिमेकडे येतात, तेव्हा काय घडते, हे समजून घेण्यासाठी अनेक राजकीय, सांस्कृतिक आणि साहित्यिक संदर्भ आपल्याला लक्षात घ्यावे लागतील. जेव्हा गांधींची चळवळ, हिंदुत्ववाद आणि कम्युनिझम हे एकाच वेळेस वाढत चाललेले प्रभाव भारतीय समाजमनावर होते; तेव्हा काही एका मूल्यभानाची आणि त्याला पोषक मानवी नातेसंबंधांच्या प्रतिमानाची गरज होती. समाजमन विवेकी व्हावे, बुद्धिनिष्ठ व्हावे असा आदर्श आपल्यासमोर असला तरी सांस्कृतिक मन अनेकप्रकारच्या संवेदनांनी, प्रतिमांनी कल्लोळलेले असते. विशेषतः मातृप्रतिमा ही भारतीय समाजातील आदिम प्रतिमा आहे. विविध देवतांच्या संकल्पनांमधून ती इथल्या जनतेच्या मनावर अधिराज्य गाजवत आलेली आहे. ती सहसा निर्मिती आणि संहार अशा दोन टोकांमधून पूजली जाताना दिसते. जगन्माता आणि काली, दुर्गा अशा त्या प्रतिमा आहेत. मात्र सहचरी, बुद्धिवान मैत्रीण अशा प्रतिमा मात्र आजच्या टप्प्यावर नव्याने रुजवण्याची गरज आहे; हे फुले, गांधी आणि आंबेडकर या तिघांनीही जाणले होते.

'श्यामची आई'मध्ये आई–मूल नाते केंद्रस्थानी आहे. कसे आहे हे नाते? सहसा सतत उपदेश करणारी; सतत आदर्श मूल्यभाव म्हणजे, त्याग, समर्पण, बलिदान, उन्नत विचारांचा शोध; प्रसंगी देवाच्या शोधात स्वतःला झोकून देणे म्हणजे अत्युच्च आदर्शाचा शोध घेणे असे बजावणारी प्रतिमा आपल्या मनात घर करून बसलेली असते. पण ती तेवढीच नाही. तिच्यात आदर्शाबरोबरच एक वास्तवाचे भान आहे. तिथे आपले आदर्श ताणाचे ठरताहेत याची जाणीव आहे. आणि तरीसुद्धा त्या आदर्शांसह वाटचाल करण्याचा निर्धार आहे आणि हेही आपण विसरता कामा नये, की तिच्याजवळ त्याखेरीज इतर मार्गही नाही. म्हणजे आदर्श मूल्यांच्या आधारे प्रेम, स्नेह, मैत्री निर्माण करून त्याच्या आधारे जगण्याचा प्रयत्न ती करते आहे. हे सगळे ती लहान श्यामशी बोलते आहे. श्याम तिचा फक्त मुलगाच नाही तर तिचा मित्रही आहे. जो मूल्यभाव ती तिच्या नवऱ्याच्या सोबतीत मिळवू शकत नाही, तो ती श्यामच्या जगण्यातून साकार होण्यासाठी धडपडते आहे. त्यात तिला कुटुंबाखेरीज आणि जोडलेल्या दोन माणसांखेरीज इतर आधार नाही. जोवर प्रेम, स्नेह, मैत्री मानणारा समुदाय भोवती आहे, तोवर ती तगते. पण सावकाराची जप्ती घेऊन येणारा

वामनराव जेव्हा 'पैसे देता येत नसतील तर बायकोला वीक,' असे म्हणतो, तेव्हा ती मोडून पडते. म्हणजे भोवताल बदलतो तेव्हा तिचे जगणेच पणाला लागते.

मग भोवताल बदलेल तसा व्यक्तीने आपला मूल्यभावही बदलायचा का, या प्रश्नाला उत्तर शोधण्याची निकड राष्ट्रवादानंतरच्या काळात तर जास्तच तीव्र झाली आहे. मूल्यभानाची गरज टाळता येणार नाही; पण काळाचे भानही सांभाळायला लागेल, त्यासाठी नवे मार्ग शोधावे लागतील. हे लक्षात घेतले तर 'श्यामची आई' काही महत्त्वाचे निर्देश करते आहे. बदलत्या भोवतालाशी सतत संवादी राहणे गरजेचे आहे आणि कोणत्याही मूल्यभावाला केवळ व्यक्तीच्या निर्धारावर टिकवणे अवघड होत असले, तर त्याला सामुदायिक संकल्प बनवणे आणि त्यासाठी परिणामकारक आधार निर्माण करणे गरजेचे आहे हे या कथेतून स्पष्टपणे समोर येते.

आई केवळ वामनरावाच्या बोलण्याच्या/ जप्तीच्या धक्क्याने मोडत नाही हेही नोंदवले पाहिजे. तोवर केलेल्या कष्टांनी, पुरेसा आहार न मिळाल्याने, वारंवार पणाला लावलेल्या स्वाभिमानाने, त्यातून आलेल्या ताणाने आणि तिला योग्य वाटत असलेले आदर्श प्रत्यक्षात आणताना जे आर्थिक बळ लागते, ते मिळण्याची शक्यता नसल्याने ती मोडते. या ताणांना तोंड देण्यासाठी जे संचित जवळ असायला लागते असे ती समजते, तेच कालबाह्य करून टाकणारी व्यवस्था प्रबळ होत असल्यामुळे हे ताण येतात. ती तेही जाणते. त्यासाठी श्यामला इंग्रजी शाळेत घालून चरितार्थाची सोय बघणे हा उपाय त्यांनी केला आहेच. श्यामची आईवरची प्रचंड भक्ती त्याला वारंवार घराकडे खेचून आणते तेव्हा ती श्यामला सांगते, 'पित्यावर विसंबून राहावयाचे तर त्याच्या इच्छेप्रमाणे वागले पाहिजे.' गांधींनी स्त्रियांना जो सल्ला दिला होता, त्याची इथे आठवण यावी, 'जिन लडकियोंको अविवाहित रहना है उन्हे स्वतंत्रताका वरण करना चाहिये। परतंत्र रहनेवाली लडकी अविवाहित नहीं रह सकती।' म्हणजे एका अर्थाने पुरुषसत्ताकतेचे वास्तव लक्षात घेणारे ते भान आहे. स्वतःला आर्थिकदृष्ट्या स्वावलंबी बनवण्याची गरज आणि त्यासाठीचे योग्य मार्ग पुरेशा प्रमाणात निर्माण न झाल्यामुळे सगळ्यात जास्त तोटा सर्वच स्तरातील स्त्रियांचा झालेला दिसतो. त्याला बळीच्या तत्त्वज्ञानाने गौरवले म्हणून त्याचे समर्थन होऊ शकत नाही.

दुसऱ्या प्रसंगात महारणीची मोळी तिच्या डोक्यावर देण्यासाठी ती श्यामला पाठवते, तेव्हाही ती म्हणते, 'महार असो वा मांग असो, सर्वांना मदत करावी. घरी येऊन आंघोळ करावी. कारण समाजात राहायचे आहे. समाजाच्या निंदेला तोंड देण्याचे धैर्य नाही म्हणून, ते पापी आहेत, त्यांचा स्पर्श झाला म्हणून नव्हे. पापी तर आपण सारेच आहोत. आपले शेत खरे तर महाराचेच होते.' म्हणजे एकूणच व्यवस्था ही तिच्या आदर्शांना सामावून घेणारी नाही याची पुरेशी कल्पना तिला आहे. मग ती

तिच्या कुटुंबातील श्यामच्या वडिलांच्या कर्ज फेडण्यासाठी जमीन विकणार नाही या हट्टाच्या रूपात असो किंवा समाजातील जातिव्यवस्थेच्या रूपात असो. ती आदर्श मानत असलेल्या प्रेम, करुणा, सहानुभाव या मूल्यांना मानणारी ही व्यवस्था नाही. म्हणूनच त्याचा भार पेलताना आईसारख्या स्त्रिया मोडून पडतात असा सानेगुरुजींचा अनुभव इथे ते मांडतात.

ही असहायता जरी असली, तरी अगतिक बनायला ती ठाम नकार देते. शक्य असेल तिथे ती तिच्या मूल्यांची रुजवण करत राहते. म्हणजे जोरजोराने थाळ्या वाजवत कीर्तन करून पुराणिकबुवांच्या कथनात अडसर आणणाऱ्या श्यामला ती बजावते, 'माझी पूजा, प्रार्थना दुसऱ्याच्या पूजा, प्रार्थनेच्या आड येऊ नये.' किंवा आईचे काम करायला नकार देणाऱ्या श्यामला सांगते, 'बायकांना कधीकधी पुरुषांची कामे करावी लागतात आणि पुरुषांना बायकांची. त्यात कमीपणा थोडाच आहे?' हे प्रत्यक्ष आईच्या तोंडात घालून मग मोठा श्याम पुढे सांगतो, 'पापं करताना लाज वाटू दे, चांगलं काम करताना नको.' मोठा श्याम वेळोवेळी त्याच्या बोलण्यातून हुंडाबंदी; स्वतःच्या संस्कृतीचा अभिमान; प्रेम, ज्ञान आणि शक्ती या तिन्हींची गरज अशा स्वतंत्र होऊ पाहणाऱ्या भारतीय समाजाला आवश्यक असणाऱ्या मूल्यांचे धडे देत राहतो. एका अर्थाने जे जे व्यक्तिगत ते ते सार्वजनिक ही स्त्रीवादाची मर्मदृष्टी इथे अनुभवाला येते. बाहेरच्या जगात जी मूल्ये रुजायला हवीत असे वाटते, ती कुटुंबात रुजवण्याचे कामही महत्त्वाचे आहे. मात्र ते डोळस असावे. श्याम ते आवर्जून सांगताना दिसतो, 'तिचे प्रेम आंधळे, बावळट नव्हते. तिचे प्रेम बांधणारे नव्हते, मोकळीक देणारे होते, स्वातंत्र्य देणारे होते.' हे वेगळे होते. कसे ते साने गुरुजी त्यांच्या श्रोत्यांच्या मानसिकतेतून दाखवून देतात. राम म्हणतो, 'हॅम्लेटच्याऐवजी तुकाराम बोलू लागत गणपतराव, पण श्रोते म्हणत तेच चालू दे.' अशा आंधळ्या श्रद्धेच्या पार्श्वभूमीवर ते एक कणखर, स्व-विचाराने चालणारी स्त्री उभी करतात हा विरोधाभास पुरेसा बोलका आहे.

हे खरेच की, कोणत्याही उपदेशातून हृदयपरिवर्तन होण्यावर मर्यादा आहेत. तो कृतिशील असावा लागेल तरच व्यक्तिनिष्ठा सामाजिकतेकडे येऊ शकेल. त्यातून मानवी संस्कृतीचा इतका मोठा गुंतागुंतीचा प्रवास झाला आहे की, मूल्यभान निर्माण करण्याचे आणि ते रुजवण्याचे मार्ग नव्याने शोधावे लागतील. मानवी मन कायमच श्रद्धेला, प्रेमाला, सहानुभूतीला भुकेले असणार हे मान्य केले तरी मानवी वाटचालीचे आघातही मानवी मन घडवत असते. त्या आघातांच्या मागची कारणे आणि जबाबदारीची चिकित्सा समजून घेण्याइतका मानवी समाज आज माहीतगार झाला आहे, हे नजरेआड करून चालणार नाही. श्याम त्याच्या मित्रांना सांगतो तसे, 'लहानपणापासूनच प्रेम,

सहानुभूती यांचा मी भुकेला होतो. जणू या वस्तू शेकडो जन्मात मला मिळालेल्या नव्हत्या.' सर्वसाधारण मानवी समाजाचीही ही भावना असते. मात्र स्वतःच्या चिकित्सेतून, स्वतःबद्दलच्या आत्मविश्वासातून, सकारात्मक पावले उचलत स्वतःची कृतिशीलता वाढवण्याची गरज असते. समाजाला समतेच्या मूल्यावर उभारण्याची गरज असते. समाजमन प्रगल्भ व्हावे या आदर्शवादाच्या ध्यासातून अशी गरज एकतर क्रांतीचे स्वरूप धारण करते किंवा मग आत्मसमर्पण, बलिदानाचे स्वरूप धारण करते. 'श्यामची आई' मधून साने गुरुजी मांडत असलेले प्रारूप हे दुसरे, गांधीवादी जीवनदृष्टीतून समोर येणारे प्रारूप आहे. जे आधुनिकतेच्या आत्ताच्या टप्प्यावर लोकांनी नाकारलेले दिसते.

या नाकारण्याची कारणे आपल्याला माहितीच आहेत. व्यक्तिस्वातंत्र्याच्या मूल्यातून येणारी व्यक्तिनिष्ठता आज सार्वत्रिक झाली आहे. भरीला एकूणच चळवळींची झालेली दमछाक, राज्यकर्त्यांची विश्वासार्हता संपत जाणे, आर्थिक विषमता वाढत जाण्यातून निर्माण झालेली सार्वत्रिक असुरक्षितता; अशा वातावरणात त्याग, समर्पण, बलिदान ही मूल्येदेखील लोकांना जवळची वाटत नाहीत. त्यात मूल्यांमध्ये काही खोट आहे असे नाही; पण ती आत्ताच्या काळात लोकांचे मन वळवू शकत नाहीत म्हणून. हिंसेचे मार्ग आणि हिंसेचे तत्त्वज्ञान सार्वत्रिक होण्याइतका मानवी समाज असुरक्षित झाला आहे म्हणून.

हे बदलायला हवे. त्यासाठी मूल्याधारित राजकारणाची परिणामकारकता ही संवादातून आणि लोकशाही प्रक्रियेतून वाढायला हवी. आणि ती तशी वाढायची झाली तर मानवी मन सतत प्रेमाला आणि सहानुभूतीला भुकेलेले असून चालणार नाही. त्याला वाढावे लागेल. जबाबदारी घ्यावी लागेल. हक्क आणि जबाबदारी यांचे एकमेकांवरचे अवलंबित्व समजून घ्यावे लागेल. हा व्यापक सांस्कृतिक अनुभव आहे. हे आंबेडकरांनी जाणले. म्हणून त्यांनी घटनेची भक्कम चौकट आधाराला दिली. शिवाय त्यांनी धर्माला कोणत्याही अदृश्य अस्तित्वाशी न जोडता सामूहिक हिताशी जोडले. त्यामुळे श्रद्धा न नाकारता ती वास्तववादी केली. त्यांची यशोधरा संघाच्या निर्णयासमोर हतबल न होता, सिद्धार्थाला देशत्याग करून संपूर्ण मानवजातीच्या कल्याणाचा मार्ग शोध, असे सांगते.

सानेगुरुजींच्या मातृप्रतिमेचा प्रवास स्पष्टपणे गांधीवादी आहे. तीही मानवी कल्याणाचेच मार्ग सांगते आहे, मात्र ते अंतर्मुख होण्यावर भर देणारे मार्ग आहेत. श्रद्धा आणि आत्मिक ताकद यावर भिस्त ठेवणारे मार्ग आहेत. स्वतःची आई, भारतमाता ते जगन्माता असा प्रवास त्यात होत होता. त्या लढण्याला सांस्कृतिक जीवनशैलीचाच आधार आहे, त्याबाहेरच्या कोणत्याही तत्त्वांचा नाही. जगण्याची

सामुदायिक शैली आणि सामुदायिक संकल्पातून बंधनकारक असणारे तत्त्व यांत सामुदायिक जीवनशैलीला मानण्याचा आणि ती मान्य नसेल, तर ती बदलण्यासाठी व्यक्तिगत पातळीवर त्याग आणि समर्पण भावनेतून संघर्ष करण्याचा पवित्रा 'श्यामची आई' घेताना दिसते.

प्रादेशिक लोकजीवनाशी साने गुरुजी भावपूर्णतेने जोडलेले होते. स्त्रियांच्या ओव्यांपासून ते भारतीय संस्कृतीच्या विविध प्रादेशिक सौंदर्यस्थळांचा त्यांनी मनापासून धांडोळा घेतला. साहजिकच सांस्कृतिक वाटचालीत प्रतीकांचे असलेले महत्त्व त्यांना माहिती होते. आई हे प्रतीक जगण्याच्या इतक्या विविध अंगांशी जोडलेले आहे की, त्याचा वापर करून सांस्कृतिक बदलांच्या दिशेने काही पाऊल टाकता येईल का हा प्रयत्न साने गुरुजी करताना दिसतात. प्रतीक तयार करायचे म्हणजे सांस्कृतिक जीवनातल्या रूढी-रिवाजांना त्याच्याशी जोडून पाहावे लागते. एका अर्थाने प्रस्थापित नीतिनियमांची भाषाही जाणून घ्यावी लागते. ते 'श्यामची आई' करताना दिसते. म्हणून मग व्यक्ती सामुदायिक रिवाजांसमोर हतबल ठरते हा तिचा अनुभव आहे. त्याला आव्हान द्यायचे तर आधी रिवाज पाळायला लागतील, मग आव्हान देता येईल, असा तिचा मार्ग आहे. तिचा मार्ग तिला व्यक्तिगत आयुष्यात समाधान देणारा असला तरी सामूहिक जीवनात त्या अनुषंगाने बदल घडवून आणण्यासाठी तो अपुरा ठरतो. तिला भयंकर अवमानाला सामोरे जावे लागते. त्याविरुद्ध दाद मागण्यासाठी कोणताच आधार तिच्यापाशी नाही. कारण जे घडते ते जगताना मान्य केलेल्या रिवाजांचा भाग म्हणून घडते. समुदायाचे पारंपरिक जगणे कितीही प्राचीन असो त्यातून व्यक्तीवर अन्याय होत असेल, तर त्याविरुद्ध उभे राहायला हवे या निर्धाराने ती लढते. पण आधार नसल्याने संपते. व्यक्तीच्या प्रतिष्ठेचे मूल्य आधुनिक मूल्य आहे, ते परिणामकारक ठरायचे तर त्याचे मार्गही आधुनिक असावे लागतील. म्हणूनच मग आधुनिक भारतातील स्त्री-पुरुष नात्याचे नवे प्रतिमान निर्भयपणे कसे उभे राहील याचा विचार करताना आंबेडकरांकडे वळावे लागते. आंबेडकरांनी अवमानाला केंद्रस्थानी आणून एक ज्ञानमय आणि चिकित्सक संचित मिळवण्यावर, त्यासाठी समूहाचे नियमन करता येईल अशी आचारसंहिता बनवण्यावर भर दिला. त्यातून बाईच्या स्थानाला बळकटी दिली गेली. मुख्य म्हणजे स्त्री-पुरुष नात्याला त्यांनी आधुनिकतेत आणले.

या पार्श्वभूमीवर 'श्यामची आई' चे महत्त्व काय? केवळ भावनिक आवेग निर्माण करणारी कादंबरी असे तिच्याबाबतीत म्हणणे अन्यायकारक ठरेल. समाजमन संस्कारित करण्यासाठी भावनांच्या चिकित्सेची जी गरज असते, ती या कादंबरीच्या निवेदनाच्या विविध पातळ्यांवरून भागवली गेली आहे का, हे पाहणे महत्त्वाचे ठरते. माझ्या मते कादंबरीच्या आकृतिबंधात विविध निवेदने निर्माण करून साने गुरुजी या

चिकित्सेसाठी वाचकाला पुरेसा अवकाश देतात. मूल्यभावाची प्रस्तुतता आणि परिणामकारकता या दोन्हीही अंगांनी 'श्यामची आई' या कादंबरीची चिकित्सा त्यातून होऊ शकते. शिवाय श्यामची आई तिच्या बदलत गेलेल्या भोवतालात संपत गेलेली आपल्याला दिसते. हा एका अर्थाने बदलत्या संस्कृतीचा आलेख आहे. काळ प्रवाही असतो आणि बाह्य परिस्थिती माणसाची जडणघडण कायमच बदलत नेते. मात्र हे बदल घडताना काळ आणि अवकाशात वावरणारे मानवी मनही जोडीने बदलत जाते. या बदलण्यात काही संहिता विशेष कामगिरी बजावतात, हे स्वीकारले तर 'श्यामची आई' हा त्या बदलत्या काळात काय आणि कसा सहभाग घेते हे तपासणे गरजेचे राहील.

असे तपासताना मान्य करावे लागते, की 'श्यामची आई' मराठी भाषेतील साहित्यिक अभिरुचीवर एक मोठा परिणाम करून गेली. तिने पारंपरिक, पुरुषसत्ताक व्यवस्थेला शरण जाणारी स्त्री-प्रतिमा उभी केली नाही, तर त्या व्यवस्थेला प्रश्न करणारी आणि आपल्या मुलात ती विद्रोहाची भावना रुजवणारी स्त्री-प्रतिमा उभी केली. ती आत्मबलाच्या अंगाने विद्रोह करायला सांगते आणि त्याला सामूहिक संकल्पाचा आयाम नाही हे खरे. पण तिला मिळालेल्या वारशात ती जे काही म्हणू बघते आहे, ते त्या काळाच्या तुलनेत पुढचे पाऊल आहे.

शिवाय साने गुरुजी मोठ्या श्यामची व्यक्तिरेखा ज्या प्रकारे उभी करतात, त्यातूनही स्त्री-पुरुषांच्या पारंपरिक प्रतिमांना छेद दिला जातो. पुरुषाने मातृहृदयी, कोमल, भावनाशील असणे हेदेखील तत्कालीन व्यवस्थेत विद्रोहाचेच रूप होते, जे पुढे गुरुदत्तच्या चित्रपटांपर्यंत झिरपले होते. शिवाय या विद्रोहाचा शेवट बलिदानात होणार हेही त्यांनी जाणले होते. तरीही स्वतःला पणाला लावणे हाच मार्ग त्यांना स्वीकारावासा वाटला, कारण त्यांनी गांधींच्या विचारांना आत्मसात केले होते. आत्मार्पण करून दीन आणि पददलितांच्याभोवती समाजकारण गुंफण्याचे त्यांचे प्रयत्न या संस्कारात जाणवतात. अशा आत्मार्पणातून निर्माण होणारी संस्कृती मूल्यांचे काहीएक भान सांभाळते. जगण्याच्या अनुभवांतून ते भानही वेगवेगळे आविष्कार निर्माण करते. त्यामुळे दत्ता भगत म्हणतात ते लक्षात घेण्याजोगे आहे, 'आंबेडकरांच्या प्रेरणेने व चळवळीने निर्माण झालेले साहित्य नकार आणि विद्रोहाचा स्वर साहित्यात आणते. हा स्वर समंजसपणे ऐकून घेण्याची आणि समजून घेण्याची सोशिकता साने गुरुजींचे साहित्य निर्माण करते. त्यांच्या नायकात आढळून येणारी आत्मपीडा आणि आजच्या दलित साहित्याच्या आस्वादातला डोळसपणा परस्परसंवादी आहेत.'

तसेच काहीसे स्त्रीवादाच्या वाटचालीबाबत म्हणता येईल. श्यामची आई दाखवत असलेला निर्धार, तिचा स्वतःच्या जातीबाहेर जाणारा सहानुभाव, दिलेल्या

शब्दाशी असणारी बांधिलकी आणि प्रतिकूल वास्तवाचे वाचन करत असतानाही स्वतःने मानलेल्या मूल्यांशी असणारी तिची निष्ठा हेदेखील आजच्या न्याय आणि समतेची भाषा करणाऱ्या स्त्रीवादाला पायाभूत आहेत. भारतीय भूमीवरचे स्त्रीवादी तत्त्वज्ञान उभे करायचे, तर 'श्यामची आई' त्याच्या जाणिवेत असणे अपरिहार्य आहे. कारण स्त्री आणि पुरुष या दोघांनाही संवादी राहून, न्याय्य आणि समताधिष्ठित जग निर्माण करता येण्याजोगी परिस्थिती निर्माण करण्यासाठी काही मूल्यभाव, विचारव्यूह आणि कृतिशीलता उभी करणे हे स्त्रीवादाचे उद्दिष्ट आहे. ते 'श्यामची आई'मध्ये केंद्रस्थानी आहे. त्याची आजच्या काळाच्या संदर्भात चिकित्सा जरूरच होऊ शकते; पण मोठ्या लोकसंख्येला मोहिनी घालणारी 'श्यामची आई' हा भारतीय स्त्रीवादी तत्त्वज्ञानाच्या जडणघडणीत महत्त्वपूर्ण टप्पा आहे. सुरुवातीला म्हटल्याप्रमाणे आंबेडकरांच्या तत्त्वज्ञानावर आधारित स्त्रीवाद उभा करण्याची अपरिहार्यता समजण्यासाठी ही आवश्यक संहिता आहे.

(पूर्वप्रसिद्धी '*मुक्त-शब्द*', फेब्रुवारी २०१७)

३ मराठी लेखिकांच्या कादंबऱ्यांमधून प्रकट होणारे सांस्कृतिक राजकारण

या लेखनासाठी मी स्त्रियांनी मराठीतून केलेल्या कादंबरीलेखनाचा १९७५ नंतरचा कालखंड गृहीत धरला आहे. साधारणपणे स्वातंत्र्योत्तर वसाहतोत्तर कालखंडाचा परिणाम उतरणीला लागण्याचा, पाश्चात्त्य आधुनिकतेचे क्रांतिकारी सामाजिक उपयोजन बाजूला पडून परत एकदा एतद्देशीय सामूहिक व्यवस्थांकडे सुरू झालेली वाटचाल, एतद्देशीय विविधतेला एकत्र आणू पाहणाऱ्या नेहरूवादी प्रागतिक आधुनिकतेला छेद देत जाणारे राजकारण आणि त्यावर असणारा प्रतिगामी मानसिकतेचा दबाव, हळूहळू मूळ धरू पाहणारा सांस्कृतिक पुनरुज्जीवनवाद, जागतिकीकरणाला अपरिहार्य बनवणारी आपली आर्थिक परिस्थिती आणि मग जागतिकीकरणाच्या डावपेचांतून वाढत गेलेले अस्मितांचे राजकारण या सगळ्या गदारोळाच्या मुळाशी नक्की कोणत्या कोणत्या धारणांची चिकित्सा गरजेची आहे, याचा शोध घेणे आज गरजेचे आहे.

आपल्या समाजात चार मूलभूत धारणांच्या पारंब्या परत परत मूळ धरताना दिसत आहेत. जातिव्यवस्था, वर्गव्यवस्था, धर्मसंस्था आणि पुरुषसत्ताकता. जागतिकीकरणामुळे जी गुंतागुंत वाढते आहे, त्यातील पुरुषसत्ताक मानसिकता अधिकाधिक सूक्ष्म होत जाणे हे सर्वात मोठे आव्हान आहे. पुरुषसत्ताक व्यवस्था ही स्थूल पातळीवर जागतिक अधिसत्तेचे आश्वासन देते. म्हणजे तंत्रज्ञानातून आपण जागतिक समुदायाचा भाग होऊ शकतो आहोत आणि त्यात कृतिशील होऊ शकतो आहोत, असे काहीसे वास्तव निर्माण होते आहे. फेसबुक, विविध स्वयंसेवी संस्थांचे आंतरजालावर येणारे संदेश आणि त्यात सहभागी होऊन आपण त्यांना अन्यायाविरुद्ध आवाज उठवण्यासाठी करू शकत असलेली मदत हे सगळे भांबावून टाकणारे आहे. पण मग त्यातूनच समोर येणारे सामाजिक वास्तव, त्यांनी केलेले न्याय-अन्यायाचे दावे आणि प्रत्यक्ष स्थानिक पातळ्यांवरची वाढत चाललेली विषमता, शोषण यातून

परत एकदा प्रत्यक्ष वास्तवाला आणि संस्थात्मक व्यवहाराला भिडायची गरज समोर येते आहे.

क्षुब्धता, प्रक्षोभ हे व्यवस्था- परिवर्तनाच्या मुळाशी असणारे मनोविश्व असले; तरी व्यवस्था पूर्णपणे नाकारता येत नाही तर पर्यायी व्यवस्था समोर असावी लागते, हे आज जगात विविध ठिकाणी चाललेल्या उठावांमधून समोर येते आहे. जर पर्यायी व्यवस्थेचा आकार आणि दिशा स्पष्ट नसेल, तर मग जी अनागोंदी माजते, त्याचा सर्वांत मोठा परिणाम स्त्रियांवर होतो हेही आज अनेक ठिकाणी घडणाऱ्या घटनांमधून समोर येते आहे. मग ती अमेरिकेतील वैध बलात्काराची (legitimate rape) चर्चा असो, मलालाच्या हत्येचा प्रयत्न असो, जगभरात घडणाऱ्या कुटुंब-इभ्रतीसाठी केलेल्या हत्या असोत किंवा आपल्याकडील जातीय हत्याकांडे आणि जातपंचायतींच्या निर्णयांतून घडणाऱ्या हत्या असोत, अथवा बलात्कार आणि स्त्री-भ्रूण हत्या असोत किंवा जमातवादी दंगली असोत; त्यावर केले जाणारे कायदे आणि त्यांची माध्यमांमधील चर्चा हे दिवसेंदिवस कर्कश होत जात आहेत. त्याचबरोबर हिंस्रतेचे आविष्कारही नव्याने वाढत चालले आहेत.

त्यामुळे मग आपल्या धारणांविषयी, मानसिकतेविषयी गाभ्यातून प्रश्न करण्याची निकड वाढते आहे. त्यासाठी मुळात आपल्या धारणा घडवणारे आणि धारणा बदलवणारे संकेत कोणते, चिन्हे कोणती, दर्शने कोणती; याचा विचार आज नव्याने करायला हवा असे वाटते. राजकारण सर्वव्यापी असते, पण त्याची परिणामकारकता ही सांस्कृतिक प्रगल्भतेवर अवलंबून असते. आणि सांस्कृतिक प्रगल्भता घडवण्याचे काम अवमानित केल्या गेलेल्या, परिघावर फेकल्या गेलेल्या, वंचनेचा आणि अन्यायाचा अनुभव घेतलेल्या, अप्रगल्भ सामूहिकतेचा बळी ठरलेल्यांच्या मर्मदृष्टींमधून होते. या अर्थाने स्त्रियांचे साहित्य कोणत्या सांस्कृतिक प्रतिमानांची मांडणी करत आहेत हे बघणे महत्त्वाचे आहे.

स्वातंत्र्य मिळून सात दशके उलटल्यावर एकूण समाजाच्या समस्यांचा पोत राजकीय कृतिशीलतेच्या पटावर मांडणे आता सुरू झाले आहे आणि त्याची चिकित्सा करणेही शक्य होते आहे. प्रगत राष्ट्र-राज्याचा आकार मांडणे आणि तो हासील झाला नाही; म्हणून संतापणे अशा द्विध्रुवात्मक मांडण्यांचा आता उपयोग होईल, असे दिसत नाही कारण दोन परस्परविरोधी मांडण्यांमधून जगणे निसटते. परंपरेच्या किंवा परिवर्तनाच्या प्रारूपांचे आकार शिल्लक राहतात. एका अर्थाने लोकशाहीच्या संरचनेचा आणि संपर्कमाध्यमातून विजेच्या वेगाने फिरणाऱ्या माहितीचा उपयोग असा झाला आहे की, लोक चटकन नेत्यांच्या भावनिक आवाहनांत सामील होत नाहीत. ते माहिती काढतात. अर्थात माहितीचाही इतका मोठा पूर ओतला जातो आहे की,

जीवनदृष्टी देऊ शकणाऱ्या लेखकाची जागा आता संगणकाने घेतली आहे. माहितीतून निष्कर्ष काढण्याचीही उसंत मिळत नाही आणि मग माहितीची बाडे हातात घेऊन आपण बधीर होत निष्क्रीय बनत जातो का, असेही वाटते. लेखक काही म्हणू पाहत आहेत; पण लेखकाच्या मर्मदृष्टी अस्मितांच्या राजकारणात विखरून टाकल्या जात आहेत आणि त्यातून त्या त्या स्थानांशी बद्ध केल्या जात आहेत. संगणकावरील माहिती किंवा एकूणच माहितीपूर्णता हा त्यांच्या स्थानाला आव्हानात्मक स्रोत म्हणून उभा राहतो आहे. माहिती पाहिजे तेव्हा गोळा करता येते आणि तिला वैध ठरवले जाण्याच्या व्यवस्था विकसित करता येतात. धुलाईयंत्र घ्यायचे असो वा पुस्तक, त्यासाठी त्यांची तांत्रिक माहिती, छायाचित्रे व ते वापरलेल्यांची, वाचलेल्यांची परीक्षणे उपलब्ध असतात; म्हणजेच माहितीच्या गुणवत्तेला एक वैधतेचा आभास असतो. प्रत्येकच सत्य अशा रितीने उलगडले जाईल असा आभास त्यातून निर्माण होतो आणि जर एवढी सगळी माहिती गोळा करून सत्य उलगडले गेले नाही तर आपले नशीब! मेघना पेठेंच्या भाषेत अर्थात, 'मामेकाहेन माझ्याच मेलीच्या का हे नशिबात...' अशी मानसिकता आज निर्माण होते आहे. त्यामुळे आपल्या मनात, इच्छांत डोकावणे, निर्णय घेणे आणि त्या निर्णयाची किंमत मोजणे हा सत्यशोधनाचा मार्ग शेवटी जगाच्या आपण लावत असलेल्या अर्थनिर्णयनाच्या प्रक्रियांमधून जातो हेच विसरले जात आहे. आणि त्यातून भांडवलशाहीच्या आर्थिक साहसवादाला पोषक असा नियतिवाद जोपासला जात आहे. खूप माहिती आणि ताकद असणारा सुपरमॅन आला, तर जग वाचेल अन्यथा जे नियत असेल, दैवी नियत predetermined किंवा जीवशास्त्रीय नियत biologically determined असेल त्यानुसार गोष्टी घडतील अशी भावना सार्वत्रिक करण्याचे प्रयत्न सुरू आहेत. मानवी इच्छाशक्तीची ताकद, एक परिवर्तनाचा घटक म्हणून असणाऱ्या क्षमता आज गोठत चालल्या आहेत. संगणकावरून माहिती गोळा करून घेतली, तपासून घेतली की; ही माहिती म्हणजेच वास्तव आणि ज्ञान, हाती गवसलेले शहाणपण असे समीकरण तयार होते. ती माहिती प्रचंड आत्मविश्वासाने मांडणे व विकणे म्हणजेच ज्ञाननिर्मिती होणे, असे भांबावलेल्या वाचकांना वाटते. पण स्वतःच्या अनुभवांतून त्या माहितीचा अर्थ लावण्याचे काय, ते कसे करायचे, हे प्रश्न आज विसरले जात आहेत. कोणत्याही साहित्यकृतीला निव्वळ तपशिलांवर जोखले जाते आहे. त्या तपशिलांत आपले तपशील मिसळून मग त्यातून निर्माण होणाऱ्या जीवनदृष्टीचा अर्थ लावणे कसे करता येईल, हा प्रश्न वाचकाच्या मनात उभा करायला पाहिजे. तरच सत्य काय आहे, याचा शोध घेण्याची निकड त्याला वाटेल.

आज आपले सत्य शोधण्याचा, मांडण्याचा प्रयत्न जेव्हा कादंबरीकार करते, तेव्हा तिला अटळपणे अनेक आवाजांत विखुरले जावे लागते. आज एकाच एका

स्थिर आवाजाची, निवेदनाची गोष्ट असे स्वरूप राहून चालणार नाही. हा निवळ शैलीचा प्रश्न नाही तर जीवनदृष्टीचाही प्रश्न आहे. आज संपूर्ण जग इतक्या अनंत विस्थापनांना, स्थलांतरांना, भटकेपणांना सामोरे जाते आहे की, एकच एक भाषा किंवा एकच एक निवेदक पुरेसा ठरत नाही. त्यामुळे कथने आणि कथनशैली व कथनपद्धती दोन्हीही समावेशक करत नेण्याची गरज आज जाणवते आहे. असे केले तरच अनेक ओळखींना जोडणारा एक धागा आपल्याला सापडू शकेल. कथनपद्धती आणि कथनशैली ह्या दोन्हीही कथनदृष्टीशी संलग्न असतात. जर कथनदृष्टी सक्षम नसेल, तर मग कलाकृतीची भाषा बाजारपेठ गिळंकृत करून टाकू शकते. बाजारपेठेची भाषा ही त्यांचे उत्पादन विकण्याच्या भाषेशी जोडलेली असते. त्यामुळे बऱ्याच वेळेला त्याला पोषक प्रतिमा, चिन्हे निर्माण करणारी भाषा उचलली जाते. आज 'मी स्त्रीवादी नाही' असे म्हणण्याची अहमहमिका का लागली आहे, कारण स्त्रीवादी स्त्री ही विकता येण्याजोगी वस्तू नाही. त्यातून कोणत्याही प्रसाधनांचा अथवा दागिन्यांचा अथवा वस्त्रप्रावरणांचा प्रसार होणे अवघड आहे. त्यामुळे 'मी स्त्रीवादी आहे' असे म्हणणारी स्त्री बाजारपेठेकडून उचलली जाणार नाही. ती सांस्कृतिक अस्मितांची वस्तूही नाही; त्यामुळे पारंपरिक स्त्री-भूमिकांचे समर्थन करणारी, त्याबद्दल कमालीचा ओलावा सांभाळणारी स्त्री असे आपल्या पारंपरिक सांस्कृतिक अर्थाचे गौरवीकरण त्यातून शक्य होत नाही.

पुढे मग प्रसारमाध्यमांतून अथवा कलाकृतींमधून वारंवार निर्माण केले जाणारे स्त्री-पुरुष प्रतिमांचे साचे नाकारलेल्या स्त्रीवादातून घट्ट होतात, हे आपल्या लक्षात येत नाही. यात नुकसान केवळ स्त्रीचे नाही तर बलदंड आणि हिंस्र प्रतिमेत बसवल्या जाणाऱ्या पुरुषाचेही आहे आणि त्यातून निर्माण होणाऱ्या स्त्री-पुरुष नातेसंबंधांचेही आहे. स्त्री-प्रतिमा, पुरुष-प्रतिमा यांचे नाते बाहेरच्या जगाशी, संस्थात्मक व्यवहारांशी जोडताना मग हिंसक प्रतिगामी राष्ट्रवाद त्यातून तयार होतो आणि त्याच हिंसेच्या जोरावर स्त्रियांचे मुले जन्माला घालणाऱ्या यंत्रात, किंवा पुरुषाच्या हिंसक प्रतिमेची पूजा करणाऱ्या रूपात अथवा स्वतःच तशी हिंसक शक्ती बनण्यात त्याचे पर्यवसान होते. पूर्वी 'साहिब, बीबी और गुलाम'मध्ये गुरुदत्तने जो स्त्री-प्रतिमेच्या दुभंगाचा प्रश्न मांडला होता, तो कमालीचा मूलगामी होता हे आजही प्रत्ययाला येते आहे. त्या चित्रपटात हा प्रश्न मांडण्याची सुरुवात भारतातील स्वातंत्र्यलढ्याच्या घटनेने झाली होती. आजही परत एकदा स्त्री-प्रतिमेचा संकोच करणाऱ्या सांस्कृतिक प्रक्रिया मूळ धरू पाहत आहेत; मात्र त्याला कोणत्याच संदर्भांचा आधार नाही. त्यामुळे साहजिकच कृतीची दिशा ठरवणे अवघड जाते आहे.

कोणत्या मूल्यविचाराचा पायाभूत नातेसंबंधांचे स्वरूप बदलायला उपयोग

होईल, त्याच जोडीने नातेसंबंधांचे कोणते एकक आपल्याला कृतीकरता उपलब्ध आहे, या दोन्हींचा एकत्रित विचार करायचा झाला, तर या टप्प्यावर स्त्री-पुरुष नातेसंबंधांचा व्यापक विचार करणाऱ्या कलाकृतींची चिकित्सा करणे गरजेचे वाटते. आधुनिकतेचे चर्चाविश्व पुढे न्यायचे झाले; त्यातली क्रांतिकारी मानवकेंद्रितता सांभाळत अर्थपूर्ण, समतावादी सामूहिकतेकडे जायचे झाले; तर स्त्री-पुरुष नातेसंबंध मोकळे आणि प्रगल्भ व्हावे लागतील.

आज असे दिसते आहे की, स्त्री आणि पुरुष दोघेही अस्वस्थ आहेत. कुटुंबसंस्था मोडते आहे असा दावा वारंवार केला जात आहे. कुटुंबव्यवस्था सांभाळण्यासाठी सर्व ते उपाय अंगीकारण्याचा प्रयत्न केला जात असला, तरी ही अस्वस्थता वाढते आहे. याला कारण आपण एका सांस्कृतिक मानसिकतेच्या दुभंगातून जातो आहोत. तो दुभंग स्त्री-पुरुष नात्यात स्पष्टपणे बघता येतो. कुटुंबाची पारंपरिक व्याख्या स्वीकारल्यानंतर पारंपरिक नवरा-बायकोच्या नात्यात स्त्री-पुरुष नातेसंबंध कोंबले जातात. त्या नात्याच्या अनेकानेक आयामांना नाकारले जाते. बहुआयामी नाते केवळ नवरा-बायको आणि आनुषंगिक भूमिका यात कोंबल्यानंतर येणारी अस्वस्थता मग त्यापलीकडच्या नात्यात शोधली जाते. याचे प्रत्यंतर प्रत्यक्षात तर बघायला मिळते आहेच; पण स्त्रियांच्या लेखनातूनही ते मांडले जाते आहे. शांता गोखले, मेघना पेठे, कविता महाजन यांच्या कादंबऱ्यांतून ते समोर येते.

१९७०च्या दशकात स्त्रीवादाने मोकळ्या स्त्री-पुरुष नात्याचे जे सूचन केले होते, त्यातून खरे तर स्त्री-पुरुष मैत्र्यांच्या अनेक शक्यता निर्माण झाल्या असत्या. पण जागतिकीकरणाने निर्माण केलेल्या अस्थिरतेने परत एकदा स्थिर कौटुंबिक प्रारूपाची निकड समाजात पसरवायला सुरुवात केली. त्यातून मग मानसिक-सांस्कृतिक दुभंग होतो. बायको हवी कारण शारीरिक गरजांसाठी ती असायला लागते. मैत्रीणही हवी कारण शरीरापलीकडच्या गरजांना आपणच निर्माण केलेली बायको पुरत नाही. तरीही नवरा-बायको या रचनेतून मिळणारी सुरक्षितता आणि सत्ता पुरुषाला सोडवतही नाही आणि त्यातून होणारी घुसमट संपतही नाही. मग मैत्रिणीचे स्थान कोणते आणि नवऱ्यापलीकडच्या मित्राचे स्थान कोणते, असा प्रश्न या कादंबऱ्यांमधल्या बायका विचारतात, तेव्हा पुरुष परत एकदा बायकांची पारंपरिक विभागणी करून लग्नाच्या बायकोचे स्थान पक्के करतात. तेव्हा मग मी निवडलेल्या कादंबऱ्यांतील स्त्रियांचा आवाज काय करतो हे बघायला लागेल.

'रीटा वेलिणकर' मधली रीटा 'All roads go to bloody cunt,' असे म्हणून एक आकांत-किंकाळी फोडून बेशुद्ध पडते, 'नातिचरामि' मधली मीरा एका उद्वेगाच्या क्षणी 'मी रांड आहे.' असे म्हणते, 'ब्र' तली सुमित्रा आत्महत्या करते, 'भिन्न'

मधल्या कित्येक बायका व मुले त्यांची चूक नसताना एड्सला बळी पडतात हे सगळे आपल्या सांस्कृतिक दुभंगाचे अर्थ आहेत. स्त्रिया त्याची किंमत मोजताना दिसतात. हे अर्थ वाचक समजून घेऊ शकतो का, हा आज आपल्या सांस्कृतिक प्रगल्भतेच्या मुळाशी असलेला महत्त्वाचा प्रश्न आहे. शिवाय बायकांची घुसमट ही पुरुषसत्ताकतेचा एकच एक आवाज मान्य नसल्यामुळेही आहे. त्याचा विचार करायला लागेल. कादंबरीचा आकृतिबंध हाताळताना लेखिकांनाही बहुआवाजी होणे जमते आहे, असे नाही. पण किमान एका आवाजाचे वर्चस्व अन्यायकारक आहे, असे त्या म्हणत आहेत.

अनेक आवाजांत विखरले जाणे हा एक कमालीचा दमवणारा व्यायाम आहे. त्याला खूप ताकदीचा नैतिक दमसास लागतो. कारण अनेक आवाजांत विखरत जातानाच एक जीवनार्थही सांगण्याची जबाबदारी लेखकाची असते. ज्याला 'महाकाव्याचे शहाणपण' (Epic Wisdom) असे म्हणता येईल. महाभारताच्या अखेरीस व्यासांनी केलेला आक्रोश महाभारतातील वेगवेगळ्या संहितांना एकत्र बांधतो तशासारखे. यासाठी कादंबरी हा आकृतिबंध खूपच मोलाचा आहे. कारण कादंबरीचा अवकाश, त्यातील घटनांचे आणि व्यक्तिरेखांचे वैविध्य, भाषिक विविधतेसाठी कमालीचा संवेदनशील असणारा कान, घटनांचे व्यक्तिगत ते राजकीय अशा पातळ्यांवर अर्थ लावणाऱ्या अभ्यासू आणि विचक्षण मर्मदृष्टी, त्यांच्या बांधणीतून लेखिका उभे करू पाहत असलेली जीवनदृष्टी हे सगळेच राष्ट्रनिर्मितीसारखे आहे. एक विलक्षण वैविध्याने भारलेली संवादी सामूहिकता त्यातून निर्माण होत असते. म्हणूनच लेखक राजकारण्यांचे प्रतिस्पर्धी असतात. स्त्रिया कादंबरीलेखनात शिरतात, तेव्हा तर त्यांचा अनुभव राष्ट्र नावाच्या पुरुषसत्ताक मिथकाला आव्हान देत नव्याने घडवताना जाणवतो. ज्या कादंबऱ्यांमधून हे घडते, त्या कादंबऱ्या आज लक्षात घेण्याची आवश्यकता आहे.

या सगळ्याचे भान देणारी दोन आव्हानात्मक चर्चाविश्वे आजच्या स्त्री-लेखनाच्या समोर आहेत. एक म्हणजे पाश्चात्त्य आधुनिक, प्रागतिक आणि समतावादी बंडखोर विचारांशी नाते सांगणारे तसेच एतद्देशीय विद्रोही परंपरांशी जोडलेले स्त्रीवादी चर्चाविश्व. आणि दुसरे म्हणजे आपली एतद्देशीय परंपरा नव्याने मांडणारे, आपल्या साफल्याचा आणि आत्मिक शोधाचा आलेख उभारू पाहणाऱ्या अस्मितांचे चर्चाविश्व. पैकी स्त्रीवादी चर्चाविश्व हे ७०च्या दशकात पाश्चात्त्य स्त्रीवादी चर्चाविश्वाशी जोडले गेले. त्याआधीही पाश्चात्त्य आधुनिकतेने आणि उदारमतवादी व्यक्तिस्वातंत्र्याच्या विचाराने स्त्रियांना देशीवादी परंपरेच्या गौरवीकरणात संकोचत जाऊ शकणाऱ्या चर्चाविश्वात एक सुटकेचा मार्ग मिळवून दिला होता आणि तो मोलाचा होता. अन्यथा जहाल राष्ट्रवादाच्या धारेत आणि आव्हानांत स्त्री-प्रश्नाला प्रागतिक अवकाश मिळणे

अवघड होते. मुक्ता साळवे, ताराबाई शिंदे, पंडिता रमाबाई, रमाबाई रानडे, जनाक्का शिंदे अशा अनेक स्त्रियांनी राष्ट्र मांडण्याचा प्रयत्न केला होता आणि ते रचित प्रगत आणि आधुनिक होते. त्याचे पुढे काय झाले, कोणत्या अग्रक्रमांना प्राधान्य दिले गेले वगैरे प्रश्न आज चर्चेचा विषय होऊ शकतात. खुल्या चर्चा झाल्या तर प्रागतिक संस्थात्मकता उभी राहू शकते, हे आधुनिक स्त्री-लेखिकांच्या कादंबरी लेखनातून आग्रहाने समोर येते आहे. दुसरा एतद्देशीय परंपरांचा नव्याने शोध घेणारा प्रवाहही महत्त्वाचा आहे. आत्मसाफल्याचा शोध तसेच विद्रोहाचा शोधही आपल्या परंपरांत रुजलेल्या जीवनशैलींतून घेणारे चर्चाविश्व हे एका टप्प्यावर पाश्चात्त्य साम्राज्यवादाला आव्हान देणारे चर्चाविश्व होते. पण त्याची चिकित्सा करताना ते जीवनशैलीच्या अंगाने व त्यातून धरल्या जाणाऱ्या आग्रहांच्या अंगाने कोणत्या जातवर्गाशी जोडले जाते आहे हा निकष महत्त्वाचा आहे. वर्चस्ववादाला विरोध करणारा प्रयत्न सार्वत्रिक झालाच पाहिजे हा भारतीय राष्ट्रनिर्मितीच्या चळवळीत धरला गेलेला आग्रह आज संसदीय लोकशाहीच्या वास्तवात वर्चस्ववादी होऊ शकतो. तेव्हा ज्या परंपरांच्या आधारे आपण लोकशाही समाजाची उभारणी करू इच्छितो आहोत त्या परंपरा नक्की कोणाला, केव्हा आणि कशा उपलब्ध आहेत-कोणाचा सन्मान जपणाऱ्या आहेत आणि कोणाचे अस्तित्व नाकारणाऱ्या आहेत हे तपासणे गरजेचे राहील, हेदेखील स्त्री-लेखनातून समोर येते. त्यामुळे एतद्देशीय परंपरांचा आधार घेणारे स्त्री-लेखन कोणत्या अभावांवर बोट ठेवते आहे ते पाहावे लागेल.

राष्ट्र-राज्य आणि सांसदीय राष्ट्र-राज्य या आधुनिक संस्थात्मकता आहेत. त्यांना आधुनिकपूर्व काळात न्यायचे नसेल तर मग अवमानित होणाऱ्यांचे भान आपल्या सगळ्याच सांस्कृतिक व्यवहारांच्या केंद्रस्थानी असावे लागेल. जात, वर्ग आणि लिंगभावाचे निकष आपल्याला साहित्याच्या समग्रतेच्या दाव्यांशी जोडावे लागतील. विशिष्ट अनुभवांना वैश्विक कसे करायचे की, ते विशिष्टच ठेवायचे, हा प्रश्न आजच्या आपल्या साहित्य लेखनाच्या मुळाशी आहे. मानवाविषयी आम्हाला बोलायचे असले, तरी ते विशिष्ट जीवन-अनुभवातूनच विश्वासार्हतेने बोलता येते. हा विशिष्ट जीवनानुभव जितका सच्चा, जितका करुणामय तितका तो वैश्विक होतो; म्हणूनच कोणत्याही प्रश्नाच्या मुळाशी जाताना सत्यशोधनाचे कुतूहल जपावे लागते. आणि गवसलेले सत्य सांगायचे धाडसही. 'आम्ही स्त्रीवादी नाही' असे आग्रहाने सांगणारे स्त्री-पुरुष ज्या आधुनिकतेचा फायदा करून घेऊन हे म्हणत आहेत, त्या आधुनिकतेच्या गाभ्याशी स्त्रीवादी जीवनदर्शन होते हे लक्षात घेत नाहीत. महात्मा फुल्यांनी स्त्री-शिक्षणाचे दरवाजे स्त्रियांसाठी खुले केले नसते; सर्व शूद्रातिशूद्र आणि स्त्रिया यांच्या कैवारातून भट-ब्राह्मणांच्या जगाची चिकित्सा त्यांनी केली नसती; गांधींनी स्त्रियांना नैतिक

स्वप्रस्थापनेतून, आत्मसन्मानाने अन्यायाविरुद्ध ठाम उभे राहता येते हे दाखवून दिले नसते आणि आंबेडकरांनी अशा स्वप्रस्थापनेला सांघिक नियमांच्या सहमतीची-घटनात्मक तरतुदींची-आवश्यकता असते, त्यामुळे व्यक्ती सामूहिक अविवेकातून चिरडली जात नाही हे सांगितले नसते; तर कोणतीच स्त्री आज इतकी प्रगती करू शकली नसती. या तत्त्वचिंतनांकडे सगळेच लेखक-स्त्रिया कसे बघतात हा आजच्या स्त्री-लेखनाच्या चिकित्सेचा माझा निकष आहे. एतद्देशीय सांस्कृतिक प्रतिमाने देशीवादाने गिळून टाकण्याचीही शक्यता आपल्या सामाजिक अवकाशात आहे. म्हणूनच तिथे पाश्चात्त्य सिद्धान्तनांचे आधारही महत्त्वाचे ठरतात. मार्क्सवाद, स्त्रीवाद, मानसशास्त्र, समाजशास्त्र, राजकीय तत्त्वचिंतन ही आधुनिक, पाश्चात्त्य सिद्धान्तने आपल्याकडच्या विचारविश्वांकडे तटस्थपणे बघण्यासाठी मदत करतात. साहजिकच कमल देसाई गांधींची भाषा उपयोजित करताना त्यांच्या लेखनात इतकी हिंसा का आणतात? किंवा शांता गोखले ज्या सखीभावाची मागणी 'रीटा वेलिणकर' मधून करतात, त्याचे नाते कशाशी जुळते? मेघना पेठे मांडत असलेला सुटा सुटा-अणुवत माणूस हा कोणत्या काळाचे भान दर्शवतो? कविता महाजन ज्या जागृत आणि संघटित स्त्री-आवाजाची मांडणी करतात- त्यामागे कोणता विचार आहे? या प्रश्नांची उत्तरे शोधताना एक मिसळण झालेली, संकरित अशी जीवनदृष्टी समोर येते. एतद्देशीय परंपरांना पाश्चात्त्य विचारविश्वांनी खुले केले, व्यामिश्र केले; म्हणून त्यांचे एकसत्वीकरण होऊ शकले नाही हे आपल्याला मान्य करायला पाहिजे. आणि हे संकरितपणच आपल्याला विशिष्ट अनुभवांतून वैश्विकतेकडे नेणारे ठरू शकते. यात निवळ विविध देशांची मुशाफिरी नाही किंवा प्रवास नावाचे रूपक नाही, तर मानवतावादी विचार आत्मसात करून आपल्या विशिष्ट अनुभवांकडे बघण्याचा, चिकित्सा करण्याचा तो प्रयत्न आहे.

मुळात साहित्य आणि राजकारण याचा संबंध किती सखोल मानायचा, हा प्रश्न सनातनपणे पडत आलेला आहेच. पण जेव्हा आपण राष्ट्र नावाचे काही रचित स्वीकारतो, तेव्हा मग त्यातील लोक, त्यांच्या विचारक्षमता, भावनिक गरजा आणि नैतिक दमसास (moral stamina) हे सगळे त्यांच्या अनुभवांशी जोडत संवर्धित करावे लागते. आजची आपली सांस्कृतिक वाटचाल पाहता, मला वाटते की तत्त्वचिंतनात्मक आणि संवादाच्या गरजांची गुंतागुंत आपण राजकीय महत्त्वाकांक्षांसमोर दुय्यम मानत चाललो आहोत. त्यातूनच मग मानवी अनुभवांना राजकीय गरजांच्या साच्यांमध्ये बसवणे आणि त्यातून तिरस्कार व असुरक्षितता निर्माण करणे, असे घडते आहे का? त्यातून सगळ्यांसाठीच एक बधिर वर्तुळ निर्माण करून त्यात दाटीवाटीने उभे राहण्याचा प्रयत्न आपण करतो आहोत का? शांता गोखलेंची रीटा वेलिणकर म्हणते, 'मला वेदनेची भीती वाटत नाही. पण कधीकधी मेंदूला एक भयानक बधिरता

येते, त्याची भीती वाटते. मग शरीर, मन कशाचीच जाणीव राहत नाही. सुन्न, सुन्न, काही करू नये, बोलू नये...भयंकर भीती वाटते.' (पान १८) तसे काहीतरी आज भोवती साकाळते आहे, असे वाटते. आपल्या सगळ्या संवेदना हरपत चालल्या आहेत का; आपल्याला सांस्कृतिक आणि वैचारिक बधिरता येत चालली आहे का; अत्यंत असंवेदनाशील, अवैचारिक, असुरक्षित वातावरण आपल्याच सांस्कृतिक अप्रगल्भतेतून आपण निर्माण करत चाललो आहोत का, या प्रश्नांची प्रस्तुतता मला राष्ट्र या संकल्पनेचा आणि वास्तवाचा विचार करताना जाणवते.

स्वातंत्र्योत्तर भारतात ७०च्या दशकात तरुण असणाऱ्या माझ्या पिढीने ज्या दुविधा अनुभवल्या, त्यात वैश्विक सभ्यता आणि राष्ट्रीय संस्कृती, आपल्या पारंपरिक सांस्कृतिक प्रारूपात आधुनिक व्यक्तिस्वातंत्र्यातून निर्माण झालेले ताण आणि जागतिकीकरणातून परस्परांवर वाढत चाललेले अवलंबित्व, जागतिक अर्थव्यवस्थेत आपले क्षेत्र तयार करण्याच्या अटळ गरजेतून वाढत चाललेले ताण आणि आपल्या सर्वसमावेशक, सहिष्णू असण्याचा दावा करणाऱ्या प्रागातिक राष्ट्रीयत्वाची प्रतिमा या सगळ्याची सांगड कशी घालायची या प्रामुख्याने जाणवणाऱ्या दुविधा होत्या. पण तरीही या प्रश्नांना स्त्रीच्या स्थानावरून उत्तरे शोधताना मला प्रथम माझ्याच अस्तित्वाला उभे करण्यासाठी संघर्ष करावा लागत होता. त्याला आत्मसन्मान, प्रतिष्ठा द्यायला आणि अवमानित होण्याला नकार द्यायला स्त्री-लेखिकांनी शिकवले. त्यातूनच समजले की, स्त्री म्हणून आणि स्वतंत्र लोकशाही देशाची नागरिक म्हणून राष्ट्राची सांस्कृतिक प्रतिमा जोखण्याचे आपले निकष काय आहेत आणि काय असायला हवे आहेत? या प्रश्नाला एक उत्तर आपले स्त्री-पुरुष नातेसंबंधांचे प्रतिमान काय आहे? त्याची प्रगल्भता आपण कोणत्या प्रतिमांतून, चिन्हांतून आणि विचारव्यूहातून मांडतो, हे आहे.

कुटुंबातील माझे स्थान आश्वस्त करायचे असेल, तर राष्ट्र ही संकल्पना संवादाच्या देवाणघेवाणीची भूमी म्हणून बघितली गेली पाहिजे ही गरज मला स्त्री म्हणून जगताना प्रकर्षाने जाणवते. माझ्यावर आधुनिकपूर्व काळातील स्त्री-प्रतिमा आणि कुटुंबाचा आकार लादला जाता कामा नये, तर नव्याने कुटुंब घडवण्याचे अधिकार मला मिळायला हवेत. हा आग्रह कुटुंबातील माणसांच्या संवादी असण्यावर, मैत्रभावावर अवलंबून आहे आणि भोवतालच्या सांस्कृतिक मूल्यांवरदेखील. स्त्रीवादी विचारविश्व या जाणिवेतून निर्माण झाले. त्याचा आवाका असलेल्या आणि स्वातंत्र्योत्तर कालखंडाच्या काळवंडत जाणाऱ्या छायेत ज्या लेखिकांनी दमदारपणे आपली दृष्टी मांडली; त्या कमल देसाई, गौरी देशपांडे आणि शांता गोखले यांच्या कादंबऱ्यांची मांडणी या अनुषंगाने मी करणार आहे. कारण या तीनही लेखिका राष्ट्र नावाच्या संकल्पनेचा स्त्रीच्या स्थानावरून ऊहापोह करतात. त्यांच्या नायिका जी आव्हाने

मांडत आहेत, ती सगळीच संवादाच्या निकडीशी आणि मैत्रीच्या असोशीशी जोडलेली आहेत. त्याग-समर्पण या पारंपरिक संकेतांना त्या उडवून लावत आहेत; आणि त्याजागी मैत्री आणि संवादाची प्रस्थापना करत आहेत.

ही मूल्ये लोकशाहीवादी आधुनिकतेशी नाते सांगणारी आहेत, हे इथे अधोरेखित करायला लागेल. कारण त्याग आणि समर्पण नाकारणे म्हणजे बेजबाबदार नागरिक असणे, कुटुंबव्यवस्था मोडीत काढणे आणि म्हणून समाजाच्या स्थैर्याला सुरुंग लावणे असे अर्थ अनेकदा काढले जातात. पण त्यातील स्वप्रस्थापनेचा आग्रह, आदर्श जग निर्माण करण्याचे स्वप्न बघण्याचा प्रयत्न, सत्याचा शोध घेण्याची आस, स्वतःच्या क्षमतांना जोखून बघण्याचे आव्हान, जगाला स्वतःच्या क्षमतांनिशी सामोरे जाण्याचे आव्हान हे सगळे नव्याने स्वतंत्र झालेल्या, प्रागतिक घटना पायाभूत असलेल्या आधुनिक राष्ट्रराज्याच्या निर्मितीशी जोडले आहे हे आपण लक्षात घ्यायला हवे. त्यानंतरच्या पिढीतील मेघना पेठे आणि कविता महाजन यांची विस्ताराने चर्चा करताना, या दोन्ही पिढ्यांच्या दरम्यान असणाऱ्या, पण आजही लेखन करत असलेल्या आशा बगे, सानिया यांच्या कादंबऱ्यांचा धावता आढावा घेणार आहे. तारा वनारसे यांची एक अगदीच वेगळी कादंबरीही या लेखाच्या अखेरीस लक्षात घेतली आहे.

१८ व्या आणि १९ व्या शतकातील आधुनिक राष्ट्रराज्यांचा उगम आणि कादंबरी या आकृतिबंधाचा विकास ही जोडीने जाणारी घटिते आहेत. सामाजिक, भाषिक वैविध्य हा कादंबरीचा प्राण असतो. शिवाय काहीएक दृष्टी देण्याच्या बांधिलकीतून त्याला जी नेटकी आकृती मिळते, त्यातूनच राष्ट्र नावाची imagined community निर्माण करण्याचा प्रयत्न करता येतो. म्हणूनच कादंबरी हा आकृतिबंध व्यापक आणि समग्र जीवनभाष्यासाठी वापरला जातो. अनेकविध अनुभवांना एका सूत्रात बांधण्याचे हे प्रयत्न राष्ट्रनिर्मितीच्या प्रयत्नांसारखेच असतात. सलमान रश्दी म्हणतात, Writers and politicians are natural rivals. Both try to make the world in their own images, they fight for the same territory and the novel is one way of denying the official, politician's version of truth. राजकारणी नकाशे तयार करतात आणि लेखक जग निर्माण करतात. साहजिकच या जगात वास्तवातील अभावांचे वाचन आणि पर्यायी मूल्यव्यवस्था महत्त्वाच्या ठरतात.

ज्या लेखिकांनी स्वतःचे सत्य मांडण्याचा प्रयत्न केला त्याची दखल आजच्या सांस्कृतिक पार्श्वभूमीवर घेतली जावी लागते ती यासाठी. कमल देसाई, गौरी देशपांडे आणि शांता गोखले या राष्ट्रराज्याचे रूप मानवी नातेसंबंधांच्या आदर्श प्रारूपात बघतात. याचे एक कारण मला असे दिसते की, देश-निर्मितीची प्रक्रिया ही नुकतीच पूर्ण होऊन गेल्यानंतरच्या काळात त्या लिहितात. त्यांच्यासमोरचे आव्हान हे प्रगल्भ

मानवी नातेसंबंध निर्माण करण्याचे आहे. हे नातेसंबंध आधुनिकतेकडे नेण्याचे आहेत. स्वतंत्र प्रज्ञेने उभ्या राहू पाहणाऱ्या स्त्रियांचे आहे. त्यात ज्ञाननिर्मितीचा आग्रह आहे, प्रेमाची वेगळी प्रारूपे आहेत, जागतिक व्यवहारांचे भान आहे, अत्यंत स्वतंत्र कलात्मक जाणिवा आहेत. 'काळा सूर्य आणि हॅट घालणारी बाई', 'तेरुओ' आणि 'काहिं दूरपर्यंत', 'रीटा वेलिणकर' आणि 'त्या वर्षी' या कादंबऱ्यांमध्ये लेखिका जे विश्व उभे करत आहेत, त्याचा राष्ट्रनिर्मितीशी जवळचा संबंध आहे. त्यातून समोर येणारे स्त्री-पुरुष नातेसंबंधांचे प्रारूप राष्ट्र नावाच्या संकल्पाला नवीन आयाम देणारे आहे. आज आपण जी राजकीय आव्हाने समोर आहेत असे म्हणतो आहोत, त्याला उत्तरे शोधताना स्त्री-पुरुष संबंधांचा कोणता विचार करतो आहोत याचा वेध या लेखिकांनी घेतला आहे. त्यांच्या लेखनातील नायिका कमालीचे ताण आणि दुःख सोसतात आणि तरीही संघर्ष करत रहातात. प्रेमाचा आणि करुणेचा आवाज जपण्याचा प्रयत्न करणाऱ्या गौरी देशपांडे आणि शांता गोखले त्यांच्या नायिकांच्या अतीव दुःखातून संस्कृतीच्या हिंस्र होत जाणाऱ्या, वर्चस्ववादी होत जाणाऱ्या प्रवृत्तीवर नेमके बोट ठेवतात. तर कमल देसाईंच्या नायिका स्वतःचा विनाश करून घेणे पत्करतात. हे नक्की काय आहे आणि ते कशामुळे घडते आहे याचा विचार आपण केला नाही, तर आपली सांस्कृतिक प्रगल्भता पूर्णपणे संपवण्याच्या वाटेवर आपले राजकारण आणून ठेवू, अशी भीती वाटते.

आजच्या टप्प्यावर अनेक आवाज राष्ट्र नावाच्या संकल्पनिर्मितीत सहभागी होऊ इच्छित आहेत आणि हे टाळता येणार नाही. त्यात संवाद असायला लागेल हे जितक्या विविध स्थानांवरून आज कादंबरी लेखन केले जाते आहे, त्यातून समोर येते. आधुनिकतेच्या न टाळता येणाऱ्या प्रवाहात एकच एक भाषिक निवेदन आता टिकू शकणार नाही, तर भाषिक सरमिसळ होत राहणार. मात्र हे खरे असले तरी जागतिकीकरणाच्या वास्तवात राष्ट्र नावाचे रचित कणखरपणे टिकाव धरून राहायचे असेल, तर सर्वच विचारधारांना संवादी आणि समावेशक असायला लागेल. ही संवादी मानसिकता आपण गमावत चाललो आहोत हे या कादंबऱ्यांतील निवेदिकांचे दुःख आहे. म्हणजेच राष्ट्र हे निवळ कल्पित न ठेवता त्याला चर्चात्मक स्वरूप discursive community देण्याचा त्या प्रयत्न करतात. या तीनही लेखिकांचे आणखी एक वैशिष्ट्य म्हणजे त्या स्त्रीवाद नावाच्या आधुनिक चर्चाविश्वाशी चांगल्या परिचित आहेत. पैकी कमल देसाई आणि गौरी देशपांडे यांनी स्वतःला स्त्रीवादी म्हणवून घेत चौकटीत बांधून घ्यायला नकार दिला होता. तरीही स्त्रियांच्या अस्तित्वाची आग्रही प्रस्थापना करण्याची गरज त्यांनी नाकारली नव्हती. याअर्थाने पुरुषसत्ताकतेला आव्हान देण्याची गरज तिघींच्या लेखनात जाणवते. साहजिकच त्यांचे राजकारणही सुस्पष्ट आहे.

स्त्रीवाद हे चर्चाविश्व आज नव्याने उभे केले पाहिजे, असे मला वाटते. कारण जागतिकीकरणाच्या प्रवाहात आधुनिकतेला सक्षमपणे सामोरे जायचे तर वाद–संवादांची तयारी आणि व्यापक मैत्रभाव निर्माण करणारे दुवे निर्माण करण्याची गरज आहे. सांस्कृतिक ओळखींच्या मर्यादित अवकाशाला व्यापक विचारांचे विश्वभान देणारे आणि त्यातून स्त्रियांना पुरुषांच्या जोडीने वैश्विक मानवतावादी भूमिकेत उभे करू शकणारे ते चर्चाविश्व आहे. त्याबाबतचे काही गैरसमज दूर करण्याची गरज आहे. कारण संकोचत चाललेल्या सांस्कृतिक पर्यावरणाचा सर्वांत जीवघेणा आघात स्त्रियांवरच होतो. त्याला पर्यायी पर्यावरण निर्माण करण्याचे आयाम काय असायला हवेत याचे काही निकष सांगण्याचे प्रयत्न अनेक चर्चाविश्वातून होत आहेत, त्यात स्त्रीवाद एक आहे. त्यांतील दोन विचार उद्धृत करून मी माझ्या विषयाकडे वळते. मी ज्या लेखिकांचा विचार इथे करणार आहे, त्यांच्या दृष्टीशी याची सांगड घालता येऊ शकेल.

Masculinity Studies and Feminist Theories, New Dimensions Ed. Judith Kegan Gardiner, Columbia University Press, New York, 2002 याच्या प्रस्तावनेत मायकेल किमेल म्हणतात, Feminism is not anti-male but feminists are capable of using feminism to empathize with men when they challenge and critique masculinity as ideology and institution. Actually the right-wing anti-feminists are the real 'male bashers' who assert that male are biologically programmed to be violent beasts, incapable of change, that will rape and pillage if women do not fulfill their biological mandate of sexual and social constrain. या म्हणण्याला बायकाही बळी पडतात असा अनुभव आपल्याकडेही आहेच. म्हणूनच पुरुष असे न म्हणता आजचा स्त्रीवाद पुरुषसत्ताकता असा शब्द वापरतो, ज्यातून एक व्यापक सांस्कृतिक व्यवस्था, मूल्यविचार प्रतीत होतो.

Bruce Kokopeli and George Lakey यांनी 'More Power Than We Want: Masculine Sexuality and Violence' या लेखात म्हटले आहे :

The world situation is so much defined by patriarchy that what we see in the wars of today is competition between various patriarchal ruling classes and governments breaking into open conflict. Violence is accepted masculine form of conflict resolution....Patriarchy teaches us at very deep levels that we can never be safe with other men or perhaps with anyone, for the guard must be kept lest our vunerability be exposed and we be taken advantage of....Patriarchy creates character ideal---we call it masculinity---and measure everyone against it. Many men fail the test as well as women, and even men who are passing the test today are carrying a heavy load of anxiety about tomorrow. Because masculinity is a form of domination, no one can really rest secure. The striving goes on forever unless you are actually willing to give up and find a more secure basis for identity. ...We are encouraged by the vision of androgyny, which acknowledges that the best characteristics now allocated to two genders indeed belong to both.... We urge people to continue the exploration of what peaceful and sexually liberated society will be like and what kind of people will inhabit it. Let us allow our creativity to flow beyond the definitions patriarchy has given us. (*Reweaving the Web of Life, Feminism and Nonviolence*, ed. Pam Mc-llister, New Society Publishers, P-, 1982)

आजची जागतिक परिस्थिती इतकी पुरुषसत्ताकतेने रचली आहे की, आजच्या युद्धांमध्ये आपल्याला विविध पुरुषसत्ताक सत्तावर्गांमधल्या आणि शासनव्यवस्थेतल्या स्पर्धा उघडपणे संघर्षात उतरलेल्या दिसतात. संघर्ष सोडवण्याचा हिंसात्मक मार्ग म्हणजे पुरुषार्थ, असे स्वीकारले गेले आहे. पुरुषसत्ताकता आपल्या मनात खोलवर रुजवत राहते की, आपण दुसऱ्या पुरुषाबरोबर कधीच सुरक्षित असू शकत नाही, किंवा दुसऱ्या कोणाबरोबरच. त्यामुळे आपल्या हळव्या जागांना सुरक्षितपणे झाकून ठेवले पाहिजे अन्यथा त्यांचा गैरफायदा घेतला जाईल. पुरुषसत्ता एक आदर्श तयार करते. त्याला आपण पुरुषत्व म्हणतो, आणि मग सगळ्यांचे मोजमाप त्या निकषावर करतो. अनेक पुरुष आणि स्त्रिया यात पराभूत होतात. आणि जे पुरुष उत्तीर्ण होतात, ते भविष्याचे प्रचंड दडपण खांद्यावर घेऊन चालत असतात. पुरुषत्व हे वर्चस्ववादाचे एक रूप आहे. तिथे कोणीच सुरक्षित राहू शकत नाही. ते कमावण्याची इच्छा सतत कार्यरत असावी लागते. तुम्ही स्वेच्छेने पुरुषत्व मिळवण्याची इच्छा टाकून देऊन तुमच्या व्यक्तिमत्त्वासाठी दुसरा कोणता सुरक्षित पाया शोधत नाही तोवर हे चालूच राहते. स्त्री-पुरुषाच्या एकशरीरी संकल्पनेने आपल्याला दिलासा मिळतो. ही संकल्पना असे सांगते की, दोघांमधले उत्तम गुणधर्म हे दोन वेगळ्या लिंगांमध्ये विभागले गेलेले नाहीत तर ते दोघांमध्येही असतात. आम्ही लोकांना अशी विनंती करतो की, लैंगिकदृष्ट्या उन्नयित आणि सौहार्दतेने भरलेला समाज कसा असेल आणि

कोणत्या प्रकारचे लोक त्यात वसत असतील याचा शोध आपण चालू ठेवला पाहिजे. आपल्याला पुरुषसत्तेने ज्या व्याख्या दिल्या आहेत, त्यांच्यावरून ओसंडून जाणारी सर्जनशीलता आपण जोपासायला हवी.

या दृष्टीचे संदर्भ-भान सांभाळले नाही, तर मग स्त्रीवाद हा शब्द आजही भल्याभल्यांना गफलती करणारा वाटतो याची खंत नोंदवून मी पुढे जाते. स्त्रीवादाचे नाते हे प्रागतिक राजकारणाशी आहे. राजकारणाची प्रगल्भता मुळात सांस्कृतिक प्रगल्भतेवर अवलंबून असते. देश नावाच्या काही निश्चित केलेल्या सीमारेषांच्या अवकाशात आपण कोणती स्वप्ने बघतो, त्यातील माणसांकडे आणि मानवी प्रतिष्ठेकडे कसे बघतो, त्यासाठी कोणत्या मानसिकतेचे संवर्धन करतो आणि त्यासाठी कोणते मार्ग अवलंबतो यांवर आपला सांस्कृतिक पोत अवलंबून असतो. आणि हाच पोत अंतिमतः आपले राजकीय भविष्यही ठरवतो. विविध अनुभवांना राष्ट्र नावाच्या संकल्पाशी जोडायचे असेल तर अवमानित होणाऱ्या आणि केल्या जाणाऱ्या घटकांचा विचार त्याच्या केंद्रस्थानी असावा लागतो. यासाठी सांस्कृतिक प्रगल्भता वाढवणे गरजेचे असते. अनुभवांच्या जितक्या व्यापक वैविध्याला आपण कवेत घेऊ शकतो, त्यासाठी अवकाश निर्माण करू शकतो; तितकी आपली प्रगल्भता वाढते. या दृष्टीतून सांस्कृतिक अर्थनिर्णयनाच्या संदर्भात काही मर्मदृष्टी मांडण्याचा प्रयत्न मी करणार आहे. लोकशाही देशाची एक नागरिक म्हणून देशाच्या सांस्कृतिक वाटचालीसाठी काही दृष्टी शोधण्याची गरज मला वाटते. त्यासाठी मराठीतील स्त्रियांनी केलेल्या कादंबरीलेखनाचा विचार मी करणार आहे.

कमल देसाई, गौरी देशपांडे आणि शांता गोखले यांना राष्ट्र नावाच्या संकल्पाच्या चिकित्सेसाठी कोणत्या एतद्देशीय सांस्कृतिक प्रारूपाचा आधार घ्यावा हा प्रश्न अर्थातच पडतो आहेच. स्त्री चे स्थान सर्व सांस्कृतिक रचितांमध्ये दुय्यमच राहत आलेले आहे हे तिघींना माहिती आहे. आणि तरीही नेहरूवादाच्या उत्तरसंध्येला काही आदर्श शोधता येतील का, हा प्रयत्न तिघी जणी करताना दिसतात आणि त्यात त्यांच्या नायिका कृतिशील होतात. त्यांना हवे असणारे सांस्कृतिक अर्थ त्या प्रस्थापित करण्याचा प्रयत्न करतात. मी आत्ता मांडणीसाठी घेतलेल्या त्यांच्या कादंबऱ्यांतून त्या प्रस्थापित अर्थांशी संघर्ष करताना दिसतात आणि त्याला पर्याय निर्माण करतानाही दिसतात. त्यासाठी गौरी देशपांडे आणि कमल देसाई या आदर्शवादाचा, युटोपिया-डिस्टोपियाचा आधार घेताना दिसतात तर शांता गोखले साहित्य आणि चित्रकला यांच्यातील मर्मदृष्टींचा वापर करताना दिसतात. आधी म्हटल्याप्रमाणे या तिघींनीही त्यांची जीवनदृष्टी घडवताना पाश्चात्त्य तत्त्वचिंतनाला आत्मसात केले आहे.

कमल देसाईंच्या *'काळा सूर्य'* आणि *'हॅट घालणारी बाई'* या कादंबऱ्यांची चिकित्सा करताना असे लक्षात येते की, त्या अत्यंत मूलगामी विचारांनी समाजाची चिकित्सा करत आहेत. त्यांच्या 'काळा सूर्य'मध्ये सुरुवातीला सडलेल्या, स्थितिशील, भ्रष्ट समाजमंदिराचा विध्वंस आणि नंतर 'हॅट घालणारी बाई'मध्ये बालकवींच्या 'फुलराणी'तून येणाऱ्या अपरासृष्टीची प्रस्थापना अशी निर्मितीची प्रक्रिया मांडली आहे. प्रस्थापित भ्रष्ट वास्तव उद्ध्वस्त करणारी आणि तिथे नवीन अर्थांची पेरणी करू पहाणारी ही स्त्री आहे. त्यात वापरलेली चिन्हेही लक्षात घेण्याजोगी आहेत. 'काळा सूर्य'ची नायिका विश्वाला अंकित करण्याच्या महत्त्वाकांक्षेने पछाडलेल्या अश्वरथाचे मंदिर उद्ध्वस्त करते आणि 'हॅट घालणारी बाई' बालकवींच्या फुलराणीवर चित्रपट बनवते. हा प्रतिगामी, वर्चस्ववादी अध्यात्मात बंदिस्त असलेल्या पारंपरिक चिन्हव्यवस्थेला नाकारण्याचा आणि सामूहिक संवेदनांना आणि सर्जकतेला आवाहन करणाऱ्या चित्रपटासारख्या आधुनिक चिन्हव्यवस्थेला स्वीकारण्याचा त्यांचा प्रयत्न आहे. ही चिन्हव्यवस्था अर्थातच मूल्यभावाला आग्रहाने प्रस्थापित करण्याचा प्रयत्न करते आहे. एक स्वयंपूर्ण, नैतिक स्वची प्रस्थापना आणि त्याचे संपूर्ण जीवसृष्टीशी असलेले हितसंबंध असा काहीसा युटोपिया त्या निर्माण करू पाहतात; पण त्याला प्रतिगामी, संकुचित वृत्तींचे इतके अडसर येतात की, त्यात ती प्रकल्पनिर्मिती नायिकाच उद्ध्वस्त करते आणि त्यात ती स्वतःही मृत्यू पावते. तिचे संकुचित वृत्तींशी लढण्याचे मार्ग आपण तपासले, तर त्यात एका बाजूला कांटच्या नैतिक स्वप्रस्थापनेच्या तत्त्वचिंतनाचा आणि अनेकदा गांधींच्या मूलगामी विचारांचा वापर केला आहे, असे जाणवते. याअर्थाने गांधी नव्याने सांस्कृतिक अवकाशात आणण्याचा, त्यांच्या सांस्कृतिक हस्तक्षेपांचा अर्थ स्त्रीच्या स्थानावरून लावण्याचा, वेळप्रसंगी त्यातील काही भाग नाकारण्याचा प्रयत्न 'हॅट घालणारी बाई'मध्ये त्या करताना दिसतात.

गांधींचे सत्याचे प्रयोग हे युटोपियन प्रयोग होते, ज्यातून त्यांनी एक व्यक्ती स्वतःच्या आत्मबलावर सांस्कृतिक बदलात काय भूमिका करू शकते याचा शोध सातत्याने घेतला. व्यक्तीचे आदर्श स्वप्न, संकल्प हे सामाजिक परिवर्तनाच्या गतिशीलतेत कसे बदलतात याचा तो प्रयोग होता. हाच शोध कमल देसाईसुद्धा घेत होत्या आणि त्याचबरोबर हे आदर्शवादी प्रयोग व्यवस्थेकडून कसे पळवले जातात किंवा त्यांचा वापर भलत्याच गोष्टींसाठी कसा होतो, विशेषतः एक बाई जेव्हा एका संकल्प उभारणीचा प्रयत्न करते, तेव्हा काय होते याचाही तो शोध होता. त्यांची हॅट घालणारी बाई सांगते, 'माझ्या योजनेला काही किंमत आहे हे मला नक्की माहीत आहे. आणि असे प्रयोग व्हायला हवेत. हा हक्क आहे. ही हवं असण्याची बाब आहे, हे प्रयोग फक्त समाजात हस्तक्षेप करण्यापुरते मर्यादित नव्हते, तर व्यक्तीनं सातत्यानं

आत्मशोध करत राहायला हवे यासाठी ते स्वतःशीच करण्याच्या संघर्षाचेही साधन होते.' आत्मटीका हेच आपल्या हातातील संघर्षाचे साधन असू शकते हे गांधींनी दाखवले.

कमल देसाईंनी संजय आर्वीकरांना मुलाखत देताना असे सांगितले होते की, 'माणसानं नैतिक असावं आणि स्वतःशी प्रचंड प्रामाणिक असलं पाहिजे. स्वतःशी हं, लोकांचा त्याच्याशी काही संबंध नाही. मी स्वतःशी खोटं बोलते आहे असं लक्षात आलं तर मी स्वतःला शिक्षा करून घ्यायची. हे एक माझं मूल्य होतं..' स्वतःला सतत तपासत राहण्याच्या आग्रहातून सत्यशोधनाची निर्भयता कमावता येते हे त्यांची नायिका सांगते. तिला जी आदर्श सृष्टी वास्तवात आणायची आहे, त्यासाठी तिच्याकडे आर्थिक भांडवल नाही. पण तरीही तिचा संकल्प प्रत्यक्षात येईल असा तिला विश्वास आहे; कारण तिनं तशी प्रतिज्ञाच केली आहे. ती सांगते, 'मला रस्ता कधीच उपलब्ध नसतो. पायाच्या अंगठ्यापुढे फक्त शक्यतेचा फुलोरा. मग मी स्वतःच प्रथम रस्ता निर्माण करते आणि त्यावर आत्मविश्वासानं, अगत्यानं पाऊल टाकते. मी आता बांधील असते.'

गांधींनी जुलै १९४७ मध्ये सुशीला गांधींना लिहिलेल्या पत्रात Vows विषयी जे म्हटलं होतं, 'The world endures through vows-' आपण केलेल्या प्रतिज्ञांचे पालन केल्यानेच जग टिकते. त्याचा प्रत्यय इथे यावा. ती निर्भय आहे. तिला तिच्या मतांबद्दल खात्री आहे. त्यामुळे तिला आधार देऊ करणारे लोकच घाबरतात आणि तिला जायला सांगतात तेव्हा ती म्हणते, 'आता निघून जाणं माझ्या हाती नाही. घालवणं तुमच्या हाती नाही. मी निघून गेल्यानं तुमची सुटका होत नाही. माझं जाणं तुम्हाला खात राहील. माझं असणंही तुम्हाला पोखरत राहील. माझ्या अस्तित्वानं तुम्ही गुदमरणारच आहात. माझं काय करायचं हे तुम्हाला समजणार नाही आहे.' (पान ११४)

गांधींनी चांदपूरच्या दंगलीत झालेल्या अत्याचारांबद्दल नोव्हेंबर १९४६ मध्ये कार्यकर्त्यांशी बोलताना असेच काही म्हटले होते,

'No police or military can protect people who are cowards....What a shame for Hindus what a disgrace for Islam! No, I am not going to leave you in peace....This man will not go. He did not come on your invitation and he will go only on his own, but with your blessings when his misssion in East Bengal is fulfilled.' महात्मा गांधी समग्र वाङ्मय इंटरनेट रिसोर्स. जे लोक भित्रे आहेत त्यांचे रक्षण पोलीस किंवा सैन्यही करू शकत नाही. ...हिंदूंचे काय

हे लाजिरवाणे कृत्य! इस्लामलाही केवढी लाज आणणारे आहे हे! नाही, आता मी तुम्हाला बिलकुल स्वस्थ राहू देणार नाही. हा माणूस इथून जाणार नाही. तो काही तुम्ही बोलावल्यामुळे आला नव्हता आणि जायचंच झालं तर तो स्वतःच ठरवेल. पण पूर्व बंगालमधले त्याचे काम सफल झाल्यावर तुमचे आशीर्वाद घेऊनच जाईल.)

हॅट घालणाऱ्या बाईचे धैर्य अचाट आहे आणि ती तिच्या निर्मितीच्या प्रकल्पाने पूर्णपणे झपाटलेली आहे. कोणतीही नवीन संकल्पना, विचार हा सांकृतिक हस्तक्षेप असतो. नव्या विचारातून, एका युटोपियन दर्शनातून ती असे सांगते आहे की, एका सामूहिक संकल्पातून, आहे त्या परंपरांमधून भारत नावाचे एक सक्षम, मानवतावादी स्वप्न निर्माण होऊ शकते. याच विश्वासातून कमल देसाई स्त्रीकडे एक सांस्कृतिक हस्तक्षेपाचे साधन म्हणून बघतात. म्हणूनच त्यांच्या कादंबरीतील स्त्रिया प्रत्यक्ष देवाशीही भांडतात. पण तरीही त्यांचे म्हणणे असे होते की, माणसाला सृष्टीच्या केंद्रस्थानी आणून ठेवणे योग्यच नाही. व्यक्ती आणि समाज यांचं नातं जैविक असतं; ते तसं असेल, बंदिस्त समाज नसेल तर मग एक बांधिलकीही असते आणि मोकळीकही असते....अत्यंत आंतरिक, कोवळे, कोमल बंधनात बांधलेले संबंध हे जीवनावरच्या श्रद्धेशी निगडित असतात. *'काळा सूर्य'* मधला माणसाचा पर्यावरणाशी असलेला संबंध हा तोडूनमोडून टाकलेला, उद्‌ध्वस्त केलेला असा आहे. पर्यावरणाशी बाईचे एक रहस्यमय असे नाते असते. पंचमहाभूते तिला आतून कळतात. पुरुषाला नाही कळत. पुरुषाने पर्यावरण ओरबाडून घेतले आहे; स्त्रीला ते जमत नाही आणि मान्यही नाही. 'हॅट घालणारी बाई' ही शोकांत शेवटाची कथा आहे. ही ज्ञानलालसेतून आणि प्रामाणिक बांधिलकीतून काही नवनिर्माण करू पाहणारी बाई आहे. तिच्या प्रयत्नांना वेळोवेळी हाणून पाडण्याचेच प्रयत्न होतात, तेही केवळ तिच्याभोवतीच्या पुरुषांना होणाऱ्या स्वतःच्या खुजेपणाच्या जाणिवेतून आणि पुरुषसत्तेला तिच्याबद्दल वाटणाऱ्या भयातून. हे वैफल्य, नैराश्य विदग्ध संतापातून, नैतिक स्वप्रस्थापनेच्या आग्रहातून, युटोपिया निर्माण करताना कोणत्याही तडजोडींना ठाम नकार देण्यातून निर्माण होणारे वैफल्य आहे. त्याला राष्ट्रनिर्मितीच्या संदर्भात बघायला हवे हे त्यांचे पुढचे लेखन सांगते. कमल देसाईंनी निर्माण केलेला एक सांस्कृतिक हस्तक्षेपाचा प्रयत्न म्हणून याची प्रस्तुतता आजही आहे.

गौरी देशपांडेंच्या बहुतेक सर्व लेखनाची पुरेशी चिकित्सा झाली आहे. पण त्यांच्या 'तेरुओ' आणि 'काहिं दूरपर्यंत' या दोन कादंबऱ्यांची चर्चा मात्र क्वचितच झाली आहे. काही वेळा तर काही पुरुषांकडून अतिशय असभ्यपणे त्याविषयी लिहिले

गेले. याचे कारण परत एकदा आपल्या सांस्कृतिक प्रगल्भतेशी जोडले जाऊ शकते. 'तेरुओ' सारखी कादंबरी त्यातील नायिकेचे तिच्या नवऱ्याच्या उदारमनस्कतेखाली होणारे लैंगिक स्वैराचाराचे चित्रण म्हणून किंवा स्त्रीवादी स्त्रियांना हवेसे वाटणारे मुक्त लैंगिक स्वातंत्र्य अशा स्वरूपात बघितले गेले. गोष्ट अशी आहे की 'तेरुओ'मध्ये गौरी देशपांडे काही वेगळ्याच प्रश्नांचा वेध घेण्याचा प्रयत्न करतात. मानवी अस्तित्वाला प्रतिष्ठा देणारे मूल्य कोणते, त्यातील सत्य कसे समजते, याचा शोध त्या घेताना दिसतात तेही भांडवली आणि समाजवादी राजकारणाच्या प्रवक्त्या असणाऱ्या व्यक्तींमधील संघर्षात बळी जाणाऱ्या नायिकेच्या 'काहिं दूरपर्यंत' या कथेला त्याच्याशी जोडून. एका अर्थाने 'तेरुओ' ची नायिका ही ओरूनदा या 'काहिं दूरपर्यंत'मधल्या नायकापेक्षा मानवी नातेसंबंधांचे वेगळे प्रारूप समोर मांडते आहे. जगातील हिंसेला, क्रौर्याला, वर्चस्ववादाला, फसवणुकीला नाकारायचे असेल; त्यावर उपाय शोधायचा असेल तर तो कोणता असू शकेल, हा त्यातील शोध आहे.

हा शोध ती भ्रांतिकेच्या रूपात मांडते आहे. त्यामुळे तेरुओबरोबरचे तिचे संबंध ती जींना लिहिलेल्या पत्रात खोडून टाकते आणि जींना लिहिलेल्या पत्रातील वास्तव तेरुओच्या फॅन्टसीतून खोडते आहे. एका अर्थाने सत्य आणि फॅन्टसी यातले अंतर संपवणे, ज्यातून तिला एक अतिव्याप्त सांस्कृतिक अवकाश मिळतो, ज्याला स्वतःची काहीच वैशिष्ट्ये नाहीत. त्यात ती निर्माण करेल ते घडते. मग तीच निर्माती बनते. ती जे जे बघते, कल्पना करते; ते ते खरेच करण्याची ताकद तिला तिच्या शब्दभ्रमातून मिळते. ती तेरुओ नावाचे सौंदर्य निर्माण करते. त्या सौंदर्याला सत्य मानण्याचा आग्रहही स्वतःच्या मनाशी धरते. तो आग्रह बाहेरच्या जगाच्या हिंस्र वास्तवात टिकणारा नाही हेही ती त्या जगात अलिप्तपणे वावरून अनुभवत राहते. या दुभंगावर उपाय कोणता याचा शोध घेत राहते. आसूसून प्रेम करणे आणि त्या प्रेमातील शहाणपण जपणे, त्याला मालकीहक्काचा स्पर्शही होऊ न देणे, ते जगभर विखरत राहणे; हा तिचा उपाय आहे. Let it be चा मंत्र जपणारी नायिका स्वतःचे शरीर येशू ख्रिस्तासारखे वाटून टाकते आहे. कारण तिच्या फ़्लेश आणि ब्लडच्या प्रसादातून जगातील हिंसा आणि क्रौर्य कमी होऊ शकेल का, हा तिचा प्रयोग आहे. मालकी हक्काच्या भावनेतून केले जाणारे प्रेम--मग ते व्यक्तीवरील असो, समुदायावरील असो किंवा धर्म, राष्ट्र अशा कल्पित समूहावरील असो--हिंसेलाच जन्म देणार. तेव्हा मालकी हक्काची भावना काढून टाकून प्रेम करता येईल का, हा तिचा प्रश्न आहे. तिचे जगभरचे प्रियकर या प्रयोगाचीच रूपे आहेत. ती म्हणते, 'मी ज्यांच्या प्रेमात पडले होते, ते सगळे. माझ्यावर प्रेम थोडेच करत होते? काही एकदोन सोडले तर त्यांच्याशी माझे संबंध केवळ मैत्रीचे होते; पण म्हणून मी त्यांच्यावर भरपूर, जीव

जाईस्तो प्रेम केलं नाही असं थोडंच आहे? माझ्याबद्दल त्यांना काय वाटतं याचा माझा त्यांच्यावर प्रेम करण्याशी काय संबंध होता? आणि त्या साऱ्याचा कुणाबरोबर लग्न करण्याशी किंवा हजारो मुलांना जन्म देण्याशीही?' (पान २४)

याची राजकीय पार्श्वभूमीही ती मांडते आहे. ती अशी आहे, 'माणसांनी माणसांवर जे भीषण अत्याचार केले, त्यात जपानचा पाय कधी मागे नव्हता. नानकिंगची कत्तल कधी घडलीच नाही, जपान चीनवर राज्य करत असता १९३७ ते ४५ या काळात चार कोटी चिनी लोकांचे बळी गेलेच नाहीत, सारं सिंगापूर बेचिराख केलं गेलंच नाही, फिलीपीन्स, मनीला या देशांतल्या पन्नास हजारांवर लोकांचे सैनिकांचे नव्हे, भयाण व क्रूर हाल आणि शिरकाण झालंच नाही, युद्धकैद्यांना अमानुष वागणूक मिळालीच नाही अशी कल्पना व्हावी कुणाची! जर्मनांनी कैदेत घातलेल्या युद्धकैद्यांपैकी ४ टक्के मरण पावले, तर जपान्यांच्या कैदेतले २७ टक्के जिवाला मुकले.' (पान ४१)

पुरुषसत्ताक राजकारणातली हिंसा तिला स्पष्टपणे माहिती आहे. त्यामुळे त्याबद्दलचे तिचे मतही लक्षात घेण्याजोगे आहे. 'अणुबाँब हे अस्त्र निर्माण होऊन वापरलं गेलं यातच सारं आलं. आता आपण नैसर्गिक उत्क्रांतिक्रियेचा सर्वोच्च बिंदू आहोत, किंवा आपल्याला ईश्वराने स्वतःच्या प्रतिबिंबवत निर्मिलं आहे, किंवा आपणा सर्वांत ईश्वरी अंश आहे वगैरे मूर्ख कल्पनांना फाटाच द्यायला हवा, नाही का?' (पान १६) याला मग 'लेटिट बी' म्हणत प्रेम करणे एवढेच हातात राहते अशा हताश उदासीत तिची फॅन्टसी विरून जाते. 'लेटिट बी..' हे बीटल्सच्या गाण्यातील मदर मेरीचे 'विजडम'चे शब्द आहेत. या व्यापक आणि चेहेराहीन हिंसेवरील उपायाच्या चिंतनानंतर येणारी ओरूनदा, मधू आणि जगन्नाथ या कमालीच्या सत्ताकांक्षी पुरुषांत निर्ममपणे वापरली गेलेली जसू समोर येते आणि पुरुषसत्ताक व्यवस्थेतील प्रेमाची रूपे, 'तेरुओ'तील स्त्रीसत्ताक फॅन्टसीतील प्रेमाच्या रूपाच्या समोरासमोर उभी राहतात; तेव्हा गौरी देशपांडे मांडू पाहत असलेल्या आदर्श पर्यायाचा आपण पुनर्विचार करू लागतो.

गौरी देशपांडेंच्या सगळ्याच कादंबऱ्यांतून उदासीचा काळिमा पसरलेला असतो. तो गोड आहे, कारण त्यांच्या जातवर्गाच्या सावलीने वास्तवाचे प्रखर ऊन अडवून धरले आहे हे खरेच. पण ज्या प्रस्थापित जातवर्गातून गौरी देशपांडे येत होत्या, त्यातही स्त्रीच्या जीवनदृष्टीला उदासी वेटोळून बसावी, त्यातून तिला काही मार्ग सुचू नये आणि तिने स्वतःला संपवणे पत्करावे हे काय आहे? कोणत्या सांस्कृतिक प्रारूपांमधून तिला वेगळा मार्ग सापडू शकला असता, याचा विचार आता आपण करणे गरजेचे आहे. जागतिक राजकारणाचे उत्तम भान असणारी गौरी स्वतःच्या देशाच्या आदर्शांचे काहीसे भाबडे रूप पुन्हापुन्हा चितारत आणि पाश्चात्त्य अवकाशावरही

तेच आरोपित करत संपली, हे कशामुळे झाले, याची चिकित्सा आत्ताच्या टप्प्यावर करण्यातूनही काही महत्त्वाचे हाती येईल.

गौरी ज्या पिढीची प्रतिनिधी होती, त्या पिढीचा पेच गंभीर होता. विज्ञाननिष्ठा, बुद्धिप्रामाण्यवाद, राष्ट्रप्रेम, सामाजिक पुनरुत्थानाची कळकळ या सगळ्याच गोष्टी क्षीण झाल्यानंतर शिल्लक राहिलेल्या व्यक्तिवादाला सामाजिक अवकाशात काय करता येईल, हा पेच त्यांच्यासमोर होता. सामाजिक संदर्भ पूर्णपणे वगळले तर व्यक्तिवाद भ्रांतचित्त होत जातो, ती उदासी गौरीच्या लेखनात जाणवते. ती प्रभावी सांस्कृतिक हस्तक्षेप करू शकली नाही याचे कारण त्यात आहेच. शिवाय ज्या वर्गातून गौरी आली होती, त्या वर्गातून मिळणाऱ्या अवकाशात परंपरांची कोंडी करणारी दाहकता जाणवत नाही. त्यामुळे परंपरा सोडवत नाही; मग व्यक्तिवादही टोकाला नेता येत नाही. तसेच एकूणच व्यक्तिवादी उदारमतवाद मानणाऱ्या घरात स्वातंत्र्याचे फायदे मिळत असल्याने सामूहिकताही पेलवत नाही. तर मग सांस्कृतिक हस्तक्षेपासाठी कोणते मार्ग प्रभावी ठरतील या पेचात हतबल झालेली पिढी गौरी देशपांडेंच्या लेखनातून व्यक्तिवादाच्या मर्यादा समोर आणते.

आजचा बाजारकेंद्री व्यक्तिवाद खरे तर स्वातंत्र्याचा संकोच करणारा बाजारवाद आहे. आज कोणत्याही मुक्त मतप्रदर्शनाची वाटणारी दहशतच वाढत चालली आहे. त्यातून मग वेगळे मतप्रदर्शन करणाऱ्यालाच संपवण्याचे विचार जर मूळ धरू लागले असतील, तर मग कणखर व्यक्तिस्वातंत्र्यवाद तरी उभा करायला हवा! त्यामुळे परत एकदा या कोंड्या नव्याने तपासायला हव्यात हे गौरी देशपांडेंचे लेखन सुचवते.

(त्यांची मुलगी ऊर्मिला देशपांडेंची Pack of Lies *ही कादंबरी गौरी देशपांडेंनी 'कारावासातून पत्रे'मध्ये मांडलेल्या व्यक्तिवादाला प्रत्यक्षात आणून दाखवते. फक्त 'कारावासातून पत्रे' ला असलेली राजकीय चर्चाविश्वांची पार्श्वभूमी ऊर्मिलाच्या कादंबरीला नाही. याअर्थाने ती उत्तर–उत्तर वसाहतवादाच्या कालखंडाचे प्रस्थापन करते आहे. 'कारावासातून पत्रे'तील अकबर किंवा सुलतानच्या बंडखोरीला काही राजकीय विचारधारांची पार्श्वभूमी आहे, तशी ऊर्मिलाच्या कादंबरीला नाही. असलीच तर अश्रद्धेची* (cynicism) *आणि जैविक प्रेरणांच्या बंडखोर प्रस्थापनेची आहे. या कादंबरीचा मराठी अनुवाद काहीसा दिशाभूल करणारा आहे; त्यामुळे मूळ इंग्रजी पुस्तकच येथे मी विचारात घेतले आहे. मराठी कादंबरी असा विषय असल्याने ऊर्मिला देशपांडेंच्या कादंबरीचा इथे स्वतंत्रपणे विचार करत नाही. पण त्यातील संदर्भ मात्र देण्याचा मोह पडतो आहे, तेवढे मांडते. आपल्या सांस्कृतिक अवकाशाला आणि धारणांना न पेलणारी ही कादंबरी आहे. अशा अर्थाने की, पूर्णपणे टोकाचा व्यक्तिवाद, ज्याला स्वतःच जग अनुभवण्याच्या कुतूहलापलीकडे आणि स्वतःच्याच ऊर्मींवर*

जगण्यापलीकडे कोणताच पाया नाही, असे जगणे त्यात केंद्रस्थानी आहे. हे जगणे कशामुळे व कोणत्या परिस्थितीत शक्य होते हेही त्यात उघडपणे मांडले आहे. एका स्थिर आर्थिक उपलब्धतेत सगळा इतिहास, परंपरा, रिवाज नाकारून उन्मन जगणे वेगळे आणि वेळोवेळी सामूहिकतेचा विचार व चिकित्सा करण्याचा विवेक शाबूत ठेवून धाडसी, मनस्वी जगणे वेगळे. ऊर्मिला मांडत असलेले जगणे हे पहिल्या प्रकारचे आहे. त्यामुळे तिच्या कादंबरीच्या नायिकेच्या आईने जो आत्मघाताचा मार्ग स्वीकारला, त्याबद्दल तिला संतापच आहे. फार तर फार तिची कीव येते. एक व्यक्ती म्हणून तिची नायिका तिच्या आईचे अपयश मांडताना दिसते; पण ज्या वैचारिक दुभंगात गौरी देशपांडे नावाची लेखिका सापडली होती, ज्या आत्मटीकेचे क्लेश तिला पेलत नव्हते, ज्या सांस्कृतिक आस्थेपोटी तिला स्वतःच्या लेखनाचे अपुरेपण सतत टोचत होते; ते सगळे ऊर्मिलाच्या व्यक्तिवादाला दिसणे अवघड आहे. गौरीने मांडलेला व्यक्तिवाद हा उदारमतवादाची मुळे असणारा व्यक्तिवाद असला, तरी त्यातून ऊर्मिलाने पुढे नेलेला व्यक्तिवाद हा त्यातील सामाजिक आस्थांनाही आव्हान देणारा ठरतो. ऊर्मिलाच्या कादंबरीत येणाऱ्या व्यक्तिरेखा या कमालीच्या आत्मकेंद्री, वैफल्यग्रस्त आणि समाजव्यवस्थेच्या उच्चवर्गीय कोठडीत राहणाऱ्या आहेत. अपवाद फक्त तिच्या एअरहोस्टेस असणाऱ्या ख्रिश्चन मैत्रिणीचा–ब्री–चा. पण त्यातला नोंदवण्याचा भाग असा आहे की, ब्री आणि तिचा भाऊ लॅझ हे ज्या अल्पसंख्याक संस्कृतीचा भाग आहेत, त्याची शोकांतिका ऊर्मिलाच्या नजरेतून सुटत नाही. लॅझ कधीतरी नाहीसा होतो, तो का आणि कसा हे गूढ उलगडत नाही. एका अर्थाने आपण मानत असलेल्या राष्ट्राच्या संस्कृतीचा आपला म्हणतो तो परीघ किती संकुचित आहे हे त्यातून स्पष्ट होते. पुढे जिनी तिच्या कुतूहलापोटी आणि आर्थिक कमाईसाठी करत असलेल्या साहसातून काश्मिरी अतिरेक्याच्या सहवासात येते. त्यातून ती तिच्या मनाला येते तेव्हा सुटतेही. शिवाय श्रीलंकेतील तमिळ प्रश्नाच्या संघर्षाचा अनुभवही तिच्या खाती जमा आहे. या राजकीय बंडखोर जगाचे अनुभव अत्यंत निर्लेप मनाने घेणारी ही नायिका आजच्या पिढीच्या व्यक्तिवादाचा एक वेगळाच पोत समोर आणते. जगातल्या सगळ्याच व्यक्तींकडे कोणत्याही इतिहासाचे, संस्कृतीचे ओझे न घेता बघणे हे त्याचे वैशिष्ट्य आहेच; शिवाय कोणत्याही अपेक्षेखेरीज आणि संकल्पाखेरीज बघणे हेही. त्यातून मुक्त झालेले जीव त्यांच्या त्यांच्या वर्गाप्रमाणे मिळणाऱ्या अवकाशात जगत राहतात आणि मरतात. त्यावर आपल्याला मार्ग का सुचवता येत नाहीत, असले ओझे ऊर्मिलाची नायिका घेत नाही. तिचे नाव व्हर्जिनिया ठेवले आहे–व्हर्जिनिया वूल्फबद्दल तिच्या आईला वाटत असलेल्या प्रेमातून–पण त्याचेही ओझे तिला घ्यायचे नाही. तिची बंडखोरी ही निवळ स्वतःच्या आयुष्याला वाहू देण्यात

आहे. तिला स्वतःच्या जैविक प्रेरणांखेरीज कोणतेच संदर्भ तिच्या जगण्याला चिकटवायचे नाहीत. त्या जैविक प्रेरणांमधल्या संघर्षात जो टिकेल तो टिकेल. म्हणूनच प्रेम या शब्दाचा अर्थही इथे केवळ लैंगिक प्रेरणा आणि लैंगिक सहचराची त्या त्या वेळच्या प्रेरणेतून केलेली निवड एवढ्यापुरताच मर्यादित होतो. या सगळ्याचा ताण कदाचित तिच्या आईवर येत असावा. आत्मचरित्रात्मक संदर्भांची दखल इथे घ्यायची नाही असे ठरवले, तरी या कादंबरीच्या नायिकेची आई कमालीची दुःखी, वैफल्यग्रस्त आणि आत्मनाशाकडे चालू लागलेली अशी आहे हे दाखवले आहे; जसे दुःखातून गौरीने स्वतःचा अंत केला होता. व्यक्तिवादाची सांगड सामूहिकतेचे उत्तरदायित्व जाणणाऱ्या उदारमतवादी बांधिलकीच्या जीवनदृष्टीशी घालावी लागते हे गौरी तिच्या लेखनाच्या अखेरच्या टप्प्यापर्यंत स्वीकारत नव्हती. तिच्या लेखनाच्या अखेरच्या टप्प्यावरील 'गोफ' आणि 'उत्खनन' मध्ये वेगळ्या जाणिवांचा प्रवेश झालेला आपल्याला दिसतो. पण आदर्श स्त्री-पुरुष नातेसंबंधांच्या उत्कट आणि समृद्ध आविष्काराच्या शोधात तिने संपूर्ण समाजाला तिच्या अभिजात परिघाबाहेर ठेवले होते आणि त्यातून संवाद संपत गेल्याच्या दुःखात तिने स्वतःला संपवले, याची जाणीव ऊर्मिला देशपांडे यांना आहे हे अर्पणपत्रिकेत जाणवते. मात्र ऊर्मिलेच्या नायिकेचा प्रवास आणि बंडखोरी वेगळ्या प्रकारची आहे. ती तिच्या आईला मान्य नसावी. ऊर्मिलाच्या कादंबरीत अपरिहार्यपणे येणारी गौरीसदृश्य आई तिच्या कृतीतून काही सांगते आहे हे ऊर्मिलाच्याही नकळत त्यात उमटते. मुलीच्या-जिनीच्या-बाळंतपणासाठी ती ज्या कणखरपणे येते, तिच्या मुलाच्या पित्याची चौकशी न करता उभी राहते त्यावरून काहीएक मूल्यभाव आणि त्यातून येणारा जोडलेपणा प्रतीत होतो. आईपणाचे ओझे तरी जिनीला घ्यावे लागते आहे, ज्यातून निवळ जैविक प्रेरणांपलीकडे तिला जावे लागेल याचा आनंद तिला वाटत असावा. जिनीने तो निवळ जैविकच कसा राहील हे बघितले आहे. मूल्यभाव जैविक करायचा तर त्याला जैविक प्रेरणांशीच जोडावे लागेल ही या प्रवासाची दिशा आहे. जो उदारमतवादी व्यक्तिवाद आधुनिक संस्कृतीच्या मानवकेंद्रिततेचे एक उन्नत टोक म्हणून उभा राहिला होता, तो त्याने पचवलेल्या माणसांतील असलेल्या सामायिकतेच्या भानामुळे, हे इथे नाकारले आहे. या कादंबरीत येणारे व्यक्तिवादाचे टोक हे जागतिकीकरणानंतरच्या सामूहिकतेचे आहे, जी वैश्विक कथनांना (grand narraatives) नाकारते आहे. सामाजिक जोडलेपणाला नाकारते आहे. साहजिकच व्यक्तिगत निर्णय हे केवळ व्यक्तिगत नसतात तर त्याच्याशी सामूहिक संचित जोडलेले असते हे यातून तीव्रतेने नाकारले जाते. मानवी संस्कृतीचे व्यक्तिवादाचे असे सामूहिक संदर्भांना नाकारणारे टोक गाठले गेल्यावर परत एकदा जैविक पारंपरिक साच्यांकडे किती अटळपणे वाटचाल सुरू होते, हे टळटळीतपणे समोर मांडणारी-

कदाचित लेखिकेच्याही नकळतपणे मांडणारी–कादंबरी म्हणून या कादंबरीकडे बघता येते. त्यात सत्य लपवण्याचा अजिबात प्रयत्न नसल्याने एका शक्यतेची मांडणी म्हणूनही त्याकडे बघता येते. मात्र त्याला मूल्यात्मक जाणिवांचा पारंपरिक पदर जोडता येणार नाही, असे भान सांभाळणे गरजेचे आहे. अन्यथा, 'पाहा स्त्रीवादाने कसे वाटोळे केले आहे!' असा सूर त्यातून निघण्याची शक्यता अधिक. 'बायकांना स्वातंत्र्य देणे म्हणूनच धोकादायक आहे', असाही. एक गोष्ट लक्षात घ्यायला पाहिजे की, मनःपूत स्वातंत्र्य घेणारी या कादंबरीची नायिका त्याची किंमतही चुकवते आहे. किंमत चुकवल्यानंतर कोणताही धब्बा तिच्यावर लागत नाही, कारण ती ज्या वर्तुळात वावरते आहे ते स्त्री–पुरुष नात्यांतून किंवा अगदी स्वतंत्र विचार करणारी व्यक्ती म्हणूनही उभारायच्या संकल्पांपलीकडचे जग आहे. त्यामुळे त्यांच्या कल्पकतेतून ते पैसा कमावत असले, तरी सामाजिक व्यवस्थेमध्ये हस्तक्षेप करण्याचे कारण त्यांना पडलेले नाही. संकल्पच नसल्याने आयुष्य भरकटत जाते. पण त्याची झळ त्यांच्या आर्थिक परिस्थितीमुळे त्यांना लागत नसल्यामुळे असे भरकटणे त्यांची जीवनशैली म्हणून ते वापरू शकतात. त्या भरकटण्यालाही फक्त जगण्याच्याच प्रेरणेतून instincts स्वीकारले जाते हे मात्र अतिशय चकित करणारे आहे. निकराने जैविक प्रेरणेतून जगणारी नायिका ही किंमत आपल्याला समाज म्हणून द्यावी लागणार आहे, असे सांगते आहे. कारण तिच्या आईच्या पिढीने उच्चारलेल्या स्वप्नांचे, संकल्पांचे निवळ पोकळ वासे आपण सांभाळू इच्छित नाही हे ती सांगते आहे. तिच्या पिढीला ते सांभाळायचे नाहीत. साहजिकच तिचे वर्तुळ ती आखते. तिचे निर्णय ती घेते कोणत्याही इतिहासाच्या ओझ्याखेरीज. ती मैत्री गमावते. फसवणुकी सोसते. भलत्याच मार्गाला लागते. त्यातला धोका तिच्या प्रेरणेतूनच ओळखते. त्याचे विश्लेषण न करता ती त्यातून केवळ जिवंत राहण्यासाठी बाहेर येते आणि नव्या अनुभवांचा शोध सुरू करते. हे धाडसी आहे. अशा धाडसांना लोकशाही जीवनदृष्टीत आत्मटीकेसाठी, चिकित्सेसाठी तपासायला हवे.)

शांता गोखले या सगळ्यात सशक्त सामाजिक प्रारूप उभ्या करणाऱ्या लेखिका आहेत. हे खरे आहे की, त्यांच्या कादंबऱ्यांतला अवकाश हा शहरी आहे. पण शहरी आणि ग्रामीण अशी बंदिस्त विभागणी आज फारशी वैध ठरत नाहीये. शहरांचे ग्रामीण भागावर होत असलेले सांस्कृतिक आक्रमण तर उघडच दिसते. पाणी आणि निवारे नसले तरी टी.व्ही. आणि व्हिडिओ पार्लर्स, इंटरनेटवरून समोर येणारे विश्व, स्मार्ट फोन्सवरून हाताशी असणारे वैश्विक वास्तवाचे आपणच निवडलेले तुकडे हे सगळे

एकसंध मानसिकतेचा विचार आज अवास्तव ठरू देण्याची शक्यता जास्त. 'रीटा वेलिणकर' ही कादंबरी प्रथम १९९०मध्ये प्रसिद्ध झाली. आधुनिकतेचे अनेक आयाम लक्षात घेतलेला स्त्री-प्रश्न यात आहे आणि त्याला अत्यंत कणखर उत्तरे देणारा स्त्रीवादही समोर येतो. आंतरजातीय स्त्री-पुरुष नातेसंबंधांचे ताण, वासाहातिकतेमुळे स्त्रियांच्या आयुष्याला मिळणारे वेगवेगळे आयाम, शहरीकरणातील अवकाश आणि ताण, नव्याने घडत चाललेली सामाजिकता आणि त्यातले पेच, अर्थार्जनाच्या संधी आणि त्यासाठी बायकांना मोजावी लागणारी किंमत, चळवळीतील व्यक्ती आणि त्यांचे वेगळे प्रश्न या सगळ्यांचे व्यापक भान, भाषेच्या आणि नातेसंबंधांच्या वैविध्यासकट मराठीत आणण्याचे मोलाचे काम 'रीटा वेलिणकर'ने केले आहे. त्यातून अत्यंत भेदक प्रश्न शांता गोखले समोर ठेवतात. जे परत एकदा राष्ट्र संकल्पनेशी जोडले जातात.

आपण आपला राष्ट्रीय अवकाश त्यातल्या जात, धर्म, प्रांत यांच्या वैविध्यासकट जिवंत मानतो आहोत का? या वैविध्यातही स्त्री-प्रश्नाचे स्वरूप फारसे वेगळे नाही हेही वास्तव आपल्या लक्षात येते आहे का, हा प्रश्न आपल्या सांस्कृतिक प्रगल्भतेच्या गाभ्याशी असणारा प्रश्न आहे. हा प्रश्न वेगळा का नाही; कारण ज्याला आपण संस्कृती म्हणतो ती विविध अनुभव आणि त्यांना संवादी करणारा मूल्यविचार यांची जुळणी करणार रचित म्हणून बघायला आपण तयार नाही. अजूनही जाती, धर्मांचे पूर्वग्रह, स्त्री-पुरुष नातेसंबंधांतील अवघडलेपण आणि त्यातून निर्माण होणारा दांभिकपणा, त्यावर पांघरूण घालण्यासाठी परत एकदा आधुनिकतापूर्व मूल्यव्यवहारांचे गौरवीकरण करत आपण आधुनिकतेला सामोरे जायचे टाळतो आहोत का? याचा परिणाम प्रामुख्याने स्त्रियांवर होतो. यातील जग काळ्या-पांढऱ्यात दुभागलेले नाही. तरीही पुरुषसत्ताक व्यवस्था ज्या पद्धतीने बायकांना दमवत जाते, ते अत्यंत प्रभावीपणे शांता गोखले यात मांडतात. बायकांचे दमणे शारीरिक तर आहेच, पण मानसिक आणि बौद्धिकही आहे. अत्यंत हुशार असणारे पुरुषही बायकांना केवळ त्यांच्या महत्त्वाकांक्षा पूर्ण करण्याची पायरी म्हणून वापरतात. सरस्वतीचा नवरा हुंडा घेतो. साळवी त्याला परदेशात पाठवल्याच्या बदल्यात परदेशाची संधी देणाऱ्याच्या मुलीशी लग्न करतो. एरिकची फ्रस्ट्रेशन्स सांभाळताना संगीताची दमछाक होते आहे. साळवीचा वेगळेपणा इतकाच की, तो रीटाला स्वतःच्या पायावर उभे करतो. पण स्वयंपूर्ण झालेली रीटा त्याला पेलत नाही.

पुरुषसत्ताक व्यवस्थेत रीटासारख्या प्रांजळ, प्रामाणिक, सच्च्या मुलीला प्रतिष्ठित जागा देऊ केलेली नाही; ती तिलाच निर्माण करावी लागणार आहे. ती प्रामाणिकपणाच्या आणि बांधिलकीच्या मदतीने निर्माण करू पाहते; पण तिचा सच्चेपणा हा त्याग

करण्यापुरता मर्यादित आहे, त्यातून तिला अधिकार मिळत नाहीत. ती बापाच्या कुटुंबाची, साळवीच्या कुटुंबाची जबाबदारी घेते; पण त्यातून तिला हवे तसे कुटुंब निर्माण करण्याचे अधिकार मिळत नाहीत. त्यासाठी तिला स्वतःचे वेगळे घर घेऊन स्वतःचा अवकाश निर्माण करावा लागतो. जेव्हा ती तो निर्माण करते, तेव्हा ती तो अवकाश अशाच वेगळ्या आकाराच्या शोधात असणाऱ्या सरस्वती, संगीता आणि नवऱ्यांनी टाकलेल्या स्त्रियांसाठी वापरते. तिच्या संघर्षात दुभंगत जाणारे रीटाचे व्यक्तिमत्व फार मोठ्या ताकदीने आणि असंख्य संदर्भांतून शांता गोखलेंनी मांडले आहे.

स्वतंत्र बुद्धीची, मनाची एक मुलगी जगात आपले अस्तित्व आणि आपल्या अस्तित्वाशी अटळपणे जोडले गेलेले सामाजिक संदर्भ सांभाळत आणि त्यांना उलटवत प्रगल्भ होत जाते, तिच्या प्रामाणिक संघर्षाच्या उजेडात तिची मैत्रीण आणि धाकटी बहीण यांचाही प्रगल्भ होत जाण्याचा हा प्रवास खरे तर आपल्या सांस्कृतिक वाटचालीत फारच सुंदर आणि समर्थ मापदंड तयार करतो. आपल्या पायावर उभे राहत या तिघीही आंतरिक समजेतून आणि करुणेतून जगाकडे बघतात, तो क्षण नितांतसुंदर क्षण आहे. पण हा क्षण येण्यासाठी फारच अटीतटीची लढाई करावी लागते आहे; स्वतःशी आणि प्रगल्भ व्हायला नकार देणाऱ्या सगळ्या पुरुषांशी.

कोकणस्थ आई आणि देवदासीपुत्र वडील अशा संबंधांतून जन्माला आलेली रीटा विभावरी शिरुरकरांनी मांडलेल्या वडिलांचा संसार सांभाळणाऱ्या मध्यमवर्गातील थोरल्या मुलींची प्रतिनिधी. आंतरजातीय विवाह केला म्हणून आपल्या बहिणीशी संबंध तोडणाऱ्या; पण दयाभावाने व कर्तव्य म्हणून तिच्या मुलींना घरातील कार्यांत बोलावून मागच्या पंगतीत जेवायला घालणाऱ्या मामांचे घर रीटाच्या आठवणींत आहे. 'नोकरी करून बहिणींचं केलं तर काय झालं? हिंदुस्थानात लाखो बायका तेच करतात. कोणाला दाखवते ही हुषारी?' (पान ३३) असं म्हणणाऱ्या वडिलांच्या घरात राहत रीटा धाकट्या बहिणींना सांभाळते आहे, याचे भान बाहेरच्या वंचित बायकांमध्ये काम करणाऱ्या आणि स्त्रियांच्या प्रश्नांसाठी आपली नोकरी पणाला लावणाऱ्या तिच्या धाकट्या बहिणीला आहे. म्हणजे जबाबदारी घेण्याची जबरदस्ती तर आहे आणि त्याबद्दल ना कृतज्ञता ना अधिकार. म्हणूनच ती रीटाने तिच्या मनासारखे काही क्षण घालवण्यासाठी स्वतःचे घर घ्यावे, असे तीच रीटाला सुचवते.

'डॅडींचं घर. त्यात फक्त त्यांच्याच विचारसरणीच्या लोकांना मानाचं स्थान, त्याविरुद्ध जो जगेल त्याला घराचं दार बंद. घर कोणाचं यावर कितीकांची जीवनं अवलंबून असतात. सुशीलेला साळवीनं बायको म्हणून घरात घेतल्यावर तिला दुसरं घर उरलं नाही. वडिलांच्या घरातून तिचं नाव खोडलं गेलं. आणि साळवीच्या घरात ती साळवीच्या मतांप्रमाणे जगायला शिकली.' (पान १७) हे रीटाही जाणते. स्वतःचा

स्वतंत्र अवकाश हवा असे म्हणायची मानसिक तयारी होण्यासाठी तिच्या पुढच्या पिढीतल्या संगीताचे पाठबळ मिळते. रीटाला तिच्या वडिलांचा संसार सांभाळण्यासाठी नोकरी करत असताना, स्वतःच्या पायावर उभी राहायला मदत करणाऱ्या, तिच्याबद्दल प्रेम वाटणाऱ्या साळवीशी तिचे संबंध जुळतात.

रीटासाठी साळवीशी संबंध असणे म्हणजे त्याच्या सर्व अडचणींची जबाबदारी घेणे, अगदी त्याच्या कुटुंबाचीही जबाबदारी घेणे. हे ती मनापासून करते. पण साळवीला त्याच्या लैंगिक इच्छांपुरतेच ते संबंध बघता येतात. त्याचे विवाहबाह्य संबंध कसे बघायचे याचा ताण असह्य होऊन ती उघडपणे भेटू असे सुचवते, तेव्हा साळवी घाबरतो. तिला उडवून लावतो. तेव्हा परत एकदा स्त्री-पुरुष नातेसंबंधांच्या आणि एकूणच व्यवस्थेच्या अंमलबजावणीशी जोडला गेलेला प्रश्न रीटा विचारते, 'सात वर्षं श्वासागणिक खोटं बोलत मी जगले, तेव्हा मी मॅचुअर होते. मग उघडपणं, मान ताठ ठेवून, चेहेऱ्यावर खोटेपणानं धरलेली काजळी निपटून टाकून, लख्ख जीवन जगायचं ठरवलं; तेव्हा मी अचानकपणे इम्मॅचुअर झाले!' (पान ३२)

मनोभंग होताना रीटा जी किंचाळी फोडते, ती जगातल्या आत्मसन्मानाने आणि खरेपणाने बोलणाऱ्या सर्व लोकांच्या आकांताची किंचाळी आहे. पण मनोभंगातूनही ती भक्कमपणे उभी राहते. तिची मैत्रीण सरस्वती आणि संगीता तिला मदत करतात. हुंडा घेऊन लग्न केलेल्या आपल्या श्रीमंत आणि पैसा मिळवण्यात गर्क असलेल्या नवऱ्यापासून मनाने दुरावलेल्या सरस्वतीला रीटाच्या प्रांजळ जगण्यात आधार गवसतो. तीही व्यवस्थेला भेदक प्रश्न विचारण्याचे आणि व्यवस्थेने गाडून टाकलेल्या व्हिक्टोरियासारख्या बायकांचे इतिहास नव्याने लिहिण्याचे ठरवते. रीटा तिचे घर या दोघींना खुले करते.

या संपूर्ण प्रवासात शांता गोखले विवाहसंस्था, कुटुंबसंस्था, जातिसंस्था, धर्मविचार, अर्थव्यवस्थेतील स्त्रियांचे स्थान या सगळ्यांसमोर गंभीर प्रश्नचिन्हे उभी करतात. आणि करुणेवर आधारित मैत्रभावाचे जे सुरेख दर्शन शांता गोखले मांडतात, ते फार महत्त्वाचे आहे. या प्रगल्भतेचे स्थान काय, हा प्रश्न खरे तर आपण आपल्यालाच विचारायला हवा. कारण १९९०मध्ये आलेली ही कादंबरी आणीबाणी, भोपाळ दुर्घटनांचे सामाजिक चित्र पार्श्वभूमीवर ठेवत काही मार्ग दाखवते आहे. संमिश्र वारसा आणि गुंतागुंतीचा सामाजिक पोत असणाऱ्या आपल्या या देशात नव्याने प्रश्न निर्माण करणारी आणि त्यांच्या उत्तरांचा शोध घेणारी, घर पाठीशी टाकत व्यापक शोषण आणि पिळवणूक यांच्याशी टकराव घेणारी संगीता आणि एरिकसारखी तरुण पिढी जपणारी, करुणेतून संकुचित वृत्तींकडे बघण्याचे आणि त्या स्वबळावर ओलांडण्याचे सकारात्मक पाऊल ही कादंबरी टाकते; तेव्हा राष्ट्र नावाच्या संकल्पनेला आधुनिक

अवकाशात नव्या मूल्यांवर उभे करण्याचा विश्वास देते.

पण हा विश्वास त्यांच्याच 'त्या वर्षी'मध्ये पूर्णपणे डळमळीत झालेला दिसतो. २००८मध्ये प्रकाशित झालेली ही त्यांची दुसरी कादंबरी आजच्या क्षणी एक whistle blower म्हणून बघायला हरकत नाही. आपल्या सांस्कृतिक अवकाशात निर्माण झालेल्या प्रतिगामी शक्तींचा खरा धोका हा अनेक व्यामिश्र परंपरांनी रंग भरलेल्या आपल्या प्रागतिक राष्ट्रराज्याच्या चित्राच्या आणि त्याच व्यामिश्रतेला अधिक गहिरे रंग आणि स्वतंत्र पोत देऊ इच्छिणाऱ्या कलावृत्तीच्या धांदोट्या उडवल्या जाण्याचा आहे. हा धोका आपल्याला या कादंबरीत दिसतो. धर्माचे संकुचित अर्थ आंतरधर्मीय मैत्री, माणसामाणसातील संबंध यांत एक विलक्षण दरार आणत आहेत. समाजासाठी झोकून देऊन काम करणाऱ्या व्यक्ती, कलात्मक जाणिवा नव्याने घडवू पाहणारी सर्जक मने जखमी होत, हताश आणि अगतिक होत आपापल्या कोपऱ्यात आसरा घेताना दिसतात. त्यांनी स्वतःसाठी निर्माण केलेला अवकाशही आता सामूहिक अर्थांच्या आग्रहातून वाचू शकत नाहीत. त्यांनी चितारलेली चित्रे त्यांच्याच घरात घुसून टरकावली जातात आणि प्रेम, सहजीवन, सहकार्य, स्वातंत्र्य, समता या मूल्यांचे अर्थ व त्यावर आधारित संस्कृतीचे चित्र निर्माण करण्याचे स्वातंत्र्यही धोक्यात येते आहे. कादंबरीचे राष्ट्रनिर्मितीशी असलेले नाते मी सुरुवातीलाच नोंदवले आहे. कादंबरीतील स्त्री-आवाज प्रगल्भ संस्कृतीचा आग्रह वारंवार समोर आणत आहेत. स्त्री-पुरुष नातेसंबंध, त्यावर उभी असणारी संस्थात्मकता, तिचे राष्ट्रघडणीशी असणारे नाते ही एकमेकात गुंतलेली साखळी आहे.

शांता गोखले राजकारणाचे संदर्भ पूर्ण गांभीर्याने मांडणाऱ्या लेखिका आहेत. राजकारण हे केवळ लक्षणात्मक न मानणाऱ्या लेखिका आहेत. साहजिकच रोजच्या जगण्याला केवळ निरागस निरीक्षणांमधून बघणे त्यांना शक्य नाही. मानसशास्त्रीय दृष्टीच्या मोहात न सापडता त्या चित्रकलेच्या रेषांची आयुधे यातील वास्तव मांडण्यासाठी वापरतात. बाह्य परिस्थितीचे चढ-उतार अत्यंत संवेदनाक्षमतेने पाहाणारी, सामाजिक बांधिलकी मानणारी माणसे आणि तीच बांधिलकी मनात सांभाळत, पण सामूहिक जगण्याच्या काठावर उभे राहत आपण जगत असलेल्या काळाचा लेखाजोखा मांडणारे कलाकार त्या या कादंबरीत चित्रित करतात. निवेदिकेला जाणवलेले परिस्थितीचे स्वरूप जास्तीत जास्त व्याप्त आणि तरीही गोळीबंद स्वरूपात मांडण्याची धडपड यात दिसून येते. कलाकारांना केंद्रस्थानी ठेवण्याचे अनेक हेतू मला जाणवतात. एक तर स्वतः लेखिका त्या काळात एका जीवघेण्या आजाराचा सामना करत होती, असा उल्लेख त्यात आहे. त्यामुळे ज्या समाजाशी ती बांधिलकी मानते आहे, त्या समाजाला निर्वाणीने काही सांगण्याची निकड तिला वाटत असावी. या दृष्टीने महाभारतातील

द्वारकेचा अंतिम संहार हे चित्र या कादंबरीच्या केंद्रस्थानी आहे. माजलेल्या यादवांना वठणीवर आणताना स्वतः श्रीकृष्णाला स्वतःच उभी केलेली द्वारका नष्ट करावी लागते हे अन्वय २००८ च्या समकालीनतेला शांता गोखलेंना लागू करायचे आहेत. त्यामुळे महाभारताच्या अखेरीस व्यासांनी केलेला आक्रोश हाही या कादंबरीतील कलाकारांच्या घनगर्द दुःखाला स्पर्श करतो. अर्थात लोकशाहीवर विश्वास असणारे कलाकार त्यातूनही चिवटजिवटपणे आपले सर्जन सांभाळत राहतात. नष्ट केल्या गेलेल्या संवेदनांना परत एकदा जोडून त्यांच्या स्पर्शाने नवजीवन देऊ पाहतात. जो काही अंतकाळ असेल, त्या अंतकाळाची वाट बघत जंगलात वनवास न पत्करता उद्याचे संकल्प करत राहतात– अतीव दुःखातून आणि कणखर करुणेतून. सद्यकालीन राजकारणाचे विखारी होत जाणारे स्वरूप सुस्पष्टपणे मांडणारी कादंबरी म्हणून 'त्या वर्षी' ची दखल घेतली पाहिजे. राजकारण्यांचे प्रतिस्पर्धी म्हणून ठामपणे उभे असणारे कलाकार कोणते जग घडवू पाहत आहेत, कोणती माणसे सांभाळू पाहत आहेत, कोणत्या स्खलनाकडे कमालीच्या वेदनेतून पाहत आहेत, हातात कलेखेरीज कोणतेच साधन नसतानाही कोणती साधना त्या कलेतून त्यांना निर्भयता देते आहे; हे सगळेच यात उभे करण्याचा प्रयत्न शांता गोखलेंनी केला आहे.

कादंबरीत चित्रकला आणि संगीत यांचे जग उभे केले आहे. चित्रकला ही सघन, दृश्यात्मक. संगीत तरल, श्रुत. दृश्यात्मकता त्यामानाने अर्थ लावायला सोपी. शिवाय चित्रकलेच्या बाबतीत हरिदास म्हणतो तसे 'आमची भाषा जागतिक आहे. ती कोणत्याही पारंपरिक घडीत बसवलेली नाही..., चित्रकलेची परंपराच मुळी प्रयोगांनी घडवलेली आहे. चित्रकला शास्त्रोक्त असल्याचा दावा कोणीही करत नाही. आम्ही चुका केल्या की आम्ही आमचे कान नाही धरत.' (पान १३८)

तर संगीत हे पुरुषसत्ताक. घट्ट गुरूपरंपरा असलेले. तिथे गुरूच्या आज्ञेविरुद्ध काहीही केलेले चालत नाही. शारदा स्वतःची बंदिश रचते, गाते, राग गाण्याच्या वेळांचे नियम तोडते; त्यासाठी तिला गुरूच्या संतापाला सामोरे जावे लागते. तिचे श्रोतेही तो नवा प्रयोग स्वीकारताना बिचकतात. इतकेच काय पण हरिदाससारखा बंडखोर चित्रकारही शारदेला सांगतो, 'तुम्ही परंपरेत बांधलेले आहात. त्याचा नांगर तुम्ही झुगारलात की तुमचं वल्हंही जातं आणि शीडही जातं. मग कुठूनही वारा आला की फिरली नाव.' (पान १३८)

तरीही शारदा त्याला आव्हान देते. परंपरा पचवून नवी उभारणी केलेले ते आव्हान तिच्या गुरूंनाही स्वीकारायला लावते. संगीतात श्रुतींच्या तरल विलासांतून मिळवलेली ही संवेदनशीलता काहीतरी 'वेगळेच' अशी निवळ बाजारात विकाऊ नाही, तर ती मना-विचारांना छिन्नीने घडवणारी आहे. ती म्हणूनच हरिदासला सुनावते,

'आपल्या कलेच्या, काल्पनिक शक्तीच्या, आपल्या अभिव्यक्तिक्षमतेच्या परिसीमा जाणण्यासाठी त्यांना धक्के देत राहिलं पाहिजे.' (पान १३८)

हा कणखरपणा आणि सर्जकता जी नैतिकता तयार करते, त्यातूनच शारदा नावाचे रसायन अनेक आव्हानांना पुरून उरते. हरिदासने केलेला प्रेमभंग, शेखरने लग्न केल्यानंतरही तिच्या आणि हरिदासच्या नात्याबद्दल त्याला वाटणारी असुरक्षितता आणि संताप, गाण्याच्या गुरूंचा संताप या सगळ्यांना ती एका विवेकी ठामपणे तोंड देत राहते. परंपरेची शिस्त आणि व्यक्तिगत सूर असे दोन्हीही ती संयतपणे घडवत राहते. पुढे जानकीला संगीत शिकवताना ती नव्या मैत्रीचे नाते गुरू-शिष्य परंपरेत आणते. जानकीला स्वतःच्याच मनाच्या दडपणात कोंदला गेलेला स्वच्छ सूर बाहेर काढायला लावते. मोकळी करते.

खरा कलाकार या स्वातंत्र्याच्या शोधात असतो. स्वातंत्र्याची बूज ठेवणे हा त्याच्या कलेचा प्राण असतो. म्हणूनच कलाकार निवळ आज्ञाधारकपणे परंपरा उगाळत बसत नसतो. तो परंपरेने दिलेली साधने हाताशी घेऊन जगाचा नव्याने अर्थ लावण्याचा प्रयत्न करत असतो. नव्या संकेतांची, शब्दांची, अर्थांची निर्मिती करत असतो. जगात दुर्लक्षिली गेलेली, दडपली गेलेली, पुसून टाकली गेलेली माणसे नव्याने उभारण्याचा प्रयत्न करत असतो. सौंदर्य, सत्य, शिव यांना प्रस्थापित सत्ताकारणाने दिलेले अर्थ तपासून बघत असतो. त्यातील हीण नाकारत सत्याचा शोध घेत असतो. नव्या मर्मदृष्टींनी जगण्याची ऊर्मी देत असतो.

कादंबरीत अशेष, हरिदास, फिरोझ ही सर्व चित्रकार मंडळी आणि त्यांच्या चित्रांचे अर्थ लावणारी जानकी हे सगळेच बाहेरच्या जगाच्या संदर्भांना आपल्या सर्जनशीलतेतून तपासत राहतात. त्यांच्या मनात आपण नक्की काय केले पाहिजे असा सतत प्रश्न पडणाऱ्या प्रकाशसारखा गोंधळ नाही. त्यामुळेच ते कोणत्याही आमिषांनी अथवा धमक्यांनी गोंधळून जात नाहीत. जगातील न्याय-अन्यायाचे संदर्भ त्यांच्या मनात इतिहासासकट जिवंत आहेत. वेगवेगळ्या बायकांबरोबर लैंगिक समाधानापुरते संबंध ठेवणारा हरिदास म्हणूनच वारली गिरजीला विश्वासाचा वाटतो. तो स्वच्छ आहे. खुला आहे. तो ज्या बायकांबरोबर झोपतो, त्यांच्या संमतीने झोपतो आणि त्याची मैत्रीही टिकून असते. ही पारदर्शकता वारली असणाऱ्या गिरजीला नेमकी कळते म्हणून तिची परंपरा तोडून त्याच्यासाठी ती भिंतभर चित्र काढते. तिच्या भविष्याची तिला लागलेली चाहूल मांडते. ती मारली गेल्यावर हरिदास तिच्या मुलीला आणि भावाला त्याचे घर खुले ठेवतो हे त्यांच्यातील विश्वासाचे संचित सांगते. हे सगळे या कादंबरीत अनेकदा चित्रांमधून बोलले गेले आहे. ते राजकारण्यांच्या राष्ट्र-निर्मितीला आव्हान देणारे जग आहे. ही आव्हाने सतत बोलली गेली आहेत.

वेळोवेळी राजकारण्यांच्या कृतींचे उल्लेख करत, पर्याय मांडण्याचा प्रयत्न करत वाटचाल करणारी ही कादंबरी आहे.

या कादंबरीतील कलाकारांच्या राजकारणाची निवड स्पष्ट आहे. लोकशाहीवादी, डाव्या विचारांनी प्रेरित, स्त्रीवादाला हाताशी घेऊन मांडलेले हे जग आहे. धर्मवादी, हिंस्र शक्तींचा उघड निषेध मांडणारे हे राजकारण आजच्या परिस्थितीची चाहूल २००८ मध्येच घेणारे आहे. कादंबरीची सुरुवात १९९४ च्या जमातवादी दंगलींमध्ये मारल्या गेलेल्या सिद्धार्थच्या उल्लेखाने होते. आपल्याच गावातल्या रस्त्यावर आपल्यालाच निर्भयपणे फिरता येऊ नये, जात-धर्म अशा संकुचित ओळखी मानायला नकार देता येऊ नये, राजकारण्यांनी पेटवलेल्या जमातवादी हिंस्र दंगलींमध्ये आपल्याच माणसांवरचा विश्वास गमावायला लागावा या दुही माजवण्याच्या राजकारणाचे खिन्न करून टाकणारे स्वरूप मांडत ही कादंबरी सुरू होते. त्याला जगभर आक्रसत चाललेल्या मानवतावादाची चौकट आहे. बैरूतमधल्या सेमा-अल-रादी नावाच्या कलाकाराने पाठवलेला लेख हरिदास उद्धृत करतो. 'पहिल्या गल्फ वॉरच्या दरम्यान मी बगदादमध्ये होते. त्या वेळी मी रोजनिशी लिहू लागले. डोक्यावर बॉंब कोसळत असताना आम्ही रोजचं जीवन कसं जगत आहोत ह्याबद्दलच्या त्या नोंदी होत्या. ते जगणं म्हणजे थोडक्यात खाली मान घालून जमेल तसं आणि तितकं जगत राहायचं. माझी ही रोजनिशी नंतर प्रकाशित झाली. त्यावेळी वाटलं होतं, अमेरिकेला जबर धक्का बसावा. आता बारा वर्षांनी त्या परिस्थितीची जेव्हा पुनरावृत्ती होते आहे तेव्हा...अधिक काय करणार? ...जग जेव्हा राक्षसांच्या हाती जातं तेव्हा कलाकार काय करू शकतो? आपण आपल्यातच डोकावून पाहायचं. आपण अजून किती माणूस आहोत? माणूस होतो तेव्हा जे करत होतो त्यातलं अजून काय काय करू शकतो?' (पान १८)

ही मेल हरिदास सगळ्या कलाकार मित्रांना पाठवतो. हरिदास हताश संतापाने अमेरिकेच्या युद्धखोरीला प्रश्न करतो. 'अमेरिकेतला दोन आठवड्यांचा गर्भदेखील एक जिताजागता जीव असतो. तो पाडणं म्हणजे पाप. मग अफगाणिस्तान, इराकमधली जन्मून वाढलेली मुलं? त्यांचा जीव घेण्याचा अधिकार बुशला आहे? हा प्रश्न हरिदासला पडतो. तो संतापतो. त्या जागतिक संदर्भांना आपल्या संदर्भांशी जोडतो. गेल्या जन्मी सर्व एकजात ब्राह्मण होते, असणार. हे द्विज, म्हणून इतरांना त्यांचा एक जन्मदेखील सुखानं जगू द्यायचा नाही.' (पान १८)

अंधारत चाललेल्या या जगात अशेष कमालीचा उद्विग्न होऊन कॅनव्हाससमोर उभा राहतो, तेव्हा त्याला फक्त दोन काळ्या रेषांनी बंदिस्त केलेला अवकाश भरायचा आहे. त्या अवकाशात मुक्तीचे रंग कसे भरायचे, जर तो बंदिस्तच असेल तर? १९९४ पासून, म्हणजे त्याच्या बहिणीचा-अनिमाचा-नवरा सिद्धार्थ मारला गेल्यापासून

हात चालू ठेवण्यापुरताच अशेष हलतो आहे. तो हात आता थरथरायला लागला आहे. त्याच्याही मनाविरुद्ध. आतून उसळणारी, त्याच्या खिन्नतेचे कलेत परिवर्तन करणारी ती ऊर्जा आहे. त्याच्या हाताशी धडका देणारी. सिद्धार्थचा मृत्यू, आयुष्यभर सामाजिक बांधिलकीतून काम करणाऱ्या खंबीर वडिलांनी घरातून काहीही न सांगता निघून जाणे, आईने हिंदुत्ववादी डॉक्टर भास्करच्या आहारी जाणे आणि हे सगळे हताशपणे बघत राहणे त्याला अस्वस्थ करते. दहा वर्षे वरवर पाहता एक प्रकारच्या बधिरपणाने ग्रासली गेली आहेत. त्याला बोलते करू पाहणारी जानकी त्याला विचारते आहे, व्यक्तिगत आयुष्यातील घटनांचा आणि चित्रांचा संबंध. पण तसा एकपदरी संबंध तो ठामपणे नाकारतो. तरीही त्याच्याही इच्छेपलीकडे जात काळा रंग त्याच्या चित्रात शिरतो आणि तो स्वीकारल्याखेरीज त्याला पुढे जाता येत नाही, हे सूचन लक्षात घेण्याजोगे आहे. ज्या काळ्या रंगाला तो बाहेर ठेवू पहातो, त्याच्या आयुष्यात घडलेल्या घटनांचे हादरे पेलू पाहतो; तो काळा रंग भोवताली बिनसत चाललेल्या सामाजिक परिस्थितीलाच आत आणतो आहे. त्यामुळे अशेषला त्याची अस्वस्थता केवळ व्यक्तिगत नैराश्याशी जोडायची नाही. चित्रकाराचे व्यक्तिगत आयुष्य बाजूला ठेवून, तो ज्या सामाजिक परिस्थितीचा भाग आहे त्याचे संदर्भ अर्थ लावणाऱ्याच्या नजरेतून यावेत हा त्याचा आग्रह आहे.

हे सगळेच कलाकार स्वतंत्रपणे आयुष्याला भिडायला बघतात. जे काही 'दिलेले' असे आहे ते खरेच तसे आहे का, असे प्रश्न करतात. फिरोझने काढलेले आईचे चित्र याचे एक उदाहरण आहे. सगळ्या शरीराला व्यापणारे त्याच्या आईचे डोळे ही पारंपरिक प्रेमळ, सुखद आईच्या प्रतिमेला नाकारणारी प्रतिमा आहे. अशेषचेही त्याच्या आईशी असलेले संबंध फारसे सुखकारक नाहीत. तेव्हा चिकित्सेची सुरुवात आपल्या सांस्कृतिक जीवनाला व्यापून टाकणाऱ्या सर्वशक्तिमान आईच्या प्रतिमेला प्रश्न करतच होते.

१९५४ मध्ये अशेषच्या गांधीवादी–समाजवादी वडिलांनी--शंकर जोशींनी लिहिलेला लेख भारतीय प्रशासनाची परखड चिकित्सा करतो. 'भारतमाता या भावनिक आवाहनातून स्वातंत्र्य मिळवले असले तरी प्रत्यक्ष प्रशासन कोणता देश उभा करतो आहे?' हा प्रश्न ते कळवळून विचारत आहेत. स्वतंत्र भारतातले राजकारण भारतमाता नावाला साजेसे नाही तर कमालीचे व्यथित करणारे आहे. ज्या लोकांनी हा देश घडवण्याची जबाबदारी घेतली, ते अगदीच लेचेपेचे निघावेत याची खंत शंकर जोशींना आहे. त्यांच्या भावात्मक विश्वासाला तडे जाऊ लागतात, तसे नैराश्य साकळत जाते. एक प्रगतिशील देश म्हणून त्या देशातील माणसांमध्येही जी प्रागतिक आणि खंबीर इच्छाशक्ती लागते, त्याच्या अभावावर त्यांनी तेव्हाच बोट ठेवले आहे. हा अभाव

कशामुळे असावा याची चिकित्सा ही कादंबरी करते आहे. त्याच्या पार्श्वभूमीवर भारतीय राजकारणाने गांधी-नेहरू आदर्शवादाचे केलेले उपयोजन आहे. गांधी ज्या सामाजिक परिवर्तनासाठी व्यक्तीला राजकीय कर्तेपण देऊ पाहत होते, ते खरे तर अत्यंत मूलगामी होते. फक्त ते ज्या सनातन हिंदू धर्माशी त्यांनी जोडले, त्या धर्माच्या सनातनीपणाच्या ओझ्याने ते गिळून टाकले.

शांता गोखले हे अत्यंत भेदकपणे मांडतात. २००८ मध्ये हरिदासच्या घराजवळच्या पारावर बसणारा रामप्रसाद हरिदासला सांगतो, 'हमारा देश स्वतंत्र होने के पहले गांधी, नेहेरू ये सब लोगोंने हमारे लोगोंको बहका दिया था. कैसे?...बोल बोलके, की सब धर्म एकही है. जातिभेद रखना पाप है. अरे पाप कैसे हो सकता है? हमारे पुराणों में जो लिखा है, हमारे साधू-संतोंने जो माना है, वो पाप?...हम रामभक्त है. श्रीरामजीने सीतामाई का भी इसी कारण त्याग किया. कैसे? (पान ४४)

शंकर जोशींचा मार्क्सवादी मित्र बच्चूकाका मात्र शंकरच्या स्वप्नांना नाकारतो. बच्चूकाका सांगतात, 'गांधींनी आम जनतेला एक स्वप्न दिलं आणि ते स्वप्न साकार कारण्यासाठी त्यांच्या हाती शांततेचं शस्त्र दिलं. ते स्वप्न इतिहासाला जोडलेलं होतं. तेव्हा देशाला एकत्र करणारं बाहेरचं आव्हान होतं. आजच्या काळात ह्या प्रचंड देशात तसं एकच एक स्वप्न कोणीही लोकांना देऊ शकणार नाही. ...तरीही त्यांचे अनुयायी धर्मामधला सलोखा वगैरे मूल्यं आपल्या देशाचा निर्विवाद पाया आहेत अशा वेड्या समजुतीचं पांघरूण डोक्यावर ओढून घेऊन जगत होते. जमिनीवरच्या वास्तवाकडे त्यांनी लक्ष देण्याचं नाकारलं...त्यातलाच एक शंकर. (पान ८६-८७)

या शतखंडित झालेल्या ध्येयवादाचे चटके सगळ्या पातळ्यांवर बसत आहेत. ते जसे शंकर जोशी आणि बच्चूकाकांना बसतात तसेच अनिमा-सिद्धार्थ यांनाही बसतात, गिरजी आणि मरली या वारली बायकांना बसतात, फिरोझ बनातवाला या पारसी चित्रकाराला कृष्णाचे चित्र काढून हिंदूंच्या भावना दुखावल्याबद्दल बसतात. समाजाचेच शतखंडित होत जाणे हे वास्तव विदारक रितीने समोर येत राहते. आणि तरीही कलाकार एक दिलासा देत राहतात. फिरोझ आणि अनिमा महाभारताचे एकत्रित वाचन करतात. जीजाभाऊ ते ऐकतात. त्यातील द्वारकेचा नाश होतानाचे अपशकुन, कृष्णाचा कोप आणि संहार यांचे वाचन फिरोझ प्रत्यक्ष विशाल कॅनव्हसवर आणतो. मात्र सगळी परिस्थिती इतकी विषारी झाली आहे की, जात-धर्माच्या पलीकडचे कलेचे दुवे समाजाचे भंगणे सांधण्याऐवजी वाढवतात. फिरोझचे चित्र हिंदूंच्या भावना दुखावणारे आहे म्हणून राजकीय पक्षाचे दांडगे फाडून टाकतात. ही जमातवादाची वाटचाल शांता गोखले अत्यंत चोखपणे मांडतात.

मात्र जमातवादाचे सखोल विश्लेषण शांता गोखलेंच्या कादंबरीच्या तळाशी

असणे गरजेचे होते, असे वाटत राहते. २००८ मधली अमेरिकेतली आणि एकूणच जागतिक मंदी व तिचे जगातल्या फॅसिस्ट, युद्धखोर शक्तींशी असणारे लागेबांधे लक्षात घेतले तर मग आर्थिक मंदीतून येणाऱ्या असुरक्षिततेचे राजकारण मात्र इथे नीट मांडले गेले आहे, असे वाटत नाही. जमातवादी, तालिबानी शक्तींच्या मुळाशी एका बाजूला भ्रष्ट राजकारण आणि दुसऱ्या बाजूला श्रद्धेची वाटणारी गरज या दोन्हीही गोष्टी आहेत. श्रद्धा निधर्मी करण्याचे कलाकारांचे प्रयत्न विफल झाले, कारण गांधीवादी शंकर जोशींइतकेच ते आदर्शवादी होते. आदर्शवाद शाश्वतपणे संवर्धित करायला आर्थिक आधार लागतो. श्रद्धा पण मुळापासून उखडून टाकता येत नाही. कारण विश्वासार्हता, श्रद्धा ही मानसिक गरज असते. ती नाकारली गेल्यानंतर समाजात जी पोकळी निर्माण झाली, त्याच्या मुळाशी श्रद्धेशी जोडले गेलेले मनोव्यवहार, त्यातून जीवनव्यवहारांना मिळणारा एक निश्चित आकार आणि श्रद्धेच्या राजकारणाशी जोडलेले अर्थकारण असे सगळेच आहे. याचा आवाका शांता गोखलेंना नक्कीच असणार. पण त्यांनी तो इथे अगदीच भावुक करून टाकला आहे. उदाहरणार्थ, अकरा सप्टेंबरच्या अमेरिकेतील हल्ल्याची भास्करच्या बायकोवर उमटलेली प्रतिक्रिया एवढेच कारण त्याच्या हिंदुत्ववादाच्या मुळाशी असणे अवघड आहे. तसेच मग बाबरी पाडली जाणे आणि तिची प्रतिक्रिया मुंबईत उमटणे यात केवळ गांधी–नेहरू आदर्शवादाचा पाडाव आहे, असे वाटत नाही.

मुंबईत राहताना एकूणच विविध सामाजिक स्तरांचे मोठ्या प्रमाणावरील कंगालीकरण, आर्थिक पेच, संसाधनांची वासलात आणि त्यावर कबजा मिळवण्यासाठीची जागतिक चढाओढ, त्यात सामील झालेले राजकारणी, संपत्ती मूठभरांच्या हातात केंद्रीभूत होत जाण्याची प्रक्रिया, एकूणच जीवनाला आलेली कमालीची अस्थिरता यांचा आवाका या कादंबरीत नाही. त्यामुळे शतखंडित होत जाणाऱ्या समाजाचे दुःख तसे पोरकेच राहते. ही असुरक्षितता कोणत्या प्रकारे ताब्यात घेतली जाते, त्याकडे लोक का जातात, कलाकारांची तरल, संयत बांधिलकी समजण्याइतकी प्रगल्भता आपल्या समाजात का नाही या प्रश्नांचा शोध घेण्याची ताकद शांता गोखलेंमध्ये नक्कीच आहे. तो शोध घेण्यासाठीचे निर्देश या कादंबरीत आहेत. उदाहरणार्थ अमिताव घोषच्या कादंबऱ्यांचा उल्लेख आहे. व्हेरमीरच्या चित्रांचा उल्लेख सहजी येतो आहे. जागतिक आवाका आपल्या राजकारणातही गुंतला आहे. इंदिरा गांधींच्या हत्येनंतर झालेल्या शिखांच्या शिरकाणाचा उल्लेख आणि रिपब्लिकन पार्टीच्या बुशचा उल्लेख हेही तसे गुंतलेले आहेत. या सगळ्याच्या मुळाशी कोणता व्यवहार आहे, याचा अंदाज यातून येतो.

पण प्रत्यक्षात मात्र कलाकारांच्या आत्मचिंतनावर या कादंबरीत भर दिला

आहे. परिस्थितीला सामोरे जायचे तर रीटा, संगीता आणि सरस्वती ज्या भौतिकतेचा आधार घेत पुढे जातात, ते इथे घडताना दिसत नाही. तो कदाचित रीटा तरुण असण्याच्या अनुभवांचा भाग आहे. या कादंबरीतील बहुतेक लोक मध्यमवयीन आणि आपापल्या क्षेत्रात स्थिरावलेले असे आहेत. मग त्या स्थिरावलेपणातून येणारी बोधप्रदता काहीशी खुपते इतकेच. त्यामुळे शैलीही काहीशी एकसुरी होते. पारसी, उत्तर भारतीय बोलींचे नमुने यात आहेत. पण ते अगदीच मोजके. चित्रकला आणि संगीत यांच्याशी जोडलेली भाषा आहे. कलासमीक्षेची भाषा आहे. लेखांच्या लिखाणाची भाषा आहे. जाहीर चर्चांची भाषा आहे. या सगळ्या भाषा निवेदनाच्या प्रयोजनात सहजी मिसळल्या जातात.

एकच भाषा वेगळी आहे. या कादंबरीच्या शैलीचे ते अतिशय वेगळे वैशिष्ट्य आहे. ते म्हणजे काही वेळा निवेदन दृश्यात्मक होते. उदाहरणार्थ, शारदेच्या घराबाहेर मारले जाणारे आणि टपाटपा खाली पडणारे कावळे, हरिदासच्या वाडीत शिरताना अनिमाच्या नजरेने टिपलेली विविध माणसे, सुमित्राबेनचा दिवाणखाना आणि त्यातील प्रवचन, गिरजीने काढलेले चित्र. ही दृश्यात्मकता कादंबरीतील घटनांना निश्चित असे स्थान देते. कादंबरीतला अवकाश सघन होतो. त्यामुळे असे म्हणता येईल की, एका अर्थाने अशेषची चित्र काढण्याची प्रक्रिया या कादंबरीचा आकार आहे. राजकारणाच्या कुंपणाने बंदिस्त केलेल्या अवकाशात कलाकार मांडत असलेले विश्व, घटिते आणि संकल्प आकार घेत जातात. अगदी शारदेच्या सुरांनाही दृश्यतेच्या बंदिशीचा आकार आहेच. ही रेखाटण्याची शैली या कादंबरीचे देखणे वैशिष्ट्य आहे.

'त्या वर्षी' ने एकूणच राजकीय चिंतनाला आणि कलात्मक चिंतनाला समोरासमोर ठेवत प्रत्यक्ष अंमलबजावणीतील हिणकसपणा समोर आणला आहे. परंतु त्याचे विश्लेषण पुरेशा विस्ताराने न केल्यामुळे हे चिंतन फारच विशिष्ट झाले आहे का, असा प्रश्न नक्कीच पडतो. कारण राजकारण मूलभूत मानले तर त्यातील तत्त्वचिंतनाइतकीच त्याची अंमलबजावणीदेखील महत्त्वाची असते. प्रत्यक्ष अनुभवांमध्ये लडबडण्याचा धोका पत्करावा लागतो तरच राजकारणाला समग्रता येते. ती इथे कमी पडताना जाणवते.

मात्र हे खरेच की, शांता गोखलेंच्या दोन्हीही कादंबऱ्या आपल्यासमोर काही दर्शन उभे करत आहेत. लोकशाही नावाचे आधुनिक प्रारूप आपण राष्ट्रउभारणीसाठी स्वीकारल्यानंतर आपल्या काही जबाबदाऱ्याही येतात. लोकशाही म्हणजे निवळ एकेका व्यक्तीला प्रदान केलेले स्वातंत्र्य नव्हे तर स्वातंत्र्याच्या जोडीने ते समष्टीशी, सर्व जगाच्या हिताशी जोडणारी समावेशक, सहिष्णू आणि प्रगल्भ सामूहिकता त्यात अभिप्रेत आहे. ही जबाबदारी घेत असताना इतिहासाच्या चौकटी ओलांडायचे भानही

आपण सांभाळणे गरजेचे आहे. जगाचा माहिती असलेला भाग जेवढा आहे, त्यापेक्षा केवढातरी मोठा माहिती नसलेला भाग आहे. त्याबद्दलचे कुतूहल, उत्सुकता, विस्मय शाबूत ठेवून शोध घेतला तर आपल्या अंगी केवळ नम्रताच येते. या नम्रतेतून आपण जग अधिक समग्रतेतून बघायला शिकले पाहिजे, असे या तीनही लेखिका सांगत आहेत.

या सर्जनशील लेखनाची सांस्कृतिक दृष्टी एका सर्जनशील राजकीय विचारवंताच्या इशाऱ्याशी जोडता येते. 'राष्ट्रवाद काही सैद्धान्तिक प्रश्न' या आपल्या निबंधात राम बापट म्हणतात, 'आत्मटीका करणे हे राष्ट्रवादाचे खरे मर्म आहे. आपण जरी मार्क्सवादी असाल, मिलवादी असाल, रेननवादी असाल, धर्मवादी असाल किंवा आंबेडकरांच्या अर्थाने धम्मवादी असाल, तरी या सर्वांनीच आत्मटीका करणे महत्त्वाचे आहे. कारण ते एक ऊर्जास्थान आहे.आपल्यात सुधारणा घडवून आणण्याचे एकमेव साधन आहे. संस्थात्मक पातळीवर आत्मटीका न करणारा राष्ट्रवाद मारकच ठरणार आहे. आणि जागतिकीकरणाच्या युगात तुम्ही जर आत्मटीका केली नाही, तर तुम्ही स्मृती हरवाल व त्यातून तुम्ही प्रवाहपतित होण्याचा धोका असतो. मग आजच्या जागतिकीकरणाच्या संदर्भात भूगोल आणि राष्ट्र यांचे अस्तित्व अप्रस्तुत ठरले आहे या प्रचाराला आपण बळी पडू.'

या आत्मटीकेचे प्रयोजन बाजूला ठेवत आपल्या भूमीवरील मूल्यव्यवस्थेत नावीन्य शोधत, नावीन्याला मांडत काहीएक वेगळे स्त्रीत्व उभे करण्याचा प्रयत्न करणाऱ्या लेखिका या तिघींच्या जोडीने लेखन करत आल्या आहेत. शिवाय या तिघींच्या प्रभावाचे मोल मान्य करत लिहिणाऱ्या मेघना पेठे आणि कविता महाजन अशा दोघींच्या लेखनाचा बाज काहीसा वेगळा आहे. नवीन पिढीकडे जाण्याआधी वरील तीन लेखिकांच्या समकालीन आणि पुरेसा वाचकवर्ग सांभाळून असणाऱ्या सानिया आणि आशा बगे यांच्या कादंबऱ्यांची चर्चा आधी करते.

आशा बगे, सानिया यांच्या कादंबऱ्यांचा बाज अगदी वेगळा आहे. या कादंबऱ्या राष्ट्र-राज्य नावाच्या संकल्पनेचे बाह्य दडपण न घेणाऱ्या, त्याचे १९६०-७० च्या दशकातले संदर्भ पूर्णपणे झुगारून देणाऱ्या आहेत. त्यातला एक प्रवाह राजकारण महत्त्वाचे न मानणारा असा आहे, त्यामुळे अभिजात जाणिवांच्या अथांग समुद्रात स्थलकालातीत मूल्यभानाची जोपासना करत माणूस म्हणून जगू पाहण्याचे तत्त्वज्ञान मांडणारे हे साहित्य एक मोठा वाचकवर्ग सांभाळून आहे. राष्ट्र नावाचे एक प्रत्यक्ष जगण्याचे वास्तव; त्यात अस्तित्वात असणाऱ्या रूढी, परंपरा आणि चिन्हे, संकेत, प्रतीके यांतील वैविध्य आणि त्यामागची चर्चाविश्वे अथवा जीवनशैली यांचे

सखोल चित्रण त्यात येत नाही. म्हणजे विविध राज्यांतील अथवा विविध धर्मांच्या व्यक्तिरेखा त्यांच्या लेखनात येतात; पण त्यामुळे त्यांची जडणघडण काही वेगळी झाली आहे, असे जाणवत नाही. भारत नावाचे काही सामुदायिक वास्तव आहे, ज्यात या वैविध्यांचे कंगोरे वेळोवेळी एकमेकांना घासत आलेले आहेत किंवा वैविध्य जिवंत राहिलेले आहे त्यासकट भारत नावाच्या एकसंध चर्चाविश्वाला ते आव्हान देत आहेत. जे मग व्यक्तिरेखांच्या जडणघडणीत उतरताना दिसते, त्यांचे व्यापक समुदायांशी असलेले गुंतागुंतीचे नाते जाणवते; हे त्यांच्या कादंबऱ्यांतून चित्रित होताना दिसत नाही. याचे कारण राष्ट्र नावाचा अवकाश इतक्या जिवंत चर्चाविश्वांनी व्यापला आहे, हे त्यांना मान्य नसावे किंवा त्यांच्या अनुभवाला येणारे एकसारखेपण हे कुठेतरी त्यांच्या जीवनदृष्टीचाच भाग आहे, असे असावे. साहजिकच त्यांच्या लेखनात अनेक योगायोग, नायिकांच्या मनस्वी कृती आणि अचल स्थितप्रज्ञता यांसह जगणारा आणि जीवन जगण्याचा स्तर गमावण्याचे भय न बाळगता सामोरा जाणारा वर्गच चित्रित होताना दिसतो. तोही आपल्या वास्तवाचा एक भाग आहे हे खरे; पण वास्तवाचा इतका अचल भाग होण्याचे संचितही त्याच्यापाशी आहे हेही खरे.

त्यामुळे आधीच्या तीन लेखिकांनी ज्या जातवर्गाची चिकित्सा केली, त्याच जातवर्गाचा एक अविचल भाग त्याच्या त्याच्या शांत गतीने आणि बाहेरच्या घटनांचा अन्वय त्यांच्या नायिकांच्या आयुष्याशी न भिडवता बदलत राहत असल्याचे चित्रण आशा बगे आणि सानिया करताना दिसतात. बाह्य हस्तक्षेप नसतानासुद्धा सामाजिक बदल होतच राहतात, त्यामुळे समाज जिवंत असतो. परिणामी इतिहासाचा कोणताच टप्पा शुद्ध असत नाही. हे मान्य केल्यावर या लेखनाला त्याचा त्याचा अवकाश नक्कीच राहतो. पण त्यातून आधुनिक राष्ट्र–राज्य कसे उभे राहील, त्याचा संकल्प काय असेल, त्यातील वंचितांशी कोणते नाते असेल याचे अनुभव आणि चित्रण यांतून समोर येत नाही. मुळात त्यांच्या स्वयंभू निर्णयक्षमतेने त्यांचे निर्णय हे उत्सुकता आणि कुतूहल या मानसिकतेत वाचकाला ढकलतात. त्यामागचे कोणतेच स्पष्टीकरण तिथे लागू होत नसल्याने, मनोरंजन एवढ्याच प्रयोजनात त्यांच्या लेखनाचा प्रयत्न अडकतो.

मनोरंजन हा शब्द पुरेशा गांभीर्याने इथे वापरत आहे. म्हणजे त्यांच्या कादंबऱ्यांमधील वास्तवाच्या चित्रणाची वैधता नक्कीच लक्षात घ्यायला हवी; पण त्यापलीकडे वास्तवाचे अर्थ लावता येतात; मग वास्तव वेगळ्या प्रकारे बघण्याच्या शक्यता संवादी ठरू शकतात, तशा यांच्या लेखनातील शक्यता संवादी ठरत नाहीत. मनस्वितेचा जो मनस्पर्शी माहोल असतो, तेवढाच क्षणभर भिडून जातो आणि मग मन आहे त्या प्रस्थापितात घुटमळत राहते.

जशी सानियाच्या 'स्थलांतर' मधली नंदिता, जगदीश–सावित्री च्या गुंतागुंतीच्या नात्यात घोटाळत आणि चडफडत राहते. स्वतःच त्या नात्याची चव मिळत नाही म्हणून वैतागून लग्न करते आणि ते मोडते. पुढे अचानक तिला जागा देऊ करणाऱ्या आणि स्वतःच्या लग्नात अस्वस्थ असणाऱ्या रिनीच्या नवऱ्याबरोबर लग्न करते. यात विश्वंभर आणि रिनीत नक्की कशामुळे ताण आहेत हे समजत नाही. ते आहेत इतकेच. नंदिताच्या मनात जगदीश का आहे? बहुतेक स्त्रियांना बाप प्रतिमेचे आकर्षण असते जसे पुरुषांना आई प्रतिमेचे, त्यातून हे घडते का? पुढे मग विश्वंभरला निवडताना हाच निकष लागत असेल, तर मग रिनीच्या अस्वस्थतेचे विश्लेषण लेखिका कसे करते? केवळ सुजयसारख्या कलंदर माणसाची चव वेगळी म्हणून ती त्याच्याकडे जाते असे म्हणायचे का? नंदिताला विश्वंभर का आवडतो? नंदिताला जपणाऱ्या जगदीश आणि सावित्रीचे म्हणणे काय आहे? या व अशासारख्या प्रश्नांची उत्तरे सानियाच्या लेखनात मिळत नाहीत. नंदिताने निवडला आहे, विश्वंभरने आणि सावित्रीने स्वीकारला आहे म्हणून विश्वंभर चांगला असावा इतपतच त्यातून निष्पन्न होते. त्यामुळे मनस्वी नायिका एवढेच त्याचे स्वरूप राहते. कुठेतरी खोलवर खुपणारे सल सांभाळत त्या त्यांच्या म्हणण्याप्रमाणे वागतात. हे सल म्हणजे संपूर्ण सामाजिक वास्तवाची चिकित्सा होऊ नये याची काळजी लेखिका सांभाळते.

कमल देसाई, गौरी देशपांडे आणि शांता गोखले या तिघीजणी एतद्देशीय परंपरांकडे चिकित्सक नजरेने पाहणाऱ्या, त्या नाकारणाऱ्या, पर्यायी जीवनदृष्टीच्या शोधात असणाऱ्या, विश्वभान कवटाळणाऱ्या लेखिका आहेत. तिघींचेही राजकीय भान तल्लख आहे आणि त्याचा सांस्कृतिक अवकाशावरचा प्रभाव त्यांच्या दृष्टीने अपरिहार्य आहे. साहजिकच राजकीय घटनांचा नेमका उल्लेख आणि राजकीय विचारसरणींचे चिकित्सक भान या तिघींनाही आहे. त्यातूनच इच्छाशक्तीला (will) त्या केंद्रस्थानी आणतात आणि त्यातून जुने काही मोडून नवे तयार करण्याचा प्रयत्न करतात. तर आशा बगे आणि सानिया या राजकीय घटनांना बाजूला ठेवणाऱ्या लेखिका आहेत. त्यांच्या नायिकांची ताकद त्यांच्या तल्लख स्वयंभूपणात आहे. चौकस दृष्टी, वागण्याचा मनस्वीपणा आणि वेळोवेळी काही ना काही स्वरूपात उभी रहाणारी मदत अथवा चालून येणारी संधी यातून त्यांच्या नायिका काहीसे वेगळे वागतात; पण त्या आहेत त्या व्यवस्थात्मक चौकटीत फारसे फेरफार न करता. स्वतःच्या मनाने पुरुष साथीदार निवडणे अथवा सोडणे यापलीकडे त्यांच्या कृतींचा परीघ जाताना क्वचितच दिसतो. अर्थात निवळ राजकीय घटनेचा उल्लेख असणे म्हणजे राजकीय जाणिवा असणे असा होत नाही. सांस्कृतिक भूमी मांडणे आणि त्यातील मूल्यविवेक स्पष्ट करणे हे अधिक सखोल राजकारणाचे गमक आहे. त्यादृष्टीने एखाद–

दुसऱ्या राजकीय घटनेचा उल्लेखही अशा लेखनात टोकदार निर्देशक ठरतो.

सानियाच्या 'स्थलांतर' आणि 'अवकाश' या कादंबऱ्यांत राजकीय घटनांचा कोणताच उल्लेख नाही. सानियाच्या कादंबऱ्यांतील अनेक व्यक्तिरेखा जगभर प्रवास करत असल्याने कोणत्याच भौतिक अवकाशात रुजलेल्या नसतात. त्या त्यांच्या त्यांच्या मनस्वीपणाच्या पोकळीत जगतात. प्रवास हेच त्यांचे रूपक बनते. ते तसे फसवे आहे, कारण प्रवास आंतरिक आणि बाह्य असा आकृतिबंध त्यातून निर्माण झाला तरी कोणताही प्रवास एका स्थानापासून दुसऱ्या स्थानापर्यंत असतो. साहजिकच स्थानांची माती ज्या संवेदना वाढवते, त्या मातीतील बदल संवेदनांमध्येही ताण निर्माण करत असतो, त्याचे काय करायचे हे त्यात जाणवत नाही. राघवन, सदाशिवन अशा नावांपलीकडे त्यांना स्थानांचा म्हणून स्पर्श नसतो. स्थानापलीकडे जाणारे स्थलांतर हे निवळ जागाबदलाचे नसते. विशेषतः ज्या हळवेपणाने आणि कमालीच्या संवेदनशीलतेने त्यांच्या निवेदिका किंवा व्यक्तिरेखा विचार करतात, त्यात तर हे शक्य वाटत नाही.

स्वपलीकडील चिंता नाकारल्याचे काही फायदे असतात तसेच तोटेही असतात, याची जाणीव या कादंबऱ्यांच्या सुरातून दिसली असती तरी त्यांना सघनता आली असती. पण तसे होत नाही. जगदीशच्या आई किंवा सावित्रीच्या अम्मा अशा व्यक्तिरेखांवर झालेला अन्याय मग सहजी विस्मरणात जाऊन जगदीश त्याच्या बापाने देऊ केलेल्या घरात त्याच्या सावत्र बहिणीसह सुखात रहातो. कोणतेही विश्व उभे करत असताना त्यात अवमानित होणाऱ्या, सहजी नाकारल्या जाणाऱ्या व्यक्तिरेखांबद्दल लेखक काय म्हणतो आहे यावर त्यात मांडलेल्या जीवनाचा आकार ठरत असतो. तो इथे दिसतो.

मंडल आयोग, मुंबईतील जमातवादी दंगली यांचा ओझरता उल्लेख आशा बगेंच्या 'सेतू' आणि 'भूमी' मध्ये येतो. त्यातून टिप्पणी जाणवते. मंडल आयोगाच्या निर्णयांविरुद्ध आंदोलने करणाऱ्या विद्यार्थ्यांबद्दल सहानुभूती किंवा जमातवादी दंगलींबाबत कोणताच धर्म तिरस्कार करायला सांगत नाही, या वैश्विक सत्याचा उच्चार करण्याइतपतच हे उल्लेख आहेत. यातून सामाजिक अस्वस्थतेची चिकित्सा करण्याची निकड जाणवत नाही असे दिसते. त्यामुळे प्रस्थापित व्यवस्थेला सामोरे जाणारे सामूहिक राजकारण बंद ओठांनी नाकारले जाते.

'सेतू' मध्ये जीव तुटेल इतक्या प्रेमातून परंपरा सांभाळणारा ब्रिजमोहन आणि त्याचा सुशिक्षित बेकार भाऊ सुमंगल यांचा सांधा मंडल निदर्शनांशी जोडला जातो का? कोणत्या सेतूचा शोध लेखिका तिच्या व्यक्तिरेखांमधून घेते आहे? 'भूमी' मध्ये मैथिलीच्या आत्याचा मृत्यू आणि जमातवादी दंगली एकाच वेळेस घडतात आणि

त्यामुळे आत्याचे शव प्रथेनुसार घरी आणणे शक्य होत नाही व इस्पितळातून परस्परच दहनभूमीकडे जाते. यातील सामान्य माणसाला 'भूमी' नाकारली जाण्याचा संकेत दंगलींशी जोडला जातो. तो दंगलींशी जोडला जाणे यातून लेखिकेचे जग आकार घेते.

या अर्थाने आधुनिकता नाकारण्याचे परिणाम आशा बगे यांच्या कादंबऱ्यांतून प्रतीत होणाऱ्या जीवनदृष्टीवर झालेले दिसतात. व्यक्तिरेखांच्या उभारणीवरही ते होतात. त्यांच्या कादंबऱ्यांमधले लोक दिलेल्या राजकीय ढाच्यामध्ये जगतात आणि जगण्यातून आपसूकपणे घडत जातात. जगणे आहे तसे स्वीकारणे आणि त्यात एकेकट्या टोकदार मानवी इच्छाशक्तीतून त्या जगण्याला टोकत टोकत पुढे जात राहणे, असे घडताना दिसते. भोवताली संपूर्ण जीवन विविध आवर्तात सापडल्याचा अनुभव त्यांच्या नायिकांना क्वचितच येतो. 'सेतू' मध्ये सुचाला येतो तो ब्रिजमोहनच्या मानसिक संतुलन गमावण्यातून आणि तरीही तिला ते खऱ्या अर्थाने समजत नाही, कारण तिच्याभोवती चिरकालीन स्थितप्रज्ञतेने वावरणारे दादा ब्रिजमोहनच्या बहिणीला-अर्पिताला मदतीला घेऊन त्यांचे इतिहासलेखन पुढे चालू ठेवतात. त्यामुळे माणसे म्हणजे काळाच्या प्रवाहात इतस्ततः भिरकावली गेलेली पाने अशा स्वरूपाचे अव्याहतपण आशा बगे यांच्या कादंबऱ्यांना व्यापून टाकते.

जगण्याचा प्रवाहच इतका सखोल आणि बलशाली आहे की, त्यात आपल्याही इच्छेविरुद्ध माणसे ओढली जातात आणि त्याच्या गतीत मिसळून जातात, असे त्यात घडताना दिसते. तरीही त्यांच्या कादंबऱ्यांमधल्या मानवी व्यक्तिरेखा स्वयंभूपणे वावरणाऱ्या आहेत हा त्यातल्या सौंदर्याचा भाग आहे. हे स्वयंभूपण त्यांना जपता येते आणि शुद्धपणे वागवताही येते. ते वागवण्याचा अवकाश मिळत, मिळत त्यांना जीवन घडवत राहते. हा अवकाश सांभाळता आल्यामुळे मग त्यांच्या कादंबऱ्यांना एक अटळ नियतिवादाचा स्पर्श जाणवतो. राष्ट्रसंकल्पना आत्मिक ताकदीत परावर्तित होते. एक जितीजागती, सीमारेषांनी बद्ध, सामूहिकतेचे ताण सहजीवनाच्या अपरिहार्यतेतून पेलणारी, राजकीय विचारप्रणालींतून आणि संकल्पांतून व्यक्त होणारी भौतिक जाणीव म्हणून राष्ट्र आकार घेताना त्यांच्या कादंबऱ्यांत दिसत नाही. ब्रिजमोहन ज्यासाठी तडफडतो आहे, त्या गंगेचे दर्शन म्हणजे राष्ट्र की, त्या गंगेच्या किनारी वर्षानुवर्षे आहे त्या परिस्थितीत जगत राहणारे लोक म्हणजे राष्ट्र? त्यांनी त्यांच्या गतानुगतिक जीवनातून बाहेर पडावे, यासाठी तडफडणाऱ्या ब्रिजमोहनचा मूल्यभाव राष्ट्राचा आकार घडवतो आहे की, अविचल स्थितप्रज्ञतेने आपल्या वाट्याला आलेले आयुष्य आपल्या मूल्यांच्या भानातून जगणारे तो आकार शाश्वत म्हणत आहेत, असे अनेक प्रश्न इथे मानवी जगण्यात उभे राहतात.

मानवी इच्छाशक्तीचे जे झळझळीत दर्शन आधी उल्लेख केलेल्या लेखिकांच्या लेखनात आढळते, तितके झळझळीतपण इथे सापडत नाही. मात्र, आपल्या आपल्या घडणीत आणि भूमीवर घट्ट पाय रोवून उभे असणारे लोक यांच्या लेखनात सापडतात. मिळालेले आयुष्य स्वीकारण्यातील ग्रेस या कादंबऱ्यांतून डौलदारपणे पुढे येते. पण त्यातला विशिष्ट स्थानाला बांधलेपणा त्याच्या मर्यादाही समोर आणतो. आधुनिकतेला सामोरे जाण्यातले चाचरलेपण त्यांच्यात दिसते. कारण एतद्देशीय विशेष संचित असणाऱ्या जगण्यासमोर आधुनिकतेचे अस्सल दर्शन उभे करण्याची ताकद त्यांच्यात नाही. लेखनाला जे परंपरेचे संदर्भ आहेत त्याजोडीने त्यात आधुनिक काळाचे उल्लेख आहेत. पण आधुनिकतेचा पुरेसा आवाका त्यात जाणवत नाही. आधुनिकतेने आणलेली मानवकेंद्रितता यांच्या कादंबऱ्यांमध्ये उल्लेख केलेल्या पाश्चात्त्य संदर्भांना अगदी वेगळे आयाम देते, याचे भान तिथे जाणवत नाही.

पाश्चात्त्य मानवकेंद्रिततेला लेखिका एतद्देशीय व्यक्तिनिष्ठेत रूपांतरित करतात. पाश्चात्त्य व्यक्तिवादाने प्रस्थापित व्यवस्थांना आव्हान दिले होते. धर्म, राष्ट्र या व्यवस्था विषमतामूलक, वर्चस्ववादी आणि अन्याय्य असू शकतात; त्यामुळे व्यक्तीचा स्वयंपूर्ण नैतिक आवाज हा त्या व्यवस्थांना आव्हान देऊ शकतो, असे आधुनिक व्यक्तिवादाचे हे रूप नाही. प्रत्येकच व्यक्ती आपल्या आपल्या संचितानिशी आपल्या आपल्या स्थानावर बांधलेली असते, त्यामुळे तिचे संघर्ष तिने करावेत अशा स्थानबद्ध व्यक्तिनिष्ठेचे रूप त्याला येते. जीवनाचे अर्थ लावण्याचे स्वातंत्र्य त्यात व्यक्तीला मिळते; पण जीवनाचे अर्थ संवादाच्या देवाणघेवाणीतून फुलवण्याच्या शक्यता तिथे निर्मिल्या जात नाहीत. विविध संदर्भांत अर्थांच्या विविध शक्यता असतात आणि त्यातून अर्थविस्तार होतो, जो कदाचित अधिक समग्र असू शकतो याचा स्वीकार तिथे क्वचितच होतो. सगळ्याच व्यक्तिरेखा बंद ओठांआड अनेक निर्णय सांभाळत असतात; पण त्यांची स्पष्टीकरणे दिली जात नाहीत किंवा ते अर्थही सांगितले जात नाहीत.

उदाहरणार्थ 'भूमी' मध्ये मैथिली करत असलेले शेक्सपिअरच्या नाटकांचे नवनिर्माण आधुनिक संदर्भांच्या चिकित्सेतून केलेल्या अर्थनिर्णयनाच्या प्रयत्नांशी जोडले आहेत की नाहीत? तौलनिक दृष्टीतून त्यांच्याकडे बघायचे तरी हाताशी असलेल्या अनेकविध संदर्भसाधनांचा वापर त्यात होताना दिसत नाही. पाश्चात्त्य साहित्याच्या अर्थनिर्णयांतून केवढे सांस्कृतिक आणि तत्त्वज्ञानात्मक वाद उभे राहिले आणि त्यातून त्या संस्कृतीला किती आयाम मिळाले याचे भान सांभाळणे त्यांना जमले आहे, असे वाटत नाही. शेक्सपिअरची स्वगते जोडून एक सलग नाट्यानुभव मांडणारी आशा बगेंच्या 'भूमी'मधली मैथिली नक्की काय करते आहे हे अजिबातच स्पष्ट नाही. कानेटकरांच्या 'गगनभेदी'सारखी काहीतरी अविवेकी, हताश करणारी

तुकडेजोड नसावी. पण ते सांगायचे नसेल तर मग त्या उल्लेखांचे प्रयोजन काय, हा प्रश्न अनुत्तरित राहतो.

पुढे 'साउंड ऑफ म्युझिक'चाही उल्लेख 'भूमी'त येतो. ललीसारख्या मानसिकदृष्ट्या अपंग मुलीला ते आवडते, इतपतच त्याचे प्रयोजन नसावे अन्यथा तिला आणखीही काही आवडल्याचे म्हणता आले असते. चित्रपटातील चर्चमधून कुटुंबाकडे येऊ घातलेली नन आणि पुढे तिच्या या बंडखोरीला सामावून घेणारा राष्ट्रवाद यांचे संदर्भ इथे बघायचे की नाहीत? बघायचे तर कसे? या चित्रपटाची तिकडची जाहिरात The nun who rebelled अशी केली गेली होती. कारण मैथिली तिच्यावर प्रेम करणाऱ्या सुधीरला नाकारून तिला नाकारणाऱ्या आणि कोणत्याही प्रकारे तिच्या आत्मसन्मानाची कदर न करणाऱ्या व स्वतःच्याच भयग्रस्ततेत मिटून गेलेल्या तिच्या नवऱ्याकडे-शंतनूकडे जाते. म्हणजे शक्य असलेल्या बदलाला नाकारून अत्यंत प्रतिगामी जीवनाला, पारंपरिक नातेसंबंधाला कवटाळण्याचे प्रयोजन हे मानसिकदृष्ट्या अपंग असणाऱ्या ललीला कवटाळण्यासारखेच आहे. मानवतावादी, प्रगल्भ प्रेमाला नाकारून वाचकासमोर प्रखर कर्तव्यभावना हे एतद्देशीय मूल्य मांडायचे असेल तर त्याचेही पुरेसे समर्थन मिळत नाही; कारण मैथिलीचा संसारही त्याअर्थाने पारंपरिक नाही. म्हणजे तो केवळ मैथिली नावाच्या व्यक्तीने घेतलेला निर्णय इतकेच स्वयंभू मूल्य त्याला राहते. लली मृत्यू पावल्यामुळे तिचे सुधीरशी नाते संपत असेल तर तेही अगदी अगम्य आहे. तिच्याकडे केवळ दयाबुद्धी एवढीच संवेदनशीलतेची अपार व्यापून टाकणारी भावना आहे काय? थोडक्यात आपल्या भूमीवरील मूल्यांची मांडणी करत असताना जे वैश्विक संदर्भ या लेखनातून घेतले जातात, त्यांना आधुनिक व्यामिश्रतेचा स्पर्श नाही; त्यामुळे कादंबरीतील काळात ते उल्लेख संदर्भहीन आणि वरवरचे राहतात.

या लेखासाठी समोर असलेल्या कादंबऱ्या, 'सेतू' २००० आणि 'भूमी' २००४ या समकालीनच म्हणाव्या लागतील. अर्थात त्यांतील नायिकांचा काळ हा त्याच्या आधीचा असू शकतो; कारण 'भूमी' मध्ये अभिज्ञान शाकुंतलाबरोबर 'आऊटसायडर', 'ट्रायल' चे उल्लेख आहेत. या ६०-७० च्या दशकात महाराष्ट्रात सार्वत्रिकपणे चर्चिल्या गेलेल्या कलाकृती आहेत. त्यांच्यातील तत्त्वज्ञानात्मक भूमिकेचा कादंबरीशी संबंध नाही. नायिकेचे व्यापक वाचन दाखवण्यापुरतेच ते उल्लेख आहेत. याचे एक कारण असे असू शकते की, अभिजात तत्त्वचिंतनाच्या सर्व प्रकारच्या मर्मदृष्टींना वेचत वेचत eclectic म्हणजे स्वतःच्या इच्छेनुसार मार्गक्रमण करणारी त्यांची 'भूमी' ची नायिका अविचल आहे. गोष्टी हातात घेऊन बदलण्याचा प्रयत्न ती करत नाही; पण आहे त्या

परिस्थितीला तोंड देत, स्वीकारत, परिस्थितीने दिलेल्या संधी घेत तिच्या वाट्याला आलेले प्राक्तन ती पत्करत जाते. त्या पत्करण्याला किंवा नाकारण्याला तिची इच्छा यापेक्षाही नियतीने समोर टाकलेल्या गोष्टी एवढेच स्पष्टीकरण आहे.

तमिळ-ख्रिश्चन आईशी लग्न केलेल्या महाराष्ट्रीयन ब्राह्मण डॉक्टर-वडिलांचा मृत्यू झालेला आहे आणि चर्च व देऊळ अशा दोन्ही ठिकाणी श्रद्धा बाळगणारी आई मृत्युपंथाला लागली आहे, हे दाखवत कादंबरी सुरू होते. तमिळ का, ख्रिश्चन का, यांचे दुवे कादंबरीत नाहीत. लहानपणी तिच्या आईकडून झालेल्या ख्रिश्चन संस्कारातून पुढे मैथिलीला इंग्रजी साहित्य वेगळे कळते का, तर तसे उल्लेख किंवा तशी काही जोडणी नाही. शेवटी साहित्य आणि नाटक, चित्रपटाच्या अभ्यासातून स्वतःच्या पायावर उभी राहिलेली मैथिली आपल्या निर्णयातून आपणच सोडलेल्या संसाराकडे परत जाताना दिसते. इंग्रजीतील निर्भरतावादी साहित्याचा अभ्यास करणारे व ते समरसून शिकवणारे प्राध्यापक तिचे स्नेही आहेत. पण तो निर्भरतावाद तिच्या आयुष्यावर प्रत्यक्ष परिणाम करताना दिसत नाही. त्या अर्थाने ती classicist आहे.

आईच्या मृत्यूनंतर मृत वडिलांची बहीण तिला मुंबईला घेऊन जाते आणि मुंबईच्या चाळीत आत्याबरोबर राहत असताना, अपघातानेच ओळख झालेल्या शंतनूशी लग्न करून ती परत एकदा मुंबई सोडते. शंतनूशी लग्न करण्याचा निर्णय तिच्या प्रेमभंगानंतर झालेला आहे. तिच्या प्रेमात पडलेला तिचा मित्र आईच्या सांगण्यावरून दुसऱ्या मुलीशी लग्न करून अमेरिकेला जातो. कलासक्त समजले जाणारे, एकाच गटात असणारे विविध लोक एकाच संवेदनशीलतेचे नसतात; तेव्हा आपण आपल्या आकलनावर आणि आपल्या निर्णयांवर दिलेल्या व्यवस्थेत उभे राहावे हे समजण्याजोगे आहे. फक्त त्या आकलनात बदल होत नाहीत, कोणीही त्यात भर घालत नाहीत ही त्याची मर्यादा आहे. तिच्यात रस नसणाऱ्या नवऱ्याबरोबर राहत तिच्या इच्छेनुसार मैथिली प्राध्यापक बनते. तिच्या देखणे असण्याची, बुद्धिमान असण्याची असूयाच शंतनूला वाटत राहते आणि त्या असूयेत त्यांचे नाते कोळपते व शंतनूचे व्यक्तिमत्त्वही. तिचा जिव्हाळा खऱ्या अर्थाने उमलतो तो तिच्या नोकरीच्या ठिकाणी असलेल्या सहकारी प्राध्यापकाच्या मानसिकदृष्ट्या अपंग असलेल्या मुलीसाठी. इथे कादंबरीचा आशय आकार घेतो. नियतीने नाकारलेल्यांबद्दल अतीव करुणा आहे; पण अन्यथा माणसांमध्ये ती गुंतत नाही. तिच्यात एक प्रकारची तटस्थता आणि स्थितप्रज्ञता आहे, जी त्यांच्या 'सेतू' मधल्या सुचाच्या वडील-आई-मावशी या पायाभूत चौकटीत दिसते. स्थितप्रज्ञतेचे आध्यात्मिक वाटावे असे हे दर्शन त्यांच्या व्यक्तिरेखांना कमालीची अभेद्यता देऊन जाते. पुढे तीच आत्मसात करत सुचा ब्रिजमोहनचे मानसिक कोसळणेही पेलते.

भावनिकदृष्ट्या कमालीची संवेदनशील असणारी आणि त्यामुळेच मानसिकदृष्ट्या कमकुवत असणारी माणसे त्यांच्या दोन्हीही कादंबऱ्यांमध्ये येतात. त्याचबरोबर त्या कमकुवतपणालाही आपले म्हणणारी, त्याला खांद्यावर घेऊन कणखरपणे वाटचाल करणारी माणसे विशेषतः स्त्रिया या दोन्ही कादंबऱ्यांत येतात. मात्र, तो कणखरपणा नक्की कशामुळे आणि कशासाठी याचे स्पष्टीकरण त्यात नाही आणि ते द्यायला आपण बांधीलही नाही हे त्या कादंबऱ्यांचा अवकाश, त्यातील पात्रांचे वैविध्य, स्थलकालातीत संदर्भ, त्यांचे मनस्वी वागणे, संधींची अनपेक्षित उपलब्धता किंवा आघात आणि त्यातही त्यांच्या व्यक्तिरेखांचे स्वयंभू कणखर असणे यातून स्पष्ट होते. हे दिलेले given असे आहे आणि मोडणेही तसेच. माणसे कशामुळे घडतात आणि कशामुळे मोडतात यांची चिकित्सा त्यात नाही; कारण कशामुळे काही घडणे यावर त्यांचा फारसा विश्वास नाही. मने घडलीच तर समुद्राच्या सान्निध्याने अथवा गंगेच्या सान्निध्याने घडतात. त्यांच्याही नकळत त्यातली घनगंभीर अथांगता किंवा प्रवाहीपणा त्यांना घडवतो. मग त्यांच्या कृतींना ते त्यांच्याही नकळत चिकटून राहतात. कशाचेच स्पष्टीकरण नाही किंवा चिकित्साही.

त्यांच्या कादंबऱ्यांतील संदर्भांची रेलचेलही अशीच अनपेक्षित होत जाते. कोणतातरी क्षण अवचितपणे तो संदर्भ मनावर कोरून जातो आणि तेवढे पुरते, उदा. साउंड ऑफ म्युझिकचे गाणे. साहजिकच एकदा हा 'दिलेला' आकार स्वीकारला की, चिकित्सा संपते. चिकित्सा नसेल तर मग इच्छाशक्ती परिवर्तनाकडे वळवण्याची गरज वाटत नाही. ठामपणे आपण आहोत तिथे उभे राहून, आहे तसे जगणे हाच जगण्याचा सारांश बनतो आणि त्याच्या समर्थनाला जगभरातील अभिजात पुस्तके उपलब्ध होतात. मानवी जीवनाचे तत्त्वचिंतन स्थलकालातीत असते; पण प्रत्यक्ष जगणे रोजच्या संदर्भांत घडत असते. ते संदर्भ आशा बगे अवचित करून टाकतात, त्यामुळे स्थिरचित्त स्वीकाराखेरीज त्यांच्या नायिकांचा इतर पवित्रा फारसा यशस्वी ठरत नाही. सुचा प्रतिकार करत आधुनिकतेत येण्याचा प्रयत्न करते, त्यामुळे तिच्या कुटुंबाचे मोठे नुकसान होते आणि हे तिलाच भोगावे लागते. जे जगण्याचे पार्थिव संदर्भ सोडून केवळ तत्त्वचिंतनात रमतात, ते जीवनाला निर्धाराने पेलतात.

ही तत्त्वचिंतनात रमण्याची शक्यता, क्षमता, संधी कोणाला, कधी, कशी उपलब्ध होते याचे काहीच गणित नाही. त्यामुळे बनारसमधल्या एका पारंपरिक घरात जन्मलेल्या ब्रिजमोहनचा कुटुंबातील गुंतलेपणा आणि थोरला मुलगा असण्याची जबाबदारी याचा ताण समजू न शकलेली सुचा यांची शोकांतिका मांडत असताना, त्याच्या पार्श्वभूमीवर सुचाचे दादा-आई-मावशी ज्या दैवी स्थितप्रज्ञतेने वागतात ते अचाट आहे. 'उत्खनन'मध्ये गौरी मांडू पाहत असलेली आदर्श विवेकनिष्ठा ही

कदाचित अधिक हाताशी येणारी आहे, समजणारी आहे; कारण ती विवेकातून कमावलेली आहे. तशी ही स्थितप्रज्ञता नाही. ती अंगभूत आहे आणि विनाकारण आहे. आई आणि मावशीत कोणते ताण आहेत आणि ते का, शाळा उभारू पाहणारी आई आणि घर सांभाळणारी मावशी यांचे सुचाशी नाते नक्की कोणते आहे आणि का, दादांची भूमिका इतकी तटस्थ का, यांना कोणतीच स्पष्टीकरणे नाहीत.

या अर्थाने सानिया आणि आशा बगे दोघीही स्त्री-पुरुष नातेसंबंध हे 'असण्याच्या' अर्थांशी बांधतात, 'घडवण्याच्या' अर्थांशी नाहीत. इतकेच नाही तर घडवणे असे काही शक्य नसते, असेही त्यांच्या कादंबऱ्यांतून सुचवले जाते. अनेकदा त्यांना त्यांच्या अपेक्षेतला आकार अवचितपणे मिळूनही जातो; पण त्यांचा भर मुख्यतः व्यक्तिरेखांचे स्वयंभूपण जपण्यावर आणि मांडण्यावर आहे. हे स्वयंभूपण आकर्षक असले, तरी ते जसे दिलेले आहे तसेच ते उपलब्ध होत जाणाऱ्या संधींमुळेही आहे. यापलीकडे त्याची चिकित्सा होऊ शकत नाही. साहजिकच जर नातेसंबंध अप्रगल्भ असतील, चांगले नसतील, घुसमटवून टाकणारे असतील; तर नायिकांना उपलब्ध असलेल्या इतर आधार-चौकटींमध्ये परतून येणे किंवा आहे ते पत्करून बदल होण्याची किंवा बदल घडवू शकणाऱ्या संधीची वाट पाहणे, असे या नातेसंबंधांत घडते. एकंदरीत प्रस्थापित नातेसंबंधांचा आकार त्यांना मान्य आहे किंवा नातेसंबंधांच्या भौतिकीपलीकडले आत्मिक संघर्षाचे जग त्यांना अधिक महत्त्वाचे वाटते, त्या आत्मिक संघर्षातून स्वतःच्या निर्णयांतून जगत राहणे हा आपल्याभोवती आखलेला परीघ त्यांना पुरेसा वाटतो, असे त्यातून निष्पन्न होते. तेव्हा नव्या उभारणीचा किंवा आहे त्या आकाराची चिकित्सा करण्याचा प्रश्न फारसा जोरकसपणे निर्माण होत नाही.

मेघना पेठेंची 'नातिचरामि' आणि कविता महाजनांची 'ब्र' या एकमेकांसमोर ठेवून वाचण्याच्या कादंबऱ्या आहेत. दोन्ही कादंबऱ्यांमधील मध्यवर्ती जाणीवभान हे बाईचे आहे. दोन्ही कादंबऱ्यांतील नायिका भोवतालच्या जगण्याने अस्वस्थ आहेत. त्या स्वतः परिस्थितीशी टक्कर घेत आहेत आणि मार्ग शोधत आहेत. पण मेघना पेठेंची नायिका बाहेरच्या जगाला पूर्णपणे बाहेरच ठेवून स्वतःलाच नवनव्या जाणिवांनी सजवत राहते. हे सजवणे पारंपरिक स्त्री-जीवनाचे निकष लावले तर वेगळे आहे. म्हणजे पारंपरिक आयुष्य स्वीकारण्यातून येणारा ताण पेलण्यासाठी बायका तऱ्हेतऱ्हेचे स्वयंपाक करत असतील किंवा खरेद्या करत असतील किंवा दागिन्यांनी स्वतःला सजवत असतील किंवा मुलांना जन्म देत असतील किंवा प्राणी,पक्षी पाळत असतील. तशी मेघना पेठेंची नायिका सिगरेट ओढते किंवा बिअर पिते किंवा गालिब ऐकते किंवा घरात फडफडणाऱ्या चिमणीला घरात घरटे बांधू देण्याला अटकाव करते. ती

सेक्समधून व्यक्त होते ही या कादंबरीची वेगळी बाजू. कारण स्त्रियांनी लैंगिक इच्छा व्यक्त करणे किंवा वर्णन करणे हे पारंपरिक संकेतांना सोडून आहे, असे मानले जाते. त्यामुळे मेघनाची नायिका वेगळी म्हणता येईल. तिच्या कादंबरीत शरीराला सुखावणाऱ्या अनेक लैंगिक कृतींचे स्पष्ट उल्लेख व वर्णने येतात, जाहीर होतात; यामुळे त्याला धाडसी म्हटले जावे का? आधुनिक म्हणावे का? धाडसी असणे किंवा आधुनिक असणे हे तिच्या नायिकेने जाहीरपणे वर्णन केलेल्या लैंगिकतेशी जोडायचे कारण नाही. आपल्याकडच्या वातावरणात लैंगिकता जाहीरपणे अनेकदा व्यक्त झालेली आहे. उदाहरणार्थ, शिल्पांमधून ज्या प्रकारे ती व्यक्त झाली आहे ते अवाक करणारे आहे. कारण मिथुन शिल्पे देवळांवर कोरली जाणे, अमूर्ताला शारीर लैंगिक कृतींनी सजवणे, ते सार्वजनिक अवकाशात प्रस्थापित करणे हे पूर्वीच व्यक्त झाले आहे. शिल्पे बाईने केली असतील किंवा नसतील; पण स्त्री-पुरुष नातेसंबंधांचे लैंगिक स्वरूप सार्वजनिकरीत्या उघड करणे यात धाडस नाही. दुसरे उदाहरण घ्यायचे तर आपल्या गाण्यांच्या संस्कृतीचे आहे. 'कुचभल्लीं वक्षाला टोचुनि दुखवी मजला' हे 'रात्रीचा समय सरुनि येत उषःकाल हा' म्हणत असताना सांगितले जाते.

मेघना मांडत असलेली स्त्री ज्या गाण्यांच्या सांस्कृतिक कल्लोळातून घडली आहे, त्यांतली बरीचशी गाणी तिने मांडलीही आहेत; पण जी गाणी शब्दांमधून मांडली नाहीत, ती तिने तिच्या नायिकेच्या लैंगिक कृतींमधून अथवा लैंगिकतेबद्दलच्या विचारांतून मांडली आहेत. उदाहरणार्थ, अकेली हूं मैं पिया आ... आजकी रात ऐसा कुछ करो, हो नहीं सवेरा...स्टाईलची असंख्य गाणी अव्याहत कानावर पडण्याची सोय रेडिओने केल्यापासून नेणिवांमधील दडपल्या गेलेल्या लैंगिक इच्छांना वैध प्रकटीकरणाचा एक मार्ग मिळाला होता. पुढे चित्रपटांतून अष्टसात्त्विक नायिका आणि उच्छृंखल दुय्यम नायिका अथवा खलनायिका अशीही गाणी आणि प्रतिमा होत्याच. सात्त्विक गाण्यांइतकीच उच्छृंखल नायिकेची गाणीही लोकप्रिय होती. हेलनचे नाच हे त्यामागचे प्रमुख कारण. म्हणजे मेघना वर्णन करते तशा उद्दीपित करणाऱ्या अंगविक्षेपांची कमतरता आपल्या सामाजिक प्रतिमासृष्टीत नव्हती असे नाही. पुढे चित्रपटगृहातले तीन तास चेतवणारे-विझवणारे हे खेळ टी.व्ही.मुळे घरात आले. मग खाजगीपणाला एक खाजगी-सार्वजनिक वैधता मिळाली. इंटरनेटमुळे जगभरातली सार्वजनिकता एका खाजगी क्लिकवर हातात आली. म्हणजे सार्वजनिक केलेल्या प्रतिमा आणि कृती केवळ माझ्या मालकीच्या असा आभासी खाजगीपणा आला. आज हे सगळे कोणालाही कितीही उपलब्ध आहे.

थोडक्यात लैंगिकतेचे दर्शन याने फार काही मोठी किंवा धाडसी गोष्ट या कादंबरीत घडली आहे असे नाही. त्या सगळ्या नेणिवांचे उघड दर्शन परत एकदा

नेणिवांशीच भिडवायचे का, असा प्रश्न नायिकेला पडतो आणि तिथून या कादंबरीतला वेगळेपणा जाणवतो. टी.व्ही. वरचे 'झुमका गिरा रे...' चे सेक्सी, उत्तान रिमिक्स बघताना मीरेची मनःस्थिती मेघना वर्णन करते, 'अशा वेळी मला काहीतरी प्रचंड भीती वाटायला लागते. कारण मला त्या बाईलाच काहीतरी करावंसं वाटायला लागतं. ....म्हणजे ही गाणी बघताना जाणवतं, की भोग्यच कसा भोग्याचा घास घेतं ते! ते बघता बघता मी माझ्याच शरीराशी चाळे सुरू करते. आपलेच आपल्याला स्पर्श. कमी जास्त दाबाचे. इकडे तिकडे......तिच्या छातीवर हात फिरवून थाड थाड उडणाऱ्या तिच्या हृदयाची लय शांत करून द्यावी. आणि मग शेवटी तिच्या अंगावर पांघरूण घालून तिच्याकडे पाहत बसून राहावं. हे असलं माझं होतं. ...त्या चॅनेलवरचे पुरुष कधी माझ्या खिजगणतीतही नसतात...मग हा देह म्हणजे मी नव्हे वगैरे लक्षातच राहत नाही. मिशनमध्ये जाऊन बसल्यावर असं काहीतरी, म्हणजे हे आपलं, देह म्हणजे मी नव्हे असलं काही असेल का काय असं वाटायला लागतं, आणि तेही अगदी सुखाचं वाटतं.' (पान २५७-५८)

एका अर्थाने मेघना शरीराचे उद्दीपित होणे मनाशी जोडते आहे. लिंगभावाशी नाही. पुरुष असणे किंवा स्त्री असणे याने फरक पडत नाही. कामुकता असेल तर उद्दीपन अटळ आहे. तरीही नेणिवांचे उद्दीपन बघता बघता जाणिवांशी नेऊन भिडवणे आणि नेणिवा व जाणिवा एकत्र करत एकसंध माणूसपण शोधणे, त्या असण्याला निवळ असण्याचे-अस्तित्वाचे-त्या त्या क्षणी असण्याचे, जागण्याचे, विझण्याचे भान देणे आणि ते तितक्याच तल्लखपणे टिपत राहणे ही प्रक्रिया या कादंबरीत अव्याहतपणे घडत राहते. जगातला प्रत्येक क्षण विचक्षण बुद्धीने टिपत ती तिचे भावनिक आलेख नोंदवत राहते. गालीबच्या दर्दवर जान कुर्बान करणारी नायिकाही मीच आणि कॅबरे करणारी, चेतवणारीही मीच अशा व्याप्त मानवी मनाच्या पटाला ती आत्मसात करते. 'मला खूप काही सुचतं. पण मला ते सांगायलाच कोणी नसतं. किंवा मग हे सुचलंय त्याचं काय करावं हे समजत नाही.' कमालीच्या सर्जक मनाची ही घालमेल आहे.

त्याचबरोबर न्याय-अन्याय, सन्मान-अब्रू याबद्दलही सजग असणाऱ्या मनाचीही घालमेल आहे. ही घालमेल प्रगल्भ न होणाऱ्या, मनाने न वाढणाऱ्या पुरुषामुळे आहे. तिच्या सन्मानाबद्दल जागरूक नसणाऱ्या, तिचा अपमान केल्याची खंत न वाटणाऱ्या, ज्या नात्याची स्वप्ने नायिका बघते आहे त्याचा अंदाजही नसणाऱ्या आत्ममग्न पुरुषामुळे आहे. ते अनेकदा तळतळून व्यक्त होताना या कादंबरीत दिसते. 'प्रश्न तेव्हाही पैशाचा नव्हताच! प्रश्न न्यायाचा असतो. नुस्ता न्यायाचाच नाही तर इज्जतीनं न्याय मिळण्याचाही असतो. न्याय ही हक्काची गोष्ट आहे? न्याय कसा आणि कधी

मिळाला, यावर तो न्याय 'न्याय' उरणं अवलंबून आहे की नाही?...तुझ्या दारावर अब्रू राहावी असं वाटण्याचे ते दिवस...वेडे वाटतात आता.' (पान २१८-१९)

पुरुषाच्या नैतिकतेचा दुटप्पीपणा ती सतत अनुभवत आणि पकडत राहते. तिच्या मित्राने तिचे चुंबन मागितल्यावर ती म्हणते, 'तुझ्या लक्षात तरी होतं का, की मी एक नवरा जिवंत असलेली बाई होते....दुसऱ्या पुरुषानं, म्हणजे अगदी तू सुद्धा, बेमुर्वतपणे माझा किस मागावा हे माझ्या कुठल्याच जडणघडणीच्या परिघात बसत नव्हतं.' यावर तो उत्तम वाद घालतो. 'I mean we will do it secretly--Afterall it is not a sin, it is just a rule broken, म्हणणारा लग्न झालेला तिचा मित्र त्याच्या घरी जायला उशीर करायला मात्र अजिबात तयार नाही. त्याला लग्नाबाबत 'serious grievances' ही नाहीत. म्हणजे नियम पाळण्यासाठी आणि त्यातला सात्विक आनंद व समाजमान्यता मिळवण्यासाठी बायको, नियम मोडण्यातली मजा चाखायला मैत्रीण अशी दुभागणी करणारा तिचा मित्र त्यांचे नाते गढूळ करून टाकतो. एका बाजूला 'का केलं आपण लग्न? ...बरोबरी म्हणजे बरोबरीनं काही करणं नव्हे? बरोबरीनं चालणं नव्हे? बरोबरीनं वाढणं नव्हे? हा आकांत होताना प्रत्येकच हरत चाललेल्या लग्नात पडायला हवेत असे प्रश्न ती करते स्वतःलाच.'

ज्यानं माझ्या मनाची कधी दखलही घेतली नाही, त्याच्याबरोबर हे शरीराचे व्यवहार! तो कालानुक्रमे पहिला आला म्हणून वैध ठरतात. पण जे जे वैध आहे, ते ते योग्य आहे का? नैतिक आहे का? आणि ज्यानं संपूर्णपणे माझ्या मनाचा ठाव घेतला, साखर-पाण्यासारखा जो माझ्या मनात विरघळून गेला त्याच्या माझ्यातले शरीराचे व्यवहार वैध ठरू नाहीत? का? तर तो कालानुक्रमे नंतर आला? ...मग अगदी खरं आणि भीड सोडून बोलायचं, तर मी म्हणेन, त्याच्या माझ्यात ते व्यवहार 'नसणंच' अयोग्य आहे. अनैतिकही. (पान २९९)

पण एरव्ही अत्यंत मनमुराद तत्त्वचिंतन करणारा तिचा मित्र या बाबतीत मात्र कच्चा, भित्रा आणि त्या भित्रेपणाचे मतलबी समर्थन देणारा आहे. तिच्याबरोबर राहण्याचा आनंद उपभोगत असतानाही तो त्याच्या बायकोला ते सांगायला तयार नाही. तिथे त्याची दयाबुद्धी त्याच्या मदतीला येते. 'तिला...म्हणजे तिला कोणीच नाही गं माझ्याशिवाय...तिला वेड्यासारखं होईल बघ...तिला कळणारच नाही कसं जगायचं ते...' आवंढा गिळत मीरा तिच्याबद्दल विचारते तेव्हा तो म्हणतो, 'तू एक समर्थ, स्वतंत्र, स्वायत्त, स्वावलंबी बाई आहेस मीर! तुझी तुलना नाही होऊ शकत तिच्याशी...' (पान ३१८) त्याचा दुटप्पीपणा उघडा पाडत मीरा विचारते, 'हे जे समर्थ, स्वतंत्र, स्वायत्त आणि स्वावलंबी असणं असतं, तो या जगात काही जणांचाच मक्ता असतो का?' (पान ३१९) हा प्रश्न तिला परत एकदा एकटे करणारा ठरतो.

मित्राचा लग्न सांभाळण्यासाठीचा खोटेपणा ती धुडकावून लावते; पण तो एकटेपणाचा निश्चय झाल्यावर. किंबहुना व्यक्ती निश्चय करते त्याक्षणी ती एकाकी होते. या एकटेपणाच्या वेदनेचा प्रवास कादंबरीत आहे. हा सगळा प्रवास मेघना पेठे अत्यंत तीव्र उत्कटतेने मांडतात.

अर्थात, या सगळ्या वैचारिक घुसळणीत गौरी देशपांडे, शांता गोखले, कमल देसाई डोकी वर काढत राहतात. उदाहरणार्थ 'रीटा वेलिणकर'मधील रीटा आणि साळवीच्या नातेसंबंधांची आठवण, मीरा आणि तिच्या विवाहित मित्राच्या संबंधांच्या चर्चेत येते. गौरीच्या बहुतेक कादंबऱ्यांतून येणाऱ्या वडीलसदृश व्यक्तिरेखेसारखेच प्रत्यक्ष वडिलांचे, 'आहों'चे उल्लेख इथे गिरक्या घेताना जाणवतात; काही आत्मचरित्रात्मक असावे अशी वैध शंकाही तशीच निर्माण करतात. त्यावर कमल देसाईंचा निर्भय, नैतिक स्व-प्रस्थापनेचा आग्रह व त्यातील अस्तिवविषयक चिंतन यांचेही प्रतिध्वनी ऐकू येतात. 'का म्हणून निवडावं लागतं? का म्हणून खरं सांगताना वेळ दवडावा लागतो? का म्हणून खरं नेहेमी खोट्यात आणि खोटं नेहेमी खऱ्यात मिसळलेलं असतं? आणि का म्हणून आपल्या सगळ्या निर्णयांची जबाबदारी अशी आपल्याच शिरावर येऊन पडते?' (पान ३०९) कमल देसाईंचा सात्विक संताप व्यक्त करणारी शिबली आणि सूफी संत मन्सूर अल हिलाजची गोष्ट कमल देसाईंच्या पुराणकथांच्या वापराची आठवण करून देणारी. मन्सूर खुदा आहे, हे जाणूनही त्याच्या हत्येच्या वेळेस न बोलणारा, त्याच्यावर दूरूनच फूल वाहणारा शिबली हा पापी असे सांगताना उत्कट संतापातून निवेदक परमेश्वर सांगते, 'त्यानं माझ्या बाजूला उभं राहून म्हणायला हवं होतं की' हो, हा परमेश्वर आहे. मी परमेश्वर आहे.' पण प्रज्ञा आहे, तरी प्राज्ञा नाही त्याच्याजवळ. तो त्यांनाही घाबरला आणि त्याच्या जाणिवेशीही प्रतारणा केली. त्याला क्षमा करता येणार नाही. परमेश्वराच्या राज्यात जाणत्याच्या भ्याडपणाला क्षमा नाही. ज्ञानाशी तडजोड हे सगळ्यात मोठं पाप आहे. ...शिबलीनं ते केलं आहे शिबली पापी आहे म्हणून त्याच्यासाठी मी रडतो आहे, (पान ३२४-२५), ज्ञान हाच अंतीम मुक्तीचा मार्ग आहे. ज्ञान नाकारणे म्हणजे सत्य लपवणे. ते लपवायला या व्यवस्थेत भाग पाडले जाते. भीतीपोटी, ढोंगीपणापोटी, स्वार्थापोटी, अज्ञानापोटी, न समजल्यामुळे. हे दर्शन मेघना पेठे मांडत आहेत. स्त्री-पुरुष नातेसंबंध हे या शोधासाठी वापरलेले चिन्हमेळ आहे. लग्न नावाची व्यवस्था आणि स्त्री-पुरुष नातेसंबंध या दोन्हींचा जोड बसत नाही. स्त्री-पुरुष नातेसंबंधांना व्यवस्थेबाहेरही मोकळेपणा येत नाही, कारण पुरुषसत्ताक व्यवस्थेत सगळेच नातेसंबंध हे निर्भय आणि मुक्त व्हायला नकार देतात. साहजिकच ज्ञानाच्या ध्यासात, खरे बोलायचे न नाकारता, प्रामाणिकपणे शोध घेत साथ द्यायची आपल्याला सवय नाही, ती ताकदही

कमावण्याचा प्रयत्न आपण करत नाही. सतत अवलंबित्वाचे खेळ खेळत, कणखरपणे उभे राहायला नकार देत जगतो आणि त्यालाच प्रेम म्हणतो ही वेदना मेघना पेठे त्यांच्या 'नातिचरामि'तून कमालीच्या उत्कटतेने मांडतात. आधुनिकतेच्या बाह्यव्यवस्थेत आयुष्याला अर्थ देण्याचा एक चिरंतन प्रयत्न करताना त्या जात, धर्म, राष्ट्र, विश्व यांपलीकडे जात; अफाट विश्वात एकाकी उभा असणारा माणूस आणि त्याच्या चिमुकल्या अस्तित्वाने त्याच्याच अस्तित्वाचे प्रयोजन शोधताना दाखवतात. जीवनाचा अर्थ लावण्याची घेतलेली जबाबदारी त्या स्त्री-पुरुष नातेसंबंधांच्या अचाट कल्लोळातून मांडताना दिसतात.

दिलेल्या व्यवस्थेला सतत प्रश्न करणारी आणि त्याची पडेल ती किंमत मोजणारी नायिका एका अर्थाने कमल देसाईंचा तत्त्वचिंतनात्मक वारसा पुढे नेते आहे. कमल देसाईंनी नाकारलेल्या लैंगिकतेचा सुस्पष्ट वापर करत, जोखत, सांभाळत, रिचवत आणि नाकारतही मेघना पेठे अस्तित्वाचा अर्थ लावणारी नायिका व स्त्री-पुरुष नातेसंबंधांचे एक कमालीच्या गुंतागुंतीचे चित्र मांडत आहेत. कमल देसाईंच्या 'रंग १-२-३' शी या कादंबरीला नाते सांगता यावे. पण तरीही कमल देसाईंच्या मांडणीत असलेल्या दऱ्या इथेही तितक्याच स्पष्टपणे पुढे येतात. सामान्यत्वाबद्दल असणारी जुगुप्सा, तिरस्कार, कमालीचे सळसळते सर्जक मन असल्याची अधीरता आणि त्यातून सर्वच मर्मदृष्टींना सतत वेचक-वेधक पद्धतींनी वापरण्याचा आणि त्यामुळे सगळ्याच मर्मदृष्टी एकाच प्रतलावर तीव्रपणे मांडण्याचा उफाळ हे खरे तर सततचे विचलित होणारे दर्शन समोर आणते. त्यातून मग 'फुगून आलेल्या प्रेतासारखे चंद्रबिंब' यासारखी, या जगापासून टोकाची आणि विक्षिप्त परात्मता सांभाळणे हेही कमल देसाईंच्या प्रतिभेचे एक अंग होतेच. उदाहरणार्थ, 'नखुर्ड्यासारखी पिकून फुटणारी दुपार', (काळा सूर्य) स्वतःच्या त्या त्या वेळच्या मनःस्थितीनुसार उभारून येणाऱ्या मर्मदृष्टींच्या बरसण्यात चिंब होत राहणाऱ्या मीरेचे स्वगत ही कादंबरी मांडते आहे. त्यामुळे वाचक सातत्याने मीरेच्या दीर्घ स्वगतांमध्ये-स्वतःशी आणि दुसऱ्यांशीही होणाऱ्या स्वगतात-हेलकावत राहतो. काहीएक स्थिरता नीटपणे हाताशी येईल असे म्हणत त्याची दमछाक होईपर्यंत तो मीरेबरोबर चालत राहतो. कादंबरीत वर्णन केलेल्या भिकाऱ्याच्या पोराप्रमाणे अखेरीस तोही तिच्या त्या स्वगतांवर रेलतो. आणि त्याला झोप लागली आहे असे वाटून निवेदक/मीरा तिने मांडलेल्या एका चित्रातल्या बाकावर त्याला ठेवून पुढचे चित्र रेखाटायला लागते. ती निघून जाताना तो तिच्याकडे बघतो. तेव्हा ती आपणच दूर जात 'ते पोर दूर गेले तुरतुर चालत', असे म्हणून पुढच्या मर्मदृष्टी मिळवण्याच्या शोधात गर्क होते. एकूण बाह्य जग 'स्व'च्या चिकित्सेसाठी वापरण्यापुरतेच तिच्या कादंबरीत येते.

यातून मग स्त्री-पुरुष नातेसंबंधांचे कोणते प्रारूप समोर येते? तर तिच्या स्वातंत्र्याचा पूर्ण आदर करणारा पुरुष ती स्वीकारेल अन्यथा एकटी राहील किंवा पुरुषाला सोडेल, हा टोकाचा व्यक्तिवाद मीरा मांडते आहे. तिचे एकटे राहणे हे आश्वस्त नाही. ते सतत चिकित्सा करायला बिलकुल बिचकत नाही. तिचे मन हा अव्याहत प्रवास आहे. तिथे दुसरे काहीच नाही. इतरांचे असणे हे तिच्या प्रवासाला निमित्त आहे. मी जगणार असेन तर कोणत्या जाणिवांनी जगणार आहे? आत्मसन्मानाची माझी व्याख्या काय आहे? ती मी कशी प्रस्थापित करते आहे, हा शोध आहे. जितक्या हळवेपणाने ती तिच्या नवऱ्याचा किंवा तिच्या अत्यंत जवळच्या मित्राचा संघर्ष बघते आणि तितक्याच संवेदनशीलतेने त्यांनीही तिचा संघर्ष समजून घ्यावा, असे ती आग्रहाने म्हणते. तो प्रयत्न जेव्हा फसतो, तेव्हा ती त्याचीही चिकित्सा करते. पण ही चिकित्सा कोणत्याही विचारव्यूहातून केलेली चिकित्सा नाही. ती तिच्या तीव्र संवेदनशीलतेतून केलेली चिकित्सा आहे. तिला काय बोचते, काय खुपते; ते तिच्या अतिशय तीव्र संवेदनेतून व्यक्त होते. तिचा प्रतिसाद इतका उत्कट असतो की, त्या वेळच्या त्या क्षणात ती तिचे संपूर्ण ज्ञान, जाणिवा, अभ्यास, निरीक्षणे संपृक्तपणे जागवते. ती इतक्या संदर्भ-संवेदनांनी भारलेली असते की, त्याला तसाच प्रतिसाद देणे ही जवळजवळ अशक्य गोष्ट आहे. उदाहरणार्थ, 'बोल. सांग. म्हण...हा निवांत एकांत बघता बघता सरून जाईल. आपण आपण असणार नाही. उरणार नाही. काळ अनंत आहे हे खरं आहे. पण आपण अनंत नाही. मला तळमळून त्याला हे सांगायचं आहे. पण शब्द ओठांवर येता येता राहतात. का? नाही. हा संकोच नाही. स्त्री-सुलभ लज्जा वगैरे? अजिबात नाही. आपण कधी त्या फंदातच पडलो नाही!...मग हा कंटाळा आहे का? दूरवर झरझर चालत गेलेल्या माणसाला, मागे राहिलेल्यानं स्वतःच्या चालीनं चालत येत आपल्यालाला गाठेपर्यंत, वळून वळून बघत ओठंगून एकेका पायावर उभं राहताना येतो, तसला कंटाळा?' (पान ४७-४८-४९) या मीराच्या पहिल्या उत्कट क्षणाचा गाफिलपणा 'पावसात केलेले काही गाफील स्पर्श', (पान २१६) तिचा तिलाच कळतो.

पुन्हा याला कारण म्हणजे तिच्या संवेदनांच्या अफाट उत्कटतेला फुटणारे नवे नवे धुमारे, जे तितकेच प्रामाणिक आहेत, साहजिकच ते सगळे आहे त्या कुंडीत मावू शकत नाहीत. पुरुष तितक्या वेगाने वाढत नाही, तो नवरेपणातच खुंटतो, पझेसिव्ह बनतो आणि मग पुरुषसत्ताकतेच्या नीती-अनीतीच्या कल्पनांमध्ये बाईने बसावे याचा खेळ सुरू होतो. परत तो बाईने खेळायचा नसतो तर पुरुषाने मांडलेल्या खेळात स्वतःला बसवायचे असते. हे मीरा नाकारते. फक्त ते नाकारत असताना तिच्या तीव्र क्षोभाचे एकमेव कारण त्यात प्रभावी ठरताना दिसते. तिला वाद घालता येतो. ती वाद

घालतेही. पण परंपरा इतकी घट्ट आणि अविचल आहे की, एका निकराच्या क्षणी त्यात मावायला नकार देणे हे अटळ वास्तव बनते.

मीरा कमालीची बुद्धिमानही आहे त्यामुळे कोणत्याही वादाला तिचे भेदक प्रश्न उसळून येतात. सामूहिक अंग त्या प्रश्नांच्या अखत्यारित नसल्यामुळे तिचे शीर तुटेपर्यंत ती प्रतिकार करत राहते. उदाहरणार्थ, नियमांविषयी बोलताना तिचा नवरा म्हणतो, 'सगळ्यांचं मला माहिती नाही. मी ते पाळणार की नाही एवढेच मी ठरवू शकतो.' तेव्हा मीरा म्हणते, 'पण घात तर माझाही झाला. कदाचित घात आधी झाला, आणि मग मी नियम मोडले, असंही असेल....शिवाय नियम म्हणजे? कुणीतरी एक व्यक्तीनं किंवा कुठल्यातरी एका सत्तेनं काळाच्या एका वळणावर बनवलेले नियम नंतरच्या सगळ्या सगळ्यांनी का म्हणून पाळायचे? आळश्यांनी पाळावे. भित्र्यांनी पाळावे. मंदांनी पाळावे. चलाखांनी पाळल्यासारखे दाखवावे. ढोंग्यांनी त्या नियमांची आई झवून मग त्या नियमांच्या पोथ्यांची मुखपृष्ठं, मलपृष्ठं मखरात घालावी आणि वाजत गाजत त्यांचे देव्हारे माजवावे! आणि ज्यांच्या आयुष्याकडून फार काही अपेक्षा नाहीत अशा साध्या माणसांनी ते नियम पाळून, त्यांना सगळं त्यांच्या माफक अपेक्षांच्यातलं मिळतंय, म्हणून आणि तोवर ते पाळावेत! पण या कशातच न बसणाऱ्या माणसांनी काय करावं? ज्यांचं ऊर धपापतं? ज्यांचे डोळे भरतात? ज्यांचं रक्त उकळतं? सळसळतं? जे प्रत्येक सूर ऐकताना, रंग बघताना, गंध हुंगताना, स्पर्श करताना आणि चव घेताना नवे असतात आणि म्हणून त्यांना इंद्रियांचं हे मायालाघवही प्रत्येक वेळी नवं आहे हे आकळतं, त्यांनी काय करायचं? नियमांच्या लाकडी पेटीत ममीफाय होऊन गप्प पडून राहायचं? जगत असताना? जिवंत असताना?' (पान १६८-६९)

हे सगळे ती दैनंदिन जगण्याच्या पातळीवर आणते म्हणून तिचे वाद अत्यंत रोचक आहेत. म्हणजे सिग्रेट ओढणे व त्यातून धुराच्या वलयांच्या साखळ्या काढणे, टपोरी पोरांसारखी तोंडात बोटे घालून शिटी मारणे, घराचे दार उघडणे, बीअर पिणे-न पिणे यावरून त्यांची भांडणे, वाद होतात असे वरवर पाहता दिसते. पण त्या वादांच्या शेवटी तिच्या आणि तिच्या नवऱ्याच्या मानसिकतेतले न मिटवता येणारे अंतर स्पष्ट होते. बीअर पीत नाही हे माहिती असताना तिला बीअर देऊ करण्यात तिच्या घरात दिसलेल्या रिकाम्या बीअरच्या बाटल्या या त्याच्या अपरोक्ष नेमक्या कोणत्या मित्राने आणल्या, हे त्याला घटस्फोटानंतरही जाणून घ्यायचे असते. ती दुसऱ्या मित्राबरोबर झोपली असे तिच्याकडून वदवून घेतल्यानंतर झालेला हा घटस्फोट आहे. ती त्यानंतरही त्याला घरी बोलावते आहे. त्याची मैत्री कदाचित शिल्लक राहील अशा विश्वासाने त्याच्याकडे बघते आहे; पण भेटीचा शेवट त्याच्या नसण्यातही ती

कोणाबरोबर झोपते याच संशयात होतो.

संपूर्ण कादंबरीभर मीरा आणि तिचे वाद हे वाचकांना आव्हान देत राहतात. ही कादंबरी आपले केविलवाणे होत चाललेले समाजमन, त्याची चिकित्सा आणि त्या भिकारीपणाच्या मुळाशी असलेले वैचारिक दैन्य समोर आणते. 'विश्वास टाकताना किती दुखतं माहितीय?' (पान २७३) असा सहजीवनाच्या तळाशी जाऊन केलेला प्रश्न यातील नायिकेच्या संतापाच्या मुळाशी आहे. पण इतका सगळा प्रवास करूनही सहजीवनाची आंस न सोडता, थकल्या गुढग्यांनी आणि दुखावलेल्या मनाने ती परत एकदा 'के खुशीसे मर न जाते अगर ऐतबार होता....!' असे म्हणत नव्याने भरत बरोबरच्या मैत्रीचा प्रारंभ करते. गौरीच्या' एकेक पान गळावया'ची मनात खोलवर रुतून बसलेली आठवण ताजी होते.

बाहेरच्या जगाची दखल न घेण्याचा आत्मविश्वास कमावणाऱ्या मोजक्या लोकांपैकी मेघना पेठे आहेत. याचे एक कारण आर्थिक स्वावलंबनातून स्वतःचा शोध घेण्याची मुभा मिळालेल्या स्वातंत्र्योत्तर पिढीच्या त्या प्रतिनिधी आहेत. मुंबईसारख्या महानगरात राहण्याचा अनुभव एका अर्थाने माणसाला जे सततचे भटकेपण देतो, अव्याहत गर्दीचा भाग असूनही एकाकीपणा देतो; तो महानगरीय अनुभवही या सगळ्या ऊहापोहाच्या तळाशी आहे. लोकलच्या बेफाम गर्दीतून प्रवास करत जहांगीर आर्टला चित्रप्रदर्शन पाहणे किंवा पृथ्वी थिएटरला नाटक बघणे किंवा सत्यदेव दुबेंशी गप्पा मारणे, आणि सकाळी उठून एखाद्या मोठ्या वित्तसंस्थेत किंवा मल्टिनॅशनल कंपनीत किंवा एनजीओत नोकरी करणे अशांसारखे एकमेकांशी फारच प्रयासाने जोडता येतील अशा तुकड्यांतून जगताना सलग जीवनदर्शन अनुभवता येणे अशक्यच. आज अनेक जण अशा प्रकारचे आयुष्य जगताना दिसतात. त्याला कोणत्या धाग्यात गुंफता येईल? 'नातिचरामि' ची नायिका म्हणते, लहानपणापासून आत्तापर्यंत सगळीकडे नुस्ते निर्हेतुक निरर्थक घुमलो, कुठंच रुतलो नाही, रुजलो नाही आणि आता आयुष्य सगळे प्रश्न घेऊन समोर उभं ठाकलं आहे. तुला काय करायचं आहे? तुला काय घडू द्यायचं आहे? आणि ते करायला तू का थांबली आहेस?' (पान ३०३)

हे अनिवार्य भटकेपण पेलताना, एकूणच जगताना स्त्री-पुरुष नात्यावर आज फारच मोठा ताण येतो आहे. संस्कृतीचे एकसंध प्रारूप कुटुंब नावाच्या रूपकातून सांभाळणे अवघड होत चालले आहे हे खरेच; पण आता सामाजिकता बाजूला ठेवून माणूस म्हणून व्यापक संदर्भांतून तत्त्वचिंतन करण्याची मुभाही काही जणांना घेता येते आहे. त्या अर्थाने वसाहतोत्तरतेचे ओझे लेखकांनी टाकून द्यायचे ठरवले तर ते टाकूनही देता येते आहे आणि मग एक आदिम युग्म म्हणून स्त्री-पुरुष नात्याचा विचार कोणत्याही संस्कारांचे ओझे न घेता, केवळ अनुभवांचा आधार आणि 'स्व'चे नैतिक

भान यांतून स्वतःच्या जैविक आणि बौद्धिक प्रेरणांनिशी उभा करता येते आहे. एका अनिवार वैफल्याच्या क्षणी सगळा इतिहास नाकारण्याची बंडखोरी करावीशी वाटतेही. ज्या थोड्यांना ही चैन परवडू शकते आहे त्यात मेघना पेठे येतात. त्यांची उत्कट भाषाशैली आणि नव्या उन्मेषांची शब्दकळा ही खरे तर त्यांच्या कवितेची जाग कादंबरीत वापरतात, असे दर्शवते. उदाहरणार्थ, कावरबावरून, भांडोरी, आशाळ, रेहळणे, पतंगावे, मामेकाहेन इ. त्यामुळेच त्या मांडत असलेले दर्शन हे एक मुक्त स्वयंभू चिंतन म्हणून मोलाचे ठरते. तिथे सत्य शोधण्यास कोणताच अडसर नाही आणि मांडण्यासदेखील. ही स्वायत्तता कोणत्याही अटींनी बद्ध नाही. परस्परांना वाढायला अवकाश देणे आणि तो न मिळाल्यास सहजीवनाची किंमत मोजून तो घेणे, इतकी ही वाढण्याची इच्छा प्रबळ आहे. ती तशीच उत्कट आणि प्रबळ राहिली तर नातेसंबंध कणखर होतील, असे सूचन त्यातून होताना दिसते. आजच्या आपल्या सामूहिक अस्मिता बेदरकार व दिशाहीन होत जाण्याच्या जमान्यात अस्तित्वाच्या अशा कणखर धारणांना धरून वाढणे हेही नव्याने प्रकट होण्याची गरज आहेच. ती मेघना पेठेंच्या लेखनातून समोर येते.

याचाच व्यत्यास कविता महाजनांच्या 'ब्र' मध्ये दिसतो. या दोन्हीही कादंबऱ्यांचे प्रकाशनवर्ष एकच आहे- २००५, हेही लक्षात घ्यायला हरकत नाही. स्व कसा मांडायचा? विशेषतः बाहेरच्या सगळ्या परिस्थितीत आपल्याच समस्यांची प्रतिबिंबे दिसत असताना आणि आपण मनात दडपून ठेवलेली अन्यायाचा प्रतिकार करण्याची, संघर्षाची आणि नवनिर्माणाची ऊर्मी परिस्थितीच्या दबावातून कार्यरत होताना दिसल्यावर 'स्व'देखील आपोआप विखरला जातो. लढणाऱ्या प्रत्येकात आपलेच प्रतिबिंब दिसते, फक्त ते वेगवेगळ्या संदर्भांत दिसते. त्या प्रतिमा आपल्याला जगण्याचे बळ देतात आणि मग त्यांत विखरलेला आपला स्व आपण गोळा करून परत एकदा नव्या संकल्पांसाठी उभा करतो-नव्याने. खरे तर सुरुवात मेघना पेठेंच्या 'नातिचरामि' सारखीच थोडीफार. नवरा-बायको संबंध संपत आल्याचे सूचन, नवऱ्याचा उल्लेखच साहेब म्हणून. एक मुलगा पदरात. 'आता बिट्टू मोठा होतोय म्हटल्यावर तरी साहेबांनी अशा शिव्या देऊ नयेत असं वाटायचं.' सुमेधचा- मित्राचा 'स्वतंत्र हो' असा निवेदिकेला-प्रफुल्लाला मिळालेला सल्ला आणि आणि तो सल्ला मानून महिला सरपंचांवर मोठ्या प्रमाणात येणारे अविश्वासाचे ठराव या विषयावर अभ्यास करायला बाहेर पडलेली ती.

नवरा-बायको संबंधांमध्ये प्रेम हा शब्द एकूणच फार खतरनाक हे सगळ्या

लेखिकांच्या लेखनातून म्हटले जाते आहे. फरक इतकाच की, याउपरही प्रेम करायला कोणी धजावते, नव्या नव्या प्रेमाची आव्हाने घेत कोणी आयुष्याला नवे नवे आकार देत राहते आणि कोणी अयशस्वी प्रेमाने दुखावून प्रेमहीन चौकटींचा स्वीकार करते. यावरून परिवर्तनाची इच्छा किती प्रबळ आहे हे लक्षात घेता येते. इथे निवेदिका स्वतःचे घर मागे टाकते आहे आणि नवीन जग निर्माण करते आहे. ही सुरुवातच बोलकी आहे. 'काही सुटी सुटी घरं दिसत होती. दारू गाळण्यासाठी नदीकाठ सोयीचा. आणि महादेव कोळ्यांप्रमाणे येथील कातकऱ्यांकडे स्वतःचा काही जमीनजुमला नाही, असं महावीर सांगत होता. एका घरातून पहिला दुराचा लोट उठला. चूल पेटली असणार. हळूहळू मला समोर कागद असल्याचा भास होऊ लागला. बोटांमध्ये शिरशिरी उठली. जलरंगाच्या छटा शुभ्र बशीमध्ये तयार होऊ लागल्या. रंगाचा एकेक पातळ हलका थर कागदावर उमटू लागला. ही आकाशाच्या फिकट निळेपणापासूनची सुरुवात... रस्ता ओलांडून रंग अलीकडे येतायेता मध्येच एका उंच पर्णहीन झाडावर तीन भलेमोठे तुरे होते... रंगांचे थर वळत वळत कागदाच्या खालच्या उजव्या टोकाकडे आले. थांबले. समोर पायरीजवळच्या कुंडीत एक मोठं लालस पान दोन नव्या पानांना वाढू देण्यासाठी अंग मुडपून घेऊन बसलं होतं. नव्या कोवळ्या पानांचा पारदर्शकपणा अजून गेला नव्हता, त्यातून प्रकाश पाझरत होता. चहुबाजूंना पाहिलं. किती चित्रं! कधीच संपणार नाहीत कितीही जणांनी रंगवली तरी. म्हटलं आता दुसरा कागद घ्यावा....' (पान १०) जातिव्यवस्थेचा नेमका उल्लेख, ते वास्तव कवेत घेणारा भूप्रदेश आणि तो कागदावर उतरवण्याची ऊर्मी परत एकदा दुसऱ्या पानांना वाढू देण्यासाठी स्वतःचे अंग मुडपून घेऊन बसलेल्या पानाचा उल्लेख हा सगळा चिन्हमेळ भराभर कादंबरीचा अवकाश रेखाटत जातो. कादंबरीचा सूर इथेच स्पष्ट होतो.

मेघना पेठे गाण्यांकडे जातात तशा कविता महाजन चित्रकलेकडे जातात, साहजिकच त्यांच्या कादंबरीत दृश्य सघनता अनेकदा डोळ्यांसमोर येते. अगदी व्यक्तिरेखांच्या वर्णनांतूनही. मेघना पेठेंच्या कादंबरीत अमूर्त संगीताच्या लकेरी, सुरावटी आणि कल्लोळ, तसेच गालिबच्या गझलांचे शब्द त्यांच्या उद्वेगाने तडतडणाऱ्या शारीर अस्तित्वाला पेलत रहातात. एका व्यक्तीच्या अनुभवांचा अमूर्त चिंतनाकडे जाणारा आणि परत तिच्याच अनुभवांकडे येणारा उभा-आडवा प्रवास मेघना पेठेंच्या कादंबरीत दिसतो. कविता महाजन मात्र अंतर्मनातले दुःख बाहेरच्या दुःखात मिसळत नेतात आणि एका व्यक्तीपासून निघून असंख्य व्यक्तींचा व्यापक दृश्य पट तयार करतात. आपले भंगलेले आयुष्य घेऊन समस्त बायांवर दाखवल्या जाणाऱ्या अविश्वासाचीच जणू छाननी करायला बाहेर पडलेली निवेदिका एका बाजूला सर्वव्यापी

निसर्गाच्या रंगांमधून एका नव्या लालस पानापर्यंत येते आणि तिथून पुढे अनेक दलित, आदिवासी स्त्रियांच्या जोरकस फटकाऱ्यांनी चितारलेल्या भक्कम व्यक्तिरेखांकडे जाते.

प्रवास अमूर्ताकडून मूर्ततेकडे. बाईपणाच्या व्यापक भानातून. अनेक बायांची नावे आपण नव्याने वाचतो, जी आपण एरवी ऐकलेलीही नसतात. मग तिचेही गावातल्या बायकांकडून नामकरण होते फुलाबाई. नवीन जन्म आणि नवे सख्यत्व. अनेक प्रसंग जे शहरातल्या बाईच्या वळचणीलाही उभे राहत नाहीत. त्यामुळे ग्रामपंचायतीतून हाकलून देणे, अधिकाऱ्याला लागू झाली अशी अफवा उठवणे, जातपंचायतीसमोर निवाडा करणे, अडलेल्या बाळंतिणीचे जीवघेणे बाळंतपण, बलात्काराच्या केसचे भयंकर तपशील कायदेदप्तरी नोंद करण्यासाठीचे, एकट्या बाईला शरीरसुख देतो असे निर्लज्जपणे सांगणारा सरकारी अधिकारी, सरकारी योजना राबवणाऱ्या, त्यात आलेले अडथळे दूर करण्यासाठी लढणाऱ्या, आपले अज्ञान दूर करण्यासाठी झटणाऱ्या, मंत्रालयावर मोर्चा नेला म्हणून पोलिसांनी बेदम मारलेल्या, महिन्याला २० रूपये बचतगटात टाकणाऱ्या, तेही पैसे घेऊन पळालेल्या संस्थाचालकांच्या तक्रारी करणाऱ्या, भावाचा आणि नवऱ्याचा मार खाऊन पंचायतीत कामाला येणाऱ्या अशा कितीतरी जगण्याच्या कथा कविता महाजन सहज मांडत जातात.

शहरातून अभ्यास करायला गेलेली प्रफुल्ला त्यांच्या लढाया बघून परतते, तेव्हा कोणत्याही अन्यायाला तोंड देण्याची आणि स्वतःचे जग निर्माण करण्याची सक्षमता घेऊनच. सुमेध हा संस्थाचालक, मित्र पण त्याचेही भ्रष्टाचार, दुटप्पीपणे ती हेरते आणि स्वतंत्रपणे काम करण्याचा निर्णय घेते. शहरी बायका आणि ग्रामीण, दलित, आदिवासी पाड्यांवरल्या बायका यांच्या जीवनाचे पट एकत्र विणणारी ही कादंबरी सखीभावाचे फार सुंदर दर्शन घडवते. दोघीही एकमेकांच्या मदतीने सक्षम होताना बघणे हा कमालीचा सुखावणारा अनुभव असतो. रोजच्या जगण्यातल्या, जगण्यासाठीच्या लढाया प्रचंड मोठे वास्तव समोर खुले करतात. त्याची व्यापकताच प्रफुल्लाला तिच्या टीचभर दुःखाची जाणीव करून देते, दुःखाच्या टीचभरपणाचीही. त्यामुळे हा तिच्याही सक्षमीकरणाचा प्रवास ठरतो. एकच दुःख ओले राहते ते म्हणजे सुमेधची बायको सुमित्रा आत्महत्या करते त्याचे. अनेक आंतर्विरोध या कादंबरीत मोठ्या ताकदीने चित्रित केले आहेत. त्यात मोठ्या धडाडीने सामाजिक काम करणाऱ्या स्वयंसेवी संस्थेचा मालक सुमेध याची बायको सुमित्रा आत्महत्या करते, हा सर्वांत बोचणारा प्रसंग आहे. सुमित्रा दलित आहे. मात्र तिच्याशी लग्न करणारा, सुमेधसारखा उच्चशिक्षित आणि यशस्वी माणूस असूनही आंतरजातीय विवाह करण्याची प्रगल्भता

असणारा पुरुष अशी काही प्रतिमा निर्माण होऊ शकत नाही. एकूणच वंचिततेच्या, लिंगभेदाच्या अनुभवाला तोंड देण्याची शक्यता निर्माण करू पाहणाऱ्याच्याच वागण्यात जात-वर्ग-लिंगभेदाचा हिणकस रंग मिळतो. सुमित्रा विकल होऊन तिच्या आणि सुमेधच्या नात्याविषयी निवेदिकेला जे म्हणते, त्याची प्रस्तुतता समजून घेणे गरजेचे आहे. सुमित्रा म्हणते, 'अंतरं राखून, मागून, कुणाला सतत हिणवून, तुच्छ लेखून, नाउमेद करून, क्रमशः संपवत नेऊन कधी प्रेम मिळत नसतं. सुमेधशी कुठल्याही विषयावर काहीही बोलण्यात मतलब राहिला नाहीये आता. हा आपलं बोलणं समजून घेत नाही, चुकीचे अर्थ काढतो याचं दुःख व्हायचं... पण आता असं काही होत नाही.' तेव्हा निवेदिका म्हणते, आतून बंद दाराकडे मी पाहत राहिले कितीतरी वेळ नुसतीच. वाटलं, का असं वागतोय सुमेध? इतके कसे महत्त्वाचे होतात अहंकार, की साधी माणुसकी दाखवता येऊ नये? कोण समजावेल त्याला? तेही मुळात काही समजावून घ्यायची तयारीच नसताना?' (पान २४) दयाळांसारखा अनुभव त्यावर किंचित उतारा देऊ शकतो आणि त्याजोडीने धडाडीने जगण्याला सामोरे जाणाऱ्या स्थानिक स्वराज संस्थांच्या राजकारणातल्या बाया सगळी दुःखे उजळून टाकतात. नवीन जग निर्माण करण्याचा एक समृद्ध करणारा अनुभव, आधुनिकतेला सक्षमपणे आणि सकारात्मकतेने आत आणणारा हा अनुभव याअर्थाने 'ब्र' ही अगदी वेगळी कादंबरी ठरते. वास्तव तपशिलांना चित्रात्मक संवेदनांचे हळवे अस्तर देऊ करणारी, कवितेच्या संवेदनांनी आयुष्याचे संघर्ष टिपणारी आणि व्यवस्थेला आव्हान देणाऱ्या जगाची चित्रे रेखाटणारी ही कादंबरी स्त्रियांच्या प्रातिभ सक्षमतेची खात्री देते.

'भिन्न' २००७ ही कादंबरी अगदी वेगळा आकृतिबंध घेऊन समोर येते. ती मेघना पेठेंच्या 'नातिचरामि' च्या जोडीने आणखीनच सखोल संतापाने उभी राहते. ती त्या आकृतिबंधासकट आणि त्यातील शैलीसकट तसेच त्यातील जीवनदृष्टीसकट पचवणे आपल्या सांस्कृतिक धारणांना अवघडच आहे. पण तरुण पिढीचे प्रश्न, त्याला तोंड देण्याचे तरुण पिढीचे मार्ग व त्यांची समकालीन जीवनदृष्टी जबरदस्त ताकदीने मांडणारी कादंबरी म्हणून 'भिन्न'ची दखल घेणे आवश्यक आहे.

कविता महाजनांनी काव्यात्म संवेदनांना विचक्षण बुद्धीची जोड देत मानवी नातेसंबंधांमधील विराट दुःखाचे दर्शन या कादंबरीत घडवले आहे. मुळात या कलाकृतीला कादंबरी म्हणावे का, असा प्रश्न वाचकाच्या मनात उभा राहू शकतो. म्हणजे ही 'सोबत' नावाच्या संस्थेच्या कामांचे वर्णन करणारी, तपशील देणारी, एड्स या सामाजिक समस्येची सांगोपांग माहिती देणारी रिपोर्ताजच्या धाटणीची मांडणी आहे असे वाटू शकते. विशेषतः परिशिष्टात जोडलेला मजकूर काहीसा संभ्रमात टाकणारा वाटू शकतो. म्हणजे खरेच हा एका संस्थेविषयी गोष्ट स्वरूपात माहिती

देणारा विस्तृत अहवाल आहे, असे वाटण्याइतपत तपशिलांची मांडणी चोख आहे. पण या कादंबरीच्या शैलीची नीट पाहणी केल्यास लक्षात येते की, हा एक वेगळाच प्रयोग आहे. संस्था ही अनेक आयाम असलेले चिन्ह म्हणून इथे उभी राहते. ते लेखिकेचा समाजव्यवस्थेचा राजकीय अन्वयार्थ स्पष्ट करणारे आहे, त्याचबरोबर राजकीय उपाययोजना मांडणारेही आहे.

आधी नोंदवल्याप्रमाणे कविता महाजनांच्या दोन्हीही कादंबऱ्या या मेघना पेठेंच्या कादंबऱ्यांच्या उलट दिशेने प्रवास करतात. यातला स्व विस्तारत हजारो दुःखांशी एकरूप होताना बघणे, ही महाकाव्याची व्यापकता समोर आणतो. ही केवळ तपशिलात जाऊन केलेली सामाजिक वास्तवाची मांडणी नाही. सामाजिक वास्तव हे जीवनदृष्टी मांडण्यासाठी वापरलेला आकृतिबंध आहे. तो अत्यंत काळजीपूर्वक आणि हेतुपूर्वक रचला आहे. संस्थात्मकतेची दोन टोकाची रूपे मांडत त्यांतील संघर्ष महाजन उभा करतात. स्त्री-पुरुष नातेसंबंधांना वैध आणि सुरक्षित चौकट देण्याचा दावा करणारी, पण प्रत्यक्षात स्त्रियांच्या फसवणुकीवर आणि शोषणावर उभी असणारी विवाहसंस्था आणि त्याच विवाहसंस्थेचे बळी ठरलेली, खोटेपणाने आंतर्बाह्य सडलेली सामाजिक व्यवस्था एका बाजूला आणि त्यातील बळी ठरलेल्यांना किमान प्रतिष्ठा देण्याची अविश्रांत धडपड करणारे मूठभर लोक दुसऱ्या बाजूला; यांच्यातील भीषण संघर्ष यात मांडला आहे.

महाकाव्याचे परिमाण देण्याचा प्रयत्न त्यात सुरुवातीपासूनच केलेला दिसतो. एड्सग्रस्त लोकांच्या, प्रामुख्याने स्त्रियांच्या असंख्य आयुष्यांचा पट इथे मांडला जातो. त्यात रचिता, प्रतीक्षा आणि लेनिना या तिघी नायिकांच्या कृती त्या पटाला निश्चित आकार देतो. त्या एका सूत्राने बांधल्या गेल्या आहेत. एड्सशी लढणाऱ्या या स्त्रिया आहेत. पैकी रचिताला एड्स झाला आहे. लेनिना 'सोबत' नावाच्या स्वयंसेवी संस्थेत एड्सग्रस्तांसाठी काम करते आहे आणि प्रतीक्षाने वेश्याव्यवसायात सडणाऱ्या स्त्रियांना मदत करण्यासाठी स्वतःची संस्था सुरू केली आहे. जात आणि वर्गाची परिमाणे यातील लिंगभावाला परत परत घडवत राहतात. रचिता शहाण्णव कुळी मराठा घरातली बाई. प्रतीक्षा एका मध्यमवर्गीय उच्चवर्णीय कुटुंबातून आलेली आहे. लेनिना पुरोगामी, डाव्या विचारसरणीच्या, मध्यमवर्गीय व उच्चवर्णीय घरातून आलेली आहे. जात-वर्गाचे तसेच प्रादेशिकतेचेही नेमके भान महाजन मांडतात. वेश्याव्यवसायात आलेल्या स्त्रियांचे उल्लेख, त्यांची नावे, बोलण्याची भाषा बोली याअर्थाने त्या अचूक मांडताना दिसतात. त्यामुळे स्त्री-पुरुष नात्याला असलेल्या भौतिक अवकाशाचा पट व्यवस्थितपणे मांडला जातो.

कादंबरीतील घटना प्रामुख्याने मुंबईत घडत असल्या तरीही नेपाळमधून,

भारताच्या कोणकोणत्या भागांतून आणल्या गेलेल्या वेश्यांचे आयुष्य जिवंतपणे उभे राहते. मृत्यूच्या दारात पोहोचल्यानंतर आयुष्याच्या त्या अगतिक क्षणी त्यातल्या महाराष्ट्राबाहेरच्या प्रदेशांतून आलेल्या स्त्रियांना आणि हिजड्यांनाही परत आपल्या मुलखात जाऊन मरण्याची इच्छाही आहे. मुंबईत नाकारले तरी मुंबईच्या भूमीवर लढली जाणारी युद्धे त्यांचे व्यापक संदर्भ खुले करतात. जणू कुरुक्षेत्रावर जमलेली सैन्ये असावीत तसे. कादंबरीत आवेगाने मांडलेल्या सामाजिक तपशिलांची व्याप्ती कुठेही कृतक वाटत नाही. स्त्री-पुरुष नात्याचे एकाच वेळेस व्यक्तिगत स्वरूप आणि सामाजिक स्वरूप महाजन कमालीच्या ताकदीने मांडतात.

स्त्री-पुरुष नातेसंबंधाची व्यक्तिगत आणि सामाजिक अशा दोन प्रतलांवर मांडणी करत असताना त्यातल्या वेदनेला केंद्रस्थानी आणले जाते, ते एड्स च्या व्यापक चिन्हमेळातून. एकाच वेळेस तो प्रत्यक्ष शरीराला ग्रासणारा, संपवणारा विषाणू आहे आणि सामाजिक नातेसंबंधांच्या आणि मूल्यभावाच्या सडलेपणाचेही ते दर्शन आहे. हजारो बायकांच्या आयुष्याचे संदर्भ यात येतात. बहुतेक बायका पुरुषांच्या चुकांच्या, वर्चस्वाच्या, उद्दामपणाच्या बळी आहेत. तरीही त्यांना जगवण्याची धडपड अत्यंत भव्य आहे. कारण ते केवळ नियतीशी चाललेले अंध युद्ध नाही, तर त्यामागच्या सामाजिक कारणांची मीमांसाही त्यात येते. त्यातून दुःखाचा नेमका शोध हाताशी येतो. पण त्यावरची उपाययोजना करण्याची राजकीय इच्छाशक्ती संपूर्ण जागतिक व्यवस्थेत नाही. आंतरराष्ट्रीय संघटना; जागतिक फंडिंग एजन्सीज; संयुक्त राष्ट्रसंघाचे ठराव; बिल क्लिंटन; बिल गेट्स, भारत सरकार ते जे. डी. वाडेकर; प्रतीक्षा, कमल, संपदा, अमृता यांनी चालवलेल्या स्वयंसेवी संस्था एवढे व्यापक जाळे कसे कार्यरत होते हे अत्यंत परिणामकारकरीत्या महाजनांनी दाखवले आहे. पैशाचा अपव्यव आणि उधळपट्टी यात पुरुषसत्तेचा निव्वळ दुष्टपणा आहे. साहजिकच बळी जाणाऱ्या बायका या एखाद-दुसऱ्या पुरुषाच्याच केवळ बळी नाहीत; तर संपूर्ण व्यवस्थेत मुरलेल्या बेफिकिर वंचनेच्या, उद्दामपणच्या आणि स्वार्थीपणाच्या बळी आहेत. त्यात त्यांच्याबरोबर जन्माला येणारी मुलेही अगतिकपणे रोगाला बळी पडत आहेत. पोटाशी पोरांना बांधत, बायका मृत्यूशी झगडत आहेत आणि त्या बळी जाणाऱ्या बायकांना मदतीचा हात देणाऱ्या संस्था दिवसेंदिवस उग्र होत जाणाऱ्या संघर्षात पाय रोवून उभ्या राहण्याचा प्रयत्न करत आहेत. या युद्धाची तंत्रे आता लोकशाही राज्यव्यवस्थेच्या ढाच्यात लढली जात आहेत. त्यामुळे मग यातील सामाजिकता याच ढाच्याचा आकार घेताना दिसते.

कादंबरीतून मांडले जाणारे जीवनाचे वैविध्य हे सहसा कौटुंबिक गटांत; सामाजिक परंपरा, रिवाज आणि रूढींमधून विणल्या जाणाऱ्या सांस्कृतिक पटातून दृगोचर होते.

तसे इथे महाजन ही सामाजिकता लोकशाही आकाराच्या विविध आधुनिक रचनांमधून मांडताना दिसतात. मुळात एड्सविरुद्धचे युद्ध समोर आणताना एक संस्थात्मक ढाचा त्यातील विविध प्रयत्नांना आपसूकच मिळतो; म्हणजे कुटुंबसंस्था, आधारगृहे, न्यायालये, पोलीसयंत्रणा, इस्पितळे अशा संस्थात्मक यंत्रणांमधून युद्धे लढली जातात. साहजिकच युद्धाची तंत्रे ही आधुनिक लोकशाही यंत्रणेच्या ढाच्यातलीच आहेत; म्हणजे गटसभा, गटचर्चा, मीटिंग्ज, पत्रकार परिषदा, चर्चासत्रे, वादविवाद, निबंध सादरीकरण, परिषदांमधील भाषणे, स्वमदत गटांच्या बैठका, वगैरे. हे संस्थात्मक कामाचे तपशील नाहीत तर आजच्या समाजजीवनाचे अपरिहार्य अंग असलेले संवाद-संधी देऊ करणारे विविध अवकाश आहेत; जे कादंबरीतील समाजजीवन घडवत, विणत जातात. पारंपरिक कादंबऱ्यांतून व्यक्तिरेखांच्या मानसिकतेची नेमकी जाण व चिकित्सा आणि त्याची स्थूल व सूक्ष्म पातळीवरील कारणमीमांसा असे स्वरूप मानवी जीवनदर्शनाचे असे. त्यातील तत्कालीन समाजव्यवस्थेचे धागेदोरे व त्याचा नातेसंबंधांवरचा परिणाम यांची उकल करणे हे लेखकाचे काम असे. साहजिकच त्यासाठी सामाजिक घटना घडवून आणण्याचे काम लेखक करत असे. या अर्थाने कविता महाजन मांडत असलेल्या तपशिलांकडे बघता येते.

साहेबांनी बिट्टूसमोर शिव्या देऊ नयेत असे वाटणारी 'ब्र' ची नायिका-प्रफुल्ला-इथे उलटवली आहे. रचिता शिर्के ही त्याच जातवर्गातून येणारी बाई आहे आणि ती सणकून शिव्या घालते. तिच्या जितू आणि अस्मिता या मुलांसमोर शिव्या घालते आणि तरीही मुले तिच्यावर मोठ्या जबाबदारीने प्रेम करतात. तिला फसवणाऱ्या त्यांच्या बापाला सुनावतात. याचा संबंध कादंबरीच्या सुरुवातीलाच येणाऱ्या एका प्रश्नाशी आहे. जो प्रश्न रचितासमोर खरे आव्हान उभे करतो आणि ती तिच्या लढाऊ शरीरातून त्याला भिडते, तेव्हा रचिताने घातलेल्या शिव्या या शिव्या नाहीत. असल्याच तर त्या स्वतःलाच घातलेल्या शिव्या आहेत; कारण ती घालत असलेल्या शिव्या बाईचीच मानहानी करणाऱ्या, बाईच्याच शरीराला अवमानित करणाऱ्या शिव्या आहेत. तिची भाषा ही या कादंबरीतील स्त्रियांच्या वैफल्याचे, निराशेचे, फसवणुकीचे रचित आहे. ज्या शरीरावर रचिता प्रेम करते, ज्या बायकांना त्यांनी दुर्लक्षित केलेल्या शरीरांना परत एकदा सुघड करण्याची शिस्त लावते; त्याच तिच्या शरीराला इतके परोपरीचे अपमान सोसावे लागतात, की त्या शरीराला शिव्यांमधून का होईना पण ठामपणे मांडण्याचा प्रयत्न ती करते आहे. तिच्यासमोर अनेक बाया नाचवणारा तिचा नवरा, तिचे पैसे खोट्या सह्या करून वापरणारा तिचा नवरा ती सांभाळते. तिला हव्या असणाऱ्या मुलांसाठी त्याच्या गयावया करते. आणि त्याच्याचकडून एड्स घेऊन मरते.

रचिताचा भाऊ राकेश हादेखील मराठा खानदानाच्या शहाण्णवकुळी इभ्रतीचा

बळी आहे आणि म्हणूनच तो बहिणीला दारूच्या बाटल्या आणून देतो. तो जितक्या सहजपणे त्याचा पराभव स्वीकारतो, तितक्या सहजपणे रचिता स्वीकारत नाही. शरीर नाकारले जाऊ नये यासाठी तडफडणारी रचिता म्हणते, एखाद्या बेढब शरीराला आपण सुंदर, प्रमाणबद्ध बनवत जातो... ती चरबी घटत-घटत कमनीय होत जातो बांधा... काय मस्त वाटतं आपल्यालाच हलकं-हलकं झाल्यासारखं. आणि अवघड केसेस येतात ना कधी... म्हणजे अपंग किंवा काही आजाराची केस ...ते तर चॅलेंज असतं भेंचोद... (पान २६) तिच्या या शरीरासमोर तिची मैत्रीण विभा एक प्रश्न ठेवते, जिथून ही कादंबरी सुरू होते. 'पण नुसतं शरीर असून चालत नाही,...तू शरीर बाहेरून कसं असावं याचाच फक्त विचार करतेस. तेच सांगतेस. आतल्या गोष्टीचं काय?' (पान २५) आणि रचिताला दरदरून घाम फुटतो. आपण कितीही अटीतटीने एखादी व्यवस्था आपल्यापुरती जपत असलो, तरी बाह्य परिस्थितीतून पसरत जाणारा विषाणू आपल्याही नकळत आपल्या शरीरव्यवस्थेत शिरू शकतो. मग त्याच्याशी लढण्याला पर्याय राहत नाही हे शारीर, भौतिक वास्तव आहे.

ही कादंबरी शरीराच्या आत जाते. अमूर्त मनात नाही तर शरीराच्या सूक्ष्मातिसूक्ष्म नसांच्या जाळ्यात शिरते. एड्सचा विषाणू शिरावा तशी. बाहेरून रंगरंगोटी केलेले आपले सांस्कृतिक शरीर ही कादंबरी स्त्रियांच्या धारदार नजरेने कापून उलगडते. मनाचे अनेक संदर्भ इथे आहेत. प्रतीक्षाचे जे.डीं.वर असलेले एकतर्फी जीवघेणे प्रेम, प्रसादच्या लेनिनाच्या अस्तित्वाला आत्मसात करणाऱ्या कविता, एड्सने मरणारे कोवळे मूल मांडीवर घेऊन गुराक्कांनी म्हटलेले सोयराबाईचे, तुकारामाचे अभंग, जे.डीं.ची स्थितप्रज्ञता हे सगळे संदर्भ शरीराच्या विटंबनेच्या पार्श्वभूमीवर मांडले आहेत. विभा विचारत असलेल्या आतल्या गोष्टी म्हणजे मन नाही. शरीराचे आरोग्य हे शरीरात घुसवल्या जाणाऱ्या संसर्गांवर ठरते. शरीर संसर्गित झाले तर मनही सैरभैर होते. एड्सने मृत्युपंथाला लागलेली शरीरे मनाचे अस्ताव्यस्त होणे काबूत ठेवू शकत नाहीत. शरीराला आराम मिळतो तेव्हाच मन थाऱ्यावर येते. पण शरीराच्या आरामाची चिकित्सा केवळ जिममध्ये होऊ शकत नाही. कोणत्या शरीरांना संसर्ग होतो, कोणती शरीरे संसर्गाच्या विळख्यात बिनदिक्कत घातली जातात, कोणत्या शरीरांच्या विटंबनेवर मुक्तीची आणि स्वातंत्र्याची चर्चाविश्वे उभी केली जातात आणि त्यांच्या समर्थनांतून वैयक्तिक लाभ उठवले जातात, कोणती शरीरे सडवली जातात आणि त्यांच्या सडण्यावर मुतले जाते, कोणत्या शरीरांना नरकप्राय घाणीत कुजत टाकले जाते आणि त्यांची नोंदही ठेवली जात नाही, कोणत्या शरीरांना सतत ताठरणाऱ्या लिंगाने वारंवार भोसकले जाते आणि त्याच चिघळणाऱ्या जखमांतून एड्सचे विषाणू गर्भातल्या मुलांना वेढून टाकेपर्यंत दुर्लक्षिले जाते या सगळ्याचे सुस्पष्ट आणि भयावह चित्र ही कादंबरी उभे करते. पिकासोच्या चित्रासारखे वास्तवाचे

आकार आरपार बघत, त्यांचे वरून दिसणारे कोन भेदत, वेगळ्याच प्रतलांवर उलगडारी शरीरे मांडत कादंबरी त्या वास्तवाला संताप, दुःख, सहानुभाव, संवाद, मैत्री आणि करुणेच्या नैतिक दमसासाने पेलते. ही मैत्री उपरेपणाने तत्त्वज्ञान मांडून चिकटत नाही, तर शरीराच्या जिवंतपणे थरथरणाऱ्या प्रत्येक तुकड्यातून उमलते.

'ब्र' मध्ये व्हॅन गॉगचा उल्लेख आहे. यातील प्रत्येक मर्मदृष्टी शरीराच्या अस्तित्वातून उमटते. उदाहरणार्थ, प्रतीक्षाची आई गेल्यानंतर तिची मामी तिला लग्न करायचा आग्रह करते. ती सांगते, माझ्या चुलतभावाचा मुलगा आहे....सी.ए. आहे चांगला. त्याची बायको गेल्या महिन्यात बाळंतपणात गेली....मुलगा झालाय आता एकदाचा, म्हणजे टेन्शन नाही राहायचं तुला. एक मुलगी आहे पहिली. नंतरच्या दोन्ही खेपांनाही मुलीच होत्या...आणि मुली आहेत म्हटल्यावर ठेवल्याच नाहीत... अर्थात तुलाही पाहिजेच असेल स्वतःचं, तर होऊ देतील म्हणा एखादं मूल अजून. मुलगा झाला म्हणजे झालं.' (पान १४२) इथे मामीवर संतापण्याऐवजी प्रतीक्षा तिला समजावते, '...प्रत्येक मोठ्या आजारपणात तुला माहेरी का जावं लागलं? तुझ्या सासरचे लोक काळजी घेऊ शकत नव्हते तुझी? आणि खर्चही मग अर्थातच माहेरच्यांनीच केला असेल ना? आणि म्हातारपणी तुझं नक्की काय स्थान असेल या घरात ते सांगू शकतेस का तू खात्रीनं?' (पान १४३)

या सगळ्याचा प्रचंड ताण पुढे एका प्रतिमेतून व्यक्त होतो. 'पायाखाली एक पाल आली होती आणि अचानक माझा पायच तिच्यावर पडल्यानं फुटली होती. किंचित वळवळून क्षणभरात ती गार झाली. ही अशी खाली जमीनीवर कुठं फिरत होती भिंत सोडून? आणि अशी पायाखाली कशी आली न निसटता? पाहिलं तर ती फुगलेली होती प्रचंड...म्हणजे गरोदर असणार....म्हणून मंदावलेली...म्हणून भिंतीवर नीट चढता येत नसेल कदचित तिला...म्हणून खाली फिरत असेल लादीवर....तरीपण अशी हालत असताना तिनं एखादा कोपरा पाहून निमूट बसायचं की...फुकट मरुन गेली...अवचित कजरीची आठवण झाली. वाढलेलं पोट घेऊन शांतपणानं सगळीकडे फिरणारी कजरी. कोवळ्या वयातल्या गरोदरपणाच्या तजेल्यानं छान दिसायची. देखणी तर होतीच ती मुळात. पण एच.आय.व्ही. चा संसर्ग झालेला...एका रोगग्रस्त वेश्येचं गरोदरपण...सुंदर म्हणावं की कुरूप? हिला मूल होणार याचा आनंद वाटावा की दुःख व्हावं?...त्या पालीला डोक्यातून काढून फेकलं आणि बाहेर हॉलमध्ये येऊन हताश बसून राहिले सोफ्यावर. (पान १४५)

स्त्रियांचे जे वास्तव कादंबरीत उभे राहते आहे, त्याला विलक्षण प्रक्षुब्धतेने या प्रतिमेत व्यक्त केले आहे. रचिता जे शब्दबद्ध करायला बिचकते आहे, ते प्रतीक्षा उत्तम करू शकते. पण रचिता जेव्हा एड्सने गलितगात्र होते, तेव्हा ती शब्दांकडे

वळते. नुसत्या शिव्या देऊन भागणार नाही, व्यायामाने तंदुरुस्ती राहीलच याची शाश्वती नाही; कारण सहजीवन अपरिहार्य आहे. तेव्हा या गलितगात्र होण्यामागची कारणे आणि त्याचा प्रवास याची चिकित्सा करायलाच लागेल ही अपरिहार्यता कादंबरीतील प्रत्येक वास्तवाच्या फटकाऱ्याबरोबर समोर आणणारी वेदना आहे.

या वेदनेला खऱ्या समकालीनतेने भिडते आहे ती लेनिना. 'सोबत'मध्ये एड्सग्रस्त बायकांना समुपदेशन करणारी आणि जिवापाड झगडणारी लेनिना तिच्या लढण्याच्या स्थायिभावातून सगळ्यांकडेच आरपार पाहू शकते. ती नव्या नीतीची आणि मूल्यांची प्रस्थापना प्रत्यक्ष जगण्यातून करते आहे. 'तुमचा प्रियकर, मित्र, नवरा, बॉयफ्रेंड, धगड हे सारे वेगवेगळे असू शकतात. टाइमपास म्हणून नव्हे केवळ, तर खरोखरच प्रामाणिकपणे वेगवेगळे असू शकतात. हे अधिक वास्तव आणि बदलत्या काळाशी सुसंगत असंच आहे. एकाच व्यक्तीवर सगळ्या नात्यांच्या अपेक्षा लादल्यानं होणारे अनेक मानसिक गोंधळ आणि गुंतागुंती टळतात खरं तर त्यामुळे.' (पान ३०७)

जे.डीं.वर एकतर्फी प्रेम करून आत्महत्या करणाऱ्या प्रतीक्षाचा अनुभव याच्या मुळाशी आहे. तिचे प्रेम तिच्या दररोज वंचनेला बळी पडणाऱ्या आणि मानहानीत मरणाऱ्या बायकांचे दुःख सोसताना, पचवताना, त्यावर इलाज शोधताना आलेल्या प्रचंड दमवणुकीतून आहे. ते पारंपरिक नाही. एवढ्या भयंकर युद्धात समविचारी मित्राची जाणवणारी ती निकड आहे. तिचा पारंपरिक पती–पत्नी अशा नात्याची जागा घेण्याशी संबंधच नाही. ही दमवणूक जे.डी.नी ओळखावी असे प्रतीक्षाला वाटत होते. 'आई. बहीण. मावशी. मामी. काकू. वहिनी. आत्या. आजी. पणजी. मुलगी. नात. भाची. पुतणी. प्रेयसी. बायको. रखेली. रांड. मैत्रीण. मोलकरीण. स्वयंपाकीण. नर्स. दाई. बॉस. सेक्रेटरी. सिगारेट. वाईन. लवंग. भाकरी. चटणी. दृष्टी. वाणी. त्वचा. जखम. साबण. सुट्टी. सहल. चप्पल. टोपी. कार. खुर्ची. रॅकेट. रजई. सतार. रात्र. संध्याकाळ. दुपार. सकाळ. मला तुमची सगळं असावंसं वाटलं. सदोदित.' (पान १९०) हे अद्वैत फारच मोठा ताण आणणारे आणि मुळात त्यातून दुसऱ्याच्या अवकाशावर आक्रमण करणारे. त्यातून स्वतःचाही नाश करायला उद्युक्त करणारे आहे. लेनिना विवेकी आहे. आणि करुणामयही आहे. अद्वैतात येणारी नीतिग्रस्ततादेखील ती नेमकी टिपते. प्रतीक्षाशी बोलायला हवं होतं,...कदाचित तिची आत्महत्या टाळता आली असती. आणि जे.डीं.शीदेखील...पण जे.डी. नीतिग्रस्त आहेत. अशा माणसाचं झाड असं कशानंही हलत नसतं. जीव हेलावणं तर दूरची गोष्ट राहिली, यांच्या मनगटावरली लवदेखील हलणार नाही साधी... आपल्याला जे वादळ इत्यादी वाटतं ती गोष्ट यांच्या लेखी एखादी चिरगूट फुंकर असते. हे भग्गू... सुधार या लोकांना!' (पान ३०८) देवाला तिनं भग्गू करून टाकलं आहे. भाषा मूल्यभाव घडवते तो असा.

ज्या परिस्थितीतल्या बायकांना लेनिना बघते आहे, त्यात परिस्थितीचा वाटा इतका मोठा आहे की, एकत्रित उभे राहिले तरी संख्याबळ पुरेसे ठरत नाही. अशा वेळेस मग मूल्यभाव बदलणे एवढा एकच उपाय हातात राहतो. वेश्यांना निरोप पाठवून बैठक ठरवण्याच्या खटपटीत असणाऱ्या लेनिनाला वेश्यांची मजबुरी समजते आहे. ती त्यांना माहिती देत असताना एका वेश्येकडे गिऱ्हाईक येते तेव्हा, 'येतेच पाच मिनिटांत' असे सांगून वेणू उठून जाते आणि खरेच पाच मिनिटांत येते. परत बैठकीला सुरुवात करताना लेनिना म्हणते, 'अगदी बाथरुमला जाऊन येते म्हटल्यासारखं म्हणालीस की.' 'आपल्यासाठी तसं नसलं, तरी त्यांच्यासाठी तसंच असतंय की ते.' वेणू हसून म्हणाली. सगळ्याच हसायला लागल्या. ही पुरुषाची मजबुरी असती, तिचा आपण फायदा करून घेतला पाहिजे. असं आम्हाला परवा ठक्करबाईनं सांगितलं. (पान ३३३)

वेश्यांच्या प्रश्नावर अनुदाने उकळणारी ठक्करबाईची नैतिकता आणि वेश्यांना त्यांच्या व्यवसायाला पर्याय निर्माण करून देऊ पहाणारी लेनिनाची नैतिकता यांतला फरक लगेचच समोर येतो. तेव्हा आहे ते वास्तव स्वीकारून, त्याचा डंख कमी करून माणसांना स्वतःच्या पायावर उभे करण्याचा सन्मान देऊ पाहणारी लेनिनाची नैतिकता हे आधुनिकतेत शिरणे आहे. आधुनिकतेची मानवकेंद्रितता आत्मसन्मानाखेरीजची नाही. किंबहुना आत्मसन्मानाची भावना केंद्रस्थानी असल्यामुळेच सामूहिकतेचे हिंस्रपण पेलण्याच्या, पारंपरिक संस्थात्मकतेतील ढोंगीपणाला संपवण्याच्या विविध नीती शोधण्याचे अथक प्रयत्न यातली पर्यायी संस्थात्मकता करताना दिसते. त्यामुळेच एका बाजूला पर्यायी संस्थात्मक प्रारूपाचे सर्व ते तपशील आणि दुसऱ्या बाजूला मोहक, प्रसादबरोबरचे लेनिनाचे सुंदर नाते या दोन्हीही पातळ्यांवर कविता महाजन आधुनिक अवकाशातील नातेसंबंधांचे संकल्प उभे करताना दिसतात.

ठक्करबाईंशी वाद घालताना लेनिना म्हणते, 'जो विचार परिस्थिती बदलू शकत नाही, जैसे थे च ठेवतो... इतकंच नाही तर त्या परिस्थितीला आहे त्याहूनही अधिक बदतर करत नेतो... त्या विचारांची समाजाला गरज नाही.... आणि असे विचार करणाऱ्यांना, मांडणाऱ्यांना तर या जगात राहण्याचाही नैतिक अधिकार नाही. ...समाजात काम करायचं तर आपल्यात सामाजिक नैतिकता असली पाहिजे, याचं भानच नाही या लोकांना. आपलं हे नैतिक सडणं यांना कधी दिसतच नाही का? स्वतःचा घाण वास नाही येत? राहता येतं अशा गलिच्छ अवस्थेत स्वतःसोबत? (पान ३३४-३५)

तिची तडफड मोहक जाणतो. मोहकने लेनिनाला लिहिलेले पत्र हे नव्या नात्याचे निर्माण आहे. 'आणि तू, मला राग येईल का... वाईट वाटेल का... असा विचार करतेस... मला वाटतं हा टप्पा मागे टाकून आपण खूप प्रगल्भ आणि समंजस

अशा वळणावर पोहोचलो आहोत. जर मनात जरादेखील संदेह, संकोच, भीती, धास्ती असेल तर मग मैत्री, जवळीक, प्रेम या शब्दांना अर्थ काय उरला? तू जे सोसलं आहेस ना-त्या अवस्थेत तुझ्यावर रागावणं तर सोड, नाराज होणंसुद्धा अमानुषपणाचं ठरेल....आत्ता या क्षणी मला तिथं यावंसं वाटतं; एखाद्या लहान मुलीला बापानं किंवा आईनं कुशीत घ्यावं तसं जवळ घ्यावंसं वाटतं, तुला थोपटावंसं वाटतं, ...सगळ्या अशुभ, वेदनादायी आणि हिंस्र गोष्टी, वस्तू, व्यक्तींपासून मी तुझं संरक्षण करेन... अश्रू निपटून टाक आणि माझ्या मांडीचं उसं करून झोप बरं निवांत... काळ्या, तिरप्या, घोंघावत्या स्वप्नांनासुद्धा मी तुझ्या निजेत व्यत्यय म्हणून येऊ देणार नाही. (पान ३६०)

अर्थात इथे एक गोची आहे की प्रतीक्षाला जे.डीं.साठी जे व्हायचे होते, तेच मोहकला लेनिनासाठी व्हायचे आहे. आणि प्रतीक्षाला तसे वाटण्यापासून परावृत्त करायला हवे होते असे लेनिना म्हणते; पण स्वतः मात्र मोहकच्या त्या नितांत सुंदर एकरूपतेत विरघळून जाते. एकंदरीतच स्त्री-पुरुष नातेसंबंधांच्या पारंपरिक आदर्शांचे गारुड बाजूला टाकणे अशक्यच!!

'रीटा वेलिणकर'नंतर कलेच्या सैद्धान्तिक चर्चाविश्वात आसरा घेणाऱ्या शांता गोखलेंच्या 'त्या वर्षी' बाबत काहीशी अस्वस्थता वाटत असताना 'भिन्न' यावी हे बरे झाले. कारण दोघीही जी कणखर नैतिकता स्त्री-पुरुष नातेसंबंधांतून उभी करू पाहतात, त्यांची व्यापकता पेलणे ही सोपी गोष्ट नव्हतीच. ती कविता महाजनांनी 'ब्र' आणि 'भिन्न' या दोन्हींमधून पेलली आहे. विशेषतः स्त्रीवादी भूमिदृष्टी तयार करताना यातील विचारमंथनाचा, संवेदनशीलतेचा, आधुनिक अवकाशांच्या वापराचा उपयोग होऊ शकतो. 'भिन्न' एक कादंबरी म्हणून उभी करताना त्यातील तपशिलांचे वेगळे अर्थ लावावे लागतील, असे मी सुरुवातीलाच म्हटले आहे. राष्ट्र या संकल्पनेला आधुनिक अवकाशात आणायचे झाले तर ज्या बुद्धिनिष्ठतेची गरज आहे, ती बायकांच्या नजरेतून बघताना किती विवेकी आणि संवादी होऊ शकते आणि तिचे कसे उपयोजन करता येऊ शकते याचे 'भिन्न' हे उदाहरण आहे.

अर्थात, सामाजिक वास्तववाद मांडताना ज्या संकल्पांची, स्वप्नांची निकड सतत जाणवत राहते ती इथेही आहेत. त्यांना जमिनीवरच ठेवण्याच्या अथक प्रयत्नांत, कधीकधी अत्यंत वेगळ्या मानवी जीवनाचे चित्रण करता करता, आकाराचे भान त्यावर आक्रमण करताना दिसते. त्यामुळे मग संस्थात्मक कामाचे तपशील, कार्यपद्धती, चर्चात्मकता यांचे तपशील जरा जास्त होतात असे वाटते. ते संस्थात्मकता उभी करण्याच्या प्रयत्नांसाठीच--अशी संस्थात्मकता उभी करता येते असे सांगण्यासाठी वापरल्यासारखे वाटतात. तपशिलांच्या इतक्या प्रचंड नोंदी आहेत, की त्या सगळ्या

वापरल्याच पाहिजेत असा काहीसा अट्टाहास केल्यासारखे वाटते. अनेकदा दुःखाचा आवेग इतका असह्य होतो की, निवेदिका आणि लेखिका यांतील राखलेले अंतर संपते. उदाहरणार्थ, रचिताचा शेवटचा आत्मचरित्र लिहिण्याचा भाग हा आधी निर्माण केलेल्या आगळ्यावेगळ्या रचिताला संपवून कविता महाजनांनी तिच्यासाठी ठरवलेला कार्यक्रम राबवण्यासाठी वापरल्यासारखा वाटतो. यात मांडलेल्या युद्धाचे स्वरूप इतके सर्वव्यापी आहे की, अनेकदा शैली आणि तंत्राचा भाग उडवून लावत अनावरपणे ऱ्हेटरिकमध्ये व्यक्तिरेखा बोलू लागतात. पान २८१-८२ वरील विनिताचे भाषण त्याचे उदाहरण आहे. किंवा पान ३७१ वरील संपदाचे म्हणणेही, 'सगळ्या सिस्टीमलाच एच.आय.व्ही.चा संसर्ग झालाय असं वाटतं. सगळ्या पांढऱ्या पेशी चरत जातोय हा काळा किडा! नष्ट होत राहते प्रतिकारशक्ती सतत. या अशा परिस्थितीतही आपल्याला प्रामाणिकपणानं काम करायचंय. आपल्यासारख्या माणसांपुढे आणि संस्थांपुढे हे एक मोठंच आव्हान आहे. आपण एकत्र आलो, तरच कदाचित निभावता येईल ते.' हे काहीसे आवाहनात्मक आहे. त्याला प्रचारकी नाही म्हणणार, पण ज्या ताकदीने सामाजिक वास्तव महाजनांनी मांडले आहे आणि त्याची चिकित्सा करणाऱ्या ज्या कणखर व्यक्तिरेखा त्यांनी निर्माण केल्या आहेत, त्यातून हे सगळेच जाणवते. त्याला पुन्हा पुन्हा सरळसोटपणे सांगत राहण्याची गरज नव्हती. एक मूल्यात्मक भान मनाशी ठेवून लेखन करताना आकार सतत खुणावत राहतो, त्याचे हे परिणाम असावेत. कादंबरीतील पात्रांच्या नावांमधूनही ते समोर येतेच.

या सगळ्या कादंबऱ्यांमध्ये अगदी वेगळ्या पोताची कादंबरी म्हणून तारा वनारसे यांच्या 'श्यामिनी'चा उल्लेख करणे गरजेचे आहे. ही पुस्तक स्वरूपात २००० साली प्रकाशित झालेली कादंबरी आहे. वाल्मिकी रामायणातील शूर्पणखेच्या गोष्टीचा लावलेला तो अर्थ आहे. मिथककथा आणि महाकाव्ये ही तर अवगुंठित स्वरूपातला इतिहासच असतात. बहुतेक वेळा तो जेत्यांचा, जेत्यांनी लिहून घेतलेला किंवा जेत्यांच्या संस्कृतीत स्वतःला बचावत जगणाऱ्यांनी लिहिलेला इतिहास असतो आणि त्यामुळे त्यात जेत्यांचे समर्थन अटळ असते. प्रतिभावंत कवी त्याच्या कथनातून आणि शैलीतून काही संकेत देत असतो. पण बहुतेक वेळा इतिहासाच्या प्रस्थापित आवृत्तीचा (version) प्रस्थापित राजकारण आक्रमक प्रसार आणि प्रचार करते, तसेच पर्यायी आवृत्त्या नष्ट केल्या जातात, दडपून टाकल्या जातात. त्यामुळे खरे तर न बोलला गेलेला इतिहास शोधून काढणे फारच जिकिरीचे काम असते. हे जगभरात घडले आहे. बायबलची अधिकृत आवृत्ती तयार होताना येशू ख्रिस्ताच्या जवळच्या स्त्रियांचा दडपून टाकलेला इतिहास आणि पुढे चेटकिणी म्हणून चर्चने संपवलेल्या

लाखो स्त्रिया; ऑल्क्टेव्हियस सीझरने लिहून घेतलेला रोमन साम्राज्याचा इतिहास आणि नष्ट केलेला इजिप्शियन एतद्देशीय संस्कृतीचा इतिहास; मायन, इन्का संस्कृतीचा स्पॅनिश लोकांनी केलेला विनाश आणि त्यातील सर्व रचितांचा केलेला विध्वंस; एतद्देशीय अमेरिकन-रेड इंडियन-संस्कृतीचा गोऱ्यांनी केलेला निःपात हे सगळेच साम्राज्यवादाचे हिंस्र हेतू बाळगून निर्माण झालेल्या आधुनिक राष्ट्र-राज्यांचे बळी आहेत. पण म्हणून सामूहिकतेची आंस, सभ्य आणि सौजन्यपूर्ण संकेतांची देवाणघेवाण करणारे संस्थात्मक व्यवहार, अत्यंत कलारत असणाऱ्या संस्कृतींचे विलास सांभाळणारे राज्यकर्ते, प्रेमाने विश्वसून आतला-बाहेरचा असा विद्वेषी भेद न करणाऱ्या मानवी वसाहती अस्तित्वात नव्हत्या का? तर तसे दिसत नाही. साधारणपणे अशा सभ्यतांचा आक्रमक आणि जिजीविषा संस्कृतींनी पाडाव केल्याचे इतिहासात आपल्याला शिकवले जात असले, तरी एक प्रगल्भ आणि विकसित सभ्यता गाभ्याशी जपणारे समूह अस्तित्वात असल्याच्या खुणा आपण विविध मूल्यांच्या अस्तित्वातून सांभाळतो आहोत, कलाविष्कारातून सांभाळतो आहोत. आज सगळेच जग अशा टप्प्यावर येऊन पोहोचले आहे जिथे दडपल्या गेलेल्या, नष्ट केल्या गेलेल्या संस्कृतींचे इतिहास; मिथके, संकेत कसे उलगडायचे याची दृष्टी आणि तंत्रेही आपण स्वीकारतो आहोत. हा फारच महत्त्वाचा टप्पा आहे, त्यामुळे लोकशाही संस्कृतीच्या गाभ्याशी myth deciphers असणे अत्यंत आवश्यक असते तरच आपण आपल्या संस्कृतीला उन्नत मूल्ये प्रदान करणाऱ्या भव्य, विराट आकृतीची सामंती भूक बाजूला ठेवून मानवी इतिहासातील संघर्षांची विवेकी चिकित्सा करू शकू. सामान्य समजल्या गेलेल्या आयुष्यांनी निर्माण केलेला आणि जपलेला तसेच प्रत्यक्ष आचरणात आणलेला मूल्यविवेक नीटपणे बघायला शिकू, तेव्हा लोकशाही जीवनशैली हे स्वप्न रहाणार नाही.

तारा वनारसे यांची 'श्यामिनी' ही अशीच मिथक भेदणारी कादंबरी आहे. आणि जे राष्ट्र-राज्य त्या तपासत आहेत त्यात आपल्या आजच्या संघर्षांची मुळे शोधण्याची, आजच्या आपल्या संस्कृतीचा आकार शोधण्याची धडपड आहे. त्याला अनेक पाश्चात्त्य इतिहासाचे संदर्भही अस्तरासारखे जोडले गेले आहेत. त्यामुळे एकूणच जागतिक साम्राज्यवादाच्या धारणांवर त्यातून किंचित प्रकाश पडतो. या कादंबरीच्या शेवटी लेखिकेने केलेले निवेदन त्याबाबत सुस्पष्ट भूमिका घेते. तारा वनारसे म्हणतात, 'परित्यक्ता, वनवासी सीतेचे दुःख भारतीय स्त्रीच्या मनात सदैव खोल रुतून राहिलेले. शूर्पणखेची शोककथा मात्र अलीकडे, अधिक पक्व वयात जाणवली. त्या कथेच्या निमित्ताने रामायणाची पुनःपुन्हा पारायणे करताना वाल्मिकींनी प्रत्यक्ष वर्णन न केलेल्या, पण त्यांच्या ओळींआड दडलेल्या काही कल्पना-घटना ध्यानी आल्या : त्यांना मी

अवाल्मिकी-रामायण म्हणते. एका प्रचंड सामाजिक विच्छेदनाचा इतिहास या महाकाव्यामध्ये प्रच्छन्नपणे सामावलेला आहे. त्या अस्थिर, आंदोलित पार्श्वभूमीवर रामायणातल्या व्यक्ती आपले गुंतागुंतीचे जीवन जगल्या आहेत... राम-रावणांच्या कडव्या, व्यक्तिगतशत्रुत्वाला सुरुवात झाली, ती शूर्पणखेच्या विटंबनेनंतर. राम-लक्ष्मण आणि खर-दूषण यांच्या प्रत्यक्ष युद्धाला तोंड लागले, ते राजकन्येच्या अपमानाचा बदला घेण्यासाठी. नंतर रावणाने सीतेचे अपहरण केले तेही रामाच्या क्रौर्याचे उत्तर म्हणून. शत्रुपक्षाला डिवचण्यासाठी तर राजकन्येचा अवमान केला गेला नसेल? राजकारणी मतलबासाठी तर तिच्या आयुष्याचा चोळामोळा झाला नसेल?' (पान १६६-६८)

पराभूत संस्कृतीतील विटंबना केल्या गेलेल्या शूर्पणखा, श्यामिनी आणि जानकी अशा स्त्रियांच्या स्थानावरून तसेच वर्णसंकरातून जन्माला आलेल्या अर्यमा नावाच्या काल्पनिक व्यक्तिरेखेच्या माध्यमातून मिथक निर्मिती करत लेखिका भारत नावाच्या आधुनिक राष्ट्रराज्याची रचना समजून घेते आहे. तेही पराभूत झालेली सभ्यता कदाचित अधिक विकसित असावी, असे सूचन करत. पराभूत अनार्यांची राणी असलेली श्यामिनी आणि जेते असलेल्या आर्यांच्या संस्कृतीतील राणी, पराभूत सीता या दोघींनाही त्या आर्य-अनार्यांच्या संकरातून जन्मलेल्या अर्यमा नावाच्या काल्पनिक व्यक्तिरेखेतून मांडतात. प्रेम व्यक्त करण्यातील निर्भर मोकळेपणा बाळगणारी कलारत सभ्यता आणि लैंगिकता कायमच नियंत्रित करून सत्ता- विस्ताराचे एकमेव लक्ष्य सांभाळत, विकसित शस्त्रास्त्रांच्या साहाय्याने राज्यविस्तार करणारी आक्रमक सभ्यता यांच्या संकरातून घडलेली आजची आपली संस्कृती शेवटी कवी आणि कलाकारांच्या दृष्टींमधूनच साकार होताना त्या दाखवतात.

पाश्चात्त्यांच्या इतिहास-लेखनाची पद्धती वेगळी आहे. आपल्याकडे इतिहासलेखन हे कायमच मिथकांमध्ये अवगुंठित झालेले आहे. पाश्चात्त्यांच्या संपर्कानंतर आपण आधुनिक इतिहास-साधनांच्या साहाय्याने इतिहास लिहायला सुरुवात केली. आजही ती पुरेशी विकसित झालेली नाही, किंबहुना ती कायमच अस्मितांच्या राजकारणाने अंकित केली जाते. याचे कारण आपल्या संस्कृती-संकराच्या अव्याहत घडामोडींमध्ये असावे. राजकीय घडामोडी या साम्राज्यविस्ताराच्या एकरेषीय मानसिकतेने घडतात तेव्हा त्यात बुद्धिनिष्ठता असू शकते. कारण काय ठेवायचे, काय नष्ट करायचे याची दिशा तिथे योजनाबद्धतेने व जागरूकतेने सांभाळली जाते. परंतु विविध अस्मितांच्या गलबललेल्या सहजीवनाचा इतिहास प्रचंड गुंतागुंतीचा होतो. अस्मितांचे जितके चेहेरे तितकी त्याची versions. रामायणेही अनेक versions मध्ये उपलब्ध आहेत. त्यामुळे मग अंतिम शब्द विवेकाचा न राहता भावनिक उत्कटतेचा राहतो

काय? त्यातून परिस्थितीची, उलथापालथींची नीट चिकित्सा न होता कवीच्या मर्मदृष्टीला इतिहासाचे वजन प्राप्त होते का? हे प्रश्न याही कादंबरीत वैध ठरतात. जरी प्रस्थापित रामायणाला धक्का देत तारा वनारसे आपल्या राष्ट्रीय संस्कृतीचा अर्थ लावू पाहतात, तरी त्यातून कोणत्या प्रकारच्या स्त्रिया त्या निर्माण करतात, हा मुद्दा कळीचा राहतो. तिथे मग आपल्या सांस्कृतिक सवयींचीही चिकित्सा करावी लागेल.

इथे तारा वनारसे 'रावणायन' निर्माण करण्याचे सूचन करतात. रावणाच्या अंतर्गृहामध्ये दीर्घकाळ बंदिवासात राहूनही सीतेचे शील अकलंकित राहिले असा निर्वाळा देऊन स्वतः वाल्मिकींनी रावणाचे स्त्रीदाक्षिण्य अपरोक्षपणे मान्य केलेच आहे. (पान १७०) फक्त प्रश्न हे रावणायन लिहित असताना कोणत्या स्थानावरून ते लिहिले जाते हे महत्त्वाचे ठरणार, हेही 'श्यामिनी' वाचताना जाणवते. कारण ज्या दक्षिणेच्या सुसंस्कृत, संपन्न राज्याची श्यामिनी ही स्वामिनी आहे, ते राज्य अत्यंत विकसित सांस्कृतिक आचारांनी आणि व्यवहारांनी डौलदार उभे आहे. ते रामासारख्या बलवान शत्रूकडून धोक्यात आले आहे, हे तिला समजणे अवघड नाही. कारण विकसित, प्रगल्भ संस्कृतीतील राजकारणही विकसित आणि सावध असते. असे असताना भावी सम्राज्ञी असणारी श्यामिनी अल्लडपणे रामाच्या प्रेमात पडेल आणि त्या अनिवार प्रेमातून सीतेचा मत्सर करेल हे अगदीच सामान्य लैंगिक स्पष्टीकरण आहे. इतक्या तकलुपी स्पष्टीकरणावर एवढी प्रचंड सांस्कृतिक स्थित्यंतरे तोलता येणार नाहीत.

वाल्मिकी रामायणातील शूर्पणखेच्या विटंबनेचा आधार घेऊनच ही कादंबरी लिहिली असली आणि ती लिहीत असताना, जागतिक एतद्देशीय संस्कृतींचे पाश्चात्त्य साम्राज्यवादी शक्तींनी केलेले विध्वंस जरी तारा वनारसे आर्य-अनार्यांच्या संघर्षाशी जोडत असल्या, तरी एवढ्या मोठ्या राजकीय आणि सांस्कृतिक उलाथापालथींचे विश्लेषण एका उत्कट, अनिवार, उत्स्फूर्त लैंगिक भावनेतून करणे अपुरे आहे. तिथे नक्की काय, कोणती, कशा प्रकारची राजकीय देवाणघेवाण झाली असावी आणि कुठे फिसकटली असावी याचा आवाका येण्यासाठी इतिहासाचा फारच सखोल आणि व्यापक अभ्यास करावा लागेल. ती आपल्या सांस्कृतिक धारणांमध्ये आजवर क्वचितच घडलेली गोष्ट आहे. भावनिक आणि काल्पनिक किंवा भ्रांतिकांच्या अथवा मिथकांच्या रूपातच आपण आपले अन्वयार्थ नोंदवत असतो. विशेषतः आधुनिक मराठी साहित्यात लैंगिकतेच्या विविध चर्चाविश्वांचे उपयोजन फारच सहजी केले गेले. ही सवय आपल्या साहित्याला सततच व्यक्तिप्रधान आत्ममग्नता देत आली का, असा विचार या निमित्ताने अवश्य करावा. सीता आणि शूर्पणखेच्या तशा पारंपरिक इतिहासलेखनाच्या धारणांशी भिडणाऱ्या प्रतिमा तारा वनारसे निर्माण करतात. त्यातून मग मुख्य प्रवाही राजकारणाला वैधता मिळते काय? म्हणजे बाया उत्कट, भावनाप्रधान आणि अविचारी असतात,

मत्सरी असतात म्हणून असे इतिहास घडतात; असे म्हणणाऱ्यांना यातून पुष्टी मिळण्याचा संभव आहे. अर्थात तरीही रामाची व्यक्तिरेखा आक्रमक, एतद्देशीय लोकांबद्दल तुच्छता बाळगणारी, वर्णसंकराचा तिरस्कार करणारी, स्त्रियांबद्दल ममत्व न बाळगणारी अशी अपारंपरिक रंगवणे आणि त्यातून त्याने केलेल्या साम्राज्यविस्ताराचे सूचन नक्कीच वेगळे आहे. त्यामुळेही त्याने सीतेला दिलेली वागणूक त्याच राजकीय धारणांचा भाग कशी होती हे समोर येते. साम्राज्यवादी, जातीयवादी, वर्णद्वेषवादी राजकारण हे लिंगभेदवादी, पुरुषसत्ताकतावादी राजकारण असते याचा स्पष्ट उच्चार या कादंबरीत होतो. म्हणूनही ही कादंबरी नोंद घेण्याजोगी आहे. शूर्पणखा आणि ती प्रतिनिधित्व करत असलेल्या संस्कृतीचे वेगळेपण मांडण्यातून तारा वनारसे आपल्या सद्यकालीन राष्ट्रीय संस्कृतीबद्दल काही म्हणतात, ते साम्राज्यवादाच्या आकलनातून म्हटले गेल्याने वेगळे आहे.

आजची सर्व लेखिकांची अस्वस्थता तपासली, तर पुरुषसत्ताक व्यवस्थेचे काचणारे स्वरूप त्यांच्या लेखनात उमटलेले दिसते. स्त्री-पुरुष नातेसंबंधांतली अस्वस्थता तपासणे आणि त्यातून नव्या नातेसंबंधांची प्रारूपे निर्माण करणे यासाठी स्त्रियांनी कादंबऱ्या लिहायला हव्यात. २१व्या शतकातील राजकारणाची परिणामकारकता आपण किती आधुनिक, समावेशक आणि प्रगत संस्थात्मकता उभी करतो आणि ती कोणत्या मूल्यांच्या पायावर उभी करतो यावर ठरणार आहे. जातिव्यवस्था आणि धर्मव्यवस्था आज भांडवली व्यवस्थेचा भाग होऊ पाहत आहेत. 'पुरुषसत्ताकता' हे या सगळ्यांचे मूल्यभान आहे. अर्थात, विविध विषमतांच्या उतरंडीत 'बाई' नावाची कोटी पुन्हा पुन्हा घडवली जाते. तिची होणारी कोंडी ही वंचितांच्या आणि दलितांच्या कोंडीशी नाते सांगणारी आहे. म्हणूनच विविध जातवर्गातील स्त्री काय म्हणते आहे, हे लक्षपूर्वक ऐकले पाहिजे. साम्राज्यवादाचा प्रतिकार करणारे प्रागतिक प्रारूप म्हणून एका टप्प्यावर आपण राष्ट्रवाद विकसित करण्याचा प्रयत्न केला होता. ते प्रागतिक स्वरूप आज विविध स्थानांवरून बघत, चर्चात्मकतेचा आग्रह धरत, संवादी राहत विकसित करणे गरजेचे आहे. त्यासाठी 'स्त्रियांच्या कादंबऱ्या' हा एक महत्त्वाचा आवाज असू शकतो, हे आपण आवर्जून लक्षात घ्यायला हवे.

(पूर्वप्रसिद्धी *खेळ* जा.फे.मा. २०१४)

४ शेक्सपिअर आणि क्लिओपात्रा

सहसा 'ॲण्टनी आणि क्लिओपात्रा'ची गोष्ट आपल्याला माहिती असते. बर्नार्ड शॉसारखा एखादा मूर्तिभंजक नाटककार 'सीझर आणि क्लिओपात्रा' लिहितो; पण बहुतेक वेळा या प्रसृत झालेल्या गोष्टींचा हेतू एकच असतो, तो म्हणजे थोर 'पुरुषां'च्या गौरवगाथा सांगणे. ॲण्टनीशी जोडलेली नाटके व चित्रपट त्याचे अधःपतन क्लिओपात्रासारख्या भयानक बाईमुळे कसे झाले ते सांगतात. तर सीझरसारख्या थोर पुरुषामुळे क्लिओपात्रा राज्ञीपदास पोहोचण्यास पात्र कशी झाली, हे शॉ सांगतो. यातून खरी क्लिओपात्रा वगळली जाते आणि केवळ सम्राटांच्या गौरवगाथेस कारणीभूत ठरणे तिच्या माथी येते. विशेषतः क्लिओपात्राचा इतिहास केवळ रोमन, गोऱ्या, पाश्चात्त्य पुरुषी नजरेतून वाचला गेला आहे आणि पुरुषांच्या गौरवगाथांसाठी क्लिओपात्रा नावाची इजिप्तची राणी वापरणे एवढेच त्याचे स्थान राहिले आहे. त्यामधूनच मग क्लिओपात्राच्या भोवतीची माणसे, तिचा इजिप्त, तिचे डावपेच आणि तिचा मृत्यू यांना या पुरुषांच्या कर्तृत्वाभोवती रचले जाते. शेक्सपिअर वेगळे काही करतो का?

२० मे १६०८ रोजी A booke called Anthony and Cleopatra याची अधिकृत नोंदणी लंडनमध्ये झाली. त्याचा पहिला प्रयोग केव्हा झाला, झाला किंवा नाही याची निश्चित नोंद नाही; पण झाला असेल तर तो १६०६चा ईस्टर ते त्या वर्षाच्या शेवटी केव्हातरी यांच्या दरम्यान झाला असावा. याचा अर्थ हे नाटक शेक्सपिअरने 'मॅकबेथ' लिहिले त्याच दरम्यान लिहिले असावे. म्हणजेच 'किंग लिअर' नंतर काही काळातच लिहिले असावे. या तीनही नाटकांमधून भक्कम, ताकदवान स्त्रीपात्रे शेक्सपिअरने मांडली आहेत. या स्त्रिया पुरुषांच्या राजकीय विश्वाचा भाग आहेत आणि त्या राजकीय जगात त्यांचे अस्तित्व त्या जोरकसपणे रोवताना दिसतात. तसे पाहायला गेले तर वर उल्लेखिलेल्या नाटकांमधल्या मध्यवर्ती पुरुष व्यक्तिरेखांच्या विनाशालाही त्या जबाबदार ठरताना दिसतात. मात्र मला असे वाटते की, क्लिओपात्रा

इतर दोन नाटकांतल्या स्त्रीपात्रांपेक्षा वेगळी आहे. लेडी मॅकबेथ किंवा गॉनेरिल आणि रीगन या उघडच महत्त्वाकांक्षी आणि पुरुषांचेच डावपेच वापरणाऱ्या, त्यांच्याच कुटुंबाचा आणि संस्कृतीचा भाग असणाऱ्या बाया आहेत. क्लिओपात्रा स्वतंत्र संस्कृतीची सम्राज्ञी आहे. त्यामुळे तिच्या कृती एकाच वेळेस व्यक्तिगत जीवनाशीही निगडित आहेत आणि त्याच वेळेस त्या वेगळ्या राजकारणाचे आणि वेगळ्या मूल्य- संस्कृतीचेही प्रतिनिधित्व करणाऱ्या आहेत. शेक्सपिअरने क्लिओपात्रा कशासाठी मांडली असावी, या प्रश्नाचे एक उत्तर यात आहे. शिवाय त्याच्या काळातील साम्राज्यविस्ताराच्या खटपटीत असणाऱ्या इंग्लंडला रोमन साम्राज्याच्या इतिहासाचा वारसा होता हेही त्यातले इंगित आहे. तेव्हा हे नाटक शेक्सपिअरच्या इतर नाटकांशी तुलना करत केवळ शोकांतिका किंवा ऐतिहासिक नाटक अशा स्वरूपात करून चालणार नाही. मुळात हे नाटक केवळ भव्य मानवी व्यक्तिरेखांचा नियतीशी असलेला संघर्ष सांगत नाही. या नाटकातील सर्व भव्य व्यक्तींचे पाय मातीचेच दाखवले आहेत. शिवाय नाटकात इतक्या घडामोडी घडतात की, आपले लक्ष त्या घटनांमागे सारखे धावत असते. यातील मांडणी मानवी सामूहिकतेतून निर्माण होणाऱ्या सांस्कृतिक पटाची मांडणी आहे आणि त्यातून निर्माण होणारे प्रश्न हे नाटक समोर आणते. त्याअर्थाने या नाटकातील व्यक्तिरेखा फक्त स्वतंत्र व्यक्तिमत्त्वाच्या व्यक्ती नाहीत तर त्या व्यापक राजकीय यंत्रणेच्या प्रतिनिधीही आहेत. क्लिओपात्रा आणि अ‍ॅण्टनी प्रेमिक म्हणून भिडत असतानाच ते दोन स्वतंत्र संस्कृतींचे प्रतिनिधी आणि त्या सांभाळण्यासाठी झटणारे राज्यकर्ते म्हणूनही एकमेकांना सतत सामोरे जात असतात. त्यामुळेच या नाटकाची गणना कोणत्या आकृतिबंधात करावी याबाबत बरीच चर्चा झाली आहे. तिला शोकांतिका म्हणावे की ऐतिहासिक नाटक म्हणावे की सम्राट-सम्राज्ञीची प्रेमकथा म्हणावी, हे प्रश्न अनेकदा समाधानकारक उत्तरे मिळवू शकत नाहीत. आत्ता नव्याने समोर येणाऱ्या क्लिओपात्राच्या इतिहासाची दखल घेतली तर मग या नाटकातून शेक्सपिअर बरेच काही सांगून गेला आहे, हे मात्र जाणवते.

या नाटकाचा शेवट शोकात्म आहे का, तर निश्चितच आहे. पण वेगळ्या अर्थाने. शोकात्म परिणाम कशातून निर्माण होतो? सहसा एखाद्या उत्तुंग व्यक्तिमत्त्वाच्या माणसाच्या अध:पतनाची गोष्ट असते.त्याच्यात असलेल्या एखाद्याच क्षुल्लक दोषामुळे अथवा परिस्थितीच्या संकटांमुळे त्याला भयानक संकटांचा सामना करावा लागतो आणि वेदना, क्लेश व प्रसंगी मृत्यू स्वीकारावा लागतो, त्यातून शोकात्म भाव निर्माण होतो. त्यात अनेकदा नियतीचा क्रूर खेळ प्रेक्षकाला विकल करतो. इतक्या उत्तुंग व्यक्तिमत्त्वाला इतके भयंकर भोग का भोगावे लागावे, असा प्रश्न हैराण करतो. त्याचबरोबर त्या उत्तुंग व्यक्तिमत्त्वात असलेला एखादाच दोषही अस्वस्थ करत रहातो. यासाठी शोकांतिकेचा

निर्माता त्या नायक/नायिकेच्या व्यक्तिमत्त्वावर प्रामुख्याने लक्ष केंद्रित करतो. शोकांतिकेची वाटचाल एखाद्या हिमनदीसारखी अटळ असते. ॲण्टनी क्लिओपात्रा याअर्थाने शोकांतिका म्हणता येत नाही. कारण तिथे दर क्षणी काहीही घडू शकले असते अशी अनिश्चितता सतत आहे. याचे कारण तत्कालीन राजकारण कशा पद्धतीने वळण घेईल याला अनेक घटक जबाबदार ठरताना दिसतात. त्यातला सर्वांत महत्त्वाचा घटक हा ज्या पद्धतीचे राजकारण ऑक्टोव्हियस सीझर करतो ते आहे. सर्व समन्वयाच्या शक्यता संपवत, युद्धखोर आणि विस्तारवादी साम्राज्यवादाचे पाय रोवत तो राज्यविस्तार करतो आहे. स्वतःचे स्थान बळकट करतो आहे. त्याची वाटचाल ज्युलियस सीझर किंवा ॲण्टनीपेक्षा एकारलेली आहे. केवळ स्वतःची सत्ता एवढेच त्याचे ध्येय आहे. आधुनिक साम्राज्यवादाचा पदरव त्याच्या सत्ताकारणातून ऐकू येतो. या अर्थाने – 'ॲन्टनी क्लिओपात्रा'तील शोकांतिका ही अधिक व्यापक आहे.

ती स्त्रीवादी परिप्रेक्ष्यातून बघितली तर तिचे गांभीर्य लक्षात येते. वर म्हटल्याप्रमाणे यातील युद्ध हे केवळ दोन सत्ताकांक्षी योद्ध्यांमधील युद्ध नाही, तर अगदी भिन्न मूल्यव्यवस्थांमधून घडलेल्या दोन सभ्यतांचा (civilizations) संघर्ष आहे. त्यात पुरुषसत्ताक मूल्ये संपूर्ण जगाचीच पुनर्रचना कशी करतात हे स्तिमित करणारे आहे. शेक्सपिअरची दृष्टी प्रत्येक व्यक्तिरेखेला भेदत जाते. कोणताच माणूस भव्य नाही, तसाच टाकाऊही नाही. तरीही त्यांच्या सामूहिक देवाणघेवाणीला व्यक्तिगत महत्त्वाकांक्षांचा क्षुद्रपणा पोखरत जातो. जे मानवी बुद्धिमत्तेचे विलास असू शकले असते, तेच केवळ सत्तासंपादनाची हत्यारे म्हणून वापरले जातात. साहजिकच इथल्या सर्वच गोष्टी या अंतिमतः राजकारणाने अंकित केल्या जातात. धर्म, साहित्य, भाषा, लिंगभावात्मक ओळखी, कला हे सगळेच राजकीय डावपेच म्हणून खेळवले जातात. त्यामुळे त्यातील मानवी व्यक्तिरेखांचे दिसणे आणि प्रत्यक्षात असणे यातील अंतर या डावपेचांची भाषा खेळवत राहते. इथे मानवी नेणिवा किंवा अबोध मनाच्या गुंत्यात शेक्सपिअर शिरत नाही. इतर नाटकांमधून त्याची दृष्टी अंतर्मनात वळताना जाणवते तशी इथे ती कायमच बहिर्मुख होताना दिसते. राजकारणाचे डावपेच खूपच मोठ्या संख्येने दोन साम्राज्यांतील प्रजेला वेठीला धरत असतात, याचे ओझे राज्यकर्त्यांवरही असणार. विशेषतः ॲण्टनी आणि क्लिओपात्रासारख्या समन्वयवादी राज्यकर्त्यांना त्याची जाणीव असणार. तेव्हा डावपेच अपरिहार्यच. त्यातला वेदनेचा भाग इतकाच की क्लिओपात्रा आणि ॲण्टनी प्रेमातही आहेत, जे त्यांना सहजी स्वीकारता येत नाही. तिथे त्यांच्या रोमन किंवा इजिप्शियन राज्यकर्ते असण्याचे अडसर असतात. ज्या क्षणी डावपेच टाकून दिले जातात, त्याक्षणी त्या व्यक्तिरेखा स्वतःच्या इच्छांना सामोऱ्या जातात. जेव्हा एका निखळपणातून नाती स्वीकारतात, त्याक्षणी त्यातली

शोकांतिका संपते आणि एका सुटकेचा नि:श्वास आपण टाकतो. विशेषतः क्लिओपात्राला तिच्या अ‍ॅण्टनीकडे केवळ एक प्रेयसी/पत्नी म्हणून जाता येण्याचा क्षण खरे तर सुखदच ठरतो. अ‍ॅण्टनीच्या मृत्यूनंतर ऑक्टेव्हियन सीझरच्या निर्मम रोमन पुरुषसत्तेकडून एक वेश्या म्हणून किंवा जिंकून घेतलेल्या परकीय संस्कृतीची प्रतिनिधी म्हणून मानहानी पत्करण्यापेक्षा तिने मृत्यू स्वीकारावा हे केव्हाही सुसह्यच. इथे पुरुषसत्ताकतेचे निर्मम सत्ताकारण समोर येते.

यातील रोमन आणि इजिप्शियन संस्कृतींच्या ओळखी शेक्सपिअर ज्या पद्धतीने मांडतो ते लक्षात घेण्याजोगे आहे. रोमन साम्राज्यवादी विस्तार हा जितका त्याच्या नेत्यांच्या व्यक्तिगत महत्त्वाकांक्षेतून झाला, तितकाच तो सांस्कृतिक वर्चस्ववाद लादण्या-टिकवण्यासाठीही झाला. रोमन सत्ताधीशांइतकाच रोमन जनतेचा वर्चस्ववादी अहंकार हा क्लिओपात्राच्या इजिप्तचा अंत होण्यास कारणीभूत ठरला. उदाहरणार्थ, अ‍ॅण्टनीसारखा उमदा योद्धा जेव्हा क्लिओपात्राच्या प्रेमात पडतो, तेव्हा तो केवळ त्याचा व्यक्तिगत प्रश्न राहत नाही तर राजकीय होतो. ताकदवान, पुरुषी रोमन संस्कृतीचा योद्धा इजिप्तसारख्या 'दुय्यम' दर्जाच्या पौर्वात्य व म्हणून 'स्त्रैण' संस्कृतीतील राणीच्या प्रेमात पडतो आणि तिच्याबरोबर तो संसार करू इच्छितो हे रोमन जनतेला मान्य झाले नाही. अ‍ॅण्टनीच्याच नव्हे तर सर्वच रोमन राजांच्या अनेक प्रेयस्या होत्या; पण त्यांना कोणालाच रोमन राजाच्या बरोबरीचा दर्जा नव्हता जो क्लिओपात्राने मिळवला. अगदी ज्युलियस सीझरच्या कारकिर्दीतही. अ‍ॅण्टनीच्या आधी ज्युलियस सीझरदेखील तिच्या प्रेमात पडला होता. तो रोमला परतल्यावर त्याची हत्या झाली, त्यापाठीमागे अनेक कारणे होती. पण त्यातील एक महत्त्वाचे कारण असे असावे की, त्याच्यापासून क्लिओपात्राला मुलगा झाला होता; आणि त्याची व क्लिओपात्राची आई-मूल अशी प्रतिमा त्याने रोमन साम्राज्याची अधिष्ठात्री असणाऱ्या व्हीनस देवतेच्या मंदिरात बसवली होती. रोमच्या नेत्यांनी परदेशातील राण्यांशी संबंध ठेवण्याला रोमन जनतेची हरकत नव्हती; पण परकीय स्त्री त्यांच्या संस्कृतीचा सन्मानित भाग बनायला त्यांची नक्कीच हरकत होती. वांशिक किंवा वर्णभेदाची भावना तिथे प्रबळ ठरत होती.

अ‍ॅण्टनीच्या बाबतीत याच सांस्कृतिक मानसिकतेचा वापर ऑक्टेव्हियन सीझरने करून घेतला. अ‍ॅण्टनीला असणारा जनाधार त्याने अ‍ॅण्टनी आणि क्लिओपात्राने केलेल्या 'डोनेशन्स ऑफ अलेक्झांड्रिया' या समारंभाचे कारण करून काढून घेतला. खरे तर हा समारंभ वैशिष्ट्यपूर्ण म्हणता येईल, कारण अ‍ॅण्टनीने क्लिओपात्राला ज्युलियस सीझरची पत्नी म्हणून तसेच इसिस या इजिप्शियन मातृदेवतेच्या रूपात राज्याभिषेक करवला होता. सीझरची व त्याची मुले एकाच व्यासपीठावर बसवून साम्राज्याचे वाटे केले. क्लिओपात्राच्या पूर्वजांनी, टॉलेमींनी निर्माण केलेले साम्राज्य

त्याने तिला बहाल केले. हे राजकारणाच्या अंगाने पाहिले तर अगदी चतुर राजकारण होते. कारण ज्युलियस सीझरची पत्नी अशी मान्यता देऊन अँण्टनीने एका प्रकारे ऑक्टेव्हियनला पर्याय निर्माण केला होता. पण त्याचबरोबर एतद्देशीय इजिप्शियन संस्कृतीशी क्लिओपात्राने निर्माण केलेल्या नात्याचा आदरही केला होता. आधुनिक काळात इजिप्तमध्ये क्लिओपात्रावर नाटक लिहिण्याचे जे काही फुटकळ प्रयत्न झाले त्यात क्लिओपात्रा ही राष्ट्रवादी दाखवली गेली आहे. रोमनांनी रोमन साम्राज्याचा संस्थापक असे ऑक्टेव्हियनला उचलून धरण्यासारखेच ते आहे. पण अँण्टनी-क्लिओपात्राचे राजकारण अधिक व्यापक होते. याचा परिणाम पुढे व्यापक सांस्कृतिक समन्वयात होऊ शकला असता का, असा प्रश्न मला कायमच पडत आला आहे.

शेक्सपिअरने या नाटकासाठी प्लूटार्क या इतिहासकाराचा आधार घेतला हे उघडच आहे. नाटकातील अनेक प्रसंग त्याची साक्ष आहेत. पण ज्या ऐतिहासिक काळात शेक्सपिअरने हे नाटक लिहिले, त्या काळाचा त्याच्या नाटकातील सहभाग लक्षात घ्यायला हवा. शेक्सपिअरने हे नाटक लिहिले तेव्हा इंग्लंड-खरे तर संपूर्ण युरोप-पौर्वात्य देशांच्या खणखणीत अर्थव्यवस्थांच्या संबंधांच्या जाळ्यामध्ये प्रवेश मिळवण्याची धडपड करत होता. १५ वे आणि १६ वे शतक कमालीच्या सळसळणाऱ्या उपक्रमांनी व्यापलेले होते. त्यातूनच अनेकविध संस्कृतींचे परस्परांशी संबंध आले. देशांतरे आणि खंडांतरे झाली. पाश्चात्त्य आणि पौर्वात्य समाजांची मिसळण झाली. परंतु १८व्या शतकात पाश्चात्त्य साम्राज्याने पूर्वेवर बस्तान बसवत जे स्थान निर्माण केले, त्यातून त्यांच्या सगळ्या उपक्रमांची दिशा स्पष्ट होते. या उपक्रमांतूनच साम्राज्यवादाची चाके दिग्विजयासाठी तयार केली गेली, ज्यात सांस्कृतिक ओळखी या राजकीय डावपेच म्हणून वापरल्या गेल्या. अँण्टनी आणि क्लिओपात्राची शोकांतिका या व्यापक सत्ताकारणाचा भाग आहे. अँण्टनी आणि क्लिओपात्रा या दोघांनीही त्यांच्या ओळखी दिमाखाने सांभाळल्या; पण त्याचबरोबर एकमेकांच्या ओळखींचा आदर केला. त्या आदरातूनच त्यांनी मैत्रीपूर्ण वातावरण तयार केले, ज्यात सत्तापिपासा विरत गेली. पण ही मैत्रीपूर्णता ज्या राजकीय शक्तींनी नष्ट केली, त्यांनी या ओळखींचा हत्यार म्हणून वापर केला.

वर उल्लेखलेली तीनही नाटके गेली अनेक वर्षे चर्चेचा विषय होत आली आहेत. पण अँण्टनी आणि क्लिओपात्रा हे अनेकदा वापरले जाऊनही त्याची जबाबदार चर्चा झाली नाही, असे म्हणावे लागते. अगदी अलीकडच्या काळापर्यंत या नाटकाचा सगळ्यात लोकप्रिय अर्थ लावला गेला आहे तो मुख्यत: दृश्य कलामाध्यमांतून. दोघांच्या प्रेमकथेवर अनेक पेंटिंग्ज काढली गेली. नाटके केली गेली. चित्रपट केले गेले. या सगळ्यांमधून अँण्टनी आणि क्लिओपात्राला अत्यंत रोमांचक अशा प्रेमकथेचा आकार दिला गेला आहे. पारंपरिक लोककथा, ग्रीक रोमन मिथक कथा यांच्या

आधाराने दोघांनाही बलदंड पुरुषयोद्धा आणि भुरळ घालणारी चतुर कामिनी अशा रूपांत सादर केले गेले आहे. उदाहरणार्थ, अॅण्टनी हा रोमन देव मार्स (मंगळ) तर क्लिओपात्रा रोमन देवता व्हीनस (शुक्र) अशा एकसत्वीकरण (essentialized) केलेल्या निखळ पुरुष आणि स्त्री प्रतिमा मांडल्या गेल्या आहेत. पेंटिंग्जमधले तपशील उघडपणेच रोमन साम्राज्याचे प्रस्थापन दाखवणारे आहेत. क्लिओपात्राने तिचा मूल्यवान मोती व्हिनेगारमध्ये विरघळवून सर्वांत महाग मेजवानी देण्याची पैज पूर्ण करणे आणि स्वतःला साप चाववून घेऊन मृत्यू पत्करणे हे दोन प्रसंग सर्वांत अधिक संख्येने चित्रित करण्यात आले आहेत. म्हणजे क्लिओपात्राचा उधळेपणा आणि रोमन साम्राज्याचा विजय हे यातून अनेकदा सांगण्यात आले आहे.

दुसरा लोकप्रिय समज आणि त्यावर आधारलेल्या गोष्टी म्हणजे 'परकीय', 'रोमन नसलेली', 'पौर्वात्य', 'स्त्री' व्यक्तिरेखा एखाद्या चेटकिणीप्रमाणे witch/siren/gypsy/native रोमन पुरुषाला भुरळ घालून जाळ्यात पकडते आणि तो पुरुष मोठ्या धैर्याने त्यातून सुटून येतो अथवा त्यात बळी जातो. उदाहरणार्थ, Ulysses, Aenas अशा मिथककथांची आणि त्यावर आधारित महाकाव्यांची एक दीर्घ परंपराच पाश्चात्त्य साहित्यात आहे. रोमन नायक आफ्रिकन राण्यांच्या प्रेमात पडलेल्या कथांवर महाकाव्ये रचली गेली आहेत. डिडो, शीबा या आफ्रिकन राण्यांच्या कथा संदर्भासाठी पाहता येतील. पण अलीकडील अभ्यासकांनी हे दाखवून दिले आहे की, या कथा रोमनांनीच लिहिलेल्या आहेत. साहजिकच त्यांना जसा इतिहास लिहून हवा होता, तसा तो लिहिला गेला आहे. या कथांमागची दृष्टी ही रोमन किंवा नंतरच्या काळात पाश्चात्त्य लेखकांची आहे. अनेकदा हे लेखक सम्राटांनी बिदागी देऊन नेमलेले इतिहासकार होते. साहजिकच त्यांच्या इतिहासातील रोमन दिग्विजय मांडताना ते जिंकून घेतलेल्या स्त्रियांच्या लैंगिकतेवर पुरुषांची ताबेदारी प्रस्थापित करताना दिसतात. नाहीतर मग त्यांना मोहात पाडणाऱ्या चेटकिणीस्वरूप राण्यांच्या पाशातून सुटका करून घेताना दाखवले जातात. आपल्या महाकाव्यातला राम शूर्पणखा नावाच्या 'राक्षसी'च्या मोहाला बळी पडत नाही तसेच काहीसे. म्हणजे मग तो पुरुष योद्धा किती दिव्य आणि निर्मोही होता, त्याने साम्राज्यविस्तार किती धैर्याने केला हे सांगायला इतिहास मोकळा. प्रत्यक्षात त्या 'चेटकिणी', 'राक्षसी', 'अडाणी राण्या' कशा होत्या हे समजून घ्यायला हजारो वर्षे जावी लागतात. इतिहासलेखन हे धर्मसत्ता आणि राजसत्ता यांच्या हातातील हत्यार बनते ते असे.

अॅण्टनी आणि क्लिओपात्रा या नाटकाने हे सगळे सामावून घेतले आहे. इतिहासाचा हा आकार नाटकात प्रतीत होतो. पण तो शेक्सपिअरच्या प्रतिभेने नेमका भेदला जातो. सतत बदलणाऱ्या प्रवेशांमधून शेक्सपिअरने नाटकाचा 'फोकस'ही

सतत हलणाराच ठेवला आहे. त्यातून आपण नाटकातील व्यक्तिरेखांना इतिहासाच्या अवकाशात बघत राहतो. यातील राजकारण इतके कमालीचे गुंतागुंतीचे आहे की, कोणत्याच व्यक्तीबद्दल, कोणत्याच कृतीबद्दल, कोणत्याच भावनेबद्दल किंवा कोणाच्याच हेतूबद्दल आपल्याला खात्री देता येत नाही. बदलणारी परिस्थिती सगळ्याच गोष्टींना कमालीची गती देते. एखादी कृतीदेखील परिस्थितीचा संपूर्ण आकार बदलू शकते. सगळे सतत प्रवाही राहते, अगदी व्यक्तीदेखील सतत बदलत राहतात. प्रत्येक स्फोटक परिस्थितीत प्रत्येकाची निर्णयक्षमता पणाला लागते. पण प्रत्येक व्यक्तिगत निर्णय हा अंतिमतः जगाचा आकार ठरवतो. बरोबरीने सगळे घडतही राहतात. एन्नोबार्बस हा ॲण्टनीचा निष्ठावंत आणि राजकारणकुशल सेनापती पण तोही ॲण्टनीच्या क्लिओपात्रा-प्रेमाने वैतागून त्याच्या शत्रूला, ऑक्टेव्हियन सीझरला जाऊन मिळतो. पण परत एकदा ॲणन्टनीच्या दिलदार मैत्रीमुळे त्याला त्याच्याच कृतीचा पश्चात्ताप होऊन तो त्या पश्चात्तापाने मरतो. यात त्याचा दोष खरे तर नाही. कारण मोठ्या प्रमाणावरील सामूहिक हालचालींनी जग सतत स्फुरण पावत असते. त्यातून माणसेही नव्याने घडत-बिघडत राहतात.

अगदी ॲण्टनी आणि क्लिओपात्राचा विचार करायचा झाला तरी त्यांच्या दोघांच्या राजकीय जबाबदाऱ्या पार पाडत असताना ॲण्टनी अर्धा इजिप्शियन बनतो आणि क्लिओपात्रा अर्धी रोमन. तसेच ॲण्टनी अर्धी स्त्री आणि क्लिओपात्रा अर्धा पुरुष. Then put my tires and mantles on him, whilst I wore his sword Philippan.. act 2, Sc 5. पण या ओळखी मात्र पाहिजे तशा, पाहिजे तेव्हा निवडता येत नाहीत. त्यांच्या भूमिका या दीर्घकालीन इतिहासातून तसेच राजकीय आणि सांस्कृतिक संघर्षातून घडवल्या जातात. व्यक्ती स्वतःच्या क्षमतांनुसार त्यांच्या भूमिकांना अर्थ आणि ताकद देतात; पण त्यांचे नियंत्रण मात्र सर्वस्वी त्यांच्या हातात नसते. कित्येकदा त्यांना त्यांच्या एकसत्वीकरण केलेल्या भूमिका घेणे भाग पडते, असे शेक्सपिअर सुचवतो.

रोमन आणि इजिप्शियन दोघेही जण त्यांच्या त्यांच्या अस्मितांचे मोठेपण पुनःपुन्हा ठसवत राहतात. जसा जसा त्यांचा संपर्क वाढत जातो, तशातशा त्यांच्या 'रोमन' आणि 'इजिप्शियन' अस्मितांचा संघर्ष तीव्र बनत जातो. रोमन संस्कृतीपेक्षा इजिप्शियन संस्कृती प्राचीन होती. जगज्जेत्या अलेक्झांडरशी नाते संगणाऱ्या क्लिओपात्राच्या टॉलेमी घराण्याने त्यांची मॅसेडोनियन-ग्रीक-इजिप्शियन अस्मिता जपण्याचा आटोकाट प्रयत्न केलेला होता. त्यांना स्वतःचे ग्रीक असणे हे एतद्देशीय इजिप्शियनांपेक्षा उच्च दर्जाचे वाटे. त्यांनी तसे अंतर जाणीवपूर्वक राखले होते. ते राखण्यासाठी सख्ख्या बहीण-भावांचे विवाह करण्याची प्रथाही त्यांनी निर्माण केली.

क्लिओपात्राने मात्र ग्रीक परंपरेपासून थोडे दूर जात इजिप्शियन एतद्देशीय लोकांशी संपर्क वाढवला. त्यांच्या भाषा ती उत्तम बोलू शकायची. इजिप्त आणि त्याच्याभोवती असणाऱ्या विविध वंशाच्या आणि विविध भागांतील लोकांना तिच्या साम्राज्याशी जोडून घेण्याचे तिचे प्रयत्न होते. त्यात शक्य असेल तर रोमन राज्यकर्त्यांचीही मदत घेण्याचा तिचा प्रयत्न होता. तिने तिच्या घराण्याची प्रथा मोडून रोमन राज्यकर्त्यांशी विवाह केले. पण रोमन राज्यकर्त्यांना इजिप्तची समृद्ध भूमी रोमन आधिपत्याखाली आणण्यात जास्त रस होता. सांस्कृतिक देवाणघेवाण होत असली तरी भूमीचा आणि साधनांचा ताबा मिळवणे हा हेतू रोमन राजवटीचा होता. ॲलेक्झांड्रियासारखे बौद्धिक व्यवहारांचे केंद्र, भरभराटीला आलेले व्यापार केंद्र ताब्यात घेण्याचा त्यांचा सतत प्रयत्न होता. त्यामुळे एका बाजूला टॉलेमी राज्यव्यवस्थेचा ऱ्हास तर दुसऱ्या बाजूला अत्यंत सक्षम व महत्त्वाकांक्षी अशा रोमन नेतृत्वाचा उदय, यामुळे या संघर्षाचा शेवट निर्णायक झाला. क्लिओपात्राचे सक्षम नेतृत्व आणि राजकीय हुशारी यामुळे हा संघर्ष जरा जास्त काळ चालला इतकेच. ती अत्यंत आक्रमक आणि युद्धखोर अशा रोमन पुरुषांशी व त्यांनी निर्माण केलेल्या युद्धनिष्णात व्यवस्थेशी लढत होती. तिचे राज्य वाचवण्याचा प्रयत्न करत होती. तिला संपवल्याखेरीज पुरुषसत्तेची प्रस्थापना होणे अवघड होते. या अर्थाने क्लिओपात्रा ही पाश्चात्त्य संस्कृतीचा पायाचा दगड आहे. ती ज्या काळात जगली आणि संपवली गेली, तिथून आधुनिक पाश्चात्त्य संस्कृतीचा उगम शोधता येतो. तिच्या मृत्यूनंतरच रोमन व्यवस्थेला आदर्श म्हणवून घेता आले.

क्लिओपात्राच्या जीवन काळात आणखी एका युगाची सुरुवात झाली. तो काळ ख्रिश्चन धर्माच्या संस्थापनेचा काळ होता. त्याचे 'एक निर्मिक' स्वरूप प्रभावी ठरून त्यातून मूलनिवासी संस्कृतींचा पाडाव होण्याच्या गतीला वेग आला. शेतीमध्ये वसलेल्या, अनेक देव व धर्म मानणाऱ्या या संस्कृती वैविध्याला मान्यता देणाऱ्या होत्या. रोमन साम्राज्य आणि ख्रिश्चन धर्म यांमुळे त्या संस्कृती नष्ट झाल्या. या पाडावानंतर क्लिओपात्राचे जे स्वरूप रोमन इतिहासातून प्रसृत केले गेले; तेच अनेकवार साहित्य, शिल्पकला, चित्रकला, पेंटिंग्ज, चित्रपट, नाटक यांतून वारंवार समोर ठेवले गेले. त्यातून मग रोमन संस्कृतीचे पुरुषसत्ताक प्रारूप उभारण्याच्या प्रक्रियेत क्लिओपात्रा नावाच्या मिथकाचे ऐतिहासिक स्थान निश्चित करण्यात आले. रोमन साम्राज्यवादी राजकारणाचा प्रचार त्या क्लिओपात्रा नावाच्या मिथकातून केला गेला. सद्यकालीन ऐतिहासिक पुराव्यांमधून समोर येणारी क्लिओपात्रा अगदी वेगळी आहे.

युरोपीय संस्कृतीच्या विविध टप्प्यांवर क्लिओपात्राची आठवण पुनरुज्जीवित करत पाश्चात्त्य आणि पौर्वात्य असा भेद ठसवला गेला. पाश्चात्त्य साम्राज्यांचा पौर्वात्य वसाहतीमधला प्रवेश व अस्तित्व यांचे समर्थन करण्यासाठी वापरला गेला. इ.स.पहिल्या

शतकातल्या रोमन संस्कृतीने संपूर्ण युरोपची वैश्विक पकड जरी निर्माण केली नसली, तरी त्या प्रक्रियेचा पाया घालून देण्याचे काम, वसाहतवादाची बीजे आणि साम्राज्यवादाचे समर्थन करण्याच्या पद्धती त्यातून नक्कीच निर्माण झाल्या. पौर्वात्य देशांच्या हिणकस प्रतिमा त्यातूनच पेरल्या गेल्या, ज्या नंतरच्या लेखकांनी खतपाणी घालून वाढवल्या. इंग्लंडसारखे देश जे रोमकडे त्यांच्या साम्राज्याची मूळ प्रतिमा म्हणून बघतात, त्यांच्या इतिहासात हे स्पष्टपणे दिसते.

शेक्सपिअरनेदेखील प्लूटार्कच्या गोष्टींना नाट्यरूप देताना त्याच्या काळाचे संदर्भ त्यात अस्तरासारखे जोडले आहेत. इतिहास समकालीनही असतो. साहजिकच रोमन साम्राज्यविस्तार आणि शेक्सपिअरच्या काळात आकार घेत असलेला एलिझाबेथ राणीचा साम्राज्यविस्तार यांचेही संदर्भ जुळतात. शिवाय या नाटकातील राजकारण रोमन साम्राज्याचे दुवे तत्कालीन राजकारणाशी जोडणारे असले तरी एलिझाबेथची तुलना त्याच वेळेस क्लिओपात्राशीदेखील होऊ शकत होती. या तुलनेतून सत्ताकांक्षेची व्यक्तिगत प्रेरणा साम्राज्यविस्ताराची इच्छाशक्ती घडवत नेते. यांतून आपल्या सीमारेषा विस्तारत चाललेले आणि आकारत चाललेले राष्ट्र नावाचे जिवंत अस्तित्व समोर येते. शेक्सपिअरची असामान्य बुद्धिमत्ता या संकल्पनांना अनेकविध संदर्भांत मांडते. त्यातून तो असे एक कलात्मक जग उभे करतो की, ज्यात निर्माण होऊ घातलेल्या साम्राज्यांचे धोके आणि त्यांच्या वसाहतींना त्याची चुकवावी लागणारी किंमत याचे यथार्थ चित्र समोर उभे राहते.

शेक्सपिअरच्या काळाचा संदर्भ बाजूला ठेवला तरी अगदी अलीकडच्या काळापर्यंत ब्रिटिश इतिहासात त्याचप्रकारचे दुवे क्लिओपात्राच्या मिथकाशी कसे जोडले गेले हेही बघण्याजोगे आहे. ॲण्टिनी आणि क्लिओपात्रा हे शेक्सपिअरचे नाटक १९व्या शतकात जेव्हा व्हिक्टोरिया राणी राजपदावर आली, तेव्हा नव्याने केले गेले. ब्रिटिश साम्राज्यविस्ताराच्या पार्श्वभूमीवर आणि त्याच्या समर्थनासाठी निर्माण केल्या गेलेल्या 'गोऱ्या माणसाच्या ओझ्या'च्या तत्त्वज्ञानात्मक झुलीवर त्याने कशिदाकाम केले असणार. २०व्या शतकातही ते अनेकदा केले गेले. १९५३मध्ये दुसऱ्या एलिझाबेथच्या राज्यारोहण समारंभाच्या वेळेस ॲण्टनी आणि क्लिओपात्रा हे नाटक मोठ्या दिमाखात लंडनमध्ये सादर केले गेले होते. या राज्यारोहण समारंभाचे दूरदर्शनवर चित्रीकरण होऊ नये असा ब्रिटिश संसदेचा सल्ला न मानता त्याचे चित्रीकरण केले गेले होते, हेही यासंदर्भात लक्षात घेण्याजोगे आहे. राजेशाहीचे वैभवशाली प्रदर्शन जास्तीत जास्त लोकांपर्यंत पोहोचवण्याचा तो प्रयत्न होता. याचा धागा परत एकदा सामूहिक मनात खोलवर जाऊन स्थिरावलेल्या क्लिओपात्राबद्दलच्या आकर्षणाशी जोडला जातो. त्याचबरोबर क्लिओपात्राने तिच्या आयुष्यभर केलेल्या नाट्यमय

आणि प्रदर्शनीय समारंभांशीही जोडला जातो. गेली कित्येक शतके त्याबद्दल वाटणारी उत्सुकता आणि आकर्षण अद्यापही कमी झाले नसल्याचा किंवा क्लिओपात्राची प्रतिमा केवळ उधळपट्टीशी जोडण्याचाही तो भाग असू शकतो.

पारंपरिक साहित्य-समीक्षेचा आढावा घेतला तर त्यात बहुतेक वेळा क्लिओपात्राचे चित्रण हे पुरुषी मानसिकतेतून केले गेले आहे. सर्वसामान्यपणे क्लिओपात्राचे वर्णन शेक्सपिअरच्या सुनीतांमधील काळी सौंदर्यवती; त्याची स्वतःचीच चंचल, सर्पिणीसदृश्य असणारी अत्यंत आकर्षक अशी प्रेयसी अशा स्वरूपात केले जाते. (Frederick James Funwall, 'The Dark Woman', 1877) किंवा मादक, प्रदर्शनाची हौस असलेली, स्वतःच्या मोहकतेच्या बढाया मारणारी, गर्विष्ठ, छळवादी आणि चंचल (William Hazlitt, 'The Noble Play', 1917) असे केले जाते. थोड्या पुढच्या काळात ए. सी. ब्रॅडलीसारखा नामवंत समीक्षक म्हणतो, दतिच्या भावना अत्यंत लालित्यपूर्ण चपळ आहेत....ती त्यांचा इतका अतिरेक करते, त्यांचा परिणाम होण्यासाठी इतके सतत प्रदर्शन करते की काही वाचकांना त्या केवळ फसव्या आहेत असे वाटते.'

पारंपरिक समीक्षा तशी एकमतानेच क्लिओपात्राचे चित्रण करताना दिसते. ती कायमच, गूढ/काळी वरीज्ञ, परकीय देशातील, संस्कृतीतील, आफ्रिकन, जिप्सी अशी दाखवून तिच्या विरोधी प्रतिमा गोऱ्या, रोमन अथवा युरोपीय कर्तृत्वशाली सम्राट किंवा अत्यंत निष्ठावंत, कर्तव्यतत्पर आई असणारी रोमन पत्नी अशा उभ्या केल्या गेल्या आहेत. शेक्सपिअरने त्यात फार मोठे बदल केले आहेत असे नाही. फक्त या प्रतिमांची खोली वाढवली आहे. त्याच्या काळाच्या आणि राजकारणाच्या चौकटीत मांडताना ही कलाकाराची मर्मदृष्टी त्या मांडणीला जागोजागी छेद देते. उदाहरणार्थ, क्लिओपात्रा ॲण्टनीला रोमन सम्राट म्हणून बघत असतानाच त्याच्या माणूसपणाचाही शोध घेते. तिच्या हिरव्या, कोवळ्या दिवसांत ज्युलियस सीझरच्या पितृप्रतिमेत बुडून गेल्यानंतर; आता पक्व दिवसात ॲण्टनीच्याबरोबर मैत्री करता येते आहे हा फरकही ती सांगते. ऑक्टेव्हियनशी वाटाघाटी करण्याचे चातुर्य दाखवत ती इजिप्तला वाचवू पाहते आहे. एका अर्थाने व्यक्तिगत प्रेमसंबंधांपेक्षा व्यापक हिताचा विचार करते आहे. ही सगळी परिपक्वता ॲण्टनीच्या उमद्या पण अगदीच एकरेषीय प्रेमिक प्रतिमेसमोर उठून दिसते. पण याच उमदेपणाचा तिला मोहही आहे. त्यामुळे क्लिओपात्राची प्रतिमा कित्येकदा शेक्सपिअर अत्यंत तप्त प्रेयसी आणि आई यांच्या दरम्यान हेलकावत ठेवतो. राजकारणातील हिंस्रतेचा आणि सततच्या विचलनाचा अनुभव असल्याने दोघांनाही त्यांचे प्रेम सांभाळणे किती कठीण आहे, हे त्यातून अनेकदा समोर येते. क्लिओपात्राशी प्रेमाच्या आणाभाका घेतलेला ॲण्टनी पुढच्याच अंकात सीझरच्या बहिणीशी लग्न करतो, ही त्यांच्या राजकीय भूमिकांची अपरिहार्यता आहे, हे दोघेही जाणतात. पण त्यांचे प्रेम हीदेखील अपरिहार्यताच

आहे हेही ते म्हणतात. साहजिकच सार्वजनिक भूमिका पार पाडताना अत्यंत तीव्र प्रेमाचा अनुभव कसा बाजूला ठेवायचा, हाही पेच त्यांच्या अनेक पेचांसोबत त्यांना सोडवावा लागतो. मात्र, ते त्यांच्या सार्वजनिक भूमिकांचा त्याग करू इच्छित नाहीत; शिवाय त्यांना ते शक्यही नाही. त्यांच्या क्षमता इतक्या विशेष आहेत की, त्यांनी केवळ एक खाजगी नागरिक म्हणून राहायचे ठरवले तरी त्यांना ते शक्य नाही. शिवाय तत्कालीन संस्कृतीला त्यांच्या अस्मितांचा भाग व सामूहिक गरजांचा भाग म्हणून देवसदृश्य व्यक्तिमत्त्वे हवीच आहेत.

खरे तर एका अर्थाने रोमन संस्कृतीने- जी ग्रीक लोकशाहीचे प्रारूप सांभाळत होती तिने- देवतासदृश्य नेत्यांचे महत्त्व बऱ्यापैकी व्यवहारवादी केले होते. साहजिकच सीझरचा खून लोकशाहीवादी तात्त्विक भूमिकेतून झाला होता. पण लोकशाहीतील व्यापक सत्ताकांक्षा अनेकदा तात्त्विक भूमिकांचा पराभव करते आणि सामूहिक नेणिवांना पृष्ठभागावर आणते. त्याचा गैरफायदा घेणारे ऑक्टेव्हियन सीझरसारखे राज्यकर्ते मग लोकशाहीच्या नावाखाली लोकशाही बाजूला ठेवत व्यक्तिगत महत्त्वाकांक्षांचा डाव साधतात व संस्कृतीला वेगळेच वळण देतात. शेक्सपिअरच्याच 'ज्युलियस सीझर'मध्ये अ‍ॅण्टनी तेच करतो. त्यामुळे ऑक्टेव्हियन सीझर हे त्याच अ‍ॅण्टनीचे फलित आहे. मात्र 'अ‍ॅण्टनी आणि क्लिओपात्रा'तला अ‍ॅण्टनी काहीसा वेगळा आहे. तो वेगळा कसा झाला, याच्याबद्दल काही तर्क करता येतात. त्याचा इजिप्शियन संस्कृतीशी, तिच्यातल्या वेगळ्या मूल्यव्यवस्थेशी संपर्क आल्यावर तो बदलला असेल का, हा प्रश्न विचारात घेण्याजोगा आहे. तो बदलू शकला म्हणूनही त्यांचे प्रेम इतिहासात अजरामर झाले का? हे खरेच की, क्लिओपात्राने इजिप्तमध्ये प्रस्थापित केलेली स्वतःची इसिस या देवतेची प्रतिमा तिच्या राज्ञीपदाला दैवी वलय बहाल करते. त्यामानाने धर्मविरहित असलेल्या आणि निवळ अर्थ व सत्ताकारणाभोवती फिरणाऱ्या रोमन संस्कृतीला ते दैवी वलय आकर्षक आणि हवेसे वाटले असणार, सोयीचेदेखील वाटले असणार; पण तेवढेच नसावे.

क्लिओपात्राचे सामान्य जनतेशी नक्की कोणत्या प्रकारचे नाते होते की, ज्यामुळे तिने प्रस्थापित टॉलेमी राजघराण्याचे सर्व संकेत झुगारल्यानंतरही तिला त्यांनी स्वीकारले. ग्रीक, रोमन राजवटींशी ती कोणत्या एतद्देशीय मूलनिवासींच्या आधारावर लढली? कशामुळे तिचा साम्राज्यविस्तार रोमनांना दहशतीचा वाटला? कदाचित त्याचमुळे अ‍ॅण्टनीला ती आकर्षक वाटली का? त्यातून तो बदलला का? आधी लिहिला गेलेला क्लिओपात्राचा इतिहास हा ऑक्टेव्हियन सीझरने नेमलेल्या व पुढे रोमन साम्राज्याचा भाग असलेल्या कवी आणि लेखकांनी लिहिला आहे. मूलनिवासींनी इतिहास लिहिला नसावा; किंवा तो नष्ट करण्यात आला असावा. जो काही वेगळा

इतिहास उपलब्ध आहे, तो अगदी निराळ्या स्वरूपात आहे. उदाहरणार्थ, ग्रीक मंदिराच्या पुजारणींनी केलेली भविष्यवाणी क्लिओपात्राविषयी आदराने व आशेने काही म्हणत असावी, असे दर्शवणारे उल्लेख आजच्या इतिहासकारांनी गोळा केले आहेत. एक चांगले उदाहरण म्हणून २०१०मध्ये दुआन रोलर यांनी लिहिलेले क्लिओपात्राचे चरित्र अभ्यासण्याजोगे आहे. त्यात त्यांनी परिश्रमपूर्वक अभ्यास करून असे सिद्ध केले आहे की, क्लिओपात्रा ही अत्यंत कुशल राजनीतीज्ञ होती, सागरी सेनानी होती, उत्तम प्रशासक होती, भाषातज्ज्ञ होती, लेखक होती. तिने झपाट्याने रसातळाला जाणाऱ्या आपल्या देशाची परिस्थिती, दिवसागणिक वाढत जाणाऱ्या रोमन हस्तक्षेपातून सांभाळण्याचा कुशल प्रयत्न केला. ऑक्टेव्हियन सीझरच्या प्रचारयंत्रणेने सभ्यतेचे सर्व संकेत झुगारून व कोणत्याच मोजमापाची पर्वा न करता क्लिओपात्राला विकृत स्वरूपात सादर केले.

क्लिओपात्राचा एक स्त्री म्हणून विचार करताना या नव्या इतिहासाचा आधार घेतला तर तिची राजकीय प्रतिमाही वेगळ्या स्वरूपात बघता येते. तिचे राज्ञीपद हे तिच्या स्त्री म्हणून घ्याव्या लागणाऱ्या निर्णयांवर अवलंबून होते. असे निर्णय पुरुषांना घ्यावे लागत नाहीत. बहुतेक ठिकाणी पारंपरिक क्लिओपात्रा प्रतिमा ही पुरुषांना मोहपाशात अडकवणारी अशी उभारलेली असली, तरी तिच्या १८ वर्षांच्या कारकिर्दीत आपल्याला फक्त दोन पुरुषांशी असलेले तिचे संबंध ज्ञात आहेत. तेसुद्धा त्या काळात सर्वोच्च पदावर असणाऱ्या रोमन राज्यकर्त्यांशी. त्यातून असेदेखील सिद्ध होते की, तिने केलेली पुरुषांची निवड ही तिच्या कुशल राज्यकारणाचा अत्यंत धोरणी भाग होता. तिच्या ख्यातकीर्त घराण्याच्या परंपरेत बसेल असे वारस निर्माण करायचा तो अत्यंत वेगळा आणि तरीही सशक्त मार्ग होता. कदाचित त्या काळातील परिस्थिती लक्षात घेता एकमेव मार्ग होता. तिने तिची मुले एकटीने जन्माला घातली आणि एकटीने वाढवली, तीदेखील अतिशय स्फोटक राजकीय परिस्थितीत. या पार्श्वभूमीवर तिला केवळ मोहपाशात अडकवणारी, वेश्यास्वरूप गर्विष्ठ स्त्री म्हणून सतत मांडले गेल्यामागचे राजकारण स्पष्ट होते. शिवाय अगदी प्रस्थापित राज्यकर्त्यांच्या छत्रछायेत राहून लिहिणाऱ्या लेखकांनीही काही नोंदवले आहे, ते लक्षात घेण्याजोगे आहे. क्लिओपात्रा ही अत्यंत प्रभावी व्यक्ती होती. अतिशय हवीहवीशी वाटणारी संवादकुशल स्त्री होती. तिचे बोलणे आर्जवी, प्रभावी व अनेक संदर्भांनी भरलेले असे. ती इथिओपियन, ट्रोग्लोडाईट, इजिप्शियन, ग्रीक, लॅटिन या भाषा उत्तम बोलू शके. त्याचबरोबर अरब, सीरीयन, मेडेस, पार्थिअन, पर्शियन, भाषिकांशीही उत्तम संवाद साधू शकत असे. तिने लिहिलेले 'कॉस्मेटिक्स' हे पुस्तक जे मुख्तः औषधशास्त्रावर आणि आरोग्यशास्त्रावर आधारलेले होते, ते नंतरच्या त्याच क्षेत्रातील पुस्तकांमध्ये

चार वेळा उल्लेखले गेले आहे. मात्र मूळ पुस्तक नष्ट झाले आहे. ती मूलनिवासी इजिप्शियन लोकांच्या निकट संपर्कात होती. तिची आई मूलनिवासी धार्मिक अधिकाऱ्याची मुलगी असल्याचा परिणाम असू शकतो; पण तिच्या वडिलांच्या टॉलेमी घराण्याने इजिप्शियन संस्कृतीशी संपर्क ठेवला नव्हता, त्या पार्श्वभूमीवर ही दखल घेण्याजोगी गोष्ट आहे.

याच संदर्भात आणखीही एका गोष्टीचा निर्देश करायला हवा आणि तो म्हणजे तिने मूळ इजिप्शियन देवता इसिसच्या स्वरूपात स्वतःच्या भित्तिप्रतिमा इसिसच्या देवळांत खोदून घेतल्या. क्लिओपात्राला मारल्यानंतर इजिप्तची व्यवस्था लावताना ऑक्टेव्हियननेही स्वतःची प्रतिमा इसिसच्या देवळाच्या भिंतींवर खोदून घेतली. ग्रीक गणराज्यांचा ऱ्हास होऊ लागल्यावर बरेचसे विचारवंत आणि तत्त्वज्ञ अलेक्झांड्रियात आश्रयाला आले. क्लिओपात्राकालीन बौद्धिक संस्कृतीचे वैशिष्ट्य असे की, विविध बौद्धिक तत्त्वज्ञाने, अगदी परस्परविरोधी विचारव्यूहदेखील ॲलेक्झांड्रियात एकत्र नांदत होते. या मोकळिकीचा खुद्द रोमन राज्यकर्त्यांनीही फायदा झाला. ज्युलियस सीझरने, ॲण्टनीने व पुढे ऑक्टेव्हियन सीझरने तेथील तज्ज्ञांना रोममध्ये नेले. कालमापनाच्या पद्धती विकसित करून कॅलेंडर बनवणे, भौगोलिक संशोधनातून साम्राज्यविस्तार करणे, विज्ञानाचा वापर युद्धशास्त्रात व प्रशासनात करणे या गोष्टींसाठी ॲलेक्झांड्रियातील विद्वानांचा उपयोग केला गेला. ॲलेक्झांड्रियाच्या धर्तीवर ग्रंथालय उभारण्याचे प्रयत्नही रोमन राज्यकर्त्यांनी केले. ज्युलियस सीझरबरोबरच्या युद्धात जेव्हा ॲलेक्झांड्रियातील ग्रंथालय जळले, त्यानंतर ॲण्टनीने अनेक पुस्तकांच्या हस्तलिखित प्रती तयार करून ॲलेक्झांड्रियाच्या ग्रंथालयाला दिल्या, असे काही नोंदींमध्ये आढळते. ॲलेक्झांड्रिया एक पूर्णपणे योजलेले व विकसित केलेले नगर होते. तेथील रस्त्याच्या रचना, इमारती, दीपगृहासारख्या वास्तू आणि एकूणच नगररचना शास्त्र व वास्तुशास्त्र प्रगत होते. तुलनेने त्या काळातील रोमची रचना अगदीच अविकसित होती. इजिप्शियन वास्तुकला आणि सजावटी पुढे रोमन नगरांचा भाग बनल्या. पुढेपुढे तर इजिप्तमधले विजयस्तंभ (obelisk), ममीज, अत्यंत सुंदर कोरीव काम असलेल्या शवपेटिका इंग्लंड, फ्रान्स, अमेरिका यांच्या शहरसजावटींसाठी व संग्रहालयांसाठीही नेण्यात आल्या.

हा सगळा सांस्कृतिक माहोल शेक्सपिअरच्या काळाला परिचित असावा. त्यामुळेच व्हर्जिल, प्लूटार्क यांचा वापर करत असताना शेक्सपिअर त्याच्या वेगळ्या मर्मदृष्टी व्यक्तिरेखांमध्ये रुजवतो. त्याअर्थाने पाश्चात्त्य संस्कृतीने आत्मसात केलेली क्लिओपात्रा मांडत असतानाच तो तिला वेगळेपणही देतो. पण त्याचबरोबर तो आणखी एक महत्त्वाची गोष्ट करतो. क्लिओपात्रात काही वेगळ्या मर्मदृष्टी घालत असताना तो रोमन इतिहास अत्यंत चोखपणे मांडतो. त्याच्या काळातील साम्राज्यवादाचा कार्यक्रम पार्श्वभूमीवर

असला तरी रोमनांचे चित्रण पूर्णपणे रोमन ऐतिहासिक ठेवतो. या रोमन वास्तवात जडवलेली क्लिओपात्रा मग त्यांच्यातील विरोध प्रभावीपणे समोर आणते.

शेक्सपिअरच्या नाटकातून समोर येणारे रोमनांचे चित्रण रोमनांना एकारलेले, स्वार्थी, निर्दयी, हव्यासी, आक्रमक आणि विस्तारवादी व वर्चस्ववादी अशा स्वरूपात मांडते. याउलट क्लिओपात्रा ही सतत स्त्रियांच्या आणि हिजड्यांच्या सान्निध्यात आहे. इजिप्तमधील घटनांचे वर्णन ऐकायची रोमन जनांना फारच उत्सुकता वाटते. तिथल्या खाद्यपदार्थांची आणि मेजवान्यांची वर्णने, तिथल्या जहाजांची, संपत्तीची, भांड्यांची वर्णने त्यांना ऐकायची असतात. क्लिओपात्राच्या दरबारातील संगीत मैफलींविषयीही बोलले जाते. क्लिओपात्राच्या वेषभूषेविषयी बोलले जाते. याचा अर्थ क्लिओपात्राचा देश हा निवळ युद्धखोर आणि वर्चस्ववादी नाही.

प्रेम करण्याची चैन करणारी राणी म्हणूनही क्लिओपात्राबद्दल उत्सुकता आहे. क्लिओपात्राचे राज्य आणि राज्यकारण हे रोमनांच्या एकारलेल्या राज्यकारणापेक्षा अगदी वेगळे आणि समृद्ध आहे. क्लिओपात्राची व्यक्तिरेखाही अशीच समृद्ध आहे. उदाहरणार्थ, नाटकाच्या सुरुवातीलाच क्लिओपात्राला सोडून रोमला निघालेल्या अ‍ॅण्टनीने त्याचे तिच्यावरचे प्रेम अतिशयोक्त भाषेत व्यक्त केल्यानंतर ती ते स्वीकारते; पण त्या स्वीकाराच्या मागे तिचे बुद्धिमान मन 'Why did he marry Fulvia and not love her?' act 1, Sc. 1 याचाही तटस्थपणे शोध घेत राहते.

ज्या परदेशी स्त्री/राणी आणि रोमन योद्धा या परंपरेचा उल्लेख वरती केला आहे, त्यापेक्षा क्लिओपात्रा काहीशी वेगळी मांडली आहे. आधीच्या मिथक परंपरांतील परदेशी स्त्रिया या रोमन योद्ध्यांच्या प्रेमात पडून त्यांच्याशी समरस होताना दिसतात किंवा त्यांनी सोडून दिल्यावर परित्यक्तांच्या असहाय भूमिकेत जातात. पण क्लिओपात्राने वर्चस्ववादी रोमनांविरुद्ध घेतलेला बंडखोर पवित्रा शेक्सपिअर व्यवस्थित मांडतो. त्याची क्लिओपात्रा स्पष्टपणे म्हणते, '...know sir, that I will not wait pinioned at your master's court / Nor once be chastised with sober eye / Of dull Octavia.' Act 5, Sc.2 यातील तिचे धैर्य उघडच आहे; पण त्याचबरोबर ऑक्टेव्हियाच्या रोमन 'सद्‌गुणी' प्रतिमेची जाण असूनही तिच्यापासूनचे अंतरही ती स्पष्ट करते आहे. एका अर्थाने ऑक्टेव्हियाचे हे 'सद्‌गुण' कोणत्या रोमन साम्राज्याच्या दबावातून आणि राजकारणातून घडले आहेत हे त्यातून सांगते आहे. ऐतिहासिक ऑक्टेव्हियादेखील या राजकारणाचा भाग होण्याचे शक्य तेवढे नाकारताना दिसते. ती स्वतःच्या भावाच्या राजकारणाला अनेकदा अटकाव करण्याचा प्रयत्न करते. अ‍ॅण्टनीच्या पश्चात क्लिओपात्रा आणि अ‍ॅण्टनीची मुले तिने वाढवली आहेत. अर्थात क्लिओपात्राच्या ज्युलियस सीझरपासून झालेल्या मुलाला सीझरने ठार मारले हे खरेच. पण पुढे आदर्श रोमन मातृप्रतिमा किंवा

आज्ञाधारक पतिव्रता प्रतिमा या कोणत्या पार्श्वभूमीवर निर्माण झाल्या याचा हा स्पष्ट पुरावा आहे. पुढे ब्रिटिश साम्राज्यवादाची प्रस्थापना झाल्यावर ऑक्टेव्हिया प्रतिमेचे उदात्तीकरण अधिकच जोरकसपणे झाले. १७व्या शतकात ड्रायडनने लिहिलेल्या –ll for Love or The World Well Lost, 1677 नाटकात ऑक्टेव्हिया ही अत्यंत सद्गुणी बायको म्हणून वेश्यास्वरूप क्लिओपात्राला खूप सुनावताना दिसते. साम्राज्यवादाच्या त्या टप्प्यावर या नाटकाला अधिक महत्त्व का आले याची कारणे उघड आहेत. शेक्सपिअरच्या काळात या सगळ्या 'सद्गुणी' राजकारणाची प्रस्थापना व्हायची होती. त्यामुळेच रोमन संस्कृतीचा वारसा अभिमानाने जोपासणाऱ्या समकालीन संस्कृतीवर अत्यंत भेदक टिपणी करणारा एक संवाद शेक्सपिअरने क्लिओपात्राच्या तोंडी घातला आहे. त्यातून रोमन इतिहास कसा लिहिला आणि जोपासला जातो यावर भाष्य होते. तिचा पराभव स्पष्ट दिसल्यावर आणि त्यातून पुढे दिसणारी तिची विटंबना टाळायचे ठरवल्यावर क्लिओपात्रा तिच्या सेविकेला इरासला सांगते :

Nay, 'tis most certain, Iras. Saucy lictors
Will catch us like strumpets, and scald rhymers
Ballad us out o' tune. The quick comedians
Extemporally will stage us, and present
Our Alexandrian revels. Antony
Shall be brought drunken forth, and I shall see
Some squeaking Cleopatra boy my greatness
I'th' posture of whore.

Act 5, Sc.2

(काहीही असो इरास, पण हे नक्की, उद्दाम खुषमस्करे चांडाळ
आम्ही कोणी वेझडवे वेश्या वाटू असे सादर करतील आम्हाला, खदखदणारे यमके
आमचे कर्कश्य पोवाडे रचतील. तत्काळ ऊतू जाणारे विनोदवीर सादर करतील
रंगमंचावर आम्हाला उत्स्फूर्तपणे आणि
आमचे अलेक्झांड्रियातले उत्सव भोगतील तिथे आपणच
ॲण्टनीला आणतील झिंगलेल्या अवस्थेत आणि
मी बघेन एखादे किरकिरे किरटे पोरणे क्लिओपात्राला वेश्येच्या रूपात मांडताना.)

हा तत्कालीन राजकारणाच्या वाटचालीतला अत्यंत सूक्ष्म असा हस्तक्षेपच आहे. शेक्सपिअरला सांस्कृतिक राजकारण कसे केले जाते आणि साम्राज्यवादाच्या गतीने वेग घेतल्यावर त्याच्या हेतूंसाठी ते कसे वापरले जाईल याची चांगलीच जाण होती. साम्राज्यवादाच्या समर्थनासाठी ते वापरले जाईल हे तो सुचवतो आहे. ॲण्टनी

आणि क्लिओपात्राच्या प्रेमाला वेळोवेळी वेगळी परिमाणे देत तो सांगतो आहे की, 'रोमन' किंवा 'इजिप्शियन' या राजकारण्यांच्या सोयीसाठी निर्माण केलेल्या संज्ञा आहेत. ॲण्टनीच्या दिलदार सहवासात क्लिओपात्राची इजिप्शियन ओळख विरघळते. ऑक्टेव्हियन सीझरच्या दुष्ट आणि धूर्त राजकारणात मात्र तीच ओळख निकराने धरून ठेवण्याला किंवा त्यासाठी मरण्याला तिला पर्याय राहत नाही. ज्या ओळखींना आपण वांशिक, सांस्कृतिक लेबले लावतो; त्या खरे तर प्रवाही असतात आणि परिस्थितीशी जोडलेल्या असतात. परिस्थिती आणि ती वापरून घेणारे कारक जसे बदलतात, तसा ओळखींचा अर्थ आणि वापरही बदलतो. हे न जाणण्यात किंवा जाणूनही काहीही करू न शकण्यात शोकांतिका आहे. ॲण्टनीचा मृत्यू किंवा क्लिओपात्राचा मृत्यू शोकात्म नाहीत तर सांस्कृतिक ओळखींचा ज्या पद्धतीने राजकारणात गैरवापर केला जातो आणि मोकळ्या, प्रगल्भ, प्रगत राजकारणाची शक्यता किती अप्रगत, वर्चस्ववादी सत्ताकारणाकडे वळवली जाते हे जास्त शोकात्म आहे, हे शेक्सपिअर दाखवतो आहे.

ॲण्टनीचे क्लिओपात्राविषयीचे आकर्षण हे परकीय संस्कृतीशी संकर झाला तर आपले वांशिक श्रेष्ठत्व संपेल अशा तत्कालीन इंग्लिश भयाबद्दलही बोलते आहे. हे आज पुरुषसत्ताक मानसिकतेचा भाग म्हणूनही पाहता येते. जिथे एका स्वतंत्र साम्राज्याच्या कर्तृत्ववान राणीला याच वांशिक श्रेष्ठत्वाचे राजकारण करणाऱ्यांमुळे, तिचा सन्मान व सहभाग नाकारल्यामुळे आत्महत्या करावी लागते. हा आजही बहुतेक स्त्रियांचा अनुभव आहे.

रोमन संस्कृतीच्या वांशिक श्रेष्ठतेच्या अहंकाराचे रोपण पुढे युरोपीय साम्राज्यवादात कसे झाले आणि क्लिओपात्राचा वापर तिथे कसा केला गेला, हा मुद्दाही काळजीपूर्वकपणे समजून घ्यायला हवा. शेक्सपिअरने क्लिओपात्राच्या तोंडी मरताना 'Husband I come.. ' Act 5, Sc.2 असा संवाद घातला आहे. ॲण्टनीला नवरा मानून इजिप्शियन मातृदेवता इसिसचे विसर्जन ती त्या रोमन देवप्रतिमेत करते आहे. पण या उदार आणि प्रगल्भ सामावण्याला ऑगस्टन रोममध्ये आणि पुढे ख्रिश्चन साम्राज्यवादी संस्कृतीतही जागा नाही, हे शेक्सपिअर त्याच्या कलाकाराच्या मर्मदृष्टीतून दाखवतो आहे.

संदर्भग्रंथ

१ William Shakespeare, Antony and Cleopatra, ed. Ania Lumba, - Norton Critical Edition, New York 2011

२ Roller Duan, Cleoptra - Biography, OUP, New York, 2010

(पूर्वप्रसिद्धी *अक्षर* दिवाळी अंक २०१४)

९ मंगेश पाडगावकरांचे 'वादळ'

मंगेश पाडगावकरांनी केलेले 'वादळ' हे शेक्सपिअरच्या नाटकाचे भाषांतर मी चर्चेसाठी घेते आहे, ते 'शेक्सपिअरच्या नाटकांचा अनुवाद करताना' अशा व्यापक चौकटीमध्ये. याचे कारण पाडगावकरांनी केलेले भाषांतर मला असमाधानकारक वाटते, असे मी म्हणते; तेव्हा त्यांच्या शब्दनिवडीबाबत, वाक्यरचनेबद्दल, त्यांनी शेक्सपिअरच्या संगीताच्या वापराच्या केलेल्या रूपांतराबद्दल बोलता येईलच. उदाहरणार्थ, अगदी पहिला अंक पहिला प्रवेश यापासून सुरुवात केली, तरी मला जाणवते, की त्यांना अनेक निर्णय करता आलेले नाहीत. शब्दांचे बोलीरूप वापरायचे की लेखी? 'तुम्ही पुन्हा इथे? काय काम आहे तुमचं इथे?' असे सर्व नाटकभर आहे. बोलतानाचा जोश, आवेश कसा आणता येईल हेही ठरवताना गफलती होतात. भाषांतर करताना इंग्रजी वाक्यरचनेची वैशिष्ट्ये आणि मराठी वाक्यरचनेचा स्वभावधर्म यांच्यातले पूल कसे बांधायचे हे ठरवता न आल्याने, मुख्य वाक्य आणि वाक्यांश यांचा क्रम लावताना गडबड होते. उदाहरणार्थ, 'तरी हा फासावर जाणार/जरी प्रत्येक थेंबाने पाण्याच्या/नाही असं शपथेवर सांगितलं... (मराठीत 'जरी' ने सुरुवात करणे अधिक सहज होते. किंवा मग न सांगो पाण्याचा प्रत्येक थेंब आक्रंदून–नाही म्हणून– अशासारखी रचना शेक्सपिअरच्या आणि मराठी बाजाच्या जास्त जवळची झाली असती.)

भाषेच्या वैविध्याविषयीही हाच गोंधळ दिसतो आहे. सामाजिक बोली (dialect), विषयाची विशिष्ट परिभाषा (register), व्यक्तिनिष्ठ शैली (ideolect) यांची निवड कशी केली आहे? यात काही सुसंगती सापडत नाही. 'सारंग' हा शब्द कोकणी व्युत्पत्तीची आठवण करून देतो तर तोच सारंग कप्तानाला कप्तानजी म्हणून हाक मारतो, तेव्हा काळाचा आणि भाषेचा सांधा जुळत नाही. तिथेच मग पाडगावकर स्वतःच 'उथळात' असा एक शब्द निर्माण करून कप्तानाच्या तोंडी टाकतात. या

सर्जकतेचा वापर पुढे त्यांच्या भाषेत सापडत नाही. शिवाय 'हला जल्दी, हला' असे नक्की कोण कोणत्या काळात म्हणेल, हेही समजत नाही.

काही शब्द उदाहरणार्थ, कलिबनसाठीचा अमेरिकन-इंडियन हा तर अनैतिहासिकच आहे. म्हणजे शेक्सपिअरचे नाटक म्हणून वाचायचे तर त्याला अमेरिकन-इंडियन असे म्हटले जाणार नाही आणि आजचे नाटक म्हणून वाचायचे तर तसा पाडगावकरांचा हेतू आहे, असे दिसत नाही. भावोत्कटता भाषांतरित करणे हे अवघड काम असते. कारण त्यासाठी शब्दनिवड, वाक्यरचना, व्यक्तिरेखांची प्रकृती, धारणा, सामाजिक संस्कार हे सर्व लक्षात घ्यावे लागते. भरतवाक्य प्रास्पेरोची उत्कटता दाखवणारे आहे-'prayers which pierce so'- 'देवाच्या दयेला प्रार्थनाच तिथवर पोहोचून भिडते' अशी भाषांतरित करण्यापेक्षा pierce शब्द लक्षात घेऊन 'प्रार्थनेची विनवणी आरपार' असे काहीसे म्हणता आले असते...

हे सगळे अनेक प्रकारे सांगता येईल; पण ते पाडगावकरांची आवड आणि माझी आवड एवढ्यापुरतेच मर्यादित राहील. मला त्यापेक्षा अधिक काही म्हणावेसे वाटते. कारण भाषांतर करताना शब्दनिवड म्हणजे केवळ शब्दनिवड नसते तर ती अर्थनिवडही असते. आणि अर्थनिर्णय हा एक विचारपूर्वक केलेला निर्णय असतो. ते आपण मांडत असलेल्या चर्चाविश्वाचे प्रयोजन ठरवीत असते. हे प्रयोजन भाषांतराच्या बाबतीत अगदी स्पष्ट आणि हेतूपूर्ण असते, असे म्हणता येते. कारण एखाद्या सर्जनशील कृतीसारखी भाषांतर ही कृती जाणीव आणि नेणीव यांच्या दरम्यानची नसते. म्हणून मग भाषांतर करीत असताना आपण, त्या शब्दनिर्णयातून कोणते विचारविश्व उभे राहते आहे आणि ते मूळ कलाकृतीशी काय नाते सांगते आहे हे सांगू शकतो. तिथे अर्थ लावणे ही साहित्यिक कृती महत्त्वाची ठरते. त्यामुळे या निबंधात मी शेक्सपिअरचा अर्थ लावताना कोणत्या गोष्टींची दखल घेतली पाहिजे आणि त्याचा अनुवादावर कसा परिणाम होतो हे शोधण्याचा प्रयत्न 'वादळ'च्या निमित्ताने करीत आहे.

शेक्सपिअरच्या नाटकांच्या भाषांतरांना मोठा सामाजिक संदर्भ आहे. फक्त भारतीय संदर्भ तपासायचा झाला तरी एकूणच साम्राज्यवादी इतिहास नजरेआड करता येणार नाही. कारण त्याशिवाय शेक्सपिअरच्या नाटकांचा प्रवास इतक्या वेगाने झाला नसता. शेक्सपिअरच्या आधी जेव्हा समुद्रप्रवासाला सुरुवात झाली, तेव्हा संगीत आणि नाट्य हे दोन्हीही त्या सफरींचे अविभाज्य घटक होते. १५८५च्या जॉन डेव्हिसच्या समुद्रप्रवासात चार संगीतकारांचा समावेश होता. त्यांचे काम 'एस्किमोज ना संगीताच्या सुखकारक प्रभावाने शांतपणे' हे होते. मार्टिन फ्रोबिशेर त्याच्या वायव्येकडील दुसऱ्या सफरीत संगीतकारांना घेऊन गेला होता; कारण त्यांचा उपयोग, 'संगीताने प्रवासात येणारी खिन्नता दूर ठेवायला मदत होते, म्हणजे मग त्यातून

उद्भवणारी भांडणं, असंतोष, बंडाळी सगळंच काबूत ठेवता येतं.' हंफ्रे गिल्बर्ट त्यापुढे जाऊन सांगतो की, 'केवळ आपल्या लोकांना तणावमुक्त करण्यासाठी आणि जंगली लोकांना भुलवण्यासाठीच संगीताचा उपयोग होतो असे नाही तर जंगली लोकांना सर्व त्या न्याय्य/सभ्य मार्गांनी जिंकून घेण्यासाठी त्याचा वापर करता येतो.' शेक्सपिअरच्या नाटकांचा वापर अशाच प्रकारे नंतर साम्राज्यवादी राजकारणात केला गेला आणि त्याचे परिणाम फार काळपर्यंत होत राहिले. अनिया लुंबा त्यांच्या 'शेक्सपीअरियन ट्रान्सफार्मेशन्स' या लेखात म्हणतात तसे, 'शेक्सपिअरच्या गोष्टींचा साम्राज्यवादातील प्रवास म्हणजे वसाहतींच्या प्रस्थापनांचा, निर्वसाहतीकरणांचा, वसाहतोत्तरवादाचा तसेच नव्या जागतिक संरचनांच्या गोष्टींचा इतिहास आहे. या तशा दुःखी गोष्टी आहेत कारण त्यांत 'जंगली लोकांचा' शेक्सपिअरमधला 'आनंद' हा त्यांच्या गोष्टींच्या बदल्यात आणला गेलेला आनंद आहे.' ('Shakespearian Transformations', Ania Loomba, *Shakespeare and National Culture,* ed. John J. Joughin, Manchester University Press, New York, 1997)

अर्थात भारतातील शेक्सपिअरच्या नाटकांचा आणि अनुवादांचा प्रवास ही इतकी सरळ-साधी गोष्ट नाही. त्यात १९व्या शतकाच्या मध्यापासून ते थेट २१व्या शतकापर्यंत बराच गुंतागुंतीचा प्रवास आहे. सुरुवातीच्या शेक्सपिअरच्या साम्राज्यवादी सत्तेच्या दिमाखाला पचवून भारतीय स्वरूप देण्याचे काम भाषांतरकारांनी जसे केले, तसेच मुंबईतील पारसी थिएटरसारख्या संस्थांनीही केले. त्यातून शेक्सपिअर तर बदललाच; पण भारतीय पब्लिक थिएटरची कल्पनाही बदलली. साम्राज्यवादाला सुसंस्कृत चेहेरा द्यायला जसा त्याचा उपयोग करण्यात आला, तसाच ज्या संस्कृतीला अंकित करण्याची साम्राज्यवादाची धडपड चालू होती, त्याच संस्कृतीला प्रतिकाराची साधने देण्यासाठीही त्याचा उपयोग झाला.

एकूणच इंग्रजीच्या माध्यमातून पाश्चात्त्य साहित्य, तत्त्वज्ञान, विचारप्रवाह यांचे भारतीय लोकशिक्षणाशी असलेले नाते गुंतागुंतीचेच आहे यात वाद नाही. तसे ते सर्वच वसाहतींमधील वैचारिक आणि सांस्कृतिक परिवर्तनाशी आहे. दक्षिण आफ्रिकेतल्या शेक्सपिअरविषयी लिहिताना मार्टिन ओर्किन त्यांच्या 'Whose things of Darkness? Reading/representing The Tempest in South Africa after April 1994', (*Shakespeare and National Culture*, Ed. John J. Joughin, Manchester University Press, New Yor, 1997) या लेखात नोंदवतात की, १९९४ नंतरदेखील शेक्सपिअरचा वापर दक्षिण आफ्रिकेतील अभ्यासक्रमात असावा. याचे कारण देताना 'शेक्सपिअर सोसायटी फार सदर्न आफ्रिका'सारख्या संस्था म्हणतात की, 'शेक्सपिअरच्या नाटकातील ऱ्हेटारिकचा उपयोग आजही अविकसित संस्कृतींच्या

विकसनासाठी होऊ शकतो.' साम्राज्यवादाच्या कल्याणकारी चेहऱ्याचा आणि वसाहतींमधील बहुसांस्कृतिकतेच्या वास्तवाचा संघर्ष आजही चालूच आहे. तिथे स्टीव्हन ग्रीनब्लाट यांच्या म्हणण्याची आठवण ठेवत पुढे जावे लागेल. ते म्हणतात : It is precisely to validate such high-sounding principles–'Eloquence brought men from barbarism to civility' or 'All men are descended from one man nad one woman'–that the Indian languages are peeled away and discarded like rubbish by so many of the early writers. But as we are now beginning fully to understand, reality for each society is constructed to a significant degree out of specific qualities of its language and symbols. Discard the particular words and you have discarded the particular men.' (S.Greenblatt, *Learning to Curse : Essays in Early Modern Culture*, New York, Routeledge, 1990, P.32) यासंदर्भात लिहीत असताना मार्टिन ओर्किन यांनी *टेम्पेस्ट*चे विश्लेषण केले आहे. त्यात ते म्हणतात, 'या संहितेत अनेक संघर्षात्मक चर्चाविश्वांचा वापर केला आहे. संवादता (dialogism) आणि बहुभाषिकता (heteroglossia) आवर्जून सांभाळणाऱ्या या नाटकात कोणत्याही प्रस्थापित चर्चाविश्वाला भेदण्याची ताकद आहे. विविध समीक्षापद्धतींतून या नाटकाच्या विविध संहिता निर्माण होतील, त्यातून मग नाटकात उभा केलेला संघर्ष कसा मार्ग काढतो हेही पाहता येईल.' ('Whose things of Darkness? Reading/representing The Tempest in South Africa after April 1194', *Shakespeare and National Culture*, ed.John J. Joughing, Manchester University Press, New York, 1997 P. 165) तेव्हा त्यातून निवळ प्रस्थापित स्थानावर उभे राहून केवळ कल्याणकारी सत्ताकेंद्र आणि 'अंधाऱ्या वसाहती' यांच्यातल्या संघर्षाचे स्वरूप देणे योग्य ठरणार नाही. आजच्या संघर्षाचे स्वरूप देणे योग्य ठरणार नाही.

आजच्या सांस्कृतिक टप्प्यावर अनुवाद करीत असताना विविध समीक्षा पद्धतींचे भान असणे त्यासाठी गरजेचे असणार आहे. अनुवादाच्या संदर्भात नाटकाकडे बघण्याचा अशा प्रकारचा दृष्टिकोन महत्त्वाचा ठरतो; कारण मग त्यातून व्यक्तिरेखा, संवादातून मांडताना केलेली शब्दयोजना ठरत जाते. उदाहरणार्थ, पाडगावकरांची 'वादळ'ला लिहिलेली प्रस्तावना जेव्हा मिरांडाचे खानदानी रक्त असा संस्कृतीचा मानदंड बनवते; तेव्हा स्टेफानो, ट्रिंक्युलो आणि कॅलिबन यांच्याकडे बघण्याची दृष्टी ठरून जाते. मग छोट्या छोट्या जागा निसटतात. उदाहरणार्थ, कॅलिबन करू शकत असलेला स्टेफानो, ट्रिंक्युलोच्या आणि एरियलच्या संगीतातला भेद. स्टेफानो आणि ट्रिंक्युलो हे त्यांच्या जगातल्या वर्गसत्तेच्या परिघावरची माणसे आहेत; पण कॅलिबनपुढे ती देव किंवा

अतिमानवी शक्ती असल्याचे भासवू शकतात. त्यांची हाव, सत्ताकांक्षा त्यांना अँटोनिओ आणि सेबॅस्टिअनच्याच छोट्या प्रतिकृती बनवतात आणि कॅलिबन वेगळा ठरतो. म्हणून स्पेरो त्याला स्वतःची जबाबदारी मानतो.

आता ही गुंतागुंत लक्षात घेताना हा निव्वळ शेक्सपिअरच्या उत्तुंग प्रतिभेचा आविष्कार मानून चालणार नाही. त्यांची सामाजिक मुळेही लक्षात घ्यावी लागतील. मुळात आपण इतिहासाच्या कोणत्या टप्प्यावर उभे राहून कलाकृतीकडे बघतो आहोत याचीही स्पष्टता असणे गरजेचे आहे. त्यातून मग आपण त्या नाटकाच्या काळाचा आपल्या काळात काय अर्थ लावतो आहोत, जेणेकरून तो अनुवाद करण्याचे कारण त्यात मिळू शकेल. समग्र मानव जातीविषयी बोलत असलो तरी नाटकासारख्या सादर करायच्या कलाप्रकारात त्यातील विशिष्टता महत्त्वाचीच ठरत असते. म्हणून मग अनुवादात आपण ते शेक्सपिअरचे नाटक म्हणून मांडणार आहोत की, आपल्यासाठी ते दृष्टान्तिक ठरते आहे म्हणून मांडणार आहोत की, त्यातील भावलेल्या संकल्पनांचा स्वैर आविष्कार म्हणून मांडणार आहोत हे ठरवावे लागते.

'वादळ'चा अनुवाद २३ एप्रिल २००१ मध्ये प्रथम प्रकाशित झाला. म्हणजे आर्थिक उदारीकरणानंतर दहा वर्षांनी. त्या वेळेस आपल्या सांस्कृतिक वैविध्याला बाजारपेठेने उचलून धरले. मग निर्माण झालेल्या सांस्कृतिक गलबल्यात साहित्य व कला यांची मांडणी कशी करायची हा प्रश्न कळीचा ठरू लागला. 'अस्मिता', 'ओळखी', 'विभिन्नता', 'बहुसांस्कृतिकता' यांच्या गदारोळात मानदंड असलेल्या अभिजात कलाकृती मांडणे हा एक शिस्त प्रस्थापनेचा आणि अभिजाततेच्या मार्गाने सौंदर्य कल्पनेची वर्गविशिष्ट मांडणी करण्याचा एक मार्ग असतो. त्यामुळे अभिजात साहित्यात असलेल्या अनेकविध आवाजांना लक्षात घेतले नाही, तर ग्रीनब्लाट म्हणतात तसे, 'ते आवाज संपवले जाण्याची शक्यता असते.' मला आठवते की, मला कितीही प्रेम वाटले तरी शेक्सपिअर ग्रामीण भागात शिकवताना मुलांचा आवाज बंद पडायचा हे खरेच. मग त्यांना मराठीतून शिकवले आणि मराठीत व्यक्त होण्याची संधी दिली की ती बोलायची. म्हणूनच मी पाडगावकरांची भाषांतरे मोठ्या उत्सुकतेने वाचली. मुलांपर्यंत शेक्सपिअर पोहोचेल का? आणि तो कसा पोहोचेल? हा माझ्या उत्सुकतेचा विषय होता. त्यातून आजच्या अभ्यासक्रमात भाषांतराची व्याप्ती वाढवता येईल. मुलांनी मराठीत उत्तरे लिहिणे यासारख्या काही मूल्यमापन पद्धतींचाही समावेश करता येईल.

भाषांतराचा विचार करताना जसा तो त्याच्या सामाजिक संदर्भांमधून करणे गरजेचे असते, तसाच तो भाषिक पातळीवरही करणे जरुरीचे असते; हे मला अर्थातच मान्य आहे. बऱ्याच वेळा तो केवळ भाषिक पातळीवरच केला जातो हे खरे. आणि

तोही निवळ प्रातिभ आविष्कारांना फक्त संवेदनशीलतेच्या पातळीवर ठेवून. इथे मला मंगेश पाडगावकरांनी बा. भ. बोरकरांची जी मुलाखत घेतली होती, त्याची आठवण होते. पूर्वसूरींचा नवनिर्मितीवर असणारा प्रभाव यासंदर्भांत ते बोरकरांना छेडताना म्हणतात, ''...काव्यनिर्मिती करीत असताना कवी त्याला आलेल्या जीवनानुभवातलं आकारसत्य शोधत असतो. या शोधाचा प्रत्यय घेत नाही तेव्हा स्वतंत्र निर्मितीची प्राणकळा रचनेला येऊ शकत नाही. 'पृथगात्मता' याचा अर्थ हाच. कवीनं घेतलेल्या आपल्या व्यक्तिमत्त्वाच्या प्रामाणिक शोधात ती अपरिहार्य असते.'' त्यावर बोरकर असे म्हणतात, ''(पृथगात्मता म्हणजे) कवीचा मनःपिंड, त्यानं कळत-नकळत पुजलेले आणि अनुसरलेले आदर्श, जीवन जगतां, जगतां त्याच्यावर घडत गेलेले संस्कार, त्याच्या मनाला जडलेल्या सवयी, त्याच्या ज्ञानेंद्रियांना उपजत लाभलेल्या आणि साधनेनं प्राप्त झालेल्या शक्ती, त्याच्या अबोध मनांत साचून राहिलेल्या वांशिक स्मृती, त्याच्या अतींद्रिय संवेदनांना झालेले भास आणि दृश्यमान होणारी स्वप्नं, सुखदुःखाच्या उत्कट क्षणी त्याला घडलेलं जीवनदर्शन, भौतिक आणि वैचारिक विश्वातील वस्तूंची त्यांची आवडनिवड ठरवणारी त्याची सौंदर्यदृष्टी, त्याला प्राप्त झालेले प्रतीतीचे सोपान, प्रतीती घेण्याची त्याची विशिष्ट पद्धती, त्या प्रतीतिपद्धतीच्या समांतर चालणारी त्याची आविष्करणपद्धती आणि आपल्या जाणिवेची परिमाणे वाढवण्याची उपजत ऊर्मि-किंबहुना तिची उत्कटता-या सर्वांचा परिपाक म्हणजे त्याची पृथगात्मता असं मी म्हणेन.'' यावर पाडगावकरांनी म्हटले आहे, ''तुमच्या उत्तरावरून त्याची कल्पना नीटशी येत नाही. कवीचं मन कसं असतं याविषयीचा ऐसपैस झगा तुम्ही शिवून दिला : त्यात जगातल्या कुठल्याही कवीला ढकलून देता येईल!'' (पान ३३-३४) (संदर्भ : *बोरकरांची कविता*, संपादन : मंगेश पाडगावकर, मौज प्रकाशन गृह, मुंबई, १९६०)

शेक्सपिअरच्या नाटकांचे वाचन करताना प्रतीती येते ती बोरकरांनी केलेल्या पृथगात्मतेच्या व्याख्येची. साहजिकच अनुवादकाला त्या सगळ्यांचे भान आणि त्या भानाची अपरिहार्यता जाणवायला लागेल तरच भाषिक पातळीवरही त्याचा आविष्कार दिसू शकेल.

म्हणून शेक्सपिअरच्या भाषेचा विचार करताना प्रसिद्ध भाषातज्ञ रान्डाल्फ क्वर्क म्हणतात तसे, तीन पातळ्यांवर विचार करायला लागतो :

१) १९६० मध्ये जे इंग्रजी शेक्सपिअरच्या समाजात बोलले जात असे त्याचा विचार

२) शेक्सपिअरची त्याच्या भाषेची जाण

३) शेक्सपिअरची स्वतःची विशिष्ट भाषिक सर्जकता

भाषेचे मूलभूत तीन भाग असतात. १) शब्दसंचय, २) व्याकरण, ३) प्रसारण (transmission)

जेव्हा आपण एखादी कलाकृती समजून घेत असतो, तेव्हा दोन पातळ्यांवर विचार करावा लागतो.

१) ज्या काळात ती कलाकृती निर्माण झाली, त्या काळातील भाषाव्यवहार आणि आपल्या काळातील भाषाव्यवहार यांतील फरक जाणण्याची काही एक अभ्यासरचना आपल्याकडे आहे का?

२) हे फरक निवळ कालसापेक्ष आहेत की, कलाकाराच्या प्रतिभेच्या आविष्कारातून निर्माण झाले आहेत यांचे विश्लेषण करता येण्याची क्षमता.

('Shakeapeare and the English language', Randolf Quirk in *A New Companion to Shakespeare Studies*, ed. Kenneth Muir and S. Schoenbaum, Cambridge University Press, Cambridge, 1976)

शेक्सपिअरच्या नाटकांचे भाषांतर करत असताना हे सगळे प्रश्न हाताळावे लागणार हे तर उघडच आहे. म्हणजे शेक्सपिअरचा काळ आणि भाषांतरात आपण मानणार असलेला काळ, त्यातील सद्यकालीन अनुबंध आणि त्याचे समर्थन. कलाकृती जितकी जुनी तितकी अर्थांची वलये वाढत जातात. उदाहरणार्थ, You आणि Thou याचे आज आपण लावू पहात असलेले अर्थ आणि त्या काळातला त्यांचा वापर किंवा श्लेषाचे अर्थसंदर्भ उदा. Goths & goats [As You Like It] तेही त्यांच्या त्या काळातल्या उच्चारांना जाणून घेऊन पाहावे लागतील. काही काळाच्या ओघात सांडून गेलेले शब्द- उदाहरणार्थ, chopine म्हणजे एका विशिष्ट पद्धतीचा जोडा किंवा eisel म्हणजे व्हिनेगर (हॅम्लेटमध्ये येणारे शब्द). यापेक्षाही अडचण होते, ती त्या काळातले शब्द आजच्या काळात तसेच वापरले जात असले, तरी त्यांचा बदललेला अर्थ. क्वर्क त्यांची बरीच उदाहरणे देतात. ती वाचून शेक्सपिअरच्या भाषेचा असा तौलनिक अभ्यास किती गरजेचा आहे हे प्रकर्षाने जाणवते. कारण आज आपल्याला परिचित असलेल्या अर्थापेक्षा तो अर्थ अगदीच वेगळा असेल, तर मग आपले त्याच्या नाटकाचे भानच बदलते.

प्रत्येक काळाचे त्याच्या भाषेशी एक नाते असते. पाडगावकर-बोरकर संवादात हे प्रकर्षाने जाणवते. राजकीय चळवळींतील सहभागाची, मराठीतील संतसाहित्याच्या परंपरेला आत्मसात केलेली बोरकरांची प्रतिमा आणि पाडगावकरांचे कवीच्या व्यक्तित्वविशिष्ट संवेदनशीलतेचे शब्दखेळात्मक (word-play) भान हे दोन्हीही त्या त्या काळाचे भाषिक विचाराशी असलेले नाते दर्शवतात. आज हे प्रश्न अधिकच टोकदार होत चालले आहेत. जागतिकीकरणातून वैश्विक परिस्थितीच्या माहितीजालाचे

जाळे आपल्यावर पडले आहे. त्यात आपण आपले म्हणणे कसे बघणार आहोत? त्याला काही व्यक्तित्व कसे देणार आहोत? आणि हे व्यक्तित्व देण्याचे कोणते संकेत स्वीकारणार आहोत? कशासाठी स्वीकारणार आहोत? अनुवाद करताना हे प्रश्न खूपच टोकदार बनतात. कारण वाढलेल्या नवसाक्षर वर्गाची उत्सुकता भागवण्याचे आर्थिक फायदे अनुवादांच्या बाजारपेठेने चांगलेच ओळखले आहेत. प्रश्न असा आहे की बाजारपेठेचे फायदे आपण कसे करून घेतो. तिथे अनुवादकाची भाषा आणि साहित्याकडे बघण्याची दृष्टी महत्त्वाची ठरते.

कलाकृतीच्या केवळ मानदंड (canon) असल्याच्या वस्तुस्थितीने भारावून जाऊन ऱ्हेटारिक्समध्ये न जाता तिचा अर्थ लावायचा तर प्रत्येक शब्द तपासून पाहावा लागतो. त्यासाठी मूळ साहित्यकृतीच्या मागील विचारविश्वाचे भाषांतर अनुवादक कसे उभे करतो आहे हे पाहावे लागते. 'वादळ'ला लिहिलेल्या प्रस्तावनेतील एक भाग आणि मग त्याचा अनुवादावर झालेला परिणाम बघता येईल. प्रस्तावनेतील मिरांडा आणि प्रॉस्प्रेरो यांच्या व्यक्तिरेखांची पाडगावकरांची मांडणी आणि पहिल्या अंकातील दुसरा प्रवेश पडताळून बघू. मिरांडाविषयी बोलताना, 'तिचे सौंदर्य आणि खानदानी आदब', '(तिची) खानदानी प्रतिष्ठा', 'तिचे देवतातुल्य व्यक्तिमत्त्व', 'खानदानी नम्रता', 'अभिजात नम्रता', 'पितृनिष्ठेचे आणि आज्ञाधारकपणाचे कौतुक', 'आज्ञाधारकता...तो तिच्या उच्च कुळातील गुण', 'आई पतिव्रता असण्याची... उच्च दर्जाची नैतिक अशी कौटुंबिक पार्श्वभूमी' वगैरे वाक्प्रयोग पाडगावकर करतात.

पुढे नाटकातला सूर उच्च नैतिकता असणारे खानदानी आणि इतर अशा स्वरूपाचा होतो. उच्च नैतिकता म्हणजे काय, याची व्याख्याही लिंगभावाशी जोडलेली होते. मग मिरांडाच्या आईविषयी बोलताना प्रास्प्रेरोने वापरलेला piece of virtue शब्द पाडगावकर 'पतिव्रता' असा भाषांतरित करतात. किंवा प्रास्पेरोने मिरांडाला संबोधताना वापरलेला wench हा शब्द पाडगावकर 'माझ्या मुली' असा भाषांतरित करतात, भावाच्या दुष्टपणाविषयी तो बोलत असताना, 'विश्वास... चांगल्या बापासारखा...' हे like a good parent–ला पर्याय म्हणून येते, साहजिकच स्मरणशक्ती 'सत्यद्रोही पापिणी' बनते. पुढे आर्डेन आवृत्तीची परंपरा भाषांतरात वापरत असताना, कलिबन आणि प्रॉस्पेरो–मिरांडाच्या प्रवेशात मात्र मिरांडासारखी देवता कॅलिबनला 'abhorred slave–', 'a most brutish thing–', 'thy vile race–' म्हणणार नाही, म्हणून ड्रायडन परंपरेचा आधार घेत ते संभाषण पाडगावकरांनी प्रास्पेरोच्या तोंडी टाकले आहे. ही निवडही भाषांतराचे विचारविश्व ठरवते.

मिरांडा ही प्रॉस्पेरोने होमस्कूलिंग केलेली काचेच्या पेटीत जपलेली राजकन्या नसून स्वतंत्र व्यक्तिमत्त्वाच्या शक्यता असू शकणारी; पण त्या नाकारल्या गेलेली एक

कुंठित मुलगी आहे, असे समजले तर मग ती प्रॉस्पेरोला केव्हा आणि किती वेळा सर म्हणते आणि किती वेळा फादर म्हणते यांची दखल अनुवादात घेता येते. शिवाय मिरांडा-कलिबन यांच्यातील कटू प्रसंग हाही त्या काळातील सांस्कृतिक सीमारेषा ओलांडल्या जाण्याच्या शक्यता दर्शवणारा प्रसंग म्हणून बघता येईल. प्रॉस्पेरो हा कल्याणकारी/तत्त्वचिंतक राजा आहे असे समजताना आपल्याला कल्याणकारी हुकूमशाहीची ओढ आहे का आणि त्यातून आपण त्याच्याकडे बघतो आहोत का, हा प्रश्न विचारण्यातून प्रास्पेरोच्या भाषेला काही वळण मिळू शकते.

अर्थात हे अनैतिहासिकतेत जाण्याचा धोका नाकारता येत नाही. कारण शेक्सपिअरच्या काळातील पार्लमेंट म्हणजे आजची लोकशाही नव्हे, हेही भान त्यात असावे लागेल. म्हणजे मग शेक्सपिअर प्रॉस्पेरोमधून उभ्या करत असलेल्या प्रतिसृष्टीच्या निर्मात्याला कसे पाहतो आहे, हे त्याच्याच शोकांतिका आणि ऐतिहासिक नाटकांमधून पाहावे लागेल. कोरिओलेनस, लिअर यांचा उत्तुंगपणा संपत चालल्याचा तो काळ आहे आणि तरीही तो काही एका नैतिक केंद्राची भाषा करतो आहे, जी त्याला अटळपणे जादूकडे आणते. ते फक्त नाट्यतंत्र नाही किंवा त्याच्या अखेरच्या काळात लोकप्रिय होत चाललेल्या शोक-सुखात्मिका, मास्क, रोमान्स या आकृतिबंधाच्या गरजांपोटी आणलेल्या क्लृप्त्या नाहीत; तो अत्यंत विचारपूर्वक आणलेला उपाय आहे. राजकारण आणि धर्मकारण यात हरपत चाललेले चिंतन वाचवायचे झाले तर कलाकाराच्या हातात दिलेले सत्तेचे केंद्रीकरण अशा स्वरूपात तो त्या जादूकडे बघतो आहे.

प्रॉस्पेरोच्या जादूचे प्रयोजन इतिहासाची/स्मरणाची पुनर्मांडणी करणे हे आहे. मिरांडाचा निरागसपणा टिकावा आणि तिचा माणूस या प्रजातीविषयी भ्रमनिरास न होता 'Oh! The brave new world!' असे म्हणता यावे यासाठीही त्याचा हा प्रयत्न आहे. त्यासाठी त्याला ती जादू, मंत्रविद्या हवी आहे. जादू म्हणजे वर्तमानातल्या इच्छेमधून जाणीवपूर्वक केलेली ती इतिहासाची पुनर्बांधणी आहे.

मग त्या रचितातील स्त्री आणि वंचितांच्या भूमिका आजच्या काळात आपण कशा अनुवादित करणार आहोत हा प्रश्न काळजीपूर्वक सोडवावा लागेल. ती कला हा एक झगा आहे. जो गरज संपल्यावर उतरवून ठेवता येतो. आणि साध्य गाठल्यानंतर तो सोडून देण्याचे निर्मोही मनही त्यात कल्पिले आहे. ज्या मनाला कूटकारस्थानांचे आणि अंगभूत चांगुलपणाचे, तथाकथित विकसित आणि अविकसित वृत्तीचे वेगळेपण टिपण्याची दृष्टी आहे; ते मन तिसरा चक्षू उघडू शकते, त्याला 'जादू' म्हणता येते.

काळी जादू आणि दैवी जादू असा फरक शेक्सपिअरने वारंवार केला आहे. त्यावर बरेच लिहिले गेले आहे. पण आजच्या परिस्थितीत सत्ताकेंद्राचा (concentration of power) आणि त्याची सामाजिक पुनर्रचनेतील वैधता असा विचार या संदर्भात करणे मला अधिक गरजेचे वाटते. उदा. प्रॉस्पेरो अण्टोनिओबद्दल बोलताना मिरान्डाला सांगतो '...new created the creatures that were mine.' पाडगावकरांनी त्याचे भाषांतर 'माझ्या माणसांजागी त्याने नवीन नेमली,' असे केले आहे. प्रॉस्पेरोचे म्हणणे काही वेगळे आहे, असे मला वाटते. आहेत तीच माणसे कशामुळे बदलतात किंवा बदलता येतात? यासाठी कोणती जादू लागते? हा विचार आजही किती महत्त्वाचा आहे!!

अनुवादात म्हणूनच नाटकातील मूळ समाजजीवनाला समांतर समाजजीवन अनुवादाच्या भाषेत कल्पिता यावे लागते; किंवा मग ते अगदी तांत्रिक परिपूर्ण असावे लागते. यातील काही भाग तळटिपांनी भरून काढता येतो. पाडगावकरांनी तळटिपा विस्तृतपणे दिल्या आहेत. त्या बऱ्याचश्या आर्डेन आवृत्तीतील करमोड यांच्या तळटिपांवर आधारित आहेत. पण त्यात अधिकच्या वाचनाने आणि नवीन माहितीचीही भर घालता आली असती. मग काही गाळलेली स्पष्टीकरणे महत्त्वाची ठरतात. उदाहणार्थ, सिकोरक्स (निळ्या डोळ्याची चेटकीण) आणि कलिबन (साल्व्हेज़्) असे उल्लेख या दोघांच्या संदर्भात येतात. पैकी सिकोरेक्सला जरी मिथकीय संदर्भ असले, तरी अनैतिक संबंधांतून किंवा स्त्रियांना चेटकिणी ठरवण्याचे प्रकार पुरुषसत्तेची दडपशाही असणाऱ्या युरोपमध्ये घडत होते. धर्मसत्तेच्या दडपशाहीतून स्त्रियांना चेटकीण म्हणून जाळण्याचे प्रकारही घडत होते. त्याचा याच्याशी काही संबंध असावा का? तसेच अनैतिक संबंधांतून जन्मलेली मुले जंगलात/गावाबाहेर टाकून देण्याचे प्रकारही सरसकट घडत. जंगलात वाचलेली मुले मानवी संपर्क न आल्यामुळे पशुवत अस्तित्व घेऊन जगत. कॅलिबनचा त्याच्याशी काही संबंध असू शकतो का?

पाडगावकरांनी कॅलिबनला अमेरिकन-इंडियन असे नाटकात आणि टिपांमध्ये म्हटले आहे. एक तर ही संज्ञा अलीकडची आहे. आणि कॅलिबनला इतके स्पष्ट अस्तित्व देण्याचे खुद्द शेक्सपिअरच्याही मनात असावे का, याबद्दल मला शंका आहेत. कारण नाटकात अनेक संदर्भ येतात ज्यात परकीय माणसाला अनेक वर्णने चिकटवली जातात. ट्रिंक्यूलो एके ठिकाणी म्हणतो.' '... any strange beast makes a man threre.' एकूणच वाढत चाललेल्या समुद्रपर्यटनातून नवनवीन देश, लोक, संस्कृती यांच्याशी परिचय होत चालला होता. क्षितिजे विस्तारत चालली होती. त्यातून वांशिक, परदेशी, परकीय धर्माच्या लोकांच्या प्रतिमा तत्कालीन नाटकांमधून समोर येत होत्या. अशा प्रतिमांचे अर्थ लावणे आणि त्या अर्थांचा राजकीय वापर करून घेणे हेही घडत होतेच. 'बाहेरच्या' माणसांकडे बघण्याच्या आणि 'बाहेरच्या' म्हणजे कोण हे ठरवण्याच्या अर्थात अनेक काळांचे संदर्भ आहेत. इंग्लिश राष्ट्रवाद

घडवण्याचा इतिहास, धार्मिक अस्मिता घडवण्याचा इतिहास आणि समुद्रापार जाऊन व्यापार-उदीम करण्याची सुरुवात हे सगळे आपले आणि परके ठरण्यात साहाय्यभूत ठरतात.

१५-१६व्या शतकात वंश आणि राष्ट्र यांच्या तप्त विचारधारा त्यांच्या आधुनिक अर्थाच्या दिशेने घडत चालल्या होत्या. परक्या देशांशी व्यापार करायचा तर स्वदेशाची संकल्पना पक्की करणे गरजेचे ठरते. एकूण विस्तारत चाललेल्या अवकाशातून इंग्लिश राष्ट्र हे साहित्य, प्रवासवर्णने, कायदे-कानून यांतून घडत चालले होते. राष्ट्र हे प्रथम संकल्पनास्वरूप येते आणि मग त्याची बांधणी सुरू होते. बहुतेक वेळा ते काही विशेषाधिकार असलेल्यांनी उतरलेल्यांची कल्पना करून तयार केलेले असते. साहजिकच कोण 'आपले' कोण 'परके' हेही ते ठरवतात. १५१७मध्ये इंग्लंडमधल्या एका चर्चच्या धर्मगुरूने त्याच्या श्रोत्यांना त्यांच्या गरिबीला कारणीभूत ठरणाऱ्या 'परकीय' लोंढ्याबद्दल भडकावण्यासाठी केलेले भाषण, त्याच वर्षी परकीय कारागिरांविरुद्ध झालेले दंगे, १५९६ मध्ये एलिझाबेथ राणीने काढलेले परकीय नागरिकांविरुद्धचे फतवे हे सगळे राष्ट्रउभारणीचेच परिणाम होते. १५९८ मध्ये प्रसिद्ध झालेल्या इंग्लिश-इटालियन शब्दकोशात जॉन फ्लोरिओने *'मरानो'* या शब्दाचे अर्थ, ज्यू, बंडखोर, काफिर असे दिले आहेत. *ज्यू आफ माल्टा* Jew of Malta किंवा *मर्चंट आफ व्हेनिस* Merchant of Venice मध्ये त्याचे प्रतिबिंब पडणे साहजिकच होते. शेक्सपिअरचा थोरपणा असा की, तो त्यांना माणूसपण बहाल करतो. जे त्याने कॅलिबनलाही केले आहे. शिवाय त्याच्या तथाकथित अविकसितपणासमोर त्याने कुलवंत ॲण्टोनिओ, सेबस्टिअन आणि त्यांचेच फुटकळ देशवासीय स्टेफानो आणि ट्रिंक्युलोही जसे उभे केले आहेत; त्यातून नक्की अविकसित कोण हा प्रश्न निर्माण होतो. हे भाषांतरात किंवा त्याच्या तळटिपांत आणि प्रस्तावनेत जाणवून देता येते. म्हणजे शेक्सपिअरच्या नाटकाचे भाषांतर करण्याचे प्रयोजन त्यातून अधोरेखित होते. कॅलिबनचा अर्थ लावण्याचे उल्लेख पाडगावकरांनी प्रस्तावनेत केले आहेत. पण पान १२२ वरील कॅलिबनवरील टिपेमध्ये त्यांनी त्याचे अस्तित्व अगदीच संकोचून टाकले आहे. कॅलिबन अनेक प्रकारे रंगमंचावर दाखवला गेल्याचे उल्लेख विविध पुस्तकांमधून आहेत.

टेम्पेस्ट (मी त्याला झंझावात म्हणते, वादळ नाही) सादर करताना पहिलीच अडचण अशी येते की, जहाज आणि जहाज प्रवासाशी जोडले गेलेले अनेक शब्द मराठीत नाहीत किंवा रुळलेले नाहीत. उदाहरणार्थ, (captain & boatswain) यांत फरक दाखवणारे शब्द कोणते? त्यांच्यातील अधिकारांचा भेद दर्शवणारे शब्द कोणते? कप्तान आणि सारंग असे शब्द पाडगावकरांनी वापरले आहेत (तांडेल का नाही?) आणि मग कप्तानजी असे म्हणून अधिकाराचा भेद दाखवला आहे. अलीकडे सरजी

वगैरे शब्द वापरतात तसे काहीसे वाटते. काळाचा सांधा एकदम हलल्यासारखा वाटतो. संवाद अनुवादस्वरूपच ठेवायचे आहेत की, त्याला बोलीचा जोश आणायचा आहे हीही पहिल्या अंकाच्या पहिल्या प्रवेशात ठरवता न आलेली गोष्ट आहे. साहजिकच त्यामुळे कारण, किंवा जरी-तरी यांसारखी उभयान्वयी अव्यये मुक्तपणे येतात; ते कमालीचे अवघडलेपण घेऊन बुडणाऱ्या जहाजाचा ताण त्यातून वाहून जातो. उदाहरणार्थ, सारंग म्हणतो, 'आपापल्या खोल्यांत निघून जा आणि दुर्दैवाने वाकडी वेळ येणार असेल तर तिला तोंड द्यायची तयारी ठेवा. ... आमच्या वाटेतून दूर सरा.' (पान ४) यात मूळ संहितेपासून फार दूर न जाता कदाचित असे म्हणता आले असते, 'असणारच असेल वेळ दुर्दैवी, तर तयारी ठेवा... दूर सरा आमच्या वाटेतून ...' असे म्हणण्याचे कारण म्हणजे शेक्सपिअरची शैली वाक्ये फिरवण्याबद्दल (inversioin) प्रसिद्ध आहे. पुढच्यात संवादात गान्झालो म्हणतो, 'मला याच्या शरीरावर बुडून मरणाऱ्या माणसाच्या असतं तसं चिन्ह दिसत नाही. याचं रूप हा फासावर लटकणार असंच अगदी हुबेहुब! हे सुदैवा, याला फासावर लटकवण्याचा तुझा निर्णय ठाम असू दे.' (पान ४) याचा संदर्भ एका म्हणीत आहे. He that is born to be hanged will never be drowned. ती लक्षात घेता भाषांतरात थोडा सैलपणा यायला हरकत नव्हती. उदाहरणार्थ, 'दैवानं पाण्यात बुडून मृत्यूची मुद्रा याच्यावर उमटवलेली दिसत नाही. जमिनीवरच मरणारा गडी दिसतोय हा. तेव्हा वाचणार आपण यातूनही.' पहिल्या संपूर्ण प्रवेशात हा अवघडलेपणा जाणवत राहतो. शिवाय बोली, लेखीची रूपे वापरताना नक्की काय धोरण आहे, स्पष्ट नाही. व्यक्तिरेखांना सामाजिक संदर्भ आहे का? असल्यास कोणता? इथला की तिथला हे नीट ठरवलेले जाणवत नाही. उदाहरणार्थ, 'समदं खलास. प्रार्थना करा! प्रार्थना करा! 'समदं' खलास.' (पान ५) यात समदं हा ग्रामीण बोलीचा शब्द आणि 'प्रार्थना करा' हा शहरी बोलीचा वाक्यप्रयोग आणि तोही टेम्पेस्टच्या वातावरणात हा काहीसा गोंधळाचा ठरतो. कोणतीही व्यक्तिरेखा ही तिच्या संदर्भात रुजवावी लागते आणि ते काम भाषा करते.

याच्याच जोडीला आणखीही काही उलथापालथी पहिल्या पाहिजेत. शेक्सपिअरची नाटके ही एलिझाबीदन Elizabethen आणि जॅकोबियन Jacobian विश्वांच्या दरम्यानची नाटके आहेत. तेव्हा राजेशाहीची पकड ढिली होत चालली होती आणि पार्लमेंटची पकड काहीशी घट्ट. १५३०मध्ये आठव्या हेन्रीने राजाची चर्चवरील सत्ता प्रस्थापित केली. आणि इंग्लंडच्या कोणत्याही राजाला यापूर्वी मिळाली नव्हती इतकी सत्ता त्याला मिळाली. १५३४ चा सुप्रिमसीचा कायदा सांगतो, 'राजाचे प्रभुत्व हेच अंतिम असणे हे न्याय्य आणि हक्काचे आहे.' [The King's Majesty justify and rightfully is and oweth [ought] to be the supreme head.] पण राजाचा दिमाख सांभाळायला लागणारा पैसा आणणे/निर्माण करणे ही गोष्ट तितकीच अवघड होती. १६व्या शतकात त्या मानाने कमी उधळमाधळ करणाऱ्या एलिझाबेथलादेखील तिने पुकारलेल्या युद्धांचे खर्च पेलण्यासाठी जमिनी विकाव्या लागल्या. तिला आणि तिच्या नंतरच्या राजांना पार्लमेंटकडे आर्थिक साहाय्य मागावे लागले. पण राजकीय धोरणांमध्ये प्रत्यक्ष परिणाम दिसल्याशिवाय पार्लमेंट हे साहाय्य करणे शक्य नव्हते आणि पार्लमेंटची अशी पकड कोणताच राजा स्वीकारणे शक्य नव्हते.

शेक्सपिअरच्या लंडनमधल्या अखेरच्या दशकात ही राजा आणि पार्लमेंटमधली विसंवादी गळचेपीची (deadlock) परिस्थिती निर्माण झाली होती. राज्याभिषेक होऊन, तत्त्वज्ञानात्मक आणि घटनात्मक किताब व धोरणे ठरवण्याचे अधिकार असलेल्या राजाला ते अंमलात आणण्यासाठी आर्थिक उपलब्धता नव्हती. १६०१ मध्ये एलिझाबेथ असे म्हणाली होती, 'To be a king and wear a crown is a thing more glorious to them that see it, than it is pleasant to them that bear.' (संदर्भ : 'The historical and social background', Joel Hurstfield, *A New Companion to Shakespeare Studies*, ed. Kenneth Muir and S.Schoenbaum, Cambridge University Press, Cambridge, 1976) पार्लमेंटचे वर्चस्व वाढवण्याचे आणखी एक कारण धर्मसत्तेचा वेळोवेळी राजकारणावर पडणारा प्रभाव. आठव्या हेन्रीने कॅथालिक चर्चला आंग्लिकन बनायला भाग पाडले. त्यानंतरच्या राजवटी अल्पजीवी ठरल्या, तरी एडवर्डने जहाल प्रॉटिस्टन्ट धारा स्वीकारली तर मेरीने जहाल कॅथालिक पलटी घेतली. एलिझाबेथ त्यामानाने मवाळ प्रॉटिस्टंट, अँग्लिकन अशी असली तरी व्यापारी आणि पार्लमेंटचे सदस्य यांच्या सहयोगात एकूणच राजसत्तेचा दिमाख कमी होत चालला होता. आणि त्यातून एक भक्कम नैतिक केंद्र असण्याची गरज जाणवायला लागली होती. ती प्युरिटन्स आणि त्यांनी निर्माण केलेल्या नैतिकतेच्या भुलाव्याने आणि कर्मकांडांनी भरून काढायला सुरुवात केली होती. उदाहरणार्थ, त्यांनी अतिशय गंभीरपणे बायबलमधल्या इस्रायलच्या मुलांनी (The Biblical Children of Israel) स्वीकारलेले वर्तणुकीचे मापदंड प्रत्यक्षात आणायला सुरुवात केली होती. आणि त्याचे पर्यावसान पुढे कलाकार आणि कला यांच्यावर गंडांतर येण्यात होणार होते, याची चिन्हे तेव्हाच दिसू लागली होती.

टेम्पेस्टमधला प्रॉस्पेरो इथे येतो. प्रॉस्पेरो हा पदच्युत झालेला राजा. त्याच्याच भावाने त्याला मारून टाकण्याचा प्रयत्न केलेला. आणि आता एका दूरस्थ बेटावर राहून केलेल्या साधनेतून तो नव्याने विश्वनिर्मिती करतो आहे. न्याय देतो आहे.

परिवर्तन करतो आहे. त्याची मुलगी हीसुद्धा त्याच्या युटोपियाचा भाग आहे. प्रॉस्पेरो हा गूढ चिंतनात गढलेला आहे. आणि त्यामुळे तो लौकिक राजसत्ता गमावून बसला आहे. पण हे गूढ चिंतन अंतिमतः मानवी अस्तित्वाला हितकारक कसे ठरेल याचा शोध चालू आहे. त्यातून मिळवलेल्या ज्ञानाला तो 'आर्ट' म्हणतो. त्याचे भाषांतर पाडगावकरांनी 'मंत्रविद्या' असे केले आहे. हेतुपूर्वक केलेल्या निर्मितीबरोबरच आर्टला भाववृत्तीचा आणि मूल्यजाणिवेचा गाभा असतो. नाटकातील पेगन देवतांच्या मंत्रोच्चारांसारख्या आशीर्वादांचा समावेश याही दृष्टीने पाहण्याजोगा आहे. त्यामुळे संस्कृतिपार जाण्याची कलेची ताकद संस्कृतीत रुजवण्यासाठीही वापरता येते. उदा. टेम्पेस्टचे आजच्या संदर्भातले चितंन काही रोचक शक्यता खुल्या करतात. सध्याची तंत्रज्ञानाची आभासी जाल निर्माण करण्याची ताकद आणि एरियल, तिसरे जग आणि कॅलिबन हे फारच चटकन भिडणारे संदर्भ आहेत. त्यामुळे शेक्सपिअरच्या नाटकांच्या पुनर्निर्माणाच्या कितीतरी शक्यता आपल्याला खुल्या होतात. भूतकाळाची कोणतीतरी एकच आवृत्ती खरी आणि तिच्यातूनच वर्तमान बघायचा, हे आज करायचे कारण नाही. इतकी माहिती आणि ज्ञानसाधने उपलब्ध झालेली असताना स्वचे विस्तारीकरण करणे शक्य आणि गरजेचे आहे हे लक्षात घेतले, तर शेक्सपिअरच्या नाटकांच्या पुनर्निर्माणाच्या कितीतरी शक्यता आपल्याला खुल्या होतात. इतकी माहिती आणि ज्ञानसाधने उपलब्ध झालेली असताना स्वचे विस्तारीकरण करणे शक्य आणि गरजेचे आहे हे लक्षात घेतले, तर शेक्सपिअरच्या अनुवादांना अभ्यासक्रमांत स्थान देता येईल.

त्या दृष्टीने पाडगावकरांनी केलेली भाषांतरे ही अभ्यासक्रमात शेक्सपिअरला अर्थपूर्णतेने परत आणण्यासाठीची पहिली पायरी ठरू शकतील. आर्डेन आवृत्तीची मराठीतून ओळख म्हणून बघता येईल. इंग्रजीतून शेक्सपिअर वाचण्यासाठीची पूर्वतयारी म्हणूनही हे अनुवाद मदत करू शकतील. फक्त त्याच्या मर्यादाही लक्षात घेणे गरजेचे आहे. म्हणजे पुढच्या विचारमंथनाला तसेच नव्या अनुवदांना सुरुवात करता येऊ शकेल.

शेक्सपिअरच्या नाटकांचे वसाहतोत्तर काळातील राजकारण शिक्षणक्षेत्रात फारच महत्त्वाचे आहे. १९७५-८० मध्ये शेक्सपिअर हा अनिवार्य इंग्रजीचा भाग होता. १९९०नंतर बाजारपेठेतील इंग्रजीचा रेटा वाढला. १९८०पासूनच उपयोजित भाषाशास्त्राचा अभ्यासक्रम पदव्युत्तर अभ्यासक्रमात आला होता. तेव्हापासून शेक्सपिअरचा काय उपयोग, असा सूर लागायला लागला होताच. त्यातून ग्रामीण आणि शहरी विद्यार्थ्यांच्या शिक्षण-सुविधांतील अफाट अंतरामुळे ग्रामीण विद्यार्थ्यांच्या भाषा ग्रहण क्षमतेविषयीच शंका घेतल्या जाऊ लागल्या. मग ग्रामीण विद्यार्थ्यांचे भले करायच्या नावाखाली

बाजारपेठेच्या मागण्यांचे पुरवठाकेंद्र म्हणून इंग्रजी भाषा शिक्षणाची बाजारपेठ विकसित करण्यात आली. परिणामी शेक्सपिअर अभ्यासक्रमातून गळला. एका बाजूला एतद्देशीय साहित्य आणि भाषापरंपरा इंग्रजी राजवटीने संपवलेली, आणि दुसऱ्या बाजूला इंग्रजी साहित्यातून येणारी समृद्ध वैचारिकता बाजारपेठेचे आणि विद्यार्थ्यांच्या क्षमतेचे कारण पुढे करून संपवली गेली. मुळात भाषा म्हणजे फक्त आवाज करणे नव्हे तर विचार करणे, हे तत्त्व उखडून काढणे बाजारपेठेच्याही हिताचे असल्यामुळे त्या प्रकारचे भाषिक राजकारण आपल्या जागतिकीकरणाच्या माहोलात उचलले गेले. मग कोणत्याही प्रकारच्या परंपरेचा, ऐतिहासिक दृष्टीचा, अर्थ लावण्याच्या सघनतेचा, संस्कृतीत रुजलेल्या आणि संघर्ष-समन्वयाच्या कणखर खेळाचा विचार करायचाच नाही; ही भाषाव्यवहाराची रीत आपण स्वीकारली. त्यातून मग तत्कालिक चमचमणारे, व्यक्तिविशिष्ट स्फुरण म्हणजे प्रतिभा असे समज रूढ करता आले. आता तर स्वैर/स्वच्छंदी (foot-loose) पिढीला कोणती माती आणि कोणती मुळे सापडणार हा प्रश्नच आहे. त्यातून मग गोठलेल्या सांस्कृतिक गौरवगाथांमधूनही सांस्कृतिक भान संपते; आणि वैचारिकता संपवली जाते. आजच्या परिस्थितीत सांस्कृतिक-राष्ट्र संकल्पनेचा विचार करायचा झाला तर गोठलेली पारंपरिकता आणि पावले निसटलेला विद्रोह दोन्हींचे धोके सारखेच विनाशी आहेत याचे भान बाळगावे लागेल. अडोर्नोचे एक उद्धृत आठवते. 'To insist on the absolute absence of tradition is as naive as the obstinate insistence on it.' [Theodor Adorno, On Tradition, Telos Press, 1992) On Tradition]

आजच्या आक्रसत चाललेल्या जगात आणि अस्थिर झालेल्या सीमारेषांत जगातली कोणतीही स्थाने आणि वस्त्या संगणकातून नव्याने तयार करून मांडता येतात. याचा परिणाम आपल्या सांस्कृतिक ओळखीच्या पुनर्रचनेत आणि पुनर्संकल्पनेत दिसतो आहे. पारंपरिक शिक्षणाच्या पद्धती आणि शैक्षणिक संरचना यांच्यावर त्यांचे मोठे ओझे पडते आहे. अशा वेळेस साहित्याच्या अभ्यासाचे मोल आपण परत एकदा जाणून नव्या परंपरा निर्माण करायच्या असतील, तर या भाषांतरांसारखी पाठ्यपुस्तके उपयुक्त ठरू शकतील. शिक्षण आणि राजकारण यांच्यातील युद्धस्थानात शेक्सपिअर हा कायमच मोक्याच्या स्थानी असत आला आहे. आजही त्याची गरज आहे. फक्त समकालीन आव्हानांचे, तसेच विचारविश्वाचे भान त्यातून सांभाळले गेले पाहिजे.

(पूर्वप्रसिद्धी *'मायमावशी'* दिवाळी २०११)

६ विशाल भारद्वाजचे शेक्सपिअर-भाषांतर

१८व्या, १९व्या शतकात युरोपमधील आधुनिक राष्ट्रराज्याचा उदय आणि नव्या कथनपद्धतींचा, म्हणजे कादंबरी, कथा अशा साहित्यप्रकारांचा उदय एकमेकांबरोबर होणे हा योगायोग नाही. विविध भाषा आणि जीवनशैली यांनी सामूहिक निर्णयप्रक्रियेत सहभागी होण्याचा आग्रह धरणे, स्वतःचे अस्तित्व रोवून उभे राहणे हे त्यातून सांगितले गेले. तसेच चित्रपट, दूरदर्शन आणि संगणक या माध्यमांचा उदय व जागतिकीकरण यांचेही नाते आहे. दूरवरून व्यवहार करण्याची आणि ते नियंत्रित करता येण्याची शक्यता निर्माण झाल्यावर निर्णयप्रक्रियेला जास्तीत जास्त सुलभ आणि वेगवान बनवण्याची गरजही निर्माण झाली. मानवी निर्णयप्रक्रियेतील गुंतागुंत बाजूला ठेवण्याची निकड निर्माण झाली. त्यातून दृश्यतेचा प्रभाव, आवाज आणि प्रतिमा यांचे प्राबल्य यांतून निर्णयप्रक्रियेला प्रचंड वेग आला आहे. बघा आणि सांगा, ऐका आणि बोला हे जास्तीत जास्त सोपे आणि एकमितीचे करण्याचा प्रयत्न होतो आहे. तिथे एका शब्दाशी असणारे अनेक संदर्भ जाणून घ्यायला वेळ नाही; पण धोरणात्मक निर्णयप्रक्रियेला मात्र निपुण तंत्रकौशल्याचे आणि राजकीय बळाचे आधार आहेत, हे दुर्लक्षून चालणार नाही. कारण सूक्ष्म तंत्रज्ञानाच्या जोरावर जे राजकारण माणसाच्या व्यक्तिगत आयुष्याचाही ठाव सहजी घेत आहे, तिथे आपल्याही नकळत आपण तंत्रज्ञान-नियंत्रित यंत्रणेचा भाग बनत जातो आहोत. पूर्वी कदाचित पत्रिका माणसाचे व्यक्तिगत आयुष्य नियंत्रित केले जाण्याचे शास्त्र मानले जात असेल. (एक प्रकारचा रचनावादी दृष्टिकोनच म्हणता येईल.) तिथे मानवी इच्छाशक्तीला काहीच वाव नव्हता, असलाच तर त्या पत्रिकेच्या मांडणीपुढे शरणागत होणे आणि त्या मांडणीला प्राक्तन म्हणून स्वीकारणे इतकेच घडत असावे. आज बुद्धिनिष्ठ जगात ती जागा मानवनिर्मित यंत्रणा घेते, त्यामुळे तिथे नियतीला आव्हान देण्याला वाव राहतो, मानवी इच्छाशक्तीला सर्व काही पूर्वनियोजित नाही असे म्हणण्यासाठी थोडी जागा राहते. म्हणूनच मूल्यव्यवहाराच्या भाषेलाही.

आज जागतिकीकरणाच्या यंत्रणेत आणि लोकशाही शासनव्यवस्थेत मानवी इच्छाशक्तीची जागा कशी बघायची यासाठी विशाल भारद्वाजचे 'मकबूल', 'ओंकारा' आणि 'हैदर' हे तीनही चित्रपट फार महत्त्वाचे वाटतात. विशाल भारद्वाजला शेक्सपिअरच सापडला का, असे विचारणारे मला भेटले आहेत. मी या प्रश्नाने थोडी संकोचते, पण तरीही जरा हट्टाने त्या चित्रपटांना घट्ट धरून ठेवते. कारण पाश्चात्त्य अर्थनिर्णयनाचे किंवा शेक्सपिअरच्या सादरीकरणाच्या इतिहासाचे दडपण न घेता, भारताच्या भूमीवर उभे राहून ठामपणे त्याचा अर्थ लावण्याची त्यातील प्रक्रिया मला महत्त्वाची वाटते. तसे प्रयोग यापूर्वी झालेले असू शकतात. पण मुख्य प्रवाही चित्रपटांच्या बाजाने शेक्सपिअरला मोठ्या पडद्यावर आणणे, हे शेक्सपिअरला खऱ्या अर्थाने अभिजात बनवणे आहे, असे मला वाटते. दुसरी महत्त्वाची गोष्ट म्हणजे दिग्दर्शकाने यातील तीन स्त्रियांना मिळवून दिलेला रिकाम्या अवकाशाचा फायदा. साहित्यकृतीतील ओळींच्या मधल्या रिकाम्या जागेचे वाचन महत्त्वाचे असते. शेक्सपिअरच्या नाटकांतील लेडी मॅकबेथ, इयागोची बायको एमिलिया, आणि हॅम्लेटची आई गट्रूड या तीनही स्त्रियांना विशाल भारद्वाजने जी कृतिशीलता आणि स्वतंत्र प्रज्ञा देऊ केली आहे, त्यासाठी हे चित्रपट मला फार मोलाचे वाटतात. व्यवस्थेने स्त्रियांना देऊ केलेले दुय्यमत्व, तरीही त्या वापरत असलेली त्यांची स्वतंत्र निर्णयक्षमता आणि त्यांनी स्वतःच्या अनुभवांतून केलेली कृती व त्याचे परिणाम भोगायची त्यांची तयारी; हे इतके ताजे आणि परिणामकारक आहे की, आपण या तीनही चित्रपटांचा स्वतंत्रपणेही विचार करू शकतो. आत्ताच्या आपल्या काळात या मांडणीचे महत्त्व मोठे आहे.

भाषांतरांना–स्वैर रूपांतरांनाही–आजच्या जागतिकीकरणात एक निश्चित स्थान आहे. एकतर जागतिकीकरणाने जवळ आणलेल्या जगाचे बारकावे त्यातून समजून घेता येतात. व्यवस्थांचे सरसकटीकरण आणि दबाव दूर ठेवायचा असेल तर जास्तीत जास्त माहिती आणि वैविध्याचे आयाम आपल्याला कळणे गरजेचे आहे. शेक्सपिअर त्याचा एक भाग आहे. स्वातंत्र्यपूर्व काळात समजून घेतलेला शेक्सपिअर आणि आता आपल्या स्वतःच्या राजकीय आणि सामाजिक अनुभवांमधून समजून घेतलेला शेक्सपिअर यांत बरेच अंतर असू शकते. विशाल भारद्वाजने भाषांतरित केलेला शेक्सपिअर आपण पाहिला तर ते नक्कीच जाणवते. आपल्या संवेदना आणि विचारक्षमता प्रगल्भ होण्याचे ते पुरावे आहेत. केवळ स्वतःविषयीच्या न्यूनगंडातून हुबेहूब अभ्यासपूर्ण नक्कल आणि किंवा मग एतद्देशीयतेच्या आत्मगौरवातून आपल्या अज्ञानाला बाजूला ठेवणे या दोन्हीही प्रक्रिया कलाकृतींसमोर फार मोठी आव्हाने उभी करतात. एक तर आपली स्वतंत्रपणे काही म्हणण्याची ताकद विकसित होत नाही, धाडस होत नाही किंवा कमालीच्या संकुचित जगात राहून आपण आपल्या वाढीच्या शक्यता संपवून

टाकतो. त्यातून हिंसा वाढते. आज व्यक्त होण्यावर कळत नकळत येऊ घातलेले दबाव वाढत चालले आहेत; कारण आपण आपली सामूहिक प्रगल्भता गमावत चाललो आहोत. ७०च्या दशकात चळवळींच्या माहोलात साहित्याने मोठी भूमिका बजावली होती, कारण जगभरातल्या साहित्याच्या ओळखीतून आपण आपल्याही ओळखी तपासत असू. पुढे आपले असे स्वत्व काय हा प्रश्न ८०-९०च्या दशकात जोरकसपणे पुढे आला. मंडल आयोगाच्या शिफारसींनंतर हे स्वत्व ओळखींच्या राजकारणाच्या अंगाने घट्ट होत गेले आणि ७०च्या चळवळींच्या माहोलात अस्तित्ववादाच्या चर्चाविश्वाने जो एकटेपणाचा कणखरपणा देऊ केला होता आणि मार्क्सवादाने स्थानिक प्रश्नांचे जे वैश्विक अनुबंध समांतर चित्रपट/नाटक चळवळीतून जोरकसपणे मांडले होते, त्याला खीळ बसली. आज कोणालाही व्यक्त होताना सामूहिक राजकारणाची दहशत भिववते ही चिंतेची बाब आहे. अस्मितांच्या राजकारणाची पाचर देशप्रेमालाही एका संकुचित ओळखीत बांधत चालली आहे. जगभरातच तीव्र होत चाललेल्या अस्मितांच्या संकोचात विश्वमानुष होण्याचे स्वप्न भंगत चालले आहे. थोडीफार आशा साहित्यकृतींच्या वैश्विकतेमध्ये आहे. साहित्य आणि कला यांच्यावरची जबाबदारी अस्मितांना वैश्विक करण्याची आहे. तिथे साहित्याचे भाषांतर आणि रूपांतर महत्त्वाची भूमिका बजावू शकते.

'स्वतःच्या साहित्याच्या ठिकाणी असलेली उणीव भरून काढणाऱ्या साहित्याबद्दल स्वागतशील असणे, ही अनुवाद संस्कृतीची स्वाभाविक प्रवृत्ती असते,' असे चंद्रकांत पाटील त्यांच्या 'Translating India: An Insider's View' या निबंधात म्हणतात ते खरेच. आज त्यासमोरचे एक आव्हान संवाद माध्यमांच्या प्रचंड व्याप्तीच्या वापराचे आहे. म्हणजे इतक्या प्रकारची माहिती आज आपल्या पुढ्यात येऊन पडते आहे की, माहिती मिळवण्यातल्या उणिवांचाच धसका आपण घेतो. शिवाय भाषांतर करत असताना आपल्या स्वतःचेही रूपांतर होत असते, त्यातला आणि मूळ आपण यांतला फरक समजून घ्यावा लागतो. त्याचे कसे करायचे? भाषांतर करताना हाही प्रश्न आपल्याला सोडवावा लागतो. शेक्सपिअरच्या नाटकांचे रूपांतर करताना त्याचे भारतीयीकरण करणे अपेक्षित नाही, तर भारत नावाच्या सामाजिक भूमीवर उभे राहून शेक्सपिअरचे वाचन करणे गरजेचे आहे. त्यासाठी स्वतःबद्दलची सखोल समज आणि शेक्सपिअरच्या संहितेची सखोल समज दोन्हीही लागेल. स्वातंत्र्यपूर्व काळात भाषांतरित केला गेलेला शेक्सपिअर हा एकतर इंग्रज राज्यकर्त्यांनी गौरवलेला लेखक म्हणून वाचला गेला. तसेच इंग्रजी साम्राज्याच्या जोडीने आलेले कंपनी राज्य, व्यापार उदीम म्हणजेच भांडवली व्यवस्थेचा एक भाग म्हणूनही रूपांतरित केला गेला.

शेक्सपिअर हे नाव ब्रिटिशांनी भारतात आणले तरी त्याच्या भाषांतर आणि रूपांतरांनी त्याला भारतीय ओळख देऊ केली; पण ती व्यावसायिकतेच्या माहोलात कमालीची तकलुपी राहिली. त्याचा इतिहास फारच रोचक आहे. ब्रिटिश राजवटीने इंग्लिश भाषा आणि साहित्याबरोबरच कलेचे व्यावसायिक सादरीकरण या संकल्पनेशी आपली ओळख करून दिली. शेक्सपिअरच्या नाटकांचे सादरीकरणही त्याला अपवाद नाही. १८व्या शतकापासून शेक्सपिअरची भाषांतरे/रूपांतरे होत असताना जोडीने त्याचे व्यावसायिक सादरीकरणही होत होते. विशेषतः पारसी थिएटरने शेक्सपिअर बराच वापरला. पुढे चित्रपटसृष्टीने जम बसवल्यानंतरही शेक्सपिअर आपल्याला भेटत राह्यला. शेक्सपिअरच्या नाटकांचे भारतातील वळण बघायचे तर त्याचा हा इतिहास थोडक्यात समजून घ्यावा लागेल.

१९३४पर्यंत शेक्सपिअरच्या नाटकाची सुमारे २०० रूपांतरे झाल्याची नोंद विक्रम सिंघ ठाकूर त्यांच्या Parsi Shakespeare : The Precursor to Bollywood Shakespeare - (Palgrave Macmillan NY) या लेखात करतात. शेक्सपिअरच्या नाटकांचे मुंबईतील पदार्पण पारसी थिएटरमधून झाले. १८४६मध्ये 'ग्रँट रोड थिएटर'च्या उदघाटनातून पारसी थिएटर जन्माला आले. नाटक करणारे, लिहिणारे, निर्मिती करणारे, दिग्दर्शक असणारे बरेचसे पारसी होते, म्हणून पारसी थिएटर. त्याच्यात इतरांचा सहभागही असे. त्यांचे मुंबईतील उद्योजकांशी किंवा ब्रिटिश अधिकाऱ्यांशी किंवा ब्रिटिश कंपन्यांशी सहकरार असत. मुंबईत जन्माला आले असले तरी त्याला मुंबईपुरते मर्यादित ठेवता येणार नाही. कारण पारसी कंपन्या देशभर फिरत नाटकाचे प्रयोग करत असत, हे त्यांचे वैशिष्ट्य त्यांना तशी अखिल भारतीय ओळख देऊ करते. मुंबईत जन्माला आल्यानंतर ज्या 'ग्रँट रोड थिएटर'ने त्याची सुरुवात झाली, ते भारतीयांसाठीचे तत्कालीन व्यावसायिक केंद्र असलेल्या परिसरात होते. कामाठीपुरासारख्या शेजारी भागांतून कामकरी वर्गही त्याच्याभोवती गजबजलेला होता. खेतवाडी, माझगाव आणि गिरगाव इथून हिंदू मध्यमवर्गीय प्रेक्षकांचा पुरवठा नाट्यप्रयोगाला होत होता. उमरखेडी आणि मांडवी इथून मुस्लीम प्रेक्षक नाटकाच्या प्रयोगांना येत होता. ताडदेव आणि ग्रँटरोड इथे कापडगिरण्या वाढायला लागल्या, तसा तिथला कामगारवर्गही मनोरंजनासाठी नाटकांना येऊ लागला. म्हणजे अत्यंत विविधतापूर्ण अशा प्रेक्षकांसाठी नाटक करण्याचे आव्हान पारसी थिएटरसमोर होते. या आव्हानाला भिडण्याचे दोन मार्ग होते. एक तर भारतीय भाषांमध्ये त्यांचे यथार्थ भाषांतर नाहीतर रूपांतर करून, भारतीय संस्कृतीत उपलब्ध असणाऱ्या कलाप्रकारांचा वापर करणे. पारसी थिएटर आणि नंतरचा ७०-८०च्या दशकापर्यंतचे भारतीय चित्रपट हे भारतीय लोककलांचा आधार घेताना दिसतात. जसे की बंगालमधला जात्रा, उत्तर प्रदेशातील रामलीला

आणि कृष्णलीला, महाराष्ट्रातील तमाशा, राजस्थानातील नौटंकी, गुजरातेतील भवई, आंध्रातील विथिनाटकम, कर्नाटकातले यक्षगान. शेक्सपिअरचे भारतीयीकरण होण्याची अत्यंत रोचक प्रक्रिया सुरुवातीलाच रुजण्याचे ते एक कारण होते. पारसी थिएटरमध्ये शेक्सपिअरच्या नाटकात गाणी आणि नृत्य यांचा मुक्त वापर करण्यात आला. उदा. पारसी आल्फ्रेड कंपनीने १९१८मध्ये सादर केलेले 'शेर-ए-दिल' म्हणजे- 'ऑथेल्लो'ची सुरुवातच ब्रेबॅन्शिओ नाच आणि गाण्याच्या कार्यक्रमाने ऑथेल्लोचे मनोरंजन करताना होते. ऑथेल्लो-डेस्डिमोनातील प्रेमप्रसंग आपण गीतात कल्पना करू शकतो; पण इयागो आणि रॉडेरिगो ब्रेबॅन्शिओला त्याची मुलगी ऑथेल्लोबरोबर पळून गेली हे गाण्यात सांगताना दाखवले आहेत. बंगालमधल्या शेक्सपिअरची भारतीय दास्तां तर फारच रोचक आहे. तिथे सादर झालेल्या शेक्सपिअरच्या नाटकांमध्ये ज्यात नाचगाणी होती, ती नाटके यशस्वी ठरली आणि ज्यात ती नव्हती किंवा भाषांतरकाराने ते नाटक शेक्सपिअरचे म्हणूनच म्हणजे मॅकबेथ स्कॉटलंडमध्येच वसवून वगैरे सादर करण्याचा प्रयत्न केला, ती नाटके पडली.

दुसरा मार्ग म्हणजे भारतीय प्रेक्षकांची मानसिकता लक्षात घेऊन मेलोड्रामा, ऱ्हेटरिक, पल्लेदार संवादफेक, भावनांचे सुलभीकरण करणे. हाही मार्ग शेक्सपिअरच्या नाटकांच्या संदर्भात घडलेला दिसतो. मराठी भाषांतरे किंवा रूपांतरे पाहिली तर हे लक्षात येईल. आगरकर, गडकरी यांची भाषा विशेष करून. परंतु त्यामानाने जीवनदृष्टीची झेप फार पल्लेदार नव्हती. कारण शेक्सपिअरकालीन राजकारणाचा आणि सामाजिक संदर्भ टाळून ती निवळ भाषिक भाषांतरे झाली. मं. वि. राजाध्यक्ष म्हणतात त्याप्रमाणे, '१८६७ महादेवशास्त्री कोल्हटकरांनी ऑथेल्लोचे भाषांतर केले. हे मराठीतील पहिले भाषांतर. १८६७ ते १९१५ या दरम्यान ६५ भाषांतरे झाली. त्यानंतर त्याचा वेग मंदावला.... खाडिलकर, केळकर, गडकरी यांनी शेक्सपिअरला रंगमंचावर आणले. पण शेक्सपिअरच्या व्यक्तिरेखांची खोली कोणालाच पुरेशी समजली नाही. किंवा भावली नाही. शेक्सपिअरची ओळख कदाचित आपल्याला चुकीच्या काळात झाली. तेव्हाचे आपले शिक्षण व्हिक्टोरिअन सुरातले होते आणि आपली स्वातंत्र्य चळवळ कडक तापली होती. या दोन्हींमुळे आपल्याला शेक्सपिअरचे बेधुंद नाट्यविश्व आणि समृद्धी उचलता आली नाही. आपला त्याच्याकडे बघण्याचा दृष्टिकोण बोधप्रद किंवा शैक्षणिक राह्यला, त्यातल्या सौंदर्यांचे खरे ज्ञान आपल्याला झाले नाही.'

माझ्या मते त्याचे कारण केवळ आपल्याला इंग्रजांनी दिलेल्या व्हिक्टोरिअन शिक्षणात दडलेले नसून, नाटक हा कलाप्रकार व्यावसायिक रंगभूमीने उचलल्यानंतर ज्या प्रकारच्या प्रेक्षकवर्गाला रंगभूमीला सामोरे जावे लागले, त्यातही दडलेले आहे. शिवाय मराठी संगीत नाटकांची सुरुवात पारसी थिएटरच्या सोबतीने झालेली असल्यामुळे

तेथील यशस्वी प्रयोगांची तंत्रे आपल्या नाटकांमधून वापरण्याचा प्रयत्नही त्याला कारणीभूत ठरला असणार. अण्णासाहेब किर्लोस्करांनी पारसी थिएटरची नाटके पाहून- -त्या ऑपेरासारखी आपल्याही नाटकात गाणी घालण्याचे ठरवले व त्यातून 'संगीत शाकुंतल' जन्माला आले. म्हणजे १९व्या शतकाच्या अखेरीस थिएटर नावाचे जे गारूड निर्माण झाले होते, त्यात शेक्सपिअरच्या नाटकांचे भारतीय भाषांत येणे हे मोठ्या प्रमाणावर घडले आणि शिवाय व्यावसायिक रंगभूमीसाठी नाट्यसंहिता निर्माण करताना शेक्सपिअरला आपल्या रंगभूमीवर मोठ्या प्रमाणात आणले गेले. पण त्याची नाळ प्रामुख्याने व्यावसायिकतेशी जुळली होती. साहजिकच शेक्सपिअरची नाटके बहुतेक वेळा रूपांतरित स्वरूपात आलेली दिसतात. परकीय नावे आणि प्रदेश भारतीय स्थानांमधे बदललेले दिसतात. नाटकातील तत्त्वज्ञानाचा भाग गाळून भावविवश संवाद आणि नाट्यमय प्रसंग टाकलेले दिसतात. शक्य तिथे नाचगाण्यांची पखरण केलेली दिसते. अमिर जान, मोती जान, गोहर जान, मुन्नीबाई या उपशास्त्रीय गाण्यात तरबेज असणाऱ्या गायिका पारसी थिएटरच्या लोकप्रिय गायिका आणि अभिनेत्री बनल्या होत्या. नाटकांमध्ये तंत्रज्ञानाचा वापर करून विस्मयदृश्ये घातली जात आणि त्याची जाहिरातही केली जाई. त्यासाठी इंग्लंड, युरोपमधून तंत्रज्ञान आयातही केले जाई. रंगमंचावरचा पाठपडदा तेव्हा फारच लोकप्रिय होता. शिवाय नेपथ्यावरचा खर्च वाचवायचा झाला तर रंगवलेले पडदे बरे पडत. ते रंगवणाऱ्या कलाकारांची नावे प्रसिद्ध कलाकार असतील तर जाहिरात पत्रकावर छापली जायची. नायक-नायिकांच्या कपड्यांचीही जाहिरात केली जायची, म्हणजे- 'डेस्डिमोनाला बघा खास स्पॅनिश कपड्यांत' किंवा 'नाटकासाठी खास इटालीवरून मागवलेले रोमन ड्रेसेस बघा' वगैरे. नाटक उचलून धरण्यासाठी टाळ्या वाजवायला किंवा प्रतिस्पर्धी कंपनीचे नाटक पाडायला खास पैसे देऊन माणसे आणवली जायची, असा उल्लेख विक्रम सिंह ठाकूर यांच्या पारसी थिएटरवरील लेखात आहे.

या सगळ्या व्यावसायिकतेचे वर्णन करण्याचे कारण म्हणजे शेक्सपिअर भाषांतरित/रूपांतरित होण्याचा काळ जसा स्वातंत्र्याच्या जाणिवेचा, पारतंत्र्याबद्दलच्या संतापाचा होता; तितकाच तो राज्यकर्त्यांनी आणलेल्या भांडवलदारी अर्थव्यवस्थेशी ओळख होण्याचा आणि त्यातील नावीन्य आपलेसे करण्याचाही काळ होता. ब्राह्मणांनी उच्च शिक्षण घेऊन ब्रिटिश राज्यकारभारात सामील होण्याचा तो काळ होता. साहजिकच एका बाजूला ब्रिटिशांचे अनुकरण, त्यांचे श्रेष्ठ समजले गेलेले निकष आपलेसे करण्याचा प्रयत्न आणि दुसऱ्या बाजूला स्वतःची ओळख घडवण्याचे आणि त्या ओळखीत नवीन काही मिसळण्याचे प्रयत्न, या एकाच वेळेस घडत गेलेल्या प्रक्रिया होत्या. शेक्सपिअरच्या नाटकांच्या भाषांतरात/रूपांतरात ते दिसून येते. बहुतांश वेळेला हे

मिसळणे भाषिक पातळीवर राहिले. मिसळणे अपरिहार्य होते तरी ते संपूर्ण सांस्कृतिक आणि राजकीय घडामोडींच्या ज्ञानातून झाले असते, तर अधिक प्रभावी ठरले असते आणि कदाचित दोन संस्कृतींमध्ये विचारांची देवाणघेवाण समान पातळीवर झाली असती. तिथे मराठीतील शेक्सपिअरची भाषांतरे कमी पडली. शेक्सपिअर तसा दूरस्थ ताराच राहिला.

आज १९९०नंतर बदललेल्या जगात विविध देशांत पसरलेल्या बहुराष्ट्रीय कंपन्या त्यांच्या उत्पादनाची भाषा, व्यावसायिकतेची भाषा बोलत असताना संवादकौशल्यांचे अभ्यासक्रम राबवून संवादांचेही प्रमाणिकरण करतात आणि राष्ट्र संपल्याची भाषा बोलतात. ही वैश्विकता आपल्याला अपेक्षित नाही. शिवाय ज्या साम्राज्यवादी देशांनी दोन महायुद्धे केली आणि त्यातून अश्रद्धेकडे वाटचाल अपरिहार्य ठरली, तो इतिहास तिसऱ्या जगातील नवस्वतंत्र राष्ट्रांचा नाही. हे खरेच की राष्ट्र ही तशीही द्विमुखी कल्पना असते. एका बाजूला प्रचंड मोठा त्याग, समर्पण यांना उद्युक्त करणारी ती संकल्पना असते. जिथे जन्म झाला, तिथे अपरिहार्यतेने निर्माण झालेल्या नातेसंबंधांमधल्या गुंतवणुकीची भावना जपणारी, जोपासणारी संकल्पना असते आणि त्याचबरोबर मालकीहक्क प्रस्थापित करण्याची अधिकारशाहीवादी भाषा बोलणारी, आपले-परके ठरवणारीही संकल्पना असते. अनेकदा राष्ट्र या संकल्पनेने होणारी घुसमट, अन्याय, हिंसा यांविषयीही बोलले जाते. तरीही ज्याच्याशी आपण जैविकदृष्ट्या जोडल्याची भावना निर्माण होऊ शकते अशी भावनिक उद्दीपनासाठी वापरली जाणारीही ती संकल्पना असते. त्यामुळे राष्ट्रीयतेची भाषा गुंतागुंतीची होत चालली आहे. राष्ट्रीयत्व म्हणजे काय, याचे विवेकी उत्तर आज मांडून दाखवणे अवघड होते आहे. आपण आंतरराष्ट्रीय अर्थव्यवस्थेचा भाग असल्यामुळे स्टँडर्डाईज्ड ग्लोबल कल्चर आपल्याकडे वेगाने पसरते आहे. आंतरराष्ट्रीय शिक्षण, ज्ञानसाधने, चित्रपट, दूरदर्शन मालिका, सौंदर्याचे- आरोग्याचे निकष आणि त्याअनुषंगाने येणारी प्रसाधने, वाहतुकीची साधने, नातेसंबंधाचे निकष, संवादाची साधने व भाषा या सगळ्याचे आंतरराष्ट्रीय निकष आज मोठ्या प्रमाणात पसरत आहेत. त्याच जोडीने विज्ञान, तंत्रज्ञान, राजकारणातील व्यवहारवाद या बुद्धिनिष्ठेचाही हस्तक्षेप मोठा आहे. या सगळ्या घुसळणीतून कोणता मूल्यभाव तयार होतो आहे, याचा अंदाज येणे अवघड आहे. कोणत्याही संकल्पनेचा आकार ठरवत असताना मूल्यभावाची थोडीफार सुस्पष्टता असावी लागते. ती कोण, कशी, कोणत्या परिस्थितीत देतो यावर तिची प्रस्तुतता अवलंबून असते. अशा वेळेस राष्ट्र या संकल्पनेची व्याख्या आणि आकार कसा ठरवायचा हा मोठा प्रश्न आहे. फक्त सत्तास्पर्धेच्या अंगाने राष्ट्र मांडता येत नाही. तसे मांडले तर निवळ हिंसा याच मूल्याला वैधता मिळते. शेक्सपिअरच्या मॅकबेथची सर्वांत विषण्ण करणारी शोकांतिका हीच आहे की, प्रचंड हिंसाचार घडवल्यानंतर मॅकबेथला ती सगळी गोष्ट, Tale told by an idiot full of sound and fury... अशी वाटते. अशी पोकळी निर्माण झाल्यावर परत एकदा पारंपरिक सत्ता प्रस्थापित व्हायला वेळ लागत नाही. मग परिवर्तनाची भाषा बोलायची झाली तर मूल्यभावाची व्यापक बैठक कशी निर्माण करायची हे ठरवण्याची जबाबदारी लोकशाही मानणाऱ्यांवर येते.

कोणत्याही कथनाला राजकारण आणि अर्थकारणाचे अस्तर असते. ते कसे बघायचे, हा प्रश्न शेक्सपिअरच्या नाटकांच्या बाबतीत आज आपण विचारायला हवा. शेक्सपिअरच का, हा प्रश्न विशाल भारद्वाजला विचारला गेल्याचा उल्लेख मी केला आहेच. शेक्सपिअर नको असेही म्हणायला माझी हरकत नाही. नेमाडी वाटेने जायचे तर कोणतेच इंग्रजी भाषिक पुस्तक नको, असेही म्हणायला हरकत नाही. आपण ते म्हणत राहतो, अनेकदा असे म्हणण्याला आपल्याला इंग्रजीत उपलब्ध अभ्यासाने बळ व संदर्भ पुरवलेले असतात आणि जनांचा प्रवाह वेगळ्याच वाटेने प्रवाही झालेला असतो. तरी लोकशाहीत सगळेच म्हणता येते. पण शेक्सपिअर आवडतो असे म्हणण्यासाठीही काही कारणे आहेत. राष्ट्र-संकल्पना निर्माण होण्याच्या काळात, धर्मसंस्थेची मध्ययुगीन पकड सैल होण्याच्या काळात तो माणूस शोधत होता; माणसाचे व्यवस्थेतले स्थान, त्याने व्यवस्थेला केलेला विरोध आणि ऐतिहासिकतेचे मूल्यमापन त्याच्या नाटकांमधून शेक्सपिअर करत राहतो. त्याच्या मानवी संबंधांच्या शोधाला जी खोली आहे, ती आजही प्रस्तुत वाटणारी आहे. पाश्चात्त्य सभ्यतेशी सांस्कृतिक पातळीवर संवाद करण्याचे ते एक प्रभावी माध्यम आहे. आणि त्याला भारतीय भूमीवरही काही इतिहास आहे. त्यामुळे तो व्यापक होऊ शकतो. आत्ताच्या वैश्विकतेच्या टप्प्यावर उजव्या राजकारणाचा उत्सवी गजर चालू आहे. आपल्या परंपरा आणि इतिहास यांचे सुलभीकरण, सवंगीकरण चालू आहे; त्यात अशा सखोलतेची गरज तीव्रतेने जाणवते आहे. एकूणच जिवंत भाषा आणि भाषिक देवाणघेवाणीत मोठे ताण निर्माण झालेले आहेत.

भाषा-संकोच हा वैश्विक भांडवलशाहीसाठी फायद्याचा आहे; कारण मग उपभोगाच्या शोषाचे सार्वत्रिकीकरण करणे सोपे जाते. त्याला विरोध केला की, ती दुप्पट वेगाने आपल्यावरच येऊन आदळते आहे. त्यातून शेक्सपिअरही वाचलेला नाही. हे विक्रीवस्तुकरण इतके सार्वत्रिक आहे की, ते जाणवूही नये. उदाहरण द्यायचे झाले तर २०१२मध्ये इंग्लंडमधील ग्लोबल शेक्सपिअर फेस्टिव्हलमध्ये आफ्रिकन देशांतील वसाहतोत्तर काळातील हुकूमशाह्यांवर टिप्पणी करण्यासाठी 'ज्युलियस सीझर'चा प्रयोग झाला. त्यातील सर्व अभिनेते हे काळे आफ्रिकन होते. संगीताचे साथीदारही काळे आफ्रिकन होते आणि त्यांच्या आफ्रिकन वाद्यांसह नाटकात सामील होते. पण हे सगळे आफ्रिकन हे आफ्रिकन वंशाचे कसलेले ब्रिटिश अभिनेते होते.

त्यांना मूळ आफ्रिकन इंग्रजीत कसा बोलतो याचे खास प्रशिक्षण देण्यात आले होते. त्यांनी आफ्रिकन कपडे घातले होते. त्यांची वेषभूषा आणि केशभूषा करणाऱ्यांना ते आफ्रिकन चलनात टीप देत होते. कोणत्याही प्रभावी साधनाला चकचकीत वेष्टणात गुंडाळून त्याची विक्रीयोग्य वस्तू करणे हे त्याचा प्रभाव संपवण्याचे एक परिणामकारक पद्धतीशास्त्र आहे.

या सगळ्या माहोलात आपण आपली प्रतिभा आणि कल्पनाशक्ती नव्याने चेतवून जगाच्या व्यवहाराचा अर्थ लावायचा, तर साहित्य हे एक प्रभावी माध्यम असू शकते. इंग्रजी किंवा इतर कोणत्याही भाषेतील साहित्य हा आपल्या संकोचत चाललेल्या अस्मितांवरचा परिणामकारक उतारा आहे. याची खरी जाण मूलतत्त्ववाद्यांना आहे. त्यामुळेच दाभोळकर, कलबुर्गी, मुरुगन, बांगला देशातील नुकतेच मारले गेलेले इंग्रजीचे प्राध्यापक रेझाउल सिद्दिकी यांचा त्यांना धोका वाटला. पाश्चात्त्य प्रबोधन काळातून निर्माण झालेल्या चर्चाविश्वाचा विकास प्रगत मानवतावादाकडे न्यायचा प्रयत्न इंग्रजीतून निर्माण होणाऱ्या कित्येक साहित्यकृतींमधून वाचायला मिळतो, अनुभवता येतो. त्या मूल्यांना आज जगभरच विरोध व्हायला सुरुवात झाली आहे. अमेरिकेतील रिपब्लिकन राजकारण किंवा मध्यपूर्वेत आयसिस आणि तत्सम मूलतत्त्ववादी संघटनांचा उदय किंवा आपल्याकडे मूलतत्त्ववादी भाषेचा वाढता प्रभाव हा भाषा संकोचत चालल्याचा परिणाम आहे. तेव्हा जिथे जिथे मानवतावादी मूल्यांचे प्रभावी दर्शन असेल, ते सर्व समजून घेण्याचा प्रयत्न करण्याची निकड आज निर्माण झाली आहे. म्हणूनही शेक्सपिअरला आपल्या सामाजिक आणि सांस्कृतिक पायावरून बघण्याला हरकत नसावी.

तिथे दोन गोष्टी आड येतात. एक म्हणजे शेक्सपिअर किंवा एकूणच इंग्रजीतील अभिजात वाङ्मयाबद्दल आपल्या शिक्षणाच्या लोकशाहीकरणाच्या प्रक्रियेत निर्माण झालेली प्रतिक्रिया. ती साहजिकही होती आणि समर्थनीयही होती. म्हणजे शालेय शिक्षणापासूनच दुर्लक्षित राहिलेला इंग्रजी विषय महाविद्यालयात आल्यावर शेक्सपिअर, कॉनरॅड, काम्यू किंवा व्हर्जिनिया वुल्फ अशासारख्या लेखकांकडून शिकणे वेदनादायीच होते. तिथे खरे तर भाषांतराचे आणि पहिल्या भाषेतून आकलन मांडू शकण्याचा पर्याय असलेल्या परीक्षापद्धतीचे प्रयोग करता आले असते. पण ते शक्य झाले नाही. त्यामुळे सर्व अभिजात कलाकृतींची परीक्षालक्ष्यी सारांशरूपे विद्यार्थ्यांपर्यंत पोहोचली. याचा आणखी एक परिणाम असा झाला की, इंग्रजी साहित्याबद्दल तिरस्कार आणि इंग्रजी भाषेबद्दल दहशत निर्माण झाली आणि त्यामुळे व्यावहारिक यशाचे इंग्रजी वेगळे आणि साहित्यिक इंग्रजी वेगळे असा भाषा आणि साहित्य दुभंग तयार झाला. हाच दुभंग पुढे मराठीच्याबाबतीतही निर्माण झाला. म्हणजे व्यावहारिक मराठीचा

पर्याय निर्माण झाला. सांस्कृतिक गुंतागुंत वाढते तशी स्पेशलायझेशन्स वाढतात हे खरे. त्यातून शब्दांबद्दलचा मोकळेपणा संपून कायदेशीर चूक-बरोबर नेमकेपणा महत्त्वाचा ठरायला लागतो. ज्याला भाषेचे व्यावहारिक रूप म्हटले जाते; ती वेगळी व्यावहारिक, व्यावसायिक नैतिकताही निर्माण करतात. म्हणजे व्यक्तिगत नैतिकतेचा आणि व्यावसायिक नैतिकतेचा सांधा जोडायचे कारण नाही, असे त्यातून पुढे येते. हा दुभंग व्यावहारिक आहे असे म्हटले जाते. तेव्हा व्यवहाराची चर्चा करणे भाग आहे.

नैतिकतेच्या व्याख्या कितीही गुंतागुंतीच्या झाल्या तरी त्याचे व्यापक सामाजिक अधिष्ठान सुटून चालत नाही. त्यासाठी नैतिकतेचे व्यापक आणि सूक्ष्म अर्थ मनात जिवंत असण्याची गरज असते. त्यांची मुळे आणि विकास दोन्हींचेही भान असणे गरजेचे असते. साहजिकच व्यवहारात बोलायची भाषा वेगळी आणि साहित्याची भाषा वेगळी असे म्हणणे हे भाषेचे सामाजिक जोडलेपण नाकारणे आहे. बहुभाषिक समाजात कोणती भाषा विशिष्ट सामूहिक महत्त्वाची आणि कोणती भाषा व्यापक सामाजिक अवकाशाची हा दुसरा पेच निर्माण होतो. म्हणजे आदिवासी मुलांची मूळ भाषा जगवायला हवी; पण त्यांना त्यांची परिसरभाषा शिकायची झाली तर ती प्रादेशिक भाषा त्यांना सामावून घेणारी असायला लागेल. त्यांच्या व्यक्त होण्याला, मूल्यांना समजून घेणारी असायला लागेल. म्हणजेच मूल्यभाव इथेही महत्त्वाचा ठरतो. तो केलेल्या कायद्यांमधून आणि नियमांमधून जपला जावा असे वाटत असेल, तर मुळात त्या मूल्यांच्या भाषेबद्दलची जागरुकता, संवेदनशीलता आणि स्पष्टता असावी लागते. ती निर्माण व्हायची तर व्यापक, सघन, जोमदार भाषाव्यवहार जिवंतपणे वाढत राहावा लागतो. केवळ कायदे आणि आचारसंहितेतील भाषा सांभाळून तसेच गतकालीन भाषिक नमुन्यांचे जतन करून मूल्यभाव जोपासता येत नाही. तो समकालीन पेच आणि आव्हाने यांतूनच जिवंतपणे बोलला जायला लागतो. तिथे स्वतःचे स्थान आणि त्यातून निर्माण होणारी जीवनदृष्टी याच्या तुलनेसाठी इतरही जीवनदृष्टींचे नमुने समोर असले तर मदतीचे ठरते. जागतिकीकरणाच्या काळात तर विशेष करून.

इथे विशाल भारद्वाजचा शेक्सपिअर महत्त्वाचा ठरतो. शेक्सपिअरच्या ४००व्या जयंतीनिमित्त अनेक लेख वाचनात आले. शेक्सपिअर किती मोठा आहे आणि तो आपल्याला किती मोलाचे काय काय देऊन गेला असा सूर सामान्यतः सगळ्याच लेखांचा आहे. अनेक थोर दिग्दर्शकांनी आणि अभिनेत्यांनी तो कसा सादर केला याविषयीच्या आठवणी त्यात आहेत. पण शेक्सपिअर आपण आपल्या भूमीवरून कसा समजून घेतला, असा विचार मला अधिक रोचक आणि प्रस्तुत वाटतो. आपल्या वासाहातिक पार्श्वभूमीवर, आपण त्याला निवळ ब्रिटिश विचारवंतांनी आणि

ब्रिटिश राज्यकर्त्यांनी गौरवलेला लेखक मानतो की, एक भारतीय म्हणून आपण त्याच्या साहित्याला भिडतो, त्या अनुभवांचे आणि त्यातील मर्मदृष्टींचे भाषांतर करतो हे तपासणे महत्त्वाचे आहे. आज संवाद-माध्यमांमुळे आणि तंत्रज्ञानामुळे जागतिक विचारसंचित तसे सहजी उपलब्ध होते आहे. त्यामुळे व्हर्चुअल वैश्विक होण्याला फारसे अडसर आज नाहीत. पण तरीही स्थानिकतेची मुळे नसतील तर त्या वैश्विक होण्याचे आविष्कार जाणते होऊ शकत नाहीत. भाषांतर करत असताना आपल्याला आपली स्वतःची भाषा लागतेच. ती कोणती? आधुनिकतेच्या सगळ्या चर्चाविश्वांना आपलेसे करत आज आपल्या सामाजिकतेची वाटचाल सुरू आहे. अगदी देशीवादासारखे चर्चाविश्व मांडले जाताना इंग्रजीत उपलब्ध असणाऱ्या साहित्याचा, सामाजिक शास्त्रांचा अभ्यास आत्मसात करूनच ते मांडले गेले आहे. तेव्हा आजची आपली भाषा सामाजिक शास्त्रे, राज्यशास्त्र, मानसशास्त्र, आधुनिक तंत्रज्ञान आणि विज्ञान अशासारख्या विचारविश्वांचा प्रभाव असणारी भाषा आहे. जातिअंताच्या आणि वर्ग अंताच्या लढ्यांनाही त्यांनी योगदान दिले आहे. तरीही वैश्विकतेचा परिणामकारक विचार करायचा तर स्त्रीवादाची भाषा ही खरी संवादभूमी राहील. कारण स्त्रीवाद हे चर्चाविश्व स्त्री आणि पुरुष अशा पायाभूत एककातील नातेसंबंधात समतेचा आग्रह धरते आणि अनेक विषयांचे संदर्भ त्यासाठी गरजेचे मानते. ही मागणी स्त्रियांकडून झालेली आहे. कोणत्याही सत्तासंघर्षांच्या लढ्यात स्त्रीची भूमिका कळीची ठरू शकते, असे संकेत आजच्या राजकीय संदिग्धतेत मिळत आहेत. साहजिकच स्त्रियांना आपापल्या चर्चाविश्वाचा भाग बनवण्याचे प्रयत्नही चालू आहेत. मात्र स्त्रीला स्वतंत्रपणे काही म्हणण्याची, भूमिका घेण्याची जागा त्यात नाही. ती निर्माण करण्याचे प्रयत्न हे सगळ्यात प्रागतिक प्रयत्न असतील.

शेक्सपिअरची आठवण काढताना स्त्रीवादाचा संदर्भ कदाचित जाचक वाटण्याचा संभव आहे. पाश्चात्त्य स्त्रीवादी समीक्षेने शेक्सपिअरवर बरेच लिहिलेही आहे. स्त्रीवादी दृष्टीतून शेक्सपिअरकडे बघणे हे अनैतिहासिकही आहे; पण शेक्सपिअरने देऊ केलेल्या नाट्यानुभवात स्त्रीचे स्थान ठरवण्यामध्ये काही संदिग्धता नक्कीच आहेत. त्यांचा अर्थ लावण्याचे प्रयत्न करता येतात. म्हणजे हॅम्लेटची आई दिराशी लग्न करण्याची घाई का करत असेल? तिला मारू नकोस, असे हॅम्लेटच्या बापाचे भूत हॅम्लेटला का सांगत असेल? याचा विचार आपण करायला हवा. तत्कालीन राजकीय व्यवस्थेत त्याची उत्तरे मिळू शकतील. बहुसंख्य गोऱ्या सत्ताव्यवस्थेत अल्पसंख्य काळ्या, मूर, जिप्सी, ज्यू लोकांचे स्थान काय होते? याचा अभ्यास केला तर ऑथेल्लोची असुरक्षितता समजू शकेल. एकूणच राजकीय सत्तासंघर्षात सत्ताधारी आणि सत्तेबाहेरचे हा संघर्ष शेक्सपिअरच्या अनेक नाटकांच्या केंद्रस्थानी आहे. तिथे सत्तेच्या परिघाच्या बाहेर असणारे किंवा जाणारे का जातात याचा अभ्यास त्यातून करता येतो. शिवाय जोडीने

मानवी स्वभावाची अंधारी बाजूदेखील त्यात एक भूमिका करताना दिसते. पण प्रामुख्याने अनेक वर्षांच्या सांस्कृतिक आणि राजकीय चिन्हव्यवस्थेने अंकित असणारे माणूसपण शोकांतिकांमध्ये संपताना तो दाखवतो.

शोकांतिका ही तिच्या काळातल्या मूलभूत धारणा आणि ताण तिच्याकडे खेचून आणत असते. शोकांतिकेचे तत्त्वज्ञान एवढ्यासाठी महत्त्वाचे असते की, त्याच्यातून त्या त्या संस्कृतीचा आकार आणि धारणा कमालीच्या गांभीर्याने आणि सखोलतेने व्यक्त होत असतात. दुःख हे कमकुवतपणे स्वार्थ, विरोधाभास, अशक्य परिस्थिती, चुकीचे निर्णय, नियती या सगळ्यात गुंतलेले असतेच; पण त्याही पलीकडे संपूर्ण समाजाच्या श्रेयसाच्या शोधाची प्रक्रिया तिथे असते. विशेषतः समाज जेव्हा एका अवस्थेतून दुसऱ्या अवस्थेत जात असतो, राजकारणाचे स्थित्यंतर होत असताना नव्या आकाराच्या शोधात सगळी समष्टी असते; तेव्हा स्वयंभू, कधीच न ढळणारी मूल्ये त्याच्या तळाशी असावीत अशी ओढही असते आणि त्याचबरोबर आयुष्याने बदलावे, झडझडून उठावे आणि आजवरचे सगळे वेदनादायी अनुभव बदलून टाकावेत, बदल घडावा; असेही वाटत असते. बदलाची किंमत मोजावी लागते हे जेव्हा लक्षात येत नाही, तेव्हा शोकांतिका घडते. त्यापेक्षाही अधिक शोकात्म गोष्ट म्हणजे बदलाची किंमत मोजूनही बदल घडत नाही ही. तिथे चिंतनाला खरे तर बराच वाव असतो. बदल का घडतात अथवा घडत नाहीत याची कारणे शोधायचा कलाकृतीचा ध्यास म्हणूनही आपण जपला आणि जाणला पाहिजे.

शेक्सपिअर समजून घेऊन पुढे बदलाच्या दिशेने शेक्सपिअरला वापरणे शक्य आहे का, याचा विचार आपण करतो तेव्हा विशाल भारद्वाजच्या शेक्सपिअरच्या रूपांतरांचा विचार करावा लागतो. तो निवळ कथानक उचलत नाही. कथेच्या ढाच्यात भारतीय नावांची माणसे बसवत नाही तर तो शेक्सपिअर चित्रपटात आणतो, तेव्हा संपूर्ण व्यवस्थादेखील भाषांतरित करतो. समकालीनतेचे ताण ऐतिहासिक भानासकट मांडतो. 'मकबूल' हे 'मॅकबेथ'चे रूपांतर बघितले तर काय दिसते? राजेशाही व्यवस्था इथे लोकशाही व्यवस्थेत बदलते. साहजिकच एकापेक्षा जास्त सत्ताकेंद्रे तयार होतात. एक बुद्धिबळाचा पट समोर मांडला जातो. 'मॅकबेथ'मधली ओसाड युद्धभूमी मकबूलमध्ये गर्दीचे मुंबई शहर होते. मॅकबेथचे भविष्य वर्तवणाऱ्या चेटकिणी इथे संपूर्ण मुंबईची कुंडली मांडणारे भ्रष्ट पोलीस अधिकारी होतात. लोकशाही यंत्रणेतील एकमेकांवर मात करण्याचे व्यापक राजकारण सगळ्याच मोहोऱ्यांना कर्तेपण देते. त्यामुळे भविष्य वर्तवण्याची कृती ही निव्वळ काही दुष्ट चेटकिणींची राहत नाही, तर जो जो व्यवस्थेच्या चक्रात आहे त्याच्या प्रत्येक छोट्यामोठ्या कृतीने भविष्य घडत जाते. मोहोरे एकमेकांविरुद्ध खेळवणे हे काम कमालीच्या नैपुण्याने करणारे

पोलीस अधिकारी अंतिमतः ती व्यवस्था ताब्यात ठेवतात; पण तिला आव्हान देणारी मानवी इच्छाशक्ती ते संतुलन काही काळ का होईना पण बिघडवते. विशाल भारद्वाजच्या 'मकबूल'मध्ये फक्त मकबूललाच नाही तर सर्वच व्यक्तिरेखांना एक नेमकी कृतिशीलता आहे. शोकांतिकांमध्ये शेक्सपिअर अंतिमतः व्यवस्था मूळ पदावर आणून बसवतो हे खरे. पण ती राजकीय व्यवस्था एकखांबी असल्याने त्यात संतुलन साधणारे घटक अनेकदा अतिमानवी किंवा योगायोग असण्याच्या शक्यता असतात. लोकशाही व्यवस्थेत अनेक मोहोरे जिवंतपणे सक्रीय होतात, तेव्हा त्यांच्यातला नातेसंबंधांचा कार्यकारणभाव पटेल अशा पद्धतीने मांडण्याचे आव्हान फारच रोचक आहे. ते विशाल भारद्वाज उत्कृष्टपणे पेलताना दिसतो. त्यातूनच मुंबई नावाच्या भारतीय स्थानाला भावविवश आवाहनांचा, कल्पितांचा किंवा भ्रांतिकांचा विषय न ठेवता; ठोस व्यवहारातील कृतिशीलतेचा विषय बनवतो.

आधुनिक लोकशाहीच्या पटावर शेक्सपिअरचा 'मॅकबेथ' मांडणे हे आव्हान विशाल भारद्वाज घेतो. त्याही पुढे जात भारतीय भूमीवर निर्माण झालेल्या राजकीय व्यवस्थेवर त्याला तो मांडतो. जहांगिरचे गुन्हेगारी कुटुंब आणि स्वतःचे व्यक्तिगत कुटुंब, मुंबईच्या राजकारणाची गुंतागुंत आणि गुन्हेगारी जगाची मदत घेऊन निवडून आलेले नेते, त्यांचे गुन्हेगारी जगाशी असणारे संगनमत आणि त्याला जाणतेपणानं खेळवणारी यंत्रणा यात नायकपद किंवा नायिकापदाची मोहोर कशी उमटणार? तिथे स्त्रीने पुरुषसत्ताक व्यवस्थेत स्वतःची इच्छाशक्ती वापरण्याचे महत्त्व विशाल भारद्वाज दाखवून देतो. जहांगिरची रखेल म्हणून राहायला नाकारणारी निम्मी तिच्या नकारातून अनेक घटनांना वेग देते आणि अंतिमतः त्या घटनांचा बळी ठरते. निम्मीची व्यक्तिरेखा लेडी मॅकबेथच्या व्यक्तिरेखेसारखी गडद महत्त्वाकांक्षी केलेली नाही; पण ठामपणा आणि कृतिशीलता असणारी स्त्री म्हणून निम्मी उभी राहते. अतिशय आकर्षकपणे उभी राहते. जहांगिर, मकबूल, मुख्यमंत्री यांच्या करोडो रुपयांच्या राजकारणात ती फक्त रखेल म्हणून राहण्याचे नाकारते आणि तिथून व्यवस्था हादरायला सुरुवात होते. 'ओंकारा'मध्ये इंदू स्वतःच्या दुष्ट नवऱ्याचा खून करून आत्महत्या करते, जे ऑथेल्लोतील एमिलिया करू शकत नाही किंवा हॅम्लेटवर आधारित 'हैदर'मध्ये हैदरची आई गझाला नवऱ्याने अतिरेक्यांना घरात आश्रय देण्याच्या कृतीला विरोध करते. दीर त्याला परावृत्त करू शकेल अशा खात्रीने ती दिराला सांगते; पण त्याच्या महत्त्वाकांक्षेपोटी तो भावाला अडकवतो. पण तरीही गझाला शेवटपर्यंत हिंसा आणि हिंसा करणाऱ्यांना विरोध करत राहते, प्रसंगी स्वतःचा बळी देऊन. ऑफेलियाचे भाषांतर असणारी आर्शिया हीदेखील स्वतंत्रपणे निर्णय घेणारी, धाडसी पत्रकार आहे. म्हणजे तिलाही स्वतंत्र मत आणि कृतिशीलता विशाल भारद्वाज देऊ करतो. शेक्सपिअरच्या राजकीय

वातावरणातल्या हतबल, पुरुषसत्ताकतेची मूल्ये आत्मसात केलेल्या स्त्रियांच्या समोर या स्त्रिया उठून दिसतात. साहजिकच स्वतंत्र आत्मभानातून केलेली ही भाषांतरे एक स्वतंत्र कलाकृती म्हणूनही उभी राहू शकतात.

शेक्सपिअरचा लेखनकाळ राष्ट्र ही संकल्पना आकार घेण्याचा काळ होता. त्याची मुळे मुळात विस्तारत चाललेल्या जागतिक व्यापारात होती. परक्या देशाशी व्यापार करायचा तर स्वदेशाची संकल्पना निश्चित करणे गरजेचे असते. कारण व्यापार व्यवहाराला लागणारे कायदेकानून तयार करायचे, तर आपले आणि बाहेरचे ठरवणे हे सत्ताकांक्षी राजकारणाच्या गरजेचा भाग असते. शेक्सपिअर लिहीत होता आणि त्या काळाचा ताण त्याच्या सगळ्या नाटकांमधून, विशेषतः अखेरच्या नाटकांमधून स्पष्टपणे दिसतो. सामंती व्यवस्थेतून आधुनिक लोकशाही व्यवस्थेकडची वाटचाल सुरू होण्याच्या या कालखंडात सामंती मूल्यांवरची ढासळती निष्ठा वेगवेगळ्या घटनांतून दिसून येते. १६०१मध्ये एलिझाबेथ राणीच्या अत्यंत निकटच्या सरदाराने अर्ल ऑफ इसेक्सने तिच्या राजवटीविरुद्ध बंड केले आणि परिणामतः त्याचा शिरच्छेद करण्यात आला होता. तर व्यापारातून धनवान झालेल्या वर्गाची म्हणजे ब्रिटिश संसदेची कणखर होत जाणारी पकड, या दोन काळांच्या दरम्यानची त्याची अखेरची नाटके किती जबरदस्त राजकीय उलथापालथींचे संचित घेऊन येतात, ते इतिहासाच्या जोडीने तपासण्याची गरज आहे. इतिहासाच्या ओघात राजेशाही नियंत्रित करताना धर्माचा सहभागही लक्षणीय होता. पण धर्मसत्तेला आव्हान देणारी राज्यव्यवस्था धार्मिक संवेदनांना पूर्णपणे बाजूला ठेवू शकली नाही. जन्म, मृत्यू आणि आपले मूळ, आपली निर्मिती या रहस्यांचा निरास होण्याची इच्छा; या धर्माने हाताळलेल्या संकल्पना राज्यसत्तेनेही उचलल्या. त्या समूर्त केल्या. साहजिकच सत्ताकारणात धर्माचा हस्तक्षेप होत राहिला. वेळोवेळी धार्मिक सत्ता आणि राजकीय सत्ता यांची हातमिळवणीसुद्धा होत राहिली. त्यातून राष्ट्र नावाचे कल्पित उभे राहण्याची प्रक्रिया सुरू झाली. एक उदाहरण द्यायचे झाले तर, १५१७मध्ये इंग्लंडमधील एका चर्चच्या धर्मगुरूने त्यांच्या परगण्यातील लोकांच्या गरिबीला बाहेरील लोकांच्या लोंढ्याबद्दल केलेले भाषण, त्याच वर्षी 'परकीय' कारागिरांविरुद्ध झालेले दंगे, १५९६मध्ये एलिझाबेथ राणीने काढलेले परकीय नागरिकांविरुद्धचे फतवे हे सगळे राष्ट्र उभारणीचेच परिणाम होते. त्याचबरोबर हेही लक्षात घ्यायला लागेल की, त्या वेळेस इंग्लंडमधून विविध व्यापारी कंपन्या जगभरात फिरत होत्या. त्यांच्या नफ़्यावर अधिकार सांगायचा झाला, तर मग आक्रमक साम्राज्यवादाला राष्ट्रवादाचा आधार लागतो, आणि राष्ट्रवादाला अत्यंत मर्यादित अस्मितांचा आधार लागतो हेही स्पष्ट झाले. यांच्या सहाय्याने कार्यरत होणाऱ्या सर्वच यंत्रणा हातात हात घालून चालत असतात. तिथे सद्सद्विवेकाचा, अन्यायाच्या प्रतिकाराचा एक आवाज सगळ्याच यंत्रणांना अस्वस्थ

करत असतो. शोकांतिकांमध्ये म्हणूनच प्रस्थापित यंत्रणांचे दर्शन फार नेमके आणि सखोल असते. त्यांना विरोध करणाऱ्या आवाजाचे आपल्याला महत्त्व वाटते, कारण त्याची व्यवस्थांची सर्वव्यापी ताकद अनेकदा विरोध करणाऱ्यालाही माहिती नसते. त्यामुळे तिथे निखळतेचा, तात्त्विक भूमिकेचा पराभव मनाला जास्त भिडतो. विरोधाचा हा आवाज आणि त्यांचे परिणाम शेक्सपिअरच्या शोकांतिकांमधून समोर येतात. विशाल भारद्वाजने हा आवाज त्याच्या तीनही रूपांतरांमध्ये बाईला दिला आहे. आज राष्ट्रवादाची चर्चा आपल्या भूमीच्या राजकारणाच्या केंद्रस्थानी आणली जाते आहे, तेव्हा अशा भाषांतरांचे महत्त्व लक्षात येते.

राजकीय सत्ता आणि भांडवलशाही यांची वाटचाल जेव्हा हातात हात घालून होते, तेव्हा कला आणि साहित्य या सर्जक मूलगामी प्रेरणा ताब्यात घेऊन त्यांचा संकोच करण्याचा, त्यांना खुजे बनवण्याचा किंवा हास्यास्पद बनवण्याचा प्रयत्न होतो. इतिहास बदलण्याचा प्रयत्न होतो. अनेकदा भोवतालचे वातावरणही त्याला कारणीभूत ठरत असते. म्हणजे मुळात कोणताही प्रतिभावंत जाणून घेण्यासाठी किंवा नव्याने काही घडवण्यासाठी आपली सांस्कृतिक प्रगल्भता किती आहे, यावर बऱ्याच वेळा कलाकृतीचा अर्थ लावण्याच्या क्षमतेचा पोत ठरत असतो. त्याचबरोबर ती क्षमता मुक्तपणे फुलू नये यासाठी सत्तेतील चतुर विचक्षणही प्रयत्नशील असतातच. व्यावसायिकतेचा बडिवार माजवत सामान्य वकूबाच्या, बटबटीत कलाकृतींना उचलून धरणे; माध्यमांच्या ताकदीवर पुन्हापुन्हा प्रेक्षकांवर त्या लादत राहणे, यातून स्वतंत्र विचारशक्ती व अभिरुची विकसित होण्याच्या शक्यता संपवल्या जातात. त्यातील सवंगतेची आणि हिंसाचाराची आपल्याला इतकी सवय होते की, मग त्यामागील राजकारण दुरुस्त करता येण्याजोगे आहे हे आपल्या लक्षात येत नाही. या आपल्या परिस्थितीचे वाचन करताना विशाल भारद्वाजचा शेक्सपिअर नक्कीच उपयोगी पडतो. विशेषतः त्याने उभ्या केलेल्या स्त्रियांच्या व्यक्तिरेखांमधून. लोकशाही मानणारा नागरिक म्हणून अशा कलाकृतींच्या वाचनाची जबाबदारीही आपली असते. राष्ट्र ही 'चर्चात्मक भूमी' आहे; फुको म्हणतो त्याप्रमाणे 'discursive formation' आहे. हे आपणच सांभाळायला हवे.

सुरुवातीला म्हटल्याप्रमाणे शेक्सपिअरचा अन्वयार्थ आपण आपल्या भूमीवर उभे राहून पुरेशा आत्मविश्वासाने लावतो का आणि लावत असू तर कसा? त्यातून काही वेगळ्या मर्मदृष्टी, तौलनिक दृष्टी लाभतात का? भावविवशतेच्या पलीकडे जात शेक्सपिअरने मांडलेल्या मूल्यभावाचा विचार आपण कसा करतो? हा आजचा प्रश्न आहे. दोन उदाहरणे देता येतील. 'किंग लिअर'चे स्वैर रूपांतर म्हणून आपण 'नटसम्राट'कडे बघतो. पण राजाने आपल्या भौतिक साम्राज्याची केलेली वाटणी आणि एका नटाने आपल्या व्यक्तिगत संपत्तीची केलेली वाटणी यांत मोठा फरक

आहे. कॉर्डेलियाने तिचे सगळे प्रेम राजाला देऊ करण्याचे नाकारणे म्हणजे सामाजिक जबाबदारीचे भान राखणे असे मला वाटते. निवळ लहर आली म्हणून कोणी राजा आपल्या राज्याची विभागणी करू शकणार नाही, तीसुद्धा स्वतःच्या मुलींनी त्यांच्या बापावरील प्रेमाचा उच्चार करून, जिंकण्याचा प्रस्ताव मांडून. साहजिकच माझ्या डोळ्यांसमोर उभी राहणारी कॉर्डेलिया राजाला त्याच्या राजधर्माचं भान देऊ करणारी आहे, निवळ आपल्या प्रेमावर आपल्या नवऱ्याचा आणि मुलांचाही हक्क आहे एवढेच सांगणारी नाही. 'लिअर'मधले ताण जेव्हा टोकाला जातात, तेव्हा त्यातील घटना खरोखरच वैश्विक शक्तींची उलथापालथ ठरतात. प्रामाणिक चांगुलपणा आणि व्यापक कर्तव्यभावना संपवली गेली तर संपूर्ण राज्यातल्या लोकांवर दहशत राज्य करते. सर्व मूल्यांचा ऱ्हास होतो. लिअरला आपण राजा म्हणून किती मोठी चूक केली आहे हे कळते, तेव्हा आकाश फाटते. त्याची शिक्षा त्याला त्याच्याच दोन मुलींनी त्याच्या धाकट्या मुलीला मारून मिळते. त्यामानाने नटसम्राट केवळ एका आत्ममग्न म्हाताऱ्या नटाची करुण कहाणी बनते. मग आपल्या संस्कृतीत वृद्धांना महत्त्व असताना आजची तरुण पिढी किती स्वार्थी बनते आहे, असा काहीतरी भावविवश संदेश त्यातून दिला जातो. व्यापक सामाजिक संदर्भांत किंवा वैश्विक संदर्भांत जी युद्धे तरुणांना करावी लागत आहेत, जे भविष्य त्यांच्या समोर आ वासून उभे आहे, भ्रष्ट आणि उद्‌ध्वस्त जगाचे जे संचित आपण त्यांच्या हातात दिले आहे; या सगळ्याचा कोणताही आवाका लक्षात न घेता आपण ती भावविवशता एका कौटुंबिक परिघात पुनःपुन्हा निर्माण करत राहतो. दुसरे उदाहरण घ्यायचे तर 'मॅकबेथ'मधल्या चेटकिणींच्या बाबतीतही बरेच काही म्हणता येण्याजोगे आहे. स्त्रियांना चेटकीण ठरवून जाहीर मारण्याचा प्रकार जगभरातील संस्कृतींमध्ये आढळतो. अदृष्टाची भीती आणि वेगळ्या प्रकारे वागण्याचे धाडस करणाऱ्या स्त्रियांविषयीचा तिरस्कार या कृत्याला यांतून त्यांना समाजमान्यता मिळत असावी. पण त्यांना राजकीय भविष्यवाणीशी जोडण्यातून अनेक अन्वयार्थ आणि त्याच्याशी जोडलेल्या दृश्यता शेक्सपिअर तयार करतो. हा क्षण जाणायला इतिहासाचे आणि मानवी संस्कृतींचे सजग वाचन करावे लागेल.

'मकबूल'मध्ये पोलिसांनी केलेल्या भविष्यवाणीला निम्मी आत्मसन्मानाच्या अर्थाने निर्माण करू पाहते, तेव्हा गूढतेचे वलय काढून त्याला मानवी कृतिशीलता विशाल भारद्वाज देतो; शोकांतिकेला वेगळे आयाम देतो. भाषांतराची मौलिक मर्मदृष्टी या वाचनातून मिळते. विशाल भारद्वाज ती देतो, तेव्हा शेक्सपिअरकडे आपणही नव्याने बघतो.

(पूर्वप्रसिद्धी *मुक्त शब्द*, मार्च २०१७)

७ आंबेडकर आणि स्त्री-प्रश्न

आंबेडकरी विचारांमधून निर्माण झालेल्या सामाजिक चिकित्सापद्धतीत बहुस्थानीय चिकित्सा (intersectionality theory) करण्याची काहीएक शिस्त आज निर्माण होऊ पाहते आहे. त्यानुसार मी माझ्या स्थानाची चिकित्सा करते; तेव्हा एक मध्यम वर्गीय, हिंदू, ब्राह्मण, स्त्री म्हणून आंबेडकरांकडे बघत असताना माझ्या हाताशी काय येते, आणि जे येते त्याचे महत्त्व कसे बघायचे, हे प्रश्न उभे राहतात; पण तरीही मी काही मांडणी करण्याचा प्रयत्न करणार आहे; कारण या सगळ्यांसकट आत्ताच्या घडीला स्त्री-पुरुष नाते समजून घेताना व त्यातील आव्हानांना स्त्रीच्या स्थानावरून सामोरे जाताना मला आंबेडकर सर्वांत जवळचे वाटतात. मी भारत नावाचे काही एक संकल्पित राष्ट्र मानणारी बाई आहे आणि आज त्यासमोर उभ्या असणाऱ्या आव्हानांचे निराकरण करता येईल का, याबाबत मोकळेपणाने संवाद करू इच्छिते. माझ्या सर्व मर्यादांसकटही मला वाटते की, संवाद हा एक मार्ग लोकशाहीवादी भारत नावाच्या संकल्पाला अत्यंत गरजेचा आहे. अर्थात गोपाळ गुरू म्हणतात तसे भारतातील सामाजिक चर्चाविश्व हे लोकशाही, नागरी समाज आणि धर्मनिरपेक्षता अशा शब्दांनी भारलेले दिसते; पण अवमानाच्या भाषेला आपण पूर्णपणे नाहीसे केलेले असेल, तेव्हाच या शब्दांना त्यांचा खरा अर्थ मिळेल. अवमानाच्या अनुभवांना केंद्रस्थानी आणण्याचे काम आंबेडकरांनी अतिशय परिणामकारकरीत्या केले. आधुनिकतेतील व्यक्तीच्या आत्मसन्मानाचा आणि प्रतिष्ठेचा प्रश्न आंबेडकरांनी सामूहिकतेच्या राजकारणातही महत्त्वाचा मानला. त्याची मांडणी करत असताना त्यांनी मानववंशशास्त्र, समाजशास्त्र, इतिहास, अर्थशास्त्र, धर्मचिकित्सा, राजकारण, शिक्षण, न्यायतत्त्वप्रणाली, कायदा आणि तत्त्वज्ञान अशा विविध ज्ञानशाखांना अवमानाच्या प्रश्नाशी जोडले. आणि तसे जोडत असताना त्याच्या परिणामकारकतेचा विचार महत्त्वाचा मानला. त्यामुळेच संपूर्ण सांस्कृतिक आणि सामाजिक पर्यावरण

जेव्हा विचारशील आणि प्रगल्भ बनेल, तेव्हाच खऱ्या अर्थाने परिवर्तन घडू शकेल असे त्यांचे म्हणणे होते. म्हणून मला स्त्री-प्रश्नाचा विचार करताना आंबेडकर सर्वांत जवळचे वाटतात. स्त्री-प्रश्नाचा अभ्यास करणारे विचारविश्व मांडताना आणि अभ्यासताना मला त्याचे सर्वांत महत्त्वाचे वाटणारे वैशिष्ट्य म्हणजे विविध अभ्यासांना तत्त्वज्ञानाशी जोडून घेणे. अमूर्त संकल्पनांभोवती तत्त्वज्ञान रचण्यापेक्षा विविध क्षेत्रांतील अनुभवांना लक्षात घेत काही विचारपद्धती निर्माण करण्याचा प्रयत्न करणे. त्यामुळेच तत्त्वाज्ञानाची परिणामकारकता हा मुद्दा महत्त्वाचा ठरतो. इथे एक स्त्रीवादाची अभ्यासक म्हणून मी आंबेडकरांशी नाते जोडते.

Annihilation of Caste या पुस्तकामध्ये मांडलेल्या विचारांवर गांधींनी केलेल्या टिप्पणीला उत्तर देताना आंबेडकरांनी जे मुद्दे मांडले, ते मांडून या लेखाची मी सुरुवात करते. 'One thing nobody wants is a static relationship, something that is unalterable, something that is fixed for all times. Stablity is wanted but not at the cost of the change when change is imperative. Nobody wants mere adjustment. Adjustment is wanted but not at the cost of social justice. p 314, (Reply to Mahatma) जीवन प्रवाही राहावे आणि समताधिष्ठित राहावे या दोन आवश्यकतांच्या संदर्भातच चिरंतन आणि शाश्वत मूल्ये या शब्दांचा विचार व्हावा, असे त्यांचे म्हणणे होते. जे मला स्त्रियांनी १७व्या शतकापासून केलेल्या मागणीशी सुसंगत वाटते. स्त्रीला एक माणूस म्हणून प्रतिष्ठा हवी आहे आणि त्यासाठी व्यवस्थेतील स्त्री-पुरुष नात्यांविषयी तसेच त्या नात्यांच्या संदर्भात समाजाने निर्माण केलेल्या नियमांविषयी बोलावे लागेल. कारण त्यामधूनच व्यक्तीचे हेतू आणि व्यापक सामाजिक उद्दिष्टे व नात्यांमधून समोर येणारी मूल्ये यांची निष्पत्ती लक्षात येते. त्यामुळे स्त्रियांनी केलेली समाजरचनेची चिकित्सा ही पुरुषसत्ताक व्यवस्थेची केलेली चिकित्सा-स्त्रीवाद- म्हणून आज मान्य झाली आहे. या चिकित्सेचा इतिहास मांडणे मोठे काम आहे. पण एक गोष्ट नोंदवणे गरजेचे आहे आणि ती म्हणजे आधुनिकतेची सुरुवात आणि स्त्रियांनी पुरुषसत्ताकतेच्या चिकित्सेची केलेली सुरुवात या एका सुमारास घडलेल्या गोष्टी आहेत. आधुनिकता ही संज्ञा गुंतागुंतीची आहे, याची मला कल्पना आहे. मी आधुनिकता ही संज्ञा पाश्चात्त्य आधुनिकतेच्या संदर्भात वापरत आहे. ज्यात व्यक्तिस्वातंत्र्य, विवेकवाद, विज्ञान-तंत्रज्ञान, स्वातंत्र्य, समता, बंधुता, ईश्वररहित जगाची मांडणी इत्यादी संकल्पनांचा समावेश होतो. आणि त्यावर आधारित स्त्री-स्वातंत्र्याची मागणी हा एक महत्त्वाचा ऐतिहासिक टप्पा आहे, असे मला वाटते. भारतीय संदर्भातही पाश्चात्त्य आधुनिकतेचा प्रभाव आणि पुढे राष्ट्रवादाच्या संदर्भात तिची चिकित्सा या गोष्टी घडल्या आहेत. पण सर्वांना शिक्षणाचा अधिकार; अर्थार्जनाचा,

कामाचा अधिकार आणि त्याचबरोबर आत्मसन्मानाचे व परस्पर सन्मानाचे मूल्य; व्यक्तिस्वातंत्र्य, समानता ही मूल्येही त्यातून आपण स्वीकारली आहेत. म्हणूनच भारतातील स्त्री-प्रश्नाची मांडणी करताना आंबेडकर अपरिहार्य ठरतात.

आधुनिकतेच्या संदर्भात दलित आणि स्त्रियांचे प्रश्न एका पातळीवर आणण्याचे काम फुल्यांनी केलेच होते. शूद्र आणि स्त्रिया यांच्याविरुद्ध शेटजी-भटजी असा संघर्ष ते उभा करतात. मात्र आधुनिकतेचे प्रत्यक्ष उपयोजन करत असताना ते या मातीतील परंपरा निर्माण करतात. स्त्रीशिक्षण, विधवांच्या केशवपनाला विरोध, विधवांच्या बेकायदेशीर संततीची देखभाल असा अत्यंत क्रांतिकारी कार्यक्रम ते भारतीय इतिहासाची पुनर्मांडणी करत राबवतात. हाच वारसा आंबेडकरांनी पुढे नेलेला दिसतो. हिंदू धर्माच्या चिकित्सेतून आंबेडकरांनी वेगळी आधुनिकता समोर आणली. पाश्चात्त्य आधुनिकता आणि भारतीय इहवादी परंपरा यांच्या जोडणीतून भारतीय आधुनिकता मांडण्याचा प्रयत्न त्यांनी केला. जातिअंताचा कार्यक्रम मांडताना त्यांनी आधुनिकतेला हाताशी घेतले. उत्तरदायित्वाची भाषा आणि जातिव्यवस्थेत गुंतलेली नकारात्मक हक्कांची भाषा त्यांनी नाकारली. आत्मसन्मान, समता आणि हक्क यांची नवी भाषा घडवली. जे जे व्यक्तिगत ते ते सार्वजनिक ही स्त्रीवादी भाषा खरे तर आंबेडकरांनी स्वतःच्या अवमानाच्या अनुभवांच्या चिकित्सेतून उभी केली. त्याचे भारतातील स्त्री-प्रश्नाशी जिवंत नाते जोडले. उदाहरणार्थ, जसे सावित्रीबाई फुल्यांच्या जोडीने स्त्री-शिक्षणाच्या कार्यक्रमात उतरल्या, तशाच रमाबाई १९२७मध्ये महाडच्या सत्याग्रहात सहभागी झाल्या. १९२०मध्ये आंबेडकरांनी वडिलांच्या श्राद्धासाठी ब्राह्मणांना जेवायला न घालता, ४० विद्यार्थ्यांना जेवायला घातले आणि तिथे त्यांना पुरणपोळीऐवजी मटण- मासे शिजवायला रमाबाईंना सांगितले. म्हणजे नवऱ्याच्या सामाजिक संघर्षात पूर्णपणे साथ देणारी बायको ही प्रतिमा फुले-आंबेडकर विचारांमधून सक्षमपणे पुढे आली. नवरा सार्वजनिक अवकाशात आणि बायको खाजगी अवकाशात अशी घट्ट विभागणी न करता बायकोलाही सार्वजनिक अवकाशात त्यांनी आणले. तेही परंपरांचा वेगळा अर्थ लावत, वंचितांच्या पाठीशी उभे राहण्याचे बळ पुरवत.

भारतातील आधुनिकता घडत असताना त्याला कुटुंबव्यवस्थेतील बदलांचीही पार्श्वभूमी होती. एतद्देशीय स्त्रियांची प्रतिमा घडवत असताना कुलीन स्त्री आणि दुसरी वेश्या अशा प्रतिमा त्यातून निर्माण होत होत्या. या पार्श्वभूमीवर १९३० मध्ये आंबेडकरांनी कामाठीपुऱ्यात केलेल्या भाषणाकडे बघितले पाहिजे. त्या भाषणात त्यांनी वेश्याव्यवसाय करणाऱ्या महार बायकांना तो व्यवसाय सोडून द्यायला सांगितला. याचे प्रमुख कारण जोगतिणी, मुरळ्या, देवदासी या स्त्रियांचा वेश्या म्हणून बळी देणारी सांस्कृतिक व्यवस्था त्यांना मोडायची होती. वेश्याव्यवसायाला भाग पाडणारी व्यवस्था सोडली

तरच स्त्रियांना आत्मसन्मानाची भाषा करता येईल हे त्यांनी जाणले. त्यातूनच आजच्या स्त्रीवादी विचारविश्वाला स्त्री-प्रश्नाला नेमके उभे करताना स्त्रियांची प्रतिष्ठा जातीनुसार ठरते, या वास्तवाची मांडणी करता आली. उमा चक्रवर्तींनी वैदिक काळ हा भारतीय परंपरेत स्त्रियांसाठी सुवर्णकाळ होता, या विधानाची तपासणी करताना 'Whatever Happened to the Vedic Dasi?', असा शोधनिबंध लिहिला आहे. १९८७ मध्ये रूपकँवरच्या सती जाण्याला स्त्रीवाद्यांनी जो विरोध केला, त्या वेळेस झालेल्या विविध चर्चांमधून आंबेडकरांनी मांडलेल्या आधुनिकतेचे महत्त्व अधोरेखित झाले. त्यांचा थोडक्यात उल्लेख करते म्हणजे एतद्देशीय आधुनिकता ही संकल्पना काहीशी निसरडी आणि म्हणून पुरुषसत्ताक कशी होते हे लक्षात येते. 'Caste as Endogamy,' 'गटांतर्गत विवाह म्हणजे जातिव्यवस्था' या आंबेडकरांच्या निबंधात त्यांनी असं मांडलं होतं की; सती, वैधव्यावरील कडक निर्बंध आणि बालविवाह या प्रथा म्हणजे जातगटातील अतिरिक्त स्त्रियांचे नियोजन करण्याची ब्राह्मणी पद्धत होती. अतिरिक्त पुरुषांना संपवणे (उदाहरणार्थ फुल्यांनी जो प्रश्न विचारला होता की, नवऱ्यावरच्या प्रेमापोटी बाई सती जात असेल तर बायकोवरच्या प्रेमापोटी नवरा सता का नाही जात?) शक्य नव्हते; कारण पुरुषप्रधान सत्तारचनेत प्रथा, रूढी, रिवाज सहसा पुरुषांच्या बाजूने असतात. या प्रथेचे पुनरुज्जीवन राजस्थानात सती गेलेल्या रूपकँवर या सतीच्या गौरवीकरणातून सुरू झाले. त्या वेळेस काही विचारवंतांचे एतद्देशीय आधुनिकतेच्या संदर्भात बघणारे व सतीप्रथेचा भारतीय अस्मितांच्या संदर्भांत विचार करणारे लेखही प्रसिद्ध झाले होते. त्यात सती प्रथेचा पती-पत्नी नात्यातील प्रेमासंदर्भाने एक बलिदान/त्याग अंगाने शक्यता म्हणून विचार केला होता. रूढी परंपरांवर आधारित समाजाच्या जीवनशैलीचे आधार निवाड्याला असावेत की लोकशाहीवादी घटनेने ठरवलेल्या कायद्यांचे, असे प्रश्न 'हिंदू कोड बिला'च्या चर्चेच्या वेळेसही समोर आले होते. तेव्हा आंबेडकरांनी ठामपणे न्यायालयीन निवाडा हाच अंतिम मानावा, असे सांगितले होते. आज स्त्रीवादी तत्त्वज्ञानाला व्यक्तीचे अस्तित्व आणि परंपरा यांबाबतीत न्यायालयीन निवाडा योग्य मानावा या आंबेडकरांच्या तत्त्वाचा आधार मिळतो, म्हणूनच स्त्रीचे अस्तित्व व्यक्तिस्वातंत्र्य आणि आत्मसन्मान या मूल्यांवर उभे राहू शकते आहे.

इथे दोनतीन गोष्टींचा उल्लेख केला पाहिजे. सतीप्रथा आणि बालिका विवाह यांचा ए. के. कुमारस्वामी आणि डॉ. केतकर यांनी केलेल्या समर्थनाचा आंबेडकरांनी तीव्र शब्दांत प्रतिवाद केला होता लहानपणापासूनच कोणावर प्रेम करायचे आहे याचे प्रशिक्षण मुलींना मिळण्यासाठी बालिका विवाहांचे समर्थन केतकरांनी केले होते. एतद्देशीय ओळख ही समाजात कित्येक काळ अस्तित्वात असलेल्या रूढींच्या आधारे मांडण्याचा जो प्रयत्न स्वातंत्र्यपूर्व काळात होत होता, त्यांचे पर्यवसान स्त्री-दास्यात

होते हा आपला अनुभव होता. आंबेडकरांनी हे जाणले होते. केवळ रूढी अस्तित्वात आहेत म्हणून त्या योग्य ठरत नाहीत. रूढी अस्तित्वात येतात, कारण त्या श्रेष्ठ मानल्या जातात. त्यांना श्रेष्ठत्व बहाल करण्यात काही गटांचे हितसंबंध असतात, असे त्यांचे म्हणणे होते. आंबेडकर 'भगवान बुद्ध आणि त्यांचा धम्म'मध्ये श्रेष्ठ आणि योग्य या दोन शब्दांमध्ये फरक करतात. हा फरक त्यांच्या सगळ्या लेखनात अनुस्यूत होता, असेही आपल्याला दिसते. श्रेष्ठ या शब्दाला जो अर्थ मिळतो, तो डार्विनच्या *Survival of the fittest* मधल्या fittest या अर्थाने वापरला जातो, असे ते म्हणतात. म्हणूनच त्याला त्यांचा विरोध होता. जो बलवान असतो, तो बलवान असण्याची अनेक कारणे असतात. त्यामुळे बलवान याचा अर्थ योग्य असा होत नाही. हे ते स्पष्टपणे सांगतात. आणि योग्य तोच घटक स्वीकारावा असे सांगतात. त्याचा त्यांनी मांडलेल्या नीतीशी म्हणजेच धम्माशी संबंध आहे. धर्म आणि धम्म यातील फरक सांगताना ते म्हणतात की, धर्म हा देवाला केंद्रस्थानी ठेवतो तर धम्म नीतीला केंद्रस्थानी ठेवतो. नीती म्हणजे माणसांनी एकमेकांशी वागण्याची योग्य तत्त्वे. तेव्हा श्रेष्ठ आणि योग्य यांच्यातील भेद कोणतीही नीती ठरवताना लक्षात घेणे आवश्यक आहे. आंबेडकरांच्या वंचित घटकांच्या विचारांमागे हे मूल्य सदैव होते.

या शब्दांचा सामाजिक अवकाशातील स्त्रियांच्या प्रतिष्ठेवर परिणाम कसा होतो याचे एक उदाहरण देता येईल. 'भारतातील जाती: त्यांची यंत्रणा, उद्‌भव आणि विकास' या त्यांच्या लेखात आंबेडकर म्हणतात, प्रत्येक गटात पुरुष सत्ताधारी म्हणून वावरतो. स्त्रीवरील पुरुषाच्या या पारंपरिक श्रेष्ठतेमुळे त्याच्या इच्छांचा विचार नेहेमीच केला जातो. त्यामुळे एखाद्या जातीच्या संदर्भात अतिरिक्त स्त्रीला जी वर्तणूक समाज देतो, ती अतिरिक्त पुरुषाला देऊ शकत नाही. याचा अनुभव आपल्याला आजही येताना दिसतो. उदाहरणार्थ, बलात्काराची कारणे ठरवताना न्यायालयापासून ते सर्वसामान्य लोकांपर्यंत स्त्रीने पुरुषाला बलात्कारासाठी उद्युक्त केले का, याचा विचार केंद्रस्थानी असतो. स्त्रियांचे कपडे, वागणूक, व्यवहार यांवर फार सूक्ष्म नजर असते; त्यातून सहसा बलात्कारासाठी तिला जबाबदार धरले जाते अथवा तिला बळी केले जाते. त्यामुळे लैंगिकतेच्या संदर्भांत मर्यादा पाळण्याची जबाबदारी प्रामुख्याने स्त्रीवर येते. समूह हिंस्र बनण्याचा सर्वांत मोठा आघात स्त्रीवरच होतो. दंगली, युद्धे, राष्ट्राराष्ट्रांतील तणाव असणाऱ्या काळात स्त्रियांवर बलात्कार करणे हा जेत्यांच्या कार्यपद्धतीचा भाग असतो. आणि बलात्काराच्या संदर्भात तिथे पुरुषांना माफी असते.

स्त्रीवादाचे राष्ट्राशी असणारे नाते व्हर्जिनिया वूल्फने अतिशय नेमकेपणाने मांडले होते. तिने स्त्रियांना सावधगिरीचा इशारा १९३८ मध्येच दिला होता. दुसऱ्या महायुद्धात सुशिक्षित पुरुषांच्या मुलींची भूमिका काय असायला हवी हे 'Women and Nationalism' या निबंधातून मांडताना ती म्हणते, ...in fact as a woman, I have no country. As a woman I want no country. As a woman my country is the whole world. Ed. Dennis Walder, *Literature in the Modern World: Critical Essays and Documents*, OUP, 2004, p 201 गोऱ्या साम्राज्यवादी राष्ट्रातील स्त्री म्हणून दुसऱ्या महायुद्धाच्याआधी तिने मांडलेले विचार महायुद्धोत्तर युरोपमध्ये किती अचूक ठरले, याचे एक उदाहरण कीथ लोव यांच्या 'The Savage Continent' या पुस्तकात मिळते. १९४५ ते ४७ या दरम्यान युरोपभर झालेल्या घटनांनी पाश्चात्त्य जगातील दुसऱ्या लाटेतील स्त्रीवादाच्या वाटचालीला अनिवार्य केले, असे मला वाटते. पाश्चात्त्य देशात स्त्रीवादाची रचना होत जाण्याला मुख्यतः साम्राज्यवादी, पुरुषसत्ताक राजकारण आणि त्यातून घडलेली परिस्थिती व त्यावर आधारित मूल्ये, तसेच सेमेटिक धर्म आणि राज्यसत्ता यांनी एकत्रितपणे निर्माण केलेली स्त्रीच्या दुय्यमत्वाची परिस्थिती कारणीभूत होती. कीथ लोव यांनी दुसऱ्या महायुद्धोत्तर युरोपवर लिहिलेल्या पुस्तकात पुढील गोष्टी नोंदवल्या आहेत. पश्चिम युरोपमध्ये ज्या लोकांनी युद्धकाळात फितुरी केली होती, त्यांच्याबाबत तशी सौम्य भूमिका घेण्यात आली. तुरळक घटना वगळता सूड घेण्याचे जाहीर प्रकार घडले नाहीत. याला अपवाद मात्र स्त्रियांचा होता. ज्या स्त्रिया युद्धकाळात जर्मन सैनिकांबरोबर झोपल्या होत्या, त्यांना जाहीरपणे विटंबित करण्यात आले. अशी विटंबना घडत असताना मित्र राष्ट्राचे सैनिक आणि पोलीस बाजूला उभे राहून त्या विटंबना बघत. डेन्मार्क, फ्रान्स, नॉर्वे या देशांमधून संशयित स्त्रियांना नग्न करून, त्यांच्या छातीवर स्वस्तिक रंगवून, त्यांची डोकी भादरून, त्यांची धिंड काढण्यात आली. १९४५ ते १८४७ या काळात एकट्या फ्रान्समध्ये २०,००० बायकांना अशा प्रकारे विटंबित करण्यात आले होते. ज्या बायकांनी जर्मन सैनिकांशी लग्ने केली आणि त्यांच्यापासून त्यांना मुले झाली, त्यांचे नागरिकत्व त्यांच्या मुलांच्या नागरिकत्वासकट नॉर्वेने रद्द केले होते.

१९४५-४७ च्या दरम्यान राष्ट्रवादाने एकप्रकारचे विच-हंटिंग केलेली ही परिस्थिती आपण लक्षात घेतली; फाळणीच्या काळात भारत, पाकिस्तान सीमाभागांत घडलेले बलात्कार लक्षात घेतले आणि आज धर्माधारित राष्ट्रवादाचे जगभरातील स्त्रियांना आलेले अनुभव, जातीय अत्याचार व धार्मिक दंगलींमधील स्त्रियांची विटंबना लक्षात घेतली तर राष्ट्र नावाच्या संकल्पाची सतत चिकित्सा करत राहावी लागेल, हे स्त्रीवाद सांगतो. आजच्या जागतिकीकरणाच्या टप्प्यावर राष्ट्र हा संकल्प सोडून देता येणार नाही. पण तरीही व्हर्जिनिया वूल्फने राष्ट्रवादासंबंधी दिलेला इशारा फारच महत्त्वाचा आहे. ६०-७० च्या दशकातील स्त्रीवादाची लैंगिक स्वातंत्र्याची मागणीसुद्धा

या पार्श्वभूमीवर बघायला लागेल.

इथे मला आंबेडकरांची पुन्हा एकदा आठवण येते. 'भगवान बुद्ध आणि त्यांचा धम्म' या १९५६ मध्ये लिहिलेल्या त्यांच्या पुस्तकात त्यांनी सिद्धार्थाच्या परिव्रज्येची कारणे दाखवताना ती समूहाच्या अविवेकी आणि हिंसा योग्य मानण्याच्या मानसिकतेत वसवली आहेत. शाक्य आणि कोलीय यांच्यात रोहिणी नदीच्या पाणीवाटपावरून पेटू घातलेल्या संघर्षात सिद्धार्थ संवाद साधण्याची आणि समन्वयाची भूमिका घेतो; म्हणून शाक्य संघ संघाच्या नियमांप्रमाणे त्याच्यासमोर तीन पर्याय ठेवतो. पहिला देहान्त शासन किंवा देशत्याग; दुसरा त्याच्या आईवडिलांची मालमत्ता जप्त करून त्यांच्यावर बहिष्कार टाकणे; तिसरा अन्यथा त्याने युद्धात सामील होणे. सिद्धार्थाचे म्हणणे विवेकी आणि योग्य होते. शाक्यांकडूनही आगळीक घडली आहे का? घडली असेल तर त्यांना कोलीयांवर हल्ला करण्याचा अधिकार नाही. त्यामुळे दोन्ही बाजूंचे पाच पाच लोक एकत्र बसून तोडगा काढतील, असे त्याचे म्हणणे संघाने मान्य केले नाही, तेव्हा सिद्धार्थाने परिव्रज्या घेण्याचे ठरवले. तिथे यशोधरा त्याच्या निर्णयाला पाठिंबा देत म्हणते की, 'आपला निर्णय हा योग्य निर्णय आहे. माझी आपणाला अनुमती आहे आणि पाठिंबाही आहे. मीसुद्धा आपल्याबरोबर परिव्रज्या घेतली असती. पण घेत नाही कारण मला राहुलचे संगोपन करायचे आहे. आपल्या मातापित्यांविषयी आणि आपल्या पुत्राविषयी मुळीच काळजी करू नका. माझ्या शरीरात प्राण असेपर्यंत मी त्यांची देखभाल करीन.' (पान ३१) यातून अनेक गोष्टी आंबेडकरांनी साध्य केल्या आहेत. एक तर धम्म म्हणजेच नीती या त्यांच्या सूत्राचा मूल्यविवेक सिद्धार्थाच्या रूपात समोर ठेवला आहे; पण त्याचबरोबर स्वतंत्र भारतात स्त्रियांना स्वतःचा विचार करून काही निर्णय घेण्याची, मूल्यविवेक करण्याची क्षमता असणारा आदर्श यशोधरेच्या रूपात उभा केला आहे. जी संघापेक्षाही संपूर्ण मानवजातीच्या कल्याणाचा मार्ग शोधून काढण्यासाठी सिद्धार्थाने देशत्याग करावा यासाठी पाठिंबा देते आहे. हे कुठेतरी व्हर्जिनिया वूल्फ म्हणत होती त्याच्याशी जुळते.

व्यापक आव्हाने सोडवायची झाली तर त्याची सुरुवात दोन माणसे एकत्र येतात, तेव्हा उपस्थित होणाऱ्या नीतीच्या आवश्यकतेपासून करावी लागेल, असे आंबेडकर म्हणत होते. धम्माची मांडणी याच पायावर करताना ते दिसतात. साहजिकच विवाहसंस्थेचा विचार करणे त्यांच्या जातिव्यवस्थेच्या चिकित्सेत पायाभूत होते. त्यामुळे विवाहसंबंधातली नीती ही सामाजिक व्यवस्थेची पायाभरणी ठरेल, असे त्यांनी स्त्री हे जातिसंस्थेचे दार आहे असे म्हणताना केली. 'मी जेव्हा जातींच्या मुळाबद्दल बोलतो, तेव्हा मला गटांतर्गत विवाहसंस्थेचे मूळ म्हणायचे असते,' असं

ते म्हणतात. समाजाच्या विस्ताराला आणि बांधणीला पायाभूत असणारी विवाहसंस्था आंबेडकरांनी चर्चेत आणली हे त्यांचे स्त्री-प्रश्नाला दिलेले सर्वांत मोठे योगदान आहे. १९७०च्या दशकात जेव्हा स्त्री-मुक्ती हा शब्द भारतात वेगाने पसरत होता, तेव्हा त्या वेळच्या काही लेखिकांनीही विवाहसंस्थेची चिकित्सा केली. स्त्रियांच्या आत्मचरित्रांचा त्यात मोठा वाटा आहे. मात्र त्याचा कुटुंबसंस्थेपुरता परीघ मर्यादितच होता. भारतीय संदर्भातील आंबेडकरांची चिकित्सा तिथे दुर्लक्षित राहिली. ७०च्या दशकातील आपल्याकडच्या 'स्त्री-मुक्ती' च्या विचारांना पायाभूत असणारे विचारविश्व हे प्रामुख्याने गौरवर्णी स्त्रियांनी मांडलेले विचारविश्व होते. पण त्यातून आपल्याकडच्या प्रामुख्याने ब्राह्मण जाती-पोटजातींतून येणाऱ्या स्त्रियांच्या आत्मचरित्रांनी विवाहसंस्थेची चिकित्सा केली, ती पुढच्या व्यवस्थात्मक चिकित्सेला पोषक वातावरण निर्माण करणारी होती. कुटुंब नावाच्या पायाभूत व्यवस्थेत स्त्रीचे स्थान कोणते? तिला कुटुंबात सर्वप्रकारचे समान अधिकार मिळत नसतील तर विवाह आणि कुटुंब यांच्या गौरवीकरणामागचे राजकारण नेमके कोणाचे? हे प्रश्न भेदक होते. आंबेडकर विधवेवर दत्तक घेण्यासाठी दबाव आणला जाऊ नये, म्हणून जो कायदा करतात त्यात एका अर्थाने याच प्रश्नांना ते भिडतात. त्यांचा उल्लेख या लेखात पुढे केला आहे. शिवाय स्त्रीचे शरीर हेसुद्धा ज्या पुरुषसत्ताक राजकारणाचे क्षेत्र असते, त्याहीकडे गौरवर्णी पाश्चात्त्य स्त्रियांनी त्यांच्या स्थानावरून लक्ष वेधले. त्यातून माझ्या शरीरावर माझा अधिकार यासारखी मूल्ये नक्कीच निर्माण झाली. आजही अमेरिकेसारख्या तंत्रज्ञानप्रगत देशात स्त्रियांच्या गर्भपाताच्या हक्काबाबत कमालीचे असहिष्णू वातावरण तिथल्या काही राज्यांमध्ये आहे. बलात्कारातून गर्भ राहिला तरी ती देवाची इच्छा मानून तो बलात्कार वैध ठरवावा अशासारख्या मांडण्या तिथे होताना दिसतात. तेव्हा विवाहसंस्थेचा पाया कोणता, हा प्रश्न आजही सुटलेला दिसत नाही.

गांधी पुनरुत्पादन हे स्त्री-पुरुष लैंगिक संबंधांचे उद्दिष्ट मानतात. ते साध्य झाले की, सर्व स्त्री-पुरुषांनी ब्रह्मचर्य पाळावे, असे त्यांचे म्हणणे होते. म्हणजे मनाचा निग्रह हाच खरा आधार असे. पण त्याचबरोबर हेही लक्षात घ्यायला हवे की, स्वातंत्र्य मिळवण्याचे आव्हान समोर असताना विवाहसंस्थेला इतर काही उद्दिष्टे असण्याची शक्यता त्या काळात नव्हती. तिथे पुनरुत्पादन स्वेच्छेने थांबवावे हा गांधींचा आग्रह होता. आज बायकांनी किमान दहा मुले जन्माला घालावीत आणि त्यांची जबाबदारी देवावर सोडून द्यावी अशी विधाने राष्ट्रीय व्यासपीठांवरून होतात, तेव्हा सामान्य स्त्री-पुरुषांची जबाबदारी किती वाढते आहे आणि त्यासाठी कोण काय करू शकते याचे भान वाढवणे गरजेचे आहे. जे ब्रह्मचर्याच्या आग्रहातून त्या काळात गांधी म्हणत होते. आंबेडकरही विवाहसंस्थेच्या उद्दिष्टांना व्यापक सामाजिक

बांधिलकीशी जोडताना दिसतात, ते मात्र त्यांना समोर दिसत असणाऱ्या सामाजिक आव्हानांमुळे. राजकीय स्वातंत्र्य मिळवत असताना संपूर्ण समाज प्रगल्भ झाला नाही, समतावादी झाला नाही; तर त्या स्वातंत्र्याला अर्थ नाही, असे त्यांचे म्हणणे होते. या आग्रहाला स्त्रियांनी चांगला प्रतिसाद दिला. एकदोन उदाहरणे बघू. स्वातंत्र्योत्तर काळात र. धों. कर्वे यांचा वारसा असलेल्या गौरी देशपांडे, किंवा सानियासारख्या लेखिकांनी व्यक्तिस्वातंत्र्य ही संकल्पना मूलगामी करत, प्रेम नावाच्या अस्पष्ट, वरवर पाहता बंडखोर वाटणाऱ्या भावनेच्या आधारे विवाहसंस्थेला आव्हान दिले. मात्र त्यांचे हे प्रेम कोणकोणत्या पूर्वअटी घेऊन येते यांची तपासणी केली, तर त्याचा मूलगामीपणा बराचसा आत्मकेंद्रित होता असे जाणवते. साहजिकच प्रवीण चव्हाणांसारखे समीक्षक त्यात मांडलेल्या स्त्री-प्रश्नाकडे स्त्रीवादी दलितत्त्व मांडणारे प्रयत्न म्हणून बघताना आणि त्यांचा निषेध करताना दिसतात. कमल देसाईंसारख्या गांधीमार्गाच्या प्रेमात असणाऱ्या लेखिका प्रेम हा शब्द एका अमूर्त आदर्शाशी बांधतात आणि व्यवहारात ब्रह्मचर्याचा आधार घेतात. एका मूलगामी, अनाग्रत नैतिकतेची मांडणी त्या करतात. ती साध्य नाही झाली तर कमालीच्या वैफल्यातून संपूर्ण विश्व उद्ध्वस्त करण्याचे किंवा स्वतःलाच संपवण्याचे संकेत त्यांच्या लेखनातून त्या देतात. पण क्रांतिकारी विद्रोहाबद्दल आंबेडकर साशंक असावेत असे वाटते. कारण आंबेडकर म्हणतात त्याप्रमाणे एक निष्कलंक आदर्श उभा करून संपूर्ण व्यवस्था बदलत नाही. कारण अशा आदर्शांना देव्हाऱ्यात बसवून आहेत त्या रूढी चालू राहातात. त्यामुळेच सतत सावध राहत, ज्या नियमांबद्दल आस्था वाटेल, ज्यांच्या पालनातून व्यक्ती आणि समाज यांचे नाते प्रवाही तसेच संवादी राहील असे नियम बनवणे आणि ते सामाजिक व्यवहारात आचरण्याचा आग्रह धरणे, तशी व्यवस्था उभी करणे गरजेचे असते. आंबेडकरांच्या संविधानावर आधारित लोकशाहीतून असे प्रारूप मिळू शकते.

मी स्वतः साहित्याची अभ्यासक असल्यामुळे, माझ्या हातातली चिकित्सेची साधने ही प्रामुख्याने सांस्कृतिक समीक्षात्मक आहेत. साहित्य हे सामाजिक चिकित्सेचे एक महत्त्वाचे साधन आहे. त्यामुळेच सामाजिक भान असणाऱ्या कोणालाही साहित्य, कला यांना टाळता येत नाही. साहित्य एक परिवर्तनाचे साधन म्हणून वापरण्याचा प्रयत्न ज्ञात असलेल्या काळापासून केला गेला आहे. तिथे प्रामुख्याने आदर्शवादाचा प्रभाव दिसतो. आदर्शवादातून एक मूलगामी बंडखोरी हाताशी नक्कीच येते, पण कोणतीही कल्पना तिची परिणामकारकता केंद्रस्थानी न ठेवता मांडली गेली तर तिचा युटोपिया होतो. एक प्रकारचे उदात्तीकरण होते. मग ते प्रस्थापित संकल्पनेचे असो अथवा विद्रोही. उदाहरणच द्यायचे तर प्रज्ञा दया पवारांच्या साहित्याचे देता येईल. पवार यांच्या विद्रोहाची जातकुळी एका प्रकारे कमल देसाईंच्या विद्रोहाशी नाते

सांगताना दिसते. त्यांच्यासारखेच पवारांच्या साहित्याच्या पाठीशी मोठे तत्त्वचिंतन आहे. आंबेडकरांच्या सामाजिक चिकित्सेचे उपयोजन करत प्रज्ञा दया पवार स्त्रीच्या आवाजाला केंद्रस्थानी आणतात. स्त्री-प्रतिमेशी असणारे सर्व प्रस्थापित संकेत त्या धाडसाने उधळून लावतात. 'तिघाडा' ही त्यांची कथा बघितली तर एकाच वेळेस मराठा आणि दलित पुरुषाशी संग करण्याची इच्छा बाळगणारी त्यांची नायिका ही मुक्त लैंगिक स्वातंत्र्याचा पुरस्कार करत नसून स्त्रीला शरद पाटील यांच्या कृषिमायेशी जोडू पाहाते आहे. शरद पाटील त्यांच्या *'प्रिमिटिव्ह कम्युनिझम, मातृसत्ता आणि स्त्रीसत्ता'* या पुस्तकात म्हणतात त्याप्रमाणे, समता आणि लोकशाही ही विसंगती ठरायची नसेल तर मातृसत्ता आणि पुढे स्त्री-सत्ता या नैसर्गिक वाटपाशी जोडलेल्या सत्ता आहेत हे मान्य करावे लागेल. माया म्हणजे मुक्त संभोग. पुरुषसत्ताक साहित्य भूमीला बहुभोग्या म्हणते. पण मातृसत्तेत स्त्रीला लैंगिक स्वातंत्र्याचा अधिकार असणे, म्हणजे अपत्याचा पिता महत्त्वाचा नसणे. जेव्हा पित्याचे नाव संपुष्टात येते, तेव्हा संसाधनांचे फेरवाटप हे स्त्रीच्या हाती जाते. गणराज्यात स्त्रीच्या हाती असणारा प्रजननाचा हक्क जातिसत्ताक व्यवस्थेत वेश्याकर्म ठरवला गेला. साहजिकच तिचा उत्पदनाच्या फेरवाटपाचा अधिकारही नाकारला गेला. माया म्हणजे शेती. शेतीतील उत्पादनप्रक्रिया एका अर्थाने गूढ असते आणि त्यामुळे तिला काही 'रिच्युअल्स'मधूनच समजून घेणे गरजेचे ठरते. ते आनंददायी असते. उपभोगाला कृतज्ञतेशी जोडणारे असते. हे समजून घेतले तर मग 'तिघाडा' मधील मुक्त संभोगाच्या कल्पनेतील रिच्युअलचे स्थान लक्षात येते. ते मातृसत्तेतील मुक्त कामाचार आणि समता यांना जोडणारे रिच्युअल आहे. ते शरद पाटलांच्या सुपीकता, माया आणि कृषिमाया या कल्पनांशी जोडले आहे. हा एका अर्थाने युटोपियाच आहे.

आधुनिकतेत सांस्कृतिक इतिहासाचा युटोपियाच्या स्वरूपात विचार करणे अवघड आहे हे आंबेडकरांनी जाणले. म्हणूनच ते कुठेही युटोपियाचा आधार घेताना दिसत नाहीत. 'हिंदू कोड बिला'त त्यांनी केलेल्या तरतुदी या स्त्रियांच्या मानवी व्यवहारातील स्वतंत्र अस्तित्वाला पूरक ठरणाऱ्या आहेत. विधवेला संपूर्ण मालमत्तेचा अधिकार, स्त्रियांना मिळालेला हुंड्यावर सर्वस्वी स्त्रीचा अधिकार असणे, नवऱ्यापासून विभक्त झाल्यास स्त्रीला पोटगीचा अधिकार असणे, धार्मिक विवाहाबरोबर सिव्हिल मॅरेजही कायदेशीर करणे, दत्तक घेताना पत्नीची संमती आवश्यक असणे, विधवेला दत्तक हवा असेल तर तशी मृत पतीची लेखी संमती आवश्यक असणे, तिथे तोंडी पुरावा ग्राह्य न मानणे; इथे आंबेडकर अत्यंत सडेतोडपणे आपले मत नोंदवतात. ते म्हणतात, दत्तक घेण्याबाबतीत मौखिक पुरावा ग्राह्य धरला तर विधवांची फसवणूक होऊ शकते. I do not understand why they should indulge in adopting a son--a stupid boy, uneducated, without any character--not knowing his possibilities and fastening him and fathering him upon a poor woman, whom he can deprive of every property she possessed. (p. 506) लग्न बेकायदेशीर मानले गेले तरी त्यातून निर्माण झालेल्या संततीला कायदेशीर दर्जा आणि त्यानुसार हक्क देणे या सगळ्या तरतुदी त्यांनी केल्या; कारण विवाह नावाचा युटोपिया त्यांना उभारायचा नव्हता. प्रेम या शब्दापेक्षा मैत्री हा शब्द महत्त्वाचा आहे, असे त्यांनी मांडले आहे. याच संदर्भात नोंदवण्याचा मुद्दा म्हणजे त्यांनी बहुपत्नीत्व बेकायदेशीर करून एकपत्नीकत्वाला कायदेशीर केले. म्हणजे विवाहसंस्थेची चिकित्सा केली तरी त्यांनी एकसहचर पद्धतीचा स्वीकार केला. यालाही कारण त्यांना स्त्री-प्रश्नाबद्दल असणारी आस्था. बहुपत्नीकत्वाच्या प्रथेने स्त्रियांचे होत आलेले नुकसान व त्याचा इतिहास संविधान लिहिताना त्यांच्या डोळ्यांसमोर होता. त्यामुळे आदर्श मानल्या गेलेल्या स्त्री-पुरुष नात्यालाही काही नियमांची चौकट आधारभूत ठरेल, असे त्यांनी मांडले. इथे लक्षात ठेवण्याची एक गोष्ट म्हणजे, ते तत्त्व आणि नियम यांच्यात फरक करतात. तत्त्वामध्ये तद्नुसार वर्तन करण्याचे स्वातंत्र्य असते, नियमांत नसते. नियम तुम्हाला मोडतो किंवा तुम्ही नियमाला मोडता, असे ते सांगतात. मात्र अराजक, हुकूमशाही आणि काही तत्त्वांच्या चौकटीत बांधलेली लोकशाही; यात लोकशाहीचा पुरस्कार ते करतात. कारण अराजक आणि हुकूमशाही या दोन पर्यायात स्वातंत्र्याचा नाश होतो. युटोपियाचे पर्यवसान अराजकात किंवा हुकूमशाहीत होण्याची शक्यता असते.

अर्थात आंबेडकरांना अंतर्बाह्य व्यवहारवादी म्हणता येणार नाही. आदर्शांचे महत्त्व ते जाणून होते, असे त्यांच्या *'भगवान बुद्ध आणि त्यांचा धम्म'* या पुस्तकात दिसते; पण हे आदर्शही मानवी अवकाशातलेच होते. सिद्धार्थाला भौतिक गोष्टींमध्ये रस वाटावा, म्हणून अनेक सौंदर्यवती स्त्रियांच्या सहवासात ठेवले जाते. तेव्हा स्त्री-पुरुष नात्याबद्दल तो म्हणतो, 'जेथे खरेपणा नसेल तेथे स्त्रीची इच्छापूर्ती करणेही मला मुळीच आवडणार नाही. जर संयोग मनापासून व नैसर्गिक नसेल तर त्या संयोगाचा धिक्कार असो.' (पान १३) या स्त्रियांचा सहवास त्याने टाळला असला तरी परिव्रज्जा घेतल्यानंतर तो साकी आणि पद्मा या ब्राह्मण योगिनींच्या घरी राहिलेला आहे. तो सांगतो की, 'प्रेम करणे पुरेसे नाही. खरी आवश्यकता आहे ती मैत्रीची. ती प्रेमापेक्षा जास्त व्यापक आहे. केवळ मानवाविषयीच नव्हे तर सर्व प्राणिमात्राविषयी बंधुभाव वाटणे हा मैत्रीचा अर्थ आहे.' पुढे वज्जींच्या स्वातंत्र्याबाबत बोलताना सिद्धार्थ म्हणताना दिसतो, 'राजकीय आणि लष्करी शक्ती समाजव्यवस्थेवर अवलंबून असतात. जोपर्यंत आपल्या कुळातील कोणत्याही स्त्रीला अथवा कन्येला ते बळजबरीनं डांबून ठेवत

नाहीत आणि सामर्थ्याच्या जोरावर तिचे अपहरण करत नाहीत, जोपर्यंत वज्जी प्रजातंत्रावर विश्वास ठेवतील आणि प्रजातंत्रकाप्रमाणे आचरण करतील तोपर्यंत त्यांच्या राज्याला संकट स्पर्श करू शकणार नाही.' (पान ३१३) म्हणजेच स्त्री-पुरुष नातेसंबंध हे सुंदर असावेत, त्यासाठी परस्परसंमती हा त्या सौंदर्याचा एक निकष आहे. प्रेमातील आसक्तीपेक्षा मैत्रीतील मोकळेपणा त्यांना जास्त मोलाचा वाटतो. स्त्रियांचा अवमान व त्यांच्यावरील बळजबरी यातून राष्ट्र नष्ट होऊ शकते, हे त्यांचे म्हणणे स्त्री-पुरुष नात्यातील व्यवहार्य आदर्श मांडणारे आहेत.

थोडक्यात, स्त्री-प्रश्नाचे तत्त्वज्ञान उभे करायचे, तर त्यासाठीची संकल्पनात्मक आधार देण्याची आणि कार्यक्रम बांधण्याची ताकद आंबेडकरांच्या विचारांमध्ये आहे. ती वापरून आज आपल्याला आधुनिकतेला एतद्देशीय वळण देत वैश्विकही बनता येऊ शकेल, असे मला वाटते. कारण स्त्री-प्रश्न हा केवळ स्त्रियांचा प्रश्न नसून तो स्त्री-पुरुष या दोघांनी एकत्रितपणे बांधायच्या नीतीचा आहे. या नीतीत परस्पर सन्मान आणि व्यापक सामाजिक बांधिलकी ही अनिवार्य मूल्ये असतील. मूल्यांच्या नीतीला प्रवाहीपणा असेल. त्यांच्यात बदलाचे वास्तव लक्षात घेऊन तत्त्वे पाळण्याची नम्रता असेल. म्हणूनच भारतातील स्त्रीवादी तत्त्वज्ञानाच्या पायाचा दगड आंबेडकरांची जात-धर्म-लिंगभाववादी चिकित्सा असेल.

(पूर्वप्रसिद्धी, समाज प्रबोधन पत्रिका ऑक्टोबर ते डिसेंबर २०१६)

लेखक-परिचय

वंदना भागवत

तज्ज्ञता व आवडीची क्षेत्रे

- भाषा शिक्षण - कनिष्ठ महाविद्यालयात व वरिष्ठ महाविद्यालयात व्याख्याता म्हणून २५ वर्षे नोकरी.
- 'अक्षरनंदन' या पुणे येथील प्रयोगशील शाळेची संस्थापक सदस्य.
- साहित्य, शिक्षण या क्षेत्रातील लेखनाचे संपादन.
- सर्जनशील लेखन - साहित्य, समीक्षा आणि भाषांतरे प्रसिद्ध.

प्रकाशित साहित्य

१. संपादन : कथा गौरीची, मौज प्रकाशन, मुंबई, २००८
२. संपादन : अक्षरमुद्रा, नारळकर फाऊंडेशन, पुणे, २००८
३. संपादन : संदर्भासहित स्त्रीवाद : स्त्रीवादाचे समकालीन चर्चाविश्व, शब्द पब्लिकेशन्स, बोरीवली, २०१४
४. कमल देसाई : एक आकलन, शब्द पब्लिकेशन्स, बोरीवली, २०१४
५. कथासंग्रह : स्तब्ध, शब्द पब्लिकेशन्स, बोरीवली, २०१५

६. कथासंग्रह : शिट्टी, डायमंड पब्लिकेशन्स, पुणे, २०१६
७. कादंबरी : अव्याहत वाटा वेदनांच्या, शब्द पब्लिकेशन्स, बोरीवली, २०१६
८. भाषांतर : मी का लिहितो...मूळ लेखक मंटो, इंग्रजी भाषांतर – आकार पटेल, सकाळ प्रकाशन, पुणे, २०१६
९. संपादन : अक्षरमुद्रा, नारळकर फाऊंडेशन, पुणे, २०१७
१०. दोन अंकी नाटक, आभासि, मुक्त शब्द, बोरीवली, २०१८

Special mention : A short story was selected for presentation at the national conference jointly organized by NWSA and the Women's Studies Department of Wisconsin Superior University, USA, in 2004

भाषांतरे

१. टागोर आणि गांधी: 'रवींद्रनाथ टागोर यांची वैचारिक बैठक' या अमर्त्य सेन यांच्या लेखाचा अनुवाद नवभारतमध्ये प्रसिद्ध, १९९९

२. भाषांतरित कथा, लेख, निबंध, कविता विविध नियतकालिकांमधून १९८५पासून प्रसिद्ध.

३. सिसिरकुमार दास यांच्या 'बाघ' या एकांकिकेचा स्वैर अनुवाद, प्रसिद्धी – मिळून साऱ्याजणी

४. ऑस्कर वाईल्ड यांच्या 'इम्पॉर्टन्स ऑफ बिईंग अर्नेस्ट' या नाटकाचे स्वैर रूपांतर – सारे काही सत्यापायी.

५. तय्येब सलीह यांच्या 'सीझन ऑफ मायग्रेशन टू द नॉर्थ' या कादंबरीचा अनुवाद – उत्तरओढीचे दिवस, प्रसिद्धी – मुक्त शब्द

६. डोरीस लेसिंग यांच्या 'दि आय ऑफ गॉड इन हेवन' या दीर्घ कथेचा अनुवाद – आकाशस्थ देवाचा डोळा, प्रसिद्धी – मुक्त शब्द

७. २०१६-१८ या काळात स्वैर रूपांतरित जागतिक लोककथा किशोर मासिकातून प्रसिद्ध.

• **राष्ट्रीय, आंतरराष्ट्रीय परिषदांमधून पेपरवाचन**

Papers Presented :

1. An Image of India in Ruth Jhabwala's <u>A New Dominion</u>, State level Seminar on Indian Writing in English, organized by English Department, Pune University, 1984.

2. The Cultural Politics of Teaching of English in India : Some Pedagogical Implications, National Conference on Multiculturalism, organized by Wada College, Thane, 2001.

3. Representation of Family in Gauri Deshpande's Novels , National Seminar on the Representation of Family in Contemporary American and Indian Women's Writing, jointly organized by Women's Studies Center, Tata Institute of Social Sciences and Women's Studies Center, Calcutta University, 2002.

4. Rethinking Relationships among Gender, Identity and Representations : A Study of Ketan Mehta Movies, International Seminar jointly organized by Calcutta University and Fulbright Alumni Association, Jan. 2003.

5. Participation in the panel discussion on `Shakespeare and Pedagogy', International Conference on `Conflicts in Shakespeare', organized by English Department, Pune University, in 2004

6. Paper on Representations of Caste, Gender and Identity in the writings of Kamal Desai, Pradnya Daya Pawar and Kumar Anil, was presented at the national conference organized by the Women's Studies department of Wisconsin Madison University, USA. in March, 2010

७. मंगेश पाडगावकरांच्या 'वादळ' या शेकस्पिअरच्या नाटकाच्या भाषांतरावर मुंबई विद्यापीठात निबंधवाचन, डिसेंबर २०११

८. 'शेकस्पिअर : एक न घेतलेले वळण' या निबंधाचे रुईया महाविद्यालयातील राष्ट्रीय सेमिनारमध्ये वाचन, डिसेंबर २०१४

www.ingramcontent.com/pod-product-compliance
Lightning Source LLC
LaVergne TN
LVHW092345220825
819400LV00031B/232